தலைப்பில்லாதவை

தலைப்பில்லாதவை

யுவன் சந்திரசேகர் (பி. 1961)

யுவன் சந்திரசேகர் (எம்.யுவன்) பிறந்தது மதுரை மாவட்டம் சோழவந்தானுக்கு அருகிலுள்ள கரட்டுப்பட்டி என்ற சிறு கிராமத்தில். வசிப்பது சென்னையில். பாரத ஸ்டேட் வங்கியில் பணிபுரிந்து விருப்ப ஓய்வு பெற்றிருக்கிறார்.

மின்னஞ்சல்: *writeryuvan@gmail.com*

யுவன் சந்திரசேகர்

தலைப்பில்லாதவை

காலச்சுவடு பதிப்பகம்

● அன்பார்ந்த வாசகருக்கு,

வணக்கம்.

காலச்சுவடு நூலை வாங்கியமைக்கு நன்றி.

நூலின் உள்ளடக்கம், உருவாக்கம், அட்டைப்படம் இன்ன பிற அம்சங்கள் பற்றிய உங்கள் கருத்துகளையும் ஆலோசனைகளையும் காலச்சுவடு வரவேற்கிறது. தகவல், எழுத்து, வாக்கியப் பிழைகள் தென்பட்டால் கட்டாயம் தெரிவித்து உதவுங்கள். நூல் தயாரிப்பில் கடும் குறைபாடு இருப்பின் மாற்றுப் பிரதி உங்களுக்குக் கிடைக்கக் காலச்சுவடு ஏற்பாடு செய்யும்.

மின்னஞ்சல்: **publisher@kalachuvadu.com**

காலச்சுவடு நாகர்கோவில் தலைமையகத்துக்கும் கடிதம் அனுப்பலாம்.

தங்கள்
எஸ்.ஆர். சுந்தரம் (கண்ணன்)
பதிப்பாளர் — நிர்வாக இயக்குநர்

தலைப்பில்லாதவை ✣ குறுங்கதை ✣ ஆசிரியர்: யுவன் சந்திரசேகர் ✣ © ஆர். சந்திரசேகரன் ✣ முதல் பதிப்பு: நவம்பர் 2021, இரண்டாம் (குறும்) பதிப்பு: ஜூலை 2022 ✣ வெளியீடு: காலச்சுவடு பப்ளிகேஷன்ஸ் (பி) லிட்., 669, கே.பி. சாலை, நாகர்கோவில் 629001

talaippillaatavai ✣ Short Fiction ✣ Author: Yuvan Chandrasekar ✣ © R. Chandrasekaran ✣ Language: Tamil ✣ First Edition: November 2021, Second (Short) Edition: July 2022 ✣ Size: Demy 1 x 8 ✣ Paper: 18.6 kg maplitho ✣ Pages: 496

Published by Kalachuvadu Publications Pvt. Ltd., 669 K.P. Road, Nagercoil 629001, India ✣ Phone: 91-4652-278525 ✣ e-mail: publications @kalachuvadu.com ✣ Printed at Compuprint Premier Design House, Chennai 600086

ISBN: 978-93-5523-032-4

07/2022/S.No. 1029, kcp 3691, 18.6 (2) uss

இருவரும் கிட்டத்தட்ட ஒரே சமயத்தில்தான் எனக்கு அறிமுகமானார்கள். இரண்டு தனிநபர்களாக எனக்குத் தென்பட்டதேயில்லை. இரு வேறு விதமான இலக்கியச் செயல்பாடுகளும், அவரவர்க்கே உரிய ஆளுமையும் கொண்டவர்கள் என்றாலும், இருவருக்கும் பொதுவான இரண்டு அம்சங்களை அழுத்திச் சொல்ல வேண்டும். 1. அளப்பரிய நிதானம். 2. தம்முடைய செயல்பாடுகளுக்குப் பெருமிதம் கோராத சமநிலை.

மூன்றாவதாக ஒன்றும் உண்டு. ஆரம்பநாள் முதல் இன்றுவரை இருவரும் என்மீது பொழிந்துவரும் சீரான, ஆழமான, அன்பு. இலக்கியம் தொடர்பாகவும், தனிப்பட்ட வாழ்க்கையிலும் நான் எதிர்கொள்ள நேரும் எந்தவொரு மனக்குறையையும் கொட்டிக் குமுறித் தீர்ப்பதற்கான இடமாக இருப்பவர்கள் – இருவரையும் ஆரத் தழுவி இந்நூலை சமர்ப்பிக்கிறேன்.

**நண்பர்கள் எம். கோபாலகிருஷ்ணனுக்கும்
க. மோகனரங்கனுக்கும்**

1

நேற்றிரவு, சிறுநீர் முட்டி விழிப்புத்தட்டிய போது, இருளின் அத்துவானத்திலிருந்து ஒரு கேள்வி உதிர்ந்தது: அது ஏன், பெரும்பாலான நதிகளுக்குப் பெண்பெயர் புழங்குகிறது? கங்கை யமுனை நர்மதை கோதாவரி காவேரி... கேள்வி உதித்த காரணம் தெரியவில்லை – ஆனால், அது கிளறிவிட்ட பரபரப்பு லேசில் அடங்குவதாயில்லை...

அப்போது இளைஞனாய் இருந்தேன். கல்கத்தாவில், பிரபலமான பெயிண்ட் நிறுவனத்தின் உற்பத்திப் பிரிவில், பணிபுரிந்தேன். வருடத்தில் ஓரிரு முறை மட்டுமே சொந்த மாநிலம் வந்து செல்ல வசதிப்படும். கனவுகளில்கூட வங்காளிப் பெண்கள் மட்டுமே வரும் தொலைவுக்கு என் பூர்விகம் அகன்றுவிட்டிருந்தது.

அப்போதைய மிகப்பெரிய பிரச்னை, பெண்கள் பெண்கள் பெண்கள் மட்டுமே. எதிர்ப் படும் ஒவ்வொரு பெண்ணையும் உரித்து நுகர ஆசைப்படுவது; இப்படியெல்லாம் ஆசைப்படு கிறோமே என்கிற குற்றவுணர்ச்சி என இரண்டு முனைகளுக்கிடையே, தறிகெட்ட ஊசல்போல ஆடிக்கொண்டிருந்தேன். ஆனால், ஒரே நாளில் அத்தனை பெண்களும் காணாமல் போய், நடுக்கம் மட்டுமே எஞ்சியது. ஆமாம், நாடித்துடிப்புபோல இருந்து வந்த ஆசை, மரணபயமாக மாறி, என்னை நிரந்தர பிரம்மச்சாரி ஆக்கிவிட்டது.

நவ்தீப் தீவில், இஸ்க்கான் அமைப்பின் தலைமையகம் இருக்கும் வளாகத்தில், பகவான் கிருஷ்ணர் முழுக்க நிரம்பிய தலத்தில், வேஷ்டி அணிந்து நடந்துகொண்டிருந்தேன் – வழக்கம் போலத் துருவுகிற பார்வையோடு. எனக்கு வங்காளி தெரியாது என்றெண்ணி, இருவரில் சற்றே துறுதுறுப்பாய்த் தெரிந்தவள், மற்றவளிடம் சொன்னாள்:

பயல் இதுவரை பெண்களையே பார்த்ததில்லை போலிருக்கிறது. கண்ணில் தெரியும் வெறியைப் பார், உடுத்தியிருப்பவளையே அம்மணமாய்க் காண்கிறான்!

சிரித்துக்கொண்டே நகர்ந்தார்கள். மனத் திரையில், தலை குனிந்தபடி ஓடும் சண்முகத்தை, கையில் ஓங்கிய செருப்புடன் துரத்த ஆரம்பித்தான் மற்றைய சண்முகம். அன்று முழுக்க இன்னொரு மனித முகத்தைப் பார்க்கவே பிடிக்கவில்லை. சிறகுக்குள் தலை செருகிய தீக்கோழி மாதிரி, அங்கிருந்த மிருகக்காட்சிசாலையில் போய் அமர்ந்தேன்.

தோகையை அகல விரித்து, அவ்வப்போது விதிர்த்து, நடனமங்கைபோல நளினமாகப் பாதம் ஊன்றி நகர்ந்த மயிலை வெகுநேரம் பார்த்துக்கொண்டிருந்தேன். நிஜமாகவே அந்த நடையில் நளினம் இருக்கிறதா, அல்லது ஏற்கனவே எனக்குள் பதிந்த செய்திதான் அப்படித் தோன்றவைக்கிறதா என்று குழப்பமானது. ஆனால், நீண்ட தோகை இருப்பது ஆண்மயிலுக்கல்லவா என்று உறைத்து, பயங்கரமான எல்லைகளுக்கு சிந்தனையை இழுத்துச் சென்ற மாத்திரத்தில், வளாகம் அமைந்திருந்த குன்றின் உச்சிக்கு ஏறி, தனியாக அமர்ந்தேன். போதுமான அளவு சிகரெட்டுகள் இருந்தால் போதும், என்னால் எப்பேர்ப்பட்ட தனிமையிலும் நிம்மதியாக இருந்துவிட முடியும் . . .

பகலின் ஆவேசம் மெல்லமெல்லக் குறைந்து, தயிராகும் பால்போல, வெளிப்படையாகத் தெரியாமலே இரவு இறங்க ஆரம்பித்தது. ஆனால், இருளை அவ்வளவு சுலபமாக ஆள விடமாட்டேன் என்று வீறிட்டு, எழுந்து பிரகாசிக்க ஆரம்பித்தது நிலவு. கடைசிப் படகைப் பிடித்துவிட வேண்டும் என்ற பதற்றத்துடன், வேகமாகப் படித்துறைக்கு இறங்கினேன். நல்லவேளை, படகு நின்றிருந்தது. படகோட்டியின் பீடிக் கங்கு, கலங்கரை விளக்கம்போலத் தொலைவில் ஒளிர்ந்தது. படகை நெருங்கியபோது, நதியின் பரப்பில் தெரிந்த வர்ணங்களின் மெல்லிய ஊசலாட்டம், உலகத்திலுள்ள பெயிண்ட் நிறுவனங்கள் அத்தனையும் ஒன்றுசேர்ந்தாலும் உருவாக்க முடியாத ஜாலம் என்று பட்டது.

தீவைச் சுற்றிக்கொண்டு வரும் ஜாலங்கி, கங்கையுடன் சேரும் தலம். பகலில் நதிகளின் வேறுபாடு, சங்கமித்த பிறகும் அவரவர் சுபாவம் பேணும் தம்பதிபோல துலக்கமாய்த் தெரியும் – நிலையான பாவனை நேர்கோட்டால் பகுத்த மாதிரி. அழுக்கும் பரபரப்பும் மண்டிய பழுப்பு கங்கை; தெளிந்த, நிதானமான

படிகம்போன்ற பச்சைநிற ஜாலங்கி. இப்போது இருவரும் முழுக்கக் கறுத்து, நீரின் தளும்பல் மட்டுமே தெரிந்தது.

படகில் ஏறி அமர்ந்தேன். அவசரமாக வந்த ஒரு ஜோடியும் ஏறியது. நிலவொளியில் அவள் முகம் தெரியாதபடி முழு முக்காடு மறைத்தது. அடுத்து அவன் ஏறியபோது, மசாலாப் பாக்கு நாற்றம் படகைச் சுற்றிலும் மண்டியது. அதிலிருந்து தப்ப, சிகரெட் பற்ற வைத்தேன். முப்பது முதல் நாற்பதுபேரை சுமக்கக்கூடிய படகு. அதனால், நாலு பேரும் ஒரே முனையில் இருந்தாலும் பாதகமிருக்காது. ஆனாலும், என்னைத் தவிர்க்க முனைகிறவர்கள் மாதிரி, இருக்கைகளாகப் படகின் குறுக்கே பொருத்திய பலகைகளைத் தாண்டித்தாண்டிச் சென்று, மறுகோடியில் அமர்ந்தனர்.

படகுக்குள்ளேயே நடந்துவந்த படகோட்டி, யாசிப்பவன்போலக் கை நீட்டினான். அவனுக்கொன்று தந்தேன். இரண்டு சிகரெட்டுகள் சேர்ந்து புகையும் மணத்தை விலக்குவதுபோல, முக்காட்டு முகத்தின் முன்னால் வலதுகையை விசிறிக்கொண்டாள் அவள்.

தீவின் விளக்குகள் ஒவ்வொன்றாக அணைந்தன. ஆடும் பிம்பங்கள் அழிந்த நீர்த் தரையில், நிலவின் பிரகாசம் அதிகரித்தது. சிகரெட் முடிந்தவுடன், தனது முனை சென்று, துடுப்பிசைக்க ஆரம்பித்தான் படகோட்டி. அவர்கள் இருந்த குறுக்குப் பலகைக்கு அருகில் இருந்தான். நான் மறுகோடியில்; மற்றவர்கள் பேசுவது கேட்காத தொலைவில்.

தம்பதிதானா என்ற சந்தேகம் முதல்தடவையாக என்னுள் உதித்தது. அவர்கள் புழங்கிய விதத்தில் அந்நியோன்யம் இல்லை என்று பட்டது. அவன் படகின் பக்க விளிம்பிலும், அவள் ஓரடி தள்ளியும் அமர்ந்திருந்தார்கள். அடங்கிய குரலில் முறுமுறுத்தார்கள். வங்காளப் பெண்கள் முகத்தை முழுக்க மூடுவதில்லை. தீவின் மத்தியிலுள்ள குன்றின் தனிமைக்குள் விபசாரம் புரிய அநேகம்பேர் வருவதாகக் கேள்விப்பட்டிருந்தேன்.

பேசுவதை நிறுத்தியபின், இருவரும் நிலவொளியில் இருட்சிலைகளாகத் தெரிந்தனர். நின்றவாறு சீராகத் துடுப்புப் போட்ட படகுக்காரன் சாவி முடுக்கிய பொம்மை மாதிரி அசைந்தான். நீர்ப்போக்கின் குறுக்காக நகரப் பிரயாசைப்பட்ட படகு, யுகக் கணக்காய் ஒரே இடத்தில் நின்று, நின்ற இடத்திலேயே நீரைக் கிழிக்கும் ஓசை மட்டும் எழுப்புகிற மாதிரிப் பட்டது. ம்ஹூம், படகில்லை; துடுப்புதான் நீரைக் கிழிக்கிறது.

திடீரென்று அவளை அறைந்தான் அவன். பிறகு, வலது கை ஆட்காட்டி விரலையும் பாம்புவிரலையும் உதட்டில் பொருத்தி, நீர்ப்பரப்பில் எச்சில் பீய்ச்சினான். மசாலாப் பாக்கின் மணம் காற்றில் மிதந்து கமற வைத்தது. அவள் புறம் திரும்பி ஏதோ சொன்னான். அவள் வேகமாய் ஏதோ பதில் சொன்னாள். ஆவேசத்தோடு, சரமாரியாக அடிக்க ஆரம்பித்தான். இப்போது உறுதியாகிவிட்டது. தம்பதியேதான்.

யுகயுகமாக அடித்துக்கொண்டே இருந்தான். தாக்கும் கைகளைத் தடுக்கக்கூட முனையாமல், குத்துச்சண்டைப் பயிற்சிப்பொதிபோல, அது தன் கடமை என்பதுபோல, வாங்கிக்கொண்டாள் அவள். முக்காடு விலகாதபடி சிரத்தையாகப் பிடித்திருந்தாள்.

திடீரென்று ஒரு மாயம் நிகழ்ந்தது. இன்று நினைக்கும் போதும் மயிர்க்கூச்செரிய வைக்கும் காட்சி. படகோட்டி யிடமிருந்து ஓர் உறுமல் கேட்டது. அதே கணத்தில், எச்சில் பீய்ச்ச நதியின்புறம் திரும்பியிருந்தவனை இரண்டு கைகளாலும் உந்தி நீருக்குள் தள்ளினாள் அவள். கிட்டத்தட்ட நடு ஆற்றில், நதிகள் இணையும் நேர்கோட்டில், இருந்தோம். துடுப்பின் இயக்கம் உடனடியாய் நின்றது. நதியின் போக்கில் படகு இழுபட்டது.

நீரில் விழுந்தவன் இரண்டு கைகளையும் உயரத்தூக்கி ஓலமிட்டான். அலறலும் சேர்ந்து அமிழ்ந்தது. மீண்டும் வெளித் தெரிந்தான். மீண்டும் மூழ்கினான். கறுத்த தலையின் உச்சி பனங்காய்போல ஓரிரு கணங்கள் மிதந்து, முழுசாக மறைந்த இடத்தில் நீர் சுழித்தது. பிறகு, எந்த இடம் என்று நதியே மறந்து விட்ட மாதிரி இருந்தது. நீர்மட்டத்தை விட்டு என்னால் கண்ணை அகற்ற முடியவில்லை. இன்னொரு சிகரெட் கொளுத்திக் கொண்டேன். கைகளும் சுடரும் நிலவொளியில் அபரிமிதமாக நடுங்கின.

அவள் படகோட்டியின் முனைக்கு நடந்து, அவன் கால்களைத் தொட்டுக் கண்களில் ஒற்றிக்கொண்டாள். அடைக்கலம் கோருவதுமாதிரி அவன்முன் தலைகுனிந்து நின்றாள். படகுக்குள் அதிகரித்துவிட்ட நிசப்தம் முள்பந்துபோல என் முகத்தில் மோதியது . . .

கரைசேர்ந்ததும் நான் நீட்டிய ரூபாய்த்தாளைக் கைகூப்பி மறுத்தான் படகோட்டி. துறைப் படிகளில் விறுவிறுவென ஏறிச் சென்றான். இரண்டு படிகள் விட்டுப் பின் தொடர்ந்தவளின் முக்காட்டுத்தலை இப்போதும் குனிந்திருந்தது அபத்தமாய்ப் பட்டது.

❖

2

இணையவசதியும் ஆர்வமும் இருக்கும் யாரும் பார்க்கலாம் – அந்தச் சந்திப்புக் காட்சி யூட்யூபில் இருக்கிறது. பேலேயின் கடைசி சர்வதேசப் போட்டி 1971. மாரடோனாவின் சர்வதேச நுழைவு 1977. இடைப்பட்ட காலத்தில், மாபெரும் நட்சத்திரமாக உயர்ந்து வந்த டீகோ ஆண்ட்ரெஸ் க்ரூஸ், மிகச் சரியான உச்சத்தில் இருக்கும்போது, மிகமிகத் தவறான முடிவை எடுத்த காரணத்தை விளக்கும் பேட்டி. ஆம், 74 உலகக் கோப்பைப் போட்டிக்கு அடுத்த வருடம், திடீரென்று ஒருநாள் பத்திரிகையாளர்களைக் கூட்டி ஓய்வை அறிவித்துவிட்டார். மேற்படிக் காணொலி, அந்தக் கூட்டத்தின் பதிவு அல்ல; நெருங்கிய நண்பருடனான உரையாடல். 2015 நவம்பரில் படம் பிடித்தது.

முதுமைக்காலத்தில் பழையதை ஏன் நினைவுகூர்ந்தார் என்பது பெரிதில்லை – வாழ்நாள் முழுவதும் நமட்டக்கூடிய முடிவுதானே அது! அந்தரங்க உரையாடலைப் பொதுவெளியில் அந்த நண்பர் பகிர்ந்ததிலும் வியப்பில்லை; நட்சத்திரத்துடன் தனக்குள்ள நெருக்கத்தைத் தம்பட்டம் அடிக்க விரும்பாத சாமான்ய மனம் இருக்க முடியுமா! அதைக் காட்சியாகப் பதிவு செய்யும் தேவை ஏன் ஏற்பட்டது என்பதும், இருவருமே ஒருமுறைகூட ஒளிப்பதிவுக் கருவியின் திக்கில் பார்க்கவில்லை என்பதும் வியப்பூட்டியது. ஒருவேளை, க்ரூஸுக்குத் தெரியாமல் பதிவுசெய்யப்பட்டதோ?! ஏனெனில், நண்பரின் குரல் அழுத்தமாகவும், க்ரூஸின் குரல் சற்று அடங்கியும் கேட்டன.

ஆனால், யாரும் யாரையும் வேவுபார்ப்பதும் பொதுவெளியில் அம்மணமாய் நிற்க வைப்பதும் இந்த சகாப்தத்தின் இயல்பான நடைமுறை அல்லவா. மற்றவரின் சம்மதத்தைக் கேட்பது அநாவசியம்

என்ற இடத்தை எவ்வளவு சரளமாக எட்டியிருக்கிறோம். ரகசியமாக மனம் திறந்த சங்கதி, இப்படி உலகம் முழுவதும் போகக்கூடும் என்று க்ரூஸே எதிர்பார்த்திருக்க மாட்டாரோ என்னவோ, பாவம் . . .

உலகின் முன்னணிக் கால்பந்து வீரருக்கு ஒரு கனவு வருகிறது. பல ஆண்டுகளாகத் தன்னுடன் சேர்ந்து வாழும் இணையைத் திருமணம் செய்ய முடிவெடுத்திருக்கும் சமயம். கனவில் கால்பந்தின் வடிவம் இரண்டாகப் பிளந்தது. அரைக் கோளங்கள் தனித்தனி முலைகளாகத் தரையில் உருண்டன. இந்த முனை கோல் சட்டகத்திலிருந்து எதிர்முனைச் சட்டகம்வரை நீளும் முன்னங்காலாகத் தன்னை உணர்ந்திருக்கிறார். ஒரு கணம் காலாகத் தெரிந்தது, மறுகணமே ஆணுறுப்பாய்த் தெரிந்ததாம்.

விதிர்த்து விழித்தபோது, கலையாத உறக்கத்தின் பகுதியாக, ப்யூனா முத்தமிட்டாள். துலக்காத பல் மணக்கும் அந்த முத்தத்துக்கு ஈடாகப் பிரபஞ்சத்தையே வழங்கலாம் என்று தோன்றியதாம். மிக உயர்ந்த பரிசொன்றை அவளுக்கு அளிக்கும் வெறி எழுந்தது. தனது கால்பந்து வாழ்க்கையைவிட மகோன்னதமான சமாசாரம் ஏது? ஆக, ப்யூனாவுக்கு அதை அர்ப்பணித்து நிரந்தரமாக முத்தங்களில் மூழ்க முடிவெடுத்தார்; ஏழு தலைமுறைகள் உழைக்காமல் உட்கார்ந்து சாப்பிடுமளவு ஏற்கனவே சம்பாதித்தாயிற்று. 'ப்யூனா அதிர்ந்துவிட்டாள்' என்று சிரிக்கிறார், க்ரூஸ்.

இதன் பின்னுள்ள தர்க்கம் எனக்குப் புரியவேயில்லை. இன்னும் இன்னுமென ஆவேசமாக விளையாடி, பதக்கங்களை பரிசுகளை பல்வேறு தேசங்களின் செலாவணியில் பணத்தை ஈட்டி அவள் காலடியில் கொட்டியிருக்க வேண்டாமா? ஒருகால விளையாட்டு வீரனின் உடல், சதைப்பொதியாய் பிரம்பு நாற்காலிக்குள் அமிழ்ந்து கிடப்பதுடன் முடிகிற காணொலியைத் திரும்பத்திரும்பப் பார்த்தேன். அந்த முடிவு என்னைப் பிறாண்டிக்கொண்டே இருந்தது. காதலிக்குக் காதை அறுத்துச் சமர்ப்பித்த ஓவியன், சாம்ராஜ்யத்தைத் துறந்த மன்னன் என்று பட்டியல் ஓடியதே தவிர, அவர்களை இயக்கிய தர்க்கம் பிடிபடவில்லை. எவ்வளவோ பேரைக் காதலித்தும், யாரையுமே நிஜமாக நான் காதலிக்கவில்லையோ என்று துக்கம் பொங்கியது.

பசுவய்யாவின் ஒருகவிதை. தலைப்போ, சாரமோ நினைவில்லை. முதல் தடவை வாசித்தபோது புரியவில்லை.

மனத்தரையில் உருண்டுகொண்டேயிருந்தது. பின்னொருநாள், பரபரப்பான சாலையை உயிர்நடுங்கக் கடந்து நட்டநடுவுக்கு வருகிறேன், சட்டென்று பொருள்பட்டது. பிரமிளின் ஒரு படிமம், நெருங்கிய நண்பனின் இறுதிக்கிரியைக்காக, கனத்த மனத்துடன் சுடுகாட்டில் நின்றபோது அர்த்தமானது.

அதற்குச் சமமாக, மேற்சொன்ன காணொலி புரிந்தமாதிரி மனம் நெகிழ்ந்த சந்தர்ப்பம் நேற்றுக் கனிந்தது. ஒன்றைப் புரியவைக்க இன்னொரு காணொலியே வந்து சேர்ந்ததில் ஒரு கவிதார்த்த நியாயம் இருப்பதாய்த்தான் படுகிறது!

இதுவும் ஒரு நேர்காணல். யூட்யூபிலேயேதான். மும்பைச் சாலைகளில் பிச்சையெடுத்து வாழ்பவனின் பேட்டி. *Children of Metropolis* தொடரே சற்று வித்தியாசமானது; மாநகர் உற்பத்தி செய்யும் பிரத்தியேக வகைமாதிரிகளை நேரில் சந்திப்பது. பாலியல் தொழிலாளி, மின்ரயில்களில் பிக்பாக்கெட் அடிப்பவர், அனாதைப் பிணங்களை எரியூட்டச் செல்லும் மாநகராட்சி ஊழியர், ஒருகாலத்தில் மிகப் பிரபலமாய் இருந்து, தற்போது உயர்மட்ட பாலியல் தரகராகப் பிழைப்பு நடத்தும் நடிகர் என்று தேடித்தேடிப் பேட்டி காண்கிறார்கள். அவர்கள் முகத்தை அடையாளம் தெரியாதபடி மழுக்கிவிடுவார்கள். இந்த யாசகனையும் அப்படியே செய்திருந்தார்கள்.

உடல்வாகையும், உதட்டசைவு தெரியாமல் மறைக்கப்பட்ட முகத்தின் குரலையும் வைத்துப் பார்க்கும்போது, முப்பதை நெருங்கிய இளைஞனாக இருக்கலாம். நயமான கான்வெண்ட் ஆங்கிலத்தில் பேசிக்கொண்டே போனான். இடையில், தொழிலின் பகுதியாக, ஸாப், தீதீ, பையா, பெஹனோவ் என்று கூவிக்கொண்டிருந்தான். தன் முன்னாலிருந்த அலுமினியக் குவளையை எடுத்து ஏந்தி, இலக்கின்றி ஆட்டினான்.

விசித்திரமான தர்க்கத்தைக் கைவசம் வைத்திருந்தான். ‘உடலில் வலு இருக்கிறது; அங்கஹீனம் ஏதும் இல்லை. நீ ஏன் உழைத்துச் சம்பாதித்துச் சாப்பிடக் கூடாது?’ என்று பேட்டி காண்பவர் கேட்கிறார். பந்தடித்த மாதிரி பதில் வருகிறது:

> இத்தனை கோடி ஜனங்களும், இத்தனை ஹெக்டேர் தரிசு நிலங்களும், இத்தனை ஜீவநதிகளும் இருக்கிற தேசம், சாப்பாட்டுக்கு ஏன் சிங்கியடிக்கிறது?
>
> இருந்தாலும்,பிச்சையெடுப்பது அவமானகரமானதில்லையா?
>
> இந்த நாட்டின் ஆன்மாவை உன்னதப்படுத்திய ஞானிகள் அத்தனைபேருமே இரந்துண்டு வாழ்ந்தவர்கள்தாம்.

ஒரேயொரு பகல்பொழுது சும்மாயிருந்து பாருங்கள், எவ்வளவு சிரமமான காரியம் என்று தெரியும். யாசிக்கும் போது அகந்தை கசங்குவதன் இன்பம், அனுபவித்தால்தான் புரியும்!

சமமான இரண்டு நண்பர்கள், பொழுதுபோக்காகப் பேசிக் கொண்டிருக்கிறார்கள் என்று தோன்றுமளவு சரளமாக நகர்ந்தது பேட்டி. இன்னும் சொன்னான்:

தங்களிடம் உள்ள உபரியைத்தான் எனக்குத் தானமிடு கிறார்கள். மழையோ புயலோ, அன்றைய உணவுத் தேவைக்குச் சேர்ந்துவிட்டதென்றால், உடனே எழுந்து போய் விடுவேன். அடுத்தவன் சம்பாதிக்க இடம் வேண்டாமா...

அந்தக் குரலில்தான் எவ்வளவு நியாயம்?! நான் மட்டும் மும்பைவாசியாய் இருந்தால், அவனைத் தேடிப் புறப்பட் டிருப்பேன். அகப்பட்டால், கையிலிருக்கும் காசை அப்படியே வழங்கியிருப்பேன். ஒருவேளை, அவன் வாங்கிக்கொண்டிருக்க மாட்டானோ...

தர்க்கமே பிடிபடாமல் எனக்கு அவன்மேல் படர்ந்த வாத்சல்யம் புரியவில்லை; ஆனால், இறுதிப் பகுதியில் அவன் சொன்ன தகவல் கேட்டு, இனி எதுவுமே தர்க்கமற்றதாகத் தென்படாது என்கிற மாதிரி மனம் தெளிந்துவிட்டது; அல்லது, தர்க்கம் தேட முனையும் திராணியை இழந்து மரத்துவிட்டது என்றுகூடச் சொல்லலாம்...

என்னுடைய தகப்பனார் மிகப் பெரிய தொழிலதிபர். அவருடைய பெயரையும் நிறுவனத்தின் பெயரையும் உங்களிடம் சொல்வதில் எனக்குத் தயக்கமில்லை.

சொல்லவும் செய்கிறான். பீப் ஒலியால் அவற்றை அடக்குகிறது காணொலி.

ஒரு தொழில் சாம்ராஜ்யத்தை நிறுவ எவ்வளவு உழைப்பும் அர்ப்பணிப்பும் தேவைப்படும் என்று உங்களுக்குத் தெரியும். ஆனால், அவற்றின் பின்னணியில் எவ்வளவு மூர்க்கமும் குரூரமும் செயல்படும் என்பது சுலபமாக வெளித் தெரியாது. ஒரு நாள், புதிய காரின் கதவில் கீறல் விழுந்துவிட்டது என்று ஓட்டுநரைப் புறங்கையால் அறைந்தார் என் தந்தை. கோடி ரூபாய் விலை உள்ள கார். வைரமோதிரம் கீறி அவன் கன்னத்தில் ரத்தக்கோடு

> விழுந்தது. பாவம், பதிலே சொல்லாமல் கன்னத்தை அழுத்திப் பிடித்துக்கொண்டான்...

குவளையை எடுத்துக் குலுக்கினான். பிறகு, சகஜமாய்த் தொடர்ந்தான்.

> வீட்டுக்குள் திரும்புகிறேன், பளிங்குக்கல் தரை, ஆளை அமிழ்த்தும் ஸோஃபா, இரட்டைக் கதவு குளிர்பதனப் பெட்டி எல்லாவற்றிலும், கன்னாபின்னாவென ரத்தக்கோடுகள். ஒருகணம் போதும் நண்பரே – ஒட்டுமொத்தப் பிரபஞ்சமும் அபத்தமாயும் அற்பமாயும் காட்சி தர. அவ்வளவுதான், வெளியேறி விட்டேன் ....

கலகலவென அவன் சிரிக்கும் ஒலியோடு, ரம்மியமான ஸரோட் இசை கிளம்பியது.

❖

3

ராஜகோபால் திருமணத்தின்போது கடைக்குட்டி செளமிக்கு எட்டு வயது. இவனைத் தான் கல்யாணம் செய்துகொள்வேன் என்பாள். நாய்க்குட்டிபோலக் காலைச் சுற்றி வருவாள். ஓடிஓடி வந்து கழுத்தைக் கட்டிக்கொள்வாள். கன்னங் களில், நெற்றியில், ஓயாமல் முத்தம் கொடுப்பாள்.

சித்ரா குடும்பத்தில் ஆண்கள்கூட வசீகரமாய் இருப்பார்கள். இந்த செளமிக் கழுதை, கல்யாணமான ஒரே மாதத்தில் இன்னும் அழகாகி விட்டாள் . . . பின்னால் வந்துகொண்டிருந்த மைத்துனியைத் திரும்பிப் பார்த்தான் ராஜகோபால். கண்ணுக்குக் கண் சந்தித்தபோது, செளமியா புன்னகைத்தாள். ஐயோ, என்ன அழகு!

தான் பார்க்க, கபடமில்லாமல் இருந்த இருந்த சிறுமி மெல்லமெல்ல விலகிப் போனதும், முழுக்க வேற்றுக் கிரக மனுஷியாய் ஆகிவிட்டதும் சுரீர் என்று தைத்தன; சேற்றில் தாவும் தவளைபோல ப்ளக் என்ற ஓசையுடன் மனத்தில் குதித்தன. தவளை மூழ்கிய இடத்தில் உருவான சிறு பள்ளம், மறுபடியும் மேவாததுபோல உணர்ந்தான்.

கடற்கரையையொட்டிய அம்மன் கோவில் வெகு விசேஷம்; கட்டாயம் பார்க்க வேண்டும் என்று செளமி மட்டும் இவர்களுடன் வந்தாள். புதுப் புருஷனுக்கு அலுவலகம் போயே ஆக வேண்டும் . . .

நைலக்ஸ் துணி இவன்மீது உரசியது. பாதி முகத்தை மறைத்து முக்காடு அணிந்த இளம்பெண்ணின் புடவை – தங்க நிறச் சம்க்கிகள் தாராளமாய் ஒட்டிய ரத்தச் சிவப்பு. இடது மூக்கில் பெரிய வளையம். கணுக்கால்களில் மெல்லோசை எழுப்பும் கொலுசுகள். ஒரு கணத்துக்குள் ஓரக்கண் துல்லியமாய் அளந்து விட்டது. ஒல்லி உடல்வாகு;

புடைத்த இடது மார்பு. வாளிப்பான இடுப்பு. ஓரெட்டு வேகமாய் வைத்து, கைக்கடக்கமான அந்த இடுப்பைத் தன்னோடு இறுக்கிக்கொள்ள ஆவல் மீறியது. ஒல்லி உடம்புள்ள பெண்களைப் பார்க்கும்போதெல்லாம் இப்படித்தான், கிறுக்குப் பிடித்து விடுகிறது.

இல்லாவிட்டாலும், இந்த ஊரில், பார்க்கும் யுவதிகள் அத்தனைபேருமே மனத்தை ஈர்க்கிறார்கள் – அது அவர்கள் விஷயமே இல்லையோ, தன்னுடைய குறளிதானோ. . .

நாற்பது வயதில் மனம் இதுபோல அலைபாய்வது சகஜம்தானாம். ஏதோ ஒரு வாரப் பத்திரிகையில் போட்டிருந்தது. *Forty year itch* என்றே அதற்குப் பெயர் உண்டாம். இன்னும் *Seven year itch* என்றுகூட ஒன்றைப் பற்றி விவரித்திருந்தது. கூடவே இருக்கும் உருவம் எத்தனை வசீகரமானது என்றாலும், அது அலுத்துப்போவதும், வேறு உருவத்தைத் தேடும் ஆவல் கிளர்வதும் மேற்சொன்ன சங்கதிகளின் விளைவு என்று விளக்கியிருந்தார் கட்டுரையாளர். இந்த மாதிரி சனியன் பிடித்த கட்டுரைகளைப் படிப்பதால், தானாய் ஊறும் குழப்படிகளுக்கு நியாயம் வேறு கிடைத்துவிடுகிறது . . .

'நாற்பது வருட நமைச்ச'லுக்குத்தான் இப்போது வாய்ப்பிருக்கிறது. ராஜகோபாலுக்குத் திருமணமாகி இரண்டு ஏழு வருடங்கள் ஓடிவிட்டன. அந்தநாள் சௌமியை நினைவுறுத்துகிற மாதிரி அச்சு அசலாக இருக்கும் நித்யா, சித்தியின் உடம்போடு உரசிக்கொண்டு நடக்கிறாள் – மெஹந்தித் தடம் இன்னும் முழுக்க மறையாத சௌமியின் கை, அவளது தோள்மீது கிடக்கிறது. ராஜகோபாலின் உடம்புக்குள் விறுவிறுவென்றது . . .

அம்மனை அம்மன் என்றே நினைக்க முடியவில்லை. கழுத்தும் முகமும் மட்டுமே இருந்த சொரூபம். தரையைத் தொடும்படி தொங்கவிட்ட நாக்கு, நீண்ட கோரைப் பற்கள், நெற்றி முழுக்க அப்பிய குங்குமம் என இருந்த மூலவர்மீது பக்தி உண்டாகவில்லை; அச்சம்தான் எழுந்தது. வரும் வழி முழுக்கப் பெண்களை உறுத்துப் பார்த்துக்கொண்டும், தனக்குள் திமிறி உயரும் அலைகளை அடக்கமுடியாமல் சிரமப்பட்டவாறும் வந்ததால் ஊறிய குற்றவுணர்வுதான் காரணமோ என்னவோ!

திடீரென்று ஆலய வளாகத்தின் வலது சிறகில் தாள ஒலி கிளம்பியது. வற்புறுத்தும் ஒற்றைத் தாளம். நிதானமாக அந்தத் திக்கில் நகர்ந்தது குடும்பம். இவனும் கூடப் போனான். இந்தக் கோவிலில் பேயோட்டுவார்கள் என்று சௌமி சொன்னாளே . . .

ஜீன்ஸும் தளர்வான டீ ஷர்ட்டும் போட்டிருந்த பெண்ணொருத்தி, நின்ற இடத்திலேயே சுழன்றாடத் தொடங்கி யிருந்தாள். ஆட்டத்துக்கு அனுசரணையாக, அல்லது ஆட்ட வேகத்தைத் கூட்டும்விதமாக தோளில் தொங்கும் தோல்கருவியை இரண்டு பக்கமும் பிரம்புகளால் ஓங்கிஓங்கித் தட்டிக்கொண்டு நின்ற ஜிப்பாக்காரனுக்குத் தெற்கத்திச் சாயல். பரட்டைத்தலை. நெற்றி முழுக்க ரத்த நிறத்தில் குங்குமம் அப்பியிருந்தான்.

முன்னும் பின்னுமாகவும், பக்கவாட்டிலும் மூன்று நாலடி ஆரத்துக்கு நகர்ந்து கைகளைத் தளர்வாகத் தொங்கவிட்டவாறு துரிதமாக ஆடத்தொடங்கினாள் அந்தப் பெண். தோளைத் தாண்டி இறங்கிய கூந்தல் பிரிந்து, ஆட்ட வேகத்துக்கு ஈடாக, முடிச்சவிழ்ந்து தன்போக்கில் ஆடியது. விடைத்த நாசியும், மூடிய கண்களும், வியர்வை பூத்த நெற்றியில் படிந்த சுருக்கங்களும், அழுத்தமாகச் செந்நிறம் பூசிய, ஈரப்பதம் தெரிகிற உதடுகளும், நடனத்துக்கேற்ற உடலில் தாளத்துக்கிசையத் தனித்துக் குலுங்கிய மார்புகளும் . . .

சுற்றிலுமிருந்த இருபது முப்பதுபேரும் அவளை உற்றுப் பார்த்துக்கொண்டிருந்ததால், கூச்சமேயில்லாமல் தானும் வெறித்துக்கொண்டு நின்றான் ராஜகோபால். அவளுடைய பின்னங்கழுத்திலும், முன்னங்கைகளிலும் வியர்வை ஓடியது. ஆடுகிறவளுக்குச் சரி, ஆடாமல் நிற்கும் தனக்கு ஏன் இப்படி வியர்க்கிறது என்று வியந்துகொண்டான். உடம்புக்குள் உயரும் வெம்மைதான் காரணமோ.

ஏதோ ஒரு கணத்தில் தன்னைமீறிப் பாய்ந்து அவளை இறுக அணைத்து விடுவோமோ என்று அச்சம் தலையெடுத்தது. உடனடியாய் அந்த இடத்தைவிட்டு அகலத் தோன்றியது – ஆனால் நகரமாட்டாமல் கால்கள் அழுத்தமாய் ஊன்றியிருந்தன. திடீரென்று அவனுக்குள் எழுந்த கேள்வி முகத்தில் தாக்கியது – என்ன இது, கடவுளை தரிசிக்க வந்துவிட்டு, பிசாசைப் பார்த்துக்கொண்டு நிற்கிறோம்?

மற்றவர்கள் இறுதிக்கட்டத்துக்காகக் காத்து உறைந்திருக்க, மெல்ல நகர்ந்தான் – சிரமப்பட்டுத்தான். கோவில் வளாகத்தை வலம் வர நடந்தான்.

மூலவர்முன் அநேகமாக யாருமே இல்லை. ஒரேயொரு பெண், அவளும் இளம் பெண்தான்; கூப்பிய கரங்களுடன், மூடிய விழிகளுடன், அம்மனை நோக்கி வெறித்த முகத்துடன், தனக்குள் அமிழ்ந்த பாவத்துடன், அசையாமல் நின்றிருந்தாள்.

அவளுடைய முகத்தையும் அம்மனின் உருவத்தையும் மாறிமாறிப் பார்த்தான் ராஜகோபால். ஒரேயொரு வித்தியாசம், அம்மனின் கண்களிலிருந்து கண்ணீர் இறங்க வில்லை. சிறு சுளிப்போ விசும்பலோ விம்மலோ கேவலோ இன்றி, சிலையாய்ச் சமைந்து நின்றிருந்த பெண்ணின் கண்கள் ததும்பி கரகரவென்று வழிந்தது கண்ணீர். உலகத்தின் ஒட்டுமொத்த துக்கமும் ஒரு இளம்பெண்ணுக்குள் பாய்ந்து நிரம்பி, கண்கள் வழியாகவே முழுக்கக் கரைந்து இறங்கிக் காலியாகி விடும் உத்தேசம் கொண்டதுபோல, மளமளமளவென, அபரிமிதமாகப் பாயும் கண்ணீரைப் பார்த்தபோது பீதி எழுந்தது.

உள்ளூற எத்தனை வேதனை இருந்தால் பொது இடத்தில் இப்படி அழுவாள் ஒருத்தி என்று ராஜகோபாலுக்குள் இனம்புரியாத பச்சாதாபம் ஊறிப் பெருகியது. கண்களில் சிறு உறுத்தல் ஆரம்பித்து, சட்டென்று கண்ணீர் மண்டியது. ‘அவளுடைய பிரார்த்தனை எதுவாய் இருந்தாலும் நிபந்தனையில்லாமல் நிறைவேற்றிக்கொடு அம்மையே’ என்று தனக்குள் பிரார்த்தனை எழுவதை ஆச்சரியமாய் உணர்ந்தான். கண்ணீர் உகுக்கும் பெண் முகத்தின்மீது நித்யாவின் முகம் படிவதுபோல ஒரு கணம் பிரமை தட்டியது.

நெடுஞ்சாண்கிடையாக அம்மன் முன்னிலையில் வீழ்ந்தான். சந்நிதிக்குள் புதிதாக வந்த குடும்பம் தன்னை வெறித்துப் பார்த்ததை உணர்ந்தவாறே எழுந்தான். பொதுவாக வட இந்தியர்களிடம் இப்படியொரு பழக்கம் கிடையாதில்லையா, அதனால் பார்த்திருப்பார்கள் என்று சமாதானம் செய்துகொண்டான்.

வீடு திரும்புவதற்காக வாடகைக்காரின் முன்னிருக்கையில் அமர்ந்தபோது, ‘நல்லவேளை, பிசாசைப் பார்த்த மறுநிமிடமே தெய்வத்தைப் பார்க்க வாய்த்துவிட்டது’ என்று நினைத்துக் கொண்டான். இன்னொரு நல்லது, இவன் தானாகப் புன்னகைப்பதை பின்னாலிருந்த மூவரும் கவனிக்கவில்லை.

கார் விரைந்தது. இருட்டும், சாலைவிளக்கு ஒளியும் மாறிமாறி முகத்தில் படிந்தன.

❖

4

ஜெபமணி சார் அவராகவேதான் வீட்டுக்கு அழைத்தார். நான் ஆங்கிலத்தில் வாசிக்க ஆரம்பித்திருந்த சமயம். கல்லூரி நூலகத்தின் Ascent of Man கையில் இருந்தது.

அட, இதெல்லாம் படிக்கிறியாப்பா? பிடிச்சிருக்கா ஒனக்கு?! இந்தப் புஸ்தகத்தெ லைப்ரரிக்கி வாங்கச் சொல்லி நாந்தானப்பா ரெக்கமண்ட் பண்ணுனேன். ஒரு நா வீட்டுக்கு வா. இன்னும் கொஞ்சம் புஸ்தகங்க தர்றேன்.

பிரியமாகப் புன்னகைத்தார். கல்லூரிகளுக்குத் தன்னாட்சி வழங்கும் வழக்கம் தமிழ் நாட்டில் அப்போதுதான் ஆரம்பித்திருந்தது. நாங்கள் பட்டப் படிப்பில் நுழைந்த வருடம். எங்கள் கல்லூரியில் பல்வேறு துறைகள் சம்பந்தமான ஒற்றைப் பருவ வகுப்புகள் ஆரம்பித்தார்கள். புகைப்படமெடுப்பது பற்றி, உடலைப் பேணுவது எப்படி என்கிற மாதிரி விருப்பப் பாடங்கள். 'மானுடப் பரிணாமம்' என்ற பாடம் எடுத்தவர் ஜெபமணி சார்.

உடம்பு வளரும்போது, ப்ரக்ஞையும் வளந்துதானேப்பா தீரணும்? உடம்புக்கு evolution இருக்குற மாதிரி, ப்ரக்ஞையோட வளர்ச்சியெ involution ங்குறாங்க. சிவ புராணத்துலெ ஒரு பாட்டு இருக்கப்பா – புல்லாகிப் பூண்டாகிப் பல்விருகமாகி...

தொடர்ந்து தசாவதாரம் பற்றி விளக்கினார். எனக்குப் பேராச்சரியம். ஜெபமணி வில்ஸன் சாருக்கு இதெல்லாம் தெரிந்திருக்கிறது!

அந்த ஞாயிறு. சார் வீட்டுக்குப் போனேன். பூட்டியிருந்தது. அரைமணிநேரம் காத்திருந்தேன். திரும்பிவிடலாமா என்ற எண்ணம் துளிர்த்த நொடியில், கடகடவென்று லாம்பி வந்து நின்றது.

சாரின் தோளை ஸ்டைலாகப் பற்றியிருந்த மேடம் ஸ்டைலாக இறங்கினார். பெண்கள் கல்லூரியில் பேராசிரியை. கூந்தலில் இடதுபக்கம், காது மடலின் பின்புறம் ஒற்றைரோஜா செருகியிருந்தார். சார் குழைவான குரலில் சொன்னார்:

சாரிப்பா. இன்னைக்கி மாஸ் முடியக் கொஞ்சம் லேட்டாயிருச்சு.

வீட்டுக்குள் நுழைந்த மாத்திரத்தில் பிரமித்துப் போனேன். சொந்தமாகப் புத்தகங்கள் வாங்கிச் சேர்க்கும் ஆர்வம் எனக்குள் நுழைந்தது அந்தக் கணத்தில்தான். ஆமாம், இரண்டு சுவர்கள் முழுக்கப் பதித்த கண்ணாடி அலமாரிகள் நிரம்பப் புத்தகங்கள். மேலோட்டமான பார்வைக்கே, புனைகதைகள் அநேகமாய்த் தென்படவில்லை. மானுடவியல், வரலாறு, தத்துவம், சமூகவியல், தொல்லியல் நூல்கள்; அத்தனையுமே ஆங்கிலம்.

வெண்ணிறப் பீங்கான் தட்டில் ப்ளம் கேக்கும், பூப்போட்ட பீங்கான் கோப்பையில் தேநீரும் கொண்டு வைத்த மேடம், என் திகைப்பைக் கவனித்திருப்பார் போல.

சாருக்குப் புஸ்தங்கள்தான் கொழந்தைங்க . . . .

என்று அழகாகச் சிரித்தார். முகம் மலர்ந்து சிரித்தவாறு சார் சேர்ந்துகொண்டார்:

அப்பிடியேன் சொல்றீங்க. ஸ்டூடண்ஸும் என் கொழந்தைங்கதான்.

மனைவியைப் பன்மையில் விளிக்கிறார்! அந்த நூலகத்தை முறையாகப் பயன்படுத்தியிருந்தாலே, தமிழ்நாட்டின் முக்கியமான அறிவுஜீவி ஆகியிருப்பேன். ஆனால், தலையில் வேறுமாதிரியல்லவா எழுதியிருந்தது?

அந்தச் சமயத்தில் நாட்டுப்புறக் கதைகள் சேகரிப்பதில் ஈடுபட்டிருந்தார் ஜெபமணி சார். சேகரித்து? புத்தகமாக எழுதுவார். தமிழில் அல்ல. ஏற்கனவே எழுதிய ஆங்கில நூல்கள் மூன்றை வெளிநாட்டுப் பதிப்பகங்கள் வெளியிட்டுள்ளன. வெகுளியாக நான் கேட்ட கேள்விக்கு,

தமிழ்லெ அதையெல்லாம் எழுதுறதுக்கான சூழ்நிலை இல்லெப்பா.

என்றார் சுருக்கமாக. வாசிக்கிறவர்கள் எண்ணிக்கை குறைவு என்று சொல்வதாக நான் புரிந்துகொண்டது, பாதியளவுதான் சரி என்று பிற்பாடு ஒருநாள் புரிந்தது.

வர்ற வாரம், பத்தமடைக்கிட்டே ஒரு ஊருக்குப் போறேன். நீயும் வர்றியா?

வீட்டில் கேட்கவேண்டுமே என்ற சிந்தனைகூட இல்லாமல் தலையாட்டினேன்.

திருநெல்வேலியில் ஓட்டலுக்குக் கூட்டிப்போனார் சார். திருப்தியான காலையுணவு. அப்புறம் டவுன்பஸ் ஏறி முக்கால் மணி நேரம் பயணம். நாற்பது வருடம் ஆகிவிட்டது. சிடுக்கு நிறைந்த வாழ்க்கை மறக்கடித்த எவ்வளவோ விஷயங்களில் அந்த கிராமத்தின் பெயரும் ஒன்று. ஆனால், வழியில் சார் சொன்ன ஒரு விஷயம் மறக்கவில்லை:

பரிணாம ஏணியில் ஏறி வரும்போது, மனிதப் பிரக்ஞை எவ்வளவோ விஷயங்களைத் தானறியாமலே சேகரிக்கவும், உதிர்க்கவும் செய்யும். கூர்நகமும், வாலும், உடலெங்கும் மண்டிய ரோமமும் அகலும்போதே, இனிமேல் கைகளை ஊன்றி நடக்க வேண்டியதில்லை என்பதும் தெரிந்துவிடும். மரமேறுவது சிரமமாகும் . . . .

அட, எத்தனை சரளமான ஆங்கிலம்! சார் தேடிவந்த அளவு கதைகள் தேறவில்லை. வயசாளிகள் சொன்ன ஏழெட்டுக் கதைகளும் முன்னரே கேள்விப்பட்டுப் பதிவு செய்தவை. என்ன, ஓரிரண்டில், ஆண் செய்ததைப் பெண் செய்ததாக மாற்றிச் சொன்னார்கள்.

ஊர் எல்லையில் வித்தியாசமான கூரையுடன் கிருஷ்ணன் கோவில் இருந்தது. கேரளபாணிக் கூரை என்று சார் விளக்கினார். பூசாரிக் கிழவர் ஒரு கதை சொன்னார்.

உள்ளூர் யாதவசங்கத்துக்குப் பாத்தியமான கோவில் அது. தவழும் கிருஷ்ணனின் விக்கிரகம் வெண்பளிங்கால் ஆனது. சங்க நிர்வாகி யாரோ காங்கிரஸ் மாநாட்டுக்காக வடக்கே போனபோது வாங்கி வந்தாராம். உதடுகளில் சிவப்புச் சாயம், தலையில் செருகிய நிஜமான மயிற்பீலியோடிருந்த முகத்தின் சிரிப்பு இன்னமும் மறக்கவில்லை. பல ஆண்டுகள் கழித்து, மலர்ந்து சிரித்த குறிஞ்சி ஆண்டவரைக் கொடைக்கானலில் பார்த்தபோது அதே சிரிப்புடன் காட்சிதந்த குட்டிக் கிருஷ்ணன் நினைவு எழுந்தது . . .

சிலையை நிறுவி, கும்பாபிஷேகமெல்லாம் செய்தபிறகு, கிராமத்தின் நிம்மதி கெட்டுப்போனது. தினசரி ராத்திரி,

சுமார் பத்துமணிக்கு குழந்தையின் அழுகுரல் கேட்கும். எங்கிருந்து வருகிறதென்றே தெரியாத, வீறும் குரல் அத்தனை மனத்தையும் பிசைந்தது. புரியாத பாஷையில் எதையோ திரும்பத்திரும்பச் சொல்லி அழும் குழந்தை இருக்கும் இடம் எது, தேடி சமாதானப்படுத்துவது எப்படி என்று புரியாத கிராமம் பெரும் துக்கத்தில் ஆழ்ந்தது. மைபோட்டுப் பார்த்தும், கோடாங்கிக்காரர்களை வரவழைத்துக் குறி கேட்டும் ஒன்றும் பிரயோசனப்படவில்லை. சாமியாடிகளும் தோற்றுப் போனார்கள்.

தற்போதைய பூசாரியின் தாத்தாதான் கிருஷ்ணன் கோவிலின் முதல் பூசாரி. கிராமத்தின் பெருந்தலைகளில் ஒருவர். இவருக்குப் பத்து வயதாகும்வரை உயிரோடிருந்தாராம். 'நூறு வயசுக்குமேலெ வாழ்ந்த மகான்ங்க அவுரு'. தேங்காய்ப் பருமனில் குருவிக்கூட்டுக் கொண்டை போட்டிருப்பாராம். எந்நேரமும் வெற்றிலை குதப்பும் வாய்.

புதிதாகக் கட்டிய கிருஷ்ணன் கோவில் முற்றத்தில் ஊர் கூடியிருந்தது. பீதி நிரம்பிய குரல்கள் பேசித் தணியும்வரை காத்திருந்துவிட்டு, கிழவர் எழுந்தாராம். தாம்பூல எச்சிலைத் துப்பிவிட்டுத் திரும்பினார். குரலைச் செருமிக்கொண்டு,

> மலையாளத்தாரெக் கூட்டியாந்து ப்ரஸ்சுனம் பாத்துர வேண்டியதுதானப்பா.

என்று அவர் சொன்னதை ஊர் உடனடியாக ஆமோதித்தது. குருவாயூரிலிருந்து வந்த பணிக்கர், சோழிகளை உருட்டிய ஐந்தாவது நிமிடம் கண்டு சொல்லிவிட்டார்:

> குட்டிக் கிருஷ்ணனேதான். நீங்கள்பாட்டுக்கு விளக்கை அணைத்து, கதவைப் பூட்டிவிட்டு வந்துவிடுகிறீர்கள். குழந்தையல்லவா, பயந்து அழுகிறான் . . .

என்று மேலே செருகிய கண்களுடன் அவர் சொன்னபோது, கலங்காத மனமில்லையாம்.

> அன்னையிலேர்ந்து, சந்நிதியிலே அணையாவிளக்கு ஏத்தி வச்சிருக்கோம். கிட்டத்தட்ட எழுவது எம்பது வருசமா எரிஞ்சிக்கிட்டே இருக்கு. எண்ணெச் செலவுக்கு ஏதாச்சும் குடுக்குறதுன்னாக் குடுங்க. ரசீது போட்டுத் தந்துர்றேன்.

இயல்பான குரலில் சொல்லி முடித்தார் பூசாரி. எவ்வளவு பேருக்குச் சொல்லியிருப்பார்!

ஆனால், கிட்டத்தட்ட இந்த வயதில்தானே காளிங்க நர்த்தனம் பண்ணினான்; முலைப்பாலில் நஞ்சூட்ட வந்த பூதனையைக் கொன்றான்; மண் தின்றதுக்குக் கண்டித்த

யசோதைக்கு வாயை அங்காந்து பிரபஞ்சம் காட்டினான்? அப்பா சொன்ன கதைகளைத் தன்னிச்சையாய் அடுக்கிக் கொண்டு போனது என் மனம். மின்னல்வேகத்தில் பாய்ந்த எண்ணவோட்டத்தில் குறுக்கிட்டது ஒரு விசிப்பொலி ... ஜெபமணி வில்ஸன் சார்தான். இரு கைகளாலும் முகத்தை மூடி விசும்பிக்கொண்டிருந்தார்.

❖

5

டேவிட் கீ தொகுத்து, லிவிங் ப்ரஸ் வெளியிட்டிருக்கும் 'No Refuge' என்ற நூலில் இடம்பெற்ற சம்பவங்களை எழுதிய/கூறிய அனைவருமே புலம்பெயர நேர்ந்தவர்கள். சிலரின் பெயர்கள், சிலரின் பூர்விக தேசங்கள், சிலருடைய தற்போதைய வசிப்பிடம் என ஏகப்பட்ட தகவல்கள் மறைக்கப்பட்டிருக்கின்றன – அவர்களது உயிரபாயம் கருதி. அவற்றில் என்னை மிகவும் கவர்ந்த 'Snuffle'–இன் தோராய மொழிபெயர்ப்பு இது . . .

மதுக்கோப்பைகளை உரசிக்கொள்வதற் காக உயர்த்திப் பிடித்தபோது, அவரது வலது ஆள்காட்டிவிரலில் நகம் இல்லாததைக் கவனித் தேன். முழுக்க நரைத்த மீசையும், மொழுக்கென்ற சதுர மோவாயும் சற்றே முரட்டுத்தனம் காட்டினா லும், குரலில் அபூர்வக் கனிவு இருந்தது. அறிமுகம் செய்துவைத்த நண்பர், யாருடனோ பேசப் போய்விட்டார். மேஜையில் நாங்கள் மட்டும் எஞ்சினோம். நெடுநாள் நண்பர்போலப் பேசினார் அவர்.

. . . இதேபோல ஒரு விருந்தில்தான் என் தலைவிதி நிர்ணயமானது, மிஸ்டர் கீ. உயர் அதிகாரிகளுக்குப் புதிய அதிபர் அளித்த விருந்து அது... ராணுவத் தலைவராக இருந்தவர்; சீருடையும் ஒழுங்கும் அற்ற பல லட்சம் ஜனங்களை ஆளுவது புதிதல்லவா, முகத்தின் ஒரு பாதியில் பீதி; மறுபாதியில் ஆனந்தம் விரவியிருந்த மாதிரிப் பட்டது எனக்கு.

சன்னத்துக்கள் பதித்த, விறைப்பான சீருடையில் பலரும், சிவிலியன் உடையில் சிலரும் இருந்த அந்தக் கும்பலே பரஸ்பர சந்தேகத்தின் நிகழிடமாக இருந்தது. தலைவரின் மனைவி, உயர்மட்டப் பெண்டிர் நாலைந்துபேர், ஒரு டஜன் பணிப்பெண்கள்

தவிர்த்து மொத்தமும் ஆண்கள் கூட்டம். தலைவரின் மனைவி அடிக்கடி மூக்கையுறிஞ்சினார்.

வெறும் குடிக் கூட்டமாகவே நிகழ்ந்து கலைந்திருக்கலாம். ஆனால், தலைவர் எண்ணம் வேறாக இருந்தது. ராணுவப் புரட்சியின் மூலம் தலைமையைக் கைப்பற்றியவர், சிவில் ஆட்சித் தலைவர்போல ஆலோசனைகள் கேட்டார். பின்வரிசையில் இருந்த இருவர் தலைவரை நோக்கிப் பேசத் தொடங்கி, பரஸ்பர வாய்த் தகராறில் இறங்கினர். ஆக, விருந்தின் ஆரம்பமே, துர்விளைவை நோக்கிப் போவதை உணர்த்தியது.

கோப்பைகளில் மேலும் மேலும் மது நிரம்பியது. எங்கள் மேஜைக்கான பணிப்பெண், பேரழகி. மார்ப்பிளவை, வளைவுகளை, புடைப்புகளை எடுப்பாய்க் காட்டிய சிக்கென்ற உடையில் வசீகரமாய் இருந்தாள். விருந்து முடிந்ததும், 'என்னுடன் வருகிறாயா' என்று கேட்க ஆவல் கிளம்பிய அதே நேரம், அவளும் மூக்குறிஞ்சியதைக் கவனித்தேன். இதற்கிடையே, அந்த முட்டாள் அதிகாரிகளின் தகராறு உரத்தும், முற்றியும் வந்தது. அவர்களுடைய மோதல், வார்த்தைகளிலிருந்து கைகலப்பை நோக்கி வேகமாக விரைவதை விசித்திரமான பொறுமையுடன் பார்த்துக்கொண்டிருந்தார்கள் அனைவரும்.

மைக்கேல் நினைவு வந்தது. என்னுடைய சக அதிகாரி. எல்லையில், முந்தைய அரசின் ஆதரவுப் பகுதியில் ஏற்பட்ட சலசலப்பை அடக்க விரைந்திருந்தான். இரும்புக் கரம் படைத்தவன்; தமக்கு அந்தரங்கமானவன் என்பதால் தலைவரே தேர்ந்து அனுப்பியிருந்தார். விருந்துக்கு அவன் வந்திருந்தால் அநேகக் குழப்பங்கள் எழும்பியிருக்காது.

தகராறு செய்யும் அதிகாரிகள் இருவரிடமும் ஆளுக்கொரு கைத்துப்பாக்கியைக் கொடுத்து, 'தேறுபவன் தேறிக்கொள்' என்று வெளியே அனுப்பியிருப்பான். இரண்டாவது, யாராவது ஒரு பணிப்பெண்ணைக் குண்டுக்கட்டாகத் தூக்கிக்கொண்டு முதல் ஆளாக வெளியேறி சிறப்பான முன்னுதாரணத்தைக் காட்டியிருப்பான். அல்லது, தலைவரை நேரிட்டு, 'இந்த விவாதத்தை நாளைக்கோ நாளை மறுநாளோ நடத்தினால் ஐ நா ஆட்சேபிக்குமா' என்கிற மாதிரி ஏதாவது கேட்டு, தலைவர் உட்பட அனைவரையும் சிரிக்க வைத்து இறுக்கத்தைத் தளர்த்தியிருப்பான். மிக முக்கியமான நான்காவது விஷயம், மறுநாள் மைக்கேலுக்கு நான் ஒயர்லெஸ் செய்தி அனுப்பியிருக்க மாட்டேன்.

ஆமாம், அவனுக்கு அனுப்பிய செய்தியில், 'முத்தமிட நெருங்கிய அழகி மூக்கையுறிஞ்சுவதுபோல நடந்த' விருந்து பற்றியும், இறுதியில் அவள் பெருத்த ஓசையுடன் மூக்கைச்

யுவன் சந்திரசேகர்

சிந்தியது குறித்தும் எழுதி ஆச்சரியக்குறி இட்டிருந்தேன்! இந்த உவமைக்குக் காரணம், மாண்புமிகு மடையர்கள் இருவரில் ஒருவர், சடாரென்று, நாற்காலியைத் தூக்கி அடித்தார். மற்றவர், இடுப்புத்துப்பாக்கியை உருவி, எதிராளியை மூன்று முறை சுட்டார்.

நண்பனுக்கு அனுப்பிய செய்தி தலைமையை எட்டும் என்று யார்தான் எதிர்பார்ப்பார்? இடைமறித்திருப்பார்கள் . . . அல்லது, அவனே காட்டியிருப்பானோ என்ற சந்தேகம் எழும்பியபோது, சிறைக்குள் இருந்தேன். கடுமையான விசாரணை. இரண்டு கைகளிலும் ஒவ்வொரு விரலில் நகம் இல்லை பார்த்தீர்களா? முன்வரிசையில் இருப்பது அத்தனையும் செயற்கைப் பற்கள். முதுகிலும் நெஞ்சிலும் உள்ள சவுக்கடித் தழும்புகளைப் பார்த்தவர்கள் மூர்ச்சை போட்டதுண்டு. உயிருள்ள பிராணியைச் சமைத்துச் சாப்பிடும் வழக்கம் பல தேசங்களில் இன்னமும் இருக்கத்தானே செய்கிறது. நல்லவேளை, எங்கள் தேசத்தில் நரமாமிசப் பழக்கம் இல்லை!

தேசத்தின் அளவைச் சொன்னால் வியப்பீர்கள். நாலடிக்கு நாலடி உலகப்படத்தில், முற்றுப்புள்ளி அளவே விஸ்தீரணம் கொண்டது; பெயரையே அடுத்த நாட்டின் பரப்பில்தான் அச்சடிக்க வேண்டும். ஆனால், அதிகாரத்தின் ருசி வேறு விதமானது. உலகத் தலைமையே கைவசம் இருப்பதான கற்பிதம் தருவது. வன்முறையின் சுவையை அளிப்பது.

அதிகாரத்துக்கு அணுக்கமாய் இருப்பது, இன்னும் அதிக போதை தரும். சிறையில் என்னிடம் சமாதானம் பேச மைக் வந்தான். நாட்டுக்கு வெளியிலும் எனக்கிருந்த தொடர்புகளோ, அவற்றை எப்படியும் எட்டிவிடுவேன் என்பதோ; ராணுவ மேல்மட்டத்தில் எனக்கிருந்த செல்வாக்கோ; அல்லது, நான் நட்புக்குக் கட்டுப்படுகிறவன் என்று நம்பியோ, அவன் தூது வந்திருக்கலாம். ஆனால், என் நெருங்கிய நண்பனால் என் கண்களைப் பார்த்து ஒரு சொல்லும் பேச முடியவில்லை, பாவம்.

இரண்டு தேர்வுகளை முன்வைத்தான். குடும்பத்தோடு உள்நாட்டில் சிறையிருப்பது. மற்றது, நான் மட்டும் நாடுகடத்தப் படுவது. சின்னஞ்சிறு குழந்தைகளும் தாய் தகப்பனும் பணயமாய் இருக்கும்போது, வெளிநாட்டில் அமர்ந்து விஷமத்தில் ஈடுபட மாட்டேன் அல்லவா! ஒருவிதத்தில் அது சரிதான். மூக்கை சதா உறிஞ்சும் சின்னஞ்சிறு சாராவும், மூச்சுவிடவே சிரமப்படும் நிரந்தர ஆஸ்த்மா நோயாளியான தாயும் கலங்கிய கண்களுடன் விடைதர, இதோ இங்கே வந்து கால்நூற்றாண்டுக்குமேல் ஓடிவிட்டது.

சொந்த நாட்டுக்குத் திரும்பவேண்டும் என்ற ஏக்கம் வரவேயில்லையா?

ஓரிரு ஆண்டுகள் தாண்டிவிட்டாலே, மனம் அந்நியப்பட்டு விடும் ஐயா. பெற்றவர்களின் இறுதிச் சடங்குக்கே நான் போகவில்லை. கிளாராவின் மறுமணத்துக்கு மனமொப்பி சம்மதம் தந்துவிட்டேன். குழந்தைகளை எனக்கு அடையாளம் தெரிவதே சந்தேகம். அவர்கள் நினைவாக, தனியாளாக வாழ்ந்து வருகிறேன். தனிமை வழங்கும் ஞானத்துக்கும் விவேகத்துக்கும் ஈடே கிடையாது, நண்பரே. அவர்கள் நினைவு மீறும்போது, கையாலாகாமல் மூக்கையுறிஞ்சிக்கொள்வேன் . . . மற்றபடி, இந்த நாடு தரும் மானியம் என்னை செல்வந்தனாகவே பேணி வருகிறது.

தாய்நாட்டின்மீது . . .

தந்தை நாடு. அதனால்தான் கண்டிப்பும் மிடுக்குமாய் இருக்கிறது. தாய்நாடு என்றால், பரிவு காட்டியிருக்குமே! நான் வெளியேறிய பிறகு, ஆறு தடவை தலைமை மாறிவிட்டது. ஆனாலும், அரசு ஆவணங்களில் நான் துரோகிதான்! விசாரிக்க வந்த மைக்கும் துரோகிதான் தெரியுமா?! எதிர் ராணுவப்புரட்சியின்போது தூக்கில் தொங்கினான். நான் இதோ உங்களோடு இருக்கிறேன்! ஏதோ கேட்க வந்தீர்கள் – குறுக்கிட்டுவிட்டேன் . . . ஸாரி.

பூர்விக தேசத்தின்மீதோ, தனிநபர்கள்மீதோ ஆறாத வருத்தம் இருக்கிறதா?

இருந்து? என் தனிமைக்கு உஷ்ணமேற்றும் என்பதைத் தவிர வேறு என்ன பலன்?. அவர்கள் இடத்தில் நான் இருந்தால் இதையேதான் செய்திருப்பேனோ என்னவோ!

ஆரம்பத்திலிருந்தே, அவர் தலைக்கு நேர்பின்னால் தெரிந்த விளக்கு என் பார்வையைக் கூசவைத்துக்கொண் டிருந்தது. இப்போது அது அவரது தலையைச் சூழ்ந்த ஒளிவட்டம்போலத் தென்பட்டது. சன்னமாக மூக்கை உறிஞ்சினார் . . .

❖

6

1971 ஏப்ரல் முதல்வாரம் தொடங்கி, மே இறுதிவாரம் வரையிலான இரண்டு மாதங்கள் மட்டுமே எங்களுடன் தங்கியிருந்த ஒருவனைப் பற்றி இத்தனை உறுதியான மனப்பதிவு இருக்க முடியும் என்பதே கொஞ்சம் விசித்திரம்தான். ஆனால், 'கனத்த பாறைத்தட்டுகள் என்கிற மாதிரித் தென்படும் மன அடுக்குகள், வெறும் காக்காப் பொன் தகடுகள்தாம், மெல்லிய கிரணம்கூடத் தரைவரை பாய்ந்து சகலத்தையும் ஒளிர வைத்துவிடும்' என்று உளவியல் புத்தகம் ஒன்றில் படித்திருக்கிறேன். அல்லது, ஆன்மவியல் நூலிலோ? போகட்டும், இரண்டு வகைமைக்கும் பெரிய வித்தியாசமில்லை என்றுகூடப் படுகிறது – மனம் இயங்கும் விதத்தையும் அதன் வேகத்தையும் பார்த்தால்.

சொல்லவந்ததை மறந்துவிடப் போகிறேன். அவ்வளவு சிறிய பெட்டியுடன் தாயும் மகனும் வந்து இறங்கியதே எனக்கு வியப்பாய் இருந்தது. நாவிதர் பெட்டியைவிடச் சற்றே பெரியது, அவ்வளவுதான். அடுத்தடுத்த நாட்களில், அம்மா தன் புடவையை, என்னுடைய உடைகளை, அவர்களுக்குக் கொடுத்து அணியச் சொல்வாள். அன்றாடம் குளித்துவிட்டு வந்து, புடவையைக் கையில் வாங்கியதும் ஒரு தடவை; உடுத்திக் கொண்டு வந்து ஒரு தடவை குமுறிக்குமுறி அழுவாள் அந்தச் சித்தி. வெங்குவானால் சிரிப்பான்.

> அழாதடீ, சியாமளா. போனவன் போய்ட்டான். நாமளா கொன்னோம்? சீக்குக்கு யார் பொறுப்பு? அழுதாப் பிரயோஜனமுண்டா? ராஜா மாதிரி சிங்கக்குட்டியைப் பெத்து வச்சிருக்கே. இவன் தலையெடுத்துட்டான்னா மஹாராணியா ஆயிடுவே. போ. ரெண்டு இட்லியெப் பிச்சுப் போட்டுக்கொ. குமுறல் அப்பத்தான் அடங்கும்.

இப்படி அம்மா உதிர்த்த வாக்கியங்களைத் தொகுத்து, புத்தகமாகவே எழுதிவிட முடியும். என்ன, முன்பு சொன்ன இரண்டு வகைகளில் எதில் சேர்க்க என்பதுதான் சிக்கல். வெங்குவும் அந்த நம்பிக்கைக்கு அருகதை உள்ளவன்தான். படிப்பில் அசாத்திய கெட்டிக்காரன். எப்பவும் முதல் ராங்க்தான் என்று பெருமிதத்துடன் சொல்வாள் சித்தி.

சித்தியின் அம்மாவும், எங்கள் தாயம்மாப் பாட்டியும் உடன்பிறந்தவர்கள். துக்கம் குறையட்டும் என்று எங்கள் கிராமத்துக்கு அனுப்பியிருந்தது தாய்க் குடும்பம்.

என் அம்மா மட்டுமில்லை, வெங்குவும் புத்தகத்தில் இடம்பெற அருகதை உள்ளவன்தான். ஒரு சிறுகதை அல்லது குறுநாவலின் நாயகனாகும் தகுதிகொண்டவன். புத்தகப் பிரியரான என் அப்பா அவனை உற்றுப் பார்த்துக்கொண்டே யிருப்பார். இதழோரம் ஒரு குறுநகை பூத்திருக்கும் அப்போது. அவனோடிருக்கும்போது அம்மாவின் பார்வை என்னைக் கவனிக்கிறது என்று என் முதுகிலும் பிடரியிலும் உறுத்தியபடி இருக்கும் . . .

படிப்பில் சூரன் என்றால், விஷமமும் உக்கிரமாய் இருப்பது இயல்புதானே! வெங்குவின் துடுக்கான பேச்சும், அலாதியான தன்னம்பிக்கையும் எனக்குள் லேசான பொறாமையை, புதுவிதமான துணிச்சலை, ஏற்படுத்தின. அம்மா என்ற ராட்சசியைக் கையாள்வது சுலபம் என்ற நம்பிக்கையை விதைத்தன. வேலு சீவித் தரும் பனங்காய்களை,

வெங்கு விரும்புவது நுங்கு . . . . டட்ட டாய்ங் . . .

என்று விவித்பாரதி விளம்பரம்போலப் பெருமிதமாய் அறிவித்தபடி, கட்டைவிரலால் நோண்டியே தின்றுமுடிப்பான்; மெனக்கெட்டு அடுக்களை சென்று, ஆளுக்கொரு ஸ்பூன் எடுத்து, அரப்பு போட்டுத் தேய்த்து, எடுத்துவரும் அம்மா அவனை முறைத்தபடி என்னிடம் மட்டும் நீட்டும்வரை நகத்தில் தினவோடும், வயிற்றெரிச்சலோடும் காத்திருப்பேன்.

வந்த வாரத்திலேயே, வேலுவிடம் தென்னை மரமேறக் கற்றான். நல்லவேளை, முல்லையாறு வறண்டிருக்கும் பருவம். இல்லாவிட்டால், அம்மாவின் சொற்களில்,

> இந்தப் பிள்ளயெ ஆத்தங்கரைட்டேருந்து காபந்து பண்ணறதுக்குள்ளே போறும் போறும்ன்னு ஆயிருக்கும். என்..ன்..ன துக்கிரித்தனம்டியம்மா! வெஷமி, வெஷமி . . .

ஆனாலும், அப்பா அம்மா இருவராலும் அவனைக் காப்பாற்ற முடியாத இன்னொரு விஷயம் இருந்தது. அவனுடைய

அம்மா. இரண்டு நாளுக்கொரு தடவையாவது, அவனை வெளுத்துவாங்குவாள். முதல் அடி விழுவதற்கு முன்னாலேயே கத்த ஆரம்பிப்பான். தாய் அதைவிட உரத்துக் கூவுவாள். என்ன பேசிக்கொள்கிறார்கள் என்றே புரியாத சப்தப் பிரளயம் ஓயும்போது அடித்தவளும் அடிவாங்கியவனும் கட்டிக்கொண்டு அழுவார்கள்.

மற்றபடி, தோற்கிற மாதிரி நிலைமை வரும்போது, வல்லடி வழக்கு எதையாவது கிளப்பிவிட்டு விளையாட்டைக் கலைப்பது, எதிராளியின் பம்பரத்தில் குறிபார்த்து ஆக்கர் இறக்குவது, கையிருப்பைப் பொறுத்து அன்றன்று கோலிக்காய்கள், ஃபிலிம்கள், சிகரெட் அட்டைகளுக்குப் பெறுமதி நிர்ணயிப்பது, அவர் சைக்கிள் எடுத்து எனக்கும் ஓட்டச் சொல்லித்தருவது என்று என்னைக் கிட்டத்தட்ட முழுக்கவே ஆக்கிரமித்தான் வெங்கு.

'பாசீ படர்ந்த மலை', மெட்டில் 'நீராருங் கடலுடுத்த' பாடக் கற்றுத்தந்தான்.

பெரியவர்கள் மட்டுமல்ல, கடவுள்களும் பேய்களும்கூட அவனுக்குத் துச்சம்தான் என்பது ஒருநாள் தெரியவந்தது.

ரெட்டாலமரம் தாண்டி, மேட்டு முனியசாமி கோயில் இருந்தது. முதிர்ந்த அரச மரத்தின் வேர்ப்பகுதியில். மரத்தை அணைத்துச் சாய்ந்திருக்கும் குத்துக்கல்லில் உள்ள புடைப்பின் ஓங்கிய கையில் அரிவாள் இருக்கும். கழுத்தில் கயிற்றுத் தடம். கூரையும் சுவரும் இல்லாத அந்த வெட்டவெளித் தெய்வம்தான் கரட்டுப்பட்டியின் வட எல்லைக் காவல் என்பார்கள். ஆண்டுக்கொருமுறை ஆடி மாதத்தில் காவடி கரகம் என்று விமரிசையாய் சாமிகும்பிடு நடக்கும். அப்புறம் எல்லாரும் அவரை மறந்துவிடுவார்கள்.

யாருமே மறக்கக்கூடாத ஒரு சங்கதி இருந்தது. முனியசாமி யின் முன்னால் கடந்துபோகும்போது கைககளை வீசி நடக்கக் கூடாது; கைகளை வெட்டிவிடுவார் என்று ஐதீகம். வெட்டுப் பட்ட கைகள் தொடர்பாக ஏகப்பட்ட கதைகள் சொல்வார், முனியாண்டி கோயில் பூசாரி அரசஞ்சாமி. அவரேதான் முனியசாமி கோயிலுக்கும் பொறுப்பு.

இவ்வளவு ஏன், முனியசாமியின் உருவத்துக்கு நேரெதிரே, 'திமுரா றெக்கை வீசிப்' பறந்த காக்காய், இரண்டு சிறகுகளும் வெட்டப்பட்டு, அலகு பிளந்து செத்துக்கிடந்த காட்சியைத் தத்ரூபமாய் வர்ணித்தார் ஒருமுறை . . .

அவரளவு இல்லாவிட்டாலும், எனக்குத் தெரிந்த அளவு விவரித்தேன் வெங்குவிடம். 'ஊருக்குள்ளேதான் ஓட்டணும்.'

என்று என் அம்மா விதித்திருந்த நிபந்தனையை சரளமாக மீறி, ரெட்டாலமரம் தாண்டிக் கூட்டி வந்திருந்தான். ஆளரவமற்ற சாலையில், என்னை சைக்கிளில் ஏற்றி, ஸீட்டைப் பிடித்தபடி மூச்சுவாங்க ஓடிவந்தவன், சட்டென்று வண்டியை இழுத்துப் பிடித்து என்னைத் தடுமாற வைத்தான். ஸ்டாண்டு போட்டுவிட்டு,

எங்கே, என் கையை வெட்டச் சொல்லு பாப்பம்.

என்று ராணுவவீரன் போன்ற விறைப்புடன் முனியசாமியின் முன்னால் நடந்தான். முன்னும் பின்னும் நாலைந்துமுறை அவன் நடந்தபோது எனக்கு பயம் நெஞ்சை அடைத்தது.

அவன் கைகள் வெட்டுப்படும் சந்தர்ப்பத்துக்காக நான் காத்திருக்க ஆரம்பித்தேன். எதுவும் நடக்கவில்லை என்பது எனக்குக் கொடுத்த ஏமாற்றத்தின் அளவை, சொல்லி விளக்கிவிட முடியாது. ‘ஷோலே’ திரைப்படத்தில் நேர்மையான காவல் அதிகாரி சஞ்சீவ்குமாரின் இரண்டு கைகளையும் கொள்ளைக்கார கப்பர்சிங் வெட்டிப் போடும் காட்சியைத் திரையில் பார்த்தபோது, வெங்குவின் ஞாபகம் வந்தது எனக்கு. ஆனால், அவன் என்னவானான் என்பது தெரியாத தொலைவுக்கு இருவரும் விலகிவிட்டிருந்தோம் . . .

விடுமுறை முடிந்து, ஊர் திரும்பிவிட்டார்கள். மிகச் சரியாக ஆறு மாதங்களில், உறக்கத்தின்போதே மாரடைப்பால் இறந்துவிட்டாள் சித்தி என்று செய்தி வந்தது. தகப்பன் வழி உறவினர் யாரோ வெங்குவைக் கூட்டிப் போய்விட்டார்கள் என்றும்தான்.

எனக்குமே, தகப்பன்வழி உறவினர்களுடன் இருக்கும் இணக்கம் தாய்வழி உறவுகளிடம் இல்லாமல் போனதா, வெங்குவை மறந்தே போனேன்.

நேற்று அம்மா சிராார்த்தம். பித்ரு பாத்திரம் வகிக்க வந்த வறியவர் சாயல் பரிச்சயமானதாய்த் தெரிந்தது. வறண்ட முகம். என் வயதுக்காரர் போலிருந்தார். பெயர் கேட்டேன். சொன்னார். மேலும் விசாரித்தேன். அட, வெங்குவேதான்! என்னைப் பற்றி எதுவும் சொல்லத் துணிச்சலில்லை. கேட்டுக் கொள்ளும் ஆர்வம் அவரிடமும் தென்படவில்லை.

படியிறங்கிப் போகிறார், நேர் கோணத்தில், நான் வைத்த பிண்டத்தைப் புசித்துக் கொண்டிருந்த காக்காய் கண்ணில் பட்டது. மேட்டு முனியசாமி நினைவு வந்தது.

❖

7

முதல் மணி ஒலித்ததும் முதுகுத்தண்டில் மின்சாரம் கிர்ரென்று ஏறுகிற மாதிரி இருந்தது. இத்தனை நேரம் உறைத்த மிருகக் கவிச்சியும் சாண மணமும் உடனடியாய் அடங்கின. ஆட்ட அரங்கம் உத்பலின் மானசீகத்தில் நிரம்பியது. கடைசிக்கு முந்தைய ஐட்டம்தான் இவனுக்கு. ஆனாலும், நடுநடுவே ஆட்டக்களத்தில் ஒத்தாசை செய்வான்.

எழுந்தான். முதலாளியும் சகாக்களும் அரங்கில் வைத்து கேக் வெட்டப் போவதாக நகைச்சுவைக் குள்ளன் அபு சொன்னான் – இவனுடைய ஆட்டத்துக்கு முன்பா, பின்பா என்று சொல்லவில்லை. காட்சிக்கு அப்புறம் என்றால், அவசியமிருக்காது. கவனம் எதில் குவியும், கத்திக்குத்து பட்டவளைத் தூக்கிக்கொண்டு ஓடுவதிலா, கேக் வெட்டுவதிலா!?

ஓமனாவைப் பொருத்திய பலகை மனத்தில் உதித்தது. கடிகாரவட்டம் போன்ற பனிரண்டு புள்ளிகள். உச்சியில் தொடங்கி, நேரெதிரே ஆறு. முதுகுப்புறமாய் ஆறு. எப்படி நின்றாலும் இருட்டுத்தான் தெரியும்; பார்வையாளரில் ஒருவர் பரிசோதித்து, கறுப்புத் துணி கட்டிய கண்கள் . . . பின்புறம் நோக்கிப் பாயும் கத்திகளில் கடைசிக்கத்தி அவள் மூக்கில் சரியாகப் பதிய வேண்டும். இலக்குக்கு மூன்றங்குலம் கீழே. அதுதான் கணக்கு. உயிர் போகாது; ஆனால், இனி அந்தப் புழுவுக்கு சர்க்கஸ் வாழ்க்கை கிடையாது . . .

ஆட்ட உடை அணியும்போது மூன்றாவது மணி. முதல் ஐட்டம், சர்க்கஸ் ராணிகள் அத்தனைபேரும் மலர்ந்த முகமும் விளைந்த

தொடையுமாய் வலம் வருவார்கள். 'கம் செப்டம்பர்' மெட்டு ஓங்கி ஒலிக்கும். தாளத்துக்கு இசைய பார்வையாளர்களைக் கரவொலி எழுப்பச் சொல்லி, கோமாளிகள் இருவர் சுற்றிவந்து உற்சாகப்படுத்துவார்கள் . . .

ஓமனா ஐந்தாவதாக வருவாள். பார்வையாளர்களுக்குப் பெரிய வித்தியாசம் தெரியாது. முகத்தைப் பார்ப்பவர்கள் எத்தனைபேர்? பான் கேக் உதவியால், ஒரே மாதிரிக் காட்சி தரும் தொடைகளில் ஒருத்திக்கொருத்தி பேதமே தெரியாது . . .

ஓமனாவுக்கு இரண்டே ஆட்டங்கள். உத்பல் கத்தியெறியும் போது, பருத்த வெள்ளைப் பல்லிபோல ஒட்டியிருப்பது. புஜங்கள் இடுப்பு தொடைகள் கணுக்கால்களை அகலக் கேன்வாஸ் பட்டி பலகையுடன் இறுக்கிப் பிடித்திருக்க, துளியும் அனங்காமல் இருப்பாள். ஆமாம், அதிக ஓர்மை தேவைப்படும் ஐட்டம். மயிரிழை அசங்கினாலும், கத்தி சதையில் பாய்ந்துவிடும். சிற்பம்போல நிற்பாள் . . . அவளே சிற்பம்போல்தான் இருப்பாள்.

அப்புறம், கடைசி ஐட்டமான ட்ரப்பீஸ். அந்தரத்தில் பறந்து பறந்து ஆடும்போது, பார்வையாளர்களுக்கு, ஏன், உத்பலுக்குமேகூட, கதிகலங்கும்.

தலைகீழாய் மல்லாந்த ஒரு ஜோடிக் கைகளிலிருந்து எதிர்முனை ஊஞ்சல் கைகளுக்கு அந்தரத்தில் இடம்பெயரும் கணம் மாயக் கணமேதான். ஏந்தவிருக்கும் கைகளின் பிடிமானத்திலும்; தவறும் பட்சத்தில், இரண்டாள் உயரத்தில் கீழே கட்டிய வலை மீதும் ஒரேவிதமாகக் கவனம் செலுத்த வேண்டும். சுதாரிப்பின்றி வீழ்ந்தால், கழுத்தெலும்பு முறிந்து விடும் . . . காதல் முகிழ்த்த காலங்களில், ஒருமுறை ஏக்கமாகக் கேட்டாள்:

> உத்பல் டார்லிங், ஆட்டத்தின்போது தவறி விழுந்து ஏதாவது ஆகிவிட்டால், என்னைக் கடைசிவரை வைத்துப் பராமரிப்பாயா!

பயிற்சியில் கால் இடறி, தொடை முறிந்த பெண்குதிரை எலினாவை சற்று முன் சுட்டுக்கொன்றிருந்தார்கள். கம்பெனியின் அபிமானப் பிராணி அது. ஓமனாவின் குரல் நடுங்கியது . . . ஓமனாவிடம் கற்ற அரைகுறை மலையாளத்தில், இதமாகச் சொன்னான்:

> பின்னே? நான் பிறந்ததே உன்னோடு இருப்பதற்காகத்தானே கண்ணே . . . அது சரி, 'கத்தி வீசும்போது குறி தவறிவிட்டால்?' என்று உனக்குத் தோன்றவில்லையா!

அதெப்படித் தவறும்? வீசுவது என் டார்லிங் இல்லையா!

என்று தோள்மேல் சாய்ந்தாள். அந்த பதிலுக்காகத்தானே இவன் கேட்கவே செய்தான்?!

மரணக்கிணற்றில் பைக் ஓட்டும் ரஷ்யன்; கயிற்றில் கரணமடித்தும், ஒரு சக்கர சைக்கிள் ஓட்டியும், கைகளால் தலைகீழாய் நடந்தும் வித்தைகாட்டும் சீனன் உள்பட எத்தனையோ போட்டிகளைத் தாண்டியே உத்பலின் நேசத்தை ஏற்றுக்கொண்டாள்.

இருவரும் சேர்ந்து போய்ச் சொன்னபோது, ஐந்து வருடங்களுக்குக் குழந்தை பெறுவதில்லை என வாக்களித்தால், திருமணத்தைத் தடுக்க மாட்டேன் என்று உறுதி தந்தார் முதலாளி. அடுத்து, திருப்பதி போகிறது கம்பெனி. அங்கே தாலிகட்டுவதாகத் தீர்மானம்.

எல்லாம் நல்லபடியாய்த்தான் போய்க்கொண்டிருந்தது. புதிதாய் வந்த தாடிக்காரன் என்ன மாயம் செய்தானோ, எந்நேரமும் அவனுடனே பொழுதைக் கழிக்கிறாள். காலித்தொப்பி யிலிருந்து கைக்குட்டைகள் புறாக்கள் காகிதப்பூக்களை மட்டுமில்லை, ஓமனாவின் சந்தோஷத்தையும் அந்த ஈரானியச் சனியன் எடுத்துத் தருகிறான்போல; உத்பலைப் பார்ப்பதையே தவிர்க்கிறாள் ஓமனா. ட்ரப்பீஸ் மங்கை வேறு கைகளில் தொங்கியாடப் போய்விடுவாளோ என்று இவனுக்கு பயம்...

அவ்வளவுதான். பனிரண்டாவது கத்தியில் இருக்கிறது விமோசனம்.

முதலாளி ஆச்சரிய அதிர்ச்சி தந்தார் – அரங்கத்தின் மத்தியில் தாமே வந்து நின்றார். மைக்கைக் கேட்டு வாங்கினார். உரத்த குரலில் அறிவித்தார்:

> ஆசியாவின் ஒரே கத்தி வீரன், தன் ஆயிரமாவது ஆட்டத்தை நிகழ்த்தவிருக்கிறான். இந்தக் கதாநாயகனுக்கு, கூரையதிரக் கரவொலி எழுப்புங்கள் சபையோரே... இதோ உங்கள்முன், எங்கள் பிரியத்துக்குரிய உத்பல்... உத்பல் சக்ரவர்த்தி...!

ஒவ்வொரு திக்குக்கும் இடுப்பை வளைத்து, ஜப்பானிய வணக்கம் சொன்னான். தரையிலிருந்து கூரைநோக்கி உயரும் வட்ட

வளையங்களில் நிரம்பியிருந்த கூட்டம் கைகொள்ளாமல் தட்டிக் கொண்டாடியது. அரங்க விளிம்புக்கு வெளியே வரிசை கட்டியிருந்த, கம்பெனியின் ஒட்டுமொத்த ஊழியர்களும்தான். ஓரக்கண்ணால் ஓமனாவைப் பார்த்தான். கரவொலி எழுப்பாத ஒரே ஜீவன். இன்னும் கால் மணிநேரத்தில் துடிக்கவிருப்பது . . .

நாலைந்து கோமாளிகள் ஒரு சிறுமேஜையைத் தூக்கிக் கொண்டு ஓடி வந்தார்கள். கத்திப் பலகை வடிவில் மேஜைமேலே இருந்த கேக் நடுவே ஊன்றிய மெழுகுவத்தியின் சுடர், ஓட்ட வேகத்திலும் அலுங்காமல் இருந்தது. அதுகூட சர்க்கஸ் வித்தையேதான் . . .

சபையின் முன்னிலையில், வித்தைக்கான சரிகைக் கோட்டுடன் வந்து நின்றான். ஓரிரு விநாடிகள் கண்மூடி நின்றான். குருதி வழியும் முகம் ஒருமுறை தோன்றி மறைந்தது. ஓமனாவின் இடதுதோளருகில் குறிபார்த்தான். பொய்த் தோட்டா வெடிக்கும் துல்லியக் கணத்தில் கத்தி பாயும். அதுவரை கைதட்டல் நீளும். பிறகு, கடைசிக் கத்தி பதியும் வரை அரங்கில் தியான அமைதி நிலவும். இல்லையில்லை, மயான அமைதி . . .

ஆனால், உத்பலுக்குள் ஒலித்த கரவொலி அடங்கவே யில்லை. அதிகாலைச் சூரியன்போல ஓமனா எதிரில் நின்றாள். ஒவ்வொரு கத்தியும் கச்சிதமாக இலக்கில் சென்று தைக்கும்போது, வழக்கமாக இவனுள் நிலவும் நிசப்தத்தின் நிறைவுக்கு பதிலாக, ஓங்கி ஒலிக்கும் கரகோஷமே நிரம்பியிருந்தது. அது அளிக்கும் போதையும்தான்.

ஆனாலும், சரியான கோணத்தில் சரியான வேகத்தில் கத்திகளை வீசிக்கொண்டே இருந்தது அனிச்சை. சப்தத்தின் உச்சமும் நிசப்தத்தின் உச்சமும் ஒன்றேதானோ என்று தோன்றியது . . . பனிரண்டாவது கத்தியை எடுக்குமுன் எப்போதுமே சிறு இடை வெளி விடுவான் – வித்தையில் நாடகீயம் கலக்காவிட்டால் சுவாரசியம் இருக்குமா!

இந்தமுறை அந்த இடைவெளியில் இரண்டாவது சமன்பாடு உயர்ந்தது: கூடியிருக்கும் இத்தனை ஆயிரம் பேரில், எந்த ஆண்பிள்ளை வேண்டுமானாலும் ஓமனாவைக் காதலித்துவிட முடியும். கத்திவீசுவது உத்பல் ஒருவனால் மட்டும்தான் முடியும் . . .

வால்நட்சத்திரத்தின் பிற்பகுதிபோல சீறி வெளியேறியது பெருமூச்சு.

இலக்குத் தவறாமல் பாய்ந்தது கடைசிக் கத்தி. வழக்கமான தகதகப்புடன் பல கையிலிருந்து இறங்கினாள் ஓமனா. உதிப்பதும் மறைவதும் சூரியனின் இயல்புதானே என மூன்றாவது சமன்பாடு ஊறியது... புகைபோலத் தனக்குள் மண்டியவளை ஒதுக்கிவிட்டு, சபைக்கு வணக்கம் செய்தான். கூடாரம் கரகோஷத்தால் நிரம்பியது.

ஏககாலத்தில் அரங்க விளக்குகள் அத்தனையும் ஒளிர்ந்தன. அதீத வெளிச்சம் தனக்குள் புகுந்து நிறைகிற மாதிரி உணர்ந்தான்.

❖

8

அந்த ஊர் வழியாகப் போகவேண்டிய அவசியமே இல்லை. பணிநிமித்தம் நாங்கள் போகவிருந்த ஊருக்கு, ராஜபாட்டைமாதிரியான தங்க நாற்கரச் சாலை உண்டு; வழியில் நல்ல உணவகங்களும் உண்டு. ஆனால், இந்த வழியாகத்தான் போகவேண்டும் என்று சண்முகராஜ் வற்புறுத்தினான். நீண்டநாள் நண்பன். ஒரே கல்லூரியில் படித்து, ஒரே நிறுவனத்தில் வேலைக்குச் சேர்ந்து, அறை நண்பர்களாக இருந்து, ஒன்றாகப் பதவி உயர்வு பெற்று – அத்தனை காலம் கூடவே இருந்தால் ஒருவிதச் சலிப்பு தட்டிவிடாது? ஆனால், எங்கள் நெருக்கம் சற்றும் குறையவில்லை. காரணம், ரசனை ஒற்றுமை. அதிலும், பழைய சினிமாப் பாட்டுகள் மீதான தணியாத ஆர்வம்.

நானாவது, மெட்டோடும் வரிகளோடும் நிறுத்திக்கொள்வேன். சண்முகம் அப்படியில்லை; பாடியவர், பாடலுக்குத் திரையில் தோன்றியவர், இசையமைத்தவர், பின்னணியில் வீணையோ குழலோ சாரங்கியோ வாசித்தவர், இசையமைப்பாளரின் பூர்விகம் என்று அடுக்கித் தள்ளும் கலைக்களஞ்சியம். இன்னொரு வித்தியாசம், அறுபதுகளுக்கு இந்தப்பக்கம்தான் என்னுடைய பிராந்தியம். அவனோ, ஆதிகால 78 ஆர்ப்பியெம் அரக்கு ரிக்கார்டுகளிலும் விற்பன்னன் . . .

சரியான கிராமப்பாதை. வண்டிப்பாதை அகலமே உள்ள தார்ச்சாலையில், எதிரில் ஒரு வண்டி வந்தாலே எங்கள் கார் பக்கவாட்டுப் புழுதியில் இறங்கியது. என்னதான் பின்னிருக்கையின் ஜன்னல்களை அடைத்து குளிர்பதனத்துடன் பயணம் செய்தாலும், முன் கண்ணாடியில் புகைபோலப் படரும் புழுதிப்படலத்தைக் காண்பதே தும்மல் வரவழைத்தது.

காரணமே சொல்லாமல் கூட்டிவந்தவன், என் முகத்தின் மாறுதலைக் கவனித்துவிட்டான் போல. தென்னந்தோப்பின் இடைவெளி வழியே அங்கங்கே தெரிந்து கண்ணாமூச்சி ஆடிய நதியை வெறித்துக்கொண்டிருந்த என்னிடம் சொன்னான்:

> . . . . . . உடைய ஊர் வழியாய்ப் போகும் பாதை திருமலை. அவரைத்தான் பார்க்கக் கிடைக்கவில்லை. அவருடைய வீட்டையாவது பார்க்கலாமே என்றுதான்.

ஏனோ ஆங்கிலத்தில் சொன்னான். வாடகைக்கார் ஓட்டுநருக்குத் தெரிய வேண்டாம் என்பதற்காக இருக்காது – பாடகரின் பெயரைத்தான் சொன்னானே. அவன் சொன்ன மாத்திரத்தில், பசுமை பூத்த வயல்வெளி சட்டென்று கறுப்புவெள்ளையாய் மாறியது.

நாற்பதுகளின் ஆரம்பத்தில் கொடிகட்டிப் பறந்த பாடக நடிகர் அவர். மூன்று நிமிட சினிமாப்பாட்டில் ஒன்றரை நிமிடம் ஆலாபனை செய்யும் வித்தகர். கோவில் மணி போன்ற கணீர்க்குரல். மழைச்சரமாக உதிரும் பிர்காக்கள். ஆழ்ந்த ராக ஞானம். சுத்தமான உச்சரிப்பு. லேசான மாறுகண், உள்ளடங்கிய உதடுகள், விகிதப் பொருத்தமற்ற பெரிய காதுமடல்கள் என, பார்வையை ஈர்க்காத லட்சணமுடையவர். என்றாலும், நடிகர்களுக்குப் பாடத் தெரிந்திருப்பது அவசியப் பட்ட காலத்தவர் என்பதால், அநேகப் படங்களில் நடித்திருந்தார். வசனத்துக்குப் பதிலாகப் பாடல்கள் மண்டிய படங்கள்.

துறையில் உச்சத்தில் இருந்தபோது, சடாரென்று விலகி சொந்த கிராமத்துக்கு வந்துவிட்டார். அது பற்றிய வதந்திகள் அநேகம். இவர் சொன்ன நாயகியை ஒப்பந்தம் செய்யாததால் பிணக்கு; சொன்னவிதமாக நடிக்காததால் எரிச்சலுற்ற வட இந்திய இயக்குநர் படப்பிடிப்பின்போது கன்னத்தில் அறைந்த அவமானம்; மெட்டமைத்தவர் இவருடைய தாள ஞானத்தை யும் தாயையும் அவமதித்து ஓரிரு வாக்கியங்கள் பேசியது; பாடல்களிலிருந்து விலகி வசனத்துக்குத் தமிழ்த்திரை நகர்ந்தது; ஏற்ற இறக்கத்துடன் வசனம் பேசுகிறவர்களுக்கு மவுசு அதிகரித்தது; பாய்ஸ் கம்பெனி நாட்கள் தொடங்கி வீட்டில் இல்லாமலே போன தலைச்சன், தன் இறுதிக்காலத்திலாவது கூடவே இருக்கவேண்டும் என்று சீக்காளித் தாய் விரும்பியது . . . இது எதுவுமே காரணம் இல்லை, ஒன்றுக்கு மேற்பட்ட பெண்விவகாரங்களில் ஏடாகூடமாக சிக்கிக் கொண்டதால் தப்பிக்க வழிதேடி அந்த முடிவெடுத்தார் . . . விதவிதமான

செய்திகளையும் புளுகுகளையும் அடுக்கிவந்த சண்முகம், இறுதியாய்ச் சேர்த்தான்:

> தமிழ் சினிமா என்னை மறப்பதற்கு வாய்ப்பேயில்லை. அவ்வளவு செய்துவிட்டேன். போதும் என்று பட்டதால்தான் விலகினேன். ஏதாவது பாக்கியிருந்தால் என் சந்ததிகள் வந்து செய்துவிட்டுப் போகிறார்கள்!

ஏதோவொரு பத்திரிகைப் பேட்டியில் இப்படிச் சொன்னாராம்.

> ஊருக்கு வந்தும் சும்மாயிருக்கலே. வாய்ப்புக் கிடைச்சப்பல்லாம் ஸ்பெஷல் நாடகங்கள்ல நடிச்சுக்கிட்ருந்தாரு – சாகுற வரைக்கும்.

தென்னந்தோப்புக்கு மத்தியில் பண்ணைவீட்டின் தோரணையில் பரந்து கிடந்த மாளிகை. வாசலில் நட்டமாய் ஊன்றிய கடப்பாரையில் தேங்காய் உரித்துக் கொண்டிருந்த முண்டாசுக்காரர், உள்ளே சென்று சொன்னதும், மூதாட்டியொருவர் வெளியே வந்தார். தலையை அசைத்து எங்களை வரவேற்றார்.

> ஏயப்பா, ஒங்க வயசுக்காரங்கல்லாமா அவரெ ஞாபகம் வச்சிருக்கீங்க!

என்று வியக்கவும் செய்தார்.

> மறக்கக்கூடிய குரலா அது!

என்று பதில்வியப்புத் தெரிவித்தான் சண்முகம். உள்ளே அழைத்தார். வெளியில் நிலவிய வெயிலுக்கு நேர்மாறாக வீட்டினுள் குளுமை நிரம்பியிருந்தது. யாரும் சொல்லாமலே, சீவிய இளநீர்க்காய்கள் இரண்டைக் கைக்கொன்றாய் ஏந்தி வந்தார் முண்டாசு.

> கடோசியா அவர் பேரைக் கேட்டுக்கிட்டு இங்கெ ஆள் வந்து பத்து வருஷத்துக்கு மேலே இருக்கும் . . .

என்று சிரித்தபடியே சொன்னார் கிழவி. நான்கு சுவர்களிலும் தேசியத் தலைவர்களுடன், தமிழகத் தலைவர்களுடன், சக தாரகைகளுடன், அடுத்த தலைமுறை நடிக நடிகையருடன், ஆன்மிகத் தலைவர்களுடன் அமரர் இருந்த புகைப்படங்கள் தொங்கின. சுவரருகே சென்றேன், இவர்களுடைய பேச்சில் கவனத்தைப் பதித்தவாறே, ஒவ்வொரு படமாகப் பார்த்து

வந்தேன். அநேக முகங்கள் எனக்குப் பரிச்சயமானதாய் இருந்தன. ஆச்சரியமாய் இருந்தது – அவ்வளவு பழைய ஆளா நான்!

வாசல்வழியாக ஒரு சிறுமி உள்ளே வந்தாள். சிறுமியென்று சொல்வது தவறு. படுவேகமாக வளரத் தலைப்பட்டுவிட்ட உடம்பின் கழுத்தில், பால்மணம் மாறாத முகத்தைப் பொருத்திய வடிவம். நவயுகத்திலும், பாவாடை தாவணி அணிந்த பெண்ணுருவம். பழையகால ஓவியத்திலிருந்து இறங்கியவள் மாதிரி ஒயிலாய் இருந்தாள்.

மக வயித்துப் பேத்தி . . .

என்று அறிமுகப்படுத்தினார் கிழவி. தாத்தாவின் சாயல் துளியும அற்ற பேரழகு அது. பாட்டியின் சாயலுமில்லை. ஏதோ தேவகணத்தின் சாயல் என்று பட்டது.

பிரமாதமாப் பாடுவாளாக்கும்...

அந்தப் பெண் எங்களையே உறுத்துப் பார்த்துக்கொண்டு நின்றாள். அட, அந்தக் கண்கள்! உடலின் வாளிப்பு!! கிழவியின் ஆணைப்படி ஹார்மோனியத்தைத் தூக்கி வந்து வைத்தார் இளநீர்க்காரர். பளிச்சென்ற ஜமுக்காளத்தை விரித்தார். ஹார்மோனியம் இசைத்தபடி பாடத்தொடங்கினாள் அவள். தாத்தாவின் பிரசித்தமான பாடல். குரலுமே, அவருடன் இணைத்துப் பேசப்பட்ட நாயகியின் கணீர்க்குரல்தான்.

ஏழெட்டு வருடங்கள் கழித்து அந்த முகத்தைத் திரையில் பார்த்தேன். ஒரு வாரம் மட்டுமே ஓடிய படத்தில் ஆடுமேய்க்கிற கதாநாயகியாக வந்தாள். பின்னணிக் குரல் யாரோ கொடுத்திருக்க, அவளுக்கான பாடல்கள் அனைத்தையும் கேரளத்திலிருந்து வந்த மழலைக் குரல் பாடியிருந்தது. பிறழ்ந்த உச்சரிப்பும், கள்ளக்குரலும், செயற்கை பாவமும் மிளிர்ந்த பாடல்களில் ஒன்றுகூட நினைவில் தங்கவில்லை.

சண்முகராஜ் பொருமிக்கொண்டே இருந்தான். 'அந்தப் படத்தெப் பாத்துத் தொலைச்சிருக்கக் கூடாது' என்று அடிக்கடி புலம்பினான்.

கொஞ்சகாலம் கழித்து, நான் தனியாய்ப் போன ஓர் இடத்திலும் அந்தப் பெண்ணைப் பார்க்க நேர்ந்தது எனக்கு. அடிவயிற்றில் கத்தியால் குத்திய மாதிரி உணர்ந்தேன். ஒவ்வொருத்தருக்கு ஒவ்வொரு பலவீனம். பணவிஷயத்தில்

சண்முகம் கறார்; ஆனால், நாள்தவறாமல் குடிப்பான்; அதை எல்லாரிடமும் சொல்லிக்கொண்டா இருக்கிறேன்? அந்த இடத்தையோ நான் போன சந்தர்ப்பத்தையோ சொல்ல மாட்டேன். இந்தக் கதையில் இதுவரை வளர்ந்துவந்த ஏதோவொன்றை அது குலைத்துவிடக் கூடும்.

அது கிடக்கட்டும், மேற்சொன்ன இடங்களுக்கெல்லாம் போகக்கூடியவன் நான் என்பது சண்முகராஜுக்குத் தெரியாது; ஏன், எனக்கே நான் சொல்லிக்கொள்ள மாட்டேன்... அதைப்போய் விலாவரியாய்ச் சொல்வானேன்? அன்று போன வேலையைப் பார்க்காமல் திரும்பி வந்தேன் என்று மட்டும் சொன்னால் போதாதா?

❖

9

இது மூன்றாவது தடவை. ஒரு ஞாயிற்றுக் கிழமை காலையில் நிச்சிந்தையாக முடிதிருத்தும் நிலைய வாசலில் வந்து நிற்கிறீர்கள் – கடை பூட்டியிருக்கிறது. விடுமுறைநாள் நிம்மதியே கெட்டு விடுமா இல்லையா? நான் பணி ஓய்வுபெற்றவன். கெடும் நிம்மதியைப் பார்த்துப்பார்த்துச் சீராட்டி சுயவதைப் பட நிறைய அவகாசம் உள்ளவன். நான் உத்தேசிக்காதபடி நகரும் ஒரு விநாடியையும் சகித்துக்கொள்ள இயலாத மனோபாவமும் இருக்கிறது . . . சிவகிரி அண்ணனை மனமாரத் திட்டியே இந்த ஞாயிறும் கழியப்போகிறது என்று நினைக்கவே எரிச்சலாய் இருந்தது.

உங்கள் சார்பாக இரண்டு கேள்விகளை நானே கேட்டுக்கொள்கிறேன் – ஒன்று, ஒருவாரம் தள்ளி முடிவெட்டிக்கொண்டால் வானம் இடிந்துவிழுமா என்ன? உங்களுக்கு என் வயது வரும்போது தெரியும் – தலைமுடி என்றில்லை, எதுவுமே ஒரேயொரு இம்மி அதிகமானாலோ, குறைந்தாலோ, தலை பாறாங்கல்லாய்க் கனப்பதான பிரமையில் தொடங்கி, என்னென்ன விதமான பதற்றங்கள் உருவாகும் என்று. அத்தனையும் நரைத்த முடிவேறா – தலைமுழுக்கப் புண் வந்தமாதிரி உணர்வேன். அது என்னுடைய பிரத்தியேகக் கோளாறாகக்கூட இருக்கலாம். ஆனால், உணர்கிறேனே?

'வேறு கடைக்குப் போய்த்தொலைத்தால் என்ன' என்று என் அன்பு மனைவியே போனமாதம் கோபமாய்க் கேட்டாள் – அவளைச் சொல்லிக் குற்றமில்லை; நாள் முழுக்க ஒரே விஷயத்தைச் சொல்லிச்சொல்லிப் புலம்பும் கிழப்புருஷனைச் சமாளிப்பவளுக்குத்தானே அந்த வேதனை தெரியும்? ஆனால், அவளுக்குத் தெரியாதது,

சிவகிரி அண்ணன் எப்பேர்ப்பட்ட கலைஞன் என்பது. தவிர, அவருக்கும் எனக்குமான நேசத்தின் தன்மையும் தெரியாதவள். இத்தனைக்கும் ஏழெட்டு மாதமாகத்தான் அவர் பழக்கம். பணிஓய்வுக்குப் பிறகு, வற்புறுத்தினானே என்று மகனுடன் வசிக்க வந்திருக்கிறோம் – மாநகர எல்லைக்கு வெளியே ஓரிரு கிலோமீட்டர்கள் தள்ளி.

இத்தனை பெரிய அடுக்கக வீடு, அவ்வளவு சல்லிசான விலைக்கு வாங்க வேண்டுமென்றால், இவ்வளவு தள்ளித்தான் வந்தாக வேண்டும் என்று சொல்லிவிட்டுத்தான் வாங்கினான். அதுவும் சரிதான், அவரவருக்கு வேண்டிய வசதிகளை அவரவர்தானே தீர்மானிக்க வேண்டும் – அநாவசியம், அசௌகரியம் என்று கருத அடுத்தவர்களுக்கு உரிமையுண்டா? தவிர, முன்னுரிமை யாருக்கு, பணியில் இருப்பவர்களுக்கா, ஓய்வு பெற்றவர்களுக்கா?

சிவகிரி அண்ணனுடன் முதல்தடவையே எனக்கு நெருக்கம் உண்டானது. வெட்டி முடித்தபின் கேசத்துக்குள் விரல்களை நுழைத்துக் கோதியும் வருடியும் சில இடங்களை அழுத்தியும் சில இடங்களில் லேசாகத் தட்டியும் அவர் செய்த பணிவிடையில் உறக்கமே வந்துவிட்டது. பிற இடங்களைவிடச் சற்று அதிகமாக வாங்கினார்தான். ஆனால், கைக்குழந்தையை சீராட்டும் தாயார்போலச் செய்யும் மஸாஜுக்காகவே அந்த உபரிக் கட்டணம் என்று நானே சமாதானம் கொண்டேன்.

கூட்டம் இருந்தாலும், சிறுவர்கள் மற்றும் புதியவர்களுக்கு உதவியாளர் இருவர் ஓய்வின்றிச் சேவை செய்தாலும், சிவகிரி நாற்காலிக்குத்தான் போவேன் என்று அநேகர் காத்திருப்பார்கள் – என்னைப்போல. அவரும், வரிசை இருக்கிறதே என்று அவசரம் காட்டமாட்டார். நிதானமாக மஸாஜை முடித்து, ‘போதுமா’ என்று கேட்டுத்தான் விடுவிப்பார். அதுதான் சொன்னேனே, அவர் வெறும் தொழிலாளி அல்ல, கலைஞர்.

இன்னொரு விதமாகவும் உறுதிப்படுத்தினார் – ஆமாம், அண்ணன் நாதசுரக் கலைஞர். மூன்றாம் மாதம், கடை பூட்டியிருந்த தினம் கனத்த முகூர்த்தநாள். சரி, ஏதாவது கல்யாணத்தில் வாசிக்கப் போயிருப்பார் என்று நினைத்துக் கொண்டேன். அவரிடம் உண்டான அபிமானத்துக்கு, முடிவெட்டும்போது நிகழும் உரையாடலும் முக்கியக் காரணம். சுற்றிலும் ஒட்டிய அரைநிர்வாண அழகிகளின் அசரீரிக் குரல் போல முக்கவும் முனகவுமாய் இருக்கும் பண்பலைப் பாடல்களோ, நிகழ்ச்சி நடத்துநர்களின் அசட்டு உளறல்கள் நீளும் தொலைக்காட்சியோ ஒலிக்கும் சூழலுக்கே பழகியிருந்தேனா,

உரையாடலைப் பாதிக்காதபடி சீயெஸ் ஜெயராமனும் பீபி சீனிவாஸும் பி சுசீலாவும் சன்னமாக ஒலிக்கும் கடையே எனக்குப் புதிதாக இருந்தது.

திருவீழிமிழலை, காருகுறிச்சி, செம்பனார் கோயில் என்று ஊர்கள்; அவற்றுக்கு இறவாப் புகழ்சேர்த்துவிட்டு இறந்துபோன பழைய தலைமுறைக்காரர்கள் பற்றிய சம்பவத் துணுக்குகள்; சிலவேளை அவரே பெயர் தவிர்த்துவிடும் கலைஞர்களில், யார்யாருக்கு எத்தனை மனைவியர் எத்தனை வைப்பாட்டியர் என்பதுபோன்ற தகவல்கள்; இடையில் உதிரும் செல்ல வசவுவார்த்தைகள்; எந்த வேளைக்கு எந்த ராகம் உகந்தது; ஆபேரிக்கும் பீம்ப்ளாஸுக்கும் உள்ள வேறுபாடு, என்கிற மாதிரிப் பொழிவார். ஆதி தாளத்தையும், கண்டஜாதி திருபுடையையும் என் தலையிலேயே ஒரு தடவை போட்டுக் காட்டினார். ''இப்பல்லாம் சங்கீதம் கேக்குற காதுகளே கொறைஞ்சிருச்சுங்களே தம்பீ'' என்றார், நான் ஐந்துவயது இளையவன் என்று அறிந்த பிறகு.

ஏழெட்டு மாதத்தில் மூன்று தடவை ஏமாறுவது கொஞ்சம் ஜாஸ்திதானே. அதிலும், முகூர்த்தங்களுக்கு வாய்ப்பேயில்லாத ஆடிமாதத்தில் இப்படி ஏமாற்ற, வாடிக்கையாளர் மீதான கரிசனமின்மையும் அலட்சியமும் தவிர வேறு நியாயம் ஏது?

இதே அமைப்பில் இல்லாவிட்டாலும், இதே வேகத்தோடு அவரிடம் கேட்க முற்பட்டபோதுதான், மூன்றுமே இரண்டாம் ஞாயிற்றுக்கிழமைகள் என்ற ஒற்றுமை எனக்கே தெரிய வந்தது. ஆனால், அவர் சொன்ன பதிலைக் கேட்டதும், இவ்வளவு தள்ளி வீடு வாங்கி மாநகரின் பரபரப்பிலிருந்தும் வசதிகளிலிருந்தும் என் மகன் என்னைப் பிரித்துக் கொண்டு வந்துவிட்ட துக்கம் சட்டென்று அகன்றது . . .

அண்ணன் இங்கே சொந்தமாய் இடம்வாங்கிக் கடைபோடுவதற்கு முன், விமானப்படைத் தளச் சாலையில் தொழில் செய்திருக்கிறார். இங்கிருந்து பத்து கிலோ மீட்டர் தொலைவில் உள்ள பகுதி. சாதாரண ஏர்மேன் முதல், பெரிய பெரிய அதிகாரிகள்வரை வாடிக்கையாளர்கள். அதிலும் திம்மப்பா விசேஷமானவர். குடகுப் பிரதேசத்தவர். கிட்டத்தட்ட அந்தத் தளத்தின் தலைமைப் பொறுப்பு வகித்தவர். 'எங்கெ தம்பீ, அவுங்க பதவியோட பேரெல்லாம் நம்மள மாதிரிப் பாமரங்களுக்கு என்னான்னு யாவுகமிருக்கும்' என்று கொஞ்சம்

பெருமிதம் மிளிர அலுத்துக்கொண்டார். சில வேளை, முக்கியமான மீட்டிங்குக்குப் போகும் வழியில், சீருடையுடன் காரில் வந்தே மழுங்க மழித்துக்கொண்டு போவாராம். 'நம்மகிட்டே சேவ் எடுத்துக்கிட்டுப் போனா, எப்பேர்ப்பட்ட கஸ்டமான மீட்டங்கின்னாலும் நல்லா முடியும்ன்னு சொல்வாரு தம்பி.' என்று சொல்லும்போது குரல் வெகுவாகக் குழைந்திருந்தது.

திம்மப்பா பணிஓய்வு பெற்றபிறகு, மங்களூருக்கு அருகில் ஒரு பங்களா வாங்கிக் குடியமர்ந்திருக்கிறார். எத்தனையோ வருடங்களுக்குப் பிறகு, வீடுதிரும்பிய நிறைவு ஏற்பட்டதாம். நடைமுறை வாழ்க்கைக்குத் தேவையான சகல வசதிகளும் இருக்கத்தான் செய்தன; ஆனாலும், சிவகிரி அண்ணனின் பணிவிடை கிட்டாத தலையைத் தாங்கிக்கொள்ள முடிய வில்லை. சொந்தக் குழந்தையை அனாதை இல்லத்தில் விடுகிற மாதிரி இருந்ததாம் – மங்களூரில் குடியமர்ந்த முதல் மாதம் முடிவெட்டப் போனபோது.

அவ்வளவுதான், வாழ்க்கையில் அத்தனை செலவினங் களுக்கும் தர்க்கபூர்வமாய் நியாயம் கண்டுபிடித்துக்கொண்டா இருக்கிறோம்? இந்த மாதம் போகும்போதே அடுத்த மாத ரயில் டிக்கட்டைக் கையில் கொடுத்து அனுப்பிவிடுகிறார் . . .

> இதுபோக, முடிவெட்டுன பொறவு நான் வாசிச்சுக் காட்டுறதுக்குன்னே ஒரு நாயனம் வாங்கி வச்சிருக்காரு! சனிக்கிளமெ மதியம் ரயிலேறுனா நாயர் காலேலே போய்ச்சேருவேன். முடிவெட்டீட்டு, நாலஞ்சு கீர்த்தனெ வாசிச்சுப்பிட்டு, அவுக வூட்லெயே சாப்பாடு. மத்தியான்னம் ரயிலேறி திங்கக்கிளமெ வெடிகாலெ ஊர்திரும்பீருவேன். இருவது வருசமா இதே நடெமொறெ. பெருசுக்கு முடிவளர்ற வேகம் நெம்பக் கொறஞ்சிருச்சு. ஆனா, தலையெயும் காதையும் நம்பகிட்ட வுடுற ஆசெ அடங்கலே! எத்தனை கோனார்ப் பையன்க புல்லாங்குளல் வாசிச்சிருப்பான்; கிஷ்டனுக்கு உள்ள டிமாண்டு தனிதானே!

என்று சிரித்தார்.

> ஆனா ஒண்ணு தம்பீ, ஒங்ககிட்டெ வாங்குற அதே கூலிதான் அவருகிட்டயும் வாங்குவேன். என்னா, நமக்கு ரெண்டு லீவுநாப் பொளப்பு கெட்டுப்போகும். போகட்டுமே. காருகுறிச்சியாரு எப்பயோ வாசிச்சதெக் கேக்குறோம், வகுறா நெரம்புது? இல்லே, சட்டைப்பை நெரம்புதா? சொல்லத்தெரியாதெ ஏதோவொண்ணு

ததும்பீறலே? கொளந்தையும் தெய்வமும் கொண்டாடும் எடத்துலேன்னு எங்க ஆயா சொல்லும்... தொளில்காரனும் அப்பிடித்தான் தம்பீ...

அண்ணனின் முகம் குழந்தையின் முகம்போல மலர்ந்திருந்தது. அவர் கொடுக்கும் ஒத்தடம் தலைக்குள் இறங்குகிற மாதிரி பிரமை தட்டியது எனக்கு.

❖

10

இலக்கற்று நடந்துகொண்டிருந்தான் அர்ஜுனன். சிதறிய அங்கங்கள் காலில் இடறின. ஆயுதங்கள் – குறிப்பாக, அம்புகள்; உடைந்த ரதங்களின் துண்டுகள்; குதிரை யானைகளின் சடலங்கள் என அழிவின் அவலமும் ரத்தத்தின் பிசுபிசுப்பும் நிரம்பிய களத்தில் நடப்பதற்கு முதன்முறையாகக் கால் கூசியது.

யுத்தத்தின் முதல்நாள், கிருஷ்ணனிடம் சொல்லிப் புலம்பிய அதே மனநிலை நோக்கி சிந்தை வேகமாக விரைவதை உணர்ந்தான். இன்றும் கிருஷ்ணன் உடன் கிளம்பினான். இவன் கறாராக மறுத்துவிட்டான். யாரும் வேண்டாம். தனியாய் இருக்கவே விரும்புகிறேன் . . . திரௌபதியுடன் தனித்து இருக்க முடிந்தால் நன்றாய் இருந்திருக்கும். சகல வேதனைக்குமான மருந்து அவள்.

பணியாட்கள் ஓடியாடி சுத்தம் செய்கிறார்கள். இருதரப்பிலும் வீரர்கள் மரிக்கும் வீதத்தைப் பார்த்தால், இன்னும் ஓரிரு நாட்களில் அவர்களும் ஆயுதமேந்த வேண்டி வரலாம். அவர்களும் இறந்தபிறகு? பெண்களை வரச்சொல்வார்கள். பிறகு, முதியவர்கள். கடைசியில் பாலகர்கள். முதிரா மனம் கொண்ட பெரியவர்கள் தீர்ந்த பிறகு குழந்தைகள் வருவது பொருத்தம்தானே.

குழந்தைகள் இனி என்ன வருவது? இன்று என் குழந்தையைத்தானே பறிகொடுத்திருக்கிறேன்? எத்தனை வயதானால் என்ன, தகப்பனுக்கு அவன் குழந்தை அல்லவா? அடிவயிற்றில் சற்று ஓய்ந்திருந்த குமுறல் மீண்டும் கிளம்பியது. தனிமை தந்த சுதந்திரத்தில், வாய்விட்டு விசும்பினான்.

சூதர்களின் கூடாரங்களிலிருந்து பாடல் ஒலி கேட்டது. அன்றன்றைய யுத்த நிகழ்வுகளை

இசைகோத்துக் கவியாக்குவது அவர்கள் வழக்கம். காலத்துக்கெதிரான அவர்களின் போர்முறை அது. சாதாரணமாய் நின்றுபோகும் சுவாசத்தைக்கூட அமர மூச்சாக உயர்த்திப் பேசி, நிரந்தரமாய் நிறுவுவது.

இன்றைய பாடல் ஒலியில் துயரத்தின் கசப்பு மிதமிஞ்சி இருந்த மாதிரி பட்டது. அர்ஜுனன் மகன், இளம் வயதில், போர்க்களத்தில், தீரமாகப் போரிட்டவன், மாவீரர்கள் சூழ்ந்து தாக்க, தனியொருவனாக எதிர்த்து இறந்தான் என்பதெல்லாம் காவியத் தன்மை சொட்டும் கண்ணிகள் அல்லவா?

விராடன் தன் பெண்ணைக் கொடுத்தது அர்ஜுனன் மகனுக்கு. மகாரதனாக அவன் நியமனம் பெற்றதுகூட அதே காரணத்தால் இருக்கலாம். ஆனால் இன்று வீரமரணம் எய்தியது, அபிமன்யு என்பதால் மட்டுமே. ஆமாம், இந்தக் கவிதைப் பிலாக்கணம் அவன் அபிமன்யு என்பதற்காகத்தான்.

கடோத்கஜன் மட்டுமென்ன, தீரன் இல்லையா! ஆனால், க்ஷத்ரியன் அல் ல. அதனால், பாமாலை கிடையாது. யாரானால் என்ன? போர்க்களம் வந்த பிறகு, இரண்டே வாய்ப்புகள்தான்; அபிமன்யுவுக்கு இரண்டாவது வாய்த்துவிட்டது.

இருக்கட்டுமே. இத்தனை நாளும் எத்தனை இளைஞர்கள் பிராணனை இழந்தார்கள். அப்போதெல்லாம் தனக்குள் இப்படி துக்கம் பெருகியதா என்ன?

சற்று நின்றான். பாடும் குரல்களுக்கும் பின்னணிக் கருவிகளுக்குமான இசைவில் ஆறுதல் ஊறுகிற மாதிரி இருந்தது. 'கர்ப்பத்திலிருக்கும்போதே சக்ர வியூகத்தில் நுழையக் கற்றுவிட்டான் அபிமன்யு' என்று பாடுகிறார்கள்.

கற்பனையைப் பார்! ஒருபோதும் யுத்தகளம் நுழைய வாய்ப்பற்றவள்; அதிலும் நிறைகர்ப்பிணி. அவளிடம் யுத்தமுறை பற்றிப் பேச அவசியமேது? மூடர்களே, சர்ப்ப வியூகம் கூர்ம வியூகம் மகர வியூகம் பத்ம வியூகம் எல்லாமே அவனுக்குப் பிராயம் வந்தபிறகு நான் பயிற்றுவித்தவைதானே. இதை மட் டும் விட்டுவைப்பேனா? அதையும் பாதியில் நிறுத்திவிட வேண்டிய அவசியம் என்ன? தாயின் வயிற்றில் இருந்து கேட்டதாகவே இருக்கட்டும், வளர்ந்து திருமணம் முடித்து மாவீரனாக உருவெடுத்த இந்த முப்பத்திச் சொச்ச வருடங்களில் ஒரு தடவைகூடவா அந்தப் பாடம் தொடர்ந்திருக்காது? அல்லது, தனக்கான போர்முறையை வகுத்துக்கொள்ளத் தெரியாதவனா என் மகன்? புத்திக் கூர்மையும், யுத்த சாதுர்யமும் எந்த நேரத்தில் கைவிடும் என்பதை யார் அறிவார்?

குதிரைபோலத் திமிறும் மனத்தைப் பலவந்தமாகப் பிடித்து நிறுத்த முயன்றான். நேற்று இரவோடு பிரபஞ்சம் ஸ்தம்பித்திருந்தால் தேவலையே என்று தோன்றியது. இன்றைய பொழுது விடியாமலே இருந்திருக்கும் . . .

உண்மையில், பதில்களைவிடக் கேள்விகளே அதிகத் துயர் தந்தன. கண்ணீர் தானாக வழிந்தது. மேல்வஸ்திரத்தால் துடைத்துக்கொண்டான். கூடாரத்துக்குத் திரும்பலாம் என்று தோன்றியது. உயிரற்றே கிடந்தாலும், செல்ல மகனின் உடம்புடன் கூடக்கொஞ்சம் நேரம் செலவிடலாமே . . .

திரும்பும் வழியில் அந்தக் கிழவர் துரோணரின் நினைவு உக்கிரமாய் மேலெழுந்தது. கிட்டத்தட்டப் பேரன் வயது ஆடவனை, வித்தை முழுவதையும் காட்டி, சேனைப் பகுதி முழுவதையும் திரட்டி, கொன்றுவிட்டார்.

அவரால்தான் எத்தனை இடர்கள்? அஸ்திரப் பிரயோகம் படிப்பிக்க வந்தவருக்கு அரசியல் ஆசை எதற்கு? சொந்தக் கோபத்தைத் தணித்துக்கொள்வதற்காகத் தன்னையும் பீமனையும் பாஞ்சாலத்தின்மீது ஏவினார்.

அதைக்கூட மன்னித்துவிடலாம். அந்த இளைஞனிடம் அவர் கேட்ட தட்சணை? அதை எந்த தர்மத்திலும் சேர்ப்பதற்கில்லை; சம்பவத்தைக் கேள்விப்பட்ட அன்று, நகுலனும் சகதேவனும் பேசிக்கொண்டிருந்தது நினைவு வந்தது.

ஆசாரியர் தண்டனையாக அல்ல, தட்சணையாகக் கேட்டாராம் . . .

பெயர்தானே வேறே! அந்தணராய்ப் பிறக்க வேண்டியவரே இல்லை. எவ்வளவு மூர்க்கம், எவ்வளவு நிர்த்தாட்சண்யம், எவ்வளவு அவசரம்.

அவர் பிறப்பால்தானே பிராமணர்? மனத்தால் க்ஷத்திரியர் அல்லவா?

இருக்கட்டுமே. அதற்காக, குருதட்சிணையாகக் கட்டைவிரலையா கேட்பார்கள்? அவன் பேர் என்ன சொன்னாய்?

ஏகலைவன். வனவாசியாம். அவனும்தான் ஆகட்டும், 'ஏதோ கற்றோம், பரீட்சித்துப் பார்த்தோம்' என்று போய்த் தொலையக்கூடாதா. இந்த மனிதரிடம் வந்து எதற்காக ஒப்புக்கொடுக்கிறான்.

குருவின் ஆசி இல்லாவிட்டால் வித்தை பலிக்காது என்று நினைத்திருப்பான். தார்மீகமானவன்போல, பாவம்.

சும்மாவே மூர்க்கர், அந்தப் பிராமணர். தட்சிணை இல்லாமல் கற்றுக் கொண்டேன் என்று அவரிடம் போய்ச் சொல்லலாமா? ஆனாலும், அவர் இப்படிக் கோரியது நியாயமேயில்லை . . .

நியாய அநியாயம் பார்க்கிறவன் வில்லைக் கையில் ஏந்த முடியுமா? ஆனால், இவர் தட்சணை கேட்டதற்கு நிஜமான காரணம், குருவம்சத்துக்கு வெளியில் ஒரு நிபுணன் இருந்துவிடக் கூடாது என்பதுதான். அரண்மனை உப்புக்கு அவ்வளவு விசுவாசமாய் இருக்கிறாராம்.

அப்படியா சொல்கிறாய்!

பின்னே? கர்ணன் இவர்களிடம் படும் பாட்டைப் பார்க்கவில்லை? இந் தப் பையன் வனவாசி என்றால், அவன் அனாதை. . .

கலங்கியிருந்த ஆகாயத்தில் ஒரு பறவைக்கூட்டம் போனது – சும்மா பறக்கும்போதே வியூகம் போன்ற அமைப்பு எதற்காக என்று கேள்வி உதித்தது. யார் கண்டது, மனிதர்கள் மாதிரியே பறவைகளும், சதா காலமும் போர் ஆயத்தத்தில் இருக்கும் ஜன்மங்கள்தாமோ என்னவோ. அன்று சகதேவன் சொன்னான்:

தர்மமென்ன, அதர்மமென்ன, அப்படி இரண்டு இருக்கிறதா என்றே சந்தேகமாய் இருக்கிறது. இரண்டுமே வர்ணபேதம் பார்ப்பதில்லை. எங்கும் எவரிடமும் நீக்கமற நிரம்பியுமிருக்கின்றன . . .

சிதையெரியும் நாற்றம் காற்றில் வருகிறது. ஐயோ, நாளை என் மகன் . . .

அபிமன்யுவைக் கிடத்தியிருந்தார்கள். கூடாரத்தினுள் நெரிசல். சுபத் திரை சுபத்திரைபோலவே இல்லை; வெளிறிவிட்ட சருமமா, தலைவிரித்த கோலமா துயரமும் ஆக்ரோஷமும் ஒருங்கே மண்டிய முகமா ஆவேசத்தின் மும்முரத்தில் விலகி யிருந்த வஸ்திரமா, எது காரணம் . . . சட்டென்ற பார்வைக்கு திரௌபதி போலவே தென்பட்டாள். நிறம் மட்டும்தான் கறுப்பில்லை . . .

மறுபடியும் அபிமன்யுமீது பார்வை படிந்தது. அர்ஜுனன் அதிர்ந்தான். ஆமாம், கிடந்தது மனித உடல் அல்ல: ஆளுயரக் கட்டைவிரல்.

11

நாதமுனிச் சித்தப்பாவைப் பார்த்துவிட்டு வந்த பெரியக்கா உதட்டைப் பிதுக்கினாள். 'ம்ஹூம். ரொம்பநாள் தாங்காது' என்று சொல்லவும் செய்தாள். நானும் ஒருமுறை போய்ப் பார்த்துவிட வேண்டும் என்று உடனே தோன்றியது. சனிக்கிழமை போனேன்.

அம்பத்தூரில், கழிவுநீர் மணக்கும் இடுக்குச் சந்து ஒன்றில், ஒரே மகனுடன் வசித்தார் சித்தப்பா. பவா அண்ணனே எனக்கு முந்தைய தலைமுறைக்காரர்தான். பாடியில் ஒரு தொழிற்சாலையில் மெக்கானிக்காக இருந்து ஓய்வு பெற்றவர். கொஞ்சம் தடாலடியாய், நயக்குறைவாய்ப் பேசுவார் – யாரிடமானாலும். சித்தப்பாவோ, சாந்த சொரூபி.

தேனி அருகில், தோப்பு துரவு காற்று வெளிச்சம் என்று நிம்மதியாக கிராமத்தில் வாழ்ந்த கிழவரை, சித்தி காலமான பிறகு, சென்னைக்குக் கூட்டிவந்தார்கள். அடுக்ககக் குடியிருப்பில் கூண்டுக்குள் அடைத்தமாதிரி உணர்ந்திருப்பார், பாவம். பள்ளி ஆசிரியராய் இருந்தவர். ஓய்வு பெற்றே இருபத்தைந்து வருடம் ஆகியிருந்தது. இங்கே வந்த புதிதில், பெரியக்காவுடன் பார்க்கப் போயிருந்தேன். சிரித்துக்கொண்டே சொன்னார்:

> ஆப்பிள் செடியெக் கொண்டுபோயி ராஜஸ்தான்லெ நட்ட மாதிரி இங்கே கொண்டாந்து என்னெப் பதியம் போட்டுட்டாங்கடா தம்பீ!

சித்தப்பாவுக்கு மட்டும்தான் இப்படியெல் லாம் தோன்றும். திரும்பும்போது, நேர் எதிராய் எனக்கொரு உவமை உதித்தது – என்னவென்று அப்புறம் மறந்தும் போனது . . .

அக்கா சொன்னதைக் கேட்டபோது, படுத்த படுக்கையாய் இருக்கிறார் என்றே தோன்றியது. இல்லை; நேரில், இயல்பாகத்தான் தெரிந்தார். ஆழ்ந்த உறக்கத்தில் இருந்தார். சீரான சுவாசம். அறையைவிட்டு வெளியே வர விடுவதில்லை என்றார் மதினி.

செந்திலு, ஒங்கக்காவெப் பாத்துப் பெரிசு என்னா சொல்லுச்சு தெரியுமில்லே?

அக்கா சொல்லலையே மதினி.

'வா வா. மங்கம்மா. நீயென்னா மனுசங்களுக்குச் சத்தரம் கட்டுறேன்னு சொல்லிப்புட்டு, மாட்டுக்கொட்டாய் கணக்காக் கட்டி வச்சிருக்கயாமுல்லே? சுல்த்தான் ஆளுகளுக்குத் தாக்கல் சொல்லீறவா?'...ராத்திரி ஒளுங்காத் தூங்குனாத்தானே...

சிரித்தோம். 'அப்படியா பேசினார்!' என்று வியப்பாய் இருந்தது. உறங்குபவரைப் பார்த்தேன். காலை பத்தரை மணிக்கு, அயர்ந்து தூங்குகிறார். வேளைகெட்ட வேளையில் தூங்குவதும், உரிய வேளைகளில் தூக்கம் வர மறுப்பதும் முதுமையின் கடைசிப்பிடி இறுகி விட்டதன் அறிகுறிகள்தானோ. நடைமுறையாகவே, மனத்தின் கால அமைப்பும் உடலின் கால அமைப்பும் ஒத்துப் போகவில்லை என்றுதானே அர்த்தம்?...

தங்கை கணவரை முன்மாதிரி ஆக்கியே எங்களை வளர்த்தாள் அம்மா. இல்லாவிட்டால், அரசு குமாஸ்தாவான எனக்கு வாசிக்கும் பழக்கம் வந்திருக்குமா! எளிமையாகச் சொல்லித் தருவார் சித்தப்பா. பத்துப் பனிரெண்டு வயதுப் பையனுக்கு 'உருவக மொழி' என்றால் மிரட்சியாய் இருக்காதா? நிமிஷமாய் அதைக் களைந்தார் ஒருமுறை:

'குதிரையை முடுக்கினான். அது சிட்டாகப் பறந்தது'ன்னு படிக்கும்போது, குதுரைக்கிறெக்கெ மொளைச்சு வானத்துலெ பறந்துச்சுன்னா புரிஞ்சுக்கிர்றோம்?

சதா புத்தகமும் கையுமாய் இருப்பார். இடது கையில் புத்தகத்தோடுதான் சாப்பிட அமர்வார். தமது உலகத்திலிருந்து வெளிவராமலே சாப்பிடுவார். சித்தியின் கைப்பக்குவம் யாருக்கும் பிடித்ததில்லை. ஒருமுறை, சாம்பாரில் கரப்பான்கள் மிதப்பதைக் கண்டு, 'சித்தி சித்தி. அது என்னா?' என்று நான் பதறினேன். 'வரெ மொளகாடா. ஒங்காத்தா கொளம்புக்குத் தாளிக்க மாட்டாளோ?' என்று சித்தி பதிலுக்குக் கோபமாய்க் கேட்டாள்.

தலைப்பில்லாதவை

பவா அண்ணனைப் பொறுத்தவரை, தாய்க்குப் பின் தாரம் என்றே ஆகிவிட்டது. சித்தியின் சமையலுக்குக் கொஞ்சமும் இளைத்ததில்லை நிறைமதி மதினியின் கை மணம். சாப்பாட்டில் கூடவா பரம்பரைத் தொடர்ச்சி இருக்கும்!

காலையிலெ நூஸ் கேட்டயாடா செந்திலு?. . .

என்று விசாரித்தார் சித்தப்பா. கண்விழித்தவர் புரண்டு படுப்பதைப் பார்த்து அறைக்குள் அப்போதுதான் நுழைந்திருந்தேன். மௌனமாய் மாடியறைக்கு வெளியே பார்த்தேன். திறந்திருந்த பால்கனியின் கைப்பிடிச் சுவரையும் கூரையையும் மூங்கில் பிளாச்சுகளால் இணைத்து மறைப்பு அடித்திருந்தது. தேநீர்க்கோப்பையோடு வந்த மதினி,

எங்கனா ஏறிக்கீறிக் குதிச்சுப்புட்டார்னா?

என்று காரணம் சொன்னார். நீர்ப்பதமாய் இருந்த தேநீர், கஷாயம் மாதிரி ருசித்தது. இஞ்சி போடுவார்கள், சில தைரியசாலிகள் ஏலக்காய்கூடத் தட்டிப் போடுவார்கள், சீரகமோ தனியாவோ மணக்கும் தேநீரை யாரும் குடித்திருக்கிறீர்களா!

. . . நாசிப் பயலுக ரஷ்யாவுக்குள்ளாறெ நுளைஞ்சிட்டான். தேன்கூட்டுலெ கையவச்சிட்டான் இட்லரு. அவ்வளவுதான், இன்னமே அதோகதிதான் . . .

விட்ட இடத்திலிருந்து தொடர்ந்தார் சித்தப்பா. முகத்தில் அசாத்தியக் கவலை படிந்திருந்தது. என் கவனம் வேறொரு திசையில் போனது: அக்காவை மங்கம்மாள் என்றவர், என்னை மட்டும் நடைமுறை உறவினனாக அடையாளம் காண்பது எப்படி?

இன்னொரு புறம் ஆறுதலாகவும் இருந்தது; என்னை ஷெர்ஷாவாகவோ அசோகராகவோ விளித்திருந்தால் என்ன செய்திருப்பேன் . . .

தேவசுந்தரம் டாக்டர் சொல்கிறாராம்: நாமெல்லாம் ஒரே காலத்தில் நிலைகொண்டிருக்கிறோம் அல்லவா, பெரியவர் தற்காலத்துக்கும் முற்காலத்துக்கும் மாறி மாறி அலைபாய்கிறார்; அவ்வளவுதான். அவரைப் பத்திரப்படுத்துகிறேன் என்று அறைக்குள் அடைக்கவோ, கட்டிப்போடவோ செய்துவிடாதீர்கள். நுண்ணுணர்வு அதிகம் உள்ள மனம்; சட்டென்று, மீளமுடியாத இடத்துக்குப் போய்விட வாய்ப்பிருக்கிறது. எப்போதும் அவருடன் யாராவது இருக்கிற மாதிரிப் பார்த்துக்கொள்ளுங்கள் போதும் . . .

தொண்ணூறு வயது. போனமுறை பார்க்கும்வரை, கூர்மை தவறாத ஞாபகம், தடுமாறாத எண்ணவோட்டம். கொஞ்சமும் புரளாத சொற்கள் என இருந்தவர்தான் ... ஆனால், என்னைப் பார்த்த மாத்திரத்தில் ஏதோ பிறழ்ந்துவிட்டாரே தவிர, அதற்கப்புறம் பேசிய அத்தனையும் அவரது பிரத்தியேக உலகத்திலிருந்து உதிர்ந்தவை.

> முந்தாநாத்து எளையராசா வந்துருந்தான். அவன் என்னாடா, மொட்டையும் கொட்டையுமா சாமியாரு கணக்கா இருக்கான்?

என்ன பதில் சொல்வீர்கள்! ஆனால், பதிலுக்காகவெல்லாம் அவர் காத்திருக்கவில்லை.

> புதுசாப் போட்ட நாலைஞ்சு மெட்டு பாடிக் காட்டுனான். பாரதிராசா படத்துக்காம். அவனும் நம்பூருப் பயதானே ... சும்மா சொல்லக் கூடாது. கெட்டிக்காரங்ய.

காலித் தம்ளர்களை எடுத்துப்போக வந்தார் மதினி.

> ஏத்தா, மதீ, இந்த அரியாசனத்தெ உப்பரிகைலெ கொண்டு போடு.

என்றார் சித்தப்பா. ஒரே நேரத்தில், மதினி தற்காலத்திலும், நாற்காலியும் பால்கனியும் சரித்திர காலத்திலும் இருந்தது திகைக்க வைத்தது. எதிரே அமர்ந்திருக்கும் நான் எந்தக் காலத்தில், எந்த இடத்தில், இருக்கிறேன்! எனக்குத்தான் குழப்பம். சித்தப்பா தெளிவாக இருந்தார். கீழ்க் குடியிருப்பில் வேலை செய்ய வந்த பெண் அவர் பார்வையில் பட்டாள்.

> குந்தவைக்கி எந்நேரமும் வேலைதான், பாவம். வாழ்ந்து கெட்ட குடும்பம். அப்பாரு அண்ணந்தம்பி, எல்லாரும் போய்ச் சேந்துட்டாகல்ல?

என் குழப்பம் அதிகரித்தது. அரச குடும்பம் மொத்தமும் போய்ச் சேர்ந்து, வம்ச ஆட்சி பறிபோன பிறகும், குந்தவை மட்டும் அதே வயதில் இருப்பதும், பாத்திரம் தேய்ப்பவளாக சிரமப்படுவதும் ஒரே மனத்தில் ஒரே சமயத்தில் எப்படி உதிக்கின்றன?. . . அரை மணி நேரம் விழித்திருந்தார். பிறகு கட்டிலுக்கும் ஆழ்ந்த உறக்கத்துக்கும் மீண்டு விட்டார்.

திரும்பும்வழியில், அவர் படுத்திருந்த காட்சி எனக்குள் எழுந்தது.

நிச்சிந்தையான முகம், சன்னக் குறட்டை. அந்த நேரத்தில், காலத்துக்கும் இடத்துக்கும் வெளியே ஏதோ ஓர் அந்தரத்தில் படுத்திருந்தார் என்று தோன்றியது.

ஆனால், அப்படியெல்லாம் யாராவது இருந்துவிட முடியுமா என்ன! இதெல்லாம், சும்மா, ஒருவித உருவக மொழியில் தோன்றுவதுதான் . . .

❖

12

பழைய பேப்பர் போடப் போகும் போதெல்லாம், யதேச்சையாய்ப் படிக்கக் கிடைத்த சிறுகதை நினைவு வந்துவிடும் அருணாசலத்துக்கு. ‘எளுதின கார்டுக்கும் எளுதாத கார்டுக்கும் வித்தியாசம் காட்டும்’ துல்லியமான தராசுடன் வரும் வியாபாரியும்; அது ‘ஆனையை வச்சாலே அரைப்பலம்தான் காட்டும்’ என்று கேலிசெய்கிற குடும்பத்தலைவரும் இடம்பெறும் கதை. கதைத் தலைப்போ, எழுதியவர் பெயரோ, முழுக்கதையோ நினைவில்லை. உறுத்தாத நகைச்சுவை மட்டும் நினைவிருக்கிறது.

இப்போது வாசலில் வரும் வியாபாரிகள் குறைந்துவிட்டார்கள். பழைய பேப்பர்க் கடைகளிலும் மின்னணுத்தராசுகள் வந்துவிட்டன. ‘ஏமாற்றவில்லை’ என்ற தோற்றத்தை ஏற்படுத்தும் வியாபாரியும்; ‘முயன்றுதான் பாரேன், ஏமாற மாட்டேன்’ என்ற அதீதத் தன்னம்பிக்கையை வெளிக்காட்டும் வாடிக்கையாளரும்; அவர்களுக்கிடையிலான நிரந்தரக் குரோதமும் என, காட்சி வெகுவாக மாறிவிட்டது.

வியாபாரி ஏமாந்ததும், தன்னையறியாமலே அவரை ஏமாற்றிய வாடிக்கையாளரும் பற்றிய கதை இது; அப்புறம் மறுபடி வாடிக்கையாளர் ஏமாந்தது பற்றிய கதை என்றும் சொல்லலாம். தராசுகளும் தாள்களும் ஆள்களும் பேரங்களும் மதிப்பீடுகளும் மாறிய பின்னும், மாறாமல் தொடரும் காலத்தொடர்ச்சியின் கதை என்றுகூடச் சொல்லலாம் – அல்லது, எடைபோடவே முடியாத வஸ்துக்களின் கதை என்று.

மூன்று மாத தினத்தாள்களை மூட்டை கட்டி, காலடியில் கிடத்தி ஸ்கூட்டரில் கொண்டு போனார்

அருணாசலம். சரஸ்வதிமீது பாதம் படலாமா என்பதெல்லாம் பழையகாலக் கவலை. எவ்வளவோ சங்கதிகள் தலைகீழ் மாற்றம் கண்டுவிட்டபோது, கொஞ்சம் அனுசரித்துப் போக வேண்டும் என்ற ஞானம்கூட இல்லாதவளா சரஸ்வதி?

கடைக்காரர் இன்முகமாக வரவேற்றார். எடைத்தட்டில் சிலசமயம் ஓரிரு தாள்களை அதிகமாக வைத்துவிடுவதும், கவனக்குறைவாக இடையில் நுழைந்துவிட்ட வாராந்தரிகளைத் தனியாக எடுத்துவைத்து, கொசுறாக, இலவசமாக எடுத்துக் கொள்வதும் அந்தப் புன்னகையில் தொடங்குபவைதாம்.

கடைக்காரரின் திறமைக்கு வேறுபல சான்றுகளும் உண்டு. நிலமும் வீடுகளும் கிரயத்துக்கும் வாடகைக்கும் ஏற்பாடு செய்து தரகு பார்ப்பார். எடைக்கு வாங்கிய நூல்களையும் பத்திரிகைகளையும் அவற்றில் அச்சிட்ட விலையில் பாதிக்கு விற்பார். திருட்டுப்பொருள் வாங்கி விற்பதும் உண்டு என்று கேள்வி. நேர்மையாகத் தொழில் செய்து பிழைக்குமளவு லகுவானதாய் இருக்கிறதா நவீன வாழ்க்கை?. . .

வாசலில் நிறுவிய தற்காலிக மரமேடையில் விற்பனைக்குப் பரத்திய பத்திரிகைகள்மேல், விதவிதமான அளவில், காற்றுப்பளுவாகக் கற்கள் கிடந்தன. அவற்றில் ஒன்று அருணாசலத்தின் கவனத்தை ஈர்த்தது. ஒரு விளக்கு. காலங்காலமாகப் பூசணம் படிந்தது. சில இடங்களில் அடர்பச்சை நிறம் தாண்டி மயில்துத்த நீலம் பாரித்திருந்தது. தொட்டால் பொடியுமளவு நைந்துவிட்ட உலோகம் மாதிரிப் பட்டது.

ஏனோ, எடுத்துப் பார்க்க ஆவல் எழுந்தது. விளக்கேதான் அழைத்ததோ என்னவோ. கையில் எடுத்தார். நல்ல கனம். பித்தளையா வெண்கலமா பஞ்சலோகமா தெரியவில்லை. இரும்பைவிட கனமாக இருந்தது. எண்ணெய் நிரப்பும் குழிவுக்கு மூடி போட்டு, செழுமையாய் விளைந்த இலவங்காய் வடிவத்தில் இருந்தது. திரி வெளியேறும் துவாரத்துக்குள் ஒற்றைக்கண்ணால் பார்த்தார். அபாரமான இருட்டு.

உள்ளே ஏதோ அசைவு தெரிந்தது. மூடியைத் திறந்தார். வெறுமைதான் இருந்தது. . . இவர் நோங்குவதை வியாபாரி ஓரக்கண்ணால் கவனித்திருக்க வேண்டும்:

எவ்வளவுப்பா குடுக்கட்டும் இதுக்கு?

அட, குடுக்குறதெக் குடுங்க சார்.

பெருந்தன்மையாய்ச் சொல்லி, பேனா இல்லாத ரீஃபிலை உடைவாள்போலக் காது மடலிலிருந்து உருவி, கிழித்தெடுத்த துண்டுத்தாளில் கணக்குப்போட்டு நிமிர்ந்தார்.

பேப்பருக்கும் இதுக்கும் சரியாப் போச்சு சார். சந்தோசமாக் கொண்டுபோங்க.

மூன்றுமாதத் தாள்கள். தமிழிலொன்று, ஆங்கிலத்திலொன்று என இரண்டு தினசரிகள். இதுபோக, குமுதாவின் அபிமான வாராந்தரிகள். . . முன்னூறு ரூபாய்க்குமேல் தேறும். வியாபாரி திறமைசாலி என்பதைத்தான் முன்னமே சொல்லியாகி விட்டதே.

வண்டியை எடுக்கும்போது, குமுதவல்லி திட்டுவாளோ என்று லேசாய் அச்சம் துளிர்விட்டது. சரி, அவளுடைய வசவுகளும். எதிர்மறை வாக்கியங்களும் புதுசா என்ன என்று சமாதானப்பட்டவாறு வண்டியைக் கிளப்பினார்.

ஆச்சரியமாய் இருந்தது – குமுதா சந்தோஷமாய்க் கையில் வாங்கினாள். 'அட பரவாயில்லையே, கண்ணெக் கட்டுன குருடெ கணக்கா, போனவேலையை மட்டும் பாத்துட்டு வராமெ, சில்லுண்டி சாமான் வாங்கிட்டு வரலாம்னு தோணீருக்கே!' என்று வியக்க வேறு செய்தாள். அதைவிடப் பெரிய ஆச்சரியங்கள் வரிசைகட்டிப் பின்னால் நிற்பது இருவருக்குமே அப்போது தெரியாது.

புளியும் பீதாம்பரியும் போட்டு ஆசையாய்த் தேய்த்து விளக்கினாள். தேய்க்கும்போது அதன் முகப்புத் துளையிலிருந்து லேசாகப் புகை எழுவதுபோலத் தென்பட்டது. பிரமையாக இருக்கும் என்று கவனத்தை விலக்கிக்கொண்டார் அருணாசலம்.

உணவுமேசையில் கிடந்த கலியாணப் பத்திரிகை கண்ணில் பட்டது. விசாரித்தார். தேய்க்கும் கையை எடுக்காமலே பதில் சொன்னாள் குமுதா. மாடி வீட்டுக்காரர்கள் வந்து வைத்துப் போனார்களாம். இன்னும் நாலு நாளில் கல்யாணம்.

> ஆத்தாக் கிளவி இளுத்துப் பறிச்சுக்கிட்டுக் கிடக்கே. மண்டையெக் கிண்டெயப் போட்டு வச்சிருச்சுன்னா, இம்புட்டு ஏற்பாடும் வீணால்ல போகும்?

என்று அவள் முடித்த மாத்திரத்தில், மாடியிலிருந்து பெரும் ஓலம் எழும்பியது . . .

மறுநாள் காலை. பெரியவன் கல்லூரிக்குக் கிளம்பினான். வாசலுக்கு வந்து, பரக்கத் திறந்த கதவைப் பிடித்து நின்று, வழியனுப்பினாள் தாயார்.

> தம்பீ, ரெம்ப வேகமா ஓட்டுறியாமுல்ல. பாத்து ராசா. விளுந்துகிளுந்து வச்சிரப் போறெ.

நாலே வீடுகள் தள்ளி, இவள் கண்முன்பாகவே பின்சக்கரம் இடறி, தடாலென்று வீழ்ந்து, இடதுகையை முறித்துக்கொண்டான் . . .

சின்னவள் அரைநாளிலேயே பள்ளியிலிருந்து திரும்பினாள். தாளாளர் மரணத்தையொட்டி, திடீர் விடுமுறை. கடுமையான வெய்யில். சைக்கிளில் வந்த வியர்வை அடங்குமுன், சீருடையை மாற்றி, விட்ட இடத்திலிருந்து பள்ளிப்பாடத்தைப் படிக்கத் தொடங்கினாள். ஆண்டிறுதித் தேர்வுக்கு இன்னும் ஒரு மாதம்கூட இல்லையே.

> அடியாத்தீ, எம்புள்ளெ இப்பிடிப் படிக்கிதே. மளெதான் ஊத்தப் போகுது.

பத்தே நிமிடம். வானம் இருண்டு கோடைமழை ஆரம்பித்தது. ஆலங்கட்டி மழை . . .

விளையாட்டாக, தீவிரமாக, எச்சரிக்கையாக, யார் எது சொன்னாலும் அப்படியே பலிப்பதும்; வீட்டில் யாருக்குமே நல்ல வார்த்தைகள் உதிர்க்கும் பழக்கம் இல்லாமல் போனதும் என, ஒரே வாரத்தில் ஒரு வருடத்துக்கான துர்விளைவுகள் நேர்ந்து விட்டன. விளக்குதான் காரணம் என்று ஏகமனதாக அபிப்பிராயப்பட்டார்கள். அது வந்த பிறகுதான் இவ்வளவு வில்லங்கம். 'காசுகூட வேணாம். இந்தச் சனியனெ ஒடனே போயித் திருப்பிக் குடுத்துட்டு வாங்க.' என்று உத்தரவிட்டாள் குமுதா

கடைக்காரருக்கு தான் விற்றதுதான் அது என்று நம்பவே முடியவில்லை. மனப்பூர்வமாக அதே விலை கொடுத்து வாங்கிக்கொண்டார்.'அன்னைக்கி மட்டும் இப்பி டி இருந்துருந்தா, ரெண்டாயிரம் கேட்டுருப்பனே' என வாய்விட்டு வியந்தார்.

மாத நாவல் வாங்க மனைவியைக் காரில் அழைத்து வந்த டீஷர்ட்காரர் ஐநூறு ரூபாய்த் தாள்களாகக் கொடுத்து வாங்குவதை, தள்ளி நின்று சிகரெட் பிடித்த அருணாசலமே பார்த்தார்.

வரும்வழி முழுக்க, இனம்புரியாத வகையில், 'தவறுசெய்துவிட்டோமோ' என் று மறுகிக்கொண்டே இருந்தது மனம். சின்னவன் அன்றைக்குச் சொன்ன உதாரணம் வழிநெடுகக் கூட வந்தது. வாங்கிவந்த அன்றே சொல்லியிருந்தான்:

> படக்கதையிலெ வர்ற அலாவுதீன் விளக்குமாதிரி இருக்கேப்பா ?

'ஆனால், செவ்வாய்க்கிழமைக்கு அடுத்து புதன்கிழமை வருவதற்கு பதிலாக, போன வாரத்துக்கு முந்தின வார செவ்வாய்க்கிழமை எப்படி வரமுடியும்?' என்று தமக்குள் முனகினார் அருணாசலம்.

விளக்கு வீட்டிலிருந்த நாட்களில் நல்லது ஏதாவது வேண்டியிருக்கலாமோ என்று எழுந்த ஏக்கத்தை, கையைச் சுட்ட சிகரெட் துண்டை, ஒருசேர நசுக்கினார்.

❖

13

பொன்னுச்சாமி புரண்டான். கை அனிச்சை யாய் இடுப்புக் கயிறைச் சுண்டியது. நல்லது, மறுமுனையில் கனம் இழுபடுகிறது. பாதிக் கண் திறந்து பார்வையை உயர்த்தினான். முன்னிரவு மழை, ஆகாயத்தை நன்றாய்க் கழுவிவிட்டிருந்தது. சரியாகச் சாணை பிடிக்காத கருக்கரிவாள்போல, முனை மழுங்கி, சாவகாசமாய்க் கிடந்தது நிலா.

மழை பெய்யாமலிருந்தால், தாதன்குளம் போயிருக்கலாம். இப்படி மந்தையில் கிடப்பதற்குப் பதில், சுலோச்சனாவின் கதகதப்பில் ஒடுங்கி யிருக்கலாம். சொந்தப் புருசனைப்போல வரவேற் பாள். இட்லிக் கடையைச் சீக்கிரமே எடுத்து வைப்பாள்.

> ஏனங்களெ நாளைக்கி வெள்ளெனக் களுவிக்கிர்றேன் . . . சாப்புடுறியாய்யா ?

என்று கேட்டவாறே, ஈரப்புடவையை மாற்றிக் கொண்டு, தலையணையின் எண்ணெய்ப் பிசுபிசுப்புக்கு வந்திருப்பாள். என்ன செய்ய, நாளைக்கும் புதன்கிழமையேதான் என்று நினைத்துக் கொண்டால் போகிறது. . . முன்பும் ஓரிருதடவை, முதல் புதன்கிழமையில் போக முடியாமல் ஆகியிருக் கிறது. அவள் சிரித்துக்கொண்டே சொல்வாள்:

> அதுனால என்னய்யா, நீ வர்றன்னைக்கித்தான் எனக்கு பொதென் . . .

மனத்தில் ஊறும் அபாரக் கிளுகிளுப்புடன் அவளை உதட்டில் முத்துவான். . . உடம்பெங்கும் மயிர்க்கூச்சமெடுத்து விறைப்புக் கண்டது.

பார்வையை முழுசாகத் திறந்தான். அரைக்கண்ணுக்குத் தெரியாத ஏகப்பட்ட நட்சத்திரங்கள் இப்போது இறைந்து கிடந்தன. அதில் ஓரிரண்டு கண்ணடிக்கிற மாதிரிப் பட்டது.

பார்க்கும்போதே, ஒரு நெருப்புப் புள்ளி பூமியை நோக்கிப் பாய்ந்தது. சாணைக் கல்லிலிருந்து பாயும் பொறிகளைவிட அளவில் கொஞ்சம் பெரியது.

மழைதான் விட்டுவிட்டதே. கொசுத்தூறல்கூட இல்லை. எழுந்து நடந்தால் என்ன. இரண்டே மணி நேரம். தாதன்குளம் வந்துவிடப் போகிறது . . . இருட்டும் வெகுவாகப் பழகி விட்டது. அப்படியே பூச்சிபொட்டு குறுக்கிட்டால்தான் என்ன. ஒண்டிக்கட்டை போய்ச் சேர்ந்தால், யார் துக்கம் கொண்டாடுவார்கள்? அம்மா அழுவாள். சுலோச்சனா?

அவளும் கொஞ்சநாள் அழுவாள். அப்புறம் . . .? அவளுக்கென்ன, பொன்னுச்சாமி இல்லாவிட்டால் ஒரு கண்ணுச்சாமி . . .

'புத்தி . . . புத்தி . . .' என்று மானசீகமாகக் கன்னங்கள் இரண்டிலும் தட்டிக்கொண்டே, 'மன்னிச்சுரு முருகா' என்று முனகினான். சாணை யந்திரத்தை இடுப்போடு பிணைத்த கயிறைச் சுருட்டி, தோள்பையில் போட்டுக்கொண்டான். தானறியாமல், பெல்ட் மடிப்பில் வைத்த ரூபாய்ச் சுருள் புடைப்பை அமுக்கியது கை. தாதன்குளத்தை நெருங்கும்போது, சுலோச்சனாவுக்குக் கொடுக்கவேண்டியதுபோக மிச்சத்தைத் தனியாகப் பிரித்து சாணைக்கல் பெடலுக்குக் கீழே, வெளித்தெரியாமல் செருகி வைத்துக்கொள்வான்.

சுலோச்சனா காசு ஏதும் கேட்கமாட்டாள். ஆனால், புருஷனுக்குச் சமமாக வைத்திருக்கிறாள் அல்லவா, செலவுக்கு ஏதாவது கொடுப்பது இவன் கடமைதானே. மாதா மாதம் அம்மாவைப் பார்க்கப் போகும்போது கொடுப்பதில்லை? உண்மையில், அம்மாவையும் இவளையும் ஒரே வீட்டில் வைத்துப் பராமரிக்கத்தான் இவனுக்கு ஆசை.

> அதெல்லாம் சரிப்பட்டு வராதுய்யா. அவுகவுக எடம் அவுகவுகளுக்கு . . .

என்று மறுத்துவிட்டாள். அதுவும் சரிதான், மாதம் ஒருமுறையோ இருமுறையோ வீடு வருகிறவனுக்கு, சம்சாரம் எந்த ஊரில் இருந்தால் என்ன. . .

எழுந்து நடந்தான். வலதுதோளில் சாணை யந்திரமும், இடது தோளில் ஒரு வேட்டி – சட்டை உள்ள தோள்பையும் சுமந்து ஈரத்தரையில் நடக்கும்போது, ரப்பர்ச் செருப்பு வழுக்கி விடாமல் பம்மிப்பம்மி நடந்தான். தார்ச்சாலை ஏறிவிட்டால், கொஞ்சம் விசையாய் எட்டு வைக்கலாம். தீப்புள்ளி விழுந்த திசையைப் பார்த்துப் போகும் சாலை அது . . .

தான் தீட்டிக்கொடுத்த அரிவாளாலேயே வெட்டுப்பட்டுச் செத்த அப்பா மிச்சம் வைத்துப் போனது இந்த யந்திரமும், அம்மா இருக்கும் ஒரு குடிசையும் மட்டும்தான். இவனுக்குக் குடிப்பழக்கம் அறவே இல்லாதுபோனதுக்கும் அதுதான் காரணம். தாதன்குளம் போகும் நாட்களில் மட்டும் பீடி குடிக்க மாட்டான். சுலோச்சனாவுக்குப் பீடி நாற்றம் பிடிக்காது. பத்தடி தள்ளி வரும்போதே மூக்கைச் சுளிப்பாள்.

சுற்று வட்டாரத்தில் சுமார் நாற்பது ஐம்பது கிராமங்களுக்கு இவன் ஒருத்தன்தான் தொழிலாளி. இப்போது, முன்னளவு தொழில் நடப்பதில்லை. அலுமினியம், எவர்சில்வர் கத்திகள் வந்துவிட்டன. மொண்ணையானால் தூக்கிப்போடும் கத்திகள். ஆனால், அப்பா காலம் அளவுக்குப் போட்டி கிடையாது. இந்தக் கருமத்தை ஊர்ஊராய்ச் சுமந்து, அழுக்குநோட்டு சம்பாதித்து, குடும்பம் நடத்தமுடியுமா? யாருக்குத் தலையெழுத்து!

ஓரிரண்டு பெரிய கிராமங்கள் உண்டு. அவற்றில் நாலைந்து கறிக்கடைகளும் உண்டு. அங்கெல்லாம் விரதநாள் பார்த்துப் போக வேண்டும். வீட்டுக் கத்திக்கு கசாப்புக்கத்தி அளவு கூர் வைக்கக்கூடாது. ஆனாலும், சில அம்மணிகள் ஆண்பிள்ளை மாதிரி வலது கட்டைவிரலால் வெட்டுமுனையைப் பதம் பார்த்துவிட்டு, 'இன்னங் கொஞ்சம் வை, ஆசாரி' என்று திருப்பித் தருவார்கள்; ஓரிரு அய்யர்வீட்டுப் பெண்களும்தான். 'வெண்டக்கா அரியிறதுக்கு இது பத்தாதாக்கும்? என்னமோ மாட்டுக் கறி வெட்டு றாப்புல' என்று உள்ளூறச் சடைத்துக் கொண்டே, மேலும் கொஞ்சம் தீட்டித் தருவான்.

ஆண்டவன்கூட அப்படி நினைத்துவிட்டானோ. 'ஒம் மூஞ்சிக்கி இம்புட்டு சவுரியம் போதும்டா மயிராண்டி. என்னத்தெப் பெருசாக் களட்டிறப்போறவன்?' என்று கறுவிக் கொண்டேதான் இப்படி ஒரு வாழ்க்கையை அமைத்துக் கொடுத்தானோ? மாதம் முழுக்க நடந்துவிட்டு, சொந்த ஊர் திரும்பும் நாளில் பஸ்ஸேற ஆசை வரும் . . . சில மாதம், வருமானம் சரியாக இருக்காது. கிட்டத்தட்ட ஐம்பது மைல், நடந்தே திரும்ப வேண்டிவரும்.

அவரவர் வீட்டுக் கத்தி மொண்ணையாகிவிட்டது என்று அவரவருக்கும் தோன்றினால்தானே வருமானம் உருப்படியாய் இருக்கும். போதுமான கூர்மை எது என்பதெல்லாம் அவ்வப்போதைய மனசு தீர்மானிப்பதுதானே . . .

கல்லெறியும் தூரத்தில், எதுவோ சாலையைக் குறுக்காகக் கடக்கிறது. நரியா, ஓநாயா என்று தெரியவில்லை. நல்லவேளை,

நின்று இவன் வரும் திக்கில் உறுத்துப் பார்க்கவில்லை. கீரிப்பிள்ளை, முயல், பாம்பு என்று சகல பிராணிகளும் எதிர்ப்பட்டதுண்டு. ஒருமுறை எறும்புதின்னியைக்கூடப் பார்த்திருக்கிறான். நம்மை மாதிரிப் பாவப்பட்டவன் என்று நினைக்குமோ என்னவோ, எதுவுமே துன்புறுத்தியதில்லை.

தொந்தரவெல்லாம் மனிதர்களால்தான். கத்திரிவெயிலில் நடந்து, களைப்பு மிகுதியால் மந்தையில் துண்டை விரித்துப் படுத்தவனுக்கு, பக்கத்தில் ஏதோ நகர்கிற மாதிரி உணர்வு தட்டினால் – சாணை யந்திரத்தைப் பிடித்தபடி நின்றிருக்கிறான் ஒருத்தன். உடையவன் கண்விழிப்பதைப் பார்த்து, விட்டுவிட்டு ஓடினான். அன்றுமுதல், அரணாக் கயிற்றில் பிணைத்துக் கொண்டுதான் தூங்குவது.

செல்லம்பட்டியில் ஒரு வீட்டுத் திண்ணையில் படுத்து உறங்கிவிட்டு, காலையில் பார்த்தால் இடுப்புப் பட்டியில் வைத்திருந்த மொத்தப் பணமும் களவு போயிருந்தது. அத்தோடு, நிம்மதியான உறக்கம் போயேவிட்டது. . . அம்மா வீட்டிலோ, சுலோச்சனாவுடனோ இருக்கும்போது மட்டும்தான் அயர்ந்து உறங்குவான் பொன்னுச்சாமி.

சுலோச்சனாவை அழகி என்றெல்லாம் சொல்ல முடியாது. அவளைச் சேர்த்து வைத்ததும் ஆண்டவன் தீர்மானம்தானோ? இவனை மாதிரியே அவளுக்கும், இற்றுப் போன வாழ்க்கை. அதனால்தான் இருவருக்கும் தொடுப்பே உண்டானதோ என்னவோ. கலியாணமான ஆறேமாதத்தில் புருசன் அவளைத் தீர்த்துவிட்டுப் போயிருந்தான் . . .

தாதன்குளம் மாதாகோவில் கூம்பு கோபுரம் தென்பட்டது. கோபுரத்துக்குக் கொஞ்சம் முன்னால்தான் எரிகல் விழுந்தது. தோராயமாக மனத்தில் பட்ட இடத்தை நெருங்கினான். ரோடோரம் தோண்டிய பள்ளத்தில் தேங்கிய மழைநீர். ‘எல்லாப் பக்கமும் நல்ல மளைபோல’ என்று எண்ணியபடி, பள்ளத்துக்குள் இன்னொரு தடவை எட்டிப்பார்த்தான்.

முழு நட்சத்திரமொன்று மிதக்கிறது. நன்றாய்த் தீட்டிய கூர்முனைகள். ஆண்டவன் சாணைபிடித்திருப்பான்! தன்னுடைய எண்ணத்துக்குத் தானே புன்னகைத்துக் கொண்டான். மறுமுறை பார்த்தபோது, நட்சத்திரத்தில் சுலோச்சனா முகம் தெரிந்தது.

மறுபடியும் மயிர்க்கூச்செரிந்தது.

❖

14

குண்டும் குழியுமாய் இருக்கும் எங்கள் தெருவில் வாகன நடமாட்டம் அதிகம். பரபரப்பான சாலைகள் இரண்டை, தூசி பறக்க, இணைக்கும் கண்ணி இது. அடுத்து உள்ள கண்ணகி தெரு அப்படியில்லை; மரங்கள், புதுத் தார் எனப் பளிங்காய் இருக்கும். பேய்கள் புழங்குமிடம்போல, மயான அமைதி கொண்டிருக்கும்.

ஆனால், எங்கள் நடேசன் தெருவில்தான் மாதம் ஒருமுறையாவது சங்கிலிப் பறிப்பு, பீரோவை ஜன்னலருகில் இழுத்தோ கம்பியை வளைத்து உள்ளிறங்கியோ களவாடுவது எல்லாம் நடக்கும். கண்ணகி தெருவில் அசம்பாவிதம் எதுவுமே நடந்ததாய்த் தெரியவில்லை. மத்தியில் ஆளும் கட்சியின் எம்ப்பீ வீடு இருப்பதுகூடக் காரணமாய் இருக்கலாம். அதற்காக எம்ப்பீயை முரடர் என்றோ, காவல்துறைமீது அழுத்தம் செலுத்துகிறவர் என்றோ நினைத்துவிட வேண்டாம். மிகவும் நட்பு பாராட்டக் கூடியவர். எங்கள் தெருப் பூங்காவில் புதிதாக அமைந்த இரண்டு சிமெண்ட் பெஞ்ச்சுகளின் திறப்பு விழாவுக்கு அழைத்தபோது உடனே தேதி கொடுத்தார் என்றால் பார்த்துக்கொள்ளலாம்.

அடுத்த தெரு விழாவுக்குத் கோடி ரூபாய்க் காரில் வந்து இறங்கினார் என்பது அபத்தமேதான்; வீட்டின் முதல்மாடிக்குச் செல்லவே லிஃப்ட் அமைத்திருக்கிறார் என்று கூடச் சொல்வார்கள். அந்த உயரத்துக்குப் போய்விடும் யாருமே சிறுசிறு பிழைகள் செய்வது சகஜம்தானே . . . ஆனால், அவ்வளவு பணம் சேர்ந்தபிறகும், அவ்வளவு எளிமையாக இருக்க யாரால் முடியும்? பூங்கா உரையில் திரும்பத் திரும்பச் சொன்னார்:

ஒரு பொறுப்புல்ல குடிமயனாக . . .

உச்சரிப்பு கொஞ்சம் முன்னேபின்னே இருந்தால் என்ன? அவர் என்ன தமிழறிஞர் கோட்டாவிலா பாராளுமன்றம் சென்றிருக்கிறார்? கூலித் தொழிலாளியாய் இருந்து அவரளவு உயர்ந்தவரின் வாழ்க்கை வரலாற்றை எழுத நான் நீ என்று போட்டி போட்டுக்கொண்டு ஆட்கள் வரமாட்டார்களா?

எம்ப்பீ தொடர்பாக ஒரேயொரு ஆதங்கம் மட்டும்தான் பரவலாக உண்டு – ஒரு வேலையைச் செய்துதருவதாகப் பணம் வாங்கிவிட்டாரென்றால், அது நடக்காவிட்டாலும் திருப்பித் தரமாட்டார். ஒருவரைப் பார்க்க ஆட்டோவில் போகிறோம்; தேடிப் போன ஆள் இல்லை என்பதற்காக ஆட்டோ வாடகை தரமாட்டேன் என்று சொல்ல முடியுமா? பலிக்கவில்லை என்பதற்காக, முயற்சிக்கான சன்மானத்தை மறுப்பது நியாயமா...

தெருவின் மத்தியில் எம்ப்பீ வீடு. மாளிகையோ, அரண்மனையோ, குடியிருப்பவர்களுக்கு அது வீடுதானே. தரைத் தளத்துக்கு அடியில் நிலவறை உண்டு என்றும், அதில் நிற்கும் இரும்பு அலமாரிகளில் கட்டுக்கட்டாகப் பணம் இருக்கிறது என்றும்கூட தேர்தல்நேர வதந்தி எழுந்து, பேப்பரிலும் வந்தது. நேரில் பார்த்த யாரும் இருப்பதாகத் தெரியவில்லை – இருந்தால்தான் நமக்கு என்ன? காலைநடை போனோமா, உடல் நலத்தைப் பேணினோமா, வீடு திரும்பினோமா, பணிக்குக் கிளம்பினோமா என்று இருப்பதுதானே நல்லது. உடல் ஆரோக்கியத்தைவிட மன ஆரோக்கியம் முக்கியம், இல்லையா.

கண்ணகி தெருவின் ஆரம்பத்தில் ஒரு சிறு முருகன் கோவில் உண்டு. மறக்காமல் கன்னத்தில் போட்டுக்கொள்வேன். இன்னொரு இடத்திலும் கன்னத்தில் போட்டுக்கொள்வதும் இரண்டு கைகளாலும் நெற்றியின் புறங்களில் பாவனையாய்க் குட்டிக் கொள்வதும் நடக்கும். எம்ப்பீ வீட்டு வாசலில்தான் – ஈட்டிகள்போலக் கம்பிகள் நீட்டியிருக்கும் கதவின் கீலை ஒட்டி மாடத்தில் அமர்ந்திருக்கும் பிள்ளையாரை முன்னிட்டு மட்டும் அல்ல; அந்த மாளிகையே மகாலட்சுமி குடியிருக்கும் இடமல்லவா.

அவ்வளவு பணம் இருப்பதாகச் சொல்லப்படும் இல்லத்துக்கு இன்னும் கொஞ்சம் பலமான காவல் இருந்திருக்கலாமே என்று எனக்கே பலதடவை தோன்றியிருக்கிறது. ஒரேயொரு கிழவர் நிற்பார். தம்மைவிடத் தொத்தலான மூங்கில் குச்சியொன்றைக் கையில் பிடித்திருப்பார். வாசலில் வந்து நிற்பவர்களை நாயை விரட்டும் அதே தொனியில் துரத்துவார். தாமே எம்ப்பீ என்று நினைத்துக்கொள்கிறாரோ என்று தோன்றும்.

தொகுதியில் தமக்கும் கட்சிக்கும் இருக்கும் செல்வாக்கு, நாலைந்து தேர்தலாக ஓட்டுப்போட்டு மக்கள் தம்மிடம் காட்டும் அபிமானம், அல்லது அத்தனை பணம் தம்மிடம் இருப்பது வெளியில் யாருக்கும் தெரிந்திருக்க வாய்ப்பில்லை என்று வெகுளியாக எம்ப்பீ கருதியது – எது காரணம் என்பதை அவரிடம் யாரால் கேட்டறிய முடியும்? நாய்கூட வளர்க்க வில்லை பாவம். காவலை அதிகப்படுத்தி, ஜனங்கள் மனத்தில் அநாவசியமாய் சந்தேகத்தை வளர்ப்பானேன் என்று நினைத்தாரோ என்னவோ.

சொல்ல ஆரம்பித்தவுடன் வரிசையாக இத்தனையையும் அடுக்கிவிட்டேனே யொழிய, காலை நடைபோகும்போது, அவ்வப்போது எனக்குள் ஓடக்கூடிய எண்ணங்கள்தாம் அவை. ஒவ்வொரு தெருவும் ஒரு கிலோமீட்டர் நீளம், இரண்டு முனைகளிலும் பாலம்போல இணைக்கும் தெருக்களைச் சேர்த்து மூன்று கிலோமீட்டர் நடை. அதிகாலையின் இளம் குளிரில், அரையிருட்டில் என்னோடு மட்டும் நான் இருப்பேனா, விசுவாசமான வேட்டைநாய்போல என் மனம் உடம்பைவிட்டுக் கழன்று ஓரடி முன்னால் ஓடும்.

எம்ப்பீ வீட்டைக் கடக்கும்போது, கழுத்தைத் திருப்பி, ஒருமுறை உற்றுப் பார்ப்பேன். வாழ்நாள் சேகரமான என்னுடைய வீடுபோலப் பத்து மடங்காவது பெரியது. ஆசையாகவோ, பொறாமையாகவோ இருக்க வேண்டுமல்லவா, எனக்கானால், மிரட்சியாய் இருக்கும். அதிகாலை நேரத்தின் அலாதியான, அமானுஷ்யமான, மெல்லிருட்டும் தனிமையும் நிசப்தமும்கூடக் காரணமாய் இருக்கலாம்.

எப்போதாவது ஒருமுறை, தொலைவில் ஏதேனும் நிழலுருவம் போய்க்கொண்டிருக்கும் – அலுவலுக்குப் போக என்னைவிடவும் சீக்கிரம் கிளம்பவேண்டிய பரிதாப ஜீவன் போல என்று நினைத்துக்கொள்வேன்.

அந்த வேளையில் எனக்குக் காணக் கிடைக்கும் இன்னொரு மனித உரு, எம்ப்பீ விட்டுக் காவல் கிழவர்தான். அவரையுமே கடந்த நாலைந்து நாளாய்க் காணவில்லை...

முருகன் கோவில் வாசலில் திரும்பிக் கொஞ்சதூரம் நடந்தபிறகு, திடீரென்று தெருவின் மறுகோடியில் ஒரு வெளிச்சம் உதித்து, கண்களை உறுத்தியபடி வளர்ந்து வந்தது. நாலு வீடு முன்னால் வந்து சேர்ந்தபோது, எம்ப்பீ வீட்டு வாசலில் அந்த இருசக்கர வாகனம் வந்து நின்றது. பின்னாலிருந்தவன் இறங்கி,

தன் கைகளைப் பின்னால் கோத்துக்கொண்டு நின்றான். அவனை முதலாமவன் என்று குறித்துக்கொண்டது மனம்.

ஓட்டிவந்தவன் நிதானமாக சுற்றுச்சுவர்க் கதவின் அருகில் நின்றான். பிரம்மாண்டமான வாயில் கதவின் அருகில், பிள்ளையார் மாடத்தையொட்டி இருந்த அழைப்பு மணிப் பொத்தானை அழுத்தினான். பார்வைக்கே முரடாகத் தெரியும் இளைஞர்கள்.

இதற்குள் நான் இன்னமும் நெருங்கியிருந்தேன். இருவரும் கைக்குட்டையால் முகத்தை மறைத்துப் பின்னால் கட்டி யிருந்தார்கள். உலகளாவிய நோய்த்தொற்றின் காலத்தில், நானே முகமூடி அணிந்துதானே நடைக்குப் போகிறேன்? மூச்சுத் திணறும்தான் – அதற்காக, அஜாக்கிரதையாய் இருந்துவிட முடியுமா.

ஆனால், அவர்களைத் தாண்டி நடந்தபோது, வழக்கமாய் நிலவுவதைப் போலின்றி, புதுவகையான மிரட்சி எனக்குள் ஊறியது. முழங்கால்கள் நடுங்க ஆரம்பித்தன. பொல்லென்று உடல்முழுக்க வியர்த்தது. ட்ரவுசர்ப் பையில் இருக்கும் மொபைல் ஃபோனைத் தன்னிச்சையாகத் தொட்டுப் பார்த்துக்கொண்டது என் வலது கை. நான் வருவதைப் பொருட்படுத்தாத சாவதானத்துடன் அவர்கள் நடந்துகொண்டது பெரிதில்லை – முதலாமவனின் பின்புறம் கோத்த கைகள் பிடித்திருந்த நீளமான பட்டாக்கத்திதான் என்னை வெகுவாக அச்சுறுத்தியது. அழுது வழியும் தெருவிளக்கின் மங்கலான வெளிச்சத்தில், என்னமாய்ப் பளபளத்தது! அத்தனை நீளமான கத்தியை சாதாரண மனிதர்கள் எவருடைய கையிலும் நான் பார்த்ததில்லை . . .

சற்று வேகமாகவே எட்டுவைத்தேன். வந்தவர்கள் பொறுமையிழந்து அழுத்தும் அழைப்புமணி, மாளிகையின் உட்புறம் எதிரொலிபோல ஒலித்து மெல்லத் தேய்ந்தது.

மொபைலில் அவசர எண்கள் என்று சிலவற்றைப் போட்டு வைத்திருந்தேன். வல து கை மொபைலை நிரடும்போதே, தற்காப்பு பற்றிய அச்சத்தையும் தாண்டி இனம் புரியாத பொறுப்புணர்ச்சி எனக்குள் ஊறுவதை உணர்ந்தேன். ஆமாம், பொறுப்புள்ள குடி மகனாக, விறுவிறுவென்று நடக்க ஆரம்பித்தேன்.

❖

15

மின்சார ரயில் கடந்தபிறகு, தண்டவாளத்தைத் தாண்டி, மூடிய கேட்டின்கீழ் குனிந்து, வெளியே வந்தான். பலூனில் மெல்லக் காற்றிறங்குவதுபோல அந்தப் பகுதியின் வெளிச்சமும் ஓசைகளும் தணிந்து மர்மம் ஊறுவதைப் பார்த்தபடி வேகமாக நடந்தான். கொஞ்ச தூரத்தில் பாதை இரண்டாகப் பிளக்கும். நேரே போவது சுற்றுப் பாதை. வீடு சேர அரைமணி நேரமாகும். ரத்தினம் பொட்டலுக்குள் புகுந்தால், பத்தே நிமிடம்.

ஆனால், பொட்டல் திறந்தவெளி அல்ல. அடர்த்தியாய் நின்றிருக்கும் கருவேல மரங்களினூடே ஒரு ஒற்றையடிப் பாதை மட்டுமே கொண்டது. நகரைப் பெருவெள்ளம் சூழ்ந்தபோது, பொட்டலுக்குள் சிறுத்தை இருந்ததாகத் தகவல் போய், வனத்துறை வந்து பிடித்துக்கொண்டு போனது. இரண்டு நிலையங்கள் தள்ளி இருக்கும் மிருகக்காட்சி சாலையிலிருந்து தப்பி வந்திருக்கலாம் என்று பேசிக்கொண்டார்கள். வேலைக்கு மட்டம் போட்டுவிட்டு கைகோத்துப் போனபோது, அங்கேயிருந்த நாலைந்து சிறுத்தைகளில் 'நம்ம சிறுத்தை எது' என்று சுமதி கேட்டாள். உலகின் மகத்தான நகைச்சுவை என்கிற மாதிரி, சுற்றியிருந்தவர்கள் திரும்பிப் பார்க்கிற மாதிரி, இருவரும் விழுந்து விழுந்து சிரித்தது நினைவு வந்தது . . .

'ரத்தினம் பொட்டல் வழியாய் வராதே' என்று பெற்றவர்கள் பலதடவை எச்சரித்திருக்கிறார்கள். மதுவிலக்கு உள்ள நாளிலும், இல்லாத நாளிலும் தாராளமாகக் கள்ளச் சாராய விற்பனை நடக்கும் இடம் அது. ரத்தினம் என்ற ரவுடியைப் போட்டுத் தள்ளிய புதர்ப் பகுதி; அதனால்தான் அந்தப் பெயரே வந்தது. சாராய மோதல், கந்துவட்டித் தகராறு, வளர்ந்து வரும் சாதிக் கட்சிகள் இரண்டுக்குள் இருந்த விரோதம் என்று அந்தக் கொலை தொடர்பாகப்

பற்பல வதந்திகள் உலவின. இவை எதுவுமே இல்லை, பெண் விவகாரம்தான் காரணம் என்றுகூடப் பேச்சு உண்டு.

பகலிலேயே போகக்கூடாத வழி. ராத்திரி பத்து மணிக்கு எப்படி இருண்டிருக்கும்? ஆனால், இன்று பார்த்த வேலைக்கு, இன்னும் அரைமணி நேரமெல்லாம் நடக்க முடியாது. அடுத்த மாதம், கடன் வாங்கியாவது ஒரு சைக்கிள் வாங்கிவிட வேண்டும் . . .

சோர்வுக்குக் காரணம், வேலையும் தாமதமும் மட்டு மில்லை. வழக்கமான நேரத்துக்குப் புறப்பட்டிருந்தால் சுமதியைப் பார்த்திருக்க முடியும். வேலைநேரத்தில் ஃபோனைத் தொட்டால் ஆறுமுகம் கத்துவான். அவனுக்குத் தானே முதலாளி என்று நினைப்பு. பெண் ஊழியர்கள், வாடிக்கையாளர்கள் முன்னால் ஊழியர்களைத் திட்டுவது அவனுக்கு பிரியாணி சாப்பிடுகிற மாதிரி. தான் திட்டுவதை ரத்தினா பார்க்கிறாளா என்று ஓரக் கண்ணால் கவனித்துக்கொள்வான் — இத்தனைக்கும் அவள் செருப்பைக் கழற்றிக் காட்டிவிட்டாள். ஆனாலும், அடங்க மாட்டேனென்கிறான். ஒருநாள் ஆப்பு வைக்க வேண்டும்.

இவன் வேலைபார்ப்பது பல்நோக்கு அங்காடியின் நிலவறைத் தளத்தில், வாகனப் பராமரிப்பாளனாக. சுமதி, அதே வீதியில் உள்ள நகைக்கடையில். அவளே நகை மாதிரித்தான் இருப்பாள். கைபேசியை எடுத்துப் புகைப்படங்களைத் துழாவினான் — ஐயோ, எவ்வளவு அழகாய்ச் சிரிக்கிறாள். அடுத்த மாதமாவது, சுமதி சங்கதியை வீட்டில் சொல்லிவிட வேண்டும். இருவருக்கும் பழக்கமும் நெருக்கமும் உண்டானதே தனிக்கதை . . .

பார்வை நிமிர்ந்தபோது, மனம் சட்டெனக் கதையிலிருந்து விலகியது. ஒற்றையடிப் பாதை தொடங்குமிடத்தில் நாலைந்துபேர் நின்றார்கள். நின்ற விதமும் தோரணையும் சரியாய் இல்லை. ஆனால், அதற்காக அரைமணிநேரம் நடக்க முடியுமா? இவனிடம், ஒரு செக்கண் ஹாண் மொபைலும், வெறும் பத்துரூபாய்ப் பணமும் மட்டும்தான் இருக்கிறது. அதுபோக, சீஸன் டிக்கெட் . . .

நடுவில் இருந்தவன் முன்னே வந்தான். நாலடி தொலைவிலேயே, குடியின் வீச்சம்.

நில்றா.

தன்னைத்தான் சொல்கிறானா என்று குழப்பமாய் இருந்தது. அவன் உறுதி செய்தான்.

தலைப்பில்லாதவை

ஒன்னெத்தாண்டா, நில்றா.

முன்னேறி வந்தவன், எதற்கென்றே தெரியவில்லை, இவனை ஓங்கி அறைந்தான். கண்ணில் பூச்சி பறந்தது. பகல்முழுக்க நின்று வேலைபார்த்த உடம்பு, தேவைக்கு அதிகமாக விறைத்து, உடனே தளர்ந்தது. கால்கள் நடுங்கின. அடிவயிற்றில் மூத்திரம் முட்டியது.

அண்ணா . . .

என்று பிதற்றினான்.

எவ்ளோ நாளாடா இந்த வேலெ?

எந்த வேலையைச் சொல்கிறான்? விளக்கம் கேட்டால் கூடுதலாய் அடிவிழுமோ. அவனுடைய சகாக்கள் சூழ்ந்து நின்றார்கள் – இவன் ஓடிவிடாதபடி.

சுமதியைச் சேர்ந்தவர்களோ? தனது அண்ணன் அடிதடிக்கு அஞ்சாதவன்; முரடன் என்று சொல்லியிருக்கிறாள். ஆனால், தெருவிளக்கின் ஒளியில் தெரியும் முகம் எதிலும் சுமதியின் ஜாடை இல்லையே? காட்சிகளும் வாக்கியங்களும் மின்னல்போல ஓடி மறைய, அறைவிழுந்த கன்னம் நெருப்பாய் எரிந்தது. அடித்தவனின் அருகில் நின்றவன்,

தல கேக்குதுல்ல? பதில் சொல்றா.

என்று உச்சந்தலையில் குட்டினான். கன்ன எரிச்சல் உடனடியாய் மறைந்து, தலைக்குள் சகலமும் கலங்கிவிட்ட மாதிரி பலவீனம் தட்டியது. இதற்குள் இன்னொருத்தன்,

கண்ணாடியிலெ மூஞ்செப் பாத்துருக்கியாடா?

கைப்பிரம்பை ஓங்கியபடி கேட்டான். மற்றவர்கள் சிரிக்க, முதல்வன் உறுமினான்:

அதானே? இந்த மூஞ்சிக்கி ரமாமணி கேக்குதாக்கும்?

அண்ணா, அந்தக்கா யாருன்னே தெரியாதுண்ணா.

என்று இவன் அவசரமாய்ச் சொன்னான். முதல்வன் மற்றவர்களை ஒவ்வொருவரையாகப் பார்த்தான் – ‘என்னடா இப்படிச் சொல்கிறான்?’ என்று குழம்பியவன் மாதிரி. குட்டியவன் மீண்டும் பேசினான் – பிரசித்திபெற்ற ஜவுளிக்கடையின் பெயரைச் சொல்லி,

அந்தக் கடையிலெ நிக்கிற ரமாமணிக்கு நீதானெடா நூல்வுடுறவன்?

என்று அதட்டினான். அந்தக் குதிரைச்சடைக்காரியைச் சொல்கிறானோ?

அண்ணா, நீங்க சொல்ற அக்கா யாருன்னே தெரியாதுண்ணா.

என்று அதே பதிலைச் சொன்னாலும், இந்தமுறை இவன் குரலில் அறச்சீற்றம் இருந்தது.

அப்ப யாருக்கு நூல்வுடுறே!

என்று இதுவரை பேசாமலிருந்த ஒருத்தன் கேட்டான். எல்லாரும் மறுபடி சிரித்தார்கள்.

பொத்திக்கிட்டுப் பேசாமெ இருக்கணும். என்னா?

என்று கறாராகச் சொன்னான் முதல்வன். பிறகு எதுவுமே நடக்காதவர்கள் மாதிரி, ரயில் நிலையம் நோக்கி நடந்தார்கள். அத்துவானத்தைக் கிழித்து சீட்டியொலி கேட்டது.

இவன் நேரே சாலையில் நடக்க ஆரம்பித்தான். வினைதீர்த்த விநாயகர் கோவிலைத் தாண்டும்போதெல்லாம் கன்னத்தில் போட்டுக்கொள்வான். இன்று, பிள்ளையார்மீது கல் எறிய வேண்டும் என்று தோன்றியது. அடக்கிக்கொண்டான்.

கன்னத்தில் விரல்தடம் பதிந்திருக்குமோ? அம்மா கெட்டிக்காரி. சாப்பாட்டில் ஒரு கவளம் குறைந்தாலும் கண்டுபிடித்து விடுவாள். ஒரே மகன்; செல்லமும் அக்கறையும் ஜாஸ்தி. சுமதி விஷயத்தை இன்னும் மோப்பம் பிடிக்காததே ஆச்சரியம்தான்.

தன் அண்ணன்மீது ஒரு கொலைவழக்கு இருக்கிறது என்று சுமதி சிரித்துக்கொண்டே சொன்னது அநாவசியமாய் நினைவு வந்தது. 'பேசாமல், அவளை மறந்துவிடுவோமா' என்று மனத்தின் ஒரு பகுதி கேட்டது.

எதற்கு? அடுத்த தடவை தனியாகச் சந்திக்கும்போது, அவள் எவ்வளவு மறுத்தாலும், திமிறினாலும் மல்லாத்திவிடு என்றது மறுபகுதி. இதுவரை கேட்டிராத புதுக் குரல் அது. உடலுக்குள் ஊற்றெடுத்துப் பீய்ச்சிய வெந்நீர் காது மடல்கள்வரை பரவியது.

ஆமாம், இந்தப் பகுதியில் இருக்கும் பெண்கள் அத்தனைபேரையும் காதலிக்க வேண்டும். வேலை முடிந்தவுடன் கைவிட வேண்டும் . . .

சைக்கிள் வாங்குகிறோமோ இல்லையோ, சம்பளம் வந்தவுடன், ஒரு மடக்குக் கத்தி வாங்கி வைத்துக்கொள்ள வேண்டும் . . . நடையில் விறுவிறுப்பு கூடியது.

❖

16

முற்றிய உச்சிவெயில் வேளை. புழுதி பறக்கும் வண்டிப்பாதை. ஒண்டுவதற்கு மரமே இல்லாத வெற்றுவெளி. காற்றில் கொஞ்சமும் சலனம் இல்லை. வளைவுகளே இல்லாத பாதை. கண்ணுக்கெட்டிய தூரம் கானல் அலையாடுகிறது கொஞ்சநேரம் உற்றுப் பார்த்தால் பார்வை பறிபோய்விடுமோ என்று அச்சமூட்டும் ஒளிக் கடுமை.

இரண்டு பெண்கள் நடந்து வருகிறார்கள். ஒருத்தி முதியவள். இடது கையால் புடவைத் தலைப்பை உயர்த்தி அடிக்கடி முகத்தைத் துடைத்துக்கொள்கிறாள். வலது கை மற்றவளின் முழங்கை அருகில் பிடித்திருக்கிறது. இளையவள் நிறைகர்ப்பிணி. முதியவளின் மகள் என்றே தோன்றுகிறது. அவ்வளவு அழுத்தமான சாயல். கனத்த வயிற்றோடு காலடி எடுத்துவைக்கவே சிரமப்படுகிறாள். துடைத்துப் பிரயோசன மில்லாதபடி வியர்வை ஊற்றெடுத்த முகத்தில், ஐயோ, பேற்றின் பிரகாசம் என்னமாய் ஒளிர் கிறது! சிறிய, கூர்மையான எள்ளுப்பூ நாசியை சன்னமாய் உறிஞ்சிக்கொள்கிறாள்...

உண்மையில், விக்கிரமாதித்தன் கதையில் வரும் முறைதெரியாக் கதைப் பாத்திரங்கள் போலவே இருக்கிறார்கள். ஒவ்வொருமுறை அந்தக் கனவு வரும்போதும் அவர்கள் நடக்கும் பாதையில் இரண்டு ஜோடிப் பாதத் தடங்கள் பதிகின்றனவா, முதியவளின் தடங்கள் சிறியதாக, இளையவளுடையவை பெரியதாக இருக்கிறதா என்று பார்க்க முனைவேன், ம்ஹூம், கனவு கலைந்த பிறகு மீந்திருக்கும் ஞாபகத்தில்கூட அவை தட்டுப்படுவதில்லை; தர்க்கம் மட்டும் குத்திக் காட்டும் – அட மூடா, கோடைக்காலக் கட்டாந்தரையில் தடம் எப்படிப் பதியும்? என்று.

முதல் பார்வைக்குக் காட்சியில் தென்படாத கிணற்று மேடு ஒன்று தட்டுப்படுகிறது. கிணற்றுச் சுவரின் இருபக்கங்களிலும் ஊன்றிய தூண்களின் உச்சியில் குறுக்காகக் கிடக்கும் உத்தரக்கட்டை. பிணைந்த கப்பியில் தாம்புக்கயிறும், அதன் மேல்நுனியில், லேசாகத் துருப்பிடித்த தகர வாளியும். இத்தனை வறட்சியில், கிணற்றில் நீர் மீந்திருக்குமா, இறைக்க இவர்களுக்குத்தான் வலு இருக்குமா, கிணற்றுக்குப் பூண் பிடித்த மாதிரி இருக்கும் சிமெண்ட் மேடையில் தரைவேறு கொதிக்குமே . . . ?

கையாலாகாமல் பார்த்துக்கொண்டிருக்கும் என் மனம் கூம்பிப் பிரார்த்திக்க ஆரம்பிக்கும் – அத்தனை உலகங்களிலும் இருக்கும் அத்தனை கடவுள்களும் சேர்ந்து இந்தக் கிணற்றில் ஒரு வாளி தண்ணீர் கிடைக்க ஏற்பாடு செய்யுங்களேன் என்று உருகி உருகி மன்றாடும் . . . நாவறட்சி தாளாமல் கர்ப்பிணி மூர்ச்சையடையும் தருணத்தில், பதறி விழிப்பேன். இன்னாரென்றே தெரியாத பெண்ணின்மேல் எனக்கு ஊறிய பரிவும் கரிசனமும் எனக்கே கொஞ்சம் விநோதமாய்ப் படும். மயங்கியது ஆண் என்றால் இவ்வளவு பதறுவேனா?! கிடக்கட்டும், மனத்தின் அனிச்சைக் குறளிகளுக்கெல்லாம் தர்க்கம் ஏது?

மேற்படிக் காட்சி என் சிந்தையின் பகுதியாகிவிட்டது. தூங்கும்போது கனவில் இடைப்படுவது மாத்திரமில்லை; விழித்திருக்கும்போதுமே, எதிலும் மனம் தோயாமல் வெட்டியாய் உயிர்த்திருக்கும் பகல்வேளைகளிலுமே, உதிக்கும் . . . அவர்கள் இருவரின் முகங்கள் மட்டும் அடையாளம் அழிந்திருக்கும். அத்தனை துல்லியமாய்த் தெரியும் காட்சியில், இது மட்டும் தங்காமல் போவதேன் என்று திகைப்பேன். ஆனால், அடுத்த முறை கனவு வரும்போது, அவர்களேதான் என்பது உடனடியாய்த் தெரிந்துவிடும்.

இருவருமே பருத்திப் புடவை அணிந்திருப்பார்கள் என்பதும், அவற்றின் நிறமும் கூட நிலையாகப் பதிந்திருக்கிறது. கிணற்று மேடையில் மூத்தவள் ஏறி, மற்றவளுக்குக் கைலாகு கொடுப்பாள். கர்ப்பிணி கால் இடறிச் சட்டடியாய் மண் தரையில் உட்காரும்போது, சொல்லிவைத்த மாதிரிக் காட்சி கலையும். என் நெஞ்சுக்கூட்டுக்குள் ஒரு விதப் படபடப்பு உயர்ந்து, அமைதியிழந்த பறவையொன்று ஓயாமல் உள்ளே சிறகடிப்பதை உணர்வேன். தூக்கமும் நிம்மதியும் வெகுவாகக் குலைந்துவிடும். அல்லது, பகல் பொழுதின் உயிர்மையத்தில் இருள் மேவி நிரம்பிவிடும் . . .

கனவைக் கனவு என்று உணரும் தருணத்தில் மேவும் உச்சகட்ட இன்பத்துக்காகவும் ஆசுவாசத்துக்காகவும் ஆழ்மனம் தானாகவே இதுபோன்ற துர்க்காட்சிகளை உருவாக்கிக்கொள்கிறதோ – இளம்பெண்ணைத் தொடரும் வாலிப மனம்போல, என்றுகூட யோசித்திருக்கிறேன்; ஆனால், நற்கனவுகளும் வந்து தொலையத்தானே செய்கின்றன?

அப்படியொரு கனவில்தான், அந்தப் பெண் தானாக வந்து என்னைத் தழுவினாள்...

அன்றைக்குச் சாயங்காலம் ஒரு நடன நிகழ்ச்சிக்குப் போயிருந்தேன். நடனம் பற்றி எனக்கு ஒரு மண்ணும் தெரியாது. இலவசமாக டிக்கெட் கிடைத்தது; சாயங்காலம் செய்வதற்கும் குறிப்பாக ஏதுமில்லை; போய்த்தான் பார்ப்போமே என்று போனேன். துறைஞானம் உள்ளவர்கள்தாம் கலையை ரசிக்க முடியும் என்று கட்டாயம் உண்டா? சினிமாப் பார்க்கும் தமிழ் ரசிகர்கள் எல்லாரும் திரைக்கலை வித்தகர்களா என்ன?

நிகழ்ச்சி தொடங்குவதற்கு முன்னால் ஒரு பெண்மணி அவைக்குள் நுழைந்தார். ஒளிப்பதிவுக்கருவிகளின் வெளிச்சம் மொத்தமும் அவர்மீது படர்ந்தது. அட்டைக்கறுப்பு நிறச் சேலையும், அதே நிற ரவிக்கையும் அணிந்திருந்தார். தலைமுடி யின் கருமை அவற்றுடன் போட்டியிட்டது. வைரத்தோடுகள் மினுங்க, அவசியமேயின்றி சபையின் புறம் திரும்பிக் கைகூப்பி வணங்கினார். அதில் ஒரு உபரி நளினம் இருந்தது.

ம்க்க்கும் ... இன்னம் சின்னப் பப்பான்னு நெனைப்பு.
ஒதட்டுலெ எம்புட்டுச் சாயம் பாருங்க.

என்று உரத்துச் சொன்னார் என் அருகில் அமர்ந்திருந்த அந்நியர். என்னிடம்தான் சொல்கிறாரா என்ற ஐயத்துடன் திரும்பிப் பார்த்தேன். ஆமாம், என்னிடம்தான் சொல்கிறார்.

யாருன்னு தெரியலீங்களா?

என்று கேட்டுவிட்டு, அந்தப் பெண்மணியின் பெயரைச் சொன்னார். அட! என் அப்பா தலைமுறையின் கனவுக்கன்னி. தமிழிலும் தெலுங்கிலும் கன்னடத்திலும் ஹிந்தியிலும் கோலோச்சிய தாரகையின் கிழ வடிவம் இது என்பதை நம்பவே முடியவில்லை. அன்றுவரை அவர் பேணி வந்திருந்த உருவத்தின் வடிவமும், கச்சிதமும் அப்படி. பின்புறமிருந்து பார்த்தால், பதினெட்டுக்குமேல் புலப்படாத வனப்பு.

மலைநகர் ஏரியில் இந்த அம்மாளே செலுத்த விரையும் படகை இன்னொரு படகில் வில்லன் துரத்தும் ஹிந்திப் படக் காட்சி ஐம்பதுகளில் மிகவும் பிரசித்தம். ‘வில்லன் கைப்பற்றிக் கற்பழித்ததும் தானும் வரிசையில் நின்று கற்பழிக்க ஆசைப் படாத ரசிகன் இந்தியாவிலேயே கிடையாது’ என்று வகுப்பில் எங்கள் ஆங்கிலப் பேராசிரியர் சொல்லி, நாங்கள் அனைவரும் மேஜையைத் தட்டி அதிர்ந்தது ஞாபகம் வந்தது. ‘துரதிர்ஷ்டம், வில்லனின் படகு கவிழ்ந்துவிடும்! கோடிக்கணக்கான ரசிகமனங்களும்தான்!!’ என்றார்.

புதுக் கனவு உக்கிரமாக நகர்கிறது. என்னைத் தழுவிக் கொண்ட பெண், என்ன நிற உடையணிந்திருந்தாள் என்பது தெளிவில்லை. அணிந்திருந்தாளா என்றே தெளிவில்லை. முகமும் தெரியவில்லை. ஆனால், ஓவியத் திருத்தமும், சிற்பத்தின் முலைப் புடைப்பும் கொண்டிருந்த வசீகரி . . . அய்யோ, அவளுடைய பளபளக்கும் சரும நிறம் . . .

என்னுடைய ஆரம்பத் தயக்கங்களை மெல்லமெல்லக் கழற்றும்போதே, என் மேலாடையையும் உள்ளாடைகளையும் அவளே அகற்றுகிறாள். காமத்தின் ஆழந்தெரியாப் பாதாளத்தில் தலைகீழாகப் பாய்ந்துகொண்டேயிருக்கிறேன். என் வேகம் போதாது என்று உணரும் நேரங்களில் அவள் என்னை இன்னும் வேகமாகக் கீழே அழுத்தி உந்துகிறாள் – அவளுடைய செயலுக்கு வேறெந்த அர்த்தமும் உருவகித்துக் கொள்வதற்கில்லை.

உங்களிடம் சொல்வதற்கென்ன, ஐம்பது வயது கடந்துவிட்ட எனக்கு சொப்பன ஸ்கலிதம் ஆகுமென்று நானெல்லாம் நினைத்துக்கூடப் பார்த்ததில்லை.

ஆனால், அதுதான் கடைசி. நான் ஆரம்பத்தில் குறிப்பிட்ட துர்க்கனவு அதற்கப்புறம் வரவேயில்லை. மிகுந்த நிறைவுடன் என்னைப் பார்த்துச் சிரித்த பெண்ணின் முகம் அடையாளம் தெரிந்ததுகூடக் காரணமாய் இருக்கலாம். கறுப்பு உடையில் நடன நிகழ்ச்சிக்கு வந்து கவுரவித்த முன்னாள் தாரகையின் முகமேதான் அது. முத்தமிடும்போது உறுத்தாத, அவ்வளவு திருத்தமான, வரிசைப் பற்கள், செயற்கையாய்க் கட்டியவையோ என்று கனவிலேயே நான் வியந்ததையும் சொல்லத்தான் வேண்டும்.

17

அழுத்தமாகத் திருமண் இட்டுக்கொண்டு, அரையிருட்டில் காலைநடைக்கு இறங்கும்போது, கேசவனின் மனத்தில் வழக்கம்போல சோர்வும் கனமும் சேர்ந்திருந்தன. அவ்வளவு அதிகாலையில், கழிவறையில் அமர்ந்து ஃபேஸ்புக் பார்த்திருக்க வேண்டாம். இந்தப் பழக்கத்தை விட்டுத்தொலைக்க வேண்டும் என்று தினசரி நினைத்துக்கொள்வது தான்; மறந்துமறந்து போய்விடுகிறது. 'கழிவறையில் கூடத் தனியாக இருக்க முடியாத நவீன மனத்தைத் தொற்றிய வியாதியே ஃபேஸ்புக்' என்று ஃபேஸ்புக்கிலேயே யாரோ எழுதியதை வாசித்ததுண்டு; நம்முடைய அந்தரங்க பலவீனம் தெரிந்த யாராவது என்னத்தையாவது போட்டு விடுவார்கள்; அந்த நாள் உடனடியாய் வீணாகத் தொடங்கும் . . .

இன்றைக்கு மாதவன் ஒரு போஸ்ட் போட்டிருந்தான். பானுமதி அமேரிக்காவில் படிக்கப் போகிறாள். சொந்தச் சகோதரனின் குடும்பச் செய்தி; மூன்றாம் மனிதன் மாதிரித் தெரிந்து கொள்ள வேண்டியிருக்கிறது; கேசவனுடைய இரட்டைச் சகோதரனின் இரண்டாவது மகள். நல்ல செய்திதானே, தனக்குள் இவ்வளவு துயரம் ஏன் பெருக வேண்டும்? நிச்சயம் பொறாமை இல்லை. நேரில் போய் வாழ்த்தி வழியனுப்ப முடியாதே என்கிற வருத்தமேதான். கிறுக்குப் பயல். சில வருடங்களாக, குடும்பங்களுக்குள் போக்குவரத்து இல்லை. உண்மையில், தன்னிடமிருந்தேகூட அந்த வெறுப்பு தொற்றியிருக்கலாம். பின்னே, தெய்வபக்தி இல்லாதவனிடம் என்ன வைத்துக் கிடக்கிறது . . .

நேற்று அமாவாசை. தர்ப்பணம் செய்யும் போதுகூட அந்தப் பழிகாரன் நினைவு வந்தது. எவ்வளவு கிண்டலாகச் சொல்வான்:

எள்ளும் தண்ணியும் ஒர்த்தன் எறைச்சாப் போதும்.
அப்பா அம்மா ரெண்டு பேருக்குமே சின்ன வயிறுதான்!

'தீர்த்தம்' என்றுகூடச் சொல்லவில்லை. ஆமாம், உண்மையான காரணம் இதுவாய்த்தான் இருக்க வேண்டும். நாத்திகப் பயலோடு சகவாசம் எதற்கு என்று கேசவனாக விலகத் தொடங்கினார். மற்றவன் சூட்டிகையானவன். புரிந்துகொண்டான்.

அப்பா தமிழாசிரியராய் இருந்தார். 'தீயாரைக் காண்பதுவும் தீதே . . .' என்று ஆரம்பித்து 'தீயாரோடு இணங்கி இருப்பதுவும் தீது' என்று முடியும் மூதுரைப் பாட்டை அடிக்கடி சொல்வார். அவருடைய ஆசீர்வாதம்தான், மூத்தவளுக்கு திருவல்லிக்கேணியிலேயே வரன் அமைந்தது. பாங்க் மாப்பிள்ளை. அடுத்தவளுக்கும் அவரே அமைத்துத் தருவார். எம்பெருமானுக்கு கேசவன்மீது புகார் இருக்கக் காரணமே கிடையாது.

குழந்தைகள் இன்னும் கொஞ்சம் அக்கறையாய்ப் படித்திருக்கலாம். அதனால் ஒன்றும் கெட்டுப்போய்விட வில்லை – 'இந்தியாவில், கல்வி என்பது உத்தியோகம் சம்பாதிக்கத்தானே தவிர, ஞானம் பெறுவதற்கு இல்லை என்று நேற்று மொபைலில் கேட்ட பட்டிமன்றத்தில்கூட அந்தப் பேச்சாளர் சொல்லவில்லை? இத்தனைக்கும் அவரே பேராசிரியர்தான். அந்த வகைக்கு, பெரியவள் தலைமைச் செயலகத்தில் வேலை பார்க்கிறாள். அடுத்தவள் எல்லைஸியில். என்ன, அதற்கேற்றமாதிரி மாப்பிள்ளை தேட வேண்டும். செலவு கொஞ்சம் அதிகம் ஆகும். அதுதான், இந்த நவம்பரில் பணிஓய்வு கிடைத்து விடுமே; கைநிறையப் பணம் வந்துவிடும். கூழுக்கு ஆசைப்பட்டால் மீசையைச் சிரைக்கத்தான் வேண்டும். 'நானெல்லாம் ஆரம்பத்திலேயே மீசையை மழுங்க மழித்து விட்டவன்.' கேசவன் தாமாகச் சிரித்துக்கொண்டார். மாதவன் கடாமீசை வைத்திருப்பான்.

அட, தும்பிக்கையாழ்வான் கோவில் வந்துவிட்டதா! இன்று நடையின் வேகம் அதிகமோ? சட்டைப் பையிலிருந்து மொபைலை எடுத்துப் பார்த்தார். இல்லை, வழக்கமான நேரம்தான் ஆகியிருக்கிறது – மனத்தின் வேகம்தான் அதிகம் போல!

பூக்காரம்மாள் கடைபோட யத்தனித்திருந்தாள். நிமிர்ந்து பார்ப்பதற்குள் கடந்துவிட வேண்டும். போனவாரம் நடை கொஞ்சம் பிந்திவிட்டது. வணக்கம் சொல்லிவிட்டு, தன் கஷ்டங்களைப் புலம்பி, ஆயிரம் ரூபாய் கடன் கேட்டாள்.

வீட்டம்மணியிடம் கேட்டுச்சொல்கிறேன் என்று சமாளித்து விட்டார். வந்த சிரிப்பை அடக்கிக்கொண்டாளோ என்று சந்தேகம் தட்டியது. அதற்காக, ஆயிரம் ரூபாய் என்றால் சும்மாவா? அவளைத் தாண்டி வந்தபிறகு தோன்றியது – வேண்டுமென்றேதான் இவரைக் கவனிக்காத மாதிரி இருந்தாளோ?. . . இருக்கட்டுமே, அதனால் என்ன நஷ்டம்?

இந்த அப்பார்ட்மெண்ட்டில் ஏதோ வைஷ்ணவக் குடும்பம் இருக்கிறது போல; அதிகாலையில் வெளியில் கிளம்புகிறவர்களாய் இருக்க வேண்டும். பூரி கிழங்கு மணம் தூக்குகிறது. நேற்று தோசை மணம். வாரத்தில் இரண்டுநாள் வத்தல்குழம்பு மணக்கும். நிச்சயம் வைஷ்ணவக் கைமணம்தான். எப்படித் துல்லியமாய்த் தெரிகிறது ! . . .

ஆர்கானிக் பால் வண்டி வந்து நிற்கிறது. இப்போதெல் லாம் இந்தக் கடையில் பால் வாங்குவதில்லை. சேர்ந்தமாதிரி இரண்டுநாள் திரிந்துவிட்டது. கண்ணாடி சீசாக்களைச் சரியாக அலம்பமாட்டான்கள் போல . . .

எதிரே போகிறவர் கையையுயர்த்தி ஆட்டிவிட்டுப் போகிறார். யாரென்றே தெரியாமல் கேசவனும் வணங்கி நகர்ந்தார். அட, சதானந்தம் இல்லையோ! எல்லாரும் முகக் கவசம் அணிந்துகொள்கிறார்களா, அடையாளம் தெரியமாட்டேனென்கிறது. புருவத்தை வைத்து இன்னாரென்று தெரிந்துகொள்ள முடியுமா என்ன! சரி, அடையாளம் தெரிந்திருந்தாலும், இப்படித்தான் கையாட்டி இருப்போம். உள்ளூர மென்சிரிப்பு அரும்பியது.

ஸ்ரீமதுரம் டிப்பார்ட்மெண்ட் ஸ்டோர் இன்னும் திறக்க வில்லை. நேற்றுக்கூடத் திறந்திருந்ததே – 'பஜ கோவிந்தம்' பாடல் ஒலித்துக்கொண்டிருந்தது. நின்று ஒரு சரணம் கேட்டுவிட்டு நடந்தாரே. 'குரு சரணாம்புஜ'. ஆனால், கொஞ்சநாளாகவே வியாபாரம் சரியில்லை என்று அண்ணாச்சி புலம்பிவந்தார். கைமாற்றப் போகிறாரோ என்னவோ . . .

படுவேகமாக ஒரு இரண்டு சக்கர வாகனம் தாண்டிப் போனது. ஜீன்ஸும் டீ ஷர்ட்டும் அணிந்த இளம்பெண்; சாகத் துடிக்கிற மாதிரியல்லவா பறக்கிறாள் . . . சட்டென்று அந்த உருவமும் வண்டியும் அடையாளம் தெரிந்தன – பானுமதி! சட்டென்று நாக்கைக் கடித்துக்கொண்டார் கேசவன். குழந்தையைப்பார்த்து இப்படியொரு சொல்லா ஊறும். 'ஆடு பகை குட்டி உறவு' என்று பழமொழி சொல்வார்களே,

கேசவன் விஷயத்தில் அது நிஜமேதான். குழந்தை பெரியப்பாவைப் பார்த்திருக்க மாட்டாள். எந்த இடத்தில் பார்த்தாலும் நின்று இரண்டு வார்த்தை பேசாமல் போக மாட்டாள் . . .

பெற்ற மகள் கேட்டால் தகப்பன் வண்டி வாங்கிக் கொடுக்காமல் இருப்பானா? தாயார் வளர்த்த விதம் அப்படி. பொட்டு கிடையாது; பூ கிடையாது; மஞ்சள் கிடையாது; குறைந்தபட்சம், சூடிதார்கூடக் கிடையாது. ராதா க்வீன்மேரீஸில் பட்டம் படித்தவள்; பாங்க் வேலை பார்ப்பவள் என்றால், குழந்தைகளைத் தாரதம்மியம் இல்லாமல் வளர்ப்பதா. ப்ளஸ்ட்டூவோடு படிப்பை நிறுத்தியவர்களெல்லாம் பெண்குழந்தைகளைக் கண்ணியமாய் வளர்க்கவில்லையா என்ன. . . யார் வீட்டிலோ மகிழம்பூ ஊதுபத்தி. . .

அசோகமர வீட்டுவாசலில் வாடகைக் கார் நிற்கிறதே. தாமஸ் இன்றுதான் வருவதாய்ச் சொன்னார்கள். மாதவன் மூலம் பழக்கமானவர். தங்கமான மனிதர். அவனுடைய சுபாவம் பிடிக்காமல் அவரும் விலகிவிட்டார் பாவம். பின்னே, எதற்கெடுத்தாலும் குதர்க்கம், நீளநீளமாய்ப் பேசுவது, எதிராளி சிறு பிசகு செய்தாலும் மூஞ்சிக்கு நேரே சொல்லிக் காட்டுவது என்று வதைப்பவர்களுடன் யார்தான் நெருக்கமாய் இருப்பார்?... சிங்கப்பூர் கிளம்பும்போது, கேசவனின் கைகளைப் பிடித்துச் சொன்னார் தாமஸ்:

> சார், உங்களையெல்லாம் நம்பித்தான் ஃபேமிலியை விட்டுட்டுப் போறேன் . . .

அவரளவு அபிமானம் அவர் குடும்பத்துக்கு இருந்ததாகத் தெரியவில்லை. சில சமயம், ‘ஏதாவது வேண்டுமா’ என்று விசாரிக்கப் போய்விட்டு, பிரம்மாண்ட ஸோஃபாவில் புதைந்து தனியாக உட்கார்ந்திருக்க வேண்டிவரும். எப்படியோ, இன்று சாயங்காலம் தாமஸைப் போய்ப் பார்க்க வேண்டும். கூடப் பிறந்த சகோதரன்போல, அவ்வளவு பிரியமாய் இருக்கிற மனிதர் . . . சிங்கப்பூரிலிருந்து ஏதாவது வாங்கிவந்திருக்கவும் வாய்ப்புண்டு.

வீட்டினுள் நுழைந்து, வராந்தாவில் உட்கார்ந்து கான்வஸ் ஷூவைக் கழற்றினார் கேசவன். அட, நடை இன்று வேகம்தான். ஏழடிக்க இன்னும் பத்து நிமிடம் இருக்கிறது. அனிச்சையாக மொபைல் ஃபோனை எடுத்து, ஃபேஸ்புக் பார்க்கத் தொடங்கினார்.

18

உலக அழகி என்று யார்யாரையோ சொல்கிறார்கள்; சாரதாவைப் பார்க்காதவர்கள். பாவம். அப்படித்தான் சொல்வார்கள். பளிங்குபொம்மைபோல இருந்த உலக அழகி ஒருத்தியின் புகைப்படத்தைப் பார்த்துவிட்டு கல்லூரித் தோழன் வேணு சொன்னான்:

> ஓமட்டிக்கிட்டு வருதுடா. அந்த மூஞ்சியிலெ கொஞ்சமாச்சும் உசிர் இருக்கா?

அவன் சொன்னபிறகு, எனக்கும் அப்படிப் பட்டது. இதெல்லாம் அவரவர் ரசனையைப் பொறுத்ததில்லையா, பெண்கள் இப்படியெல்லாம் யோசிப்பார்களா, என்றெல்லாம் எனக்குள் கேள்விகள் ஊறுவதற்கு முன்னால் சகலமும் நடந்து முடிந்துவிட்டது.

எங்கள் பார்வையில் தினசரி பட்டுக்கொண் டிருந்த சாரதாவை எந்தப் போட்டியில் கொண்டு நிறுத்தினாலும், உலகம் முழுக்க ஒரே குரலில் கொண்டாடும் என்று எனக்கு எடுத்துச் சொன்னவனும் வேணுதான். முதலாமாண்டு வகுப்பில் நிகழ்த்தப்பட்ட விரிவுரைகளுக்கு நான் எடுக்கும் குறிப்புகள் பிரசித்தி பெற்றவை. வாங்கிப் போக வந்திருந்தான். ஆனால், மூன்றாமாண்டு கடைசி ஸெமஸ்டரில் எனக்கு இரண்டு தாள்கள் அரியர்ஸ் விழுந்ததை யாருமே எதிர்பார்த்திருக்க மாட்டார்கள்; நான் எதிர்பார்த்தேன்.

வகுப்பின் முதல் மாணவனாக நான் திகழ்ந்ததற்கும் சரி, பட்டம் வாங்குமுன் மூச்சுமுட்ட அமிழ்ந்து, தட்டுத்தடுமாறியதற்கும் சரி, ஒரே காரணம்தான். சாரதா.

அவள் வசித்த அதே காம்ப்பவுண்டில் குடியிருந்து, பார்க்கும்போதெல்லாம் ஒரே விதமான உதாசீனத்தையும், காறித் துப்புவதுபோன்ற பாவனையையும் வாங்கிக் களித்தவன் நான். அவள் முகத்தில் இளக்காரமும் சுளிப்பும் அதிகரிக்கும்போது, அழகும் அதிகரிக்கும். என் ஆவலும்தான். தாண்டிப் போகுந்தோறும் ஒருவன் தன்னை உறுத்துப் பார்ப்பதை உணர்ந்தால் எந்தப் பெண்ணுக்குத்தான் காறித்துப்பத் தோன்றாது?

அதிலும், அவளைப் பார்க்கும் அதே கண்கள்தானே தாம் இருக்கும் முகத்தையும் கண்ணாடியில் பார்ப்பவை? மாலைபோடும் யானை வருவதற்காகக் காத்திருக்கும் வருங்காலப் பேரரசிக்கும், வாழ்நாள் முழுக்க அரண்மனை வாசலில் யாசகத்துக்கு நின்றாக வேண்டிய நிரந்தரப் பிச்சைக்காரனுக்கும் பொருத்தமுண்டா என்ன? ஆனால், 'வாழ்நாள்' எத்தனை சிறிய சொல்? ஆனால், ஆனால், அதன் அர்த்தம் எத்தனை நீளம்?

என்னைவிட ஒன்று அல்லது ஒன்றரை வயது சிறியவளாய் இருக்கலாம் அவள். எஸ்ஸெஸ்ஸெல்ஸி கடைசி செட்டுக்கு முந்தியவன் நான். சாரதா இரண்டு வகுப்புகள் தள்ளிப் படித்தாள். அப்போதே முதிர்ந்திருந்தாள். அவள் ப்ளஸ்ட்டூ முடிப்பதற்காக என்னவெல்லாம் காத்திருந்தது என்று யாருக்கும் தெரியாது.

சாரதாவின் தகப்பனார் அகால மரணமடைந்துவிட, உரிய வயது வந்தபின்தான் அவருடைய வேலையைக் குடும்ப உறுப்பினருக்குத் தரமுடியும் என்று மத்திய அரசாங்கம் சொல்லிவிட்டது. நாலாம் வகுப்பு மட்டுமே படித்த உயர்சாதித் தாயாருக்கு உகந்த வேலை தங்கள் இலாகாவில் இல்லை என்று சொல்லிவிட்டார்கள். தீர ஆலோசித்து, சாரதாவின் தம்பியரில் ஒருவனுக்கு வாரிசுவேலை வாங்கிக்கொள்ளத் தீர்மானித்தது குடும்பம். இன்னொரு வீட்டுக்குப் போகிறவளுக்கு வாங்கிக்கொடுத்து என்ன பிரயோசனம்?

அதற்காக, அதுவரை சாப்பிடாமலும் உடுத்தாமலும் இருந்துவிட முடியுமா?

இந்த இடத்தில்தான் மணி மாமா நுழைகிறார். தாயாரின் சொந்தத் தம்பி. ஐந்து குழந்தைகளுடன் சகோதரி நின்றிருக்க, நாலே வயது இளையவர் இன்னமும் பிரம்மச்சாரியாய் இருந்ததுக்கு ஒரே காரணம்தான். இத்தனைக்கும் ரயில்வேயில் கிளார்க்காக இருந்தவர். ஆனால், வேலையில் சேர்ந்ததே ஊனமுற்றோருக்கான ஒதுக்கீட்டில்தானே.

மாமாவுக்கு வலது முழங்காலுக்குக் கீழே இருந்தது காலே அல்ல. இளம்பிள்ளை வாதம் தாக்கியதால் சூம்பிப்போன மூங்கில் குச்சி. கவிழ்த்திப்போட்ட 'ட'னா போலக் குனிந்து, நேராக நிமிர்ந்து, மீண்டும் குனிந்து, மீண்டும் நிமிர்ந்து என்று அவர் நடப்பது கச்சிதமான தாளகதிக்குட்பட்டு இருக்கும். முழங்காலில் வலது உள்ளங்கை அழுந்தி அழுந்தி விலகிய இடத்தில் தழும்புபோலத் தோல் சுருங்கிக் கறுத்திருக்கும். அந்த நடையைப் பார்க்கும் யாருக்கும் அள்ளிப் பிடுங்கும். அவருமே அப்படி உணர்ந்திருக்கலாம். பீடி புகைத்தது போக மிச்ச நேரங்களில் மசாலா பாக்கு மென்றுகொண்டிருப்பார். அடிக்கொருதடவை காறித் துப்புவார். அவர் சிரித்து நான் பார்த்ததேயில்லை; உருவிய பெல்ட்டால் அக்கா மகன்களை வீறுவதைப் பலதடவை பார்த்திருக்கிறேன்.

யாரும் தலையிட மாட்டார்கள். ஏனெனில், சம்பாத்தியம் முழுவதையும் சகோதரி குடும்பத்துக்காகவே செலவிட்டு வந்தார். ஆனால், அது அவர் செய்துவரும் முதலீடு என்பதை மற்றவர்கள் அறிந்திருக்கவில்லை. ஒருவேளை சகோதரிக்குத் தெரிந்திருக்குமோ?

ப்ளஸ்ட்டூ முடிவுகள் வெளியானது ஒரு புதன் கிழமை மாலையில். சனிக்கிழமை காலை மதிப்பெண் பட்டியல் வெளியாகியது. தொண்ணூற்றாறு சதவீதம் வாங்கியிருந்தாள் சாரதா. திங்கள்கிழமை காலை அவளுடைய உடம்பு போஸ்ட்மார்ட்டம் முடிந்து வந்தது. பொட்டலத்தை வீட்டினுள் கொண்டுவரக்கூடாது என்று காம்ப்பவுண்டின் பொது முற்றத்தில் கிடத்தியிருந்தார்கள். சடலத்தைச் சுற்றிலும் எங்கள் காம்ப்பவுண்டு மனிதர்கள் குழுமி அமர்ந்திருந்தார்கள். அன்று யார் வீட்டிலும் சமையல் நடக்கவில்லை. மொத்தக் காம்ப்பவுண்டுக்கும் சாப்பாடு வரவழைத்தார் மணி மாமா.

காவல் ஆய்வாளரிடம், கல்லூரி சேர முடியாத துக்கத்தில் பூச்சி மருந்தைக் குடித்துவிட்டாள் என்று அழுதாள் தாய்க்காரி. அடிபிறழாமல் எழுதிக்கொண்டு அவர் போன பிறகும், ஒவ்வொரு தடவையும் முழுசாய்ச் சொல்லி அழுதாள். வாக்கியத்தின் இரண்டாம் பகுதி சரி; முதல் பகுதி தவறு என்று அறிந்த மிகச் சிலரில் நானும் ஒருவன். மற்றவர்கள் மாதிரியே வாய்மூடி இருந்தவன். வேணுவிடம்கூடச் சொல்லவில்லை...

இன்று நினைவுகள் அடங்க மறுக்கின்றன. ப்ளஸ்ட்டூ முடிவுகள் காலையில் வெளியாகியதோ, மாநிலத்தில் முதல்

இடம் ஒரு மாணவிக்கு என்பதோ காரணமாய் இருக்கலாம். நான் குடும்பக் கோர்ட்டு வாசலில் காத்திருப்பதுகூடக் காரணமாய் இருக்கலாம்.

சனியன்று மதியம், மூன்றுமணி சுமாருக்கு, முதல்முறை யாக என்னைப் பார்த் துப் புன்னகைத்தாள் சாரதா. புன்னகை என்று சொல்வது குறிப்பிடும் வசதிக்காக. கண்களில் துளியும் சிரிப்பில்லை. இரண்டு ஏரியா தள்ளி உள்ள பெருமாள் கோவிலுக்கு வருமாறு ஜாடையால் சொன்னாள் – புராண, சரித்திரப்படங்களில் வரும் நாயகியர் மாதிரி. ஒப்பனையே இல்லாதபோதும் அவர்களைவிடப் பலமடங்கு ஒளிர்ந்தாள். நாமம் போல அபிநயம் காட்டிய மூன்றுவிரல்கள்தாம் எத்தனை செழுமை, நேர்த்தி! என்ன நிறம்!!

ஆஞ்சநேயர் சந்நிதியில் கடும் கூட்டம். அவரவரும் மதிப்பெண் பட்டியலை அவர் பாதத்தடியில் வைத்து நன்றி செலுத்த, வடைமாலையைப் பிரித்து விநியோகிக்க என்று பரபரப்பாக இருந்தார்கள். முறுக்குப் பதத்தில் இறுகிய வடையை மென்றபடி கருடாழ்வார் சந்நிதிக்குப் போனோம். திண்ணை போன்று உயர்ந்த முன்பிரகாரத்தில் உட்கார்ந்தவுடன் அவள் கேட்ட முதல் கேள்வியில் வடைத் துணுக்கு புரையேறியது எனக்கு.

வாசு, என்னை எங்கேயாவது கூட்டிக்கிட்டு ஓடீர்றியா? . . .

அதிர்ந்தேன். அவள் முகத்தைக் குறுகுறுவென்று பார்த்தேன். அதில் ஓடிஓடி மறைந்தவற்றைச் சொல்லிமாளாது. கணம் சிரித்து, கணம் கலங்கி, கணம் அவமானப்பட்டு, கணம் நம்பி, கணம் செத்து, கணம் உயிர் ததும்பி . . . இத்தனை நாளாய் எனக்குள் ஆராதனை நிரம்பியிருந்த இடத்தில், பயமும் தயக்கமும் சந்தேகமும் ஊறி மண்டின. நெஞ்சடைத்தது. நாக்கு புரள மறுத்தது. என் மௌனம் அவளைச் சீண்டியிருக்க வேண்டும் . . .

> நெஜமாத்தான் கேக்குறேன். அதுக்காண்டி, ஒன்னெ லவ்வெல்லாம் பண்ணலே. எங்க மாமனைக் கட்டிக்கிர்றதுக்கு, இந்தா, இந்தத் தூணைக்கூடக் கட்டிக்கிறலாம். இதுலெயே முட்டிமுட்டிச் செத்துக்கூடப் போகலாம் . . .

தொடர்ந்தும் பதில் சொல்லாமலிருந்தேன். முழுக்க இருண்டுவிட்ட அந்திப்பொழுது இருவருக்குமிடையில் அடுப்புபோலத் தகித்தது. சட்டென்று எழுந்தாள்.

... இத்தனைநா பாக்குறப்பல்லாம் மூஞ்சியெத் திருப்பிப்புட்டு இப்பொக் கேட்டா யாருதான் சரீம்பாங்க? சரி விடு. அவுங்கவுங்களுக்கு விதிச்சது நடக்கும் ...

விறுவிறுவென உறுதியாய் நடந்தாள். எதை நோக்கிப் போனாள் என்று அப்போது எனக்குத் தெரிந்து தொலைத்திருக்கக் கூடாதா என்று இன்றுவரை ஏக்கமாய் இருக்கிறது ...

❖

19

அலுவல் நிமித்தமாக அடிக்கடி வெளியூர்களுக்குச் செல்லவேண்டிவரும் எனக்கு. மதுரை வட்டாரத்துக்குச் செல்வதென்றால், தனி குஷி பிறந்துவிடும். சொந்த ஊருக்குப் போவது ஒரு காரணம். அப்புறம், கொடைரோடில் நாகராஜன் இருக்கிறான். அவன் வீடு எனக்கு சொந்த வீடு மாதிரி. அலுவலக, சாவதான உடைகள் மட்டுமின்றி, பற்பசையும் ப்ரஷ்ஷும்கூட அங்கே நிரந்தரமாக வைத்திருக்கிறேன். அவனுடைய லேப்டாப்பில் செருகி வேலைசெய்யவென்று ஒரேயொரு பென்ட்ரைவ் சகிதம் ரயிலேறிவிடலாம்! வெறுங்கை வீசிக்கொண்டு தொலைதூரப் பயணம் செய்து பாருங்கள் – சிறகசைக்காமல் வானத்தில் மிதக்கும் பறவைமாதிரி உணர்வீர்கள்.

அந்தமுறை கொடைரோடில் ரயிலேறும்போது, என்னுடைய பெட்டியில் நிஜமாகவே ஒரு பறவை உட்கார்ந்திருக்கும் என்று எதிர்பார்த்திருக்கவில்லை.

பொதுவாக, பாண்டியன் எக்ஸ்ப்ரஸ் கொடைரோடு வரும்போது, பெட்டிகளில் ஆரம்பப் பரபரப்பு பெருமளவு அடங்கியிருக்கும். திண்டுக்கல்லை எட்டுகையில், அவரவரும் படுக்கை விரித்து உறங்கத் தலைப்பட்டிருப்பார்கள். குளிர்பதனப் பெட்டியில் நாசூக்கான ஒருவித மௌனம் கப்பியிருக்கும். அந்த முறை நான் ஏறிய மூன்றடுக்குக் குளிர்பெட்டியில் பட்டப்பகல்போல நடமாட்டம் இருந்தது; தவிர, எனக்கு ஒதுக்கப்பட்ட ஜன்னலோரப் படுக்கையில் அந்தப் பறவை உட்கார்ந்திருந்தது.

திகைத்தேன். எதிர் ஜன்னலருகில் இருந்த பெண்மணி, எச்சில் கை உயர்த்தி, கொஞ்சம்

பொறுக்கச் சொன்னார். அவருக்கு நேரெதிரே அமர்ந்து சாப்பிட்ட பெரியவர் வழிமொழிந்து தலையசைத்தார். நான் அமர்ந்த மாத்திரத்தில், இடுப்பில் குழந்தையோடு ஓர் இளம்பெண் வந்தாள். சுமார் முப்பது வயது இருக்கலாம்.

அவ்வா, எதுனாச்சிம் வேணுமா?

என்று கேட்டாள்.

வேணாமுடா கண்ணு.

என்ற எதிர் ஜன்னல் பெண்மணி, என்னைப்பார்த்து இன்னொருமுறை புன்னகைத்தார். இடுப்பிலிருந்து சரசரவெனச் சரிந்து இறங்கிய குழந்தைக்கு இரண்டு வயதிருக்கலாம். பறவையை நோக்கி வேகமாகப் பாய்ந்து, பளீர்பளீரெனக் கன்னத்தில் நாலு அறைகள் வைத்தது. தாய்க்காரி நிதானமாக அதன் கையைப் பற்றி இழுத்து,

விஸ்ணூ, பெத்தவ்வாவெ அடிக்கக் கூடாதுன்னு சொல்லியிருக்கேன்ல்ல.

அலகுபோலவே நுனி வளைந்த மூக்கும், உடம்போடு ஒடுக்கிய கைகளுமாகக் குறுகி அமர்ந்திருந்த மூதாட்டி வலியையெல்லாம் எப்போதோ கடந்திருப்பாள் போல. என்னைக் கண்ணுக்குக் கண் பார்த்து,

எம்புட்டோ பாத்துட்டேன்.

என்றாள். முதுமக்கள் தாழியிலிருந்து வெளியே வந்தவள்போலத் தென்பட்டாள். என்ன, தாழிக்காலத்தில் நைட்டி இருந்திருக்காது; புத்தம்புதிய, பூப்போட்ட நைட்டி. சதைப் பிடிப்பே இல்லாத உடம்பில் பொருந்தாமல் பலூன்மாதிரிப் புடைத்திருந்தது . . .

கை கழுவி வந்த பெண்மணி, என்னைப் பார்த்து வாத்சல்யத்துடன் சிரித்தார். தரையில் கிடந்த செருப்புகளைக் காலால் அவசரமாக அகற்றி, கிழவர் தடுமாறாமல் செல்லத் தன் கால்களை ஒடுக்கி வழிவிட்டபடியே கேட்டார்:

சாப்புடுறீகளா தம்பீ? வீட்டு இட்டிலிதேன். தட்டுலெ ரெண்டு வச்சுத் தரட்டா?

தலையாட்டி வேண்டாமென்றேன். அனிச்சையாய் வெளியேறிய ஏப்பத்தில், நாகராஜனுடன் சாப்பிட்ட முட்டைபிரியாணி மணந்தது. கிழவி சுவாதீனமாய்க் கோரினார்:

இந்த நடுவுல உள்ளது எங்களுதுதான். எடுத்துக்கிறீகளா? நாங்க மூணுபேரும் கிளடுக. கிளவியெ எங்களோடதான் வச்சுக்கிறணும்.

அதுனாலெ என்னம்மா?

என்றேன். பதிலாக, கிரீச்சிட்ட குரலில், உணர்ச்சியே தெரியாமல் ஒலித்தது வாசகம்.

எம்புட்டோ பாத்துட்டேன்.

கிளவிக்கி இது மட்டுந்தேன் தெரியும். யாவுகம் வர்றப்பல்லாம் சொல்லிக்கிரும். வயசு என்னா ஆகுதுங்கிறீக? வர்ற மாசிக்கி, நூறு பெறக்குது..

கைநிறைய மாத்திரைகளுடன், பெரியவர் குறுக்கிட்டார். குரல் லேசாகக் கம்மியது.

எங்கம்மா, ஓடியாடி வேலெ செஞ்சதைப் பாத்துருக்கனா, பொம்மெ மாருதி உக்காந்துருக்குறதெப் பாக்குறப்ப மனசெ என்னாமாப் பிணையுதுங்கிறீக . . .

எத்தனையோ உற்பாதங்களைப் பார்த்தவராம் மூதாட்டி. கிழத் தம்பதி மாறி மாறி ஒப்பித்தார்கள். வெள்ளைக்காரன் காலத்திலிருந்து, ஏகப்பட்ட புயல்களை, வெள்ளங்களை, விபத்துகளை, கொள்ளைச் சம்பவங்களை, கொள்ளை நோயை, விதவித வியாதிகளை, ஆப்தர்களின் மரணங்களை, விதவித மருத்துவமுறைகளை எதிர் கொண்டு தப்பித்து வந்தவர் என்று நிறுவும் விதமாக எண்ணற்ற சம்பவங்களை வருஷ, மாதத் துல்லியத்துடன் சொன்னார்கள். எனக்குத்தான் நினைவில் தங்கவில்லை. மொபைல் ஃபோன் வந்தாலும் வந்தது, ஞாபகசக்தி எவ்வளவு பலவீனமாகிவிட்டது!

மகனுக்கு எண்பது வயது பிறக்கிறது. சொந்த ஊரில் இருக்கும் குலதெய்வக் கோவிலில் வைபவம் நடத்தப் போகிறார்கள். பெட்டி முழுவதும் பேரக்குழந்தைகளும் கொள்ளுப்பேரக் குழந்தைகளும் எள்ளுப்பேரக் குழந்தைகளுமாய் நிரம்பி, சுற்றுலா மனநிலையில் வருகிறார்கள். அடிக்கொருதடவை வந்து பாட்டியை ஒரு பார்வை பார்க்கிறார்கள். அத்தனை பேரிடமும், 'எம்புட்டோ பாத்துட்டேன்' என்று தெரிவிக்கிறது பறவை. சிரித்துக்கொண்டே திரும்புகிறார்கள். சொந்தமண்ணை மிதித்தால், 'தாவந்தம் அடங்கி' நிம்மதியாய்ப் புறப்படுவார் என்பது மருமகளின் நம்பிக்கை.

ஆடு மேச்ச மாருதி ஆச்சு. அண்ணனுக்குப் பொண்ணுபாத்த மாருதியும் ஆச்சு.

என்று சிரித்தார் அந்த அம்மாள். அவருக்கே எழுபத்தேழு ஆகிறதாம்.

எனக்கு நேர் கீழே பெரியவர். ரயிலோசையை மீறிய குறட்டை. எதிர்ப்படுக்கையில் கல்லூரி வயதுப் பேத்தியொருத்தி மல்லாந்து படுத்து, மொபைல் ஃபோனில் சிரித்துச் சிரித்துக் கிசுகிசுத்துக்கொண்டு வந்தாள். நேர் மேலும் அதற்கு எதிரிலுமான படுக்கைகளில், இளவயது பேர ஜோடி; ஓசையெழாமல் பரஸ்பரம் சீண்டி விளையாடியபடி வந்தது. திருச்சி வரும்போது, பெட்டிக்குள் கவிந்துவிட்ட அமைதியை, நீல நிற விடிவிளக்கு அதிகப்படுத்தியது. காற்றாடிகளில் ஒன்று வெகுவாகக் கடகடத்தது.

ஜன்னலோரப் படுக்கையில், நிர்குணப் பிரம்மம் கோட்டுவடிவம்போல அசைவின்றி அமர்ந்திருந்தது. சீரான இடைவெளிகளில், பலவீனமான குரலில், ‘எம்புட்டோ பாத்துட்டேன்’ என்று தனக்குத்தானே சொல்லிக்கொண்டது.

விழுப்புரத்தை நெருங்கியிருக்கலாம். சிறுநீர் கழித்துவிட்டு வெளியே வருகிறேன். படுவேகமாய் ஓடிக்கொண்டிருந்த ரயில் டமாலென்று எதன்மீதோ மோதியது. அல்லது எனக்கு அப்படிப் பட்டது. உடனடியாக, அடுத்தடுத்த பெட்டிகளிலிருந்து பேரோலம் எழும்பியது. பாதி மூடிய ஜிப்பிலிருந்து கையை விலக்கி, திறந்திருந்த கதவுவழி வெளியே பாய்ந்தேன். தண்டவாளச் சரளையில் முழங்கால்கள் மோத விழுந்து, பந்துபோல நிமிர்ந்து, கண்மண் தெரியாமல் ஓடத் தொடங்கினேன்.

அக்கம்பக்கத்தில் பயணிகள் ஓடினார்கள். எஞ்சினிலிருந்து ஆறாவதோ ஏழாவதோ இருந்த பெட்டி எங்களது. வெகுதூரம் ஓடிவிட்டுத் திரும்பிப் பார்த்தபோது, தடத்தைவிட்டுப் பிறழ்ந்திருந்த இரண்டு பெட்டிகள் கீழே இழுக்க, பின்னால் உள்ள பெட்டிகள் தடத்துக்கே இழுக்க, அரைமனமாய்ச் சாய்ந்து முறுக்கிக்கொண்டு நின்றிருந்தது நான் வந்த பெட்டி. எஞ்சினைச் சுற்றி ஈக்கள்போல ஆட்கள் மொய்த்திருந்தார்கள்.

இதற்குள், ஓசை கேட்ட பக்கத்துக் கிராம மக்கள் ரயிலைநோக்கி ஓடிவரத் தொடங்கியிருந்தார்கள். என்னை எதிர்கொண்டு கடந்தவர்களில், பெண்களும் இருந்தார்கள். அவர்கள் நெஞ்சில் அறைந்துகொண்டும் ஒப்பாரிக்குரலில்

சூவிக்கொண்டும் ஓடியது என்னை உலுக்கியது. மறுபடியும் ஒருதடவை நின்றேன். துர்க்கனவின் தத்ரூபசித்திரம்போல என் முன்னால் விரிந்திருந்த காட்சியை முழுசாக மனத்தில் பிடித்துவைக்கத் திணறினேன். மொபைலில் ஒரு புகைப்படம் எடுக்கலாமா என்று ஒரு எண்ணம் தோன்றி, தானே மட்கி உதிர்ந்தது. அட, போ!

தென்னிந்திய நெடுஞ்சாலை எட்டும் தூரத்தில் இருந்தது. ஓசைகளும், வாகனங்களின் வெளிச்சமும் தென்பட, நடக்கத் தொடங்கினேன். ஏதாவது வண்டி கிடைக்கும், பயணத்தைத் தொடர. படபடப்பு மெல்லமெல்ல அடங்கி வந்தது.

இத்தனைக்கும் நடுவே, அதிகாலையின் மஞ்சுமூட்டம் புராணப் படங்களில் வரும் புகைப்படலம்போல சலனமின்றிப் படர்ந்திருந்தது. புகைக்கு மத்தியில் உதிக்கும் கடவுள் மாதிரி, என் முன்னால் ஒரு உருவம் எழுந்தது.

'எம்புட்டோ பாத்துட்டேன்' என்றது.

20

பெரியவரைப் பார்க்க அநேகம் பேர் வருவார்கள். பெயர்கள், முகவரிகளைப் பேரேட்டில் குறித்துவைப்பது; பிரச்சினைகள், முறையீடுகளைப் பதிந்து வைப்பது என் வேலை. அவர் சொல்லும் பரிகாரங்களையும் எழுதிவைப்பேன் – அடிபிறழாமல்.

இந்தப் பதிவுகளால் என்ன பயன் என்று அவர் சொன்னதில்லை. நானும் கேட்டதில்லை. அவை பயன்பட்ட ஒரு சந்தர்ப்பம்கூட என்னுடைய ஞாபகத்தில் இல்லை. பெரியவர் சமாதி ஆனதுக்குப் பிறகு, அவருடைய ஒரு ஜதை தோல் செருப்பு, தரிசன வேளைகளில் அணியும் ஒரு ஜோடி மரக்குறடு, இரண்டு லங்கோடுகள், சாயவேட்டி நாலைந்து, அப்புறம் மேற்படிப் பேரேடு இவை மட்டுமே எனக்கு மிச்சம்.

அப்படியும் சொல்லிவிட முடியாது. இரண்டு போகம் நெல் விளையும் ஒன்றேகால் ஏக்கர் நஞ்சையும், நானூறு தென்னை நிற்கும் தோப்பும் அனுபவ பாத்தியதையாக வந்துசேர்ந்தன. பிரம்மச்சாரியின் எடுபிடியாய்ப் பல ஆண்டுகள் பணிபுரிந்ததில், தனிக்கட்டை வாழ்வும் சித்தித்தது. ஆரம்பத்தில், என்னிடமும் குறிகேட்டு வருவார்கள். ‘அட! நான் ஒரு மண்ணாங்கட்டிங்க!!’ என்று திருப்பி அனுப்பும் தைரியம் எனக்கு இருந்ததற்கு, மேற்படி வருமான வழிகள் ஒரு காரணம் . . . அப்புறம், என்னை மாதிரி ஒரு சீடன் வந்து தொலைப்பான் [illegible] எதற்கு?

ஆண்டுகள் ஓடிவிட்டன. ஓய்ந்த நேரங்களில் பேரேட்டை எடுத்து வாசிக்க முயல்வேன். ஒரு மண்ணும் புரியாது . . . திடீரென்று ஏடு காணாமல் போனது. வேண்டாத பொருட்கள் மண்டிய சம்சாரி வீடா, மூன்றே அறைகள் உள்ள தோட்ட வீட்டில்

ஒரு பேரேட்டைத் தேடுவது என்ன அத்தனை கடினமா என்று நீங்கள் நினைக்கலாம்.

ஒருவேளை, அதுவும் பெரியவரின் லீலையாகவே இருக்கும் பட்சத்தில்?

ஆனால், அவருடைய கருணை மகத்தானது. பேரேட்டை மறைய வைத்தாரே தவிர, சில சம்பவங்களை, அவர் சொன்ன சில பரிகாரங்களை, என் நினைவிலிருந்து அழிக்கவில்லை. என்றாவது வருகிறவர்களிடம் கதை சொல்லிப் பொழுதைக் கழிப்பேன். பேரேட்டில் இல்லாத சம்பவமொன்று முந்தாநாள் நினைவு வந்தது . . .

அதற்கு முன்னால், இன்னொன்று சொல்லிவிடுகிறேன்; ஊருக்குத்தான் மகான்; என்னைப் பொறுத்தவரை, படுமோசமான முதலாளி. காலணியில் ஒட்டிய மலத்துணுக்குபோல என்னை நடத்துவார். 'முட்டாப்பயலே' என்றுதான் கூப்பிடுவார்; ஆத்திரம் முற்றினால், என் மூஞ்சியில் காறித் துப்புவார். ஒருவேளை, தனக்குள் தன்னிச்சையாய் ஊறும் கசப்பையும் வெறுப்பையும் உதாசீனத்தையும் வெளியேற்றும் ஜலதாரையாக என்னை வரித்திருந்தாரோ என்றுகூடக் கலங்கியிருக்கிறேன். போகட்டுமே, அவர் இல்லாமல் வசதியும் நிம்மதியுமான இந்த வாழ்க்கை அமைந்திருக்குமா?

இது எல்லாமே முந்தாநாள்வரை இருந்த நிலவரம். இந்த இரண்டு நாட்களாக பயம் பிறாண்டித் தின்கிறது. காப்பி டிக்காக்ஷனை புளிக்கரைசல் என்று மயங்கி குழம்புச்சட்டியில் ஊற்றுகிறேன். புளிக்கரைசலைப் பாலில் கலக்கிறேன். தேங்காய் உடைக்கும்போது தலை அரித்தது; சொறிவதற்குப் பதிலாக காயை என் தலையில் மோதி, துடித்துப்போனேன். உச்சமாக, செருப்புகளைக் கால்மாற்றி அணிந்து தெருவில் இறங்கி விட்டேன் – ஒன்று தோல் செருப்பு, மற்றது ரப்பர்.

முந்தாநாள் மதியம், குட்டித் தூக்கம் சட்டென்று அறுபட்டு எழுந்தேன். உடம்பு பொல்லென்று வியர்த்துக் கொட்டியது. பகலில் வரும் கனவு பலிக்காது என்றுதானே சொல்வார்கள் என்று சமனப்பட முயல்கிறேன் – ம்ஹூம், முடியவில்லை. ஏனென்றால், பல ஆண்டுகள் கழித்து, பெரியவர் கனவில் வந்தார். இத்தனைக்கும் அவர் எதுவுமே சொல்லவில்லை. சும்மா பார்த்துக்கொண்டு நின்றார் – அவ்வளவுதான். முன்னொரு சமயம் நான் பார்த்துக்கொண்டு

நின்றேனே, அதேமாதிரி. அந்தப் பார்வையின் தீர்க்கம் எனக்குச் சொன்ன அர்த்தங்கள் வேறு யாருக்குமே தெரிவதற்கில்லை.

எழுந்து முகம் கழுவித் துடைத்துக்கொண்டு திரும்புகிறேன், அடுத்த அதிர்ச்சி காத்திருந்தது. ஆமாம், காணாமல் போவதற்கு முன்பு வழக்கமாக இருக்கும் இடத்தில் சமர்த்தாகக் கிடந்தது பேரேடு. ஐயோ, முனைமுறியாமல், நிலைமாறாமல் அதே மேஜையின் அதே ஓரத்தில் நிச்சிந்தையாய்க் கிடந்தது. அட, கனவு இன்னுமா முடியவில்லை என்று குழம்பினேன். பரபரப்பும் பயமும் மீற, சர்வஜாக்கிரதையாக எடுத்துப் பிரித்தேன். அடுத்தடுத்து அதிர்ச்சிகள் வந்தால், பாவம், சாமானிய இதயம் உடனடியாக நின்றுபோகத் துடிக்காதா . . . ? முதல் பக்கத்தில் இப்படி எழுதியிருந்தது:

எல்லாமே இல்லாமல் போகும்.

நான் எழுதியது இல்லை; சம்பவங்களைத்தான் எழுதுவேனே யொழிய, கருத்துக்களை எழுதுவது என் வழக்கம் இல்லை. தவிர, அந்த வாசகம் என் கையெழுத்தில் இல்லை. அது மட்டுமல்ல; சுவடிகளிலோ, பத்திரங்களிலோ, பழங்காலச் செட்டிவீட்டுக் கணக்குப் பேரேட்டிலோ இருக்கிற மாதிரிக் கூட்டெழுத்து. பெரியவர் கைப்பட எழுதுவதைப் பார்த்திருக்கிறேன் – அதே தினுசு. அதே பழுக்காய் மசிக் கையெழுத்து . . .

திறந்திருந்த வானம் திடீரென்று மூட ஆரம்பித்தது. ஆகாயத்தை இரண்டாகக் கிழித்து நெளியும் ஒளிக்கோட்டைத் தொடர்ந்து, பிரளயகாலத்தின் பேரோசை கிடுகிடுக்கிறது. மூர்ச்சையடையுமுன் கடைசியாக எனக்கு நினைவிருப்பது, திரண்டிருந்த கார்மேகம் ஜடாமுடியும் நீளத் தாடியும் உள்ள மனிதமுகமாகத் தெரிந்ததுதான் . . . பெரியவரின் முகமே அது என்பதில் எனக்குத் துளியும் சந்தேகமில்லை.

பிரக்ஞை மீண்டபோது, கைகளும் கால்களும் துணிச்சுருளால் செய்தவை மாதிரி வெலவெலத்தன. மழைபெய்த அறிகுறியே இல்லை. நெஞ்சுக்கூட்டுக்குள் சிறைப்பட்ட நிம்மதியில்லாத பட்சி ஓயாமல் படபடத்தது. இதை வாசிக்கும் நீங்கள் யாரென்று எனக்குத் தெரியாது; தற்செயலாக உங்கள் கையில் கிடைத்தால், ஊரறியச் சொல்ல வேண்டுமென்று விண்ணப்பிக்கிறேன். பாவமன்னிப்புக் கோருவதுபோல எழுதி வைத்தாலாவது, என்மீது மோதவிருக்கும் சாவு, வலியில்லாமல் நிகழாதா, எனக்கு மோட்சம் கிடைக்காதா, என்ற தாபத்தோடு எழுதுகிறேன் . . .

இங்கே உள்ள சமாதி, பெரியவருடைய வஸ்திரம் ஒன்றைப் புதைத்து அதன் மீது எழுப்பப்பட்டது; என்னுடைய ஏற்பாடுதான். மற்றபடி, அவருடைய இறுதிக் கணம் நீருக்குள் கழிந்தது. வடக்கே யாத்திரை போன இடத்தில், ஜலசமாதி ஆனார்.

இருவர் மட்டுமே மேற்கொண்ட யாத்திரையில், அவர் என்னைப் புழுவுக்குச் சமமாக நடத்தினார் என்பதைச் சொல்லவே தேவையில்லை. அவர் இல்லாத வாழ்வை எண்ணி சதா ஏங்க ஆரம்பித்தேன். 'இல்லையே, அவரிடம் வந்து சேர்ந்த நாளிலிருந்து இப்படித்தானே நடத்துகிறார்; எனக்குத்தான் அகந்தை உயர்ந்துவிட்டதோ' என்றும் தோன்றத்தான் செய்தது. 'அப்படியானால், ஆரம்பத்திலிருந்தே என்னைத் தரையில் தேய்த்து வந்திருக்கிறார்தானே' என்று பதில்கேள்வி எழுந்து ஆவேசமூட்டியது. அவரைக் கொன்று விடலாமா என்ற எண்ணம் உதித்த கணத்தை மறக்கவே மாட்டேன். நிஜமாகவே கொலை செய்துவிட்ட மாதிரி உடலும் மனமும் விதிர்த்தன. அனிச்சையாய் உதித்தாலும், எண்ணம் என்னுடையதுதானே; அது முதலாவது பிசகு.

ஓய்ந்த நேரங்களில், விதவிதமான காட்சிகள் தோன்றும். சாப்பாட்டில் விஷம் கலப்பேன். நள்ளிரவில் அவர் முகத்தில் தலையணையை வைத்து மூச்சு அடங்கும்வரை அழுத்துவேன். தசாங்கப் பொடியில் பாஷாணம் சேர்ப்பேன். ஜடையை தாடியைக் கோதிச் சிடுக்கெடுக்கும் இரும்புச் சீப்பைக் குரல்வளையில் அழுத்துவேன். திராவகம் வாங்கி வந்து உறங்கும் முகத்திலும் உடம்பிலும் ஊற்றுவேன். சமையல் நெருப்பைக் கூடார உச்சிவரை வளர்த்துவிட்டு, நான் மட்டும் வெளியேறி ஓடுவேன் . . .

மானசீகக் காட்சிகள்தாம்; ஒன்றைக்கூட நடைமுறைப் படுத்தத் துணிச்சல் கிடையாது; ஆனாலும், இரவில் கால் பிடித்துவிடும்போது, திராவக சீசா எனக்குள் உதித்ததும்; அதேவேளையில் பெரியவர் காலை உதறி எட்டி உதைத்து என்னை மல்லாக்க எறிந்ததும் தற்செயலாக நடந்தவை அல்ல என்று இப்போது தோன்றுகிறது. இன்னொரு வேளை, சாப்பாட்டுத்தட்டை விசிறியடித்தார். இவ்வளவுதூரம் என்னைப் படிக்கத் தெரிந்தவருக்கு, நான் சும்மா நின்றபோது, அடுத்து வரவிருப்பது தெரியாமலா போயிருக்கும் என்று குழப்பமாய்த்தான் இருக்கிறது. தாமே விரும்பியிருப்பாரோ?

நாங்கள் முகாமிட்டிருந்தது, பாறைகளும், சுழிகளும், ஆழமும் அதிகம் இருந்த ஜீவநதியின் கரையில். முந்தினநாள் பரிச்சயமான ஆட்டிடையன், ஒரு குறிப்பிட்ட பகுதியைச்

சுட்டிக் காட்டி, அங்கே மட்டும் குளிக்க இறங்கிவிட வேண்டாம்; கடுமையான சுழி உள்ள இடம், மலையிறங்கும் தண்ணீர் விசையோடு இழுத்துப் பாறையில் மோதினால் அந்தக் கணமே கபால மோட்சம்தான் என்று என்னிடம் எச்சரித்திருந்தான்.

மறுநாள் பொழுது விடியுமுன், கருக்கிருட்டில், பெரியவரை அந்த இடத்துக்கு நீராட அழைத்துச் சென்றேன். அவர் நீரில் இறங்கி இன்னும் இன்னுமென்று முன்னேறிப் போவதைப் பார்த்துக்கொண்டு சும்மா நின்றேன்... இரண்டாவது பிசகு.

❖

21

ஒவ்வொரு முறையும் மூன்றே வார விடுமுறையில்தான் வருவான் ரத்தினராஜ். முதல் வாரம், குழந்தைகளுக்கும் அவனுக்கும் சீதோஷ்ணம் தரும் ஒவ்வாமையால் படுக்கையிலும், மருத்துவமனையிலும் கழியும்; கொஞ்சம் தேறியவுடன், நேர்த்திக் கடன்கள்; அங்கே சம்பாதித்து இங்கே சேர்த்த சொத்துக்கள், முதலீடுகளை முறைப்படுத்தும் காரியங்கள். மூன்றாவது வார ஆரம்பத்தில், கொண்டுபோவதற்கான சமையல் உபகரணங்கள், பொடிவகைகள், துணிமணிகளை வாங்கி சேகரிப்பது. இரண்டு நாட்கள் மீதமிருக்கும்போது பொட்டலம் கட்ட ஆரம்பிப்பார்கள். வீட்டிலேயே தராசு வைத்து எடை பார்த்துப்பார்த்து ராட்சசப் பெட்டிகளில் திணிப்பார்கள். கடைசிநாள் கண்ணீரில் கழியும்.

> ராப்பகலா அங்கிணெ பாக்குற வேலைய உள்ளூர்ல செஞ்சா எம்புட்டோ நல்லா இரிக்யும். சொந்தபந்தங்களெயும் நெனச்சப்ப பாக்கலாமில்லெ . . .

என்று நாள்முழுக்கப் புலம்புவார் அத்தை. ரத்தினம் இறுக்கமான முகத்துடன் கேட்டுக்கொண்டிருப்பான். புன்னகை மறந்த முகம். எனக்காக வாங்கிவந்த பெரிய கார்ட்டனில் நாலைந்து பாக்கெட்டுகள் ஒரேநாளில் காலியாகும். நானே ஒரு தடவை சொன்னேன்:

> நான் எம்பது வயசுவரைக்கி உசிரோட இருந்தா, இருபது வாரம் உன்னோடெ சேந்திருக்கலாம்டா. நாப்பது வருசத்திலே இருபது வாரம்.

பிள்ளைக அந்தச் சூழ்நிலைக்கிப் பளகிருச்சு. திடீல்னு எடுத்துத் தரையிலே போட்ற முடியுமா? மூச்சுத் தெணறீரும் ... அப்பறம், இங்கெருக்குற தூசி, ஊழல், கொசு ...

என்றவாறே, கடைசிக் கொத்துப் புகையை வெளியேற்றினான். அநியாய அடர்த்தியுடன், பெருமூச்சுடன் வெளியேறியது. எஞ்சிய துண்டைத் தரையில் போட்டு நசுக்கியபோது, ஏன் இவ்வளவு வன்மத்துடன் தேய்க்கிறான் என்று பட்டது ...

அத்தையை மாதிரி உழைப்பாளியைப் பார்க்க முடியாது. அதிகாலை முதல் பலகாரங்கள் சுட்டுக்கொண்டே இருப்பாள். சீடைகள் அச்சுமுறுக்குகள் தட்டைகள். சாயங்காலம் ஆள் வந்து வாங்கிப் போவார். கூரை வீட்டினுள் சதா கமறும் எண்ணெய் மணம், ரத்தினத்தைப் பார்த்துவரப் போகும் எனக்கே தாள முடியாததாய் இருக்கும். அத்தையும் நாலு குழந்தைகளும் அதிலேயே நாள் முழுக்க எப்படித்தான் இருப்பார்களோ.

கடைக்குட்டி செல்வியை எனக்குத் தரும் பேச்சு ஒருமுறை வந்தது. அம்மா தீவிரமாக மறுத்துவிட்டாள். அப்பாவுக்குப் பெரும் மனவருத்தம்.

நல்லாப் படிக்குதுக. பெரியவன் தலையெடுத்தாம்ண்டா குடும்பமே நிமுந்துரும். சுத்துற சக்கரமாக்கும். கீளெ இருக்குற ஆரக்கால் கீளெயே இருக்காது

என்று எவ்வளவோ சொல்லிப் பார்த்தார். அவர் சொன்னது மாதிரியே, தான் அமெரிக்கா போனதும் ஒவ்வொருவரையாகக் கைதூக்கிவிட்டான் ரத்தினம். இந்தியக் கம்ப்யூட்டர் யுகத்தின் முதல் தலைமுறைக்காரன். ஆனால் அம்மா பிடிவாதமாய் மறுத்தாள்.

கவுருமெண்டு உத்தியோகத்துக்குப் போவான் எம்மயென். சீரு செனத்தியோடெ பெரிய எடம் வரும்.

எனக்கு அம்மாவுடன் உடன்பாடுதான். அத்தையின் நகல்போன்று இருப்பாள் செல்வி. துருத்தி நீளும் முன்பற்களை மேலுதட்டுக்குள் அடக்க முயன்றவாறு, அவசியமேயின்றி தாவணியை இழுத்து இழுத்து விடுவாள் – என்னைப் பார்க்கும்போதெல்லாம்.

இப்போது கனடாவில் இருக்கிறாள். செல்வச் செழிப்பு, மனமறிந்த கணவன், பெற்றவர்களை ஆசையாய்ப் பேணும் மகன்கள் இருவர் என பொறாமையூட்டும் வாழ்க்கை.

நம்பமுடியாத அளவுக்குச் சதைபோட்டு, மெருகேறியிருந் தாள். கன்னச்சதை உப்பியதாலோ, சிகிச்சை காரணமோ, முன்னம்பற்கள் வெகுவாக உள்ளடங்கி விட்டன.

நாலைந்து வருடங்களுக்கு ஒருமுறை ஆளாளுக்குப் பரிசுப் பொருட்களுடன் வருவாள். கைதவறி நான் நழுவவிட்ட வாழ்க்கை குதிகாலில் அழுந்திய கருவேல முள்போல நினைவிலெழும். குமரி நாட்களில் அனுபவித்த உதாசீனம் அவளுடைய விழிகளில் இன்னும் மிச்சமிருக்கிறதா, என் தொடர்பான ஏக்கம் ஏதும் எஞ்சியிருக்கிறதா என்று ஆராய முனைவேன். அத்தை மகன்கள் வருவதில் எனக்கு இருக்கும் ஆர்வம் செல்வி குடும்பம் வருவதில் இருக்காது – வேறென்ன, மேற்படி முள்தான் காரணம்.

ஆனால், அவர்கள் குடும்பத்துக்கும்தான், தாய்மாமன் உறவைத் தவிர இந்த நாட்டில் எதுவுமே மிச்சமில்லையே. எவ்வளவு பிரியமும் கரிசனமும் கொண்ட மாமன்.

அப்படியும் அறுதியாகச் சொல்லிவிட முடியாது. சம்பந்தகாரர்கள் இருக்கிறார்கள். ஏன், மனைவியையும் குஞ்சுகுளுவான்களையும் நட்டாற்றில் விட்டுவிட்டு ராவோடு ராவாய் ஓடிப்போன பெரியசாமி மாமாவும் இதே ஊரில்தானே இருக்கிறார்.

குடும்பத்தின் ஜாதக நோட்டு மாமாவிடம் தங்கிவிட்டது. செல்விக்கு மாப்பிள்ளை தேட ஆரம்பித்திருந்தாள் அத்தை. அமெரிக்காவில் பச்சை அட்டை ஈட்டிய கையோடு வந்திருந்தான் ரத்தினம். அடுத்த முறை அத்தையைத் தன்னுடன் அழைத்துப் போவதாகத் திட்டம். தங்கைக்குப் பிறகு, அவனுக்கும் திருமணம் செய்யத் திட்டம். எனக்கு நாலு வயதில் ஒரு பெண் குழந்தை இருந்தது அப்போது.

அந்தாளெப் போயிப் பாத்துட்டு வந்துருவம்டா.

என்றான். லூனா மொபெட்டில் பின்னால் அமர்ந்து ஓயாமல் தும்மியபடி வந்தான். பத்து ஆண்டுகளில், உள்ளூர்த் தூசி அந்நியமாகியிருந்தது. எந்நேரமும் தண்ணீர் சீசாவுடன் அலைவான். பாஸ்போர்ட் வைத்த பாண்ட் பாக்கெட்டை சதா தொட்டுப் பார்ப்பான்.

விளாங்குடியில் தனியார் மில்லில் இரவுக் காவலராகப் பணியிலிருந்தார் மாமா. பெரியசாமி என்று கேட்டபோது யாருக்கும் தெரியவில்லை. கொஞ்சம் முனைந்து யூகித்த பகல்

காவலர், ‘காதரெக் கேக்குறீகளாக்கும்?’ என்று பரவை விலாசம் தந்தார்.

முதலில் மாமாவுக்கே எங்களை அடையாளம் தெரிய வில்லை. இருபது வருட இடைவெளி எங்களை முழு ஆடவர்களாக்கி, அவரையும் கிழவராக்கியிருந்தது. அத்தை இருந்த வீட்டைவிடவும் வறுமை மிளிரும் கூரைவீடு. உள்ளே நிலவிய இனம்தெரியாத கவிச்சி நிம்மதியாய் சுவாசிக்க விடவில்லை. உபரியாக, மாமா ஓயாமல் குடித்த பீடியின் நறுமணம் வேறு. வெற்று நெற்றியும், நூலில் கோத்த கருகமணியு மாக வெளிவந்து.

தேத்தண்ணி சாப்பிடுவாஹளா?

என்று கேட்ட பெண்பிள்ளை நடு வயதின் விம்மிதத்துடன் இருந்தார். இன்னமும் அழகிதான். சாயம்போன நைட்டி. காதுமடல் விளிம்பில் வரிசையாய்த் தூர்ந்த துளைகள். ஈறுகள் தெரிய நிரந்தரமாய் உறைந்த புன்னகை. பொருட்களே அற்ற வெற்று வீடு.

குரோதப் பார்வையோடு ஜாதக நோட்டை எங்கள் முன்னால் எறிந்தார் மாமா.

குரு தியேட்டர் முன்னால் நின்று, எனக்கும் ஒரு டன்ஹில் நீட்டினான் ரத்தினம்.

இந்தாளு மட்டும் கொஞ்சம் அமுக்கிக்கிட்டு இருந்துருந்தாருண்டா . . .

என்று புகையை இழுத்தான். அத்தைக்குத் திருமணமான புதிதில்,

அவெம் பார்வையே சரியில்லைங்க.

என்று அம்மா சொன்னதால், அவளுக்கும் அத்தைக்கும் கொஞ்சநாள் பேச்சுவார்த்தை இல்லாதிருந்தது என்பார்கள் . . . வழக்கத்தைவிட அதிகமாய் இறுகிய முகம் தொடர்ந்தது:

. . . நாங்கெல்லாம் தெருவுலேயேதான் கெடந்திருப்போம். நான் தாலுகா ஆபீசுலயோ புளிமண்டியிலயோ கணக்கெளுதிக்கிட்டு இருந்திருப்பேன்.

வருவாய்த்துறை ஊழியனான எனக்கு சுருக்கென்றது. சிகரெட் துண்டை ஆவேசமாய் வீசி அழுத்தி மிதித்தான். புகையிலைத் துணுக்குகள் மசியல் போலச் சிதைந்தன. . .

அத்தையின் கேள்விகளுக்கு, பொறுமையாக பதில் சொன்னான். மெலிஞ்சிருக்காகளா, கறுத்திருக்காகளா, மீசை வச்சிருக்காகளா. இன்னொன்றும் கேட்டாள்:

கைச்செலவுக்கு ஏதாச்சிம் குடுத்துட்டு வந்தியாப்பூ?

அதைவிட, ரத்தினத்தைக் கண்ணுக்குக் கண் பார்த்து அவள் கேட்ட கேள்வியை என்னால் நம்பவே முடியவில்லை. அவள் கண்ணில் நீர்வேறு கோத்திருந்தது.

என்னையப் பத்தி சாரிச்சாரா?

ரத்தினம் என்ன பதில் சொன்னான் என்று ஞாபகமில்லை – ஆனால், தாயாரின் பார்வையைத் தொடர்ந்து எதிர்கொள்ள முடியாமல் (அப்படித்தான் எனக்குப் பட்டது), முகத்தைத் திருப்பிக்கொண்டான். அத்தை இலக்கில்லாமல் தரையை வெறித்துக்கொண்டிருந்தாள்.

❖

22

1981–ல் பட்டப்படிப்பு முடித்து வெளியேறி னோம். அதே ஆண்டு பணி ஓய்வு பெற்றார் தியாகராமன் சார். எங்கள் வேதியியல் பேராசிரியர். ஆங்கிலத்தில் பாடம் நடக்கும். மூலகம், தனிமம், சேர்மம், நீர்மம், பதங்கமாதல் என்று இணையான தமிழ்ச்சொற்களையும் உதிர்த்துக்கொண்டே செல்வார். தமிழ் மீடியத்தில் படித்துவிட்டு வந்திருந்த எங்களுக்கு மிகப்பெரிய ஆசுவாசம். இதைவிடப் பெரிய ஆசுவாசம், பாடத்தின் கனம் கூடுகிற மாதிரித் தோன்றுகிறபோது, எப்படித்தான் தெரியுமோ, வேறுபுறம் பாய்வார்.

வசந்த்து, நாயெக் கண்டா கல்லக் காணம், கல்லக் கண்டா நாயெக் காணம். அர்த் தம் சொல்லு.

மிக வெளிப்படையான, எளிமையான பழமொழி தானே, இதை ஏன் விளக்கச் சொல்கிறார் என்று வியந்தபடி, சொல்வேன். அவர் சிரித்துக்கொண்டே, அநிச்சயக் கோட்பாட்டில்(uncertainty theoryயை அப்படித்தான் சொல்வார்!) தொடங்கி, 'மரத்தை மறைத்தது மாமத யானை, மரத்தில் மறைந்தது மாமத யானை' என்று திருமூலரில் கொண்டுபோய் முடிப்பார். இதுபோக, சுவாரசியமான சம்பவங்கள், வாழ்க்கைக் குறிப்புகள் என்று கல்வியைத் தாண்டிய விவேகத்தை எங்களுக்குள் பதியவைக்கப் போராடினார், பாவம் . . .

ஒரு சம்பவம் நினைவு வருகிறது. இருபதாவது வயதில், சுதந்திரப் போரில் குதிக்க முனைந்திருக் கிறார். தாயிடம் அனுமதி கேட்டார். தாயார் தெளிவாகச் சொன்னாராம்:

நான் ஒத்தப்பிள்ளையப் பெத்துப்போட்டது ஊருக்காக இல்லெ. வயசான காலத்திலெ என்னைய வச்சுச் சோறுபோடும்; எனக்குக் கொள்ளிபோடும்ண்டுதேன் . . .

அன்று இவருடைய சிலம்பாட்ட ஆசானாய் இருந்த சேர்மத்துரைத் தேவரிடம் சென்று ஆலோசனை கேட்டிருக்கிறார். அவர் நிதானமாகச் சொன்னார்:

பெற்ற தாயும் பிறந்த பொன்னாடும் நற்றவ வானினும் நனி சிறந்தனவே ண்டு பெரியவுக தெளிவாச் சொல்லியிருக்குறாகப்பா. ஆத்தாளுக்கு அப்பறந்தேன் நாடு . . .

இவர் உடனடியாக மேல்படிப்பைத் தொடர்ந்தார். கல்வி பயிற்றுவிப்பதும் தேசசேவைதானே என்று சமாதானமும் செய்துகொண்டார். பின்னாட்களில் திருமணமாகி, மனைவிக்கும் தாயாருக்கும் உரசல்கள் வந்தபோது தாயார் ஒருதடவை சொன்னாராம்:

அன்னைக்கி மட்டும் நான் 'ம்'ண்டு ஒரு வார்த்த விட்டுருந்தா, திருப்பூருக் குமெரன் மாரிப் போய்ச் சேந்திருப்பான் என் மயென். இந்தச் சிறுக்கிக்கி இப்பிடி ஒரு வாள்க்கெ வாச்சிருக்குமாக்கும்?

வகுப்பு கூரையதிரச் சிரித்து முடித்தபிறகு, இதே பொருள்தரும் பழமொழி ஒன்று தமிழில் இருப்பதாகச் சொன்னார் – மறந்துவிட்டது. ஆனால், அந்த வகுப்பில் அவர் சொன்ன இன்னொரு கருத்து, இன்றுவரை எனக்குள் புதைந்திருக்கிறது:

தர்மசங்கடம்ன்னெல்லாம் எதுவும் கிடையாதப்பா. அதெப்பிடி ரெண்டு தர்மம் இருக்க முடியும்? ஞாயம் ஒரு பக்கம் இருக்கு, மானசீகமா உன் ஆதரவு எதிர்ப் பக்கத்துக்கு இருக்கு. அதுனால கொஞ்சம் குளப்பம். அம்புட்டுத்தான் விசயம். எப்பிடியும் ஒன் சவுரியம்போலத்தான் முடிவெடுக்கப் போறே! அப்பறமென்னா!!

ஏழுபேர் ஒன்றாகத் திரிவோம். 'வசந்த் அண் ஃப்ரண்ஸ்' என்று பட்டப்பெயர் வைத்திருந்தார். நான் மட்டும் அவ்வப்போது சென்று பார்த்து வருவேன் – 2011ல், தொண்ணூறாம் வயதில், அவர் காலமாகும்வரை. அந்திம நாட்களிலும் அவரது புலன்கள் கூர்மையாய் இருந்தன. முதுமை அளித்த சாவகாசமோ என்னவோ, இளைஞர்களைவிட உத்வேகத்தோடு, தீர்க்கமாக இருப்பார். சிந்தனைத் தெளிவு பழுதுபடவேயில்லை.

இப்படித்தான் ராஜ்மோகன் பிரச்சினையை அவரிடம் கொண்டுபோனேன். இவரைப் பற்றிச் சொன்ன அதே அளவு அவனைப் பற்றியும் சொல்லலாம். எங்களிடம் அபூர்வப் பிரியத்துடன், நெருக்கத்துடன் இருப்பான். ஆனால், கல்லூரி நாட்களிலிருந்தே. ஒரு வித குணக்கேடன். பஞ்சாபகேசன் என்றொரு நூலக உதவியாளர் இருந்தார். இவன் எல்லா சந்தர்ப்பத்திலும் 'குஞ்சாபகேசம்' என்றுதான் குறிப்பிடுவான். பார்வைக்குறைபாடு உள்ள தமிழாசிரியரை 'கண்ணப்பர்' என்பான். தியாகராமன் சாரை 'ரசாயனம்' என்றுதான் சொல்வான் – அவருடைய காதுகளுக்கு எட்டாமல் நாங்கள் பார்த்துக்கொண்டோம் என்று வையுங்கள் . . .

இவன் சுபாவம் பற்றி அவருக்குத் தெரிந்தேயிருந்தது. பொருட்படுத்த மாட்டார். மத்திய கலால் துறையில் ஆய்வாள ராகச் சேர்ந்திருக்கிறான் என்று சொன்னபோது,

> பாவம், இனிமேலாவது தன் சுயமரியாதையை மீட்டுக்கொள்ளட்டும்.

என்று ஆங்கிலத்தில் சொன்னார் சார். புரியாமல், புருவத்தை உயர்த்தினேன்.

> சுயமரியாதை உள்ளவன் அடுத்தவனை இளப்பமா நினைக்கமாட்டானப்பா.

என்று சொல்லிக்கொண்டே, நான் குடித்த தேநீர்க்கோப்பையை, நான் மறுக்க மறுக்க, தன் கைப்பட வாங்கி டீப்பாயின் மேல் வைத்தார்.

மோகனுடைய சுபாவத்தோடு கடும் குடியும் சேர்ந்து கொண்டது. நண்பர்களை சொல்லால் மட்டுமே புண்படுத்தி வந்தவன், சதா துன்புறுத்தவும் ஆரம்பித்தான்.

பாஸ்கரனிடம், அவசரத் தேவை என்று பத்தாயிரம் ரூபாய் வாங்கிவிட்டு, அவனைப் பார்க்கும்போதெல்லாம் ஒளிந்துகொண்டான்.

அரவிந்தனின் புதுமனைவி கேரளப்பெண். ஒயிலாய் இருப்பாள். அவன் அழைத்தான் என்று வீட்டுக்குப் போனவன், 'மாப்ளே, என்னைக்காவது நானே ஒன் பொண்டாட்டியைத் தூக்கிட்டுப் போயிருவேன் போலருக்கேடா!' என்று சொல்லி, வாழ்நாள் விரோதியானான். மறுநாள் என்னிடம் வந்து, 'என்னையப் போயி கெட்டவுட்னு சொல்லிட்டாண்டா. ஏண்டா, ப்ரண்ஸுக்குள்ளே ஜோக்கடிக்கிறது தப்பாடா?' என்று அழுதான்.

சுருக்கமாகச் சொல்லிவிடுகிறேன். என் ஒருவனிடம் மட்டும் அடைக்கலம் தேடி வந்துகொண்டே இருந்தவனை நான் கழற்றிவிடாவிட்டால், தங்களை இழக்க நேரிடும் என்று ஒவ்வொருவராக மிரட்ட ஆரம்பித்தார்கள் – நேரடியாகவும் மறைமுகமாகவும்.

கடந்த சிலதடவைகளாகப் பார்க்கிறேன் – சாரின் தலை லேசாக ஆடத் தொடங்கியிருந்தது. முன்னும்பின்னுமாக எந்நேரமும் ஆடி, எதிராளி சொன்னதைப் பேச்சு மறுக்கவும், சைகை ஆமோதிக்கவும் என விசித்திரமான சூழ்நிலையை உருவாக்கி வருகிறது.

> அவன் என்னை இதுவரைக்கும் ஒரு சொல் தப்பாப் பேசினதில்லே சார். பாக்கப் போனா, ஆஃபீஸ்லயோ, குடும்பத்திலெயோ, மத்த எடங்கள்லெயோ பண்ற தப்புகளுக்கு எங்கிட்டெ வந்துதான் பாவமன்னிப்புக் கேக்கிறான்னுகூடத் தோணுது. இத்தனைக்கும், இப்பிடியொரு டிப்பார்ட்மெண்ட்லெ இருந்தும் ஒரு பைசா வாங்காத கைசுத்தக்காரன். நானும் கழட்டிவிட்டுட்டா, விபரீதமா எதாச்சும் முடிவெடுத்துருவானோன்னு பயம்மா இருக்கு சார்.

அவர் தலை ஆடியது. நான் சொன்னதை ஆமோதிக்கிறாரா, இல்லை வெறுமனே யோசிக்கிறாரா என்று தீர்மானிக்க முடியவில்லை. ஆனால், பிறகு பேசினார்:

> தம்பீ, தர்மத்தெ ரெண்டுவிதமா அர்த்தப்படுத்திக்கிடலாம். ஒண்ணு, மத்தவங்க ஞாயத்தை முன்னிட்டு, இவனெ முறிச்சுக்கிர்றது. மத்தது, நம்மகிட்டே ஒளுங்கா இருக்கிறவனெப்போயி வெட்டிவிடலாமாண்றது. இதுதானே ஒன் குளப்பம்? என்ன, சரியா வாங்கிக்கிட்டனா?

'நானே அதைத் தெளிவாகத்தானே சொன்னேன்?' என்று நினைத்தபடி தலையாட்டினேன். தாமும் தலையாட்டியபடி அவர் தொடர்ந்தார்:

> அந்தக் காலத்து ஆளுக ஸ்வதர்மம்ண்டு சொல்லுவாக. தன்னறம் ண்டு அர்த்தம். அது பிரகாரம் நீயா முடிவெடுத்துக்கிற வேண்டியதுதான்.

இப்படிக் கழண்டுகொள்வார் என்று நான் நினைக்கவேயில்லையே.

இப்போது, மற்ற நண்பர்கள் என்னைத் தொடர்பு கொள்வதில்லை. அத்தனை தடவை அவ்வளவு சொல்லியும் நான் பொருட்படுத்தவில்லை என்ற ஆதங்கம். ஆச்சரியம் என்னவென்றால், ராஜ்மோகனும் வந்து பார்ப்பதில்லை – சந்திக்கும்போதெல்லாம் மற்றவர்கள் சார்பாகவே நான் பேசுகிறேன் என்ற வருத்தம் அவனுக்கு . . . .

தன்னறம் தனியாகத்தான் எப்போதுமே நிறுத்துமோ? சாரிடமும் கேட்க முடியாது. என்னைக் கைவிட்ட மறுமாதமே இறந்துவிட்டார் கிழவர்.

❖

23

வாட்ஸாப்பில் ஒரு புகைப்படம் வந்தது. வசந்தாவிடமிருந்து. என்னைவிட ஏழெட் டு வயது பெரியவள். ஒருவகையில் எனக்கு அத்தை பெண். ஆனால், அத்தங்கா என்றோ அக்கா என்றோ வேறு உறவுமுறை சொல்லியோ அழைக்க அனுமதிக்க மாட்டாள். பேர் சொல்லிக் கூப்பிட வேண்டும். கணவர் போனதுக்கப்புறம், அபுதாபியில், ஒரே மகளுடன் வசிக்கிறாள். அவ்வப்போது, பாட்டி வைத்தியம், ஏதாவது சுலோகம், பட்டிமன்ற வசனத் துணுக்கு என்று எதையாவது ஃபார்வர்ட் செய்வாள். பெரும்பாலும் படிக்க மாட்டேன். கைகூப்பும் அல்லது கட்டைவிரல் உயர்த்தும் சிரிப்பானை அனுப்பிவிட்டு, வந்ததை உடனே அழித்துவிடுவேன். ஃபார்வர்ட் செய்திகளுக்கு பதிலே போடுவதில்லை; இவள் விதிவிலக்கு. மலர்ந்த ரோஜாமீது வெறும் ‘காலை வணக்கம்’ பதித்த படம்கூட அனுப்புவாள்.

இன்று வந்த புகைப்படத்தில் கவனம் ஆழமாக ஊன்றியது. என் பனிரெண்டு வயதில் எடுத்தது. பெரியகுளத்தில், உறவினர் வீட்டு விசேஷம். வைபவம் முடிந்தபின், திறந்த முற்றத்து வெயிலில், பத்துப் பனிரெண்டு நாற்காலிகளும் போட்டு, அறுபது எழுபது உறவினர்களை ஒன்றாய்க்கூட்டி எடுத்தது. வசந்தாவுக்கு யார் அனுப்பினார்களோ ...

நாலு வரிசைகள். குஞ்சுகுளுவான்கள் தரையில் சம்மணமிட்டு அமர்ந்திருந்தோம். அடுத்தவரிசை முட்டிபோட்டு அமர்ந்திருந்தது. அதற்கடுத்த நாற்காலி வரிசையில் பெரியவர்கள் அமர்ந்திருக்கிறார்கள். பெரும்பாலும், முதியவர்கள். கடைசியாய் நிற்கும் வரிசையில் அத்தனைபேரும் இளவயதினர். எல்லா வரிசையிலுமே ஆணும் பெண்ணும் கலந்து இருக்கிறார்கள். மொத்தப் புகைப்படத்திலும் பாதிப்பேர் மட்டுமே நெருங்கிய

உறவினர்கள்; அதிலும் வெகு சிலரை மட்டும்தான் பசுமையாய் நினைவிருக்கிறது.

என்னருகில் சம்மணமிட்டிருக்கும் ராஜாமணி, கைகளைக் கூப்பியிருக்கிறான். குளித்தவுடன் நெற்றி நிறைய விபூதி பூசி, விநாயகர் அகவல் சொல்லி முடித்த பிறகே டிஃபன் சாப்பிடுகிறவன். தர்மபுரிக்காரன். பட்டம் முடித்து நான் வேலைதேடிய நாட்களில், குமாரிடருந்து தபால் வந்தது – 'படித்தவுடனே கிழித்துவிடு' என்ற எச்சரிக்கையுடன். நக்சல் தொடர்பு இருப்பதாகக் கைதான ராஜாமணியைப் போலீஸ் கொன்றுவிட்டதாம். போலீஸ் ரிக்கார்டில் அவன் பெயர் 'சிந்துபாத்' என இருந்தது என்றது கடிதம்.

வலதுபக்கம் இரட்டை ஜடையுடன் இருக்கும் ருக்குவிடம் என்னைத் திருமணம் செய்துகொள்வாளா என்று கேட்டேன்; நான் வங்கியில் சேர்ந்து ஐந்து வருடம் ஆன பிறகு. என்னைவிட இரண்டு வயது சின்னவள். 'சரியா வராதுடா. ஃப்ரண்ட்ஸாவே இருப்போம்' என்றாள். கொஞ்சகாலம் அப்படி இருக்கவும் செய்தோம். அதெல்லாம் எவ்வளவு நாளைக்கு சரிப்பட்டு வரும், சொல்லுங்கள். தொடர்பே தேய்ந்து அறுந்துவிட்டது.

அவளுக்கு அடுத்து இருப்பவன், ரங்குடு. மிகப்பெரிய வர்த்தக நிறுவனத்தின் தலைமைப் பொறுப்பில் இருந்தான். போன மே மாதம் ஒரு திருமணத்தில் சந்தித்தோம். நானாகப் போய்ப் பேசியும் சரியாக முகம் கொடுக்கவில்லை. தலைமை அதிகாரிகளுக்கும் குமாஸ்தாக்களுக்கும் இடையில் எவ்வளவு ஆட்கள், எவ்வளவு சமாசாரங்கள்; எவ்வளவோ மறதிகள். சமீபத்தில், பக்கவாதம் பீடித்து படுக்கையில் இருக்கிறானாம்.

எனக்கு நேர் பின்னால் முட்டிபோட்டு அமர்ந்திருப்பவள் ஜம்னாக்கா. கணவர் வங்கிக் காசாளர். பெரும் குடிகாரர். கையாடல் செய்ததாகப் புகார் வந்து, நிரூபணமும் ஆகி, நிரந்தரமாக வேலைநீக்கம் ஆனார். நானும் காசாளராக இருந்து ஓய்வு பெற்றவன்தான். கணக்கை முடித்துக் காசை ஒப்படைத்தால்தான் வீட்டுக்கே போகமுடியும். லட்ச ரூபாய் எப்படிக் கையாடினார் என்று காலங்காலமாய் என்னை அரித்த புதிர், ஜம்னாக்காவின் தம்பி ரகுவை, அசோக் பவானில் எதேச்சையாய் சந்தித்தபோது அவிழ்ந்தது. மிகப்பெரிய மீன் சந்தை நடந்த கடற்கரைக்கு அருகிலுள்ள ஊரில் வேலை பார்த்தார். பணம் வழங்கும் காசாளரிடம் காலையிலேயே சில லட்சம் பணம் ஒப்படைப்பார்கள். சந்தையில் பெரிய கையின் ஆள் வந்து ஒரு லட்ச ரூபாய் வாங்கிப்

போவான். அப்போதெல்லாம் இரண்டு மணிவரைதான் வங்கி. ஒன்றே முக்காலுக்கு லட்சத்தி ஆயிரம் ரூபாய் திரும்பிவரும். சம்பவ தினத்தன்று தூதன் விபத்தில் சிக்கினான். இவர் வங்கியிடம் சிக்கினார். ஜம்னாக்காவின் கம்பீரமும் கலகலப்பும் அலாதியானவை. கேட்பவர்களிடம், 'தப்புப் பண்ணினது அவர்; வேலை போனதும் அவருக்குத்தான். நான் எதுக்கோசரம் தலைகுனியணும்?' என்பாள். திடீரென்று ஒருநாள் தற்கொலை செய்துகொண்டாள்.

அதே வரிசையில் கடைசியில் இருக்கும் ஒட்டைவாய் கீதாவின் கதையும் சங்கடமானதுதான். கோழிப்பண்ணை ஊழியர் ஒருவருடன் ஓடிப்போனாள். கொஞ்சநாளில் அவர் இன்னொருத்தியுடன் ஓடிப்போனார். 'இந்தக் கடிதம் கொண்டு வருபவர் செவிட்டூமை. ஆதரவற்றவர். முடிந்த உதவி செய்யவும்.' என்று கையால் எழுதிய அட்டையை திருச்சி சத்திரம் நிலையத்தில் ஒவ்வொரு மடியாக வைத்துக்கொண்டு போனவள், என் மடியிலும் ஒன்றை வைத்துவிட்டு நிமிர்ந்தாள். முகத்தைப் பார்த்ததும் அவதிஅவதியாக அட்டைகளைச் சேகரித்துக்கொண்டு பேருந்திலிருந்து இறங்கி ஓடினாள்.

கடைசி வரிசையில் என் மாமா மகன் ராஜு இருக்கிறான். பஹ்ரைனில் படகு விபத்தில் காலமானவன். அது விபத்தில்லை; பெண்விவகாரத்தால் நடந்த கொலை என்றும் சொல்வார்கள்.

அடுத்து நிற்பவன் சென்னையில்தான் இருக்கிறான். என்னைவிடப் பத்து வயது பெரியவன். ஆனாலும் பன்மையில் குறிப்பிட மனம் வரவில்லை. எக்மோரில் யாரையோ வழியனுப்பப் போயிருந்தேன். பக்கத்தில் நின்றவரிடம், 'புதூ அயிட்டம் சார். இங்கெ பக்கத்லேயெ ரூம் இருக்கு சார். சேஃப்டி சார்' என்று சொல்வது எனக்கும் கேட்டுத் தொலைத்தது. அவர் மறுத்தார். அடுத்த ஆளாக என்னைப் பார்த்தான், அடையாளம் தெரிந்து, அசடுவழியச் சிரித்தான். நான் அவனைத் தெரியாதமாதிரி வெறித்துப் பார்த்தேன்.

இவ்வளவு பேரையும் பார்த்து வரும்போது, இரண்டு விநோதங்கள் உறைத்தன. ஒன்று, என் குடும்பத்தில் என்னைத் தவிர வேறு யாருமே படத்தில் இல்லையே. அப்பா இறந்து ஒரு வருடம் ஆகியிருக்கவில்லை; அம்மா புகைப்படத்துக்கு நின்றிருக்க மாட்டாள். என் கூடப்பிறந்தவர்களோ, அவர்களது இணைகளோகூட யாருமே இல்லையே.

இரண்டாவது, அத்தனை பேருமே தனியர்கள். ஒரேயொரு தம்பதி மட்டுமே, தரையில் நிற்கும் வரிசையின் ஓரத்தில் கையில் குழந்தையுடன் இருந்தனர். அந்த நாளில் பரவலாய்ப்

புழக்கத்தில் இருந்த பம்ப்பிங் ஸ்டவ் வெடித்ததால் பற்றியெரிந்த மனைவியைக் காப்பாற்றப் போய்த் தானும் உயிரிழந்தார் கணவர். குழந்தைகள் தர்ம ஸ்தாப னத்தின் பொறுப்பில் வளர்ந்து, பையன் இளையராஜாவிடம் வயலின் வாசிப்பவனானான். தங்கை பேரழகி. தேனியில் ஒரு வசதியான குடும்பத்தில் வாழ்க்கைப்பட்டாள்.

நாற்காலி வரிசையில் உள்ள யாருமே இப்போது இல்லை. ஆசனவாயில் புற்று நோய் வந்து இறந்தவரும், கல்யாணச் சமையல் வல்லுனருமான டீப் வேம்பு ஐயர்; தாம் அர்ச்சகராய் இருந்த கோவில் வாசலிலேயே காளை முட்டிக் குடல் சரிந்த சாமா குருக்கள்; நட்டநடுவில் நார்மடி முக்காட்டுடன் அமர்ந்திருக்கிற, தொண்ணூற்றொரு வயதில் லாரி மோதி இறந்த மங்களம் பாட்டி; சமையலுக்கிருந்த பணக்கார வீட்டில், ஐந்து பவுன் சங்கிலிக்காகக் கழுத்து நெரிபட்டுக் கொலையுண்ட ருக்குமணி அத்தை; குதிரைப் பந்தய நிபுணரும், கன்னாபின்னாவென்று சம்பாதித்த பணத்தைக் குதிரை வாலிலேயே இழந்து தெருவுக்கு வந்தவருமான ராமண்ணா மாமா; தகப்பனார் ஹோட்டல் நடத்திச் சேர்த்த சொத்து முழுவதையும் சினிமா எடுக்கிறேன் என்று காலிசெய்துவிட்டு, விஸ்கியில் பாஷாணம் கலந்து குடித்த மூக்கம்பி மாமா; நாகப்பட்டினத்தைத் தாக்கிய சுனாமியில் வீட்டோடும் குடும்பத்தோடும் மணலில் புதைந்துபோன சிவசு சித்தப்பா; சுங்க இலாகாவில் பெரிய அதிகாரியாய் இருந்து, போனமாதம் சாஸ்திரி பவன் வாசலில் அடையாளம் தெரியாத நபர்களால் வெட்டுப்பட்டு உயிரிழந்த சுவாமிநாதன் . . .

கண்ணுக்குத் தெரியாத சாபம் எதுவோ அந்தக் கறுப்புவெள்ளைப் புகைப்படத்தைப் பீடித்திருக்கிற மாதிரி உணர்ந்தேன். திடீரென்று ஒரு கேள்வி எழுந்து உலுக்கியது.

முட்டிபோட்டு அமரும் தகுதி உள்ள வசந்தா, நாற்காலி வரிசையையொட்டி ஏன் நிற்கிறாள்? அவள் மட்டுமில்லை, சுவாமிநாதனும்தான். ஏதேனும் சமிக்ஞையோ இது?

கண்கள் இரண்டையும் சிவப்பு நட்சத்திரங்களாகக் கொண்ட சிரிப்பானை அவசரமாக அழுத்திவிட்டு, கைபேசியை அணைத்தேன்.

24

கிழவரைச் சந்திப்பது பற்றி ரங்கமன்னார் யோசித்திருக்கவே இல்லை. மத்தியானமே மதுரை சென்று, கிடைத்த ஏஸி பேருந்தில் ஏறி சென்னை சேர்வதுதான் திட்டம். முற்றிலும் எதிர்பாராத விதமாக, ரயிலில் ஏஸி முதல்வகுப்புப் படுக்கை உறுதியாகி விட்டது. மூன்று முதல் நான்கு மணிநேரம் அவகாசம் இருந்தது. மதுரையில் குறிப்பாக வேலை எதுவும் இல்லை . . . சரி, பெரியவரைப் பார்க்கலாம் என்று போனான்.

உறவினரை, அதிலும் வயோதிகரைப் பார்க்கப் போனதுக்கு என்னவெல்லாம் சமாதானம் சொல்ல வேண்டியிருக்கிறது! அவ்வளவு தள்ளிப் போய்விட்டார்கள் . . .

கிழவர், இவனுடைய அப்பாவின் சமகாலத்தவர். ஆனால், அவருக்கு அடுத்த தலைமுறை. நிலச் சுவான்தார் குடும்பம்; அவர்கள் நடத்திய ஓட்டலில் ராமானுஜம் ஸ்வீட் மாஸ்டராய் வேலை பார்த்திருக்கிறார்; சமையல் கலை நிபுணர். அவர்களுக்குச் சொந்தமான கோயில் ஒன்றில் தினசரிப் பூஜையும் செய்துவந்தார். கிருஷ்ணன் கோயில்.

ஒருவருக்கொருவர் ‘அண்ணா’ என்று அழைத்துக்கொள்வார்கள். இருபது வயது இளைய ‘அண்ணா.’ ‘தலையெழுத்து’ என்று ரங்கனின் அம்மா நெற்றியில் அடித்துக் கொள்வாள். ‘இன்று தனியார் நிறுவன உயர் அதிகாரியாய் இருக்கிறேன்; நட்சத்திர விடுதிகளில் தங்குகிறேன்; உங்களைவிட வசதியானவனாய் ஆகியிருக்கிறேனாக்கும்’ என்று காட்டிக்கொள்வதற்காகக்கூட ரங்கன் அவரைச் சந்திக்க எண்ணியிருக்கலாம்—ஆழ்மன வண்டலில்

என்னவெல்லாம் கிடக்கிறது என்று யாருக்குத் தெரியும்? அல்லது, நன்றியுணர்ச்சியேதானோ என்னவோ.

ஓட்டல் மூடியாகிவிட்டது; நிலங்களும் சிறுகச் சிறுகக் கைவிட்டுப் போய்விட்டன. கிழவர் முதுமையின் கடைசிப்படியில் இருப்பவர். ஒவ்வொரு வாக்கியத்தையும் முடித்த பின் இருமினார்; செருமிக்கொண்டார். கண்ணை எவ்வளவு சுருக்கியும் இவனை அடையாளம் தெரியவில்லை; இன்னார் என்று சொல்லிக்கொண்டவுடன், 'ஓ, ரங்கனா, வாடா. வா.' என்றார். உற்சாகமாகத்தான் சொன்னார். அவருடைய வாலிபத்தின் ஒரு துணுக்காக இவனை உணர்ந்திருக்கலாம், ஒருவேளை.

வெந்து தோலுரித்த உருளைக்கிழங்கு மாதிரி ஈஸிசேரில் கிடந்தார். அதிலேயே புரண்டுகொண்டார். தொய்ந்து குனிந்த தலை இடவலமாய் சதா ஆடியது. மூக்குப்பொடி வேறு. கவரிங் சங்கிலியும் பழம்புடவையும் அணிந்த பெண்மணி புன்னகை முகத்துடன் கொடுத்த காஃபியின் மணமும் ருசியும் அபாரம். . . சமையலுக்கு இருப்பவர் போல.

அல்வா கிளறுவதற்கு நிகராக ராமானுஜத்தின் இன்னொரு ஆர்வம், வாய்த்த வேளைகளில் புத்தகம் வாசிப்பது. குறிப்பாக, வியாச பாரதம்; கந்தபுராணம், திருவிளையாடல் புராணமும் கரதலப் பாடம். சைவ–வைணவ பேதம் கிடையாது. கிடைத்த சந்தர்ப்பங்களில், வாசித்ததை மற்றவர்களிடம் பகிர்ந்துகொள்வார். கேட்பவர்கள் எண்ணிக்கை அதிகரிக்கும்போது, விவரிப்பில் சுவாரசியமும் உணர்வெழுச்சியும் கூடும்.

ஒரு கல்யாண வீட்டில், மதியச் சாப்பாட்டுக்குப் பிறகு, கும்பகர்ணன் வதைப்படலம் சொல்லத் தொடங்கினார். கல்யாண வீட்டில் அந்தக் கதை எதற்கு என்று யாருக்கும் புரியவில்லை. 'சானகி நகுவள்' என்று கம்பராமாயணத்தில் ஆரம்பித்து, வால்மீகியைத் தொட்டு, அருணாசலக் கவி பாடல்களைப் பாடி, உச்சமாக குலசேகர ஆழ்வாரின 'மனனுபுகழ் கோசலைதன் மணிவயிறு வாய்த்தவனே' என்று நீலாம்பரியில் கொண்டு முடிக்கும்போது, முப்பது நாற்பதுபேர் கூடியிருந்தார்கள். மாப்பிள்ளைப் பயல் பள்ளிக்கூடம் போக அடம்பிடித்து, தூங்குவதுபோல நடித்ததையும், அவனுடைய அம்மா பெயர் கவுசல்யா என்பதையும், மணப்பெண்ணின் பெயர் ஜானகி என்றும் கோத்து

முடித்தார்! கண்களை அகட்டிக் கதை கேட்ட எல்லாரும் சிரித்தார்கள்.

இன்னொரு சமயம், ‘கண்ணன் தூது’ சொன்னார். கண்கலங்காதவர் இல்லை. விதுரனுக்காவோ, அவரவர் வாழ்வை நினைத்தோ. கல்யாண வீட்டில் அவ்வளவு ஆனந்தமாய் துக்கம் கொண்டாடுவதை வேறெங்கும் பார்த்திருக்க முடியாது.

வாலிபனானபின், ரங்கமன்னார் பிரபல உபன்யாசகர்கள் பலரைப் பார்த்ததும் கேட்டதும் உண்டு. யாருமே அப்பாவுக்கு ஈடில்லை என்பதே அவன் எண்ணம். பள்ளிப் படிப்பே முடிக்காதவர்; வறுமையின் கால்களில் உதைபட்டவர்; அப்புறம், மிக முக்கியமாக, தன்னுடைய அப்பா என்பதால்கூட அப்படித் தோன்றியிருக்கலாம் . . .

நெலக்கோட்டைலெ ஒரு ஆஸ்திக சமாஜம் இருந்தது அப்போ. அதோட கார்யதர்சி நம்ப ஓட்டலுக்கு வந்தார் ஒருநா. சாப்புட வல்லெ. ஒங்கப்பாவெப் பார்த்துட்டுப் போக. கோட்டை அடுப்புலெ எரியற விறகு நாலைஞ்சை இழுத்துப் போட்டுட்டு, நாச்சாமிட்டே ஒரு வார்த்தெ சொல்லிட்டு, பின்னம்பக்கம் வந்தார் அண்ணா. வயத்தைக் கலக்கறதுன்னு, அவனெக் கல்லாலெ ஒக்காத்திட்டு நான் பின்னாடி போயிருந்தேன் . . .

கதவுக்கு வெளியிலெ இவா பேசிக்கறது கேக்கறது. வந்தவர் கொரல்லெ அப்பிடியொரு பவ்யம். இருபத்தோரு நாள் தெனோமும் ராமாயணம் சொல்லணும். கேக்கற சன்மானத்தெக் குடுத்துருவா. வர்றவா எல்லாரும் பெரிய மனுஷா. அவாளா மனசுக்குப் பட் டு தட்டுலெ போடறதெல்லாம் இவருக்குத்தான்.

எனக்கானா, கூடக் கொஞ்சம் கலங்கறது வயிறு. பின்னே, வாரச் சந்தை யாவாரம் ரெண்டு மூணு தபா அடிவாங்குமே? . . . ராமாஞ்சண்ணா என்ன சொன்னார் தெரியுமோ?

> ஸ்வாமி, நீங்க தேடி வந்து கேட்டது ரொம்ப சந்தோஷம். ஆனாக்கே, ராமனெப் பாக்கணுமானா, நம்ம எடத்துக்கு வரவழைச்சா பாக்கறோம்? என்னோட ஜாகைக்கு வாங்கோ. எத்தன நா வேணா வாங்கோ. எத்தனை பேர் வேணா வாங்கோ. ஜமக்காளம் விரிச்சுக் கதை சொல்றேன். அதுதானே சரியா இருக்கும்! இருபத்தோரு நாள் என்ன, அம்பது நாள் சொல்றேன் ... ராமகதெ என்ன வத்தற சரக்கா!

பாரு, இப்பொச் சொல்லும்போதே முன்னங்கை மயிரெல்லாம் குத்தி நிக்கறது. . .

இன்னொரு சம்பவமும் சொன்னார் கிழவர். சொன்னார் என்பது தவறு. ஓரங்க நாடகம் போல நிகழ்த்திக் காட்டினார். பக்கத்து ஊரில் நூற்பாலை ஆரம்பித்தார்கள். நூற்றுக்கணக்கான ஊழியர்கள். காண்ட்டீன் திறக்க உத்தேசித்தது நிர்வாகம். அப்பாவை வரவழைத்துப் பேசியிருக்கிறது. குறிப்பாக, அதிகாலை ஷிஃப்டுக்காரர்களுக்குக் காலை உணவு வழங்க வேண்டும். இடம், பண்டபாத்திர வசதி, மூலப் பொருட்கள் என எல்லாமே நிர்வாகம் கொடுத்துவிடும். மேற்பார்வையிட்டு, கைமணத்தைக் கலந்து தந்தால் போதும். சம்பளம் ஒரு பொருட்டில்லை . . .

பேஷாப் பண்ணிடலாமெ. சம்பளம் என்ன சம்பளம். இப்போவே குடும்பத்திலெ யாரையும் பட்டினி போடாத அளவு வருமானம் இருக்கத்தான் செய்யறது. ஆனாக்கே, ஒரே ஒரு சிக்கல் . . .

சொல்லுங்க அய்யிரே.

அதிகாலம்பற வர்றவாளுக்கு டிஃபன் ரெடி பண்ணணும்ன்னா, மூணு மணிக்கு வேலைய ஆரமிக்கணும் . . . முடிச்சுட்டு வீடு திரும்ப பத்து மணி கிட்டே ஆயிடும் . . .

குடும்பத்தில் அப்பாவைச் சேர்த்து ஒன்பது பேர். அவரானால், இப்படிச் சொன்னாராம்:

நாங்க பத்துப் பேர் இருக்கோம். மனுஷாளெ விடுங்கோ. ஒரு வழி இல்லாட்டா, இன்னொரு வழி பாத்துண்டுருவா. என் பொறுப்பிலெ ஒரு கொழந்தெ இருக்கு.

ரங்கமன்னாருக்குக் குழப்பமாய் இருந்தது. பெரியவர் தொடர்ந்தார்:

சொன்னாப் புரியாது. நான் ஒரு கிருஷ்ணன் கோயில் பொறுப்புலெ இருக்கேன். என்னைத் தவிர, வேற யார் நேவித்யம் போட்டுப் படைச்சாலும் எனக்குத் திருப்தி வராது. மன்னிச்சுடுங்கோ, கொழந்தை பசி தாங்காது. கோடிரூபா கிடைச்சாலும் அப்பிடியொரு உத்தியோகம் எனக்கு வாண்டாம். என் ஒண்ணுவிட்ட தம்பி இருக்கான். அமிர்தமாச் சமைப்பான். அவனெ வேணா வந்து பாக்கச் சொல்லட்டுமா . . .

கிழவரின் கண்கள் கலங்கியிருந்தன. ரங்கனுமே கைக்குட்டையை எடுத்தான்.

ஆக, அப்பாவுக்கு விதிக்கப்பட்டது அல்லவா வறுமை. அவராக விரும்பி ஏற்றுக் கொண்டதா! மதுரை வந்து சேரும்வரை, மனம் அடங்காமல் துடித்துக்கொண்டிருந்தது . . .

அன்று ரயிலில் ஏஸி சற்று அதிகமாகவே குளிர்ந்தமாதிரி இருந்தது.

25

வாசிப்பு மேசையிலிருந்து மூன்றாள் உயரப் பலகணிவரை சாய்த்து நிறுத்திய ஒளிக்கம்பத்தில், நுண்கிருமிகள்போலத் தூசித் துகள்கள் பறந்து அலைந்தன. மூன்று மாதத் தூசு. வழுவழுவென்ற தேக்குமர மேசைகள்மீது சல்லாத்துணியாகப் படிந்தும் இருக்கிறது. துப்புரவுப் பணியாளர் ஏழு பேரில், ஒரு நாளுக்கு மூன்றுபேரை வேலைக்கு அழைக்கலாம் என்று அரசு உத்தரவு. அழைத்தவர்களில் ஒருவரும் இன்னும் வரவில்லை.

தொழில் வளர்ச்சிக்கு அனுகூலமற்ற வறண்ட நிலப் பகுதி இது. ஆங்கிலேயர் காலத்தில் உருவான நூலகம். ஜமீன் வாரிசு, லண்டனுக்குப் படிக்கப் போனார். புத்தக விரும்பி அவர். ஐரோப்பாவில் எங்கோ பார்த்த ஐங்கோணக் கட்டடச் சாயலில் இதைக் கட்டினார். பறவைக் கண்ணுக்கு நட்சத்திர வடிவமாய்த் தெரியும். ஆகாயத்திலிருந்து எடுத்த புகைப்படத்தைப் பெரிதுபடுத்தி முகப்பில் மாட்டியிருக்கிறது.

உலகப்புகழ் பெற்ற ஆய்வு நூலகம். மத்திய மாநில அரசுகளும், தேர்தல் அரசியலும் எவ்வளவு முயன்றும் கீழிறக்க முடியாத உயரத்தில் இருப்பது. அச்சுக்கலை தோன்றிய நாளிலிருந்து வெளிவந்த ஒவ்வொரு நூலுக்கும் இங்கே பிரதிகள் இருக்கின்றன. அதற்கு முந்தைய காலகட்டத்தின் சுவடிகள், துணிச்சுருள்கள்; அகழ்வாய்வில் கிடைத்த தாமிரப் பட்டயங்கள்; வாசிப்புக்கு வசதியான மேசை நாற்காலிகள், மின்விசிறிகள், பிரதியெடுக்கும் எந்திரம், அனுசரணையாகக் கவிந்த நிசப்தம் என சகலமும் உண்டு.

ஆப்பிரிக்கர், சீனர்கள்கூட வந்து போவார்கள். எந்தச் சமயத்திலும் ஐம்பது பேருக்குக் குறையாமல் வாசிக்கவும் குறிப்பெடுக்கவுமாய் இருக்கும் காட்சி

வேலுவுக்குள் விரிந்தது. இப்போது கருணையற்றுப் பரந்திருக்கிற வெறுமை பீதியூட்டுகிறது.

ஆறுதலாக, ரெங்கம்மா வந்து சேர்ந்தாள். வீட்டிலிருந்தே இளநீலச் சீருடையுடன் வருகிறவள். ஒருகாலத்தில் அழகியாய் இருந்ததன் எச்சங்கள் இப்போதும் புலப்படும். பொதுப்போக்குவரத்து மீண்டும் ஆரம்பிக்கவில்லையே, எப்படி வந்தாள் என்று வியந்தவாறே நூலகர் வீசிய புன்னகைக்கு, வசீகரமான முறுவலைத் தந்துவிட்டு சிறகுபோலக் கைகளை அசைத்தபடி படியேறினாள். மாடிப்படிகளின் உச்சியில் நின்றிருக்கும் மரச் சிற்பம் உயிர்கொண்டு நடப்பதுபோல மரத்தரையில் டொம் . . . டொம்மென்று பாத ஓசை சீராகக் கேட்க ஆரம்பித்தது. அமானுஷ்யம் நிரம்பிய கட்டடத்துக்கு சுவாசம் திரும்பியதாய் உணர்ந்தார் வேலு. ரெங்கம்மா இருக்கும் இடத்துக்கே உயிர்வந்து விடும் . . .

புராதன நூல்கள் தன்னியல்பாய் வெளியேற்றும் புழுக்கை நெடி; நூல்களைப் பேணும் ரசாயனங்களின் வாடை; இவற்றைத் தணிக்க ரெங்கம்மா பீய்ச்சும் நறுமணங்களின் வாசனை எல்லாம் கலந்து, கட்டடத்தையே விநோதமானதாக்கும் கதம்ப மணத்தைத் தொற்றியேறினால், நிகழ்காலத்திடமிருந்து தப்பிவிட முடியும் என்று தோன்றும்.

ஆனாலும், தலைப்புக்குப் பொருந்தாத வரிசைக்குப் பெயர்ந்தவை; பாதி படித்த நிலையில் குப்புறக் கிடப்பவை; இருக்கும் அடுக்கிலேயே நிலைகுலைந்து சரிந்திருப்பவற்றைச் சீர்படுத்தும் உதவியாளர்கள் வருவதற்கு எப்போது அனுமதியோ. எழுபதுகளின் சினிமாப் பெயர்கள், பட்டிமன்றத் தலைப்புகள் மாதிரி, ‘பிழைப்பா–உயிரா’, ‘வாசிப்பா–உயிரா’ என்று இரட்டை நிலைகளுக்குள் உலகமே சுருண்டிருக்கும் நாட்கள் . . .

வெளிநாட்டுப் பிரமுகர்கள் பலரும் விஜயம் செய்த பெருமை உடைய நூலகம் இது. அரசியல் தலைவர்கள், அரசுத் தலைவர்கள் மட்டுமின்றி, ஹாலிவுட் நடிகர்கள், விளையாட்டு வீரர்கள், மதத் தலைவர்கள், இசைக் கலைஞர்கள் என்று பெரிய பட்டியல். நூலகத்தை முன்னிட்டு சிறு நகரமே உருவாகி யிருக்கிறது. சிறப்புப் பதிவேட்டில் அத்தனைபேர் பெயரும் கையெழுத்தும் உண்டு. ஆனாலும், 1990களின் ஆரம்பத்தில் வருகை தந்த ஆஸ்திரிய மாயாஜால வித்தகரால்தான் உலக அளவில் கவனம் பெற்றது நூலகம்.

அவர் இந்தியா வந்ததன் நோக்கம், தமது துறையைச் சேர்ந்த இரண்டு மேதைகளைச் சந்திப்பது. ஒருவர், பார்த்வானில்

ஜனக் கூட்டத்தின் முன்னால் ஒரு முழு ரயிலை மறையவைத்த பி ஸி சர்க்கார். அவரிடம் கற்ற சில நுட்பங்களை வைத்து லுட்விக் தானும் ஒரு ஜாலம் நிகழ்த்தினார் என்ற செய்தி உலகம் பூராவும் பரவியிருந்தது.

டான்யூபில் நகரும் நீர் முழுவதையும் செங்குத்தாக நிறுத்திக் காட்டினாராம். அதாவது, நாலு விநாடி நேரத்துக்கு, நாலு மாடி உயரத்துக்கு, ஆகாயம் நோக்கிப் பாய்ந்தது நதி. இக்கரையில் நின்றவர்களுக்குக் கணுக்கள் கொண்ட கரும்புபோலத் தென்பட்ட நீர்க்கம்பம், தலைவிரித்த குடைக்காளானாகத் தெரிந்ததாம் எதிர்க்கரையில் . . .

லுட்விக் சந்தித்த இன்னொருவர், அந்தச் சந்திப்பு வரை அவ்வளவாகப் பிரபலமாகாத மதுரைக்காரர். குடத்தில் அடங்கிய விளக்காக இருந்தவரின் பெருமை ஆஸ்திரியாவை எட்டியிருந்தது என்பதே விந்தைதான். ஆனால், பி ஸி சர்க்காரின் ஆலோசனைப் படியே லுட்விக் மதுரைக்கு வந்தார் என்று குமுதத்தில் வெளியான கட்டுரை சொன்னது.

இரண்டு ஆள் பரிமாணமுள்ள பயில்வான் ஒருவரை சாதாரண நூலால் மாஜிக் மருதமுத்து கட்டிப்போட்டார். தசை திரண்ட புஜங்கள் திமிற, கழுத்திலும் நெற்றிப் பொட்டுகளிலும் நரம்புகள் புடைக்க, உடல் முழுவதும் வியர்த்து ஊற்ற, எவ்வளவு முயன்றும் பயில்வானால் நூலைத் தகர்க்க முடியவில்லை. வெறும் மாயாஜாலம் இல்லை அது, வர்ம முடிச்சு என்றும்; மை வேலை என்றும்; சூட்சுமம் கயிற்றில் இல்லை, உதடு பிரியாமல் மருதமுத்து உச்சாடனம் செய்த மந்திரத்தில் இருந்தது என்றும்; அவர் கட்டிப்போட்டது பயில்வானின் உடலை அல்ல, ஆழ்மனத்தை என்றும் விதவிதமான பேச்சுக்கள் நிலவின. அது சரி, இப்போது, கண்ணுக்குத் தெரியாத கிருமி உலகையே கட்டிப் போட்டிருக்கிறதே, இதற்கு என்னவெல்லாம் சொல்வார்களோ!

இருவரிடமும் கற்றதைவிடப் பலமடங்கு, இந்த நூலகத்தின் தென்கோணத்தில் இருக்கும் அலமாரியில் உள்ள நூல்களில் இருக்கிறது; குறிப்பாக, ரசவாதம் தொடர்பானவற்றில், என்று ஆஸ்திரியர் உலக ஊடகங்களுக்குப் பேட்டிகொடுத்தார். அந்தப் பகுதிக்குள் இப்போது யாரும் நுழைய முடியாது. வெளியுலகத்துக்குத் தெரியாத ஏதோ அசம்பாவிதத்துக்குப் பிறகு, அந்தத் தளத்தை அரக்கு முத்திரை வைத்து மூடிவிட்டது அரசாங்கம். கட்டடத்தின் ஐந்தாவது கோணத்தில் உள்ள முதல் தளம் அது. 'மாயாஜாலம்' எனப் பெயர் தாங்கிய நீள அலமாரி, அதில் அடுக்கிய சுமார் ஆயிரம் நூல்கள் கொண்டது . . .

உள்ளுணர்வு சொடுக்க, வெறிச்சோடிக் கிடந்த சாலையைப் பார்த்தார் தலைமை நூலகர் வேலு. அபூர்வமாய்ப் போய்வரும் இரண்டு சக்கர வாகனங்கள் ஓரங்குல உயரத்துக்கு நிரம்பிய கானலின் பரப்பில் தலைப்பிரட்டைகள் மாதிரி நீந்தி மறைந்தன.

நெளியும் நீர்ப்பரப்பில் நடந்து வருகிறான் அவன். இளைஞன். முழுக்கால் சராய்க்குள் செருகிய முழுக்கைச் சட்டை, ஷூக்கள், வெயிலில் மினுங்கும் கறுப்புக் கண்ணாடி. படுநிதானமாக நடந்து வருகிறான். தோற்றத்தை வைத்து ஏதும் சொல்ல முடியாது. இப்படித்தான், இவனைப்போலவே உள்ளூர்க் கல்லூரி மாணவன் தோற்றத்தில், தொடர்ந்து ஒருவாரம் தினசரி வந்து குறிப்புகள் எடுத்த பீஹாரி, சட்டென்று நாஸாவில் உயர்நிலை விஞ்ஞானியாக நியமனமாகி, தலைப்புச் செய்தியுமானது நினைவு வருகிறது . . . வந்தவன் சுவாதீனமாக நடந்து சென்று, மிகக் குறிப்பாக ஒரு புத்தகத்தை எடுத்தான்.

நாலு மணி நேரமாக, சிலைபோல அமர்ந்து படிக்கிறான். சாப்பிட, நீர் அருந்த, சிறுநீர் கழிக்கக்கூடப் போகாமல் இருந்து வாசிக்கிற எவ்வளவோ பேரைப் பார்த்திருக்கிறார் வேலு. ஆனால், இவனிடம் வித்தியாசமாக ஏதோ இருந்தது. புத்தகத்தினுள் நுழைய முனைவதுபோல ஆழ்ந்திருந்தான். ஒவ்வொரு தடவை பார்க்கும்போதும் அவன் சட்டையின் நிறம் மாறுகிற மாதிரிப் பட்டது; குழல்விளக்குக்கு நேர்கீழேயிருந்த அவனது முகமும்தான். அதனால்தானோ என்னவோ, நெரிசலான சாலையில் காரோட்டுபவரின் ஓரக்கண்கள் போல, வேலுவின் பார்வை அடிக்கடி அவன்மீது படிந்து விலகியது . . .

இழுத்து மூச்சு விட்டபடி, பார்வைப் புலத்தின் இக்கோடியில் சாலையை ஒரு கணம் பார்த்த பின் பழையபடி அவனிடத்துக்குப் பார்வை திருப்பியவர், அதிர்ந்தார்.

ஆளைக் காணவில்லை. விரித்த புத்தகம் நின்ற நிலையில் இருந்தது. அதன் முகப்பில் இரண்டு ஷூக்கள் மட்டும், பொந்தில் நுழைந்துவிட்ட எலியின் வால்போல, கண நேரம் தென்பட்டன. பிறகு சரக்கென்று புத்தகத்துக்குள் மறைந்து காணாமலாயின.

நெஞ்சடைத்து, மூர்ச்சையுற்று, தடாலென்று வீழ்ந்தார் வேலு. இரண்டாம் மாடி வரை கேட்ட சத்தத்தைத் தொடர்ந்து மரப்படிகளில் தடதடவென இறங்கி ஓடிவந்தாள் ரெங்கம்மா. இப்போது சிற்பம் மாதிரி இல்லை. கனவில் பாயும் ரதம்போல இருந்தாள் . . .

26

ராட்சதப் பெட்டிகள் இரண்டையும் சேகரித்துக்கொண்டு, சர்வதேச விமான நிலைய வாசலுக்கு வரும்போதே அயலக நண்பர் காத்திருந்தார். இருபது ஆண்டுகளுக்கு முன்பு, உள்நாட்டுப் போர் மும்முரமாகிய சமயத்தில் புலம்பெயர்ந்து இங்கே வந்து குடியமர்ந்தவர். அன்றுமுதல் மானியம் பெறுகிறவர். சொந்த நாடு போலவே சுவாதீனம் அடைந்துவிட்டவர். அவர் உடன் இருந்த தைரியத்தில், புதிய இடத்தின் வசீகரங்களை ஆசையாய், சாவகாசமாய், மாந்திக் கொண்டு இரண்டு நாட்கள் திரிந்தேன்.

வரலாற்றுக் காலத்தையும் சமகாலத்தையும் ஒருங்கே காட்சிப்படுத்தும் வீதிகளும் பாலங் களும்; நகரின் குருதியோட்டம்போல நகரும் நதி; பிரம்மாண்டமான ஓவியக் கூடங்கள்; மக்களாட்சியிலும் மகத்துவம் இழக்காத மன்னர் குடும்பத்தின் அரண்மனை வாசல்; சுற்றுலாப் பயணிகள் திரளாகக் குழுமியிருக்கும் சதுக்கங்கள்; பெருச்சாளி அளவேயான நாய்க்குட்டியைப் பிணைத்த கயிற்றால் இழுபடுகிற, குத்தூசிக் குதி பிறழாமல் விசையாய் நடந்த மெழுகுக்கால் சீமாட்டி; ஐந்தாறு பந்துகளை வைத்து அம்மானை காட்டும் ஐரோப்பியர்; நடனம் போன்ற சர்க்கஸ் வித்தைகள் காட்டிய கறுப்பர் குழு; காலித் தொப்பிக்குள்ளிருந்து பூக்களை புறாக்களை வரவழைத்த சீன மந்திரவாதி; இணையைப் பிணைத்த கரம் விலகாமல் தளர்நடைபழகிய அரபு ஷேக்...

பிரிந்து செல்ல உரிமை கோரும் வேறொரு பிராந்தியத்தில் பணிநிமித்தம் சென்றிருந்தேன். நண்பரால் உடன்வர முடியாத நிலைமை. ரயில் நிலையத்தில் காத்திருந்தபோது, அந்தப் பிரதேசமே பயங்கர மூலைகள் கொண்ட அந்நிய நிலமாக மாறிவிட்டது.

பல்வேறு நாட்டினர் புழங்கும் மிகப்பெரிய நிலையம். மற்றவர் இருப்பது பொருட்டேயல்ல என்கிற மாதிரி தத்தமக்குள் அமிழ்ந்து அவரவரும் பரபரத்து நகர்ந்தார்கள். கொசுமூத்திரம் அளவேயான கசப்புக் காஃபிக்கு இவ்வளவு விலை கொடுத்தோமே என அந்நியச் செலாவணியை இந்திய ரூபாய்க்கு மாற்றி விசனமுற்றவாறே பராக்குப் பார்த்துக் கொண்டிருந்தேன். அவ்வளவு ஜனங்களில் பார்வை சந்திக்க நேர்ந்த, நடு நெற்றியில் அகலமாக வட்டப் பொட்டிட்ட இளம்பெண்ணை சைகையால் அழைத்தார் நண்பர். பரஸ்பரம் அறிமுகம் செய்துகொண்டார்கள்.

நான் செல்லவேண்டிய சிறுநகரம், அங்கே எனக்கிருந்த பணி, நான் இன்னார், எங்கிருந்து வருகிறேன் என்பதெல்லாம் எடுத்துரைத்தார். கண்களில் வாத்சல்யம் மினுங்கக் கேட்டுக் கொண்டாள். தானும் அதே நகருக்குத்தான் போவதாகவும், என்னைப் பற்றிய கவலையை நானுமே விட்டுவிடலாம் என்றும் சொன்னாள். தனது பெயர் சொல்லி இறுக்கிக் கைகுலுக்கினாள். எனது பெட்டியொன்றைத் தள்ளிக்கொண்டும் வந்தாள்.

சரளமாகவும் சகஜமாகவும் ‘அண்ணா’ என்று விளித்துப் பேசினாள். தான் தள்ளி வந்த பெட்டியை, ஓர் அங்குலம் உயர்த்த நான் மூச்சுத் திணறுகிற அதே பெட்டியை, சர்வ சாதாரணமாக ரயில் தரைக்குப் படியேற்றியதோடு, சாமான் பரணில் தூக்கியும் வைத்தாள். அப்போது தன் உடம்பு என் உடம்புடன் உரசியதைப் பொருட்படுத்தாமல் இருந்தாள் என்பது விசித்திரமான உணர்வை ஏற்படுத்தியது. ஆனால், ‘கடும் பனியை முன்னிட்டு நாலு உறைகள் போர்த்திய உடல், அதுவும் ‘அண்ணா’மீது படுவதற்கு, கூச்சம் எதற்காக’ என்று தோன்றி, எனது ஆண்மனம் பற்றிக் கேவலமாய் உணர்ந்தேன்.

நான் ரயிலுக்குள் அமர்ந்திருக்க, கீழே இறங்கிச் சென்று நண்பருடன் ஓரிரு நிமி டங்கள் பேசித் திரும்பினாள். கண்ணாடிச் சுவருக்கு மறுபுறம் அவர் தொடர்ந்து ஏதோ சொல்வதும், இவள் ஆமோதிப்பாய்த் தலையசைத்ததும், மொழி தெரியாத அல்லது மொழி அவசியப்படாத மௌனப் படத்தின் சலனக் காட்சியாய் எனக்குள் எஞ்சியது.

ரயிலின் வேகத்துக்கிணையாகப் பேசிக்கொண்டே வந்தாள். தாய்தகப்பன் பற்றி; தற்போது எங்கேயிருக்கிறார்கள், உயிருடன்தான் இருக்கிறார்களா என்றே தெரியாதது பற்றி; காதல்கணவன் ராணுவத்தால் கொல்லப்பட்ட ஆவேசம் உந்தியதால் இயக்கத்தில் சேரப் போனபோது பெற்றோரிடம்

விட்டுச் சென்ற ஓராண்டு நிரம்பிய ஆண்மகவு பற்றி; கிழத் தகப்பனைத் தவிர்த்து தன் குடும்பத்தின் ஆண்மகன்கள் அத்தனைபேருமே போராளிகளாக இருந்து உயிர்த்தியாகம் செய்ய நேர்ந்தது குறித்து என்று எதைப் பேசினாலும் அவளுடைய குரல் வறண்டே இருந்ததும், கண்ணில் துளி நீர்கூடத் துளிர்க்காததும் பேராச்சரியமாய் இருந்தது. உணர்வுச்சத்தை எட்டும் இடங்களில் நான் விதிர்த்தபோது, என் புறங்கையை இறுகப் பற்றிப் பரிவுகாட்டினாள்; ஆச்சரியம் இன்னும் அதிகரித்தது. அவளுடைய உள்ளங்கையில் காய்த்திருந்த இடங்கள் தகரம்போல உறுத்தின.

அத்தனை இழப்புகளைச் சந்தித்திருந்தால் நானெல்லாம் மற்றவர்களை எதிர்கொள்ளவே விழைந்திருப்பேனா, புதியவர்களிடம் அவ்வளவு வாஞ்சை காட்டியிருப்பேனா, அல்லது அவ்வளவு வெளிப்படையாக உரையாடித்தான் இருப்பேனா என்ன.

ரயில் கடந்து சென்ற பகுதிகளில், ஐரோப்பியப் பனி மண்டிய வெட்டவெளிகள் அநேகம். ஓரிரு இடங்களில், ரயில்பாதையையொட்டி, கப்பலில் சரக்கேற்றிச் செல்லும் பிரம்மாண்ட இரும்புப் பெட்டிகள் கொத்துக்கொத்தாய் நின்றிருந்தன. நாடிழந்து வந்தவர்களின் வசிப்பிடங்களாம். குளிரோ வெயிலோ, அவற்றினுள் வசிப்பது வெட்டவெளியில் இருப்பதைவிடக் கொடூரம் என்றாள். வழியனுப்பிய நண்பரின் உறவினர்கள் சிலரே அவற்றில் வசிக்கிறார்கள்; அவர் இருந்த இயக்கத்துக்கும் தனது இயக்கத்துக்கும் கடும் விரோதம் என்றாலும், உள்நாட்டுப்போர் முடிந்தபிறகு எல்லாரும் ஒரே மாதிரியான அநாதரவில் மூழ்கிப் போனோம் என்று தெரிவித்தாள். எனக்கு முதுகுத்தண்டில் கூசியது.

ஓர் இடத்தில் ரயில் மாறவேண்டும். அவ்வளவு நேரம் கேட்ட கதைகளாலோ, அத்தனை இடைவெளியைத் தாங்கவியலாத புகைஞனாக நான் இருந்ததாலோ, அவள் பொறுப்பில் என் பெட்டிகளை விட்டுவிட்டு நிலையத்துக்கு வெளியில் போனேன். ஒரு சிகரெட்டைத் துறக்கக்கூட இயலாதவனாக இருக்கிறோமே என்று எழுந்த அவமான உணர்ச்சியைக்கூட மன்னித்துவிடலாம்; வாசலில் நான் நின்றிருந்த கோணமும், உள்ளே நடைமேடையில் என் பெட்டிகளுடன் அவள் நின்றிருக்கிறாளா என்று அனிச்சையாக அடிக்கொருமுறை பார்த்துக்கொண்டேனே, அதனால் இரண்டாம் முறையாக எழுந்த கேவலவுணர்வும் வாழ்நாள் முழுக்க என்னைவிட்டு நீங்காது என்றே படுகிறது...

இறுதியாய் இறங்குமுன், செல்ஃபோன் எண்களைப் பரிமாறிக்கொண்டோம். இந்தியா வரும்போது என்னை வந்து சந்திக்கிறேன் என்றும், அண்ணிக்கும் குழந்தைகளுக்கும் தனது அன்பைத் தெரிவிக்கவேண்டும் என்றும் விரிந்த கண்களுடன் சொன்னாள். அவளுடைய பெயரும் எண்ணும் என் செல்ஃபோனில் பத்திரமாக இருப்பது போலவே, மருந்துக்குக்கூட ஆங்கிலம் கலக்காத அவளது தமிழும் எனக்குள் பதிந்திருக்கிறது.

ஆனால், அந்த எண்ணிலிருந்து எனக்கு ஓர் அழைப்பும் இன்றுவரை வரவில்லை – ஆறு வருடங்கள் ஆகியும். நானும்தான் அழைக்கவில்லை.

இரண்டு வாரங்கள் கழித்துத் திரும்பிவந்தபோது, புதுப் பிரதேசம் பற்றிய விலக்கம் முழுக்க விலகிவிட்டிருந்தது. நண்பர் ரயில் நிலையத்துக்கு வந்திருந்தார். பெட்டிகளை நகர்த்திக் கொண்டு வெளியே வந்து ஆளுக்கொரு சிகரெட் பற்ற வைத்தோம். மெலிதாகத் தூறிக்கொண்டிருந்தது. சிகரெட் நனையாமல் கைக்குள் பொதிந்து, சுவரோரம் ஒண்டினோம். அசந்தர்ப்பமாக, சரக்குப் பெட்டி வரிசை நினைவு வந்தது.

அந்தப் பெண்ணின் அளப்பரிய பிரியத்தை, அவளது ஒவ்வொரு சொல்லிலும் கசிந்துகொண்டேயிருந்த இதத்தை, கண்களில் பெருகிய கனிவை, நண்பரிடம் விவரித்தேன். இன்னொரு முறை புகையை ஆழ்ந்து இழுத்துவிட்டு, தளர்வாய்ச் சொன்னார்:

அன்பைத் தவிர எங்களுக்கு நம்புவதற்கு வேறெதுவுமே இல்லாமல் போய்விட்டது, மிஸ்ட்டர். மோகன்.

நாசித்துளைகளில் நீட்டிய முடிகளைத் தாண்டி அவர் கசியவிட்ட புகையும், ஏறிஏறித் தாழ்ந்த தொண்டைக்குழியும் என்னவோ செய்தன. சம்பந்தமேயில்லாமல் உளறினேன்:

சரிதான். முழுக்கப் புது ஆளான என்கிட்டெ அவுங்க பேரையும் ஃபோன் நம்பரையும் குடுத்தாங்களே. எவ்வளவு நம்பிக்கெ இருந்தா அப்பிடிச் செய்வாங்க?

அதெ நீங்க இவ்வளவு நம்புறது எனக்கும் ஆச்சரியமாத்தான் இருக்கு!

நண்பர் சிரித்தார். மழையை முன்னிட்டு என்னை நெருக்கிக் கொண்டு நின்றவர், மின்னல் வேகத்தில் வெகுதூரம் புலம்பெயர்ந்து தெரிந்தார்.

❖

27

வளரும் நடிகர் ஒருவர் தற்கொலை செய்து கொண்டார் என்று செய்தி. நான்கு நாளாக அதைப் பற்றியே பேச்சு. இறந்தவரைவிட, தற்கொலை பற்றியே விவாதங்கள் – மனிதகுலத்தில் நிகழ்ந்த முதன்முதல் தற்கொலை இதுதான் என்பதுபோல.

இரண்டு வருடங்களுக்கு முன்புவரை நானும் அதே நினைப்பாய்த் திரிந்தவன்தான். இப்போது முழுக்க அடங்கிவிட்டதா என்பதும் தெளிவாகத் தெரியவில்லை.

தற்கொலை என்ற சொல்லுக்கு அடுத்து எனக்குள் பதிந்திருப்பது டாக்டர். சிவராம் என்ற பெயர்ச்சொல். இத்தனைக்கும் முதல்முறை போனபோது, அந்தச் சொல்லை ஒரு முறைகூடப் பயன்படுத்தவில்லை அவர் என்பது இப்போதும் வியக்க வைக்கிறது...

உடலில் அங்கங்கே நேரங்காலம் தெரியாமல் உண்டாகும் அரிப்புக்காக சிகிச்சை பெறவே அவரிடம் போனேன். பொது இடத்தில் இருக்கும் சமயங்களில், அரையிடுக்கு கடுமையாய் அரித்தால் தர்மசங்கடம் ஆகிவிடாதா? முடிதிருத்தகத்தில் காத்திருந்தபோது, அங்கே கிடந்த பழைய பத்திரிகையில், ஹோமியோபதி மருத்துவம் பற்றி ஒரு கட்டுரை படித்தேன். சொறிந்துகொண்டேதான். உடலின் உள் ஆழத்தில் ஒளிந்திருக்கும் வியாதிகள் சருமத்தின் வழியாகவே வெளியேறும் என்று சொன்னது கட்டுரை...

அப்படியானால், எனக்குள் இருக்கும் ஏதோ ஒரு தீரா வியாதிதான் அரிப்பாக அறிகுறி காட்டுகிறதோ?

டாக்டர். சிவராம் ஆறுதல் வழங்கினார்: பொதுப் பத்திரிகைகளில் மருத்துவம் பற்றி வெளியாகும் கட்டுரைகளில் பலவும், பொறுப்பில்லாமல்

எழுதப்படுபவை – எழுதுபவருக்குத் தம் அறிவுத்திறனை வெளிக்காட்டுவது; பத்திரிகைக்கு, விற்பனை மேம்படுவது என்பது மாதிரி மருத்துவத்துக்குத் தொடர்பற்ற காரணங்களை ஒட்டியே அவை பிரசுரமாகின்றன – வாசிக்கும் துர்ப்பாக்கியசாலிமீது கடுகளவும் கரிசனம் இல்லாதவை, என.

ஒருவருடைய அறிகுறியை எல்லாருக்குமாகப் பொதுமைப்படுத்துவது மருத்துவத்தின் ஆதாரத் தளத்துக்குப் பொருத்தமற்றது; ஒவ்வொருவரின் தனிக்குணங்களைத் தொகுத்து ஒரு பொது அம்சத்தைக் கண்டறிய வேண்டும். அவரவரையும் ஆராய்வதன் மூலமே இது முடியும்; உங்களுடைய தலைவலிக்கும் என்னுடைய வயிற்றுவலிக்கும் ஒரே மருந்து நிவாரணம் தரக் கூடும் என்றார். ரொம்ப நேரம் விளக்கினார்; பாதி அன்றே மறந்துவிட்டது. மீதி, இன்றுவரை புரியவில்லை. எப்படியோ, அவரிடம் போகும்போது இருந்த துயரமும் பீதியும் திரும்பி வரும்போது இல்லை. அது போதாதா!

ஹோமியோபதி மருத்துவர்களின் வழக்கப்படி, விடாமல் என்னைப் பலவாறு கேள்வி கேட்டார். முன்னறையில் ஐந்தாறு நோயாளிகள் காத்திருக்கிறார்களே என்ற கவலையே தென்படாத நிதானம். என்னுடைய எண்ணவோட்டங்கள் பற்றிக் கேட்டார்.

சமீபகாலமாக எனக்குள் மேவியிருந்த ஒரு குறிப்பிட்ட எண்ணத்தை, அல்லது ரகசிய உந்துதலை, அவரிடம் எடுத்துச் சொன்னேன்.

பழனிக்குப் போயிருந்தபோது, மலையுச்சியிலிருந்து குதித்து உருண்டுவிடலாமா என்று தோன்றியது; பகல்நேர விரைவு ரயில் பயணத்தில், உச்சபட்சவேகத்துடன் பாயும் ரயிலிலிருந்து குதிக்க ஆசையாய் இருந்தது; கையில் ஒரு கயிறை எடுத்துக்கொண்டு அதில் விதவிதமாக முடிச்சிட்டுப் பார்ப்பது; மணிக்கட்டின் உட்புறம் நடுக்கோடாய்ப் புடைக்கும் ரத்தநாளத்தைப் பார்த்ததும் அருகில் கத்தியோ ப்ளேடோ இருக்கிறதா என்று தன்னிச்சையாய்த் துழாவ முற்படும் பார்வை என்று தானாய் ஊறும் குறளிகள் அனைத்துக்கும் ஒரு பொதுத்தன்மை இருப்பதை, அவரிடம் விவரிக்கும்போதுதான் நானே உணர்ந்தேன். நடுமுதுகில் கை எட்டாத இடத்தில் கடும் அரிப்பு தொடங்கியது.

தொடர்ந்து, என் வாழ்க்கை நிகழ்ச்சிகள் சிலவற்றைத் துருவித் துருவிக் கேட்டார். மனத்தடை கொஞ்சங்கொஞ்சமாய் நெகிழ்ந்து, நானும் சரளமாக விவரித்துக்கொண்டே போனேன். சிலவேளை, என் குரல் நடுங்கியது. சில இடங்களைச் சொல்லும்போது, குறிப்பேட்டில் பதிந்துகொண்டார். அப்போது

அவர் நெற்றியில் ஏற்பட்ட சுருக்கங்களும், கன்னங்கள் இறுகிய விதமும், எப்பேர்ப்பட்ட தளையில் நான் சிக்குண்டிருந்தாலும் என்னைக் காப்பாற்றி மீட்டு விடுவார் என்ற நம்பிக்கையை அளித்தன.

டாக்டர். சிவராமின் குரலில் இருந்த பரிவு எனக்கு மிகவும் வேண்டியிருந்தது. என் கண்களை நேருக்கு நேராகப் பார்த்துச் சொன்னார்:

இது மாதிரியான எண்ணங்கள் இல்லாத மனிதப் பிறவி இருக்கவே முடியாது, சார். உயிர்வாழ்தலின் ஓர் அங்கம்தான் இது. உலகப்புகழ் பெற்ற மனிதர்கள், ஆகப் பெரும் பணக்காரர்கள், மேதைகள், ஞானிகள்கூட விதிவிலக்கில்லை.

தொடர்ந்து, நோபல் பரிசு பெற்ற மாபெரும் எழுத்தாளர் ஒருவர் தன்னைத்தானே தலையில் சுட்டுக்கொண்டு இறந்த கதையை விவரித்தார். எழுத்தாளரின் தந்தையும் துப்பாக்கியால் சுட்டுக்கொண்டு மாண்டவர்தானாம். அவரே ஒரு மருத்துவர். எழுத்தாளரின் சகோதரர், ஒரு சகோதரி, ஏன், ஒரு பேத்திகூட தம்மையே மாய்த்துக்கொண்டவர்கள்.

இப்படி வம்சம் முழுக்கவே நிரம்பியிருக்கும் ஒரு சங்கதியை, வெறும் வியாதி என்று கொள்வதற்கில்லை அல்லவா?

என்று என்னிடம் கேட்டார் டாக்டர். சிவராம். பெரும்பாலும் ஆங்கிலத்தில்தான் பேசினார். உணர்ச்சி வறண்ட பேச்சு என்று எனக்குப் பட்டது. ஆனால், கடைசியாகத் தமிழில் பேசியபோது, அது மொழியின் குறைபாடு அல்லது கேட்டவனின் பரிச்சயக்குறைவுதானே தவிர, பேசியவரின் குணபாவமோ பலவீனமோ அல்ல என்று புரிந்தது.

ஆக, எல்லாருக்குள்ளெயும் இருக்குறதுதாங்க இது. என்ன, பலபேரு வெற்றிகரமா அடக்கிக்கிருவாங்க; சிலபேரால முடியிறதில்லே. குட்டியிலேர்ந்து வளத்த ஆனை கிட்டேயே மிதிபட்டுச் சாகுற பாகன்களைப் பத்திக் கேள்விப்படுறமில்லே?

வைத்தியம் வேண்டி வந்தவனிடம் இவ்வளவு நீளமாய் உரை நிகழ்த்துகிறாரே என்று தோன்றியது. ஒரு கட்டத்தில், எதிரில் இருப்பவனிடம் பேசவில்லை; தனக்குத்தானே விவரித்தும் விவாதித்தும் கொள்கிறாரோ என்ற சந்தேகம்கூட எழுந்தது.

அடுத்தடுத்த தடவைகளில் கிட்டத்தட்ட நண்பர்களே ஆகிவிட்டோம். இன்னும் சரளமாக என் அவஸ்தைகளை

எடுத்துரைக்க முடிந்தது. மாத்திரை மருந்துகளைவிடப் பிரமாதமான சிகிச்சையாக அவருடைய சொற்கள் எனக்கு உதவின; என்னைத் தேற்றிப் பராமரித்தன . . . ஒரு தடவை, ஏன் இப்படிச் சொன்னார் என்று புரியவில்லை:

அப்படியே நெருக்கடி ஆயிருச்சுன்னாலும், சும்மா எல்லாரையும் மாதிரி யோசிக்கக் கூடாது மிஸ்டர். சங்கர். புதூசா, வித்தியாசமான முறையை யோசிக்கணும். கோப்பெருஞ்சோழன் – பிசிராந்தையார் கதை கேள்விப் பட்டிருக்கீங்களா?

இல்லையென்று தலையசைத்தேன். அன்றும் கதை சொன்னார். சோழராஜா திடீரென்று ஒருநாள், சாக முடிவெடுத்தான். ராஜாவுக்கு என்ன கஷ்டமோ, பாவம். அந்த நாளில், ‘வடக்கிருத்தல்’ என்று ஒரு நடைமுறை உண்டாம். தர்ப்பைப்புல்களை விரித்து, வடக்குத் திசை பார்த்து அமர்ந்துவிடுவது – விரதம் இருக்கிற மாதிரி, நாட்கணக்காக அன்ன ஆகாரம் புழங்காமல் இருந்து உயிர்விடுவது . . . பிரதானியை அழைத்து,

பக்கத்திலேயே இன்னொரு பாய் போடுங்கள். நான் வடக்கிருக்கும் சேதி கேட்டு என் நண்பர் பிசிராந்தையார் வருவார். அவர் வடக்கிருப்பதற்காக அது.

என்றான். இருவரும் நேரில் பார்த்ததே கிடையாதாம். முதல்தடவை பார்க்க வருகிற நண்பருக்கு, சாக ஏற்பாடு செய்கிறார் ராஜா! ‘தண்ணீரில் மூழ்குகிறவன், காப்பாற்ற வந்தவனையும் இழுத்து அமிழ்த்தியது மாதிரி’ என்று சொல்லிச் சிரித்தார் டாக்டர்.

வெளியில் வரும்போது, வெகுநேரமாய்க் காத்திருக்கும் நோயாளிகள் முறைப்பதை உணர்ந்தேன். பிற்பாடு, நூதனமான முறைகளை யோசிக்க முனையும்போது, எனக்குள் நிரந்தரமாய் இருந்த உக்கிரம் கொஞ்சம்கொஞ்சமாய்த் திசைமாற ஆரம்பித்தது.

ஒருமுறை, தோன்றியது: என்றாவது நான் தர்ப்பைப்புல்லை விரிக்க நேர்ந்தால், என் நண்பர் டாக்டர். சிவராமுக்கும் பக்கத்தில் ஒன்று விரிக்க வேண்டும் . . . அதை இப்போது நினைத்தாலும் சிரிப்பு வந்துவிடும்.

ஆனால், அதற்கெல்லாம் வாய்ப்பேயில்லை. போன ஏப்ரல் 19 அதிகாலையில், டாக்டர். சிவராம் விஷமருந்தித் தற்கொலை செய்துகொண்டுவிட்டார் – ஆமாம், சாதாரணக் குடும்பத் தலைவியான என் பிரிய அம்மாவைப் போலவேதான் . . .

28

புகழ்பெற்ற கணக்குத் தணிக்கையாளர் அவர். நேற்று வெளியான மத்திய பட்ஜெட் பற்றி அவரிடம் கருத்து வாங்க வேண்டும். நாளைய பதிப்பின் பெட்டிச் செய்திக்காக. இவரை அடுத்து, மாநில மந்திரி ஒருவரிடம் கருத்துக் கேட்கப் போக வேண்டும்.

மத்தியில் வேறு கட்சி ஆட்சி. இவர் அந்தக் கட்சியின் ஆதரவாளர். ஆக, இருவருமே என்ன சொல்லுவார்கள் என்பதை இத்தனை வருட அனுபவத்தில் சுலபமாக யூகிக்கவும், பொருளாதாரத்துக்கான மொழியில் எழுதிவிடவும் முடியும்; புள்ளி விபரங்களை, புகைப்படங்களைக் கோக்க வேண்டுமே. உள்ளூர்ப் பிரமுகர்களிடம் நேரில் போய்த்தான் கேட்க வேண்டும் – என்பது ஆசிரியரின் எண்ணம். முந்தைய தலைமுறை ஆள் அவர். நூற்றாண்டுப் பாரம்பரியம் கொண்ட தினத்தாள்.

ஆடிட்டர் ராஜாமணிக்கு ஒரு சுவாரசிய மான பின்னணி இருக்கிறது. அவருடைய தாத்தா உயர்நீதிமன்ற நீதிபதி; தந்தை, பிரசித்தி பெற்ற நட்டுவனார். தம்மிடம் பயின்ற மாணவியையே மருமகளாக்கிக் கொண்டார். நடனமணியின் தகப்பனார் பிரபலமான கணக்குத் தணிக்கை யாளர். தராசின் தட்டுகள் எப்படியெல்லாம் சமமடைகின்றன!

இருசக்கர வாகனமேறி அவர்கள் பகுதிக்குப் போகும் வழியில், தன்னுடைய பாரம்பரியம் என்ன என்று சிந்தனை ஓடியது. அப்பாவைப் பெற்ற தாத்தா பிரண்டை ஜோசியர் என்று பெயர்பெற்றவர். ஜோசியத்துக்கும் பிரண்டைக்கும் என்ன சம்பந்தம் என்பது யாருக்குமே தெரியாது. மூக்காண்டி ஜோசியர் என்றாலும் யாருக்கும் தெரியாதாம் . . . அம்மாவைப் பெற்ற தாத்தா,

கல்யாணங்களுக்குப் பெயர்போனவர். ஆமாம், ஊரறிய மூன்று தாரம். இதுபோக அவரைப் பற்றிக் கேள்விப்பட்டவற்றை எழுத முடியாது. கல்யாணசுந்தரம் என்ற பெயர் இன்னொரு விதத்திலும் பொருத்தமாய் இருந்தது; மத்தியதரக் குடும்பங்களின் கல்யாணச் சமையல்காரார். ஏதோவொரு திருமணத்தில், பொருத்தம் பார்த்த ஜோசியரும், பந்தி பார்த்துக்கொண்டிருந்த சமையல்காரரும் அறிமுகமாகி, அடுத்த நாலே மாதங்களில் சம்பந்தியானார்களாம்.

அப்பா ஜாதகப் பரிவர்த்தனை நிலையம் நடத்தினார் – கல்யாணத் தரகர் என்று சொல்லிக்கொள்வது ஃபேஷன் இல்லாமல் போன காலகட்டம். இதோ, வம்சவழிக்கு சம்பந்தமேயில்லாமல், பத்திரிகையாளனாய் இருக்கிறான் இவன்.

அந்த வீடு வந்துவிட்டது.

என்னவிதமான கலவையில் தான் உருவாகியிருக்கிறோம் என்ற குழப்பம் தீராமலே. அழைப்பு மணியை அழுத்தினான் சுப்பு. கதவைத் திறந்து எட்டிப் பார்த்த பெண்மணி கடுமையாகப் பெருத்திருந்தார். விஸிட்டிங் கார்டை ஆர்வத்தோடு பார்த்த கண்களில் அபிநயம் மிச்சமிருந்தது. எவ்வளவு பெரிய விழிகள்! ‘சுப்பிரமணியன்’ என்று வாய் விட்டுப் படித்தார். மழலைக் குரல். பின்புறம் விசித்திரமாய் அசைய உள்ளே போகுமுன்,

வாங்க.

என்று, வராந்தாவில் கிடந்த பிரம்பு நாற்காலியை நளினமாய்க் கையால் சுட்டினார்.

நெற்றி முழுவதும் குழைத்துப் பூசிய விபூதியுடன் வெளிவந்தார் ஆடிட்டர். கழுத்தில் ஒற்றை ருத்திராட்சம். தங்கக்குமிழ்களால் தங்கச்சங்கிலியில் கோத்தது. காதுமடல்களிலும், மேல் துண்டு முழுசாக மறைக்கத் தவறிய மார்பிலும் சுருள்சுருளாய் ரோமம்.

சொல்லுங்க.

என்றார். மிகச்சரியாக அதே நேரம், உள்ளறையிலிருந்து தம்பூரா ஒலி ஆரம்பித்தது. கற்பிக்கும் கனத்த ஆண்குரலைப் பின்தொடர்ந்த பெண்குரல், இவனை வரவேற்ற குரல் அல்ல. இதில் தெரிந்த முதிர்ச்சியும் இளமையும் வேறுவகையானவை. முன்னே செல்லும் ஆசிரியக் குரலை, அற்பமாக ஆக்கியது. ஆரம்பித்த மாத்திரத்தில் ராகத்தின் சொரூபத்தைக் காட்டி விட்டது – இவனுக்குத்தான் சட்டென்று அதன் பெயர் பிடிபடவில்லை. . . இசை கேட்கும் பழக்கம் தினத்தாள் ஆசிரியர் உருவாக்கித் தந்ததுதான். டிசம்பர் சீஸனில், எல்லா

சபாவிலிருந்தும், அநேகமாய் எல்லாக் கச்சேரிகளுக்கும், இலவச அழைப்பு இருக்கும். சிலவேளை, பாடகர்களே தொலைபேசியில் அழைப்பதும் உண்டு – மதிப்புரையை முன்னிட்டு. ஆசிரியர் தேர்ந்தெடுத்துத்தான் போவார். கச்சேரி களுக்கு இவனையும் அழைத்துச் செல்வார். பிரியத்தைத் தவிர, ஒரு உள்நோக்கமும் இருந்தது.

அரையிருட்டில், கீர்த்தனத்தையும் ராகத்தின் பெயரையும் அவ்வப்போது ஆசிரியர் கிசுகிசுக்கும் அபிப்பிராயங்களையும் சுருக்கெழுத்தில் குறித்துக்கொள்ள வேண்டும். அவரே அதைச் செய்தால் என்ன? என்று மற்றவர்களுக்குத் தோன்றும். ஆசிரியர் வயது எழுபத்திச் சொச்சம். அறுவைச்சிகிச்சை செய்த கண்களில் ஒளி குறைவு.

ஆனால், ஆலாபனையோ பாடலோ ஆரம்பித்த மாத்திரத்தில் குறிப்புரைக்க மாட்டார். கணிசமான நேரம் கேட்டுவிட்டே, அல்லது முதல் வரியைக் கவனித்தபிறகே, ஓரிரு வார்த்தைகளில் சொல்வார். சிறுகச் சிறுக, அவர் சொல்லும் முன்பே எழுதிவருகிறான். தானே ஓரிரண்டு மதிப்புரைகள் எழுதியதும் உண்டு – வேறு பெயரில்.

பேட்டி எடுக்கும்போதும் அதே முறையைத்தான் கடைப் பிடிக்க வேண்டும் என்று அறிவுறுத்துவார். பத்திரிகைக்காரனுக்குக் கண்ணும் காதும் முழுக்கத் திறந்திருக்க வேண்டும்; வாயை, தேவைப்பட்டால் திறந்தால் போதுமானது. தன் குரலைத் தானே கேட்டுக் கிறங்கக் கூடாது – எதிராளியின் சொற்களைத் தவற விடாதிருப்பது முக்கியம்.

ஒரு காதில் ஒலித்த ஆடிட்டரின் கருத்துக்களைப் பதிவுக் கருவி அக்கறையாக ஏற்றிக்கொண்டது; சுதந்திர இந்தியாவில் போடப்பட்ட பட்ஜெட்டுகளிலேயே ஆகச் சிறந்தது இதுதான் என்றார், மலர்ந்த சிரிப்புடன். இன்னும் ஆறே மாதத்தில் மவுண்ட்ரோடில் பாலும் தேனும் ஆறாக ஓடாவிட்டால் தான் தொழிலையே விட்டுவிடுவதாக சூளுரைத்தார். மத்திய அரசில் அவருக்கு இருக்கும் செல்வாக்கு ஊரறிந்தது. தரகு வருமானம் தணிக்கை வருமானத்தைவிட அதிகம் என்றும் கேள்வி. மாநில மந்திரி, நேரெதிராய்ச் சொல்வார்: தாதுவருஷப் பஞ்சத்துக்கு நிகரான பஞ்சம் வரப்போகிறது, பட்டினிச் சாவுகள் பெருகப் போகிறது என்று ஆருடம் சொல்வார் . . .

மறு காது உள்ளேயிருந்து கேட்கும் கீர்த்தனையில் லயித்திருந்தது. இதுவரை கேட்டிராத பாடல். ராகத்தின் பெயரும் கண்ணாமூச்சி ஆடுகிறது. முகத்தில் ஒரு சாயலும்,

முதுகில் வேறொன்றும், குரலின் வசீகரத்தில் இன்னொன்றுமாக ஏமாற்றி ஏமாற்றி விலகியது. பைரவியா, முகாரியா, உசேனியா. . . உச்சரிப்பும் பாவமும் பாணியும் ஆரென்னாரை நினைவூட்டுகிறதோ . . . பிரமாதமான பாடகியாய் வரக் கூடியவள்.

என்ன, க்ளாஸிக்கல் ம்யூஸிக்ன்னா ரொம்ப இஷ்டமோ! என் பொண்ணு பாடறா . . .

ஆடிட்டரின் குரல் தரையிறக்கியது. அசட்டுச் சிரிப்புடன் தலையாட்டினான்.

ஆரென்னார் கேள்விப்பட்டிருக்கீங்களா? என் தாய்மாமா அவர்.

அட . . .! அமரர் ஆரென்னார் முந்தைய தலைமுறை இசைத் திருவுருக்களில் ஒருவர். ஜிலுஜிலுவென உதிரும் பிருகா. மரணக் கிணற்றில்போல ஏறியேறி இறங்கிப் பாயும் குரல். துரிதகாலத்தின் விசை நிரம்பியும் வாத்சல்யம் இழக்காத பாடாந்தரம். அவரது பதிவுகள் அநேகம் சேகரித்து வைத்திருக்கிறான் இவன். குறிப்பாக, அவருடைய 'மீனாட்சி மேமுதம்' மட்டுமே ஏழெட்டுக் கச்சேரிகளில், வெவ்வேறு விதமாகப் பாடிய பதிவுகள். சொன்னான். இப்போது ஆச்சரியப்படுவது ஆடிட்டரின் முறை. உட்புறம் முகம் திருப்பி,

அம்மா . . . அம்மா . . .

என்று உரத்துக் குரல்கொடுத்தார். உள்ளே ஏதோவொரு கதவு திறக்கும் ஒலி, வராந்தாவில் ஒரு மூதாட்டி உதித்தார். கெச்சலான உடல்வாகுள்ள நார்மடிக் கிழவி. மழித்த தலையுடன், மியூசியக் காட்சிப்பொருள்போல இருந்தார்! அம்மணி சரியாக இருக்கும் முக்காட்டைச் சரிசெய்துகொண்டார். இவன் எழுந்து நின்று கைகூப்பினான்.

பாரேன், இவர் நம்ப மாமாவோடெ ஃபேனாம். 'நெறையாக் கேட்டிருக்கேன், ரெக்கார்டிங்ஸெல்லாம் வச்சிருக்கேன்' கறார். இவங்களோட சொந்த அண்ணா சார் அவர். ஆனா, நீங்க கேட்ட அளவுக்கு நானே அவரெக் கேட்டதில்லே!

கிழவி புன்னகைத்தார். கண்கள் பளபளத்தன. லேசாக நீர்கோத்திருந்ததோ . . .

வாகனத்தை உதைத்துக் கிளப்பியபோது, 'அடடே, அந்த ராகத்தின் அடையாளத்தைப் பின்தொடர விட்டுப் போயிற்றே.' என்று தோன்றியது . . .

29

ஆறாம் வகுப்புக் கோடைவிடுமுறைக்கு பெரிய மாமா வீட்டுக்குப் போயிருந்தோம்; நானும் அம்மாவும். பகல் முழுக்க, பட்டு அக்கா வீட்டில் கிடப்பேன். பள்ளி கற்றுத்தராத எத்தனையோ விஷயங்கள் அங்கே கிடைத்ததாக மனப் பதிவு இருக்கிறது. குப்புறப் படுத்து வார இதழ்கள் படித்தபடி இருப்பேன். ஒன்றுவிடாமல் அத்தனை பத்திரிகையும் வாங்குவார்கள். உபரியாய், வழவழப்பான இடுப்பு அசைய வந்து, அடிக்கடி ஏதாவது தின்னத் தரும் பட்டு அக்கா. அப்படியொரு அழகுத் தம்பதியை நான் பார்த்ததேயில்லை. 'ரெவீ, இன்னிக்கு உனக்கு என்னடா வாங்கி வரட்டும்?' என்று கேட்டுவிட்டு அலுவலகம் செல்லும் ராஜு மாமாவுக்கும் என் பெரிய மாமா வயதுதான்.

எப்போதாவது, என் பக்கத்தில் அமர்ந்து தலையைத் தடவுவாள் பட்டு அக்கா. உள்ளூர ஒருமாதிரிக் குளிர் தட்டும். பெண்கள் சம்பந்தமான இளம் களங்கம் எனக்குள் சேருவதற்கு இன்னும் ஒரு வருடம் இருந்தது. ஆனால், ஏழாவது லீவில் பெரிய மாமா வேறு வீடு போயிருந்தார். விரோதி வீட்டில் கிடையாய்க் கிடக்கும் மருமகன் பற்றிய வயிற்றெரிச்சல் அகன்றதில் பெரிய மாமி திருப்திப்பட்டிருப்பாள் போல. கரும்பாறை முகம் இளகியிருந்தது. எங்கள் குடும்பத்துக்குள் நுழைந்த நாளிலிருந்து அந்தப் பெண்மணி மனப் பூர்வமாய்ச் சிரித்து யாரும் பார்த்ததில்லை; அழுதும் பார்த்ததில்லை என்பாள் அம்மா . . .

விடுங்கள், பட்டு அக்காவைப் பற்றியல்லவா சொல்ல ஆரம்பித்தேன். வலது மூக்கில் தொங்கும் முத்தந்தளுக்கு அசையத் தலையாட்டியபடி ஒரு மணி நேரத்துக்குக் குறையாமல் பூஜை செய்வாள். ஏழெட்டுப் பேருக்குக் காணும்படி நைவேத்தியம் சமைத்திருப்பாள். கடவுளுக்கு அடுத்த படையல்

எனக்கு. அப்புறம், எச்சப்ப மணி ஸ்டோரில் இருக்கும் பிற சிறுவர் சிறுமிகளைப் போய் அழைத்து வரும் பொறுப்பு என்னுடையது. பெரிய மாமா குழந்தைகள் இருவருக்கும் இவர்கள் வீட்டுப் பக்கம் போகக்கூடாது என்று தாயாரின் கடும் கட்டுப்பாடு இருந்தது. ஆனால், தன் குழந்தையின் பின்னோடு வந்து,

இதுக்காகவானும், உன் வயித்திலெ அந்த பகவான் வந்து தங்கட்டும் பட்டு.

என்று தினசரி யாராவது ஒரு மாமி வாழ்த்துவாள்.

அன்று ஞாயிற்றுக் கிழமை. ஏழு படி உயரத்தில் தரைத்தளம், சிறகுக்கு எட்டாகப் பதினாறு வீடுகள் கொண்ட, அத்தனையிலும் பிராமணக் குடும்பங்கள் வாடகைக்கு வசித்த, எச்சப்ப மணி ஸ்டோர் கல்யாணச் சத்திரம்போலப் பரபரப்பாய் இருந்தது. தாழ்வார ஆரம்பத்தில் இருக்கும் பொதுக்குழாயில் தண்ணீர் அடித்து இடுப்பில் சுமந்தவர்கள் சாவகாசமாகவும், மலர்ந்த முறுவலுடனும் சிந்திப்போன தண்ணீரால் மொத்தத் தாழ்வாரமும் ஈரமாகி, அவர்களது அடுத்த நடை இன்னும் சாவதானமாகியது. பட்டு அக்காவின் இடுப்பில் ஈரப் பளபளப்பும் சேர்ந்துகொண்டது.

நீர்க் களேபரம் அடங்கி, பல்வேறு கட்ட சமையல் மணங்கள் உயரத் தொடங்கிய வேளையில் வீட்டு வாசலில் ஒருவர் வந்து நின்றார். ஹிந்து பேப்பர் நடுப் பக்கத்தை மனனம் செய்தபடி, வராந்தாவில், ஈஸிசேரில் இருந்த ராஜு மாமா தலையுயர்த்தினார்.

நீங்க சுந்தர்ராஜன்தானே?

ஆமா.

வத்தலக்குண்டுலேர்ந்து வரேன்.

இதற்குள் வாசலுக்கு வந்திருந்தாள் பட்டு அக்கா. ஈரத் தலையின் கூந்தலைப் பொதிந்த காசித் துண்டு, கால்பந்துபோலத் திரண்டு முகத்தை இன்னும் அழகாக்கியது. தெரியாத மனிதர் என்று கண்டவுடன், உள்ளே திரும்பினாள். மெனக்கெட்டுக் குனிந்து என் தலையில் லேசாய்க் குட்டிவிட்டுப் போனாள். அந்த வீட்டில் பிறந்தவன் மாதிரி உணர்ந்தேன்.

சொல்லுங்கோ.

நடுத்தெரு விசாலாட்சி மாமி குடும்பத்துக்கு வேண்டப் பட்டவன்.

அப்பிடியா.

தலைப்பில்லாதவை

இங்க ஒரு வேலையா வந்தேன். ஏரியாவெத் தாண்டும் போது, ‘அடடா, இன்னிக்கி மாசப் பெறப்பாச்சே’ன்னு ஞாபகம் வந்தது. வெளியிலெ சாப்பிட மனசு கேக்கலெ. மாமி ஒரு தபா சொல்லியிருக்கா. ‘திண்டுக்கல்லுக்கு அடிக்கடி போறேளே. நாகல் நகர்லெதான் என் தம்பி குடுத்தனமிருக்கான். ஏதானும் அவசர ஆத்தரம்ன்னா போய்ப் பாருங்கோ. தங்கமான பையன்’னு ஒங்க விலாசமும் குடுத்தா.

அடடே. அக்காக்கு எங்கிட்டெப் பிரியம் ஜாஸ்தி. அப்பிடித்தான் சொல்லுவா! நன்னா இருக்காளா? லட்டர் வந்தே நாளாச்சு. ஒரு நடை போய்ப் பாத்துட்டு வரணும்.

வந்தவர் தலையைக் குனிந்துகொண்டார். இரண்டு வாரத் தாடி என்று இப்போதைய வயது கணிக்கிறது – சோர்ந்து வியர்த்த முகம். முன் வழுக்கை. கசங்கிய சட்டை. கையில் மஞ்சள் பை. அதில் தேங்காயோ ஏதோ இருக்கிற மாதிரிப் புடைப்பு. வலது காதுமடலுக்குக் கீழே கட்டி மாதிரி ஒரு புடைப்பு. இதுவரை பேசியதைவிடத் தழைந்த குரலில்,

ஒங்களுக்கு ஒண்ணும் சிரமமில்லையே?

என்று அசட்டுச் சிரிப்புடன் கேட்டார். அப்போதுதான் கவனித்தேன் – அநியாயத்துக்கு மஞ்சள் பூத்து, காறையும் படிந்த பற்கள். ராஜு மாமா சலனமேயில்லாமல்,

சேச்சே. அக்காவுக்கு வேண்டப்பட்டவாங்கறேள். உள்ளே வாங்கோ . . .

என்று சொல்லிவிட்டு, இரண்டாம் தடவையாக வந்து நிற்கும் மனைவியிடம் கேட்டார்:

சமையல் ஆயிடுத்தாம்மா. எலை போட நேரமாகாதே?

தோ. ஒன் மினிட்லெ போட்ருவேன்.

அவ்வளவு வேகமாக, அவ்வளவு அதிகமாக சாப்பிடும் இன்னொருவரை நான் பார்த்ததில்லை. விவரிப்பானேன் – அவர் சாப்பிட்டது அந்த ஒரு வேளைக்கான சாப்பாடு இல்லை. பரிமாறிய நேரம் போக, அடுக்களையிலேயே நின்று ஏதோ செய்துகொண்டிருந்தாள் அக்கா. காய் வெட்டுகிற மாதிரி லொட்லொட்டென்று சத்தம் கேட்டது. பேப்பரில் முழுமையாகப் பதிந்திருந்தார் மாமா. எனக்காக அவர் வாங்கிவந்திருந்த காமிக்ஸிலிருந்து பார்வையை உயர்த்தாமலே கவனித்தேன். மாமா அமர்ந்திருந்த கோணத்தில், வந்தவரைப் பார்க்க முடியாது அவரால். குரல்கள் மட்டும் பேசிக்கொண்டன.

நீங்க எங்க போணும்?

அபிராமியம்மன் கோவில் கிட்டே.

அடடே. நடக்கற தூரமில்லையே. ரிக்‌ஷாலே போங்கோ.

ஏதுக்கு ஸ்வாமி. அரெ அவர் நடந்தாக் கோவில் வந்துடறது.

வரும்போதிருந்த நிதானம் இன்றி, அவசரமாய்க் கிளம்பினார். அவர் மறுக்க மறுக்க, கையில் ஒரு புது இருபது ரூபாய் நோட்டை அழுத்திக் கொடுத்தார் மாமா.

ஜட்காவுக்கு வச்சுக்கங்கோ. எனக்குக் கொஞ்சம் ஜோலி இருக்கு. இல்லாட்டா ஸ்கூட்டர்லெயே கொண்டு விட்ருவேன்.

இறங்கிப்போவதைப் பார்த்துக்கொண்டிருந்த அக்கா, சட்டென்று வீட்டுக்குள் திரும்பினாள். முகம் வெகுவாகக் கறுத்திருந்தது. சுவரருகில் சட்டடியாய் உட்கார்ந்தவள், குமுறிக்குமுறி அழ ஆரம்பித்தாள். ராஜு மாமா கொண்டியில் மாட்டிய சட்டையை எடுத்து மாட்டிக்கொண்டு அடுக்களைக்குள் போனார். வரும்போது, கையில் தீப்பெட்டி.

அடுத்த அரை மணிநேரத்தில் இருவரும் இயல்புநிலைக்குத் திரும்பிவிட்டார்கள். குறிப்பிட வேண்டிய விஷயம் அது அல்ல; அவர்களுக்குள் நடந்த உரையாடல்தான்.

எப்பிடியோ, மாசப்பிறப்பும் அதுவுமா எனக்கொரு அக்கா கிடைச்சா.

என்று சிரித்தார் மாமா. அக்கா தானும் சிரித்தபடி சொன்னாள்:

ஒண்ணு வந்தா ஒண்ணு போகத்தானே செய்யும்!

என்னது!

சுவாமிகிட்டே இருந்த வெள்ளி தம்ளர்!!

போட்டும் விடு. அதுக்காக அந்த முகத்தைப் பாத்தப்பறமும் சாப்பாடு இல்லேன்னு சொல்ல முடியுமா!

இருவர் கண்களிலும் நீர் கோத்திருந்ததா, எனக்குத்தான் அப்படிப் பட்டதா என்று தெரியவில்லை, இன்றுவரை. ஆனால், தெரிந்தவர்கள் தெரியாதவர்கள் யாரிடமும் சரளமாய் ஏமாறும் வல்லமை அன்றுதான் எனக்குள் தொற்றியது.

30

பொதுவாக முருகேசனை யாருமே பொருட்படுத்த மாட்டார்கள். அவனிடம் யாரும் நின்று பேசிக்கூட நான் பார்த்ததில்லை. என்னைவிடப் பதினைந்து வயது பெரியவனான அவனை நானே மரியாதையாகக் குறிப்பிடவில்லை பாருங்கள்.

ஆனால், ஹோட்டலுக்கு வரும்போதெல்லாம் அப்பா அவனைப் பரிவாக நடத்துவார். இட்டிலி தவிர வேறெதுவும் சாப்பிட மாட்டான். சாம்பார், இரண்டு வகைச் சட்டினிகள் எல்லாவற்றையும் இட்டிலிகளின்மேல் ஊற்றச் சொல்லி, மொத்தமாகப் பிசைவான். இலையில் வைத்த இட்டிலிகள் உருமாறி ஏழெட்டுக் கவளம் சோற்றுருண்டைபோல ஆகும். முக்கியமான, அவசர வேலை எதுவோ இருக்கிற மாதிரி அவக்அவக்கென்று சாப்பிடுவான். கவளங்களை நாக்கிலேயே படாமல் நேரே தொண்டைக்குழிக்குள் திணித்து விழுங்கிவிட்ட மாதிரித் தெரியும். கழுவிய கையை வேட்டியில் துடைத்துக்கொள்வான்.

அன்றைக்கு ஞாயிற்றுக்கிழமை. முருகேசன் வந்த நேரத்தில், இட்டிலி தீர்ந்திருந்தது. அடுத்த ஈடு அடுப்பில் இருந்தது. அப்பா கேட்டார்:

> சித்தெ நாழியாகுமே முருகேசு. ரெண்டு ஊத்தப்பம் வேணா ஊத்தித் தரட்டா?

முல்லையாற்றுத் திக்கில் வெறித்தான். தீர்க்கமாக யோசிக்கிற மாதிரி இருந்தது முகம். கிட்டத்தட்ட, கொப்பரையிலிருந்து ஆவி வெளியேறும்வரை யோசித்துவிட்டு,

> வேணாம். இட்டிலியே தின்னுக்கிர்றேன்.

என்றான். விரல்கள் முழங்காலில் தட்டிக்கொண்டிருந்தன. இன்னொரு நாள், அவனிடம் ஏதோ ஒரு கீர்த்தனையைச் சொல்லி, 'என்ன ராகம்' என்று கேட்டார். உடனடியாக,

> நசிக பூசனி.

என்றான். இப்போது யோசிப்பது அப்பாவின் முறை. உதடு பிரியாமல், தொண்டைக்குள் சப்தம் அமிழ, முனகினார். அப்புறம் முகம் மலர்ந்து, ஆமோதிப்பாய்த் தலையாட்டினார்.

முருகேசனின் அப்பா வாடிப்பட்டியில் சவரக்கடை வைத்திருந்தார். உள்ளூரில், முல்லையாற்றுக்கரைப் பூவரச நிழலில் தனக்கொன்றும் வாடிக்கையாளருக்கொன்றுமாய்ச் செங்கல் போட்டுத் தொழில்செய்யும் பாம்பாட்டி மாதிரி இல்லை – பஸ் நிலையம் எதிரே, முன்னாலும் பின்னாலும் கண்ணாடிகள், சுழல் நாற்காலி உள்ள கடை.

> கூடமாட வந்து தொளில் கத்துக்கடாண்டா கேக்க மாட்றான் சாமி.

என்று அப்பாவிடம் அங்கலாய்த்தார், கண்ணாடித் தம்ளரில் காஃபி குடித்தபடி.

> . . . சும்மா சாயங்காலம் பூரா பாலத்துலெ ஒக்காந்து ஆத்தெயே பாத்துக்கிட்ருந்தா துட்டு வருமா? ஒம்பது மாசம் தண்ணி ஓடும். பெறகுட்டு? முல்லையாத்துல மாருதியே சாப்பாட்டுலெயும் மண்ணடிச்சுப் போயிராது? நாங்கூடத்தான் கொஞ்சம் தவுலு தட்டுவேன். அதுக்காண்டி தொளில் பண்ணாமயா இருக்கன்?. . .

பாகவதர் க்ராப்பின் கீழ்ப்பகுதிச் சுருள்கள் வசீகரமாய் ஆடின. 'ஊருக்கே முடி வெட்டுகிறாரே தங்கவேலண்ணன், இவருக்கு யாரும் வெட்ட மாட்டார்களா' என்று அப்பாவைக் கேட்கவேண்டும் என்று தோன்றி, அப்புறம் மறந்தே போனது; இத்தனை வருடம் கழித்து, இதை எழுதும்போது நினைவு வருகிறது . . . அப்பா நிதானம் குறையாமல் சொன்னார்:

> அவனுக்கு அதுலெ நோட்டம் இருக்குற மாதிரித் தெரியலெயேப்பா. பிடிச்சதெச் செஞ்சுட்டுப் போரான். யாரு கண்டா, அதுதான் அவனுக்குச் சோறுபோடப் போகுதோ என்னமோ.

பல ஆண்டுகள் கழித்து, அவர்கள் மூன்றுபேருமே காலமான பிறகு, கல்லூரியில் ஆங்கில இலக்கியம் படிக்க ஆசைப்பட்டேன். சுந்தரம் அண்ணா கறாராகச் சொல்லிவிட்டார்:

அதெல்லாம் ரிஸ்க் எடுக்க முடியாது. பி காம்தான் சேத்துவிடுவேன்.

மேற்சொன்ன உரையாடல் எனக்கு நினைவு வந்து அப்பா கண்களில் பொங்கினார். முல்லையாற்றுப் பாலத்தின்மீது கற்சிலை மாதிரி முருகேசன் அமர்ந்து இருட்டும்வரை நீரோட்டத்தையே பார்த்துக்கொண்டிருக்கும் காட்சியும்தான். கண் நிரம்பியது.

ஆனாக்கெ, வித்தையை விக்கமாட்டாராமுல்லெ தொரெ?

என்ற தங்கவேலு அண்ணனின் கவலையும் கசப்புமான முகமும் நினைவு வந்தது ...

வளாகத்தின் பின்புறம் இருந்த தென்னந்தோப்பின் வாசலுக்கு எங்கள் வீட்டைத் தாண்டித்தான் போக வேண்டும். ஆனால், தோப்புக்குள் நுழைய அது ஒன்று மட்டுமே வழி அல்ல. ஓராள் உயரம் கொண்ட, பாசியேறிய, சிமெண்ட் சுவரில் ஏறிக் குதித்து ஆட்கள் வருவார்கள். தோட்டக்கார வேலுவிடம் நாலைந்து வார்த்தைகள் பேசிவிட்டு, கசப்பு மணக்க பீடியோ சிகரெட்டோ சேர்ந்து புகைத்துவிட்டு, நாவல், கொடுக்காப்புளி, எலுமிச்சை என்று பறித்துப் போவார்கள். தென்னையை மட்டும் தொட விடமாட்டார் வேலு.

தோப்புக்குள் மலம் கழிக்கப் போவது எனக்கு மிகவும் பிடித்த காரியம். கொஞ்ச நேரம் ஏதாவது விளையாடிவிட்டு, வந்த வேலை முடிந்ததும் கல்லால் துடைத்துவிட்டு, அவிழ்த்துப் போட்ட டிரவுசரைத் தொடைவரை மட்டும் ஏற்றி, தயங்கி நடந்து வீடு திரும்பிக் கழுவிக்கொள்வேன். நான் நுழைந்தபோது எதிரே வந்த வேலு,

கண்ட எடத்துலெ பேண்டு வச்செ, பொச்சுலெயே போட்ருவேன் ...

என்று கையை ஓங்கியபடி சொன்னார்.

எங்கம்மாதான் இங்கே போகச் சொல்லுச்சு.

என்று தரையைப் பார்த்தவாறு பொய் சொல்லிவிட்டு நிற்காமல் நடந்தேன். அது ஒரு வகையில் உண்மையும்தான் – முல்லையாற்றுக் கரைப்பக்கம் என்னை விடமாட்டாள்

அம்மா. எடுப்புக்கக்கூஸில் ஒழுங்காக உட்கார்ந்து போகத் தெரியாது; மல்லாந்து விழுந்துவிடுவேன் என்ற பயமும் உண்டு.

குத்த வைக்குமுன் ட்ரவுசர் பித்தானில் கைவைக்கிறேன், சுவரில் ஏறிக் குதித்த உருவம் கவனம் ஈர்த்தது. முருகேசனேதான். தோப்பின் நடுவிலிருந்த சிமெண்ட் மேடையில் சம்மணமிட்டு அமர்ந்து, கையோடு கொண்டு வந்திருந்த நாதசுரத்தைப் பிடித்து வாசிக்க ஆரம்பித்தான். துளைகளுக்கு எவர்சில்வர் மூடிகள் உள்ள, நீளம் குறைவான அந்த வாத்தியம் கிளாரிநெட் என்று பெரியவனான பிறகு தெரிந்தது . . . எவ்வளவு நேரம் போனதோ. ஐயோ, கமறலான அந்த நாதத்தை, அதன் குழைவை, ஆயுள்முழுக்க மறக்க முடியாது... பின்னாளில் கேட்கக் கிடைத்த ஏக்கேஸீ நடராஜன் வாசிப்புக்கு நிகரானது.

எப்போது கவனித்தேன் என்று தெரியவில்லை – மேடையின் தரையில் விசித்திரமான ஓர் அசைவு தென்பட்டது. பளபளக்கும் உள்ளங்கை எழுந்து உயர்ந்தபோதுதான் தெரிந்தது, ஐயையோ, நல்லபாம்பு! இடவலமாக ஆடும் படமும், இவனுடைய வாத்தியத்தின் ஆட்டமும் ஒத்திசைந்து இருந்த மாதிரிப் பட்டது. பயம் கொஞ்சம்கொஞ்சமாகத் தொண்டைக்கு ஏறி நெஞ்சை அடைத்தது. திரும்பி வீட்டை நோக்கி ஓட்டம் பிடித்தேன்.

எதையோ எடுப்பதற்காக ஹோட்டலைவிட்டு வீட்டுக்கு வந்திருந்த அப்பாவைக் கட்டிக்கொண்டேன். நடுக்கம் தீராத குரலில் விவரித்தேன். என் தலையை ஆதுரமாகத் தடவியபடி முழுக்கக் கேட்டு முடித்துவிட்டு பதில் சொன்ன குரலில் எத்தனை வியப்பு!

> புன்னாகவராளி வாசிச்சிருப்பானோ!
>
> இன்னிமே எங்கிட்ட சொல்லாமெத் தோப்புக்குள்ளெ போனியோ, பொலி வச்சுருவேன். கடங்காரா . . .

என்று அம்மா அடிக்குரலில் மிரட்டியதைக் கவனிக்காதவர்போல,

> மதுரை மணிதான் தன்னோட மானசீக குருன்னு சொல்ரான் பர்வதம். இவன் எங்கேபோய் அவரெக் கேட்டான், எப்பிடிக் கத்துண்டான்னு ஒரெழவும் புரியலே. ஒருதபா வாசிக்கச் சொல்லிக் கேட்டேன்; மணியோடெ பிடிகளை அப்பிடியே வாசிக்கரான் பாத்துக்கோ. அப்ப்பா, அந்த 'மாயே' காதுக்குள்ளயே சுத்தறது . . .

முகம் வெகுவாய்க் கிறங்கியிருந்தது. பின்னாட்களில் மிருதங்கமும் மோஹர்சிங்கும் பக்கவாத்தியங்களாய்க் கொண்டு

நாதசுரம் வாசித்த திருவெண்காடு சுப்பிரமணிய பிள்ளையின் கேஸட்டில் இடம்பெற்றிருந்த மகுடியைக் கேட்டபோது, முருகேசன் நினைவும், அந்தக் கோடைகால முற்பகல் பொழுதும் எனக்குள் எழுந்தன.

அது மட்டுமில்லை, மணி அய்யர் காலமாகிவிட்டார் என்ற தகவலை ரேடியோவில் கேட்டு அப்பா கலங்கிய அதே நாள் மாலையில் பாம்பு கடித்து முருகேசன் இறந்ததும், ஒரே மகன் இறந்த சோகம் தாளாது தங்கவேலு அண்ணன் பாலிடாலைக் குடித்துவிட்டதும்கூட நினைவு வந்தன. அது வேறு கதை . . .

❖

31

பொதுவாக, தமிழில் மொழிபெயர்ப்புகளை வாசிக்க எனக்குப் பிடிப்பதில்லை. பெரும்பாலான வாக்கியங்கள், அவற்றின் மூல ஆங்கில வாக்கியங்களை நினைவுறுத்துவது எரிச்சலாக இருக்கும். ஜப்பானிய மொழியிலிருந்தோ ஸ்பானிஷிலிருந்தோ ஆங்கிலத்துக்கு வரும்போதும் மேற்சொன்ன அபத்தமும் அதைவிட அதிகமும்கூட நிகழ்ந்திருக்க வாய்ப்புண்டுதான் – எனக்கு அந்த மொழிகள் தெரியாதே!

சமீபத்தில்கூட, 'கந்தல்களிலிருந்து செல்வத்துக்கு உயர்ந்தவர்' என்றொரு வாசகம் பார்த்தேன். From rags to riches என்பதன் தமிழ்வடிவமாம்! மொழிபெயர்ப்பு என்பது மிகுந்த படைப்பூக்கம் தேவைப்படும் சமாசாரம் என்பதை உணராத யாரோ புண்ணியவானின் வேலை. இதே சுகவனம் என்றால், 'பராரியாய் இருந்து பணக்காரனானவன்' என்று நயமாய்ச் செய்திருப்பான்...எதற்கெடுத்தாலும் குறைகாண்பது, வாசிப்பு அனுபவத்தைக் கெடுக்கும் என்பதும் உண்மைதான். சுகவனமே ஒரு தடவை எரிச்சலுடன்,

சட்டி முக்கியமா, சரக்கு முக்கியமா?

என்றான். 'இரண்டும்தான்; இதிலென்ன சந்தேகம்?' என்று தோன்றியது. சொல்லவில்லை.

ஆனால், அந்நியன், ஆரோக்கிய நிகேதனம், குமாவும் புலிகள் என்றெல்லாம் இன்றுவரை மனத்தில் நிரம்பியிருக்கும் நூல்கள் எல்லாமே, மொழிகளுக்கு அப்பால் விரிந்திருக்கும் ஆன்மபலம் கொண்டவை மட்டுமல்ல; முந்தைய தலைமுறை மொழிபெயர்ப்பாளர்களின் அக்கறைக்கும், சிருஷ்டிகரத்துக்கும் சாட்சியமாய் இருப்பவை.

மேற்சொன்ன வரிசையில், அவ்வளவாய்ப் பிரபலமாகாத இன்னொரு நூல் யதேச்சையாய்க்

கிடைத்தது: 'சிகரங்களோடு சிகரங்களுக்கு'. சரளமான நடையில், சுகானந்தா என்ற துறவி மொழிபெயர்த்தது. ஐம்பதுகளில் வெளியாகியிருக்கிறது. பழைய புத்தகக்கடையில் ஐந்து ரூபாய்க்குக் கிடைத்தது. அவ்வளவு சரளமான, அபாரமான மொழி நடை. வாசிக்க ஆரம்பித்ததும், நடப்புக்காலமெங்கும் ஒருவிதப் பழுப்பு நிறமும் பழைய நெடியும் விரவியது பெரிதில்லை; பார்வை விலகும்போது காணக்கிடைக்கும் திறந்த வெளியில் ராமபாணம் துளைத்த சன்னத் துளைகள் தென்பட்டதுதான் ஆச்சரியம்.

'இரண்டாவது வகை அசையாதது; முதல் வகைச் சிகரம் இடம்பெயரக்கூடியது' என்ற வரியுடன் ஆரம்பிக்கும் நூல். ஆஸ்திரேலியரான டாம் ஜோன்ஸ் எழுதியது. ஆனால், இந்த வாக்கியம் அவருடையது அல்லவாம்; வாரணாசியில் தரிசிக்கக் கிடைத்த சந்யாசியின் உதவியாளர் சொன்னது. 'அசலம்' என்று சமஸ்கிருதத்திலும், பின்னர் அவரே ஆங்கிலத்திலும் சொல்லியிருக்கிறார். அழுக்கும் ஆசாரமும் மலிந்து கிடக்கும் சூழலில் அத்தனை நேர்த்தியான ஆங்கிலம் ஒலித்ததே மலைப்பளித்தது என்கிறார் டாம்.

பதின்வயதில் நுழைந்த நாளிலிருந்து, பார்க்கும் பெண்ணுருவம் அனைத்துமே புசித்தற்குரியது என்ற எண்ணம் படிந்துவிட்டதாம் அவருக்குள். ஆமாம், தனக்குள் எந்நேரமும் தகிக்கும் காமவேட்கையின் உஷ்ணத்துக்கு நிவாரணம் தேடி இந்தியா வந்தவர்தான் டாம். தென்கோடியிலிருந்து இமாலயம்வரை தன்னைத் தணிக்கும் ஆன்மிக மருத்துவம் தேடி அலைந்த விவரங்களை, நாட்குறிப்புகள்போல எழுதி வைத்திருக்கிறார். மடங்கள், ஆசிரமங்கள், கோவில்கள், வைத்தியசாலைகள் என்று எங்கெங்கோ; துறவிகள், பாரம்பரிய வைத்தியர்கள், ஆண்கள் பெண்கள் மூன்றாம் பாலினத்தவர் என்று யார்யாரிடமோ வேண்டியும் கிடைக்காத விமோசனம், வாரணாசியில் சந்தித்த ஒரு குருவிடம் கிடைத்து விட்டிருக்கிறது.

நகரின் வெளிவிளிம்பையொட்டி இருந்த அந்த இடமே கொஞ்சம் விசித்திரமானது. புராதனத்தின் கரிபடிந்த மண்சுவர்கள், சாம்பல் நிறமாய் ஆகிவிட்டிருந்த வைக்கோல் கூரை, மதிய வேளையில் தீயில் வாட்டும் கோதுமைரொட்டி மற்றும் கடுகெண்ணெய் மணம் அந்திகளில் கஞ்சா மணம் நிரம்பிய விசாலமான குடிசை. ஆனால், அத்தனை விசாலமான குடிசையைத் தாம் வேறெங்குமே கண்டதில்லை என்கிறார்.

அப்படியொரு சூழ்நிலையில் சுமார் ஐந்நூறு புத்தகங்கள் கொண்ட நூலகம் இருக்கும் என்றும் யாருமே எதிர்பார்க்க மாட்டார்கள். அந்த இடத்தின் மைய அச்சு காவி தரித்திருக்க வில்லை. சலவையின்றியே தூய வெண்ணிறம் ஒளிரும் அரைவேஷ்டி மட்டுமே. மேல் துண்டுகூடக் கிடையாது. பகல் முழுவதும், பின்னிரவுவரை, அதிகாலையில் என எந்நேரமும் வாசித்துக்கொண்டே இருக்கும். மடியிலோ, ஏந்திய கரங்களிலோ, முன்னால் இருக்கும் பெருக்கல் குறி வடிவப் பலகையிலோ விரித்து வைத்த நூல். அதில் தென்படும் எழுத்துக்களின் வரிவடிவம், கொஞ்சமும் பரிச்சயமானது அல்ல. பாலி முதல் லத்தீன் ஹீப்ரு உருது என சகல மொழிகளிலும் நூல்கள் உண்டு; அனைத்தையுமே சரளமாக வாசிக்கக் கூடியவர் குரு என்று மேற்படி உதவியாளர் தெரிவித்தாராம்.

ஒரு இடத்தில், குருவிடமே டாம் ஜோன்ஸ் நேரடியாய்க் கேட்கிறார்: 'பள்ளிக்கூட வாசலையே மிதிக்காதவருக்கு இத்தனை மொழிகள் எப்படித் தெரிந்தது?'

சிரித்தபடி, பதிலுக்குக் கேட்கிறார் குரு: 'கண் முன்னால் துலாம்பரமாக இருக்கும் ஒரு விஷயத்தைத் தெரியாததாக்குவது எது?'

புரியவில்லையே ஸ்வாமீ?

தெரியாது என்ற நினைப்புதான் தெரியாமலாக்குகிறது. முழுமூச்சான முனைப்புக்கு இணங்காத ஓர் அம்சமும் பூவுலகில் இல்லை. என் மொழியில் பெயர்த்துத்தான் புரிந்துகொள்வேன் என்ற பிடிவாதத்தைத் துறந்து விட்டால் போதும் – சகலமும் புரிய ஆரம்பித்துவிடும். எந்த மொழியானால் என்ன, எழுதப்பட்ட வரிகளில் ஏற்றப்பட்ட சூட்சுமத்தை வாசிக்கத்தானே முயல்கிறோம்!

பத்து வயதில் துறவியாகிவிட்டாராம். பாரதம் முழுவதும் நடந்தே திரிந்திருக்கிறார். ஒரு வேளைக்கும் யாரிடமும் கையேந்தியதில்லை. ஒரு முழம் துணி தானாய் வாங்கியதில்லை. வேண்டும்போது கிடைக்கும்; எப்படிக் கிடைக்கிறது என்று வியந்ததும் இல்லை.

குருவின் உபதேசத்தில், இரண்டு சொற்களைப் பிரதானமாய்க் கருதுகிறார் டாம். *Cognition, re-cognition.* இரண்டாவதை ஒரே சொல் என்று தாம் அறிந்துவைத்திருந்ததற்கு மாறாக, இரண்டும் ஒன்றோடொன்று பிணைந்த வேறுவேறு செயல்கள் என்று குரு எடுத்துரைத்தாராம். இதை விளக்குவதற்கு,

டாம் எழுதிய பல பக்கங்களைப் பொறுமையாய் வாசித்தும், அவற்றிடையேயான வேறுபாடு எனக்குக் கொஞ்சமும் புரியவில்லை. முடிவாக அவர் எழுதியிருக்கும் சம்பவமோ, அதைவிடப் புரியாதது.

ஒரு முன்னிரவில், மண்சுவரில் சாய்ந்தமர்ந்து வாசிக்கிறார் குரு. அவரைப் போன்றே சலனமற்றிருக்கிறது அரிக்கேன் விளக்கின் சுடர். இடதுகால் குத்திட்டும், வலதுகால் நீட்டியும் இருக்க, இடுப்புத்துணி விலகியதை உணரவில்லை போல. கோவணத்தின் கீழ்ப் பகுதி அசாத்தியமான அளவில் புடைத்து வெளித்தெரிந்தது.

சட்டென்று வெளியே வந்தார் டாம். 'எத்தனை ஜென்ம சேகரமோ' என்று மனத்தில் தானாக ஒரு வாக்கியம் உதித்ததாம். அதிர்ச்சி, அச்சம், திகில், பீதி, கிலேசம், அருவருப்பு என மாறிமாறி உணர்வுகள் தாக்கி விலகின. மேற்சொன்ன காட்சியனுபவம் தம்முள் விளைவித்தது என்ன என்பதை யூகிக்கவிடாமல் மனத்தின் சலனம் வேகமுற்றிருந்தது. எதிரே, சமுத்திரம்போல கங்கையின் பரப்பு. மரணத்தின் மர்மம் மற்றும் வசீகரத்துடன்.

தமக்குள் ஒரு நரம்பு அறுபட்டதாக உணர்ந்திருக்கிறார். இனி வேறெங்கும் போக வேண்டாம்; ஊர் திரும்பிவிடலாம் என்று தோன்றியதாம். இருபது வருடம் கழித்து இந்த நூலை எழுத முற்படுகிறார். அத்தனை வருடங்களிலும், ஒரு சந்தர்ப்பத்தில்கூட பெண் மோகம் தன்மீது மோதியதில்லை என்று எழுதுகிறார்.

சிகரெட் எடுத்துக்கொண்டு வாசலுக்கு வந்தேன். மெல்லிய தூறல் போடுகிறது. சாலையில் மிருதுவாகப் படர்ந்த ஈரம். நிஜம்போல வெளியேறும் புகை நிதானமாய்ச் சுருண்டு மேலேறிக் காணாமலாகிறது. தொலைவில் நாய் குரைக்கிறது. கோடிக்கணக்கான சிகரெட்டுகள் விடுத்த புகைக்கொத்துபோல அடர்ந்த வெண்மேகங்கள் சாவகாசமாய் நகர்கின்றன. கவனத்தின் பிடி தளரும் ஒரு கணத்தில், நகர்வது மேகமல்ல, ஆகாயம் என்று பிரமை தட்டுகிறது . . . அந்தியின் சாந்தம் அசைவற்று வேடிக்கை பார்க்கிறது . . .

அது சரி, இதெல்லாம் இப்படியே இருக்கிறதா, இப்படி இருப்பதாக எனக்குத்தான் தெரிகிறதா? தமிழாக உருப்பெறும் முன் இந்த ஐயம் எந்த மொழியில் இருந்தது?

❖

32

இந்த வருடம் சமாராதனைக்குப் போவ தென்று தீர்மானித்தேன். பணிஓய்வு பெற்றதால், எல்லா நாளிலும் எல்லா நேரமும் எனதாகவே இருப்பது ஒன்று; முக்கியமான இரண்டாவது காரணம், கடந்த ஒருமாதமாக மருத்துவமனையில் உருளைக் கிழங்குபோலப் படுத்துக் கிடக்கும் அண்ணாவுக்கு அம்பாளின் பிரசாதத்தைக் கொண்டு வந்து பூசிவிடும் ஆசை; ஆயுள் நீடிக்கிறதோ இல்லையோ, நிம்மதியாகப் புறப்படவாவது செய்வானே?

வெறும் அறுபத்து மூன்று வயதுதான்; என்றாலும், உடல் கொள்ளாத உபாதைகள். கல்லீரலும் சிறுநீரகமும் வெகுவாகப் பழுதாகி விட்டன – *beyond repair* என்று கார் மெக்கானிக் மாதிரிச் சொன்னார் டாக்டர். கோவில் கோவிலாகப் போய் சாந்தமான மரணத்துக்குப் பிரார்த்தனை செய்கிறது குடும்பம். திருச்சி தாயுமானவர் சந்நிதியில் விளக்கேற்றி வேண்டுகோள் வைக்கச் சொன்னார் ஜோசியர். நானே போய்வந்தேன். ஆறாத ஏக்கம் இருந்தாலும் உயிர் லேசில் பிரியாது என்றும் சொன்னார்.

தெரிந்தே உடம்பைக் கெடுத்துக்கொண்டவன். சிகரெட், குடி என்று எதையும் விட்டுவைக்க வில்லை; கட்டுக்குள்ளும் வைக்கவில்லை. மூன்றாவது பழக்கமும் உண்டோ என்று சந்தேகம் இருந்தது – அவன் தீவிர சிகிச்சைப்பிரிவில் நினைவிழந்து கிடக்கும்வரை. இரவுத் துணைக்கு என்னோடு தங்கிய மனைவி, நள்ளிரவு வேளை யிலும், அக்கம்பக்கம் யாருமில்லையே என்று பார்த்துவிட்டு, ரகசியமாய்க் கிசுகிசுத்தாள்:

தொட்டதே இல்லேடீன்னு சொல்லிச்சொல்லி அழறா. அகிலா தவுர யாரையும் தொடமாட்டேன்னு மொதநாளே சொல்லிட்டாராம். ஆமா, அந்த அகிலா யாரு?

கள்ளக்குரல் நடுங்கியது. அப்புறம் ஏன் அவனுடன் வாழ்க்கை நடத்தினாளாம்? வெளியேறாத கேள்விக்கு நானே பதில் சொல்லிக்கொண்டேன் – ஏழ்மை பிடுங்கும் குடும்பத்தில் பிறந்தவள். வேலைக்குப் போகாதவள். இதையெல்லாம்விட, பிரியத்தில் குறை வைக்காதவன் அண்ணா. அதிர்ந்துகூடப் பேசமாட்டான்.

முழுக்க முழுக்க வடநாட்டிலேயே வாழ்க்கை நடத்தியவர்கள். அந்தப் பெண்மணி தன்னைத் தணித்துக் கொள்ள என்ன செய்தாளோ . . . இப்படியொரு எண்ணம் தோன்றிய மாத்திரத்தில் மானசீகமாகப் பிடரியில் அறைந்துகொண்டேன். மறுநாள் காலையிலிருந்து மன்னியின் கண்ணைப் பார்த்துப் பேசமுடியாமல் ஆனது . . .

சிறிய குன்றின்மீது சிறிய கோயிலில் இருக்கிறாள் கல்யாணசுந்தரி. கோயிலின் பின்னுள்ள மரத்தின் கிளைகளில் இலைகளுக்கு நிகராக தாலிக்கயிறுகள் தொங்கும். நேர்த்திக் கடன் தீர்ப்பவர்கள் கட்டியவை. இற்றுப்போகாத தாலிகள், மரம் உயரஉயரத் தாமும் மேலேறும். அடிவாரத்தில் உள்ள பொட்டலில் ஆயிரம் பேர் அமரும் பந்தல் போட்டு, சமாராதனை நடக்கும். ஊருக்குள் வீடுவீடாகப் பணம் பிரித்து, பொதுவில் நடத்துவார்கள். வெளியூர்க்காரர்களுக்கு மட்டும் இரவிலும் அன்னதானம்.

வருடாவருடம் நடப்பது அல்ல; ஏழு சுமங்கலிகளின் கனவில் வந்து அம்பாள் கட்டளையிட வேண்டும். மட்டுமல்லாது, பூக்கட்டிப் பார்க்கும்போது வெள்ளைப் புஷ்பம் வரவேண்டும். இதுபோக, பட்டருக்கு சந்நதம் வந்து ஆணையிட வேண்டும்.

பந்தி முடிந்தபிறகு, எச்சில் இலைகளின்மேல் வெற்றுடம்புடன் உருள்வார்கள். புடவைத் தலைப்பை ஊக்கால் பிணைத்துக்கொண்டு, அபூர்வமாகப் பெண்களும் உருள்வதுண்டு. தீராப் பிணிகள் தீரும் என்று ஐதீகம். நேரில் வர முடியாதவர்களுக்கு எச்சில் இலையின் நுனியை வெட்டி யெடுத்துக் கொண்டுபோய் உடல் முழுக்கத் தடவலாம். குங்குமப் பிரசாதத்தை உள்ளுக்குத் தரலாம். பிறவிப் பிணிகூடத் தீரும். . .

நான் எதற்காக வந்திருக்கிறேன் என்பது புரிந்திருக்குமே.

அண்ணா என்னைவிட இரண்டு வயது மூத்தவன். ஒருவிதத்தில், இளமையில் எனக்குள் நிரம்பிய சகலத்துக்கும் மூலகாரணமாய் இருந்தவன். க்ளிண்ட் ஈஸ்ட்வுட், பால் மரியா என மேற்கத்திய வாசனை, ஃபார்ஸித், ஆர்த்தர் ஹெய்லி என்று வாசிப்பின் ருசி, டக்-இன் பண்ணிய உடை, ஷூ என்று சகலத்துக்கும் அவனே காரணம். திருமணத்துக்குப் பிறகு என் வேகம் மட்டுப்பட்டது. அவனுக்கோ ஜாஸ்தியானது – தலையணைதலையணையாய்ப் படித்துக்கொண்டிருப்பான். நடு ஹாலில், இடது கையில் சிகரெட், வலது கையில் புத்தகம் என மணிக்கணக்காக அவன் அமர்ந்திருக்கும் சித்திரம் எனக்குள் நிரந்தரமாய் இருக்கிறது. குழந்தைகள் இல்லாதது அவன் வாழ்க்கை முறைக்கு எத்தனை உதவியாய் இருந்தது என்று ஆச்சரியப்பட்டிருக்கிறேன். இப்போதல்லவா தெரிகிறது, அவற்றில் எதுவுமே தனித்தனியானவை அல்ல என்பது . . .

சமாராதனைக் கமிட்டியின் பரம்பரை உறுப்பினர்களில் நாகு ஒருவன். என்னுடன் படித்துவிட்டு உள்ளூரிலேயே கூட்டுறவு வங்கியில் நிர்வாகியாய் இருப்பவன். வைபவ ஆண்டுகளில் எனக்கும் தகவல் வரும்; என்னால்தான் போக முடிந்ததில்லை.

குடும்பம்குடும்பமாய் வந்திருந்தவர்களில் தெரிந்த முகம் ஒன்றுகூட இல்லை. இத்தனைக்கும் இதே ஊரில் பிறந்து வளர்ந்தவன் நான். அடுத்தடுத்த தலைமுறைகள் துளிர்த்து என் போன்றவர்களை முதியவர்களாக, அந்நியர்களாக ஆக்கிவிட்டன. ஆனால், பரிச்சயமானவர்கள் எத்தனைபேர் இந்தக் கூட்டத்தில் இருக்கிறார்களோ – என்னைப் போன்றே அவர்கள் அடையாளத்தையும் வயோதிகம் பறித்திருக்கலாம். நாகுவிடம் கேட்டால் இனம் காட்டுவான்; நிற்காமல் ஓடுபவனிடம் ஒரு புன்முறுவலையும் தழுவலையும் மட்டும் வாங்கிக்கொள்ளத்தானே அவகாசம் இருந்தது . . .

நீ . . . நீங்க ஜானகி மாமி பிள்ளை விஸ்வநாதன்தானே . . . ?

பின்புறமிருந்து ஒரு குரல் கேட்டது. சற்றே முற்றினாலும், நளினம் குன்றாத பெண் குரல் . . . திரும்பிப் பார்த்தேன். அடடே, அந்தக் கண்கள்! அகிலாவேதான். அழகிகளுக்கு வயதாவதில்லை!! . . . கொஞ்சம்கூட சதைபோடாத இடுப்பில் ஒரு பெண்குழந்தை.

ஆமாம் . . . !

என்னெத் தெரியறதா?

அவ்வளவு வறண்ட சிரிப்பை நான் பார்த்ததேயில்லை. தலையை ஆட்டினேன். இடுப்புக் குழந்தையைக் காட்டி,

> பேத்தி. மூத்தவன் பொண்ணு. தஞ்சாவூர்லெ இருக்கோம். பிள்ளெ பேங்க்லெ மேனேஜரா இருக்கான். அவனுக்காகத்தான் நேர்த்தி.

என்றாள். பெருமளவு நரைத்த கூந்தல்; வெற்று நெற்றி; வெற்று மூக்கு; ஆனாலும், காதுகள் இரண்டிலும் ஜொலித்த வைரக் கற்கள் முகத்தில் ஒளி பாய்ச்சின. சகல விஷயங்களையும் என்னுடன் பகிர்ந்துகொள்ளும் அண்ணா, விளையாட்டாக எச்சரித்தது இப்போதுபோல என் காதில் ஒலித்தது. அது விளையாட்டல்ல என்றும் புரிகிறது . . .

> டேய் விச்சு, அவளெ அப்பிடிப் பாக்காதே. ஒனக்கு மன்னியாகப் போறவ . . .

> நீங்க நாக்பூர்லெதானே இருக்கேள்?

இன்றைய தினத்துக்கு மீட்டுவந்தது அந்தக் குரல்.

> இருந்தேன். இப்போ மெற்றாஸோட வந்தாச்சு.

பெருமூச்சு விட்டாள். கண்கள் எங்கோ பார்த்தன. தொண்டைக்குழி ஏறி இறங்கியது.

> தலையெழுத்து கொஞ்சம் மாறியிருந்ததுன்னா, நாமள்ளாம் ஒரே கூரைக்கிக் கீழே இருந்திருப்போம்.

என்று யாரிடமோ சொல்கிற மாதிரி முனகினாள். பதில் சொல்லத் தெரியாமல் நின்றிருந்தேன். அல்லது, தனக்குத்தானே பேசிக்கொள்கிறாளோ? ஜோசியம் ஜாதகம் என சகலத்தின்மீதும் அருவருப்பு உண்டான நாள் நினைவிலெழுந்தது; ஆஞ்சநேயர் சந்நிதிக்குப் போகும் வழியில், யாராவது வந்தால் தகவல் சொல்வதற்காகக் காவல் நின்றதுவும்தான் . . . முழங்கால்கள் துணிமுடிச்சால் ஆனவைபோலக் குழைந்தன. எதிர்பாராத கணத்தில் என் தோள்பட்டையைத் தொட்டாள். குரலில் ரகசியம் சேர்ந்தது.

> அவர் எப்பிடி இருக்கார்?

> அண்ணாவா. சௌக்கியமா இருக்கானே.

> எத்தனெ கொழந்தைகள்?. .

நான் மௌனமாய் இருந்தேன். அப்புறம் தலையை மட்டும் இடவலமாய் அசைத்தேன். அவள் முகத்தில் வெளிச்சம் கூடியமாதிரித் தெரிந்தது என் பிரமையாக இருக்கலாம்.

ஒன்னைப் பாத்தது ஒங்கண்ணாவெப் பாத்தது மாதிரியே இருக்கு,..

இன்னொரு பெருமூச்சு. இந்த முறை உஷ்ணம் அதிகரித்திருந்த தாகப் பட்டதுகூட என் பிரமையாகவே இருக்கலாம் . . .

இன்னும் கொஞ்சநேரம் பேசியிருக்கலாம். ஆனால் என் அலைபேசி 'அலை பாயுதே கண்ணா' என்றது. அகிலா நாசூக்காகக் தலையசைத்து விலகினாள். மன்னியின் எண்ணிலிருந்து அழைப்பு. என் கைகள் நடுங்கின. மனமும்தான்.

❖

33

முந்தாநாள் இரவில் அவன் தற்கொலை செய்துகொண்டான். மலையிலிருந்து திரும்பிய நாளிலிருந்து, அவனிடம் ஏதோவொரு அசம்பாவிதத்தை எதிர்பார்த்துக் கொண்டுதான் இருந்தேன்; இவ்வளவு தூரம் போகுமென்று நினைக்கவில்லை. முற்பகல் முழுக்க நடந்தபிறகு, முதுகுப்பையிலிருந்து எடுத்துத் திறந்த குளிர்பான டின்களோடு, மர நிழலில் கால்களை நீட்டி இருவரும் அமர்ந்திருந்த காட்சி எனக்குள் விரிகிறது...

இரண்டாவது குழு நாங்கள். படையணி முன்னேற வேண்டிய பாதையில் கண்ணி வெடிகள் உண்டா, போராளிகள் முகாம் தென்படுகிறதா, உதிரியாக ரோந்து வருகிற யாரும் தட்டுப்படுகிறார்களா என்று வேவு பார்க்கும் பணி. முதல் அணியில் இருவர் போயிருக்கிறார்கள். வயர்லெஸ் கருவியை அதிகம் பயன்படுத்த முடியாது; இடையிட்டுக் கேட்கப் போராளிகள் வசம் இன்னும் நுட்பமான கருவிகள் உண்டு. இரண்டு மணி நேரம் சமிக்ஞை ஏதும் அனுப்பவில்லை யென்றால், அபாயம் காத்திருக்கிறது என்று பொருள். உண்மையில், இந்த மலை எங்கள் தேசத்தினுள் இருப்பது நிலவியல் நிர்ப்பந்தத்தினால் மட்டுமே. அரசுக்கும், போராளித் தரப்புக்கும் தலா ஒரு வல்லரசின் ஆதரவு இருக்கிறது. எனவே, மலை வல்லரசுகளுடையதுதான். கிட்டத்தட்ட, ஆளுக்குப் பாதி...

தொடையை அகட்டி அமர்ந்திருக்கும் பேரரக்கியின் கவட்டில், அவளது தாய்மை போல நிரம்பிய பிரம்மாண்ட ஏரியைப் பார்த்தபடி ஓய்வாக உட்கார்ந்திருந்தோம். அவன், 'என்னவொரு சுதந்திரம். என்னவொரு நிதானம். என்னவொரு பளிங்கு முகம். என்னவொரு வெகுளித்தனம், என்னவொரு ஆனந்தம்...' என்கிற மாதிரி, தனக்கேயுரிய இடைவெளியில், பித்தனைப்போலப்

பிதற்றிக்கொண்டிருந்தான். 'மலையின் பகுதி போலவே இருக்கிறார்களே' என வியந்து மாளவில்லை அவனுக்கு.

ஏரியில் நிரம்பியிருப்பது நீரல்ல, தீக்குழம்பு என்று ராணுவத் தலைமையை உணர வைத்தவை, இரண்டு சம்பவங்கள். கல்வியறிவற்றவர்கள் என உலகமே நம்பிய ஆதிவாசிச் சிறுபான்மையின் முன், பெரும்பான்மை சமூகம், சகல திறன்களும் கொண்ட ராணுவம், சர்வதேச அமைப்புகள் என யாவரும் மலைத்து நிற்கச் செய்தவை.

இந்த மலையில்தான் கொரில்லா அமைப்பின் தலைமையகம் இருக்கிறது; அதை அழித்தொழிக்காமல் சமருக்கு முடிவில்லை என்று தலைமை நினைத்தது. வலுவான படையணியை அனுப்பியது. அணித் தலைவர், அதிரடித் தாக்குதலுக்குப் பெயர் போனவர். ஏரியைக் கடந்து மலையேறி மோதும் திட்டத்துடன் அணியை நடத்தி வந்தார்.

மலையின் மறுபுறம் இருக்கும் வல்லரசு எங்களை விழுங்கிவிடாமல் தடுக்கும் அரணாக அமைந்தவை இந்த மலையும் ஏரியும்தான். மூன்று பக்கங்களிலும் அணைவாக நின்றிருக்கும் மலையில் பாதைகள் அமைக்க எங்கள் அரசு விரும்பவில்லை. எதிரியின் கையில் நாமே ஏன் ஆயுதத்தை வழங்கவேண்டும் என்று நினைத்திருக்கலாம்.

ஆக, மலையை அடைய ஏரியைப் படகுகளில் கடந்தாக வேண்டும். இரு கைகளாலும் பைனாகுலர்ஸைப் பிடித்து மலையை ஆராய்ந்தபடி, கம்பீரமாக நின்று படகுச் சவாரி செய்த தளபதியை, மொத்த அணியும் பார்க்க, நிதானமாக முதுகில் சுட்டுக் கொன்றான் படகோட்டி. சந்தேகம் தீர ஐந்து குண்டுகளைப் பாய்ச்சி முடித்தான். ஆறாவதை, தன் நெற்றிப்பொட்டில் செலுத்திக்கொண்டான். இத்தனைக்கும், கடும் பரிசோதனைக்குப் பிறகு தேர்ந்தெடுக்கப்பட்டவன்... வேட்டை உடனடியாக நிலைகுலைந்தது.

அதன்பிறகு, படகோட்டிக்குப் பின்புறம் யந்திரத் துப்பாக்கியோடு ஒரு வீரன் நிற்பது என்ற நடைமுறை உருவானது. படிப்பறிவுக்கும், போர்த் தந்திரத்துக்கும் நேரடி உறவு இல்லை என்பது அடுத்த ஆறு மாதங்களில் தெரிய வந்தது... நடு ஏரியை அடையும்வரை காத்திருந்து, மொத்தப் படகுமே வெடித்துச் சிதறுமானால்...?

இப்போது, ஏரிக்கரையில் நிரந்தர முகாம் இருக்கிறது. ராணுவத்துக்குச் சொந்தமான படகுகளை, ராணுவ வீரர்களே செலுத்துகிறார்கள். ஆனால், என் போன்ற சாதாரண

தலைப்பில்லாதவை

சிப்பாய்களுக்கே முழு நம்பிக்கை இல்லை. எகிப்து அதிபர் சதாத் படுகொலையானது எப்படி? வெற்றிப் பேரணியைப் பார்வையிட்டவர், கடந்து சென்ற கவச வண்டியின் மூடி திறந்து எழுந்த வீரர்கள் சுட்டுத்தள்ள, மறு நொடியில் முன்னாள் அதிபர் ஆனாரே . . .

என் சகாவின் சிந்தனை இந்தவிதமாக ஓடவில்லை – அவன் உதிர்த்த பொன்வாசகங்கள் வேறு மாதிரியானவை. ஒன்றுவிடாமல் எனக்கு நினைவிருப்பவை . . . 'என்னுடைய தேசத்தவனையே துரத்தித்துரத்திக் கொல்ல வேண்டி யிருக்கிறதே. என்ன நியாயம் இது? என்னை மாதிரித்தானே அவனுக்கும் இந்த மலையும் ஏரியும் சொந்தம்? தன்னுடைய இடத்தில் இருக்கிறவனை, என் இடத்தைப் பறித்துக் கொண்டவன் என்று ஏன் சொல்கிறது அரசு? உண்மையில் இந்த நிலப்பகுதி யாருக்கு சொந்தம்? பூமியின் எந்தப் பகுதியும் யாருக்கும் எப்படி சொந்தமாக முடியும்? வெறும் அனுபவ பாத்தியதை, சொந்தம் கொண்டாடும் அதிகாரமாக உருவெடுப்பது எப்படி? இந்த மலை முழுவதும் நிரம்பியிருப்பது பசுமை மட்டுமா – அளவில்லாத அச்சம் என்று உனக்குத் தெரியவில்லையா'.

இதையெல்லாம் என்னிடம் சொல்வதோடு நிறுத்திக்கொள் நண்பனே. ஒரு வாக்கியம் வெளியே கசிந்தாலும், தூக்குதான். துரோகிப்பட்டம் வேறு சுமப்பாய்!

ஆமாம், ஒரே தேசப் பிரஜைகளில், ஒரு தரப்பின் தேசபக்தியை மற்றொரு தரப்பு துரோகம் என்று கருதும் விநோதமான காலகட்டமல்லவா இது!

சிரித்தான். அதில்தான் எவ்வளவு கைப்பு . . .

சென்றவாரம், ராணுவ லாரி ஒன்று தகர்க்கப்பட்டது. நாற்பத்திரண்டு வீரர்கள் ஸ்தலத்திலேயே வெடித்துச் சுக்கல்சுக்கலானார்கள். அரசுத் தரப்பின் வேகம் பலமடங்கு அதிகரித்தது. விளைவு, மலையின் ரகசியத்துக்குள் இன்னொரு ரகசியமாக நாங்கள் கிடக்க நேர்ந்தது. ஆனால், என் நண்பனைச் சிதறடித்த காட்சி வேறுவிதமானது . . .

பாதையற்ற பாதையொன்றில் மலைக்குள் முன்னேறி வந்தபோது, எதிர்பாராமல் அந்த குகையைக் கண்டோம். மலைக் கால்வாய்க் கரையில் அமைந்த கல் குகை. ஓடும் தண்ணீர் இளநீர்போல ருசித்தது. கரைநெடுக, காய்த்துக் குலுங்கும் கனிமரங்கள். குகைவாசலை, துணிச் சீலை

மறைத்திருந்தது. இறைச்சி வேகும் மணம் புகையோடு வெளிவந்தது. வேட்டைக்குடும்பம் போல. வாசலில் நாலைந்து வில்கள், அம்புகள். ஓரிரு ஈட்டிகள்கூடக் கிடந்தன. அவற்றில் தெரிந்த பழமை என் கவனத்தை ஈர்த்தது.

முற்றத்தில் நாலைந்து குழந்தைகள் விளையாடின. இடுப்பில் மட்டும் கந்தலாடை அணிந்த பெண்குழந்தை எங்களைப் பார்த்தது. முதுகுப் பைகளும், சீருடையும், கையில் துருத்திய எந்திரத் துப்பாக்கியும் அதனிடம் எந்த சலனத்தையும் ஏற்படுத்தவில்லை. எதிரெதிர்த் தரப்புகளின் நடமாட்டத்துக்கு அவ்வளவு பழகியிருக்கலாம் . . .

பாதி புசித்த பச்சைப் பழம் ஒன்றைக் கையில் வைத்திருந்தது. என் சகாவைப் பார்த்து நீட்டியது. விலங்கின் அகலமான மண்டையோட்டிலும், ஒசியும் இடையில் பதிந்த பெரிய குடுவையிலும் நீர் சேந்தித் திரும்பின தாயார் பேரழகி. தங்கள் மொழியில் நாலைந்து வார்த்தைகள் சொன்னாள். குழந்தை வேகமாக உள்ளே ஓடி, முழுக் கனி ஒன்றை எடுத்துவந்து எங்களிடம் நீட்டியது. ஒழுகும் மூக்கை மறு கையால் துடைத்துக் கொண்டது. எங்களை மாதிரியே சப்பை மூக்கு, இடுங்கிய கண்கள், பருத்த கீழுதடு கொண்ட முகவார்ப்புதான் அந்தக் குழந்தைக்கும் . . . ஆமாம், என் குழந்தையின் சாயல்.

நண்பன் வாங்க முனைந்தான். ஆதிவாசிகள் தரும் எதையும் உண்ணக்கூடாது என்பது ராணுவ விதி. அவன் கையைத் தடுத்தேன். ‘குடும்பத் தலைவனைக் காணோமே; வேட்டைக்குப் போனானோ, அல்லது எதிர்த்தரப்பின் ஆளேதானோ’ என்றேன். முறைத்தான். திரும்பும் வழியில், இலக்கின்றித் திட்டியவாறும், புலம்பியவாறும் வந்தான்.

என்னவொரு சுதந்திரம் . . . என்னவொரு கபடமின்மை. . .
என்னவொரு வாளிப்பு.

வெகுநாட்களாக மறந்திருந்து நினைவில் மேலெழுந்துவிட்ட பாடல் வரிகள் போல, ஒரே மெட்டில் திரும்பத்திரும்ப அதையே சொல்லிக்கொண்டு வந்தான். . .

நல்லவேளை, தற்கொலை செய்துகொண்டான். சித்தசுவாதீனமிழந்து ராணுவ சேவையிலிருந்து விடுவிக்கப்படும் எத்தனைபேரைப் பார்த்திருக்கிறேன் . . . மண் அகற்றாத கிழங்குகள்போல இருப்பார்கள். கண்ணாடியில் தெரியும் முகம் தன்னுடையது என உணரவே சிரமப்படுவார்கள். நடைபழகும் குழந்தைபோலத் தத்துவார்கள் . . .

34

அய்யாசாமிக் கிழவர் காலை நடை புறப்பட்டார். நல்ல குளிர். இந்த ஊரில் பகல் பத்து மணிக்குக்கூடக் குளிரத்தான் செய்கிறது. ஆனாலும், ஸ்வெட்டரும் பனிக்குல்லாயும் அணிந்த நடையாளர்களுக்குப் பஞ்சமில்லை. நகரின் வெளி எல்லைக்கு அப்பால் விரைவாக வளர்ந்துவரும் பகுதி. முன்பு, நகரத்தின் பரபரப்பான மையத்தில் வாடகைக்குக் குடியிருந்தான் லட்சுமணன். இது கிராமச்சாலை தொடங்குமிடத்தில் உள்ள அடுக்கு மாடிக் குடியிருப்பு. வாசலைத் தாண்டிக் கொஞ்சதூரம் வந்த பிறகு, திரும்பிப் பார்த்தார். தேனடை மாதிரித் தெரிந்தது. ரத்தச்சிவப்பு உள்பாவாடை கொடியில் காயும் பால்கனி லட்சுமணனுடையது. சித்திரையில்தான் வீடு வாங்கிக் குடிவந்தான். கிரகப் பிரவேசம் முடிந்து ஊர் திரும்பிய நாலாவதுநாள் தனம் அடங்கி விட்டாள். வீட்டு ராசியோ...

இருப்பதே தெரியாமல் இருந்துவிட்டுப் போய்விட்டாள். நெற்றியில் அகலமான குங்கும வட்டம், வயிற்றில் கோத்த கைகள், கோடிப் புடவை எனப் பேழைக்குள் கிடந்த தனத்தின் சித்திரம் எத்தனை முயன்றாலும் அகல மறுக்கிறது. ஐம்பது வருடமாய் விதவிதத் தோற்றங்களில் பரபரவென நடமாடிய அதே உருவம் என்பதை நம்பவே முடியவில்லை. அரை நூற்றாண்டுத் தாம்பத்யம். ஒரு கணத்தில் திருமணமாகி, மறு கணத்தில் முடிந்துபோன மாதிரி சட்டென்று ஓய்ந்துவிட்டது... கண்களில் கசிவை உணர்ந்தார்.

சற்று நின்றார். அக்கம்பக்கத்தில் யாருக்கும் இவரைத் தெரியாது; எவ்வளவு நாளானாலும் தெரிந்துகொள்ள விரும்பமாட்டார்கள் என்றேபடுகிறது. மகனும் மருமகளுமே அதிகம் பேசுகிறவர்கள் இல்லை. ஒரே மகன்; அழைத்தான்

என்று கிளம்பி வந்துவிட்டது தவறோ என்று தோன்றியது. எந்நேரமும் மூடியே இருக்கிற தெருவோரக் கோயில் கண்ணில் பட்டது. கோயில் என்று இல்லை, இடுப்புயர மாடம். அவ்வளவுதான். . . அது சரி, கடவுள் ஏன் இத்தனை கொடிய தனிமை நரகத்தில் கொண்டுவந்து தள்ளினார் ?

ஆனால், இந்த வாக்கியம் ஆத்மார்த்தமாகக் கிளம்ப வில்லை என்று பட்டது. எத்தனையோ பேர் சொல்லி, காதில் விழுந்து பதிந்திருந்த வாக்கியம் தானாகவே ஒரு தடவை புரண்டுகொள்கிறது அவ்வளவுதான். மற்றபடி, வெறும் பழக்கத்தினால் மட்டுமே வாழ்நாள் முழுவதும் கடவுளை வணங்கிவந்திருக்கிறோம். விரோதம் பாராட்டும் நாத்திகன் அளவுக்குக்கூடக் கடவுளைத் தாம் நம்பவில்லையோ?

தனம் இருந்தபோது, ஆரூடக்காரி ஒருத்தியைப் பார்க்கக் கூட்டிப் போனாள். லட்சுமணனுக்கு உருப்படியாய் வேலை கிடைப்பது தள்ளிப்போகிறதே என்று விசாரிக்கத்தான். அப்போதே தனத்துக்கு முழங்கால் பிரச்சினை ஆரம்பித்தாயிற்று; அந்த அம்மாளும், கணவரும் தரையில் சம்மணமிட்டிருக்க, மடக்கு நாற்காலியில் அமர்ந்தாள்.

> எவ்வளவோ தாண்டி வந்துட்டீங்க. அய்யா சாதகம் அப்பிடி. தடைக்கல்லெல்லாம் படிக்கல்லாகுற சாதகம். தாவித் தாவிக் கடந்துருவாரு. இந்தா, வந்துருச்சே உத்தியோகம். பின்னாடியே, ராசாத்தி மாரி மருமக வேறெ வாசலுக்கு வாறா. ஆலாத்தி எடுக்குறதுதான் பாக்கி. ஒரேயொரு சின்னப் பரிகாரம் மட்டும் பண்ணீருங்க . . .

தலைவிரித்து உட்கார்ந்திருந்த அந்த அம்மாளின் அகலப்பொட்டு, நினைவில் பூக்கும் தனத்தின் பொட்டுமீது படிந்து விலகியது. அது சரி, தனத்தின் பிரிவு என்ன ? தடைக் கல்லா, அய்யாசாமியை அவரது மரணம் நோக்கி இட்டுச் செல்லும் படிக்கல்லா ? . . .

பிஞ்சுக் குழந்தை ஒன்று தாயார் கைபற்றி நடந்துவந்தது. செம்மண் பாதை முடிந்து தார்ச்சாலை தொடங்கும் இடத்தில் பள்ளி வாகனம் வரும். ஏற்கனவே, துணையாய் வந்தவர்களோடு, நாலைந்து குழந்தைகள் நின்றிருந்தன. அந்த இடம் நோக்கித் தாயும் மகனும் போகிறார்கள். மகனை நோக்கி, தாயின் தலை மட்டும் குனிந்திருக்கிறது.

தனமும் லட்சுமணனும் போகிற மாதிரி பிரமை தட்டியது. இருவரின் அப்போதைய முகங்கள் மறந்துவிட்டது. ஆனால், உடம்புகள் கிட்டத்தட்ட இதே மாதிரித்தான் இருக்கும். பேசாமல், எல்லாரும் அவரவர் பிராயங்களில் பிடிவாதமாய் நின்றிருக்கலாம் . . .

பணிக்காலத்தில், திருநெல்வேலிக்காரப் பையன் ஒருத்தன் இவருக்குக் கீழே வந்து சேர்ந்தான். குற்றாலிங்கம். சூட்டிகையான பயல். புஸ்தகம் படிக்கிற பழக்கம் உண்டு. சமயம் கிடைக்கும்போதெல்லாம், குறிப்பாக, சாப்பாட்டு வேளையில், சளசளவென்று பேசுவான்.

எதுவுமே அறுதியானதில்லே சார். நிரந்தரமானதோ, மாத்த முடியாததோ இல்லே. இன்னைக்கிக் காலைலெ ஒரு விஷயம் மனசிலெ பட்டது – டெஸ்ட் கிரிக்கெட் கணக்கா, ரெண்டு பகல் ரெண்டு ராத்திரி சேர்ந்தாத்தான் ஒரு நாள்ன்ற மாதிரி ஏற்பட்டிருந்தா, சட்டுனு நம்ம ஆயுசெல்லாம் பாதியாக் குறைஞ்சிராது?!

கலகலவென்று சிரித்தான். 'அது அவ்வளவு சுலபமில்லே தம்பி, கணக்கின் பிரகாரம் வேண்டுமானால், எழுபது வருடம் என்பது முப்பத்தைந்தாகக் குறைந்திருக்கலாம். அது கூட, வருடத்துக்கு 365 நாட்கள் என்பதைக் கறாராய்ப் பின்பற்றினால் மட்டும்தான். அனுபவத்தில், என் ஆயுட்காலம் அப்படியேதானே இருந்திருக்கும்? இதே மாதிரித்தானே கிழடு தட்டி, மூச்சுமுட்டியிருக்கும் . . .' அட, இந்த பதில் அப்போது தோன்றியிருக்கக் கூடாதா!

அவ்வப்போது எழுதவும் செய்வான். பெயரே தெரியாத சின்னப் பத்திரிகையில் தான் எழுதியதை ஒருமுறை காட்டினான். மொத்தமாய் ஞாபகமில்லை. ஆனால், இன்றுவரை மறக்காத சில வரிகள் உண்டு.

யானையை இருளென்றும்/சந்திரனைத் தோசையென்றும்/ நம்பிய நாட்களை/நீங்கித் தப்பியோடி/காமத்தைக் காதலென்றும்/காகிதத்தை சொத்தென்றும்/ நடைமுறையில் அனுபவித்து/சாப்பாட்டை நஞ்சென்று/உறக்கத்தை பீதியென்று/அறியும் நாள்வரை/கோத்துவந்த மணிகளைக்/ கணக்கிட்டுப் பார்ப்போமா! . . .

மனப்பாடப் பகுதிபோல மீந்துவிட்ட வரிகள். ஒன்றின்கீழ் ஒன்றாக எழுதியிருந்தான்.

அது ஏம்ப்பா, எல்லா வரியுமே ரெண்டுரெண்டு வார்த்தையா இருக்கு? படிக்கிறவன் மூச்செடுக்க எடமே இல்லையேப்பா? 'சொத்தென்றும்'ன்னு ஒரு சொல்லு இருக்கே, என்னமோ 'சொத்'துனு விளுந்துச்சுன்ற மாதிரிக் கேக்குதேப்பா. இப்பிடியெல்லாம் எளுதுறது போட்டும், படிக்கிறவுக நெசமாகவே இருக்காகளா ன்ன?

என்றெல்லாம் கேலி செய்தார். இப்போது தோன்றுகிறது – அட, என்னைப் பற்றித்தானே எழுதியிருக்கிறான்! அப்புறம், பதவி உயர்வு பெற்று வேற்றூர் போய்விட்டான். ஓய்வு பெறும்வரை சந்திக்கக் கிடைக்கவில்லை . . .

திரும்பும்போது, சிறுநீர் முட்டியது. சாலையோரக் கழிவோடையருகே போனார். மடித்துக் கட்டிய லுங்கியை வழித்துக்கொண்டு குந்தினார். நுரைத்து ஓடும் கறுப்பு நீரில் குறுக்கீடாக சர்ரென்று பாய்ந்தது தாரை. குற்றாலிங்கம் எழுதிய 'புவீயீர்ப்பின் சூட்சுமம்' என்று ஒரு வரி இத்தனை நாள் கழித்து முதன்முறையாக நினைவு வந்தது.

எழுந்து நடந்தார். என்றுமில்லாத கனம் மனத்தில் ஏறி, பெருமூச்சாய் வெளியேறியது. அது சரி, இவ்வளவு வேகமாய் நடக்கிறோமே, வீட்டை நோக்கியா, தனத்தை நோக்கியா? ஆமாம், இந்த ஊருக்கு ஒரு பெயர் இருக்கிற மாதிரித்தான், தனத்தை வாரிச் சுருட்டிப் போனதுக்கு மரணம் என்று பெயர் சூட்டியிருக்கிறார்களோ? காலும் நடையும் தளர்ந்தன. வெறும் பெயர்தானா அது; அனுபவமில்லையா? நெஞ்சை அடைத்தது.

பெண் நாயொன்று வாலை ஆட்டியபடி இவரை நோக்கி வந்தது. இதற்கு முன் இந்தப் பகுதியில் பார்த்திராதது. கறுப்புநிறம். சோனி. பிள்ளைத்தாய்ச்சி. இங்குள்ள நாய்கள் இன்னும் கவனிக்கவில்லையா, புதியவர்களை அவ்வளவு லேசில் அனுமதிக்க மாட்டார்களே! தொலைவில், தம் போக்கில் நின்றிருந்த நாலைந்து கண்ணில் பட்டன.

நெருங்கி வந்த நாய், இவருடைய புறங்காலை நக்க ஆரம்பித்தது. சருமத்தில் பட் ட மூச்சிரைப்பு குறுகுறுக்க வைத்தது. காரணமற்று அதன்மீது வாஞ்சை பெருகியது. திடீரென, தன் பிடிமானம் அத்தனையும் கழன்றுவிட்ட மாதிரி இருந்தது. உச்சந்தலையில் கடவுளின் உள்ளங்கை படிந்தமாதிரி உணர்ந்தார். கட்டுப்பாடில்லாமல் கண்ணீர் பெருகியது. தனக்குள் பொங்கும் உணர்ச்சிக்கு என்ன பெயர் கொள்வது என்று ஒரு கணம் திகைத்தார். நாயின் வாஞ்சையிலிருந்து விடுபடுவது சுலபமாய் இல்லை . . .

குடியிருப்பு வாசலை நெருங்கியபோது, முழுக்க சமனப்பட்டிருந்தார். கையில் மணிப்பிரம்புடன் நின்றிருந்த நேப்பாளி கூர்க்கா விறைப்பாக சலாம் வைத்தான்.

35

அந்தச் சாயங்காலத்தை மறக்கவே முடியாது. நகரை வளைத்த மலைப்பாம்பு போல நகரும் நதிமீது அமைந்த பாலத்தில் அமர்ந்திருந்தேன். அந்திவெயில் சகலத்தின்மீதும் பொன்முலாம் பூச முனைந்தது – இருண்டிருந்த என் மனம் உட்பட. நகருக்குள் நுழையும் வண்டிகள் குறைவு; வெளியேறுபவைதாம் அதிகம். தடதடவெனக் கடக்கும் அனைத்துக்கும் மௌனசாட்சியாய் நின்றிருந்தது இரும்புப் பாலம்.

இருபது வயது எனக்கு. வாழ்வின் எந்த முனையிலும் பற்றுக்கோடு சிக்காமல் தவித்துக்கொண்டிருந்தேன். அகாலமாய் இறந்துபோன அம்மா; அவளுடைய இடத்தை நிரப்ப வந்துசேர்ந்த, இங்கிதமோ இதமோ அறியாத பெண்மணி; அவள் காட்டும் பாரபட்சம்; குறைந்த வருமானமும் நிறைந்த கோழைத்தனமும் கொண்ட, கையாலாகாத அப்பா; எட்டுவயதிலேயே தேநீர்க் கடையில் எச்சில் தம்ளர் கழுவும் வேலைக்கு என்னை அனுப்பிய அவரது கரிசனமின்மை . . . அப்புறம், என் உடம்பு முழுவதையும் தகிக்கவைத்த கோடைகாலச் சாயங்கால வேளை . . .

எல்லாவற்றிலுமிருந்து தப்பித்துவிடலாம். உண்மையில், நூறுரூபாய் இருந்தால் போதும் – எதிர்முனைக்கு உடனடியாய்ப் போய்ச்சேர்ந்துவிடும் ஊசல். சாப்பாட்டுத் தொழிலின் சகல நுட்பங்களும் தெரிந்துவிட்டமாதிரித்தான் எனக்கு நினைப்பு. என் முதலாளி சொல்வார்: ‘வெங்க்கி, முதல் நூறு ரூபாயை ஈட்டுவதுதான் மிக மிகக் கடினம். அப்புறம் அது தன்னைத்தானே பெருக்கிக்கொள்ளும். அதன் பாதையில் குறுக்கிடாமல் இருந்தால் போதும்’.

ஆனால், சாதாரணத் தொகையா அது. ஐம்பதுகளின் கடைசி; சவரன் கணக்கில் வாங்கிவிடலாம். தங்கம் என்றவுடன், சாயங்காலத்தின்மீது கவனம் மீண்டும் கவிந்தது. அதற்கு தான் பொன்னிறமாய்

இருப்பது பற்றிப் பெருமிதம் இல்லை; கொஞ்சநேரத்தில் இருண்டுவிடுவோமே என்ற ஆதங்கமும் இல்லை. தானாய்க் கனிந்து தானாய் உதிரும் பழம். அந்திவெயிலில் மினுங்கும் முன்னங்கையைப் பார்த்துக்கொண்டேன்; தனித்துவம் இழந்து, மஞ்சளில் மழுமழுவென அமிழ்ந்திருந்தது.

வந்த வேலையை மறந்து ஏதேதோ யோசித்துக்கொண் டிருக்கிறேன் – அசடன் மாதிரி. பணமில்லாவிட்டால் என்ன, இப்போதைய நெருக்கடியைச் சமாளிக்க ஒரு திட்டத்துடன்தானே வந்திருக்கிறேன். ஒரேயொரு காரியம். அதைச் செய்துவிட்டால் போதும். போக்குவரத்து இன்னும் குறையட்டும். இல்லா விட்டால், நிலைமை தெரியாத யாராவது காப்பாற்றுகிறேன் என்று முன்வந்துவிடுவார்கள். குடும்பத்தில்தான் அன்பும் அக்கறையும் நிலவவில்லையே தவிர, சமூகத்தில் அவையெல் லாம் அறுதியாக வறண்டுவிடவில்லை; காட்டவும் தயங்க மாட்டார்கள் ஜனங்கள்.

இன்னும் கொஞ்சம் இருட்டிவிட்டால், பாலத்தின்மேல் நான் ஏறி நிற்பதை யாரும் கவனிக்க மாட்டார்கள். ஒரே பாய்ச்சல். இருளின் பகுதியாய் நகரும் நீர்ப்பிர வாகத்தினுள் புதைந்து காணாமல் போய்விடுவேன். எல்லா நகரங்களையும் போலவே, கழிவுகள் அனைத்தையும் வெளிப்படையாகவே நதியில் கொண்டு சேர்க்கும் அநேகக் கால்வாய்கள் இருக்கத்தான் செய்தன. அத்தனையும் சேர்ந்தும், நதியின் நடுப்பகுதியைக் கலங்க வைக்க முடியவில்லை. அத்தனை விசாலமான, அத்தனை ஆழமான நதி. புராண காலத்திலிருந்து ஓடிவருகிறது. இருபதே கிலோமீட்டர்களில் கடலை எட்டிவிடுவது. நீச்சல் தெரியாத என்னையும் கொண்டு சேர்த்துவிடும்.

வாகனப் போக்குவரத்து வெகுவாகக் குறையட்டும் என்று காத்திருந்தேன். . .

அந்த முடிவைப்பற்றி மறுபரிசீலனை எதுவுமே ஏற்படவில்லையா?

அதெல்லாம் நிதானமாய் இருக்கும் மனங்கள் செய்யும் காரியம் மகளே. தப்பிக்கத் துடிக்கிறவன் கண்ணுக்கு, படகுக்கும் முதலைக்கும் வித்தியாசம் தெரியுமா என்ன!

மேற்கொண்டு சொல்லுங்கள்.

பாலத்தின்மேல் ஏறி நிற்பதற்குத்தான் வருடக்கணக்காகத் தயாரிப்பு வேண்டும் அம்மா. . . பாய்வதற்கு ஒரு வினாடி போதும்! . . .

தலைப்பில்லாதவை

உடல் குலுங்கச் சிரிக்கிறார்.

> . . . தொடுவானம்வரை நீண்ட நீர்ப் பிரவாகத்தையும், வலது கரையின் கட்டிடங்களையும், இடது கரையின் மரங்களையும் கடைசியாக ஒருதடவை பார்வைக்குள் உறிஞ்சி நிரப்பிக்கொள்ள முயன்றேன். ஆழ்ந்து மூச்சிழுத்தேன். திடீரென்று என்மீது ஏதோவொரு ஓசை மோதியது. உடல் பதறி விதிர்த்தது. வெளியேறிய என் பெருமூச்சின் எதிரொலிபோலத் தொடர்ந்து கேட்டது அந்த ஓசை.

வலது கரையின் ஆழத்தில் தீரா வியாதியஸ்தன்போலப் புகை விடுத்துக்கொண்டிருந்த ஆலையின் சங்கொலி அது. அதன் வாசலில் நின்றுகூட இறைஞ்சியிருக்கிறேன். நீரின் சதசதப்பில் எந்நேரமும் நிற்கும் கால்களின், இடைவெளியின்றி எச்சில் தம்ளர்களைக் கழுவும் கைகளின் இடுக்குகள் அனைத்திலும் இருந்த வெடிப்புகளில் ரத்தக் கசிவும், வேதனையும் தாள முடியாமல் ஆனபோது எங்கெல்லாமோ வேலை வேண்டி மன்றாடியிருக்கிறேன்.

ஆனால், இப்போது மனத்தில் வேறொரு எண்ணம் எழுந்தது. சாகத் துணிந்தவனுக்கு ஒரு ஓசையைப் பார்த்து அச்சம் தோற்றுகிறதென்றால், முழுசாகத் துணியவில்லை என்றுதானே அர்த்தம்? ஒருவேளை அந்தப் பேரொலி என்னை வாழ அழைக்கிறதோ?

அவ்வளவுதான். இன்னொரு தடவை ஆழ்ந்து மூச்சிழுத்தேன். பாலத்துக்கு இந்தப்புறம் குதிக்கத் தூண்டியது அது. ஆக, இருளின் வருகையை முன்னறிவித்த அதே சாயங்காலத்தின் முடிவில்தான் எனக்கு விடிவும் காத்திருந்தது . . .

அப்புறம்!?

அன்றைக்கு ஒட்டுமொத்தப் பிரபஞ்சமும் என் ஒருவனைக் காப்பதற்காக மட்டுமே இயங்கியதோ என்னவோ. பாலத்தின் எல்லைக்கு நடந்து வருகிறேன். காலில் ஏதோ இடறியது. காகிதப் பொட்டலம். அசிரத்தையாய் எடுத்துப் பிரித்தேன். கண்களை நம்ப முடியவில்லை. இன்றும் சொன்னால் யாரும் நம்ப மாட்டார்கள் – காகிதத்தில் மடித்த பத்துபவுன் சங்கிலி. அதாவது, அடகு வாங்கிய மார்வாடி அப்படிச் சொன்னார்! அதிகமாய் இருந்திருந்தாலும் நமக்குத் தெரிந்திருக்குமா என்ன! அவரும், 'திருட்டுப் பொருள் இல்லையே?' என்று எத்தனை தடவை கேட்டார் என்கிறீர்கள்!! பார்க்கப்போனால், நானே திருட்டுப் பொருள்தான். மரணத்தின் உடமையை

மாயக் கை ஒன்று திருடி அவருடைய கடைவாசலில் கொண்டு போட்டிருந்தது – காக்கை தவறவிட்ட எலும்புபோல.

ஆக, ஒரு தற்செயல்தான் உங்களை மீட்டெடுத்தது என்கிறீர்கள் ?

அத்தனை சுலபமாக எல்லாவற்றையும் பொதுமைப்படுத்த முடியுமா அம்மா ? எதைத் தற்செயல் என்பது ? சங்கொலியையா, சங்கிலியையா. இல்லை, அந்தச் சாயங்காலத்தின் மஞ்சள் வெயிலையா ? நகரிலிருந்து வெளியேற நாலைந்து பாலங்கள் உண்டு. குறிப்பிட்ட பாலத்திற்கு, அந்த வேளை நோக்கி இட்டுச்சென்ற தற்செயல் எது ? எல்லாவற்றையும் திட்டமிட்டு நடத்தும் வியக்தி, தற்செயல்போலவே அனைத்தையும் தென்பட வைப்பதன் மர்மம் என்ன ?

சரிதான்.

ஆனால், அத்தனையும் தற்செயல் என்றுதான் நானும் எண்ணிக்கொண்டிருந்தேன். முதல் ஓட்டலின் முதலாம் ஆண்டுவிழாவையொட்டி திம்மாவரம் யோகியிடம் ஆசி வாங்கச் சென்றேன். அருகில் இருந்து பார்த்தவர்போல, அந்தச் சாயங்காலத்தை, அன்று நடந்தவற்றை, துல்லியமாகச் சொன்னார்; சங்கொலியையும் பொட்டலத்தையும் என்னைப் பின்வாங்க வைத்த பிரம்ம முகூர்த்தத்தையும் வடிவமைத்தது தன் வேலையே என்றார்! நான் பிரமித்துப் போனேன். அட, தம்முடைய சூட்சும தரிசனம் காட்டியதையெல்லாம் தாமே செய்ததாய்க் கோரினார் என்றே வைத்துக்கொள்வோம் – யாரோ ஒருவர் ஏற்பாடு செய்யாமல் அவ்வளவு கச்சிதமாய் எல்லாம் நடக்க முடியுமா என்ன ?!

நீங்கள் போஜனப் பிரியர் என்றால், திரு எர்ரகுண்ட்ல வெங்கடேஸ்வர ரெட்டியைத் தெரியாமல் இருக்காது. 'அதிதி' என்ற பெயருடன் மாநிலத் தலைநகரங்கள், பெருநகர்கள், சில வெளிநாடுகளிலும்கூட உணவகங்கள் நடத்தியவர். நரசிம்மராவ் ஆட்சிக் காலத்தில் பத்மபூஷன் ஆனார். முந்தாநாள் இரவு உறக்கத்திலேயே காலமானார் என்று இன்றைய டெக்கான் க்ரானிக்கிளில் செய்தியும், பேட்டிப் பகுதிகளின் மீள்பதிவும் வந்திருக்கின்றன. தேசிய விருது கிடைத்த சமயம் எடுத்த பேட்டி. எடுத்தவர், காக்கர்லா சுதமதி ராவ்.

36

ரமணி அவர்கள் வீட்டுக்கு அடிக்கடி போயிருக்கிறான். விரும்பித்தான் போவான். ஏகதேசம், மாதமொரு முறை. அம்மா கொடுக்கும் அப்பளம், வடகம், ஊறுகாய் பொட்டலங்களை ஒப்படைத்து, காசு வாங்கி வருவான். வெளித் தெரியாத இன்னொரு காரணமும் உண்டு. அவர்கள் வீட்டில் பெண்கள் எண்ணிக்கை அதிகம். ஏழு பெண்கள், இரண்டு பையன்கள் பிறந்த குடும்பம். பெண்கள் நடமாட்டம் அதிகமுள்ள இடத்துக்கேயுரிய பிரகாசம் கொண்ட வீடு. அமரராகிவிட்ட அப்பா வழியில், தொலைதூர உறவினர்கள்.

குடும்பத் தலைவர், தனியார் நிறுவன மேலாளர். சொந்தமாய்க் கார் வைத்திருந்தார்கள். வீட்டில் ரேடியோகிராம் இருந்தது. அருகில், கறுப்புத் தொலைபேசி. இவன் வயதில் ஒரு பையனும் இருந்தான். நேருக்குநேர் பார்த்தாலும் புன்னகைக்க மாட்டான். அந்தச் சமயத்தில் 'ஹம் கிஸிஸே கம் நஹீன்' என்று ஒரு படம் வந்து, ஹிந்தி எதிர்ப்பில் முன்னணி மாநிலமான தமிழகத்தில் பிரமாதமாக ஓடியது. எப்போது போனாலும், அந்தப் பட எல்ப்பியை ஓடவிட்டிருப்பான். வரிகளை மனப்பாடம் செய்கிற மாதிரி ஊன்றிக் கேட்டுக்கொண்டிருப்பான். இவனுக்கே சில வரிகள் மனப்பாடம். 'க்யாஹுவா, தேரா வாதா . . .'

அவனுக்கு நேர் இளைய சகோதரி ஒருத்தி இருந்தாள். வெற்றிலைச்சாறு தொண்டையில் இறங்குவது தெரியும்படியான பளிங்குநிறம். தீர்க்க மான நாசி. கூர்மையான கண்கள். இவன் போகும் நேரத்தில் பார்வையில் பட்டாளென்றால், கிறங்கி விடுவான். இவர்கள் மட்டும் வசதியானவர்களாய் இருந்திருந்தால், அல்லது அவர்கள் வறியவர்களாய் இருந்திருந்தால், அவளைத்தான் திருமணம் செய்திருப்பான் . . .

முன்னிரவுகளில், தூக்கம் அமட்டுவதற்காகக் கடைப்பிடித்த பழக்கம் ஒன்றில், தத்ரூபமாய் வந்து நின்று உதவிக்கொண்டிருந்தாள் கொஞ்சநாள் . . .

ரயில்வண்டி மாதிரி நீளமான வீடு அது. ஐந்தாவது கட்டில், புதர் மண்டிய திறந்த வெளியும், அதன் ஒரு மூலையில் கழிவறை, குளியலறைகளும் இருந்தன.

அன்றைக்கு இவனுக்கு சிறுநீர் முட்டியது. அப்பளக் கட்டுக்குப் பணம் எடுக்கத் தாயார் உள்ளே போயிருந்தார். ரேடியோகிராம் அருகில், விரித்த கைகளில் மோவாயைத் தாங்கி அமர்ந்திருந்தவனிடம், தயங்கி விண்ணப்பித்தான். முதுகுப்புறம் நோக்கி, இடது கட்டை விரலால் சுட்டினான். அனுமதித்துவிட்டான் என்று அர்த்தம். ரேடியோகிராமில் யதேச்சையாய் இவன் கைபட்ட இடத்தை உடனடியாய்க் கைத்துணியால் துடைத்தான்.

இவன் வேகமாய்ப் பின்புறம் போனான். அவசரத்தில், சரியாய்க் கவனிக்காமல், குளியலறைக் கதவைத் திறந்துவிட்டான். அதிர்ந்து பின்வாங்கினான். நிறை அம்மணமாய் ஒரு அழகியைப் பார்ப்பது எத்தனை காலத்துக்கு ஓர் ஆண்மகனைப் பீடிக்கும்?

கதவை ஏன் தாழிடாமல் குளித்தாள் என்று சிலசமயம் கேள்வி எழும். தாழ்ப்பாள் கெட்டிருக்கலாம். அல்லது, இவனுக்கு தரிசனம் கொடுப்பதற்காகத்தானோ என்னவோ.

அந்தச் சிறு கணத்திலும், அவள் சன்னமாய்ப் பதறிய குரல் பின்னணியாய் ஒலிக்க, இருவர் கண்களும் நேருக்குநேர் பார்த்துக்கொள்ளத்தான் நேர்ந்தது. மூத்திரம் இன்னும் அழுத்தமாய் முட்டியது . . . அன்றிரவு, அவஸ்தை இன்னும் அதிகரித்தது.

அதன்பிறகு எத்தனையோ முறை போயிருக்கிறான் – மேற்படி சம்பவம் நடந்ததாகவே இருவரும் காட்டிக்கொள்ளவில்லை என்பது எவ்வளவோ ஆறுதலாய் இருந்தது . . . ஆனாலும், அம்மண பிம்பம் இவனுக்குள் நிரந்தரமாகக் கனன்றுகொண்டிருந்தது.

ராட்சத ராட்டினத்தில், மேலேறும் வேகத்தைவிட அதிக வேகத்தில் கீழிறங்கி, அநேகச் சுற்றுகள் சுற்றி, சொந்தவீடு கார் என்று ஈட்டிய காலகட்டத்தில், கருகி உதிர்ந்த பால்ய நினைவுகள் எத்தனை எத்தனையோ. அநேக உறவினர்களுடன், ஏன், கூடப் பிறந்தவர்களோடுகூட முகமுழி அற்றுப் போனது. அந்த ரேடியோகிராம் குடும்பம் எங்கே போனது என்ன ஆனது என்றுகூடத் தெரியாது. ஆனால், ஒரு கணத்துக்கும் குறைவாகவே

நீடித்த ஒற்றைக் காட்சி மட்டும் இன்றுவரை இவனைவிட்டு அகலாதிருக்கிறது.

ரமணீ, இன்னிக்கு ஆஞ்சநேயர் கோவில்லெ யாரெப் பாத்தேன் ங்கறே?

என்று கேட்டாள் அம்மா. பவளமும் முத்தும் மாற்றிமாற்றிக் கோத்த சங்கிலி அவளுக்கு அழகாய்த்தான் இருக்கிறது! லேசான பளபளப்பு உள்ள பருத்திப்புடவையும், சிவப்பு நீலப் பொட்டுக்கள் பதித்த ஹக்கோபா ரவிக்கையும் பரம்பரைப் பணக்காரி மாதிரியல்லவா காட்டுகிறது . . . இவன் ஆசையாய் வாங்கித்தந்த வைரத்தோடு வேறு . . . தான் போட்ட புதிரின் அடர்த்தியால்தான் பதில் வரத் தாமதமாகிறது என்று நினைத்தாள் போல. குதூகலமாய்ச் சொன்னாள்:

மங்களத்தெப் பார்த்தேன். சரிபாதியா எளைச்சிருக்கா. இங்கெதான் வேலுச்சாமி டாக்டர் வீட்டுக்கிட்டே இருக்காளாம். ஒருநா வான்னா. வர ஞாயறு போவமா?

பெரிய வீடொன்றின் பக்கவாட்டுக் குடித்தனம். வீட்டுபயோகப் பொருட்கள் ஆகக் குறைவாய் இருந்தன. தொய்ந்த ஈஸிச்சேரின் பள்ளத்தில் அமர்ந்து, வலது கையில் பிடித்த ஓலைவிசிறியால் ஓயாமல் வீசிக்கொண்ட குடும்பத்தலைவர். நம்பவே முடியாத அளவுக்குக் கிழவராகியிருந்தார். நாலடி தொலைவில் இருந்த கறுப்பு வெள்ளை டிவியில் பழைய படம் எதையோ பார்த்துக்கொண்டிருந்தார். காட்சி தொடர்பாக ஏதோ விளக்கம் கேட்கும் பாவத்துடன், அருகில் தரையில் அமர்ந்திருந்த மங்களம் அம்மாள், இவனையும் அம்மாவையும் பார்த்ததும் சுவரையொட்டி நகர்ந்தார்.

வாங்கோ . . . உக்காருங்கோ.

என்று தரையைச் சுட்டினாள். அமர்ந்தனர். மூத்த பெண் கல்யாணம் நாலுநாள் நடந்தது, மாப்பிள்ளையை யானையில் அழைத்து வந்தார்கள், காருகுறிச்சி நாதசுரம் என்று அம்மா முன்னொருதரம் குறிப்பிட்டது சம்பந்தமில்லாமல் நினைவு வந்தது. அத்தனை பேர் இருந்த குடும்பத்தில், எல்லாரும் எங்கே போனார்கள் என்று ஆச்சரியமாய் இருந்தது. ஆனால், பெண்கள்தானே பெரும்பான்மை, பெற்றவர்களைத் தரையிறக்கிவிட்டு, திருமணமாகிப் போயிருக்கலாம் என்று இவனாக சமாதானம் செய்துகொண்டான்.

இவன் வயதுக்காரன் ஹாலைக் கடந்து பின்புறம் போனான். போகும்வழியில் கூரைவிசிறியை முடுக்கிவிட்டுப் போனான். அப்போது நடைமுறைக்கு வந்திருந்த டிஸ்க்மேனைக் கையில் பிடித்திருந்தான். அதிலிருந்து வெளியேறிய ஒயர் இரண்டாகப் பிரிந்து காதுக்கொன்றாக மாட்டியிருந்தது. மங்களம் அம்மாள்,

ஸ்ரீராமோடெதான் இருக்கோம். இது ஒம் பிள்ளையா? அப்பளாம் குடுக்க வருவானே. . .! பெரிய ஆம்பளையா யிட்டான்!! கல்யாணமாயிடுத்தோ?. . .

என்றார். அம்மா ஆமோதிப்பாய்த் தலையாட்டினாள்.

. . . இவன் பண்ணிக்க மாட்டேங்கறான். அங்கச்சிக்கு ஆட்டும். அப்பறம் பாப்போம் ங்கறான். அவளானா, அந்தப் பேச்சே எடுக்காதேங்கறா.

என்று ஆதங்கமாய்ச் சொன்னார்.

ஓராள் மட்டுமே புழங்குமளவு விஸ்தீரணம் கொண்ட சமையலறையிலிருந்து அவள் வெளியே வந்தாள். அதே முகம். ஆனால், தாறுமாறாக நரைத்திருந்தது. மேலுதட் டில் மீசைபோல மஞ்சள் அப்பியிருந்தாள். அரையடி உயர ப்ளாஸ்டிக் முக்காலியை, காலால் எங்களை நோக்கி நகர்த்தினாள். கையில் இருந்த ட்ரேயை அதில் வைத்தாள்.

சுமாரான டீ.

அவள் முகத்தையே பார்த்தான். அடையாளம் தெரிந்த அறிகுறியே அதில் இல்லை. ‘கண்ணில் ஒரு பிம்பத்தையும், மானசீகத்தில் இன்னொன்றையும் பார்த்துத் தவிப்பது நான் மட்டும்தானா! ஆண்களின் ஞாபகத்தொகுப்பும் பெண்களின் ஞாபகத் தொ குப்பும் வேறுவேறான குணங்கள் கொண்டவையோ?’ என்று கொஞ்சம் குழம்பினான்.

அல்லது, ஏற்றிய ராட்டினம் இவனுக்குத் தந்த அவகாசத்தை, அவளை இறக்கிய வேகம் தராமல்கூடப் போயிருக்கலாம். அல்லது, அந்த ரகசியக் கணத்தை இவன் பொருட்படுத்திய அளவு அவள் பொருட்படுத்தாமல் இருந்திருக்கலாம் – விதவிதமாக அரற்றியது மனம்.

எப்படியானாலும், வீடு சேரும்வரை, அம்மா தெருவிலும், இவன் ஒரு குளியலறையிலும் நடந்துவந்தார்கள். குளியலறை இவனுக்கு முன்னால் நீண்டுகொண்டே போனது. . .

மேலும் இருபது வருடம் கழித்து இன்னமும் நீள்கிறது, வேளைகெட்ட வேளைகளில் – அதே ஈரத்துடன்.

37

மதிய உணவு இடைவேளையில், ஐந்து புலன்களுக்கும் வேலை அதிகரித்துவிடும். உணவறைச் சுவரையொட்டி இருக்கும் ஓட்டல் சமையலறையின் நிரந்தர எண்ணெய்க் கமறல்; குளிர்பதனம் அல்லாத அறையின் வெக்கை; சேர்ந்து சாப்பிடும் மூன்றுபேருக்காகவும் தினசரி அபரிமிதமாக ரேணு கொண்டுவருகிற, அமிர்தத்துக்கொப்பான, தாளித்த தயிர் சாதம்; அக்கறையில்லாமல் அவள் சரியவிட்டிருக்கும் முந்தானை – காதல் திருமணம் செய்து, ஐந்தே வருடங்களில் விவாகரத்து வாங்கிய ஒற்றைக் கட்டை. சரளமாகவும் சகஜமாகவும் இருப்பதாலேயே, சக ஊழியைகளின் உதாசீனத்தைச் சம்பாதித்தவள். பதிலுக்கு அவர்களைப் புறக்கணித்து எங்களோடு சாப்பிட வருவாள்.

செவிப்புலனை விட்டுவிட்டேனே, தலைக்குமேல் சுழலும் புராதன விசிறியின் கடகடப்பு; அப்புறம், டப்பா மூடியில் தயிர்சாதம் மட்டும் கொஞ்சமாய் வாங்கிச் சாப்பிடும் டீக்கார ஜோண்ஸனின் (ஜான்ஸன் என்ற பெயரை அப்படித்தான் சொல்லிக்கொள்வான்) ஓயாத பேச்சு ... சென்னைக்குப் பெயர்ந்து கால் நூற்றாண்டுக்குமேல் ஆகியும், தாய்மொழி வாசனையை முற்றாக இழந்துவிடாத தமிழில் பேசுவான் . . .

எவர்சில்வர் கேத்தல் நிரம்பிய தம் டீயை சைக்கிள் கேரியரில் கட்டி, சுற்று வட்டார அலுவலகங்கள் ஏழெட்டில் விநியோகம் செய்து, மாதமொருமுறை பணம் வசூலிப்பான். அதுபோக, சில நிழலான வேலைகள் செய்தும் சம்பாதிக்கிறான் என்பார்கள். வில்லிவாக்கத்தில் ஓரறை ஃப்ளாட் வைத்திருக்கிறான். குழந்தைகளை உயர்தரக் கான்

வெண்ட்டில் படிக்க வைக்கிறான். சிரிக்கச் சிரிக்கப் பேசுவான். கொஞ்சம் சவடாலும் உண்டு... தன்னுடைய நிலைமைக்கே 'காந்திதான் காரணம்' என்றான் ஒருதடவை.

கோழிக்கோடு அருகே சிற்றூரில் 'கொட்டாரம் மாதிரி' பெரிய வீடு. நிலபுலன்கள். அண்ணனும் இவனும் என இரண்டே குழந்தைகள். ('சேட்டன் கேரள சினிமயிலெ வல்லிய ஆளாயாச்சு' – ஆனால், அவர் பெயரைச் சொன்னதே யில்லை!). குடும்பச் சொத்தில் கால் பங்கு கிடைத்திருந்தாலே பெரும் பணக்காரனாய் இருந்திருப்பான். உயிலை வேறு மாதிரி எழுதித் தொலைத்துவிட்டார் அச்சன். இவனைப்போலவே வீட்டைவிட்டு ஓடி, சினிமாவில் பெயர் எடுத்துத் திரும்பிவந்த மூத்தவனுக்கே அத்தனையும் போய்ச்சேர்ந்தது. கோர்ட் படியேற விருப்பமில்லை இவனுக்கு. வழக்குச் செலவுக்கு, மறுபடி திருடத்தான் போக வேண்டும். தவிர, அச்சனின் உயிலில் ஒரு நியாயம் இருந்தது – பெரியவன் ஒரு நோக்கத்தோடு ஓடினான்; ஓட மட்டுமே செய்தான். கலையார்வம், பாவம்.

ஜோண்ஸன் விவகாரம் வேறு மாதிரி. இயல்பாகவே இவன் விஷமி. உழைப்பின் அருமை தெரியவேண்டும் என்று, தாம் நிர்வாகியாய் இருந்த சீட்டு நிறுவனத்தில் வசூல் பையனாகச் சேர்த்துக்கொண்டார் தந்தை. ராணுவக் கெடுபிடி உள்ளவர். நாலாம் மாத வசூல் தொகையுடன் ரயிலேறி விட்ட ஜோண்ஸன், சென்னையில் இப்போது டீ வியாபா ரம் செய்கிறான்... பெற்றவர், சாகும்வரை இவன் முகத்தில் முழிக்கவில்லை.

இதுலெ காந்தி எங்கெப்பா வந்தாரு!

என்று கேட்டுக்கொண்டே தயிர்சாதத்தை மேசைக்கரண்டி யால் எடுத்து மூன்று மூடிகளிலும் நிரவிப் பரிமாறினாள் ரேணு. தான் டப்பாவிலிருந்தே சாப்பிடுவாள்.

பின்னே? அச்சன் காந்திக்காரனல்லே! அவங்களுக் கெல்லாம் செறிய தெற்று வல்லியதாயிட்டுத் தெரியுமல்லே!! ஒற்றெப் பைசெங்கிலும் திருட்டு திருட்டுதன்னே!

ஆமாம், அவர்மட்டும் தம் சமவயதுக்காரர்களைப்போல நிம்மதியாய்ச் சாராயம் குடித் துக்கொண்டு, பீடி வலித்துக் கொண்டு, மனைவியை வறட்டு அதிகாரம் செய்துகொண்டு, சீட்டு நிறுவனத்தில் தில்லுமுல்லு செய்துகொண்டு ஒழுங்காய் இருந்திருந்தால், இன்று ஜோண்ஸன் செல்வந்தனாய் இருந்திருக்க

தலைப்பில்லாதவை

மாட்டானா!. . . இந்த இடத்தில் ரேணு சிரிக்க ஆரம்பித்தாள். நாங்கள் பின்தொடர்ந்தோம் . . .

எத்ரெ ரூவை தெரியுமா? வெறும் மூணாயிரம். அந்தக் காசோடெ மெற்றாஸுக்கு ஓடிவந்ததே பிராந்து. அதெ வச்சு இங்கெ எஷ்டேட் வாங்கணம்னு ப்ளான் . . .! கை விட்டுப்போன சொத்து ஓர்மெப்பட்டெங்ஙில், தயிர்ச்சோறு ஒரு வாய் எறங்ஙாது. . .

ஜோண்ஸனின் மொழியும், குரலும் சேர்ந்து ரேணுவுக்குப் புரையேறியது. . .

‘இருமைகள் வழியாகவே மனிதவாழ்வு தன்னை நிறுவிக்கொள்கிறது’ என்று பேராசிரியர் டேவிட் தேவசகாயம் அடிக்கடி சொல்லுவார். தாமே கண்டுபிடித்த பெருமிதத்துடன் சொன்னாலும், இரவல் சரக்காய்த்தான் இருக்கும் என்று எங்களுக்கு சந்தேகம். ஏனென்றால், இதற்கு நிகரான வேறு கோட்பாடு எதையும் அவர் உதிர்த்ததில்லை. ஆனால், இதைப் பிரமாதமாக விளக்குவார்: நல்லது – கெட்டது, சிறியது – பெரியது, வெளிச்சம் – இருட்டு, வாசனை – துர்நாற்றம், நிரம்புதல் – வெறுமை என்று நீளப் பட்டியல் ஓடும்.

‘வல்லிய – செறிய’ என்ற இரண்டே சொற்களில் தன் வாழ்நாளை வெகு அலட்சியமாய்க் கழித்து வந்திருக்கிறான் ஜோண்ஸன் என்று ஒருநாள் பொறிதட்டியது – அதே உணவறையில் அவன் நிகழ்த்திய இன்னொரு பிரசங்கத்தின் வழி . . .

தான் வருவதற்கு இருபது ஆண்டுகளுக்கு முன்பே மதறாஸுக்கு ஓடிவந்து நிலை நின்றுவிட்ட ராமன் நாயரின் இளைய மகளைக் காதலித்துத் திருமணம் செய்தான் ஜோண்ஸன். மூத்தவள் சில்லறை வேடங்களில் தலைகாட்டுபவள். இளையவள் கதாநாயகி மாதிரி இருப்பாள்; நானே பார்த்திருக்கிறேன். நாயருக்கு முதலில் ஒப்புதல் இல்லை. பிறகு நண்பர்களும் உறவினர்களும் கூடி, ‘கிறிஸ்தவனெங்ஙிலும், நாட்டுக்காரன் தன்னே?’ என்று சமாதானம் சொல்லி சம்மதிக்க வைத்தார்களாம்.

பக்ஷே, ஞான் சம்மதிச்சதாக்கும் வல்லிய கார்யம் . . .

டப்பாவைக் கழுவுவதற்காகப் போன ரேணு, திரும்பிப் பார்க்காமலே கேட்டாள்:

அது என்ன?!

அந்த நாட்களில் புகழ்பெற்றிருந்த ஒரு நடிகையின் பெயரைச் சொல்லி, அவருடைய கையாளாய் இருந்தார் ராமன் நாயர், ‘எல்லா வேலைகளுக்கும்!’ என்றான் ஜோண்ஸன். ரேணுவின் முதுகை ஒருதடவை பார்த்துவிட்டு, எங்களைப் பார்த்துக் கண்ணடித்தான்.

அதுக்கு?

ரேணு மேலும் வாயைப் பிடுங்கினாள். ‘ஸினிமா ஷ்டார்’ மாதிரியே இருந்த கல்யாணிக் குட்டியை அவர் யோக்கியமாய் வளர்த்திருப்பார் என்பதற்கு என்ன உத்தரவாதம்? என்று அவன் கேட்ட மாத்திரத்தில், கழுவிய பாத்திரத்தில் இருந்த மிச்ச நீரை அவன்மீது வீசித் தெளித்துவிட்டு,

ஒன்னெத் திருத்தவே முடியாதுடா.

என்றபடி பாத்திரங்களைச் சேகரித்துக்கொண்டு வெளியே போனாள். நானும் ரவியும் சிகரெட் பற்ற வைத்தோம் . . . ஜோண்ஸனின் தொனியிலும் குரலிலும் உல்லாசம் ஏறியது.

சிறுகச் சிறுகக் காசு சேர்த்து கூடுவாஞ்சேரிக்கருகில் ஒரு துண்டு நிலம் வாங்கிப் போட்டிருந்தானாம். திருமணம் ஆனவுடன், கல்யாணியைக் கூட்டிக்கொண்டு ஊட்டி போகத் திட்டமிட்டான். தேனிலவுக்காகத்தான். கையில் இருந்த காசெல்லாம் கல்யாணத்துக்குச் செலவாகிவிட்டிருந்தது. நல்லவேளை, அந்த நிலம் இருந்தது. விற்கத் தீர்மானித்தான். மூவாயிரம் ரூபாய்க்கு விலைபோனது. என்ன, இரண்டு மாதம் தாமதமாகியது. அதனாலென்ன, தேனிலவு பொறுமையாய்க் காத்திருந்தது! . . . ரவி சிரித்தான்.

என்னா ஜான், மூவாயிரம்ங்குற நம்பர் ஒன்னெத் தொரத்தித்தொரத்தியடிக்கிதே!

பின்னே. அந்த எடம் இப்ப இருந்தா, கோடி ரூவய்க்கிப் போகும் ஸாரே!

என்று ஜோணும் சிரித்தான். ரேணு போனபிறகு சாத்தியிருக்கும் கதவை மறுபடி ஒருதடவை பார்த்துவிட்டு,

எல்லாம் இது படுத்தின பாடாக்கும் . . .!

என்று ஒரு சைகை செய்தான். வலது கை ஆள்காட்டி விரலின் மேல்கணுவைக் கட்டை விரலால் தொட்டுக் காட்டினான். சைகை புரியாது என்று நினைத்தானோ என்னவோ,

இத்தரெ செறிய, ஆனா அத்தரெ வல்லிய தொளா!

என்று விளக்க வேறு செய்தான். இப்போது புரையேறுவது ரவியின் முறை.

எனக்கு டேவிட் சாரின் நினைவும், அவரது பிரசங்கத் தொனியும், உபரியாக அவர் வழங்கிய இருமைக் கோட்பாடும் நினைவிலேறி நெஞ்சை அடைத்தன. இருமையின் அலகுகள் இரண்டும் சர்வசாதாரணமாக இடம் மாற்றிக்கொள்ளும் போலிருக்கிறதே ... இதைப் பேராசிரியர் கவனிக்காமல் போனாரே, பாவம்!

❖

38

புராதனமான நகரம். நெடிய வரலாற்றுப் பெருமை கொண்டது. அந்தியில் உதயமாகி, அதிகாலைவரை சேவைசெய்யும் தட்டுவண்டிக் கடைகள், அவை விற்கிற வீட்டுச் சமையல் ருசி, கை சுருக்காத விருந்தோம்பல் எனப் பேர்போன ஊர். நகரின் மையப் பகுதியில், நள்ளிரவில்கூட சுடுசோறும் குழிப்பணியாரமும் கிடைக்கும் எனும் கீர்த்தி கொண்டது. முன்பு பலமுறை வந்திருக்கிறேன் – உரத் தயாரிப்பு நிறுவன விற்பனை மேலாளராக இருந்தபோது. தற்போது, கலைத்தன்மை கொண்ட பரிசுப்பொருள் நிறுவனத்தில் பணி. தங்க முலாம் ஆபரணங்கள், வெள்ளியில் சிறு சிற்பங்கள், வைர வைடூரியங்களும் பொன்னும் வெள்ளியும் பதித்த தஞ்சாவூர் ஓவியங்களின் சின்னஞ்சிறு நகல்கள் – கண்ணாடிக் கற்கள், சரிகைத் தாள் ஒட்டியவை – எனத் தயாரிக்கும் நிறுவனம்.

அந்த நாள் காட்சிகள் வெகுவாக மாறி விட்டன. கணகணகணவென தோசைக்கல்லில் புரோட்டாவைக் கொத்தும் ஒலியும், கமறும் எண்ணெய் மணமும், சாக்கடையோரங்களில் பானிபூரி வண்டிகளும் தள்ளாடும் குடிமகன்களும் மண்டிய வீதிகள். இது போக, ஊரும் பத்து மணிக்கு உறங்கத் தலைப்பட்டு விடுகிறது. வெறும் பத்துப் பதினைந்து வருடங்களுக்கு முந்திய சூழல், வரலாற்றுத் தொலைவுக்குள் புதைந்துவிட்டது!

பராக்குப் பார்த்தபடி நடந்தேன். அன்று மாலை கையெழுத்திட்ட ஒப்பந்த விதிகள் எனக்குள் ஓடியவாறிருந்தன. ஆண்டுக்கு ஐம்பது லட்சம் பெறுமான ஒப்பந்தம். சம்பளம் தவிர, விற்பனை மதிப்பில் 0.75 சதவீதம் எனக்குக் கிடைக்கும். மனம் உல்லாசமாக இருந்தது. குடித்துக் கொண்டாட விழைந்தேன். மணி ஒன்பது. நாளைதான் எனக்கு விமானம்.

தலைப்பில்லாதவை

என்னுடன் உதவியாளனாக வந்திருந்த விகாஸ் குப்தாவும் பியர்ப் பிரியன்தான். கைபேசியில் அழைக்கலாமா என்று யோசித்தேன். வேண்டாம். அவன் தமிழ்நாட்டில் மது அருந்துவதில்லை என்று தீர்மானமாய் இருக்கிறான். இங்கே கலப்படமில்லாத மது கிடைப்பதில்லையாம் – குறிப்பாக, பொருளாதாரத்தில் தாழ்ந்தவர்களுக்கு.

சற்று அதிகக் கட்டணம் உள்ள மதுவிடுதி. உணவு விடுதியும்தான். நுழையும்போதே கணிசமான தொகை கட்ட வேண்டும். பிறகு அளவின்றிக் குடிக்கலாம். வாடிக்கையாளருக்கு லாபம் என்று தோன்றுகிறதல்லவா – சூட்சுமம் வேறு இடத்தில் இருக்கிறது. பரம்பரைக் குடிகாரனாகவே இருக்கட்டுமே, ஒரேவேளையில், பீப்பாய் நிறையவா குடிப்பான்!

குளிர்பதனக் கூடத்தின் மங்கல் ஒளியில் புலப்பட்ட மேசைகளினூடே நடந்தேன். இருளின் காரணமோ, ஆவலின் வேகமோ – உலகின் எல்லைவரை நடக்கிற மாதிரி இருந்தது. பக்கச் சுவர்களின் சின்னஞ்சிறு மாடங்களில், விசேஷ விளக்கொளியில், யாழ் மத்தளம் கொம்பு போன்று, சமகாலத்தில் புழங்காத கருவிகளின் நிஜ மாதிரிகள் இருந்தன;

இறுதி மாடத்தினருகில் அமர்ந்தேன். கண்ணாடிப் பேழைக்குள், கோவிலின் முழு வடிவம். நெட்டியில் செதுக்கியது. இந்த ஊரின் பெருமை அந்தக் கோவில். உட்புறம் விரசமாக எழும்பிய சிமெண்ட் கட்டடங்களைத் தாண்டி, தன் பழமையை, மகத்துவத்தை, பிடிவாதமாய்த் தக்க வைத்திருப்பது. காவி வெள்ளைப்பட்டைகள் மிளிரும் மாபெரும் சுற்றுச்சுவருக்கு வெளியில் ஒரு நூற்றாண்டும், உட்புறம் வேறொரு நூற்றாண்டும் நிலவும். வெளியேறவே மனம் வராது. நாயக்க மன்னரை வரலாற்றில் பதித்த அம்மன்.

சமீபத்தில் இங்கிருந்து முப்பது கி மீ தொலைவில் ஒரு நகரத்தையே அகழ்ந்தெடுத்திருக்கிறார்கள். இந்த நகருக்கு அடியிலும் சரித்திரத்தின் பகுதிகள் இருக்க வாய்ப்பிருக்கிறது – ஆனால், சுலபமாய்த் தோண்டிப் பார்க்க இது என்ன வயல்வெளியா?...

பியர் ருசி இதமாய் இருந்தது. ஒரு ரவுண்டு முடிந்ததும் கழிப்பறை தேடினேன். முதல் சீசா காலியான மாத்திரத்தில், சிறுநீர்ப்பையும் காலியாக வேண்டும் எனக்கு.

கழிவறைக்கு அருகில் விறகுகளை அடுக்கியிருந்தார்கள். மதுக்கூடத்தின் நவீனத் தன்மைக்கு நேர்மாறாக, விறகடுப்புள்ள

சமையலறை என்பதே விநோதமாய்ப் பட்டது. கழிவறைக் கதவு என்று நினைத்து நான் தள்ளிய பலகை லகுவாகத் திறந்தபோது, சுழற் படிக்கட்டு தென்பட்டது. செலுத்தப்பட்டவன்போல இறங்கத் தொடங்கினேன். படிகள் பாதாளம்வரை போயின. தளர்வாய் நீண்ட சுருள்வில்லில் சுழன்று சுழன்று சரிந்தேன்...

சுற்றிலும் கற்சுவர்களாலான பெரும் கூடம். மிக மங்கிய வெளிச்சம். அங்கங்கே நட்டுவைத்த மூங்கில் குழாய்களின் உச்சியில் பதித்த மண் அகல்கள் போக, புகையும் தீவட்டிகள் ஓரிரண்டு. மரத் தண்டுகளே நாற்காலிகள்; ஒற்றைக்காலில் நிற்கும் வட்டப் பலகை மேசைகள். பித்தளைக் குவளைகள் பரப்பிய தாமிரத் தாம்பாளங்களை ஏந்தி நடமாடிய பேரழகிகள். வட்டவரிகள் புடைத்து அலங்கரித்த கச்சு அணிந்தவர்கள்.

கதவருகில் நின்ற காவலன், உருவிய உடைவாள், கடா மீசை, கனத்த கொண்டை, தார்ப்பாய்ச்சிய வேட்டி என விறைப்பாய் இருந்தான். புட்டத்தில் திடமாய் அழுந்திய தண்டொன்றில் அமர்ந்தேன். மரிக்கொழுந்து மணக்க அருகில் வந்த கறுப்பழகி,

நறவோ, நனிகமழ் தேறலோ!

எனத் தொடங்கி பட்டியலை மிழற்றினாள். சொன்னேன். நாள்பட்ட மோரின் மணத்துடன் வந்து சேர்ந்தது மது. முதல் மிடறு பருகியமட்டில் தலைக்கேறிய கிறக்கம் உடனடியாக இறங்கும்படி, பின்புறம் பளார் என்ற ஓசை கேட்டது. புரையேறி, திரும்பினேன்.

விலைமகள் என நினைத்தீரோ?

ஆவேசக் குரல்காரியின் கச்சு வேகமாய் ஏறித் தாழ்ந்தது. கன்னத்தில் கை வைத்துத் தலைகுனிந்து நின்றவன் என் போலவே காற்சட்டை, மேற்சட்டை, கழுத்துப்பட்டி அணிந்திருந்தான். அவசரமாக முகத்தைத் திருப்பிக்கொண்டேன். சினக் குரல் தொடர்ந்தது;

எங்கே தீண்டுகிறீர்?... செய்தக்க அல்ல செயக்கெடும்...

எப்போதோ பாடப்பகுதியில் வந்த அடுத்த வரியை மனம் தானாகப் பூர்த்தி செய்தது:

செய்தக்க செய்யாமை யானுங் கெடும்.

தினசரி உரையாடலில் குறள் ஒலிப்பது குறித்த வியப்பு தோற்றியபோதே, இத்தனை ஆண்டுகள் கழித்தும் எனக்கு அது நினைவிருந்தது பற்றிப் பெருமிதம் ஊறியது. சங்கத் தமிழர் வரலாற்றில் எவ்வளவு ஆசை கிளர்ந்திருந்தது, பள்ளி நாட்களில்...!

தலைப்பில்லாதவை

மதுவின் புளிப்பு மணம் ஈர்க்க, அவர்களைப் புறக்கணித்து முகம் திருப்பினேன். மேற்கொண்டு நாலைந்து குவளைகள் அருந்தினேன். காற்று நிரம்பிய துருத்திபோல் ஆனது தலை. உடலிலிருந்து கழற்றிக்கொண்டு தனியே உலவப் புறப்பட்டது. ஆனாலும், வாயும் வயிறும் என்னிடமே தங்கியிருந்தன. மர வட்டிலில் தொடுகறியாக அவள் கொண்டு வைத்த மான் கறியும் மீன் கறியும் அபூர்வச் சுவை கொண்டிருந்தன. எத்தனை நாழிகைகள் உண்டு தீர்த்தேனோ. எழ முனைந்தேன். தாதி என் கைபிடித்து அமர்த்தி,

விறலியர் கூத்து இருக்கிறது ஐயா; தவற விட வேண்டாம்.

என்றாள். கூடத்தின் மத்தியில் இருந்த வட்ட மேடையை இப்போதுதான் கவனித்தேன். அரைவேட்டி, மேல்துண்டு அணிந்த ஆடவர், பிற தாதியர் போன்றே உடையும், மிகையான நகைகளும் அணிந்த பெண்டிர் என தலா ஆறு பேர். ஆடவர் கைகளில், மேற்கூடத்தில் பார்த்த யாழ் குழல் முரசு மற்றும் தாளக்கட்டைகளின் அசல் வடிவம். இசையும் நடனமும் தொடங்கின. எத்தனை எத்தனை நாழிகைகள் கடந்தனவோ . . .

தாயினும் சாலப் பரிந்தூட்டியவளுக்கு இனாம் தர விரும்பினேன். கழஞ்சுகள் கேட்பாளோ? அதுசரி, நுழையுமுன் தேய்த்த கடனட்டை, இவர்கள் கால நாணயத்தை எப்படிச் செலுத்தும் என்ற கவலை எழுந்தது. நடைமுறைக் கால ஆளாக இருந்தவாறே வேறு காலத்தை அனுபவம் கொள்வது சித்தப்பிரமையின் ஆரம்பநிலையோ என்ற மெல்லிய பயம் முளைத்தது. எழுந்துகொண்டேன். ஒரு நூற்றாண்டுக்கும் இன்னொன்றுக்கும் சில படிகள்தாம் இடைவெளியா! . . . அல்லது, இரண்டு காலங்கள் என்பதே கிடையாதோ?

வெளியில், போதையில் கிறங்கிய நகரத்தின் உறக்கத்தைக் குலைக்கும் விதமாய் உரத்த ஓசையுடன் வாகனங்கள் போய்க்கொண்டிருந்தன. சாயங்காலம் பார்த்ததைவிட அதிக கம்பீரம், அதிக விறைப்பு, அதிகத் தனிமையோடு, அதிகத் தொலைவிலும் நின்றிருந்தது கோபுரம். அதன் வயிற்றில் பொருத்திய ஒலிபெருக்கியிலிருந்து ஓதுவாரின் குரல் வழிந்து கொண்டிருந்தது. தேவாரமோ? அர்த்தஜாம பூஜை நடக்கிறது போலும்.

மணி பார்த்தேன். அட, பத்தரைதான். . .

39

சைலபதி வந்திருந்தார். எழுத ஆரம்பித்த பிறகு, புதுப்புது நண்பர்கள் கிடைப்பதும், சிலர் என்னை நேரில் வந்து சந்திப்பதும் வழக்கம்தான். ஆரம்ப நாட்களில் தேடி வந்தவர்களில் ஒருவர் சைலபதி. சிலர் எதுவுமே பேசாமல் என்னைப் பேசவிட்டுக் கேட்பார்கள்; சிலர் வந்த நிமிடம் முதல் புறப்படும்வரை மூச்சுமுட்டப் பேசுவார்கள். பேச்சும் மௌனமும் சரிவிகிதத்தில் கலந்த மனிதர் சைலபதி என்று முதல் தடவையே எனக்குத் தோன்றியது. பேசும்போது நெற்றி அபாரமாய்ச் சுருங்கும் – விபூதி வரிகள்போல.

என்னை நெகிழச்செய்த இன்னொரு விஷயமும் உண்டு. வெறுங்கையோடு அவர் வந்ததேயில்லை. சில சொற்களை, சில வாக்கியங்களைக் கோத்து வழங்கியதைத் தவிர நாம் எதுவுமே செய்ததில்லையே, எதற்காக இத்தனை அபிமானம் என்று கூச்சப்படுவேன். ஒவ்வொரு முறையும் புத்தகங்கள் கொண்டு தருவார். இத்ரீஸ் ஷாவின் வே ஆஃப் சூஃபி, சிவானந்தரின் சித்த வேதம், ஜேம்ஸ் க்ளீக்கின் கேயாஸ், பைரப்பாவின் பருவம், பிரமிள் கவிதைகள் முழுத்தொகுப்பு என்று பலவும் அவர் பரிசளித்தவைதாம்.

முதல்முறை வந்தபோது ‘மரணத்துக்கு அப்பால்’ என்ற ஜேம்ஸ் ஹார்வியின் புத்தகம் தந்தார். ‘மனத்தின் உள்கூரை’ என்ற தலைப்பில் நான் எழுதிப் பிரசுரமான கதை ஒன்று; அதைப் படித்ததும்தான் என்னைச் சந்திக்க வேண்டும் என்ற ஆவல் பிறந்ததாகச் சொன்னார். அதில் ஒரு சம்பவம் வரும். விதானத்தில் ஒட்டிய பல்லியாய் இருந்து, தனது மனைவியுடன் தான் கொள்ளும் உடலுறவை வேடிக்கை பார்ப்பவன் பற்றியது. ‘காமம் தனியுடமை இல்லை. உயிர்ப்புலம் நுகர்கிற

பிரபஞ்ச அனுபவம் – காமம் பற்றிய எண்ணவோட்டத்தை மனிதகுலம் நிறுத்திவிட்டாலே அதன் இணைவிழைச்சு தன் இயல்பான நிலைக்குத் திரும்பிவிடும்; இப்போதைய உளவியல் சிக்கல்கள் பல காணாமல் போய் விடும் . . .' என்று ஹார்வியின் ஒரு அத்தியாயம் வாதிக்கும்.

நாந்தான் சார் அந்தப் பல்லி!

என்று சிரித்தார் சைலபதி . . .

இன்றும் மாடிப்படிகளை இரண்டிரண்டாகத் தாண்டி இறங்கிப்போனார் – பத்து வருடங்களுக்கு முன் செய்த மாதிரியே. அதே லாகவம். அதே விசை. அதே சுறுசுறுப்பு!

முதல்முறை வந்தபோது ஒரு சம்பவம் சொன்னார். அவருக்கு நாற்பத்தைந்து வயது அப்போது. முன்முதுமையின் அறிகுறிகள் மெல்லமெல்லப் பீடிக்க ஆரம்பித்திருந்தன. மனத்தின் வேகத்துக்கு ஈடுகொடுக்க விரும்பாதமாதிரி நடந்து கொண்டது உடம்பு. உண்மையில், மனம் முதிர்வதும் உடல் முதிர்வதும் ஒன்று அல்ல என்று தோன்றியதாம். 'ஒரு கட்டத்லெ, ரெண்டும் எதிரெதிர்த் திசைலெ விரையிற மாதிரிப் பட்டது சார்' என்றார்.

உடம்பின் எதிர்ப்பு, முழங்காலில் வந்து இறங்கியது. ஒரே மாதத்தில் வேகமெடுத்து, அக்குள்களில் தாங்குகட்டைகள் ஊன்றித்தான் சமதரையிலேயே நடக்க முடிந்தது. மருத்துவ முறைகள் ஒவ்வொன்றாய்த் தோற்றுத் திரும்பின.

இப்பிடி இருந்தா, தொள்ளாளிகளுக்கு நம்மமேல இருக்குற மருவாதி போயிரும் சீதா. இன்னம் கொஞ்சநாளு போனா, ஒனக்கே என்னெக் கண்டா சலிப்பாயிரும் . . .

என்று கசந்துகொண்டபோது, மௌனமாகக் கண்ணீர் உகுத்தாராம் மனைவி. அவரைப் பார்த்திருக்கிறேன். சீதையேதான். செல்வந்தரின் மனைவிக்குரிய நிதானம், பெருந்தன்மை, உதாரகுணம் உள்ளவர். அந்த மாளிகையைப் பராமரிப்பதே தொழில்நிறுவனம் நடத்துவது மாதிரித்தான். காரோட்ட, தோட்டத்துக்கு, சமையலுக்கு, ஒவ்வொரு இடமாகப் பார்த்துத் துடைக்க, சில்லுண்டி வேலைகளுக்கு என அத்தனை வேலையாட்கள் . . .

ஓர் இரவு அவர்களது ஈரோட்டு மாளிகையில் தங்க நேர்ந்தபோது மாடியறையை எனக்குத் தந்தார்கள். சுவர்

அலமாரியில், தனித்தனித் தட்டுகளில் பித்தளைத் தாம்பா ளங்களில் ஹோமியோபதி, சித்த வைத்தியம், ஆயுர்வேத மருந்துகள் இருந்தன. நடுத் தட்டில், ஒரு ஓரத்தில் கண்ணாடி மூடி டப்பாவில் நாலைந்து ஊசிகள் வேறு கிடந்தன.

மருந்துகளெப் போயித் தூக்கியெறிவானேன்னு வச்சிருக்கன் சார்.

என்றார். பால் தம்ளரைத் தானே மாடிக்கு எடுத்து வந்திருந்த அம்மணி,

ஆமாங்க சார். அதெல்லாம் நினைவுச்சின்னம்!

என்று சிரித்தார். அவரும் என்னுடைய நூல்கள் ஓரிரண்டை வாசித்திருக்கிறாராம் . . .

ஆக, சைலபதிக்கு மாடியறையை விட்டு இறங்க முடியாமலானது. ஒரு எட்டு எடுத்து வைப்பதும் சிரமம். குளிக்கவும், உடைமாற்றவும்கூட ஆள் துணை வேண்டும்.

அந்த நாட்களில் ஒரு கனவு. ஜடாமுடியும், தாடி மீசையுமாய் ஒருவர் வந்தார். பைத்தியக்காரர் மாதிரித் தோற்றமும் விழிகளும். நிலைத்து ஊன்றாத பார்வை. நெற்றியிலும் முகத்திலும் அவ்வளவு சுருக்கங்களை வேறு எவரிடமும் இவர் பார்த்ததில்லை.

ஏனோ, அவரைப் பார்த்ததும் எழுந்து வணங்கத் தோன்றியது. எழ முடியவில்லையே என்ற ஆற்றாமை சட்டென்று கண்ணில் ததும்பி வழிய, விசிக்க ஆரம்பித்தார்.

அட, என்னாப்பா சின்னப்பிள்ளெ மாதிரி. எந்திரி. என்னோடெ வா சொல்றேன்.

என்றபடியே படியிறங்க ஆரம்பித்தாராம் வந்தவர். நாய்க்குட்டி போன்ற பவ்யத்துடன் சைலபதி பின்தொடர்ந்தார் – தாங்குகட்டைகளை எடுத்துக்கொள்ளாமல்தான்.

கனவுலேர்ந்து எப்பத் தரைக்கி எறங்கினேன்னே தெரியலே சார்.

விரிந்த கண்களுடன் சொன்னார் சைலபதி. தாம் நடக்கிறோம் என்பதே அவருக்குத் தெரியாது. அயர்ந்து தூங்கிவிட்டதால், விடிந்து வெகுநேரம் ஆனதும் தெரியாது.

அம்மா, அப்பா நடந்து வாறாரும்மா.

மகள் கூவியது கேட்டு, கையிலிருந்த பூக்குடலையைத் தவறவிட்ட மனைவி ஓடிவந்து கணவரைத் தழுவிக் குமுறினார். குளித்துப் பூசை முடிக்கும்வரை யார்மீதும் படாத சீலி.

அன்னையிலேர்ந்து போறவர்ற எடத்திலெயெல்லாம் அந்த மொகம் தட்டுப்படுதான்னு பாக்க ஆரமிச்சன் சார். பாண்ட் பையிலெ கணிசமான தொகை வச்சிருப்பன். பாத்த லெக்குலெ அந்த சித்தபுருசருக்குக் கனகாபிசேகம் செஞ்சிறணும்ன்னு வெறி.

கோவில்கோவிலா, மடம் மடமாப் போறது. கூட்டம் அதிகமான ஸ்தலங்கள்லே, போறவர்ற ஆளுகளெப் பாத்துக்கிட்டு மணிக்கணக்கா உக்காந்திருக்குறது. 'இந்தாள் நொண்டுனதே பரவாயில்லெயே' ன்னுகூட சீதாவுக்குத் தோணியிருக்கும். ஆனா, பொறு மையா, இளுத்த இளுப்புக்கெல்லாம் வருவா. அமைதியா எங்கூட உக்காந்திருப்பா.

கடேசியிலே திருவிடெமருதூர்லெ அவரெப் பாத்தேபுட்டேன் சார். பிரமையா இருக்கலாம்; ரெண்டு வருசம் போல தேடித் திரிஞ்சதிலே, கனவுலெ வந்த மொகம் கொஞ்சம்கொஞ்சமா மறந்து, கண்ணுக்கு நேரெ கண்ட மொகத்தை அதுதான்னு நம்பியிருக்கலாம். அந்த மொகமேதான்னு உறுதிப்படுத்த ஆளேது? இல்லே, அலைஞ்சது போதும்டான்னு உள்ளூர எனக்கேகூடத் தோணியிருக்க லாம். தெரிஞ்சு என்னா ஆயிரப் போகுது?

கனவுலே வந்த அதே நடெ. அதே கண்ணு. நம்மளெப் பாக்கலே அது – எக்ஸ்ரே மாதிரி, நம்மளெ ஊடுருவிப் பாக்குது. கண்ணுக்குக் கண்ணு பாத்தப்ப, ஒடம்பு முளுக்க ஐஸ் கட்டி ரொம்புன மாதிரிக் குளுந்துருச்சு. அவரு புஞ்சிரிக்கிற மாதிரிப் பட்டுது.

வேகமா எந்திரிச்சேன். பாக்கெட்டிலெ இருந்த பணக்கட்டை எடுத்து அவரு தலையோட சூறை விடணும்னு வேகம். கிட்டப் போறேன். அவருகிட்டெ நீட்டுறேன். நல்லா மலந்து சிரிச்சாரு. பொறங்கையாலே துட்டெ ஒதுக்குனாரு. இது என்னான்னு தெரியலையோன்னு அசட்டுத்தனமா ஒரு நெனப்பு. ஒரு நோட்டை மட்டும் உருவி நீட்டுனேன். சிரிப்பு ஜாஸ்தியாச்சு. செல்லமா என் முன்னங்கையிலெ ஒரு தட்டுத் தட்டுனாரு.

அவ்வளவுதான். ஒனக்கு ஒதுக்குன நேரம் முடிஞ்சிருச்சுன்ற மாதிரி, நகந்தாரு. இவ கையிலேருந்த பெரம்புத் தட்டுலெ, சாமிக்குப் படைக்கிறதுக்காக கனிவகைகள் ஏகப்பட்டது கொண்டுட்டுப் போயிருந்தோம். மெனக்கெட்டுக் குனிஞ்சு, ஒரேயொரு திராட்சையைப் பறிச்சு வாயிலெ போட்டுக்கிட்டு வேகமாப் போயிட்டாரு.

எனக்கு ஒண்ணுமே புரியலே. நாம் பாத்த வைத்திய முறைகளெவிட, சீதா பூசெ பண்ணுன வைத்தியருகதான் என்னெ சொஸ்தப்படுத்துனாங்களோ? இன்னொருத்தர் சாப்புட்டு நம்ம பசி அடங்குன மாதிரி . . . எனக்கான மருந்து எங்கே தயாராச்சு? . . .

இந்தா, இப்ப ஒங்கள்ட்டெப் பேசும்போது தோணுது. அவ்வளவு சடையும் அவ்வளவு தாடி மீசையும் வளந்தா, என் முகமேகூட அதே சாடைலேதான் இருக்குமோ . . .

40

தரைக்கு வெளியே புடைத்த வேரில் கால் இடறியது. விழத் தெரிந்த சிவண்ணா சுதாரித்துக்கொண்டான். தொண்டைக்குழியில் பதிந்துகிடந்த ருத்ராட்சத்தை வலது கை தொட்டுக் கண்ணில் ஒற்றிக்கொண்டது. பின்னால் வந்துகொண்டிருக்கும் சோமண்ணா தான் தடுமாறியதைக் கவனித்தானா என்று திரும்பிப் பார்த்தான். அவன் எங்கோ பராக்குப் பார்த்தபடி வருகிறான். 'எவ்வளவு திமிராக நடக்கிறான் பார்' என்று மனம் பொருமியது. சோமண்ணாவுக்கு இடது கால் ஓரங்குலம் குட்டை. லேசாகச் சாய்த்து நடப்பான்.

தான் இடறிய இடத்தை அவன் லாகவமாகத் தாண்டிவருவதைப் பார்க்கப் பொறாமையாய் இருந்தது. அவனுக்கு எல்லாவற்றிலுமே அதிர்ஷ்டம் உண்டு. கேட்காததும் கிடைத்துவிடும். இத்தனைக்கும், இவன் பார்க்க வளர்ந்தவன் அவன். அம்மா,

> தம்பியெ நெல்லாப் பாத்துக்கிறணுமப்பா. நீ இருக்கேன்னு நம்பித்தானே இவனெப் பெத்தேன்.

என்பாள். என்னமோ, திட்டமிட்டுப் பெற்றுப் போட்ட மாதிரி. அப்புறம், சென்னம்மாவை ஏன் பெற்றாளாம்? அவளுக்கும் தம்பிமீதுதான் பிரியம். அவனைப் பார்க்கவென்றே புருஷன் வீட்டிலிருந்து அடிக்கடி வந்து போவாள். பிறந்த வீட்டுக்கு வந்துவிட்டு வெறுங் கையோடு போக முடியுமா? அந்தச் செலவும் சிவண்ணா தலையில்தான். எல்லாரும் திட்டம் போட்டு ஏமாற்றுகிறார்கள் என்று தோன்றியது. வயிற்றுக்குள் பந்து உருண்டது.

ஏன், இந்த அக்கவ்வா. அவளுக்குக்கூடக் கொழுந்தன்தான் உசத்தி. சிவண்ணாவுக்கு அவள்

வாழ்க்கைப்பட்டு வந்தபோது சோமண்ணாவுக்கு ஏழு வயது. கிட்டத்தட்ட மகன் மாதிரியே நடத்துவாள். அக்கவ்வாவின் மனசு யாருக்கும் வராது. ஈர்க்குச்சிக்குச் சேலையைச் சுற்றிய மாதிரி இருப்பாள். நாக்கு கடுமையாகத் தட்டும்; கோடவாயில் சதா எச்சில் வழியும். பத்து வயசு இளையவனான சோமண்ணாவை, அவன் இன்னமும் கைக்குழந்தை என்கிற மாதிரிக் கொஞ்சுவாள். தன்னைவிடப் பல மடங்கு அழகானவள் ஓரகத்தியாய் வந்ததில் அவளுக்குத்தான் எவ்வளவு பெருமை!

இப்படித்தான், எல்லாரும் செல்லம் கொடுத்து அவனைக் கெடுத்து வைத்திருக்கிறார்கள். வேலைக்கே போவதில்லை. சம்பாதிக்கும் உத்தேசம் இருக்கிறதாகவும் தெரியவில்லை. பாரஸ்ட் ஆபீசரிடம் 'ஏதாவது பார்த்துச் செய்யுங்கள்' என்று கேட்டிருக்கிறான் சிவண்ணா. அவர் தருவதை இந்தப் பயல் உடல்வணங்கிச் செய்கிறானா பார்ப்போம்.

வேலைக்குப் போகாததைக்கூட சகித்துக்கொள்ளலாம்; பணத்தை வீட்டில் எங்கே ஒளித்துவைத்தாலும் தேடி எடுத்துவிடுவான். சாராயக்கடையில் கொண்டு வீசிவிட்டு வருவான். அவ்வளவு போதையை அந்த உடம்பு எப்படித்தான் தாங்குமோ. ஆனால், ஒன்று, கழுத்து முட்டக் குடித்தாலும் புன்சிரிப்பு மாறாத முகம் சோமண்ணாவுக்கு. சமீபகாலமாய், அந்தச் சிரிப்பைக் கண்டாலே எரிச்சல் பொங்குகிறது.

அண்ணனுக்குக் குழந்தைகள் இல்லை; அவன் சம்பாத்தியம் முழுக்கத் தனக்கும் தன் குழந்தைகளுக்கும்தான் என்று எல்லாரிடமும் சொல்கிறான் போல. இந்த ஒரு வாரத்தில் மட்டும் நாலுபேர் இவனிடம் சொல்லிச் சிரித்துவிட்டார்கள். பாரஸ்ட் ஆபீசர் வீட்டு வாசலை எட்டுவதற்குள் அவனை நிறுத்திக் கறாராய்க் கேட்டுவிட வேண்டும். ஒழுங்காக பதில் சொன்னால் பிழைத்தான். இல்லாவிட்டால், தம்பியாவது ஒன்றாவது . . .

வலதுகை இடுப்பில் இறுக்கிய வேட்டியைத் தானாகத் தொட்டுப் பார்த்தது. உறைக்குள் புடைத்த சூரிக்கத்தி கையில் தட்டுப்பட்டதும் வன்மம் தலைக்கேறியது. இன்றைக்கு இரண்டில் ஒன்று கேட்டுவிட வேண்டியதுதான்.

யதேச்சையாய், காலையில் ட்ரங்குப் பெட்டியைத் திறந்து பார்த்தால், வேட்டி துணிகளுக்குக் கீழே, பெட்டியின் தரையையொட்டிக் செய்தித்தாளில் மடித்து வைத்திருந்த ஐநூறு ரூபாய் நோட்டுக்கள் நாலும் காணாமல் போயிருக்க, மடித்த தாள் முனை மடங்காமல் அதேவிதமாய் இருந்த காட்சி மனத்தில் உயர்ந்தது. பெட்டியின் பூட்டு அலுங்காமல்

தொங்கியது. கள்ளச்சாவி போட்டிருக்கிறான் பயல் . . . ரத்தத்தில் உஷ்ணமேறியது.

‘காசுதானே, போனால் போகட்டும்’ என்கிறாள் அக்கவ்வா. திருடுவது, குலத்துக்கே கேவலமில்லையா. சொந்த அண்ணனிடமே திருடலாமா? காட்டுக்குள் ரகசியமாய்த் தேனெடுத்தும், தலைநோக விறகு வெட்டிச் சுமந்தும், பசியோடு அலைந்து மான் வேட்டையாடியும் பிரயாசைப்பட்டுச் சேர்த்த காசல்லவா . . .

அநாவசியமாக அப்பாவின் நினைவு வந்தது. பார்வை யில்லாத மனிதர், பாவம். ஆனால், யாரும் பாவப்பட்டால் பிடிக்காது. எப்படித்தான் கற்றாரோ, ஜோசியத்தில் கில்லாடி. பஞ்சாங்கத்தை ஞாபகத்திலேயே வைத்திருப்பார். அமாவாசை என்றைக்கு, பஞ்சமி என்றைக்கு என்று மனக்கணக்காய்ச் சொல்வார். அக்கம்பக்க வனக் கிராமங்களிலிருந்து நல்லதுபொல்லதுக்கு நாள் குறிக்க அவரிடம்தான் வருவார்கள். ஞானஸ்தர். சிவண்ணா ஒரு தடவை அப்பாவிடம் கேட்டான்; அப்போது எட்டு வயது இவனுக்கு:

> அப்பூ, அதெப்பிடி, ஒவ்வொரு மரமும் தனித்தனியாத்தானே நிக்கிது? அப்பறம் ஒரே சமயத்திலே பூக்குது, இலை உதுக்குது?
>
> சிவண்ணா, மேலெதான் ஒண்ணுக்கொண்ணு தனியா இருக்கிற மாதிரித் தெரியுறது. பூமிக்கிக் கீளே ஒண்ணோடெ வேரு இன்னொண்ணோடெ பின்னித்தான் கிடக்கும் – வலை மாதிரி. காட்டுலெ இருக்குற அத்தனை வேப்பமரமும் ஒரே குடும்பந்தான் பாத்துக்க. ஒரு வேம்பும் இன்னொண்ணும் சகோதரங்களாக்கும். எலந்தையும் அப்பிடித்தான். ஆலும் அரசும்கூட அப்பிடித்தான்.

அப்பா புராணக்காரரர் குரலில் சொன்னார். இவன் தலையாட்டினான். இன்னொரு முறை,

> லச்சுமணனெ நம்பி ராமன் காட்டுக்குப் போகலேடா சிவண்ணா. ஆனா, தம்பிக்காரன் கூடப் போகலேன்னா, நாறிப் போயிருப்பான்.

என்றார். பெற்றவர் இருந்து பார்த்திருக்க வேண்டும், சோமண்ணாவின் லட்சணத்தை. . .

எதற்காகத் வேட்டியை அடிக்கடி தொட்டுப் பார்த்துக் கொள்கிறாய். பொருள் எதுவும் கொண்டு வந்திருக்கிறாயாக்கும். என் மேல் மட்டும் கைவை, அப்புறம் இருக்கு சேதி. கழுத்தில்

கிடக்கிற கொட்டையை அப்படியே தொண்டைக்குழிக்குள் வைத்து அழுத்திவிடுவேன். இருந்த தடயமே தெரியாமல் அழித்துவிட்டுத்தான் வீடு திரும்புவேன். அப்புறம், உன் வீடு வாசல் எல்லாம் எனக்குத்தான். சும்மா சிரிச்சுக்கிட்டே இருக்கிறான், ஏமாளிப்பயல் என்று நினைக்கிறாயோ.

உன் காசை நான் எடுத்தேன் என்றுதானே சந்தேகப்படு கிறாய். என்றைக்காவது, கேட்காமல் உன் சமாசாரங்களில் கைவைத்திருக்கிறேனா. குடிக்கிறவன் என்றால் எல்லாத் தப்பும் செய்யக்கூடியவன் என்று நீங்களாக முடிவெடுப்பீர்களாக்கும். இதே உன் மகன் என்றால், குத்திப்போட நினைப்பாயா?

பெட்டிக்காசை அண்ணி எடுப்பதை, ஊரிலிருந்து வந்திருந்த தம்பியிடம் கொடுத்தனுப்புவதை ரெண்டு கண்ணால் பார்த்தவன் நான். ஆனால், யாரிடமும் சொல்ல மாட்டேன். அந்த மாதரசி திருடினாலும் அதற்கொரு நியாயம் இல்லாமல் போகாது.

முந்தினநாள் போட்ட தூறலில் காட்டின் தரை நனைந்திருந்தது. சருகுகளில் லேசாக நீர் தேங்கியிருந்தது. நீர் வறண்ட ஓடைப்படுகையின் செம்மண் பரப்பிலும் ஓர் அங்குல அளவு நீர்ப்பதம் ஏறியிருந்தது. பறவைகள் மற்றும் பிராணிகளின் சப்தங்கள் பக்கத்திலும் தொலைவிலும் என்று ஒலியும் எதிரொலியும்போல சீரான இடைவெளிகளில் கேட்டன. எங்கெங்கும் ஈரவாசனை. மோடம் கலையாத மங்கல் வெளிச்சம்.

திடீரென்று அந்தத் தடம் பார்வையில் பட்டது. அரைப்படி நீர் பிடிக்கும் ஆழம் கொண்டது. இரண்டு உள்ளங்கைகளின் அகலம் இருந்தது. ஐயோ, புலியின் தடமேதான். காலையில்தான் போயிருக்க வேண்டும் – பாதக் குழியில் நீர் சேகரமாகவில்லை.

திரும்பிப் பார்த்தான். சோமண்ணாவும் அந்தத் தடத்தைக் கவனித்துவிட்டான் போல. இருவரும் கண்ணுக்குக் கண் பார்த்தபடி ஒரு கணம் திகைத்து நின்றனர்.

பக்கத்தில் கேட்கும் பறவையொலிகளில் வித்தியாசம் தெரிந்தது. அடிவயிற்றிலிருந்து கிளம்பிய உறுமல் ஒலியில் காடு அதிர்ந்தது; உயிராழத்தில் நடுக்கமெடுத்தது. தொடர்ந்து, சருகுகள் நெரிபடும் ஒலி; நெருங்கி வருவதுபோலக் கேட்டது.

சட்டென்று அண்ணனும் தம்பியும் ஒருவர் கையை ஒருவர் பிடித்துக்கொண்டனர்.

❖

41

இப்போதுகூட சொல்லியிருக்க மாட்டேன். இன்று சொல்லிவிடலாம் என்று தோன்றுகிறது. ஒன்று, எந்தச் சம்பவம் யாருக்கு உதவிகரமாய் இருக்கும், எப்போது பயன்படும் என்று சொல்வதற் கில்லையே. எனக்கும் வயதாகிக்கொண்டே போகிறது; இருக்கும்போதே சொல்லிவிட வேண்டும். அதுதான் இரண்டாவது காரணம்; சம்பந்தப்பட்ட அத்தனை பேரும் இறந்துவிட்டார்கள் – அவளைப் பற்றித் தெரியவில்லை. என்னைவிட ஒரு வயது இளையவள்; இருப்பதற்கே வாய்ப்பு அதிகம். ஆனால், அவள்வரை எட்ட வாய்ப்பில்லை.

என் அப்பா ஆரம்பப்பள்ளி ஆசிரியர். அவளுடைய அப்பாவும் அதே பள்ளியில், அதே பணி யில். இன்னும் ஏகப்பட்ட விஷயங்கள் அவர்கள் நட்புக்கு வலு சேர்த்தன. ஒரே சாதியின் ஒரே உட்பிரிவைச் சேர்ந்தவர்கள்; மனைவியர் ஒரே ஊர், ஒரே தெருவில் பிறந்து வளர்ந்தவர்கள். இங்கே மூன்று குழந்தைகள். மூத்தவன் நான். அங்கே மூன்று குழந்தைகள். மூத்தவள் அவள். பிறகென்ன, அந்த நாள் நடைமுறைப்படி, எனக்குத்தான் அவள் என்று இரண்டு வீட்டிலும் கேலி பேசுவார்கள். நான் அதை நம்ப வேறு செய்தேன்.

எட்டாவது படிக்கும்போது பெரிய மனுஷியானாள். நாளுக்குநாள் அழகும் மெருகும் அதிகரித்து வந்தன. நானோ, பூனை மீசை, கன்னம் முழுக்கப் பருக்கள், கண்களில் படிந்த நிரந்தர அசட்டுத்தனம் என்று என்னைக் கண்ணாடியில் பார்க்க எனக்கே பிடிக்காமல் ஆகிவந்தேன். வளர்ச்சிப் பாதையில் ஆணுக்கும் பெண்ணுக்கும் இயற்கை காட்டும் பாரபட்சத்தை என் குழந்தைகள்வரை பார்த்துக்கொண்டுதானே இருக்கிறேன்... அவர்கள்

வீட்டுக்கு எப்போதாவது போக நேர்ந்தால், அவள் கண்களைத் தவிர்ப்பேன். ஆனாலும், அவள் எனக்கு உரிமையானவள் என்ற எண்ணம் ஏனோ மாறவேயில்லை.

நண்பரைப் பற்றி அப்பாவுக்கு அபாரமான பெருமிதம். வானொலி, மேடை நாடகங்களில் நடிக்கக்கூடியவர் அவர். சிரிக்கச் சிரிக்கப் பேசுவார் – பட்டிமன்ற மேடையிலும்தான். பல துறைகளில் மேலிடத் தொடர்பு உள்ளவர். நல்லாசிரியர் விருதும் கலைமாமணிப் பட்டமும் ஒரே ஆண்டில் வாங்கினார் என்றால் பாருங்களேன். இதுபோக, முன்னணி வார இதழ்களில் துணுக்குகள், ஒருபக்கக் கதைகள் எழுதுவார்.

பிரபலமான நடிகர் ஒருவர், நண்பரின் நெருங்கிய நண்பர். ஊர்ப்பக்கம் வந்தால், இவர்கள் வீட்டில்தான் தங்குவார். இவர் அவரைச் சந்திக்க அடிக்கடி சென்னை போவார்.

> அந்தாளோட ஜிப்பாவெ இவன் எடுத்துப் போட்டுக்கிட்டு வந்துருவான்!

என்று பெருமையாக யாரிடமோ சொல்லி அப்பா குதூகலப்பட்டதைக் கேட்டிருக்கிறேன்.

ஆனால், எந்தப் பெருமிதமுமே அதேவிதமாக நீடிக்காது போல. ஒருநாள் பணியிலிருந்து திரும்பிய அப்பாவின் முகம் கடுகடுவென்றிருந்தது. வார இறுதிக்கு வீடு வந்திருந்த நான் தலைவலி அமுக்கியது என்று விடுப்பிலிருந்தேன். எங்கள் மேலாளர் தங்கமான மனிதர். என் போன்ற நேர்மையான ஊழியர்கள் எது கேட்டாலும் தட்ட மாட்டார்.

சாப்பாட்டுப் பையை, அக்குளை நீங்காத கறுப்பு ரெக்ஸின் கைப்பையை, சோஃபாவில் விட்டெறிந்தார் அப்பா. காஃபித் தம்ளருடன் அம்மா வெளிவந்த மாத்திரத்தில்,

> முட்டாப் பயலா இருக்கான். இதெவிட, ஒரு எருமமாட்டோடெ ஃப்ரண்டா இருந்திருக்கலாம். மஹாலச்சுமியெப் போயி, தெருவுலெ இளுத்துவிடப் போறானாம்.

> சரி வுடுங்க. அவுங்கவுங்க தலையெளுத்துப்போல ஆகப்போகுது. நம்ம நிம்மதியெ என்னாத்துக்குக் கெடுத்துக்கிறணும். மத்தியானம் தங்கம்மாத்தெ லட்டர் வந்துருக்கு. பய சாதகத்தெ ஒடனே அனுப்பூன்னு எளுதியிருக்காங்க. ஒங்கட்டெ ஒரு சொல்லு கலந்துக்கிறலாம்ன்னு இருந்தன். அனுப்பீறட்டா?

என்னை ஒரு வார்த்தை கேட்க வேண்டும் என்று இருவருக்குமே தோன்றவில்லை, பாவம். ஆனால், பின்னாளில், தங்கையர் இருவரும் பட்ட பாட்டுக்கு, நான் எவ்வளவோ தேவலை.

அவர்கள் கேட்டிருக்க வேண்டிய அவசியமேயில்லை என்பது சாயங்காலமே தெரிந்தது. தொய்ந்திருந்த மனத்துக்கு ஆறுதலாய் இருக்கட்டும் என்று நாகராஜன் பூங்காவுக்குப் போனேன். முன்னாள் நகரத்தந்தை நினைவுப்பூங்கா.

பூங்காவின் வடகிழக்கு மூலையில் புற்றுக் கோயில் உண்டு. ஆளுயரச் செம்மண் கோபுரத்தைச் சுற்றிச் சுவர் எழுப்பி, தனி சந்நிதியாக்கி இருந்தது. வயோதிக நாகம் ஒன்று சந்ததியருடன் வசிப்பதாகச் சொல்வார்கள். யாரும் பார்த்ததாகக் கேள்விப்பட்டதில்லை. வெள்ளிக்கிழமைகளில் கூட்டம் அம்மும். அன்று அநாதரவாய் இருந்தது.

சிமெண்ட் பெஞ்ச்சில் மத்தியான வெம்மை மிச்சமிருந்தது. குழந்தைகளின் கும்மாளத்தை வேடிக்கை பார்த்தபடி, விட்டேற்றியான மனத்துடன் அமர்ந்திருந்தேன்.

உக்காரலாமா!

என்ற கேள்வியுடன் அருகே உட்கார்ந்தவளைத் திரும்பிப் பார்த்தேன். குரல் கம்ம, கண்கள் மல்க, படபடவென்று பேசினாள்.

காலையில்தான் சென்னையிலிருந்து தகப்பனும் மகளும் திரும்பினார்களாம். பிரபல இயக்குநர் ஒருவரைச் சந்திப்பதற் காகப் போயிருந்தார்கள். சமீபத்தில் வெளியான அவரது படத்தில் வந்த காட்சியை நடித்துக்காட்டச் சொன்னாராம் தந்தை.

காலங்காலமாய் தான் நிராகரித்து வந்த ஒருதலைக் காதலனிடம் சம்மதம் தெரிவிக்க வருகிறாள் நாயகி. மாடியில் இருக்கிறான் என்று கைகாட்டி அனுப்புகிறாள் அவன் தாய். கட்டிலில் உறங்குவதுபோலப் படுத்திருக்கிறவன், உண்மையில், விஷம் குடித்து இறந்திருக்கிறான். காதல் தோற்றதாக முந்தின காட்சியில் அனுமானித்திருப்பான், பைத்தியக்காரன். பக்கத்திலுள்ள முக்காலியில் அமர்ந்து, பிணத்திடம் காதல் வசனம் பேசிவிட்டு, பதில் வராத திகைப்பை முகத்தில் காட்டி, தன்னை மீறித் தொட்டு எழுப்பும் வெட்கத்தை வெளிப்படுத்தி, உண்மை உணர்ந்த அதிர்ச்சியைத் தெரியவைத்து, சலனமற்ற உடம்பின்மீது வீழ்ந்து கதறியவாறு காமிராவை நிமிர்ந்து

பார்க்க வேண்டும் . . . சும்மா சொல்லக் கூடாது, அறிமுக நடிகையின் நடிப்பு அற்புதமாய் இருக்கும்.

ஒனக்கென்ன. பிரமாதமா நடிச்சிருப்பியே?

நிச்சயம் கேலியாகச் சொல்லவில்லை. அடிபட்ட மாதிரி நிமிர்ந்து என்னைப் பார்த்தாள்.

இப்பிடித்தான். பெத்தவங்களும் புரிஞ்சிக்கிற மாட்றாங்க. அங்க இருந்தவன்கள்லெ, ஓர்த்தன் பார்வையும் சரியில்லே. நம்புன ஆளு இப்பிடி மக்கா இருக்காரு . . .

எழுந்து தீர்க்கமாக ஒருமுறை பார்த்தாள். என்னையா நம்பினாள்!

விடுங்க, நீங்களாச்சும் நல்லா இருங்க.

உள்ளக்கிடக்கையை அவள் தெரியப்படுத்தின முதல் சந்தர்ப்பம். ஒரே சந்தர்ப்பமும்கூட. நான் கொஞ்சம்கூட எதிர்பார்க்கவில்லையா, அவள் நடந்து வெளியேறுவதை நம்ப முடியாமல் பார்த்துக்கொண்டிருந்தேன். பார்வை சற்று மங்கத்தான் செய்தது . . .

அப்புறமென்ன, அவள் நடித்த முதல் படம் அபாரமான தோல்வியை சந்தித்தது. பிறகு, வரிசையாய் நாலைந்து தோல்விப்படங்கள். இடைக்காலத்தில், தகப்பனார் ராஜினாமா செய்துவிட்டு, குடும்பத்தோடு சென்னையில் குடியேறியிருந்தார்.

ஒரு நடிகர், ஓர் அமைச்சர், ஒரு தொழிலதிபர் என்று பலவாறாக அவளை இணைத்துக் கிசுகிசுக்கள் வெளியாகின. எங்கள் குடும்பங்கள் வெகுதொலைவு விலகியிருந்தன.

ஒரு வாராந்தரியின் 'இனிய குடும்பம்' தொடரில் அவர்கள் குடும்பப் புகைப்படம் பிரசுரமானது. ஒரு முகத்திலும் இயற்கையான சிரிப்பு இல்லை என்று தோன்றியது எனக்கு – அல்லது அப்படி நினைத்துக்கொள்ளத்தான் பிரியப்பட்டேனோ என்னவோ.

மற்றபடி, முதல் படத்தில் ஆதிவாசிப் பெண்ணாக வருவாள். காட்டுக்குள் விறகு சேகரித்துத் திரும்பி வருவாள். இரண்டு நிமிடம்வரை, அதாவது காட்டிலாகாக் காவலர் இடைமறிக்கும்வரை, தலைச்சுமையுடன் கால்கள் பின்ன அவள் நடந்து வரும் காட்சிக்கு தியேட்டரில் விசில் பறக்கும்.

பின்பக்கத்தையும், வலது பக்கவாட்டுத் தோற்றத்தையும் மட்டுமே காட்டும் காமிரா. ஊரில் இருந்த நாட்களில் ஒரு தடவைகூட அப்படி உற்றுப் பார்த்ததில்லையா, தியேட்டரில் அத்தனைபேர் மத்தியில், கூச்சமோ தயக்கமோ இல்லாமல், ஆர்வமாய்ப் பார்த்தேன். பூங்காவிலிருந்து வெளியேறிய அதே நடை அல்ல அது.

ஆமாம். நான்தான் நேரில் பார்த்திருக்கிறேனே, கொஞ்சம் ஒல்லியான உடல்வாகுதான்; அவ்வளவு பெரிய முலையெல்லாம் கிடையாது அவளுக்கு.

❖

42

தண்டவாளத்துக்கு அந்தப்பக்கம் அரை கிலோமீட்டர் தொலைவில் பஸ் நிறுத் தம் – கம்பெனி வண்டி வரும். ரயில் பாதையையொட்டிப் போனால், நடை மிச்சம். ‘நேர் பாதையிலெ போ’ என்று சித்தப்பா கறாராகச் சொல்லியிருக்கிறார். ‘தூக்கக் கலக்கத் தோடெ நடந்தா கவனம் இருக்காது; சரளைலெ கால் பெரண்டுரும்’ என்பார். அதிகாலையில் கலைந்த தூக்கத்தை, பேருந்தில் எதிர்காற்று மீட்டுத் தரும். இரண்டு மணி நேரப் பயணம். இறங்கும்போது, தூக்கம் முழுசாய் நீங்கி, உடம்பில் சுதாரிப்பு ஏறியிருக்கும்.

சரளையில் நடக்கும்போது, ஷூ கால் அடிக்கடி புரண்டது. இன்னும் விலகியிராத ஐந்து மணிக் குளிரில் வழக்கமான இதம் இல்லை இன்று. தொழிற்சாலைக்குப் போகா மல் திரும்பிவிட ஏதாவது சாக்கு கிடைக்காதா என்று மனம் அலைபாய்ந்தது. நேற்று ஃபோர்மன் சொன்னது அடிக்கொருக்கக் குடைந்து, கால்களின் வேகத்தைக் குறைத்தது.

> *நீ ஒளுங்காக் களுவிக்கிர்ற வளியெப் பாரு. அடுத்தவெஞ் சூத்தெப்பத்தி ஒனக்கென்னா கவலெ?*

பெற்றவர்கள் மிருதுவான சொற்கள் பேசி வளர்த்த மனமல்லவா, ஃபோர்மன் முகத்தை நினைக்கவே கூசியது. அதைவிட, யாருக்காக இவன் பரிந்தானோ, அந்த மாணிக்கம்,

> *அதெல்லாம் நான் பாத்துக்கிருவேன்.*

என்று இவன் உதவியை மறுத்தது இன்னும் பெரிய வேதனை. அடிபட்ட காலை நொண்டி நொண்டி சுமை தூக்குகிறானே என்று சிபாரிசுக்குப் போனது தவறா?. . .

அப்பா திடீரென்று சாகாவிட்டால், ஏதாவது காலேஜில் சேர்த்துவிட்டிருப்பார். அம்மாவின் தங்கைவீட்டில் தங்கிக் கொண்டு, மோட்டார்க் கம்பெனியில் தினக்கூலியாக அல்லாட வேண்டி வந்திருக்காது. தலையை உதறி யோசனையை நிறுத்த முயன்றான்.

தீனமாய் முனகும் மனத்தின் எதிரொலிபோல மியாவ் என்ற ஒலி. சரளை நிறக் கோடுகள் கொண்ட குட்டி! மூடிய உள்ளங்கையைவிடக் கொஞ்சம் பெரியது. இவனைக் கூப்பிடு கிறது. குனிந்து தூக்கினான். குளிருக்கு இதமாய் நெஞ்சோடு ஒட்டிக்கொண்டது.

வீடு திரும்புவதற்கு நல்ல சாக்கு கிடைத்துவிட்டது!

அட, என்னாடா ராசு. வேலைக்கிப் போவலயா. அதென்னாது, கையிலே? இந்தக் கருமத்த யான் தூக்கியாந்தே? ஆத்தாக்காரி தேடியாந்துறப் போறாடா!

வாசல் தெளித்து நிமிர்ந்த சித்தி அலுத்துக்கொண்டாள்.

தனியா நின்னுச்சு சித்தி. ரயில்லே அடிபட்டுரும்ன்னு பாவமா இருந்துச்சு.

என்று சொன்னது காதிலேயே விழாத மாதிரி,

வா, எங்கூடச் சேந்து ஒருவா டீத்தண்ணி குடி. இதெப்போயிக் கொண்ணாந்திருக்கயே, ஒங்க சித்தப்பென் எதுனா சொல்லப்போகுதுடா.

என்றவாறே உள்ளே போனாள். இவன் மேற்கொண்டு சொன் னான்:

தண்டவாளத்தாண்டெ நாலஞ்சு நாயிக திரியும் சித்தி.

இதுவும் சித்தியின் காதில் விழவில்லை. நேரே அடுப்பருகில் சென்று குந்தினாள். வெந்நீர்ப்பதத்தில் இருந்த டீ நிரம்பிய தம்ளரை லொட்டென்று இவனருகில் வைத்தாள்.

இன்னும் இன்னும் ஏதாவது சொல்லத்தான் போகிறாள். மனசில் ஒன்று பட்டுவிட்டால், அது நிறைவேறும்வரை பலவிதமாகச் சொல்லிக்கொண்டே இருப்பாள். இவள் சொல் எதையுமே சித்தப்பா தட்டாமல் கேட்டு நடப்பதன் சூட்சுமம், ஆரம்பத்திலேயெ பிடிபட்டுவிட்டது. முதல் தடவையிலேயே சரியென்று சொல்லிவிட்டால், திரும்பத்திரும்ப ஆயிரம் தடவை கேட்கும் வதையாவது மிஞ்சுமே!

கொல்லைப்புறத்தில் கிடந்த கொட்டாங்கச்சியை எடுக்கப் போனான். அதற்குள் குட்டிக்குத் தெரிந்துவிட்டது – இவன்தான் தனது காப்பாளன் என்று. கூடவே ஓடிவந்தது. தம்ளரில் இருந்து ஓரிரு மிடறு தேநீரை ஊற்றி, பூனையருகில் வைத்தான். ரோஜா நிற நாக்கு அவதிஅவதியாய்க் குடிப்பதைப் பார்த்தால் தங்கச்சிகள் எப்படிக் குதித்துக் கும்மாளம் போடுவார்கள். அம்மா ஞாபகமும், குட்டித் தங்கை ஞாபகமும் நெஞ்சை அடைத்து, கண்ணீர் முட்டியது. சித்திக்குத் தெரியாமல் துடைத்துக்கொண்டான்.

வேலைக்குப் போயிருந்தால், இந்த நேரத்துக்குக் கழிவறைக்குப் போயிருக்க மாட்டான். உள்ளே நுழைந்து கதவைச் சாத்தும்வரை கூடவே வந்து, கதவருகில் உட்கார்ந்து குரல் கொடுத்துக்கொண்டிருந்தது அது. கோதண்டம் அண்ணன் குரல் கேட்டது:

சூச் சூ. தே, சூச் சூ. இந்தச் சனியன் எங்கெருந்து வந்துச்சு?

எலே எலே. ராசுப்பய கொண்ணாந்துருக்கான்.

என்று அவசரமாய் மறித்தது சித்தியின் குரல். அண்ணன் தையல்கடை போட்டிருக்கிறார். கல்யாணத்துக்குப் பார்த்துக் கொண்டிருக்கிறார்கள். எந்நேரமும் சிடுசிடுவென்று இருப்பார். இவனைப் பார்க்கும்போதெல்லாம் ஏதாவது வேலை சொல்வார். இன்று வேலைக்குப் போகாதது தப்போ? அண்ணன் சொல்கிறார்:

இருக்குறவகளுக்கே எடமுஞ் சோறும் பத்த மாட்டங்குது. இதுலெ விருந்தாளி வேற யாக்கும்? அந்தப் பயலெ இப்பிடியே செல்லம் குடுத்துக் கெடுங்க.

உஸ்ஸ்ஸ் . . .

மெல்லிய சீறல். 'பயல் உள்ளே இருக்கிறான்' என்று சித்தி சைகை காட்டுகிறாளோ . . .

வீட்டுக்குள் போனான். பின்னோடு ஓடிவந்தது குட்டி. தூக்கமும் ஈரமும் விலகாத முகத்துடன் டீ குடித்துக்கொண்டு தலையணைமேல் உட்கார்ந்திருந்த சந்திரா அக்கா,

இது என்னாது?!

என்றாள். வியப்பா, புகாரா. குழப்பம் அடுத்த வாக்கியத்தில் துலங்கியது. .

தலைப்பில்லாதவை

ங்யாரு, எந்தட்டுலெ கண்டி பேண்டு வச்சிச்சு, பொல்லாதவளாயிருவேன்.

சுவரோரம் படுத்திருந்த பெருமாள் புரண்டு படுத்து போர்வையை முகத்தோடு இழுத்துக்கொண்டான். இவனைவிட ஒரு வயது பெரியவன். பள்ளியிறுதி படிக்கிறான் . . .

சலவைத்துணியை எடுத்துக்கொண்டு நகர்ந்தாள் அக்கா. ஜவுளிக்கடையில் கையாள். இவனைவிட நாலு வயது பெரியவள். சித்தி குழந்தைகள் மூவருமே தன்னைவிட மூத்தவர்களாய் இருப்பது இவனுக்கு எப்போதுமே ஆச்சரியம்தான்.

எல்லாரும் எதிர்ப்பது திருப்தியாய் இருந்தது. வேலைக்குப் போகாமல் தடுத்த ஜீவன், இந்த வீட்டிலிருந்து வெளியேறவும் உதவி பண்ணுமோ! யார் கண்டது, ஊர் திரும்பக்கூட நல்ல சாக்காக அமையலாம்! இருவருமே அம்மா கையால் சாப்பிடலாம்!!

'என்னன்னாலும் ஒன்னய விட்டுக்குடுக்க மாட்டண்டா.' என்று மனத்துக்குள் சொல்லியவாறு, இரண்டு கையாலும் தூக்கி முத்தினான். குட்டி வாலைக் கன்னத்தில் பூப்போல உரசியது. அநாவசியமாய் 'மியாவ்' என்றது. 'நான் இருக்கிறேன் உனக்கு' என்கிறதோ. 'டா' என்கிறோமே, இது ஆணா பெண்ணா? எப்படிப் பார்ப்பது . . .

அடுத்த அரைமணி நேரத்தில், ரயில் பாதைக்கு மறுபுறம் இரண்டு கிலோ மீட்டர் தள்ளி இருந்த பிராணிகள் காப்பகத்தில் கொண்டுவிட நேரும் என்று நினைத்தே பார்க்கவில்லை . . . முழுமனதாகத்தான் கொண்டு விட்டான். சித்தப்பா கேட்ட கேள்வி அப்படி.

இரவு ஷிஃப்ட் முடித்து, பீழை படிந்த கண்களுடன் சைக்கிளில் வந்து இறங்கினார் சித்தப்பா. எப்போதும்போல இவனைப் பார்த்து சிரித்தார். மனுஷனிடமிருந்து இந்த ஒரு மாதத்தில் ஒரு சுடுசொல் வந்ததில்லை. சித்தி புருஷன் என்றே தோன்றாது. குளித்து, நெற்றி நிறையத் திருநீறுடன், லுங்கியை வழித்து உட்கார்ந்து ஒரு க்வார்ட்டர் அடித்துவிட்டு பேருக்கு நாஷ்டா செய்வார். படுத்துத் தூங்கிவிடுவார். நாலு மணிக்கு எழுந்து, குளித்துச் சாப்பிட்டு, சீருடை அணிந்து கிளம்பும்வரை புன்னகைத்தபடியே இருப்பார். . .

என்னாடா மவனே. புதுச் சேக்காளியா. ஆதரவில்லாமெ இருந்துச்சுன்னு தூக்கீட்டு வந்தயாமுல்ல! நாம என்னாடா

ஏசுநாதரா? அது போட்டும், இதே அங்கிணெ ஒரு புலிக்குட்டி கிடந்துச்சின்னா தூக்கிட்டு வந்திருப்பயா?! நமக்கெதுக்குடா...

உட்புறம் பார்த்தபடியே சிரித்தார். கூடுதல் பிரியம் தெரிந்தது குரலில்.

உடனே கிளம்பிவிட்டான். போகும்வழியில், பூனை கிடைத்த இடத்தைத் தாண்டும்போது, ரயில் பாதையருகில் புலிக்குட்டி எப்படி வரும் என்று தோன்றியது. தானாய்க் கிடைத்த துணையை இழக்கிறோமே என்று ஒரு நிமிஷம் ஏக்கமாய் இருந்தது. அதனாலென்ன, அதுதான் சித்தப்பா இருக்கிறாரே என்று உடனே சமாதானமும் ஏற்பட்டது.

❖

43

அஸ்தினாபுரத்தின் கூட்டு நனவிலியில் இரண்டு சம்பவங்கள் ஆழப் பதிந்திருக்கின்றன. தலைமுறைகள் தாண்டி, தேச எல்லை தாண்டிப் பரந்தவை. சம்பவங்கள் என்று சொல்வதுகூடத் தவறுதான்; இரண்டு திரவத் துளிகள். ஒவ்வொன்றாய் விவரிக்கலாம் . . .

நகரம் ஒட்டுமொத்தமாக இடம் பெயர்ந்து விட்டதோ எனும்படி நகர மாந்தர் குழுமிய ஒரு நாள். களத்துக்குள் யாரும் புகுந்துவிடாதபடி, குறுக்குக் கழிகள் கட்டப்பட்டிருந்தன. அரச குடும்பத்தவருக்குத் தனி இடம்; வசதியான இருக்கைகள்.

பத்தாயிரம் பேருக்குக் குறையாது என்றனர் உளவாளிகள். குருஜாங்கலப் பிரஜைகளோடு, அக்கம்பக்க தேசத்தவரும் வந்திருந்தார்களாம். அந்தந்த நாட்டு ஒற்றர்களும் வந்திருக்கக் கூடும். இதுபோன்ற காட்சிப் போட்டிகள் ஏற்பாடாவதற்கு மறைமுகக் காரணமொன்று இருக்கிறது – க்ஷத்ரிய குலத்தில் பிறந்ததனால் மட்டுமல்ல, இளவரசுப் பட்டத்தவர் நிஜமாகவே மாவீரர்கள்; மாபெரும் சைனியங்களை வழிநடத்தும் வல்லமை பெற்றவர்கள் என்று ஜனங்களுக்குத் தெரியப் படுத்துவது.

போட்டிகளைக் குறித்துப் பந்தயம் கட்டுபவர்கள் கூட்டத்துக்குள் திரிந்தார்கள். அவர்களுக்குச் சமமாக குருஜாங்கல உளவாளி களும் போய்வந்தார்கள். தலையாய வில்லாளியாகத் தேர்வாகப் போகிறவன் யார் என்றே அதிகமான பந்தயங்கள். அர்ஜுனன் என்பதில் யாருக்கும் சந்தேகமில்லை. துரியோதனாதியர்மீது கட்டப் பட்ட பந்தயத் தொகை மிகவும் குறைவாகவே இருந்தது என்றன உளவுத் தகவல்கள்.

குருஜாங்கலத்தவருக்கு துவந்த யுத்தம், கதா யுத்தம், வாள்வீச்சு ஆகியவற்றை விட அஸ்திரப் பிரயோகங்களிலும், வில்வித்தையிலும் அலாதியான காதல். மற்ற யுத்தங்களில் எதிராளியின் உடம்பும் தாக்கப்படுமே? வில் அம்பும், ஈட்டியெறிதலும் மட்டும்தான் ரத்தம் சிந்தாத வித்தைகள் அல்லவா? ஜட இலக்குகள் போதும் இவற்றைப் பரீட்சிக்க . . .

போட்டிகளின் வகைமையை, வரிசைக் கிரமத்தை துரோணரும் அஸ்வத்தாமனும் சேர்ந்து முடிவு செய்திருந்தார்கள். கூட்டத்துக்கு உபசாரமாக சில வார்த்தைகளை துரோணர் பேசியபிறகு, அஸ்வத்தாமன் போட்டிகளை நடத்துவான். நீதிபதி அவன் தாய்மாமன் கிருபர். இறுதி முடிவுகளை எடுக்கும் உரிமை தங்கள் குடும்பத்துக்கு வெளியே போகாமல் பார்த்துக்கொள்வதில் நிபுணர்கள். தீர்ப்பு வழங்குவதில் சிக்கல் ஏற்பட்டால், நிகழ்ச்சியின் தலைவர், பிதாமகர் பீஷ்மரின் முடிவுக்கு விடுவது என்று தீர்மானம்.

கர்ணனை ஆதரிக்கும் குரல்கள் ஒலிக்கத் தொடங்கின. க்ஷத்ரியர்கள் மட்டுமே என்றில்லை; தேரோட்டி மகனானாலும் போட்டியிட அனுமதிக்க வேண்டும் என்ற குரல்கள் அதிகரித்தன. பராக்கிரமசாலி யாராயிருந்தாலும் ஜனங்கள் ஆதரிக்கத் தயார் . . .

க்ஷத்ரியன் அல்லாதவன் போட்டியிடலாமா என்ற வாதத்தை முறிக்க, கர்ணனை அங்கதேச மன்னனாக்கினான் துரியோதனன். ஆதரித்தும் எதிர்த்தும் அரசகுடும்பத்துக்குள் வார்த்தைகள் பெருகின. அவ்வளவு நேரமும், கலக்கமின்றி, முகத்தில் அவமான உணர்ச்சியின்றி, இறுகி நிமிர்ந்து நின்றிருந்தான் கர்ணன். பார்வையில், தகிக்கும் வன்மம். ஆத்திரத்தின் உச்சமாக, ஒரு சொட்டுக் கண்ணீர் உதிர்ந்தது – யாரும் கவனிக்காதபடி, வஸ்திரத்தால் துடைத்தான். ஆமாம், அவன் இனி ராஜா. க்ஷத்ரியன். கண் மல்கக் கூடாது . . . ஆனால், ஊறிய கண்ணீரை முன்வரிசையில் சிலர் கவனிக்கத்தான் செய்தனர்.

வெறும் ஒற்றைச் சொட்டு அல்ல அது, உரிய கவுரவம் மறுக்கப்பட்டவனின் ஆற்றாமை பொதிந்த சமுத்திரம். ரகசிய அலைகள் திமிறிப் பாய்ந்து மறிவது.

இன்னொருமுறையும் அஸ்தினாபுர நகர மாந்தர் குழுமியிருந்தனர். மேலும் மேலும் வந்தவண்ணமிருந்தனர். திரௌபதியை இழுத்துவர கௌரவன் போன செய்தி காட்டுத்

தீயாய்ப் பரவி, வீதியின் இருமருங்கிலும் நெரித்துக்கொண்டு நின்றனர். இந்த முறை அவமானப்படவிருப்பது ஆண்மகனல்ல; பெண்ணரசி. ஒரே சமயத்தில் ஆயிரம் தொண்டைகளின் பேரோசை, தென்னோலைகளினூடே வலுக்கும் காற்றுபோல சீறியது.

ராஜ குடும்பத் தகராறுகள் ஜனங்களுக்குத் தெரியவருவது புதிதல்ல. வாரிசுப் பட்டம் துரியோதனனும் இளையவரின் மகனான பீமனும் பயிற்சிசாலையில் கட்டி உருண்டார்கள் என்றோ, அர்ஜுனனுக்கும், ராதேயன் கர்ணனுக்கும் தகராறு என்றோ வதந்தி கிளம்பும். பாஞ்சாலிக்கும் பானுமதிக்கும் ஓரகத்திச் சண்டை என்றுகூட வந்ததுண்டு.

திடீரென்று ஒருநாள் அரசவையில் இளையோர் எல்லாரையும் கூட்டிவைத்து தர் பார் நடக்கும். குரு வம்ச அருமைபெருமைகளை விளக்கிப் பிதாமகர் பேருரை நிகழ்த்துவார். அரசகுடும்ப ஒற்றுமையை ஊருக்குத் தெரியப்படுத்துகிறாராம். பெரியவரின் சொல்லுக்குக் கட்டுப் பட்டு, துரியனும் பீமனும் அடுத்தடுத்து அமர்ந்திருப்பார்கள் – இசைவின்றி ஒரே நுகக்காலில் பூட்டிய சண்டிக் காளைகள் மாதிரி. சபை கலையும்போது, இரு தரப்புப் பங்காளிகளும் ஒருமுறைகூட ஒரே திசையில் சென்றதில்லை.

அஸ்தினாபுரம் இதையெல்லாம் பொருட்படுத்தாது. அந்தரங்கத்தில் பாண்டு குமாரர்மீது பிரியம் இருந்தாலும், ஆட்சி அதிகாரம் கவுரவர்கள் கையில் அல்லவா, அவர்களையும் ஜனங்கள் மரியாதையாகவே நடத்தினார்கள்.

ஆனால், இன்றைக்குப் பரவிய செய்தி அபாயகரமானது. ராஜ்யத்தில் தங்களுக்குள்ள பங்கையும், ஆஸ்திகள் சகலத்தையும் பணயம் வைத்து சகுனியுடன் சூதாடினானாம் யுதிஷ்ட்ரன். போதாக்குறைக்கு, திரௌபதியையும் வைத்துத் தோற்றிருக்கிறான்.

சகுனியின் பாய்ச்சிகைகள் மந்திரசக்தி வாய்ந்தவை என்றனர் சிலர். காந்தாரத்தின் புகழ்பெற்ற மாந்திரீகன் உருவேற்றிக் கொடுத்தவையாம். சகுனி என்ன எண் சொல்லி உருட்டினாலும், தப்பாதாம். இன்னும் சிலர், பகடை உருண்டு எந்த எண் காட்டினாலும் சகுனி சொல்கிற எண் மட்டுமே புலப்படுகிற மாதிரி மற்றவர்களின் கண்ணைக் கட்டிவிடும் மாயசக்தி கொண்டவை என்றனர். எப்படியானாலும் யுதிஷ்ட்ரன் அளவு நேர்மையானவன் அல்ல சகுனி என்பதில் ஒருமித்த அபிப்பிராயம் நிலவியது.

சூதாடுவது என்றான பிறகு, நேர்மையென்ன, நியாயமென்ன என்று சிலர் கருதினார்கள்; அவர்களுமேகூட, குருஜாங்கல

பங்காளிச் சண்டையில் காந்தார நாட்டான் தலையிட வேண்டிய அவசியம் என்ன என்று ஆத்திரமாகச் சொன்னார்கள்.

அரண்மனையிலிருந்து பாண்டவர் மாளிகை வரையிலான வீதிகள் நிரம்பின. பெண்களுக்கு முதல்வரிசை அளித்து, ஆண்கள் பின்னால் நின்றனர். வீதியின் மத்திக்கு யாரும் இறங்கிவிடாவண்ணம் ஈட்டிகளை நீட்டி வேலி அமைத்து நின்றனர் காவலர்கள். மேற்பார்வை பார்க்கிற குதிரை வீரர்கள் முன்னும் பின்னும் போய்வந்தார்கள்.

ஜனங்களின் சலசலப்பு திடீரென்று உயரும். மறு கணம் தாழும். எதிர்பாராத நிசப்தம் கவிழும். அமானுஷ்ய நிசப்தம். அடுத்த கணம் ஓராயிரம் குரல்கள் ஒரே சமயத்தில் பேசத் தொடங்கும். நீரலைகள்போல ஒலியலைகள் ஏறித் தாழ்ந்து கொண்டிருந்தாலும், ஜனங்களின் உள்ளுர்ணவில் பேரலை ஒன்று எழுந்திருந்தது. பார்வைகளும் பேச்சுகளும் விதவிதமாக அசைந்தபோதிலும், மனங்கள் அனைத்தும் ஒன்றாய்க் குவிந்துவிட்ட நிலை. அஸ்தினாபுரத்துக்கு மாபெரும் கேடு வரப் போகிறது என்ற அச்சம்தான் அது. ஆமாம், குருஜாங்கலத்தின் நிம்மதியை, காலங்காலமாய் அது பேணிவந்த மேன்மையை, தெருவில் இழுத்துவிடத்தான் போயிருக்கிறான் துச்சாதனன்.

வீதி முனையில் ஒரு காட்சி. ஒரு பெண்ணின் கூந்தலைப் பற்றி இழுத்து வருகிறான் ஓர் ஆடவன். துச்சாதனனேதான். வர மறுக்கிற மாதிரி, கால்கள் பின்னுவதால் நடக்க சிரமப்படுகிற மாதிரி, அரை மயக்கத்தில் இருக்கிற மாதிரி, தள்ளாடி வருகிறாள் பாஞ்சாலி. கூட்டத்தில் ஆயிரம் நெடுமூச்சுகளின் பேரோசை எழுந்து அடங்கியது.

சேடிகள் நாலைந்துபேர் பின்னால் வருகிறார்கள். சேலைத்தலைப்பை வாயில் வைத்துப் பொத்தி, அழுதவாறு வருகிறார்கள்.

முதல் வரிசையில் நின்ற சிலருக்கு மட்டும் அது தட்டுப் பட்டது. இழுபடும் பாஞ்சாலியின் மேல்பாதத்தில் சொட்டிய துளி. வம்சங்களைப் பிறப்பிக்கும் வல்லமை கொண்ட துளி, பார்வைக்குக் குருதிபோலவே இருந்தது – பிற்பாடு கொட்டவிருக்கும் கோடானுகோடி குருதித்துளிகளின் சுனை அது என்பது யாருக்குமே அப்போது தெரியாது. ஆனால், தன்னிச்சையாக முன்வரிசைப் பெண்களிடமிருந்து எழுந்த குலவையொலி, நகர் முழுவதும், நாடு முழுவதும், அந்த நிமிடமே எதிரொலித்தது.

◆

44

'மனநோயை மனநோய் என்று மட்டுமே எடுத்துக்கொள்ள வேண்டியதில்லை.' என்று இஸ்மாயில் ஒருதடவை சொன்னான். உலக வரலாற்றில், மனநலம் கெட்ட கலைஞர்கள், கதைஞர்கள், இசைஞர்கள் என்று பெரும் பட்டியலே ஒப்பித்தான். தமிழில்கூட, தீவிரமாய் எழுதுகிற பலபேர், சிகிச்சை எடுத்துக்கொண்டவர்கள் என்று சொன்னான்.

> தைரியமானவங்க மட்டும் வெளியிலெ சொல்லுவாங்க.

என்று சிரித்தான்.

வேளைதோறும் மருந்து மாத்திரை; அப்படியும் கட்டுக்குள் வராத மனநிலைகள்; காமம் காதல் கோபம் கண்ணீர் கருணை சிரிப்பு என எதுவுமே என் கட்டுக்குள் நிகழாமல் உச்சத்தி லேயே இருப்பது; என்னிடம் சிக்கி பத்மினியும் கைக்குழந்தை சரவணனும் படும் பாடு; வேகம் தணிந்த மாத்திரத்தில் பெருகி நிறையும் குற்ற உணர்வு; எந்நேரமும் நிரம்பியிருக்கும் மரணபயம் என்று அடுக்கிப் புலம்பியபோது இதைச் சொன்னான். நான் அப்போது எழுத்தாளனாகியிருக்க வில்லை; சிகிச்சை மட்டுமே எடுத்துக்கொண் டிருந்தேன். அவன் சொன்னது தினசரி நினைவு வரும் – தினசரி எழுத ஆரம்பித்த பிறகு.

அவனிடம் சொல்ல விடுபட்ட இரண்டு சம்பவங்கள் உண்டு. வேண்டுமென்றல்ல – யதேச்சையாக விடுபட்டவை. இதைப் படிக்கும் போது தெரிந்துவிட்டுப் போகிறது!

மனநோயும், சிகிச்சையும் வழங்கிய சில விஷயங்கள் வேறுவிதமானவை. உதாரணமாய்,

நாவுக்கரசு டாக்டர். பொதுநல மருத்துவர். என் மாமனார் உள்ளிட்ட ஏகப்பட்ட பேருக்கு குடும்ப டாக்டர். நெற்றி நிறையத் திருநீறு, காலருக்கு உள்ளே கழுத்தில் தெரியும் தடித்த ருத்திராட்ச மாலை என ஓதுவார் மாதிரி இருப்பார். 'பதிகம் சொல்லி விபூதி பூச வேண்டியவர், மருந்துச்சீட்டு எழுதுகிறாரே!' என்று வியப்பாய் இருக்கும்.

> உம் புருசனுக்கு உடம்பிலே பிரச்சினெ இல்ல பத்து. இது வேற வெவகாரம் போலத் தெரியுது. இரு, வர்ற வாரம் நம்ப ராமலிங்கத்தெப் பாக்கச் சொல்லலாம்.

என்று இரண்டு கையையும் உயர்த்தும்வரை, எக்ஸ்ரே, ரத்தம் சளி மற்றும் மலப் பரிசோதனை, ஈஸிஜி, ஈஈஜி என்று விதவிதமாக சோதனை செய்து பார்த்தார். இதுபோக, வாரத்தில் ஓரிரு நாட்கள் பின்னியெடுக்கும் தலைவலி தாங்க முடியாமல் ஆகும்போது ரிக்ஷா ஏறிப் போவோம். அப்போதைக்கு ஊசிபோட்டு நிதானப்படுத்துவார்.

மருந்து அல்ல, அவருடைய பேச்சுதான் நிஜமான ஆசுவாசம் தருகிறது என்று தோன்றும். பத்மினி அவரை 'மாமா' என்று அழைப்பாள். தாம் மருத்துவம் பார்த்துத்தான் அவள் பிறக்கவே செய்தாள் என்பதால் அவரும் தயக்கமில்லாமல் பேசுவார்.

சிவஞான போதம், குற்றாலத்தில் கொஞ்சகாலம் தாம் பங்கேற்ற அம்மணச் சங்கம், இயற்கைவைத்தியத்தில் தேங்காயின் பயன்பாடு என்று எதுவானாலும் குதூகலமாய் விவரிப்பார். அவர் சொல்லாவிட்டால், தமிழ் மெய்யியலின் ராட்சசக் குழந்தை திருஞானசம்பந்தர் பதினாறு வயதுவரை மட்டுமே உயிரோடிருந்தார் என்பதோ, திருமணமான கையோடு மனைவியைப் பிரிந்து சிவகைங்கர்யத்துக்குப் போன சுந்தரமூர்த்தி நாயனார் பதினெட்டு வயது மட்டுமே வாழ்ந்தார் என்பதோ எனக்குத் தெரிய வந்திருக்காது. தெரிந்து கொண்டதால் உனக்கு என்ன பயன் என்று கேட்டுவிடாதீர்கள்…

> மனவியாதிங்குறது வேறொண்ணுமில்லே மாப்ளே. இருக்குற எடமும், காலமும் பிரமாணம் தப்பிப் போயிரும் அவ்வளவுதான். அதெல்லாம் யாருக்கு வேணா எப்ப வேணா, மின்னல் வெட்டுற நேரம் நடந்து முடியிறதுதானே. செல பேருக்கு நிரந்தரமாயிரும். பாக்கப்போனா, ஸ்திரமா ஒரு எடத்தையும் காலத்தையும் பிடிச்சுக் கிட்டுத் தொங்குறதைவிடப் பெரிய பைத்தியக்காரத்தனம் கிடையாதுன்றதைச் சொல்லத்தான் அத்தனை ஞானிக தலையால தண்ணி குடிச்சிருக்காங்க!

என்று சொல்லிச் சிரித்தார் – ராமலிங்கத்தைச் சந்திக்க என்னை சம்மதிக்க வைக்கப் பாடுபட்டபோது. ஜாலியாக ஒரு கதையும் சொல்லிக் குஷிப்படுத்த முயன்றார்:

பிரும்மாவுக்கு மண்டெக்கனம் ஜாஸ்தியாயிருச்சு. படைக்கிறவன் நானு, எல்லாரும் பெறந்து பெறந்து செத்துக் கிட்டே இருப்பாங்க. என் ஆயுள் நிரந்தரமாக்கும்ன்னு மஹாவிஷ்ணுகிட்டெப் பீத்தியிருக்காரு . . . என்ன, கேக்கிறீங்கல்ல மாப்ளே?

ம்ம். கேக்குறேன் அங்க்கிள்.

ரோமச முனிவரெப் பாக்கக் கூட்டிட்டுப் போனாரு விஷ்ணு. கரடி மாதிரி, உடம்பு பூரா முடி இருந்ததாலே அந்தப் பேரு. டீ சாப்புட வந்த லெக்குலே யதேச்சையாப் பாத்தா மாதிரி பேசிக்கிட்டுருந்தாங்க. 'சொல்லுங்க சாமி, ஒங்களுக்கு என்னா வயசு இருக்கும்?'ன்னு விஷ்ணு கேட்டாரு. 'ஐயா, பூலோகத்தோட நாலு யுகம் பிரும்மாவுக்கு ஒரு பகல்; அப்பிடி நூறு வருசம் பிரும்மாவோடெ ஆயுள். ஒரு பிரும்மா முடிஞ்சா என் ஒடம்புலெ ஒரு ரோமம் உதுரும். ஏற்கனவே பலது உதுந்துருச்சு. அத்தனெயும் கொட்டீருச்சுன்னா நாம் முடிவேன்.'னாரு. எப்பிடிருக்கு? இது பத்தாதுன்னு, நேரே அஷ்டாவக்ரனெப் பாக்கப் போனாங்க. அவரு சொல்றாரு: 'ஒரு ரோமசரு முடிஞ்சா எனக்கு ஒரு கோணல் நிமுரும். எட்டுக் கோணமும் நிமுந்தோடனே என் ஆயுசு முடியும்.' எப்பிடி! நம்ம ஆயுசெ விடுங்க, ஒரு கொசுவோடெ ஆயுள்கிட்டெ வச்சுப் பாத்தா?! ஆனா, ஒண்ணு மாப்ளே, எத்தனெ அஷ்டாவக்ரன் முடிஞ்சாலும், நிமுர முடியாத ஒண்ணு இருக்கு. என்னா தெரியுமில்லே!

தெரியலேயே . . .

மனுச மனசுதான்!

என்று சொல்லிவிட்டு விழுந்துவிழுந்து சிரித்தார். நானும் சிரித்துவைத்தேன்.

ராமலிங்கம் டாக்டரும் என் வாழ்வில் முக்கியமானவர்தான். நரம்பியல் மருத்துவர்போலவே இருக்கமாட்டார். கிளி ஜோசியர் மாதிரி தெரிவார். மதுரை மணியின் 'துன் மார்க்க ஸரா'வைக் குறிப்பிட்டு அவர் கண்மலக்கியது என்னுள் பத்திரமாக இருக்கிறது.

உண்மையில், ராமலிங்கம் டாக்டர் சம்பந்தமாய் எனக்குச் சொல்வதற்கு அதிகம் இல்லை. இரண்டு முழு வருஷம் அவரிடம் சிகிச்சை பெற்றேன்; பலனில்லை. பிறகு, ஹோமியோபதி

சித்தா ஆயுர்வேதம் மலர்மருத்துவம் என்று எல்லாச் செடியிலும் கொஞ்சம் கொஞ்சம் தேனெடுத்தும் தணியாத என் கிலேசங்கள், தாமாக ஒருநாள் உதிர்ந்து வெளியேறின. அது எல்லாமே வேறு சங்கதி. ஒரு முழு நாவலுக்குரியது.

கடைசியாய் அவரைப் பார்த்த நாளின் முன்னிரவில் படித்த ஜிட்டுவின் உரைதான் என்னை உருப்பட வைத்தது என்றே நம்புகிறேன். இல்லை, ராமலிங்கத்தைப் பார்க்கக் காத்திருக்கையில், காதில் விழுந்த வாக்கியமோ என்று ஒருமுறை தோன்றியது . . .

முந்தின நாள் பள்ளியிறுதி முடிவுகள் வந்திருந்தன. என்னருகே இருந்த பையன் உடம்பு மெல்லிசாக நடுங்குவது வெறும் பார்வைக்கே தெரிந்தது. அடுத்திருந்தவர் தகப்பனார் போல. கணிசமாக நரைத்துவிட்ட பாகவதர் க்ராப்பைப் பார்த்தால், நாதசுர வித்வானோ என்று தோன்றியது. பார்க்கிறவர்களுக்கெல்லாம் ஒரு தொழிலை யூகிக்கிறேனே, இதுவும் ராமலிங்கம் டாக்டரிடம் சொல்ல வேண்டிய ஒரு அறிகுறியோ என்று குழம்பத் தொடங்குகிறேன், தகப்பனார் மகனிடம் சொல்லி முடிப்பது காதில் விழுந்தது:

> ங்யாரு மூர்த்தி, ஒரு கதவு அடைச்சா, இன்னொரு கதவு தானாத் தெறக்கும். இப்ப என்னா அணுகுண்டா வெடிச்சிருச்சி? சப்பெமூக்கனே தேறீட்டான் . . .

மனநோய் சிகிச்சைக்குப் போயிருக்காவிட்டால் இந்த வாக்கியம் எனக்குக் கிடைத்திருக்குமா சொல்லுங்கள். அடைத்த கதவின் முன்னால் நின்று புழுங்கிக் கொண்டிருந்தவனை இன்னொரு பக்கம் ஏதாவது திறக்கிறதா என்று தேட வைத்து, கிடைத்த திறப்பின்வழி, எங்கே வேண்டுமானாலும் போய்ச் சேரும் தைரியத்தையும் வழங்கிய வாக்கியம் அது.

அது கிடக்கட்டும். அந்தப் பையனுக்குத் திறந்த கதவின் அகலத்தை உங்களால் யூகிக்கவே முடியாது. முதல் படத்திலேயே லட்சக்கணக்கான ரசிகர்களைச் சம்பாதித்து, உச்சத்துக்குப் போனான்.

அவனுடைய தந்தையிடம் நான் கற்ற இன்னொரு பாடமும் உண்டு. தூய வெள்ளை ஜிப்பா அணிந்துகொண்டு, வெற்றிலை குதப்பிக்கொண்டு, கடைசிநாள் வரை ஊருக்குள் நடந்தே நடமாடியவர். ரேஷன் கடை வரிசையில் பொறுமையாய் நின்றிருந்ததையும் ஒருமுறை பார்த்தேன் – அன்றோடு அவர் மகனின் பனிரண்டாவது படம் வெள்ளிவிழா காண்கிறது என்று அன்று காலையில்தான் தினத்தாளில் படித்திருந்தேன்.

❖

45

அவரிடம் வந்து சேரும்போது பத்து வயது. உருளைக்கிழங்குமாதிரி இருந்தான். பூமியிலிருந்து அப்போதுதான் அகழ்ந்தெடுத்த கிழங்கு. ஒட்டியிருந்த மண்ணை அகற்றவே வருடக்கணக்காகியிருக்கும் பெரியவருக்கு, பாவம். இவனுக்குத்தான் எதுவுமே தெரியாதே. தன்மீது அடையாக மண் ஒட்டியிருந்ததுவும், அது நீங்கியதும்கூடத் தெரியாது.

அன்றைய தேதிக்கு, தாயும் தகப்பனும் வைசூரி தொற்றி ஒரே வார இடைவெளியில் காலமானதும்; உறவினர்கள் அனைவருக்குமே உடனடிச் சுமையாக இவன் ஆகி விட்டதும்; உள்ளூரில் இந்த ஆசிரமம் தவிரப் போக்கிடம் இல்லாது போனதும் என்று எல்லாவற்றையும் சொல்ல ஆரம்பித்தால் ஒருநாள் போதாது. அடைக்கலம் என்று வந்தவனை இரு கை நீட்டி ஏற்றுக்கொண்டவரின் தாய்மையை, ஆயுள் முழுக்கச் சொல்லலாம்.

அவர் வெறும் துறவியல்ல. மடாதிபதியும் அல்ல. தேடி வருகிறவர்களுக்கு ஆரூடமும் பரிகாரமும் உரைக்கும் நிமித்தக்காரரும் அல்ல. ஒருவகையான ஸித்தபுருஷர், ஹட யோகி என்றே சொல்லவேண்டும். கடுமையான அப்பியாசங்களின் வழியாக, புலன்களின் எல்லையைத் தாண்டுவதே குறிக்கோளாக வாழ்ந்தவர். குறைவாகப் பேசுபவர். எந்நேரமும் பச்சிலை, மூலிகை, சுவடிகள், செய்முறைப் பரிசோதனைகள் என வாழ்ந்தவர். ஆசிரமத்துக்குப் பாத்தியதை உள்ள சொத்துக்களிலிருந்து வரும் சொற்ப வாடகையும், குத்தகைப் பணமும் ஆசிரமப் பரிபாலனத்துக்குப் போதுமானதாக இருந்தது.

சுத்தியலின் உதவியின்றி, விரலால் அழுத்தியே சுவரில் ஆணி பதிப்பது; வெறும் காலால் நீர்ப்பரப்பில் நடந்து அக்கரைக்குப் போவது; அடர்மழையில், குடைபிடிக்காமல், தாமும் வஸ்திரமும் நனையாமல்

நடப்பது; நீர் சேந்திய உள்ளங்கையில் கடலைக் கொட்டைகளைப் போட்டு, சுவாலையில் புறங்கையைக் காட்டியே அவிப்பது என்று பல்வேறு சித்திகள் செய்வார். வேடிக்கைக்காக அல்ல; பரிசோதனையை முன்னிட்டு. ஒருமுறை வெற்றிகரமாக நடத்திவிட்டால், மறுமுறை நிகழ்த்திப் பார்க்கமாட்டார். மற்றபடி, பொது ஜனம் சுத்தியலையோ குடையையோ பாத்திரத்தையோ பயன்படுத்துவதில் தவறே இல்லை என்பார். பஞ்சபூதங்களுடன் சாமானிய உடம்புக்கு இருக்கும் உறவுமுறையை மாற்றுவது தகாது; அவசியமில்லை; அதனால் பிரயோசனமும் இல்லை என்பார்.

ஆமாம், சதையாலான மனித உடம்புக்கு ஒரு இயல்பு இருக்கிறது; அது அறுதியானதுதானா, இல்லை, மீற முடியுமா என்று பார்ப்பது ஒரு ஆயுட்காலக் காரியம். அறிந்துகொள்வதுதான் நோக்கமே தவிர, உடலைவிட்டு நிரந்தரமாக வெளியேறி இருப்பது அல்ல. எந்த உடலாவது மரணத்தை அறுதியாக வென்றுவிட முடியுமா?

பிறகு இப்படியான சித்திகளின் நிஜமான பலன்தான் என்ன அய்யா?

பிரபஞ்சத்தின் ரகசியங்களில் மேலதிகமாய் சிலவற்றை அறிந்த ஒரு பிறவி, பிரபஞ்சத்துக்குள்ளேயே இருக்க முடியுமா என்பதையும் அறிந்துகொள்வதுதான்!

சிரித்தார். அது சரியும்தான்; ஒரே சமயத்தில் எஃகுப் பிரதிமையாகவும், மெழுகுப் பொம்மையாகவும் திகழக்கூடிய உடம்பை, அநேகமாக ஈட்டிவிட்டார் என்றே சொல்லலாம்...

பயிற்றுவிப்பதே தெரியாமல் சகலத்தையும் கற்றுக் கொடுத்தார். ஆகாயப் பறவையின்மேல் பார்வையைப் பதித்தால் போதாது; மனத்தையும் சிறகசைப்பில் முழுக்கக் குவிக்க வேண்டும். நெருப்பில் வாடும் வாழைக்காயை உற்றுப் பார்; தோல் வதங்கிய பின்னரே உட்சதை வாடும். முழுக்க வாடிய பிறகே, புசிக்க எளிய உணவாகும். நீர் என்பது வெறும் எளிமையல்ல; பேரழிவை நிகழ்த்தும் வல்லமையை ரகசியமாய்த் தனக்குள் பேணும் பேரிருப்பு என்றெல்லாம், போகிறபோக்கில் உதிர்த்த பாடங்கள் அநேகம்.

மனத்தில் உருப்போட பீஜமந்திரத்தை இவனுக்கு வழங்கவே எட்டுக் கோடைகாலம் கடக்க வேண்டியதாயிற்று. பெற்றுக்கொண்ட மாத்திரத்தில், சுவாசத்துக்கு இணையாக உச்சாடனம் தொடங்கினான். சுவாசம் இல்லாத வேளையே கிடையாதா, மௌனமே இவனது மொழியாயிற்று. உறக்கம்

தலைப்பில்லாதவை

மிகமிகக் குறைவு; எப்போதாவது தூங்கினாலும், பட்டப்பகல் போன்று விழித்திருக்கும் மனம் உச்சாடனத்தைத் தொடரும். மானசீக நாவு சதா புரண்டு உச்சரித்தவாறிருக்கும். லட்சங்களை எப்போதோ தாண்டியாகிவிட்டது.

ஆக, இமைகள் மூடியிருப்பதும், திறந்திருப்பதும் ஒன்றுதான் என்றானது. நீரையும் நிலத்தையும், நறுமணத்தையும் துர்மணத்தையும், வெம்மையையும் குளுமையையும் பிரித்தறியும் மையம் அவனுக்குள் காணாமல் போனது. புலனுலகமும், அது அவனுக்குள் விளைவித்த பிம்பங்களும் முழுக்கமுழுக்க விளிம்பிழந்து கலங்கிய ஒருமைநிலை அது.

ஆனாலும், குரு பற்றிய எண்ணம் மேலெழும்போதெல்லாம் தவறாமல் தானும் மேலெழும் சித்திரம் ஒன்று உண்டு. கைகளைப் பக்கவாட்டில் முட்டுக்கொடுக்காது, உச்சந் தலையை மாத்திரமே ஊன்றி நிற்கும் பிம்பம். அதே நிலையில் உறங்கவும் உண்ணவும் செய்வார். அபூர்வமாக ஒருமுறை தரையைவிட்டு ஓரங்குலம் உயர்ந்து இறங்கினார் . . .

எதிரில் அமர்ந்து பார்த்துக்கொண்டிருந்தவனுக்கு, அதுதான் அப்பியாசத்தின் உச்சமோ என்று தோன்றியது. ஓயாமல் நீளும் உச்சாடனத்தின் பின்திரையாக வந்து அமர்ந்தது அந்தப் பிம்பம். இன்னும் முனைந்தால், தலையால் தத்தி மலையேறிவிடுவாரோ!

இருபது வருடங்கள். கடுமையான தவம் தந்த மன ஒருமையின் பலனாக, நாடித் துடிப்புபோல உடலுக்குள் ஓயாமல் நிலவும் அதிர்வின் கதி மாறிவிட்டது. ஒருநாள் இன்னது செய்கிறோம் என்றறியாமலே தலை தரையில் ஊன்றியது. மடித்திருந்த தொடைகள் பிரிந்து மேல்நோக்கி உயர்ந்தன. பக்கவாட்டில் பதிந்த கைகள் கால்களாகின.

மெல்லத் திறந்த கண்களுக்கு, தலை ஆகாயத்தில் முட்டியிருப்பதும், தரை அகாத ஆழத்திலும் தென்பட்டது. ஆகாயத்தில் வேர் ஊன்றி, அந்தரத்தில் ஊசலாடும் தலைகளுடன் தொங்கி நின்றன மரங்கள். கவிழ்ந்தும் திறந்தும் நின்ற தொட்டியிலிருந்து துளிகூடச் சிந்தாமல் நிரம்பியிருந்தது நீர். முக்கியமான வித்தியாசம், ஆகாயம் திடமான பருவுலகாக, பூமி இடையீடுகளற்ற அத்துவானமாக மாறியிருந்தன. அளவற்ற குளிர் நீலம் விரவிய தரை எங்கோ அதிதொலைவில் இருக்க, புழுதிப் பின்னணியில் பரவிய வர்ணங்களின் பிரளயமாக கைத் தொலைவில் கிடந்தது வானம். எது ஆழம், எது உயரம் என்பதை எது முடிவு செய்கிறது? தலைதானா?

அந்தரத்தில் சம்மணமிட்டு, தலையை வானத்தில் ஊன்றி நிரந்தர பத்மாசனத்தில் இருக்கும் குருவைப் பார்க்க வேண்டும் என்று தோன்றியது. கைகளால் நடக்கிறோம் என்றே அறியாமல், நகர்ந்து நகர்ந்து குருவின் இடத்துக்குப் போனான்.

கிழவர் அதிர்ச்சியளித்தார். இவன் வருவதை சூட்சும திருஷ்டியில் பார்த்தாரோ என்னவோ, ஆணியென ஊன்றிய உச்சந்தலையில் உடலின் எடை குவிந்திருக்க, பம்பரம் போலச் சுழன்றுகொண்டிருந்தார். ஆம், சுழன்றுகொண்டு. சுழலும் விழியோரம் ஒரு கணமாவது இவனைப் பார்த்திருக்க மாட்டாரா. அசட்டை செய்கிறாரோ. . .

குருவின் பார்வை படாத நிறைவின்மையுடன் தத்தித் திரும்பினான். தாமாகக் கவிழ்ந்து ஊன்றிய கால்கள் தாமாகவே ஆசிரமத்துக்கு வெளியே இட்டுச் சென்றன . . .

யாருக்காகவும் இன்றித் தமக்காகப் பூத்திருந்தன செடிகள். உத்தேசமேயின்றி, மெல்ல வருடி நகர்ந்தது காற்று. உபரியாக, மலர்களின் நறுமணத்தைச் சுமந்து வந்தது.

மல்லாக்கப் பறக்க முனையாத பறவைகள் தலைக்குமேல் வரிசைகட்டிப் போயின. மேட்டுக்கும் பள்ளத்துக்குமான பேதத்தைத் துல்லியமாய்த் தன்னுள் உணர்ந்த நீர் விசையாகப் பாய்ந்தோடியது. கழுகுகள் பறக்கும் அதே வானத்தில் மரணபயமின்றித் தாமும் உலவின மணிப்புறாக்கள். அத்தனை உயரம் போகாவிட்டாலும், பறத்தலின் சுகம் இழக்காத ஈக்களும் கொசுக்களும் பிரம்மாண்ட உயிர்களாகத் தென்பட்டன.

ஒரு குருவின் கவனத்தை ஈர்க்காத ஆற்றாமையுடன் திரும்பியவன், திரும்பும் திக்கெல்லாம் நிரம்பிய குருமார்களைப் பார்த்து விக்கித்து நின்றான். பக்கவாட்டுப் புதருக்குள்ளிருந்து, 'குக் குக்' என்று ஏதோவொரு பறவையின் நகைப்பொலி கேட்டது.

அசட்டை செய்யவில்லை குரு; தமக்குள் மூழ்கியிருந் திருக்கலாம். சலனத்துக்கும் அசைவின்மைக்கும் உள்ள வேறுபாட்டைக் கடந்திருக்கலாம். ஒட்டுமொத்தப் பிரபஞ்சத்தையும் ஒரே உடலாகப் பார்த்தாரோ என்னவோ. அப்புறம், தானென்ன, பிறரென்ன . . .

திக்கெங்கும் பரவியிருந்த உவகைச் சிரிப்பொலியில் தனதையும் கலந்தான்.

❖

46

சென்னைக்கு வந்தேறிய புதிதில், ஒரே வருடத்தில் ஐந்து வீடு மாற்றியதைச் சொல்லி யிருக்கிறேன்; குரோம்பேட்டையில் பதினேழு நாள் குடியிருந்ததைச் சொன்னதில்லை அல்லவா? பொதுவாக, சாமான்களைக் கொண்டு இறக்கிய மாத்திரத்தில், வீடு பார்க்க வந்தபோது தட்டுப்படாத குறைகள் ஒவ்வொன்றாகத் தெரிய ஆரம்பிக்கும். சிறு நகரில் சொந்தவீட்டில் வசித்துவிட்டு வந்ததால் வாடகைவீடுகள் ஏற்படுத்திய ஒவ்வாமை என்றே நினைத்திருந்தேன். இன்னொன்றும் தோன்றியது; மாநகர நியமத்துக்கும் கேளிக்கைகளுக்கும் இன்னும் பழகாத மனங்கள் தமக்கான பொழுது போக்காகக்கூட, சாமான்களைப் பிரிப்பதையும், மறுபடி கட்டுவதையும் தேர்ந்திருக்கலாம்.

எப்படியோ, கிழக்குத் தாம்பரம் எங்களுக்கு ராசியாய் இல்லை என்பதில், மூன்றாவது வீட்டைக் காலிசெய்ய முடிவெடுத்தவுடனே எனக்கும் பத்மினிக்கும் கருத்தொற்றுமை ஏற்பட்டு விட்டது. குரோம்பேட்டை எல்லையில் வீடு தேட ஆரம்பித்தோம்.

முதல்நாளே ஒன்று அகப்பட்டது. இவ்வளவு பெரிய வீடு, இப்படிக் கறுப்படித்துக் கிடக்கிறதே என்று வியந்தோம். உரிமையாளர் சொன்ன வாடகை மிகமிகக் குறைவு என்பது இன்னும் பெரிய்ய்ய வியப்பு. மற்ற வீடுகள்போல ஐந்துமாத அட்வான்ஸ் வேண்டாம்; இரண்டு மாத அட்வான்ஸ் கேட்பதே, வீட்டை உங்களுக்காக வெள்ளையடித்துக் கொடுப்பதற்காகத்தான் என்று மிருதுவாகச் சொன்னார். சுற்றிலுமுள்ள வெற்றிடத்தில் மண்டியுள்ள களைகளை வேறு அகற்றியாக வேண்டும். வெளியேறும்போது எங்களோடு ஒரு சடைப்பூரானும் வெளியேறியது. பூட்டிக் கிடக்கும்

வீட்டில் இதெல்லாம் சகஜம்தானே என்று வண்டியேறிக் கொஞ்சதூரம் வந்ததும் பேசிக்கொண்டோம்.

'பத்துநாள் ஆகிவிட்டது, இன்னும் ஒரு சாக்கும் கிடைக்கவில்லையே; ஒருவேளை இந்த வீட்டில்தான் நிரந்தரமாகக் குடியிருக்கப் போகிறோமோ என்ற கிலேசமும் குதூகலமும் ஒரே சமயத்தில் எனக்குள் நிலவ, காலைநடை புறப்பட்டுப் போனேன். கிலேசம், இரண்டு நாள் முன்பு, சுற்றுச்சுவருக்கு உட்புறம் ஊர்ந்த பாம்பை முன்னிட்டு. தண்ணீர்ப் பாம்பு என்பது அடித்த பிறகுதானே தெரிகிறது? குதூகலம், வசதியான, பெரிய வீடு; உரிமையாளரும் வெகுதொலைவில், வடசென்னையில் வசிக்கிறார் என்பதால் . . .

யோசனை அறுந்தது – எதிரில் வந்தவர் வந்தனம் சொன்னார். 'எங்கேயோ பார்த்த முகமாக இருக்கிறதே' என்று குழம்பியவனிடம் ஞாபகமூட்டினார்:

அன்னைக்கிப் பாம்பெ அடிக்க ஓடியாந்தம்லெ?

ஆஹா, அந்த முகத்தையா மறந்தேன்? இவ்வளவு தூரம் தனக்குள் ஆழ்வதும், மறதியும் அத்தனை ஆரோக்கியமான விஷயம்தானா என்று மேற்கொண்டு குழம்பியவாறு பதில் வணக்கம் செய்தேன். அருகிலிருந்த பூங்காவில் சென்று அமரலாமே என்று ஆவல் தெரிவித்தார். ஞாயிற்றுக்கிழமை; கொஞ்சம் தாமதமாக வீடு திரும்புவதால் நஷ்டமில்லை . . .

ஒங்ககிட்டெத் தனியாப் பேசணும்னு நெனைச்சங்க. எங்கெ, சம்சாரமும் பிள்ளைகளும்தான் ஒங்களெச் சுத்திச் சுத்தி வர்றாங்களே? லவ் மேரேஜாக்கும்?!

இல்லங்க, கலியாணமான அன்னைக்கி லவ் பண்ண ஆரமிச்சதுதான்!

'புதிதாகப் பரிச்சயமாகிறவர்களை அசத்துவதில் உன்னை அடித்துக்கொள்ள ஆளே கிடையாது' என்று பத்மினி உறுதியாய்க் கூறுவாள்; தொடர்ந்து ஒருவாரம் பேசினால், அவர்கள் பதறி ஓடி ஒளிவார்கள் என்று தொடர்ந்து, பொங்கும் மனத்தின் களிப்பைக் காலியும் செய்வாள்.

புது நண்பர் கொஞ்சம் அதிமாகவே சிரித்தார். ஆனால், சில நொடிகளிலேயே சிரிப்பு அடங்கி, வெகு தீவிரமான குரலில் சொல்ல ஆரம்பித்தார்:

. . . மெற்றாஸில் இன்னமுமே தெலுங்கு பேசும் மக்கள் அதிகமாக இருப்பது எல்லாருக்கும் தெரிந்த விஷயம்; ஆனால்,

இந்தப் பகுதியின் பூர்விகப் பெயர், 'குர்ரம் பேட்டை' என்பது அநேகருக்குத் தெரியாது. தெலுங்கில் குர்ரம் என்றால் குதிரை. ஆமாம், நவாப்பின் குதிரை லாயங்கள் இங்கேதான் இருந்தன. அரண்மனை ராயப்பேட்டையில் அல்லவா இருக்கிறது என்று யோசிக்க வேண்டாம். நம்மை மாதிரி சாமான்யர்களுக்குத்தான் குதிரைவீச்சத்தைப் பொறுத்துக்கொண்டு வாழவேண்டிய தலையெழுத்து. ராஜாக்களுக்கு, தாங்கள் சவாரி செய்யவும், வாகனத்தை இழுக்கவும், அரண்மனைப் பொதியை சுமக்கவும் குதிரை இருந்தால் போதுமே? ஆணையிட்டால், எவ்வளவு தொலைதூரத்திலிருந்தும் கொண்டுவர ஆட்களுக்கா பஞ்சம்?...

உங்களை மாதிரித்தான் நானும். வேலூரிலிருந்து பஞ்சம் பிழைக்க வந்தவன். நீங்கள் இருக்கும் வீட்டில்தான் முதன்முதலில் குடியமர்ந்தேன். முதலியாரின் அப்பா அப்போது உயிரோடிருந்தார். இவர் மாதிரி இல்லை; வெகுளியான மனிதர். இந்த வீட்டை வெள்ளைக்காரன் காலத்தில் ஒரு இஸ்லாமியரிடமிருந்து தமது தாத்தா வாங்கினார் என்று சொன்னார். இந்த வீடே, குதிரை கட்டும் இடமாகத்தான் இருந்ததாம்; திடீரென்று ஏற்பட்ட தீவிபத்தில் ஏகப்பட்ட குதிரைகள் இறந்துபோயின. லாயத்தை ஆலந்தூருக்கு மாற்றிவிட்டார்கள் – இப்போது உள்ளகரம் என்கிறார்களே, அங்கே . . .

எனக்குப் பேய் பிசாசுகளில் நம்பிக்கை கிடையாது. உங்கள் வீட்டில் ஒரு சம்பவம் நடந்தபிறகு அந்த நம்பிக்கை வந்துவிட்டது. இல்லாவிட்டால், எதிர்த்த வீட்டை வாங்கியவன், இதையே வாங்கிப் போட்டிருக்க மாட்டேனா? இத்தனைக்கும் அப்பா முதலியார்கூட ஜாடையாகக் கேட்டுப் பார்த்தார்; உறுதியாக மறுத்துவிட்டேன் . . .

என் முகத்தையே பார்க்காமல் பேசிக்கொண்டு போனார். பூங்காவுக்குள் வந்த புதியவர்கள் நாலைந்துபேர் வணக்கம் சொன்னார்கள். இவர் பெருமிதத்தோடு பதில் வணக்கம் சொன்னார். எனக்குத்தான் தலை கிறுகிறுக்க ஆரம்பித்திருந்தது.

. . . **ரா**த்திரி நல்ல ஒறக்கத்திலெ முங்கிக் கெடக்கேங்க. மூணாஞ் ஜாமம்போல இருக்கும். வீட்டுக்குள்ளாறெ தடதடதடன்னு சத்தம். முன்னயும் பின்னயும் நாமதானே பூட்டுனோம்; நல்லாத்தானே பூட்டுனோம்ன்னு யோசனை ஓடுது. பொண்டாட்டி பிள்ளை களுக்கெல்லாம் இந்தச் சத்தம் கேக்கலெ போலயே. நல்லா அசந்துல்ல தூங்குறாங்கன்னு ஆச்சிரியமா இருந்துச்சு. அதும்போக, சிமிண்டுத் தரெ, இப்பிடி

மரத்தரெ மாதுரிக் கொடகொடன்னுதே – சரியாப் பூசலையோ ன்னு தெகைச்சுக் கெடக்குறேன் – கொஞ் சங் கொஞ்சமாப் புரியுது. அது மனுசக் காலடியில்லே; லாடம் அடிச்ச கொளம்புச் சத்தம்.

திடீல்னு, இடது நெஞ்சுலே எதுவோ ஆளமா ஊணி விலகின மாதிரி சுரீர்ன்னது. 'ஓ'ன்னு கத்தீட்டேன். அவ எந்திரிச்சு விளக்கெப் போடுறா; என் பனியன்லே களகளன்னு ஈரம். பின்னே, குதிரெக் குளம்பு அளுந்திப் பதிஞ்சா ரத்தம் வராதா? அந்த ராத்திரியிலேயே முடிவெடுத்தம் – காலி பண்ணீற வேண்டியதுதான். பின்னாடி, இப்ப இருக்குற வீட்டெ வாங்கலாமான்னு எங்க சோசியர்ட்டெக் கேக்கப் போனமா, அவரு கிளீனாச் சொல்லிப்புட்டாரு, 'அடேய், தங்கச்சாமி, குதிரைகள்லெயும் பேய்கள் உண்டுரா. ஆயுசு கெட்டியா இருக்கப்போயி. தப்பிச்சே. கொஞ்சம் முன்னெப்பின்னே ஆயிருந்தா, அன்னைக்கே போட்டுத் தள்ளீருக்கும்டா தம்பீ.' இல்லாட்டி, கோடிக்கணக்குலெ விலைபோகுற இடம் இப்பிடிச் சீந்துவாரில்லாமெக் கிடக்குமாங்க? மொல்லியாரு இதையெல்லாம் சொல்லியிருக்க மாட்டாருங்களே? விடுங்க, நாம ன்னாச் சொல்லுவோமா . . .

சட்டையின் முன்புறத்தை விலக்கிக் காட்டினார். இடது நெஞ்சில், இதயத்தின் வரைகோட்டு வடிவம் மாதிரியும், வெளிறிய தேமல் மாதிரியும், குதிரைக் குளம்பு வடிவம் மாதிரியும் தீச்சுட்ட தழும்பு மாதிரியும் ஒரே சமயத்தில் காட்சியளித்துக் குழப்பின தடமொன்று நிஜமாகவே இருக்கத்தான் செய்தது.

> **ஒ**ங்களுக்கு வேறே வேலையில்லே. அந்தாளுக்கு என்ன முன்விரோதமோ. இல்லே, இப்பிடி எதையாவது கிளப்பிவிட்டு அடிமாட்டு விலைக்கு வாங்க நினைக்கறாரோ என்னவோ. எனக்கென்னமோ, இந்த ஊர்லே நல்லவாளே கிடையாதோன்னு தோண ஆரமிச்சாச்சு. நம்மூர் மாதிரி வரவே வராது. அது சரி, பூக்கட்டிப் பாத்துட்டுத்தானே அட்வான்ஸே குடுத்தோம்? எவ்வளவு வசதியானவீடு . . .

என்றாள் பத்மினி. ஆனால், அந்த ஞாயிறு இரவில்தான் முதன்முதலாகக் குதிரைச்சாண நெடி என் மூக்கைத் துளைத்தது. அதே சமயம், 'என்னமோ நாறலே?!' என்றவாறே அவளும் எழுந்து உட்கார்ந்தாள். மூச்சிரைக்கும் சப்தம் பெரிதாய்க் கேட்டது.

❖

47

காலைநடை கிளம்பும்போது, உச்சந்தலையில் ஸி ஆர் வியாஸ் பாடத்தொடங்கிய மாத்திரத்தில் மின் அதிர்ச்சியை உணர்ந்தேன். பாட்டு அல்ல; ஒரு வாக்கியம் நினைவு வந்ததுதான் காரணம்: 'அவன் கொஞ்சநாளாகவே எதிர்பாராத ஒன்றுக்காக எதிர்பார்த்துக்கொண்டிருந்தான்'. அசோகமித்திரனாகத்தான் இருக்க வேண்டும்; நடைமுறையான கதையில், மெட்டஃபிஸிக்கல் வாக்கியத்தைச் செருகக் கூடியவர் அவர். கிட்டத் தட்ட என்னுடைய மனநிலையும் மேற்படி வாக்கியம் போலவே இருப்பதாகப் பட்டது.

அதிக நேரம் காத்திருக்க வேண்டியிருக்க வில்லை. இரண்டே தெரு தாண்டியதும் அமல்தாஸ் எதிர்ப்பட்டார். இன்முகத்துடன் கையை உயர்த்தி வணக்கம் தெரிவித்தபடி தாண்டிப்போனார். ஒரு மாதம் முன்பே இறந்தவராயிற்றே! நடராஜன் தொலைபேசியில் தகவல் சொன்னதும், 'அடடா...' என்று நான் மனப்பூர்வமாகக் கலங்கியதும் நினைவு வந்தது. காலைநடை, உடற்பயிற்சி, உணவுக்கட்டுப்பாடு என்று கறாராக இருக்கும் மனிதர். கிட்டத்தட்ட ஆறரை அடி உயரம். ஆயத்தமாய்க் கிடைக்கும் பெட்டி போதுமானதாய் இருக்குமா என்று நான் கவலைப்பட்டது முதற்கொண்டு நினைவு வந்தது. அந்தச் சமயம் மகன் வீட்டுக்குப் போயிருந்தேன். நேற்றுத்தான் திரும்பினேன். விமானத்திலேயே உறுத்தியது – காலைநடையில் அறிமுகமாகி, வழிக்கடையில் என்றாவது ஒரு கோப்பைத் தேநீருடன் நின்றுவிட்ட அமல்தாஸ் நினைவு... யாரிடம் போய் துக்கம் கேட்க.

நடையின் கதியும், மனவோட்டத்தின் கதியும் மாறிவிட்டது. இடையில் சிலநாள் என்னை ஒருவித

வியாதி பீடித்திருந்தது. புனைகதைகள் எழுத ஆரம்பித்திருந்தேன். வியாதி அது அல்ல; கற்பனையின் பேயோட்டத்தை சமாளிக்க முடியாத பேரவஸ்தை. எதிரில் வரும் ஒவ்வொரு முகத்தையும் சுற்றி ஒரு சம்பவமோ, முழுக்கதையோ உருவாகிவிடும். எதிரில்கூட வரவேண்டியதில்லை – நினைவில் லேசாக உயர்ந்தாலே போதும்.

அவற்றில் பலவும், நான் கற்பனை செய்த பிரகாரமே நடந்து தொலைத்தன. வேறு சாதிப் பையனுடன் ஓடிப்போன யுவதி, மின்ரயிலில் அடிபட்ட பிறவிச் செவிடர், தூக்குப்போட்டு இறந்த கதாநாயகி, ஹெலிகாப்டர் விபத்தில் இறந்த ஊழல் அமைச்சர், படுகொலை செய்யப்பட்ட அரசியல்வாதி . . . பட்டியலை நீட்ட வேண்டாம். பெரும்பாலும் மரணம் தொடர்பானவை என்பதையும், அந்த நாட்களில் கண்ணாடியில் என்னைப் பார்த்துக்கொள்ளக்கூட பயமாக இருந்தது என்பதையும் சொல்லி முடித்துவிடலாம்.

ஆனால், நான் அப்படிப்பட்டவனே அல்ல. வீட்டில் குக்கர் வெடித்த அன்று, 'நல்லவேளை, அடுக்களையிலே அப்போ யாரும் இல்லே' என்று ஆறுதல் பட்ட மனைவியிடம்:

> நிகழாத விபத்தை மானசீகமாக நிகழ்த்திப் பார்த்துக் கொள்வதன் மூலம், தான் தப்பித்ததையும் ஊதிப் பெருக்கி மகிழ்வது மனித மனத்தின் சுபாவம்தான்.

என்று சொன்னவன். இவ்வளவு செந்தமிழில் சொல்லவில்லை; பேச்சுக்கொச்சைதான். கொஞ்சம் நீளமும்தான். என்னை ஆழமாக முறைத்துவிட்டுப் போனாள். 'ஆமாம், நீ பெரிய மனோதத்துவப் புடுங்கி . . .' என்று அந்தப் பார்வைக்கு அர்த்தம் கற்பித்துக்கொண்டேன். ஓரிரு மருத்துவர்கள், சிலபல மாத்திரைகள், சிலபல நூல்கள், கொஞ்சம் தியானப் பயிற்சி என்று ஒரு மாதிரித் தப்பித்தேன். கதைகள் எழுதுவது தானாகவே குறைந்தது என்பதால் தமிழ் வாசகர்களும் ஓரளவுக்குத் தப்பித்தார்கள் என்றுகூடச் சொல்லலாம்.

ஆனால், அந்த நாட்களில் என்னுடைய பெரிய அண்ணனைப்போல ஆகிவிட்டிருந்தேன் என்று பின்னொரு நாள் தோன்றியது. உடன்பிறந்தவர்களிலேயே நல்லவன் அவன்தான். ஏழுபேரில் கடைசியாய்ப் பிறந்திருந்தால் தெரியும்; சுமுகமான குடும்பத்துக்குள்ளேயே எவ்வளவு வன்முறை இருப்பில் இருக்கிறது, எத்தனைவிதமான தண்டனை முறைகள் உண்டு, நிறையக் குழந்தைகளைப் பெற்றவர்களுக்குக் குழந்தை வளர்ப்பில் எவ்வளவு விட்டேற்றியான மனநிலை

சேர்ந்திருக்கும் . . . ஏன் நல்லவன் என்றேன் என்றால், கோபம் முட்டி வரும்போது இவன் ஒருத்தன்தான் அடிக்க மாட்டான்; முகத்தில் காறித் துப்புவான். அடி உதையைவிட பாதகமில்லாத தண்டனைபோலத் தெரிந்தாலும், வேறு இடத்தில் காயம் உண்டாக்கக் கூடியது என்பதை உணர்கிற பருவத்தில், வயதில் இளையவர்களை அடிப்பது தவறில்லை என்ற இடத்துக்கு நானே வந்துசேர்ந்திருந்தேன்.

சொல்ல வந்தது அதை அல்ல; ஒரு சிறுநகரத்தில் நான் குடியமர்ந்தபோது, தம்பி புதுக்குடித்தனம் நடத்தும் அழகைப் பார்க்கப் பெரியண்ணா வந்திருந்தான். நான் புதிதாக வாங்கியிருந்த கேஸட் ப்ளேயரில் சாஸ்திரீய சங்கீதம் போட்டேன். ராகத்தின் பெயரை, பாடகரின் பெயரைக் கச்சிதமாகச் சொன்னவன், 'அவர் சமீபத்துலெ எறந்துட்டா ரில்லே?' என்று கேட்டு அதிரவைத்தான். எச்சிலை முழுங்கிவிட்டு 'இல்லை' என்றேன்.

கையில் பிடித்த காப்பிக்கோப்பையுடன், தினத்தாளின் விடுமுறை இணைப்பைப் படிக்க ஆரம்பித்தான். சென்ற தலைமுறை நடிகை ஒருவர் பற்றிக் கட்டுரை வந்திருந்தது. ஒருகாலக் கனவுக்கன்னியின் முகத்தில் அநியாயத்துக்குச் சுருக்கங்கள் பாய்ந்து, ஒரு தலைமுறைக் காலத்தில் மூன்று தலைமுறை தாண்டியிருந்தார் என்பது பயங்கரமாகத் தெரிந்தது. பெரியண்ணா கேட்டான்: 'இவ போய்ட்டாளோடா!' தனக்குக் கிடைக்காத பொருள், பூலோகத்திலிருந்தே காணாமல்போன திருப்தி இருந்தது முகத்தில் – அல்லது எனக்கு அப்படிப் பட்டது. நான் தலையை ஆட்டி மறுத்தேன்.

காலை உணவுக்குப் பிறகு, 'இந்த ஊர் உனக்கு செட்டாயிட்டதா? நீ புஸ்தகம் நாடகம் சினிமான்னு அலைவியே!' என்று எள்ளல் என எனக்குப் பட்ட தொனியில் கேட்டான். நான் அவசரமாகச் சொன்னேன். 'இங்கே வாசிக்கிறவங்க ஏகப்பட்டபேர் இருக்காங்க. பீரியாடிக்கலாக் கூடிப் பேசவும் செய்யறாங்க.' முந்தைய தலைமுறை எழுத்தாளர் ஒருவரின் பெயரைச் சொல்லி, '. . . . க்குக்கூட இங்கே பக்கத்து ஊர்தான் . . .' என்றேன். 'அவர்கூட ஒரு ஆக்ஸிடெண்ட்லெ போய்ட்டாரில்லையோ?' என்று கனிவோடு கேட்டான்.

மதியச் சாப்பாட்டுக்குப் பிறகு பஸ்ஸேற்றிவிட ஸ்கூட்டரில் கூட்டிச்சென்றபோது, சிரித்துக்கொண்டே சொன்னேன். 'இன்னிக்கி நீ ஏகப்பட்டபேரை சாகடிச்சுட்டே தெரியுமா!.' பின்னால் அவன் லேசாகச் சிரிக்கும் சப்தம் கேட்டது. 'அப்பிடியா சொல்றே?!' என்று ஆச்சரியம் வேறு பட்டான். . .

ஆனால். ஒரு மகத்தான வித்தியாசத்தைச் சொல்ல வேண்டும் – அவன் கேட்டவர்கள் எல்லாருமே எண்பத்திச் சொச்சம் வயதுக்குமேல் வாழ்ந்துதான் மறைந்தார்கள். குறிப்பாக, அந்த எழுத்தாளர். நாவல்களாய் எழுதித் தள்ளினார். ஆனால், என்னுடைய கற்பனையின் காரணமாகக் காலமானவர்களின் எண்ணிக்கை எவ்வளவு பெரியது?

கலங்கிய மனத்துடன் வீடு திரும்பி ஷூவைக் கழற்றிய மாத்திரத்தில், வேறு பகுதிக்குக் குடிபோயிருந்த நடராஜனைத் தொலைபேசியில் அழைத்தேன். 'அடப் போடா முட்டாப்பயலே. நான் சொன்னது அருள்தாஸ்டா. ஓவர்ஸீஸ் கால்ன்றதாலே ஒனக்கு சரியாக் கேட்டிருக்காது. எடது காதுலெ ஃபோனை வச்சுப் பேசாதடான்னு எத்தனை வாட்டி சொல்லீட்டேன்? ஈயெண்ட்டியைப் பாத்தியா இல்லியா...' என்று சடைத்துக்கொண்டான்.

ஆரம்பத்தில் சொன்ன மின் அதிர்ச்சி, அமெரிக்காவின் நூற்றுப்பத்து வோல்ட்தான். உள்நாட்டு மின்வேகம் அன்று சாயங்காலமே தாக்கிவிட்டது. வீடுகளுக்கு வரும் மின்சாரமல்ல – ரயில்களை இழுத்துச் செல்லும் வீரியம் கொண்டது – இருபத்தையாயிரம் வோல்ட்.

ஆமாம், காலையில் எனக்கு வணக்கம் சொல்லிப் புன்னகைத்துப்போன அமல்தாஸ், மதிய உணவுக்குப்பின் லேசாக நெஞ்சு வலிக்கிறது என்றாராம். சாய்ந்துவிட்டார். 'நல்ல சாவு. தனக்குப் பிரியமானவுங்களை அவஸ்தைப்படுத்தாமல் அழைச்சிக்குவார் கர்த்தர்' என்று துக்கத்துக்கு வந்திருந்தவர் பக்கத்திலிருந்தவரிடம் சொல்லிக் கொண்டிருந்தார். இந்தச் சாவுச் செய்தியை எனக்குச் சொன்னவன் நடராஜன் அல்ல; மகராஜன்.

கொண்டுபோன ரோஜா மாலையை கனத்த மனத்துடன் அமல்தாஸ்மீது கிடத்திவிட்டுக் காத்திருந்தபோது, வேறொரு கவலையில் அமிழ்ந்தது மனம். 'சண்டாளன் நட ராஜன் முகத்தில் வேறு முழிக்க வேண்டுமே. வராமல் இருக்க மாட்டானே. அவ்வளவு அவசரமாய் அவனைக் கூப்பிட்டுக் கேட்டிருக்க வேண்டாமோ?'

அதைவிடப் பெரிய கவலை, சரித்திரம் வேறுமார்க்கமாகத் திரும்புகிறதோ?

◆

48

வீட்டைவிட்டு மூன்றுதடவை ஓடியிருக்கிறேன். வெவ்வேறு வயதில், வெவ்வேறு காரணங்களுக்காக. மூன்று சந்தர்ப்பங்களுக்கும் சில ஒற்றுமைகள் உண்டு. ஒன்று, ஒவ்வொரு முறையும் நானாகவே திரும்பி வந்தேன். இரண்டாவது, ஓடியதெல்லாமே இரவுகளில். திரும்பி வந்தது அதிகாலையில். அடுத்தது, மூன்று தடவையுமே அப்பாதான் காரணம். முக்கியமான கடைசி ஒற்றுமை, மூன்றுமே, நேற்றுத்தான் நடந்தமாதிரி அவ்வளவு துல்லியமாக என் ஞாபகத்தில் இருப்பது.

முதல் தடவை ஓடிப்போன அன்று, வழக்கம்போல, வெளியூர்ப் பயணம் முடிந்து காலையில் திரும்பியிருந்தார் அப்பா. தூக்கம் முழுசாய்க் கலையாமலே இறுக்கிக் கட்டிக் கொண்டேன். பெட்டியிலிருந்து படக்கதைப் புத்தகம் எடுத்துத் தந்தார். மேலாகப் புரட்டிவிட்டு, பள்ளிக்கூடம் போனேன். சாயங்காலமே வீட்டைவிட்டு ஓட வேண்டியதாகிவிட்டது.

காலையில் அப்பா கேட்டபோது, மதிப்பெண் அறிக்கை இன்னும் வரவில்லை என்றிருந்தேனா, அதை எடுத்துப் புத்தகப் பையில் வைத்துக் கொள்ள மறந்துவிட்டேன். அலமாரியை அப்பா திறக்கப்போக, அறிவியல் புத்தகம் சறுக்கி விழுந்ததாம். சாயங்காலம் நான் வருவதற்காக, இடுப்பு வாரைக் கையில் பிடித்துக் காத்திருந்தார்.

முதுகிலும் கால்களிலும் பிடரியிலும் காந்தும் வீறல்களும், அவற்றில் அம்மா தடவிய எண்ணெயுமாக விசும்பியபடி படுத்திருந்தவன், எல்லாரும் உறங்கியதும் சட்டென்று எழுந்து வெளியேறி விட்டேன். இரண்டு தெரு தள்ளி இருந்த அத்தை வீட்டின் திண்ணையில் சென்று படுத்துறங்கிவிட்டேன். அதிகாலையில் ஈரமாய் எழுப்பியது அம்மாவின் முத்தமா கண்ணீரா என்பது நினைவில்லை.

அடுத்த முறைக்குக் காரணம், மல்லிகாவின் காதல். சைவ முதலியார்ப் பையன், சைவப் பிள்ளைமார்ப் பெண்ணைத் திருமணம் முடிப்பதில் சிக்கல் இருக்காது என்றே இருவரும் நினைத்திருந்தோம். அப்பாவின் கருத்து வேறுமாதிரி இருந்தது. அவருக்கு விபரம் தெரிந்து, ஏழெட்டுத் தலைமுறையாக எங்கள் பரம்பரையில் சாதி விட்டுத் திருமணம் நடந்ததே கிடையாதாம். 'எந்தவிதமான ஆவணங்களும் இல்லாமலே எவ்வளவு உறுதியாகச் சொல்கிறார்!' என்று ஆச்சரியமாய் இருந்தது. 'நல்ல மார்க் மட்டும் வாங்கு, நீ கேக்குறதெல்லாம் வாங்கித் தர்றேன்' என்று சொல்லிச் சொல்லி வளர்த்த தகப்பன், நல்லவிதமாக அரசுவேலையில் அமர்ந்து கைநிறையச் சம்பாதிக்கும் மகனுக்கு, அவன் ஆசைப்பட்டதை ஈட்டித் தருவதுதானே முறை?

மல்லிகாவானால், பார்க்கும்போதெல்லாம் அழுதாள். பார்க்காதபோதும் அழுதிருப்பது, புடைத்த இமைகளில் துலக்கமாய்த் தெரிந்தது. கண்ணீருடன் மெல்லிசாய் உதடு நடுங்கும்போது, பேரழகாய் இருப்பாள் அவள். அதுதானே பிரச்சினையே.

லேசாக அதிரும் முகத்தில் முத்தமிட்டு வாக்களித்தேன். அன்று இரவே அவரவர் வீட்டிலிருந்து வெளியேறினோம். சுவாமிமலைக் கோவிலில் சக ஊழியர்கள், நண்பர்கள் புடைசூழ அமோகமாக நடந்தது திருமணம். தஞ்சாவூர் விடுதியில் நாலைந்து நாள் தங்கிவிட்டு, தைரியமாக வீடு திரும்பினேன்.

அப்பா என்னைவிட தைரியசாலி. அம்மாவுடன் நின்று ஆசி வழங்கினார்.

சென்ற வருடம்வரை உயிரோடிருந்தார். பேரக்குழந்தைகளுக்கு வழங்கிய செல்லத்தை எனக்கும் அளித்திருந்தால், நானெல்லாம் மாநிலத்தில் முதல் மாணவனாகத் தேறியிருப்பேன். யார் கண்டது, இந்த ஜில்லாவுக்கே கலெக்டராகக்கூட வந்திருக்கலாம். ஆனால் ஒன்று, அப்போதும் இதே மல்லிகாவைத்தான் மணம் முடித்திருப்பேன். வேறொரு பெண்ணால் அப்பாவை சமாளித்திருக்க முடியாது. குழந்தைகளிடம் அவர் காட்டும் தாராளத்தை அவரே அறியாமல் முறிக்க வேறு யாரால் முடியும்?!

நான் சொல்ல முற்பட்டது, மூன்றாவது தடவை ஓடிப்போனதை. உண்மையில், முதல்தடவை ஓடிப்போனதுக்கும் முன்பே அது நடந்துவிட்டது. வெளி ஆதாரங்கள் இல்லாத

தலைப்பில்லாதவை

விஷயம் என்பதால் சொல்வதற்குத் தயங்கி மூன்றாவதாய்ச் சொல்கிறேன். அப்படியும் சொல்வதற்கில்லை; வெளியில் இருக்கும் சகலமுமே ஆதாரங்கள்தாம் என்பதால், மெனக்கெட்டு இதைச் சொல்வானேன் என்றுகூடத் தயங்கியிருக்கலாம். ஏன் தயங்கினேன் என்பது தெரியாத மாதிரியே, ஏன் சொல்கிறேன் என்பதும் மர்மமாய்த்தான் இருக்கிறது . . .

கெட்டி அட்டைப் புத்தகம் ஒன்றை வாங்கி வந்திருந்தார் அப்பா. புத்தகத்தின் வழுவழு தாளும் அதில் அச்சாகியிருந்த பலவண்ணப் படங்களும் நினைவிருக்கும் அளவு புத்தகத்தின் தலைப்பு நினைவில்லை என்பது விசித்திரம்தான். வீட்டுப் பாடத்தை வேகவேகமாக முடித்துவிட்டு, அம்மா தந்த ராச் சாப்பாட்டை அவசரஅவசரமாக விழுங்கிவிட்டு, அப்பாவின் உதைக்கு அஞ்சி அரைகுறையாய்ப் பல் துலக்கிவிட்டு, முதல் பக்கத்தைப் பிரித்தேன்.

பறக்கும் கம்பளத்தில் பயணம் கிளம்பிய சிறுவனோடு ஒரு கழுகு உரையாட ஆரம்பித்தது. என் வயதுதான் இருக்கும்; என்னை மாதிரியே பேசினான். கழுகு அவனுடைய நெருங்கிய நண்பனானது. வகுப்புத்தோழனாக, சுவாமிமலையில் சாட்சிக் கையெழுத்துப் போட்ட இருவரில் ஒருவனாக, இன்றுவரை உற்ற சகாவாக இருக்கும் மணிவாசகத்துக்கும் மூக்கு நீளம்; ‘கள்ளப் பிறாந்து’ என்று அவனுக்குப் பட்டப்பெயர் வைத்திருந்தோம் என்பது இப்போது, இதைச் சொல்லும்போது உறைக்கிறது.

படுத்திருந்த நான் எப்போது எழுந்து உட்கார்ந்தேன், மெத்தென்று அம்மா விரித்த ஜமுக்காளம் கம்பளமாய் மாறியது எப்போது; அதன் புலி உடம்பு வரிகள் போன்ற இணைகோடுகள், சரிகைப் பின்னல் வடிவங்களானது எப்படி என்பதெல்லாம் இன்றுவரை புரியவில்லை. ஆனால், ஆகாயம் பின்னோக்கி நகர்ந்தது நினைவிருக்கிறது.. செல்லமணி பஸ்போல சத்தமோ நடுக்கமோ இன்றி, முன்னேறிய கம்பளத்தில் அமர்ந்திருந்தேன். வேளாவேளைக்கு இடியாப்பம்சொதி இட்டிலிசாம்பார் ரவா தோசை காரச்சட்டினி என பார்த்துப்பார்த்துப் பசியாற்றியது ஒரு கழுகு.

பாதியாய் வெட்டிக் கவிழ்த்த பல்லாரி வெங்காயக் கூரை கொண்ட மாளிகைகள், வாயில் காக்கும் குதிரைவீரர்களின் நீட்டிய ஈட்டிகள், மாடத்துப் பெண்களின் அடர்த்தியான, இடைவெளியற்ற புருவங்கள், கயிறைப் பாம்புபோலப் படமெடுக்க வைத்த மந்திரவாதிகள், தடங்கலில்லாமல் தமிழ்

பேசும் பஞ்சவர்ணக் கிளிகள் என்று போன கம்பளம், சட்டென்று பாலைவனத்தின் மேலே பறக்கத் தொடங்கியது.

வெம்மை அலையாடிய மணல்வெளியில் கொள்ளையர், இரும்புக்கை மாயாவி, சிஐடி லாரன்ஸ் ஜூடோ டேவிட் என்று மனிதர்கள் நிரம்பினார்கள். முறுக்குமீசை வைத்த ஆதித்த கரிகாலன் கைக்கோளப் படைகளுடன் நுழைந்தார். அவரைவிடவும் தீவிரமாக நான் நந்தினியைக் காதலித்தது அவருக்குத் தெரியாது; பின்னாளில், மல்லிகாவுக்கு அச்சு அசல் நந்தினியின் ஜாடை இருக்குமென்று எங்கள் இருவருக்குமே தெரியாது. பார்த்துக்கொண்டிருக்கும்போதே வந்தியத்தேவனும் ஆயனரும் பால்வண்ணம்பிள்ளையாக, தாமோதர ஆசானாக மாறினர். இடையில் கொஞ்சநாள் நான் அப்புவாக, அப்புறம் பாபுவாக, இருந்தேன். யாருக்குமே தெரியாது.

இதற்கிடையில் மீன்களும் மான்களும் வந்துசேர, விளிம்பற்ற மணல்வெளி தானாகவே சமுத்திரமானது. ஒரு திமிங்கிலம் எனக்குப் பழக்கமானது. வாளிப்பான உடல்வாகு கொண்ட மீன்களை, அலைகளை, நீர்த்தாவரங்களை, வெளியில் கிளிஞ்சல் மாதிரித் தெரிந்தவாறே அடிவயிற்றில் முத்து பொதிந்திருக்கும் ஜீவராசிகளை அறிமுகம் செய்துவைத்தது. ஆழ்கடல் பிராணிகளின் ரகசியங்கள் தெரியத்தெரிய அவை என்னுடைய ரகசியங்களாக உருமாறிவந்ததைப் பரவசமாய் உணர்ந்தேன்.

கடற்பரப்பின் குளுமையும், இதமும் மெல்ல மாறி, காற்றில் வெம்மை ஏறுவதை சருமம் உணர்ந்தது. மீண்டும் மணல்வெளியில் பறந்துகொண்டிருப்பதைக் கண்டேன். பாலை நடுவே நின்ற ஒற்றைப் பனை வேறுவித அறிமுகங்கள் தந்தது.

இப்படித்தான், பறந்துகொண்டிருந்த கம்பளம் பிறரறியாமல் தரையாக மாறியது. ஒரு குழப்பம் இன்னமும் நீடிக்கிறது – கம்பளம் தரையானதா, இல்லை தரைதான் கம்பளமாகிப் பறந்ததா; அப்புறம், அது என்னைத் தூக்கிச் சென்றது வீட்டிலிருந்தா, வீட்டை நோக்கியா.

ஒன்று உறுதி; நான் கம்பளத்தில் இருந்தேன் என்பதற்குப் புறச் சான்றுகள் எதுவும் இல்லை என்கிற மாதிரியே, இப்போது நான் இருப்பது கம்பளத்தில் இல்லை என்பதற்கும் உறுதியான சான்றுகள் இல்லைதான். இருக்கட்டுமே. என்ன நஷ்டம்!

49

எங்கள் உறவினர் வட்டாரத்தில் செல்லாக்கா பெயர் அடிக்கடி அடிபடும். பெரிய வர்கள் 'செவுட்டுச் செல்லா' என்பார்கள். குஞ்சு குளுவான்கள்தான் 'செல்லாக்கா' என்று குறிப்பிடுவோம். எங்கள் பகுதியிலும், திருநகர் வரையில் உள்ள அண்ணாச்சி கடைகளிலும் 'ஊறுகா மாமி' என்பார்கள். தாய்மார்கள், சரியாக மதிப்பெண் வாங்காத விஷமிகளிடம், 'செல்லா பொண்களோட மூத்தரத்தை வாங்கிக் குடிங்கோ' என்று பரிந்துரைப்பார்கள். என்ன, ஆரம்ப நாட்களில் பரிவும் வியப்புமாக இருந்த தொனி, சிறுகச்சிறுகப் பொறாமையாய் மாறிவந்த மாதிரிப் பட்டது. என் அம்மாவே உதாரணம்:

> அழகழிஞ்சு போனாளே, பாவம். பிராயத்திலே கெழங்கா இருப்ப, தெரியுமா? குடுக்கற மாதிரிக் குடுத்து, அவசரமாப் பிடுங்கினுட்டானே.

என்று முன்பெல்லாம் அங்கலாய்ப்பாள்; சமீப காலமாய்ப் பேச்சு மிகவும் மாறிவிட்டது.

> அவளுக்கென்ன ராஜாத்திக்கி. கார்லயும் ப்ளேன்லயும்னா பறக்கறா. மாப்ளெகள் ரெண்டு பேரும் தாம்பாளத்லெ வச்சுத் தாங்கறான்களாம் . . .

என்கிறாள். இப்போதெல்லாம் கடவுள் பற்றிப் பேச்சே இல்லை!

பெண்களில் ஒருத்தி மைசூர் போய்ப் படித்தாள். மற்றவள் புனேயோ, நாசிக்கோ. உறவினர்கள், அறக்கட்டளைகள், தன்னார்வ நிறுவனங்கள், இன்னாரென்றே தெரியாதவர்கள் என யார்யாருக்கோ புண்ணியம். தொடை உயர ஊறுகாய் ஜாடிகள், இரண்டு வீட்டு சமையல், இரண்டு வீடுகளில் பாத்திரம் தேய்ப்பது என்று செல்லாக்கா ஓடாகத் தேய்ந்தாள். பெண்கள் இருவரும் லீவுநாளில் ஓய்வின்றி அப்பளம் இடுவார்கள்.

எனக்கு அவர்களுடைய படிப்புகளின் பெயர்கூடத் தெரியாது. இதோ, தனியார் காப்பீட்டு நிறுவனக்

குமாஸ்தாவாக இருக்கிறேன். அவர்களானால், தத்தமது துறைகளில், உலகப் பிரசித்தி பெற்ற நிறுவனங்களில், உயர் பதவிகளில் இருக்கிறார்கள்.

செல்லாக்காவுக்கு இடது காது சரியாய்க் கேட்காது. பிறவிக் கோளாறு என்றும்; மூக்குத்தி தெறிக்கப் புருஷன் அறைந்தபோது, செவிப்பறை சேதமாகிவிட்டதென்றும்; இரண்டும் இல்லை, வெறும் காரியச் செவிடு என்றும் விதவிதமான தகவல்கள் உலவின.

திருமங்கலம் டவுன்பஸ்ஸில், நானே ஒருமுறை பார்த்தேன் – நிரம்பிய ஊறுகாய் சீசாக்களுடன் ஏற்றிய இரண்டு பெரிய கேன்வாஸ் பைகளுக்கு லக்கேஜ் டிக்கெட் போடுவேன் என்று உறுதியாய்ச் சொன்னார் முரட்டு மீசைக்கார நடத்துனர். இவள் முன்பக்கக் கண்ணாடியை, சாலையை வெறித்துக் கொண்டிருந்தாள். தொடர்ந்து உரக்கக் கத்தப் பிடிக்காமலோ, பரிதாபப்பட்டோ, கூட்டம் ஏறியதாலோ, விலகி நகர்ந்து விட்டார். அன்றைக்கு, இரண்டு காதுமே முழுக்கக் கேட்காதவள் மாதிரி நடந்துகொண்டாள் அக்கா.

எனக்கெல்லாம், செல்லாக்கா என்றதுமே, பொன்னுச்சாமி ஞாபகம்தான் வரும் – கல்லூரிப் போராட்டம் சாலைக்கு நகர்ந்து, வாகனங்களைத் தாக்க ஆரம்பித்து சில கண்ணாடிகள், சில மண்டைகள் உடைந்தபின் ஆவேசமாய் வந்திறங்கியது போலீஸ். மாணவர்கள் கல்லூரிக்குள் ஓடினோம். கண்ணீர்ப்புகை குண்டுகள் பாய்ந்து வந்தன. கசியத் தொடங்கிய, முற்றிய இலவங்காய்களை வாரி, போலீஸை நோக்கி வீசிய தீரன். இரண்டு வாரங்கள் இடைநீக்கம்; அதனால் என்ன, இப்போது, சென்னையில் உதவிக் கமிஷனர் . . .

மேற்சொன்ன ஒப்பீட்டுக்கு, இன்னொரு காரணமும் உண்டு; பொன்னுச்சாமி மாதிரியே, செல்லாக்காவுக்கும் கண்கள் அத்தனை சீக்கிரம் சுரக்காது. மைசூர் போவதற்கு முன்னால் தாயும் மகளுமாக என் அம்மாவிடம் ஆசீர்வாதம் வாங்க வந்தபோது, தேவையில்லாமல் விசாரித்தாள் அம்மா. நமஸ்கரித்தவாறே காயத்ரி பதிலளித்தாள்:

> அந்த மனுஷரெப் பத்தி ஏதுக்குக் கேக்கறேள் பெரியம்மா?
> இப்போ நாங்க நன்னாத்தானே இருக்கோம்?

தாம்பூலத்தோடு அம்மா கொடுத்த ரூபாய்த்தாளைக் கண்களில் ஒற்றியபின், தாயிடம் சேர்த்தாள்... செல்லாக்காவைப் பார்த்தேன். அவள் முகத்தின் நிரந்தர பாவம் இப்போதும் மிளிர்ந்தது – புரியாததுபோல, 'என்ன நடக்கிறது!' என்கிற மாதிரி, விழித்தாள்.

நான் சொல்ல முற்பட்ட சம்பவம் இது இல்லை; ஒரு காரடையான் நோன்பு அன்று, செல்லாக்கா வீட்டில் நடந்தது. காயத்ரியின் தகப்பனுக்குக் குடி அதிகமாகியதோ, புத்தியே பிசகிவிட்டதோ – வழக்கத்தைவிட அதிகமாக அடித்து உதைத்திருக்கிறார். குழந்தைகள் குதித்துக் குதித்து அலறுவதைக் கவனிக்கவேயில்லையாம். உச்சமாக, மனைவியின் கழுத்தைப் பிடித்து வெளியில் தள்ளியிருக்கிறார் . . .

கைமாற்றாக அரிசி வாங்க வந்திருந்த காயத்ரி, பக்கத்துப் போர்ஷன் மாமியுடன் கோவிலுக்குப் போயிருந்த என் அம்மா திரும்பிவரக் காத்திருந்தபோது, விவரித்தாள்:

அன்னிக்கி நாங்கதாண்ணா அழுதோம். அதுலயும், நான் அழுதேனேன்னுதான் ஜெயஸ்ரீ அழுதா. எதுக்கு அழறோம்ங்கற வெவரம்கூடத் தெரியாத வயசு அவளுக்கு. எங்கம்மா துளிகூடக் கலங்கலியே . . . ஒண்ணுமே நடக்காத மாதிரி இருந்தா.

செல்லாக்கா கண்ணீர் விடாதது பெரிதில்லை. வாசலில் வந்து விழுந்தவள், பந்துபோலத் துள்ளியெழுந்தாளாம். வெறும் மஞ்சள்கிழங்கு வில்லைகள் இரண்டைக் கோத்திருந்த மஞ்சள் கயிறைத் தலைவழியாய்க் கழற்றி, புருஷன்மேல் விட்டெறிந்திருக்கிறாள்:

'இன்னமே ஒம்ம மூஞ்சீலெ முழிச்சேன்னாக் கேளும் . . .' மொகத்திலே கொஞ்சம்கூட ஆத்தரமில்லேண்ணா. என்னமோ, பக்கத்தாத்துக்குப் போறமாதிரி சாதாரணமாச் சொல்லிட்டு, எங்களைப் பார்க்குக்குக் கூட்டிண்டு போறமாதிரி நடந்துட்டா!

காயத்ரியின் குரலில் ஆச்சரியம் அடங்கவில்லை. . . பருந்தை விரட்டிவிட்டு, இறக்கைக்கடியில் குஞ்சுகளை ஒடுக்கிய தாய்க்கோழிபோல, அதே தெருவின் ஒற்றையறைக் குடித்தனம் நோக்கி நடந்துபோனாள் என்று காயத்ரி போனபிறகு என் அம்மா சொன்னாள். முதலியாரம்மா மட்டும் அன்று அடைக்கலம் தரவில்லையென்றால் என்னவெல்லாம் நடந்திருக்குமோ என்றும் சேர்த்துச் சொன்னாள். 'திக்கத்தோருக்கு தெய்வம் தொணெ . . .'

வீம்புக்கு ஒரு வருடம்போல அதே தெருவில் அதே வீட்டில் வசித்த அப்பாக்காரர், அப்புறம் வேறு பகுதிக்கு இடம் மாறினார். பிறகு, அவரைப் பற்றித் தகவலே இல்லை . . .

பெருமாள் கோவிலில், கல்விக்காலப் புரவலர்கள் புடைசூழ, ஜெயஸ்ரீயின் திருமணம் நடந்தது. கோவிலுக்குக் கட்டவேண்டிய

தொகையும், அர்ச்சனைச் சீட்டும் தம் பொறுப்பு என்று கறாராகச் சொல்லிவிட்டார் சேஷாத்ரி பட்டர்; விருந்தினர்களுக்கு தொன்னைகளில் வழங்கிய, மடைப்பள்ளிச் சர்க்கரைப் பொங்கல், வெண்பொங்கலும்தான். மாலைகள், கோவில் வாசலில் பூக்கட்டும் பெரியசாமிப் பண்டாரம் உபயம்.

பேச்சுதான் பிரமாதமே தவிர, பக்கத்துத் தெரு போவதானால்கூட என் அம்மாவுக்கு ஆண்துணை வேண்டும். கல்யாணத்துக்கு என்னைக் கூட்டிப் போயிருந்தாள். அபூர்வமான அனுபவம் – அவ்வளவு விரைவாகவும் நிறைவாகவும் நடந்த இன்னொரு திருமணத்தை நான் இன்றுவரை பார்க்கவில்லை. அத்தனை பேருமே தழுதழுத்திருந்தனர்.

கோவில் வாசலிலிருந்தே புகுந்தவீட்டாருடன் மகளை அனுப்பிவைத்தாள் செல்லாக்கா. மகளுக்காவது லேசாகக் கண் ஊறிய மாதிரித் தெரிந்தது. இவள் வழக்கமான மக்கு முகத்துடன் நின்றிருந்தாள் . . . யாரோ ஒரு உறவுப் பெண்மணி சொன்னாள்:

> ரெண்டாவதானும் புள்ளையாப் பெறந்திருக்காலாண்டி செல்லா. ஒன் கஷ்டத்திலே பாதியாவது இல்லாமேப் போயிருக்கும் . . .

நூறே நூறு ரூபாய் மொய் செய்தால் என்னென்ன உரிமையெல்லாம் வந்துவிடுகிறது!

செல்லாக்கா குடும்பத்துடன் அத்தனை நெருக்கம் கிடையாது எனக்கு. அவ்வப்போது கேள்விப்பட்ட வம்புகள் வதந்திகளைத் தவிர வேறொன்றும் தெரியாது; அவற்றையும்கூட, தீர விசாரிக்கும் ஆர்வம் இருந்ததில்லை. ஜெயஸ்ரீயின் கல்யாணத்தையே, உணர்வு தோயாமல், வேடிக்கை பார்த்துக்கொண்டுதான் நின்றிருந்தேன்.

ஆனால், மேற்படிக் கருத்துக்கு செல்லாக்கா சொன்ன பதிலில் கடும் அதிர்ச்சி அடைந்தேன். கைக்குட்டையால் முகத்தை எவ்வளவு அழுத்தித் துடைத்தும் கறை நீங்காத மாதிரி உணர்ந்தேன் . . . ஆண்பிள்ளையாய் இருப்பதை அத்தனை அவமானகரமாக வேறெப்போதும் உணர்ந்ததில்லை. முகம் சற்றும் மாறாமலே செல்லாக்கா சொன்னாள்:

> ஏதுக்கு, அவ அப்பா மாதிரி வளந்து தொலைச்சிருந்துதுன்னா?

அபிப்பிராயம் சொன்ன உறவுப் பெண்மணியும் முந்தானையால் முகம் துடைத்தாள்.

◆

50

பசுபதீ...

என்று அலறும் குரல் வாசலில் கேட்டவுடனே, கையில் எடுத்த புடவையை 'சொத்'தென்று கட்டிலில் எறிந்தாள் ரேணு. அவ்வளவுதான், இனிமேல் எங்கே சினிமாவுக்குப் போவது. அவள் உடைமாற்றுவதை ரசிப்பதற்காக, படுக்கையறை யிலேயே அமர்ந்திருந்த நான் எழுந்து வெளியே வந்தேன். விடுமுறை நாளை முன்னிட்டு, நேற்றிரவிலிருந்தே எனக்குள் அடர்ந்திருந்த காதல் மணம் சட்டென்று அடங்குவதைக் கசப்பாய் உணர்ந்தேன்.

ரேணுவின் எரிச்சல், திடீர் சினிமாத் திட்டம் கலைந்ததை முன்னிட்டு அல்ல; அவளுக்கு சபேசனைக் கொஞ்சமும் பிடிக்காது. முகத்தைப் பார்த்துப் பேசமாட்டான்; இரட்டை அர்த்தத்தில் பேசுகிறான் என்று புகார் சொல்லுவாள். பொதுவாக யாருக்குமே அவனைப் பிடிக்காது. எந்நேரமும், மாவா ஊறிய எச்சிலும் கெட்டவார்த்தைகளும் வாய் முழுக்க நிரம்பியிருக்கும். சக ஊழியன் என்பதால் சகித்துக்கொள்வோம்.

யாரைப் பற்றியும், எதைப் பற்றியும் மரியாதை இல்லாதவன். முகத்தில் நிரந்தர ஏளனம் இருக்கும். சில மாதங்களுக்கு முன், துப்புரவுப் பணிக்கு தனியார் ஒப்பந்த நிறுவனம் அனுப்பிய ரோஸி நாகலம்மாவை அவன் நடத்தும் விதமே சான்று.

அடர் கறுப்பு நிறம், தீர்க்கமான மாறுகண், லேசாகப் பிளவுபட்ட மேலுதடு, ஒல்லியான உடம்பு என வந்து நின்றவளைப் பார்க்கும் யாருக்கும் படைத்தவன்மேல் ஆதங்கம் எழத்தான் செய்யும். அவளுக்குமே இருந்திருக்கலாம். ஈடுகட்டுவதாய் நினைத்துக்கொண்டு சுண்ணாம்பு அடித்த மாதிரி அடர்த்தியாய் முகப்பவுடர்

பூசியிருப்பாள். பாலியெஸ்டர் சேலை குதிரைச்சதைவரை ஏறி, கந்தல் பாவாடையின் விளிம்பு தெரியும்.

அன்று மதியம் உணவு இடைவேளையில், அவளைப் பற்றி சபேசன் சொன்ன அபிப்பிராயத்தை, கொஞ்சம் மழுக்கி ரேணுவிடம் சொன்னேன் – யாரிடமாவது சொல்லாவிட்டால், மனம் அடங்காது என்று பட்டதால். அவள் உடம்பு அதிர்ந்தது கண்ணுக்குள்ளேயே இருக்கிறது. மழுங்கிய வடிவத்தில்கூட இன்னொரு தடவை சொல்லக் கூச்சமாய் இருக்கிறது. பாஷைக்குச் செய்யும் அவமானம் அது என்று படுகிறது.

ஆனால், மேற்சொன்ன ஆதங்கம் படைத்தவனுக்கேகூட இருந்திருக்கலாம்; பிரமாதமாக ஈடுகட்டியிருந்தான். நாகலம்மாவின் சிரிப்பு. எதற்கெடுத்தாலும் சிரிப்பாள். சபேசன் அவளை அவமதிக்கும்போதுகூட, சிரிப்புத்தான். முகம் சுளிக்காமல் வேலை பார்ப்பது மட்டுமில்லை – யார் எந்த உதவி கேட்டாலும் தயங்காமல் ஓடிஓடிச் செய்வாள். சிரிப்பு கட்டுக்கடங்காமல் போகும்போது, கண்ணில் நீர் மல்க, 'சேசுவே' என்று அரற்றுவாள்.

வார்த்தைகளாக அடுக்கத்தான் இவ்வளவு நேரம் பிடிக்கிறது. எண்ணமாக ஓடித் தீர்வதற்கு, நான் வாசல்வரை செல்லும் அவகாசமே போதுமாயிருந்தது.

என்னோட வாப்பா.

என்று அவசரமாய்ச் சொன்னான். எனக்கு ஒருமாதிரி உடனே விளங்கிவிட்டது. காலையில், காய்கறி வாங்க அண்ணாச்சி கடைக்குப் போனபோது, காவேரியைப் பார்த்தேன். புன்னகைத்து விட்டு, இதே வீதியின் மறுமுனைக்குக் குடிவந்திருப்பதாகச் சொன்னாள். தனிவீடுதானாம். சாந்தம் படர்ந்த, திருத்தமான அழகு முகத்தில் என்னிடம் பேசும்போது தேவைக்கதிகமாகச் செம்மை கூடியது. அவள்மீது பச்சாதாபம் அதிகமானது...

சட்டையைப் போட்டுக்கொண்டு, ரேணுவின் முகத்தை நேருக்குநேர் பார்ப்பதைத் தவிர்த்துவிட்டு அவனோடு நடந்தேன். வழியில் பெட்டிக்கடை முன்பு நின்றான்.

ஒனக்கும் கிங்ஸ்தானெப்பா?

என்று கேட்டுவிட்டு, பதிலுக்குக் காத்திராமல் பையிலிருந்து பணத்தை எடுத்தான். எனக்கு வணக்கம் வைத்தவாறே, சிகரெட்டுகள் நின்ற தகர டப்பாவை எடுத்த பாய்,

ரெண்டு போதுமுல்லே?

என்றவாறு அவனிடம் நீட்டினார். ஆழ இழுத்துவிட்டு, சபேசன் என்னிடம் சொன்னான்:

தலைப்பில்லாதவை

நேத்து அச்சரப்பாக்கம் போயிருந்தனப்பா. பெரியவர் நீட்டாச் சொல்லீட்டாரு. 'போய்க் கூப்புடுறா. வந்துருவா. இனிமேயாவது புத்தியோடெ பொளைச்சுக்க.'

நான் அவன் முகத்தையே பார்த்தேன். இரண்டு மாதத் தாடியில் நரைமுடிகள் நிறையத் தெரிந்தன. முகம் சற்று ஒடுங்கியிருந்தது. ஆளே இளைத்திருக்கிறான். தாடியை மீறித் தெரிந்த இளக்காரம், அவன் சுபாவத்தின் வெளிப்பாடு அல்ல, முகத்தின் அமைப்பே அப்படித்தான் போல என்று தோன்றச் செய்தது. அவனது சூழ்நிலை எனக்குள் விளைவித்த பரிதாபத்தால்தான் அப்படித் தோன்றுகிறதோ என்ற சந்தேகமும் எழுந்தது.

நம்ம மேலெயும் தப்பு இருக்குல்லப்பா. யோசிக்காமெப் பேசிர்றோம். பேச்சுகூடப் பரவால்லெ. கைநீட்டுனது தப்புத்தானெ. 'மொதவாட்டியே வெளக்கமாத்தத் தூக்கியிருந்தான்னா இவ்வளவுதூரம் போயிருப்பியாடா'ன்னு நாக்கப் பிடுங்குற மாதிரிக் கேட்டுட்டாரு சாமி. அது திரும்பத்திரும்ப என் காதுக்குள்ளெ ரொங்குது . . அவ்வளவுதாம்ப்பா. கால்லெ வுளுந்துர வேண்டியதுதான். கட்டுன பொண்டாட்டி கால்லெ வுளுகுறதெல்லாம் ஒரு கேவலமா . . . ஆமப்பா, ரொம்பத் தப்புப் பண்ணீட்டெ ன்.

நடையைத் தொடர்ந்தபோது விசை கூடியிருந்தது. படபடப்பு அதிகரித்த இதயத்தோடு நடக்கக் கால்கள் பின்னின எனக்கு; இனம் புரியாத அச்சமும் தயக்கமும் அழுத்தின.

இன்னும் பிரிக்காத அட்டைப்பெட்டிகள் மத்தியில், வராந்தாவில் கிடந்த மடக்கு நாற்காலியில், துப்பட்டா போடாமல், கைபேசியில் ஆழ்ந்திருந்த யுவதி ஒரு கணம் தர்மசங்கடமான முகத்துடன் பார்த்துவிட்டு உள்ளே வேகமாகப் போனாள். காவேரியேதானோ என்று ஒரு கணம் திகைத்தேன். தாழிட்ட கம்பிக்கதவில் கைநுழைத்து சுவாதீனமாய்த் திறக்க முனைந்தான் சபேசன். படிக்கட்டிலேயே ஓரிரு நிமிடம் காத்திருந்தால் தேவலையே என்று நான் நினைத்து முடிக்குமுன்பே, ஒரு பேரிளம்பெண் வெளிப்பட்டார்.

காவேரி ஊர்லெ இல்லையே. அவுங்க மாமா வூட்டுக்குப் போயிட்டா.

என்றார். ஒரே வார்ப்பில் மூன்று உருவங்கள்; முகத்தில் வயது மட்டும் தெரியாவிட்டால், வித்தியாசமே கண்டுபிடிக்க முடியாது என்று சபேசனின் திருமண வரவேற்புக்குச் சென்றுவந்த சகாக்கள் சொன்னது எனக்கு ஞாபகம் வந்தது; ரேணு வரமறுத்து,

என்னையும் தடுத்ததால் நான் போகாததும்தான். ஏதோ பொய்சொல்லி சமாளித்துவிட்டேன்.

சீரங்கம் மாமா வூட்டுக்கா?

அதெல்லாம் எதுக்கு? ஊர்லெ இல்லேன்னா வுட்டுற வேண்டியதுதானெ.

அந்த அம்மாள் கதவை அடித்துச் சாத்துவதற்குள், ஒரு ஆணுருவம் தயங்கிக் கடந்தது தெரிந்தது. சற்று வயதான, கூன் விழுந்த உருவம். வாசலை நோக்கிய அறையின் ஜன்னல் படாரென்று மூடுமுன், லேசாக விசிக்கும் சப்தம் கேட்டது என்னுடைய பிரமையோ. . .

புளுகுறாளுகப்பா. பாக்க இஸ்டமில்லேன்னா நேரடியாச் சொல்லீறவேண்டியதுதானே. இதுக்குத்தான் இந்தத் தேவிடியாளுகள ஓட ஓட விரட்டுறது. கிளவியெ அந்த இடத்துலெயே செருப்பாலெ அடிச்சிருக்கணும். தப்புப் பண்ணிட்டேன்.

என்றவாறு சிகரெட் பற்ற வைத்தான். எனக்கு வேண்டுமா என்று கேட்டபோது தலையாட்டி மறுத்துவிட்டேன். என் வீட்டு வாசலில் பார்த்ததிலிருந்து இப்போதுவரை அவனிடம் ஒரு சொல்கூடப் பேசவில்லை என்பது இப்போதுதான் உறுத்தியது. அவனுக்குச் சொல்ல என்னிடம் வார்த்தைகளே இல்லை என்பது ஆச்சரியமாய் இருந்தது.

இத்தனையும் நடந்தது, போன ஞாயிற்றுக்கிழமை. மறுநாளிலிருந்து அலுவலகம் வரவில்லை சபேசன். புதனிலிருந்து, நாகலம்மா வருவதும் நின்றுவிட்டது. ஏஜென்ஸியிலிருந்து வேறு பெண்ணை அனுப்பியிருந்தார்கள். எங்கள் நிறுவனத்திடம் வசூலிக்கும் தொகையில் பாதியை மட்டுமே சம்பளமாய்க் கொடுத்தாலும், சிலசமயம் மாதக்கணக்காக சம்பள பாக்கி வைத்தாலும், அவர்களிடம் ஊழியர்களுக்குப் பஞ்சமே கிடையாது.

இவ்வளவையும் சொல்லக் காரணம், இன்று காலை வாட்ஸப்பில் வந்து விழுந்த பேரதிர்ச்சி . . . அவ்வளவுதான். எனக்கும் ரேணுவுக்கும், மதியச் சாப்பாடு இறங்கவில்லை.

பின்னே? காலை வெயிலில் கோபுரம் பிரகாசிக்கும் தேவாலயம் பின்னணியில் இருக்க, சபேசனும் நாகலம்மாவும் மாலையும் கழுத்துமாக நின்றிருக்கும் புகைப்படம், ஒரு புது எண்ணிலிருந்து. ஐயோ, அந்தப் பெண்ணின் முகத்தில்தான் எவ்வளவு சிரிப்பு?

51

பூப்போல இட்டிலி. அமிர்தமாய் ருசிக்கும் சட்டினி. இதுபோக, காலையில் வைத்த குழம்பு (பழங்குழம்பு ஆவதற்கு இரவு கழிய வேண்டும். அதுவரை பெயர் மாறாது). இரண்டோ மூன்றோ அதிகமாகச் சாப்பிட்டேன். கொஞ்சம் பயம்தான். அளவுபற்றி பயப்படும் வயதை எட்டியாகிவிட்டது.

இட்டிலிதானே. ஒண்ணும் பண்ணாது.

என்றாள் கங்கணம் பெறும் அருகதை கொண்ட சமையலைச் செய்தவள். ஆனால், அது என்னவெல்லாம் பண்ணியது என்பதைச் சொல்லத்தான் ஆரம்பித்திருக்கிறேன்.

மிருதுவான விடிவிளக்கு. குளிர்பதனம். மின்விசிறி. இதமான மெத்தை. உடனடியாய்த் தூக்கம் வந்துவிட்டது. ஒரு விஷயத்தை இப்போதே சொல்லிவிடுகிறேன். பிற்பாடு விடுபட்டுவிடக் கூடும்.. இந்த நோய்த்தொற்றுக் காலத்திலும், படுத்தவுடன் தூக்கம் வருவது எத்தகைய பாக்கியம். பகலில் கணிசமாகத் தூங்குகிறேன் என்பதற்காகச் சொல்லவில்லை – சாப்பாடு, துணி, உறைவிடம் என எதற்கும் தட்டுப்பாடில்லாத வாழ்க்கை அமைந்திருக்கிறதே, அதற்காகச் சொன்னேன். உபரியாக, 50/60 பக்கம் வாசிக்கும் மன நிலை. / அல்லது \, எதைப் போட வேண்டும் என்று ஓரிரு கணங்கள் தயங்கி யோசித்தேன். அப்போது ஏற்பட்ட இடைவெளியையும் சேர்த்துத்தான் நீங்கள் வாசிக்க வேண்டும். இல்லாவிட்டால், மொத்தமும் புரியாமல் போகவும், எழுதுகிறவன்மீது எரிச்சல் பெருகவும் வாய்ப்பிருக்கிறது. உங்களுக்குத் தெரியாததில்லை, இருந்தாலும் சொன்னேன்.

அமைந்த வாழ்க்கை என்று சொன்னேனல்லவா. பின்னே, தேடி அமைத்துக் கொண்ட வாழ்க்கை

என்று எப்படிச் சொல்வது. எத்தனையோ தற்செயல்கள், உடன் நிகழ்வுகள் சேர்ந்து இந்த இடம் வரை இழுத்து வந்திருக்கின்றன. சம்பந்தப்பட்ட சகலருக்கும் நன்றி சொல்லியாகவேண்டும் – என்னைத் தவிர. எத்தனை பேருக்குச் சொல்வது. அதனால்தான், யாருக்குமே சொல்வதில்லை . . .

வேலை முடித்துவிட்டு மனைவி எப்போது படுக்க வந்தாள் என்பதே தெரியாது.

ஒரு கடற்கரை வந்தது. கடற்கரைக்கு நாம் போவதுதானே நடைமுறை. ஆனால், கடற்கரை என்னைத் தேடி வந்தது. கடற்கரையில் நான் இருப்பது எங்குமே தென்படவில்லை என்பதால், நான்தான் அதைப் பார்த்திருந்திருக்க வேண்டும். இதெல்லாம் ஒரு அனுமானம்தான். அறுதியிட்டுச் சொல்ல இன்னொரு ஆள் வேண்டுமல்லவா. ஆளே இல்லாத கடற்கரை அது. ஆனால், காட்சி வெகு துல்லியம்.

கரையில் மோதித் திரும்பும் ஒவ்வொரு அலையும், அதன் ஒவ்வொரு துளியும், சாரல்போலக் காற்றில் சிதறும் ஒவ்வொரு துமியும், நீர்விளிம்புக்கு வெளியே ஓரிரு அடி தொலைவுக்குப் பதிந்த ஈரமும், அப்பால் நிபந்தனையற்று விரிந்த மணல் பரப்பும் அதன் ஒவ்வொரு துகளும் அசாத்தியமான துல்லியம். அதற்காக, உயர்தரக் கருவியில் பிடித்த புகைப்படம் என்று நினைத்துவிட வேண்டாம்; நிஜக் காட்சி. அலை வீசியெறிந்ததால் தரையில் மோதி, பக்கவாட்டில் நடக்கும் தோற்றத்துடன், ஆனால் நீரைநோக்கி நேராக, விட்டுப் போகும் தாயின் பின்னால் ஆவேசமாகத் தத்தியோடுகிற பாலகன்போலப் பாயும் நண்டு உள்பட ஏகப்பட்ட சலனங்கள். விரித்தால் விரியும். எனவே, கடக்கிறேன்.

வெறும் காட்சியாக இருந்த கடற்கரை, திடீரென புட்டத்தில் உணர்வாக மோதியது. அடுத்த கணம், முதுகில் மணல் அழுந்தியது. அவசரமாக அமர்ந்து, அப்படியே சரிந்து படுத்திருப்பேன் என்று யூகிக்கிறேன். அத்தனை மென்மையான சூழலில் உறக்கம் வராதிருந்தால்தான் ஆச்சரியம். தவிர்க்க முடியாத உபபொருளாக, கனவு வந்தது.

கடற்கரை வருவது மாதிரி அல்ல, கனவு வருவது. இது எனக்குள்ளிருந்தே ஊறி எழுவது. பின்னே, கடற்கரை மட்டும் என்னவாம் என்ற தத்துவக் கேள்விக்கு இப்போது அவகாச மில்லை – கனவில் கடற்கரை வர முடியும்; கடற்கரையில் கனவும் வர முடியும் என்று சமரசமாக முடித்துவிடலாம். இரண்டும் ஒன்றா என ஆரம்பித்துவிடாதீர்கள்.

ஆனால், தானாய் வந்த கனவில், இன்னொரு கடற்கரையும் அதிலும் ஒரு கனவும் வரும் என்று நான் எதிர்பார்க்கவில்லை. எதிரெதிர்க் கண்ணாடிகளில் தெரியும் சட்டகங்களும் அவற்றில் பொருந்திய எதிர்க் கண்ணாடிகளுமென முடிவற்ற பிம்பங்கள் உருவாகிற மாதிரி, கனவுக்குள் கனவுக்குள் கனவாக ஏகப்பட்டவை சரசரவென உதித்தன. ஒவ்வொன்றிலும் இதே கடற்கரையும் இதே துல்லியமும்; படுத்திருக்கும் இதே நானும் தான். இடையில் ஊடறுத்து எந்தக் கனவிலும் நுழைந்து விடலாம். காட்சி மாறுவதற்கில்லை. ஆட்சேபிக்க யாரும் இல்லை – ஆளற்ற கடற்கரை என்று முன்னமே சொன்னேனே.

அலை. நுரை விளிம்பு. நீர்வேகம் கொண்டு தட்டும் குப்பைகள். தான் மட்டும் பின்வாங்கி ஓடும் நீர். மணல். அதன்மீது படிந்த ஒளியின் சாந்தம். காலைப் பொழுதா அந்தியா என்று வரையறுக்க முடியாதபடி ஒளிரும் அதன் பொன்னிறம். தொலைதூரம் வரை குறுக்கீடே இல்லாமல் பரந்திருக்கும் காட்சி. எதிர்த் திக்கில், கடற்கரை முடியும் இடத்தில் நின்ற தென்னைமர வரிசை மட்டும் தற்போதைய காட்சியின் பகுதியா, வேறேதோ ஊரில் பார்த்ததன் நினைவுத் தொடர்ச்சியா என்பதை நிர்ணயிக்க முடியவில்லை.

ஆனால், எதுவுமே நடக்காத காட்சியை எவ்வளவு நேரம்தான் பார்த்துக்கொண்டிருப்பது – எத்தனை ரம்மியமான வெளிச்சம் என்றாலும் மெல்ல மெல்லக் கறுக்கப் போகிறது; அல்லது, உஷ்ணமேறப் போகிறது. கொஞ்சம் காத்திருந்தால் தெரிந்துவிடும்தான். யாருக்குப் பொறுமையிருக்கிறது. வசமாக ஒரு சாக்குக் கிடைத்தால் சகலத்தையும் விட்டு வெளியேறி விடலாம். உடம்பும் மனமும் எவ்வளவு ஆசையாய்க் காத்திருக்கின்றன – வெளியேறுவதற்கு. இந்த வாக்கியத்துக்குத் தத்துவப் பளு ஏதும் ஏற்றிவிட வேண்டாம். நான் கடற்கரையைச் சொன்னேன் . . . அதை மட்டுமே சொன்னேன்.

ஆனால், எதுவுமே நடக்கவில்லையே என்று நான் எனக்குள் அரற்றியது, ஒட்டு மொத்தப் பிரபஞ்சத்துக்கும் கேட்டுவிட்டது போல. மெல்ல வருடிய கடற்காற்று,

என்னப்பா, என்னெ மறந்துட்டியே.

என்றது. பூமியில் நிலவும் எத்தனையோ மொழிகள் இருக்க, அத்தனை தேசத்திலும் அத்தனை கடற்கரையிலும் வியாபித்திருக்கும் காற்று என்னிடம் இதைத் தமிழில் சொன்னதை

எந்த வார்த்தையால் குறிப்பிடுவது – கருணை? அன்பு? வாஞ்சை? பரிவு? தயவு?

அற்புதமான சாக்கு கிடைத்தது. ஒரு கிழவர் நுழைந்தார். யாசகர்கள் வைத்திருப்பதுபோன்று, கையில் அலுமினியக் கிண்ணம் வைத்திருந்தார். சற்று அகலமான கிண்ணம். நான் மட்டுமே இருந்தபோது என்னுடையதாய் இருந்த கடற்கரை, இன்னொரு ஆள் வந்த மாத்திரத்தில் சரிபாதி கைவிட்டுப் போனமாதிரி உணர்ந்தேன். அதைவிட, அவர் என்னிடம் யாசித்தால் கொடுப்பதற்கு என்னிடம் எதுவுமே இல்லை – கொடுக்கும் மனம்கூட இல்லையே, என்பது மணலில் ஒளிந்த கண்ணாடிச் சில்லாய் உறுத்தியது.

இதற்கிடையில், நான் இருப்பதைப் பொருட்படுத்தாத கிழவர் கிண்ணத்தில் தண்ணீர் மொண்டு தென்னைமர வரிசையிடம் போய்வரத் தொடங்கினார். எங்கேதான் போய்ப்போய் வருகிறார் என்பதைப் பார்க்கப் போகிறவன்போல எனக்கே பாவனை செய்தபடி, மெல்ல அந்த இடத்தைவிட்டு அகன்றேன்.

கிட்டப்போய்ப் பார்த்தால்தான் தெரிகிறது, தென்னை மரங்கள் தனியாக நிற்கவில்லை. பாதத்தையொட்டி ஏகப்பட்ட பூச்செடிகள். அவற்றுக்கு நீரூற்றத்தான் அந்தக் கிழவர் மெனக்கெடுகிறார். கிண்ணத்திலிருந்து சரிவது உப்புநீரல்ல, சாத்வீகம் என்று ஒரு வாசகம் எனக்குள் உதித்தது. அல்லது விசாரம் என்று சொல்லலாமோ – இதெல்லாம், நானே தேர்ந்தெடுத்த கனவிலிருந்து நானாகவே விலகும் அறிகுறிகள். நீராய் இருந்தால் என்ன, அல்லது அரூபமான எதுவாய் இருந்தால் என்ன, தேவையில்லாத விஷயங்களில் தலையிடுவது சரியில்லை என்று உள்ளுணர்வு உறுத்தியது. எப்படியோ, கிழவர் தினசரி இறைத்து, கடல் காலியாகாமல் இருந்தால் சரி . . .

அப்போதுதான் கவனித்தேன். ஒவ்வொரு செடியிலும் இட்டிலிகள் பூத்திருந்தன. ஆமாம், பூப்போல இட்டிலியும் இருக்கலாம். இட்டிலிபோலப் பூவும் இருக்கலாம் போல. ஒரு கனவுக்கு ஒரு துளி ஞானம் என்ற வீதத்தில் இதுவரை கோத்தது எவ்வளவு, அத்தனையும் ஆவியானது எப்படி, என்று யோசித்தேன். நெஞ்சு கனத்தது. ஆமாம், மனைவியின் கை என் நெஞ்சில் சற்று அழுத்தமாகவே படிந்திருந்தது . . .

❖

52

நீதிமன்ற வாய்தாவுக்குப் போவது என்னுடைய அலுவல் கிடையாது. தவிர, அடுத்த வாய்தா வாங்க என்னளவு உயர்பதவியில் உள்ளவர் வரவேண்டிய தில்லை. அதற்கென்று தனியாக சட்ட இலாகா இருக்கிறது. அவர்களுக்கும் பெரிதாய் வேலை இருக்காது. நிறுவனத்தின் நிரந்தர வக்கீல்களில் ஒருவரை நியமிப்பது; வழக்கு பற்றிய விபரங்களை, ஆவணங்களை அவரிடம் சேர்ப்பிப்பது; வாய்தா நாளில் நீதிமன்றம் செல்வது; உரிய கட்டணத்தை வக்கீல் கணக்குக்கு மாற்றி ரசீது பெறுவது என்று சட்டத்துக்குச் சம்பந்தமற்ற நிர்வாக அலுவல்கள். குமாஸ்தாக்கள் அளவில் முடிகிறவை...

எங்களுடையது சேவை நிறுவனம். சேவை என்று வந்துவிட்டால் குறைபாடு இல்லாமல் இருக்குமா? வாடிக்கையாளர் போடும் வழக்குகளுக்கு வருடக்கணக்காக வாய்தாக்கள் வாங்கிக்கொண்டே போகும்போது, அலைச்சலும் அலுப்பும் தாளாமல் நீதிமன்றத்துக்கு வெளியே சமரசம் செய்துகொள்ள அவரே சம்மதித்துவிடுவார்.

இந்தமுறை மெனக்கெட்டு, மதுரைவரை நான் விமானத்தில் வந்ததற்குக் காரணம் என் தாய்மாமா. கிட்டு மாமா உடல்நலம் மிகவும் குன்றி, படுத்த படுக்கையாக இருக்கிறார் என்று செய்தி வந்திருந்தது. பெரியகுளத்தில் வசிக்கிறார். நிறுவனத்தின் செலவில் பார்த்துத் திரும்பலாம் என்று முடிவெடுத்தேன். நான் போகும்வரை அவர் உயிரோடு இருந்துவிட்டால் உத்தமம். அப்படித்தான் தகவல் பயமுறுத்தியது.

நான் பிறக்குமுன்பே இறந்துவிட்ட என் பாட்டனாரின் சாயல் முழுமையாகக் கொண்டவர் கிட்டு மாமா என்று பெரியவர்கள் சொல்வார்கள். மூத்த மகனும் தகப்பன் போலவே கோபக்காரர்; தாத்தாவுக்கும் நாகாக்கத் தெரியாது என்பாள் அம்மா.

ஆனால், அவரைப்போல சாமர்த்தியசாலி இல்லை மாமா. தகப்பனார் பணம் விளையும் வயல்கள் ஏகப்பட்டதை வாங்கிப்போட்டு, வெற்றிகரமாய் மகசூல் செய்து கஜானாவை நிரப்பியிருந்தார். பிள்ளைக்கு, செலவு செய்வதில்தான் ஆர்வம். இன்னொரு வேறுபாடு, இவருக்கு இரண்டு தாரம் இல்லை – எங்களுக்குத் தெரிந்தவரை.

பெரிய பாட்டி இருக்கும்போதே, கேரளத்தில் போய் இன்னொரு திருமணம் செய்துகொண்டு வந்தார் தாத்தா. நேர்மையான மனிதர் – முதல் திருமணம் நடந்ததை மறைக்க வில்லை; 'அவ காரியம் ஆயிட்டது' என்று ஈரெட்டாகச் சொன்னாராம். என்ன காரியம் என்று அவர்கள் விசாரிக்க வில்லை – இவரும் விவரிக்கவில்லை.

இரண்டாம் தாரம்தான் என் தாய்வழிப் பாட்டி. பதினாறு குழந்தைகள் பெற்றும் சௌந்தரியம் கெடாமல், என்னுடைய திருமணம்வரை வாழ்ந்தவள். மறைவதற்கு முந்தின நாள்கூட வெறும் கண்ணால் பார்த்து ஊசியில் நூல் கோத்தாள். மழித்த தலையில் நார்மடியை இழுத்து விட்டபடி, பேர, கொள்ளுப்பேரக் குழந்தைகளுக்கு விடியவிடியத் தூளி ஆட்டுவாள். விடிவிளக்கொளியில் பளிங்குபோல ஒளிர்வாள்.

அப்படியொரு பேரழகி, வெறும் பதினாறுடன் நின்றதே விந்தைதான்.

பேருந்து நிலையத்தைக் கடந்து, இடதுபக்கம் திரும்பியது கார். நேரெதிரே, வலதுபக்கம் திரும்பும் வீதியில் மூத்த பாட்டியின் மூத்த புதல்வர் நடத்திய பட்சணக் கடை. முகப்பில் பெயர்ப்பலகை மாறியிருந்தது. 'ராசு மிலிட்டரி' என்று ஆங்கில, தமிழ் எழுத்துக்கள் மினுங்கின. கடை இரண்டு வருடம் முன்பு கைமாறியது. முன்பக்கம் கடையும், பின்பக்கம் வசிப்பிடமும் கொண்ட பெரிய கட்டடம். எம்ஜீயார் மாதிரி வசீகரமாய் இருப்பார் எம்டன் மாமா. அவரை மாதிரியே சிரிப்பார். தாத்தா ஊருக்குப் போகும்போது, ஜட்காவை முதலில் அங்கே திருப்பச் சொல்லுவாள் அம்மா.

ஒரே வயிற்றில் பிறந்த சகோதரிபோலப் பாசமாய் நடத்துவார் அவர். பேசிக்கொண்டிருக்கும்போதே சடாரென்று எழுந்து முன்பக்கம் போவார்; இரண்டு கை நிறைய கூம்புவடிவப் பொட்டலங்களுடன் வருவார். 'இதெல்லாம் எதுக்குய்யா?' என்று கேட்டவாறே அம்மா சந்தோஷமாக

வாங்கிக்கொள்வாள். ஆனால், ஊர் திரும்பி வீடு சேரும்வரை அந்தப் பொட்டலங்களைப் பிரிக்கக்கூட முடியாது.

பாட்டி வீட்டுக்குள் நுழைந்த மாத்திரத்தில் 'அந்தத் தாயழியெப் பாத்து ஈஷிட் டு வறியாக்கும்?' என்று ஆவேசமாய்க் கேட்பார் கிட்டு மாமா. அசட்டுச் சிரிப்புடன் அம்மா பதிலுக்குக் கேட்பாள். 'எப்பிடிரா கண்டுபிடிச்சே!' காபித் தம்ளரை நீட்டியபடி மாமி சொல்வாள்: 'அதான் உள்ளே நுழையறத்துக்கு மின்னாடியே நெய் வாசனை கும்முனு வந்துருத்தே!' மாமாவின் ஆவேசம் திசைமாறிப் பாயும். 'ஆமா, நெய்யையும் பீயையும் இவதான் நன்னா மோப்பம் பிடிப்ப. போலீஸ் நாயாப் போயிருக்க வேண்டிய சனியன் . . .' பெண்கள் இருவரும் வெடித்துச் சிரித்து சமாளிப்பார்கள்.

இவருக்கு அவர்மீது அவ்வளவு பகை வளர்ந்த காரணம், ஊர் எல்லையில் தாத்தா வாங்கிப் போட்டிருந்த மூன்று ஏக்கர் நிலம். தாத்தாவின் சுய சம்பாத்தியம் என்பதால் மூத்ததாரக் குழந்தைகளுக்குத்தான் முழுசும் என்று அவர்களும், தரமுடியாது என்று இவரும் நடத்திய வழக்கு. நானறிய, சுமார் முப்பதுவருட காலமாய் நீடித்து வருகிறது. இடையில், மேற்சொன்ன இரண்டு பெண்மணிகளுமே காலமாகிவிட்டார்கள். சாதுப்பூனை எம்டன் மாமாவா வழக்குப் போட்டார்? என்று வியந்து தீராது எனக்கு . . .

சாய்வுநாற்காலியில் படுத்திருந்தார் கிட்டு மாமா. படுக்கையில் இல்லை என்பதே எனக்கு ஆச்சரியம். அப்புறம்தான் பார்த்தேன் – நாற்காலிக்கு அடியில், கனத்த, ஸீலிட்ட பாலித்தீன் பை. அதிலிருந்து கிளம்பிய சன்னமான ப்ளாஸ்ட்டிக் குழாய் அழுக்கு வேஷ்டிக்குள் சென்று மறைந்தது. வெளித்தெரிந்த குழாய்ப் பகுதியிலும், கீழே கிடந்த பையிலும் அடர்மஞ்சள் நிறத்தில் மூத்திரம் சேகரமாகியிருந்தது.

புருவத்துக்குமேல் உள்ளங்கைத் தடுப்பு வைத்துப் பார்த்தார். 'யார்றாது, தண்டுவா?' 'ஆமா. ஒங்குளுக்கு உடம்பு எப்பிடிருக்கு?' ஆமோதிப்பாகக் கொஞ்சம் இருமினார். 'ஒம் புள்ளெ ஃபாரீன் போயாச்சா?' தலையசைத்தபடி சாத்துக்குடிப் பையை நீட்டினேன். கை நடுங்க வாங்கி அருகிலிருந்த ப்ளாஸ்டிக் முக்காலிமீது வைத்தார்.

சாமான்களே இல்லாத சிறிய வீடு ஏனோ என்னை ரொம்பவும் சங்கடப்படுத்தியது. வாடகை வீடு என்றாலும், இன்னும் கொஞ்சம் பெரியதாக இருந்திருக்கலாம். மனிதர்கள்

மூச்சுவிடவாவது விசாலம் வேண்டாமா. துர்நாற்றமாவது இல்லாமல் இருந்திருக்கலாம். விடுமுறைக்கு வரும்போது மாமா குழந்தைகளுடன் விளையாடிய மாளிகை தொலைதூரக் கனவுபோல மனத்தில் நிழலாடியது. உயர்நீதிமன்றத்தில் வழக்கை நடத்திய வழக்கறிஞரே கிரயம் செய்துகொண்டார் என்று கேள்வி.

மாளிகையின் காமிரா அறையில் அடுக்கிய நெல்மூட்டைகளுக்கு அருகில் ரமா உடைமாற்றுவது அறியாமல் கதவைத் தள்ளிக்கொண்டு நான் உள்ளே போய் விட, மேலே மறைப்பதா கீழே மறைப்பதா என்று ஒரு கணம் அல்லாடியபடியே, 'டேய், வெளீலே போடா கடங்காரா' என்று உறுமினாள். இவ்வளவு வெள்ளையா அவள்? என்று வியந்த பார்வையை அகற்ற இயலாமல் பின்வாங்கினேன். ஆயிற்று, அவளும் பேரன் பேத்தி எடுத்துவிட்டாள். அம்மணப்படம் எனக்குள் பத்திரமாய் இருக்கிறது . . .

ஒங்கம்மா திவசம் அடுத்த வாரம் வருமேடா?

என்றார் மாமா. ஆமாம் என்று தலையாட்டினேன். ஆவணிமாத கிருஷ்ணபட்சத் திரிதியை. இந்த வருடம் செப்டம்பர் முதல் வாரத்தில் வருகிறது. ஆறாம் தேதி.

> அன்னிக்கித்தான் சுப்ரீம் கோர்ட்லெ தீர்ப்பு. நம்ம விச்சுக் குருக்கள் மாப்ளெ சாமிநாதன் என்னமா கேஸ் நடத்தியிருக்கான் தெரியுமோ? ஜட்ஜு காசு வாங்கிட்டா மட்டும்தான் எதிர்ப்பக்கம் ஜெயிக்கும் மாமான்னு அடிச்சுச் சொல்றான். எங்கே, எனக்குத்தான் எதிர்ப்பக்கம். உங்கம்மைக்கு என்னைவிட அவன் கிட்டெதான் பிரியம் ஜாஸ்தி. நக்கித் தின்ன ஜென்மம்தானே அவ.

சுரீரென்றது. உடனடியாக எழுந்து வெளியேற வேண்டும் என்று பரபரத்தது.

இதற்குள் மாமாவின் இரண்டாவது மருமகள் வயிற்றைத் தள்ளியபடி, சத்தமாக மூச்சிரைத்தபடி, திரையை விலக்கிக் கொண்டு வந்தாள். அவள் புருஷன் டெய்லராகக் காலந்தள்ளுகிறான். கழுத்துச் சங்கிலியும், வளையல்களும் முழுக்க வெளுத்திருந்தன. விளிம்பு கீறின பழைய ப்ளாஸ்ட்டிக் தட்டில் பாதி அதிரசமும், ஒரு தேன் குழலும் கொண்டு வைத்தாள். முதல் விள்ளலை வாயருகில் கொண்டு போகும்போதே, பிசுக்கு வாடை நாசியைத் துளைத்தது. மாமா குரல் உயர்த்தினார்:

> உங்க சங்காத்தமே வேணாம்னுதானே நாயே எங்கப்பன் வெலக்கி வச்சான். மானங்கெட்டுப்போய் தாவாப்

பண்றே? இதுக்குப் பிச்சையெடுத்துப் பொழையேன், யாரு வேணாங்கறா? இல்லே, வீட்டுப் பொம்பளைகளக் கூட்டிக்குடு...

எதிரில் யாரோ இருக்கிறமாதிரிப் பேசிக்கொண்டே போனார்.

வெறிச்சோடிய தெருவில் உச்சிவெயில் நீர்க்குட்டைபோல அலையாடியது. தொங்கும் நாவில் எச்சில் சொட்ட ஓடிவந்த சோனிநாய் கண்ணுக்குப் புலப்படாத எதையோ துரத்திப் போய் மறைந்தது.

❖

53

> ஒங்க குடும்பத்திலெ, ஏதோ ஒரு தலைமுறையிலெ, கன்னியாவே எறந்துபோன பெண்தெய்வம் ஒண்ணு நிம்மதியில்லாமெ அலையுதுங்க. அதெக் கரையேத் துறவரெக்கி மக கல்யாணம் தள்ளிப்போகத்தான் செய்யும்...

என்று மேலக்கால் ஜோசியர் அடித்துச் சொன்னார். இப்படிச் சொல்லும் நாலாவது ஜோசியர். கன்னித்தெய்வத்தின் சாபம் இல்லாத ஒரு குடும்பமாவது தமிழ்நாட்டில் இருக்குமா என்று சந்தேகம் உதித்தது. ஆனால் இந்த விசாரங்களை யெல்லாம் சேது தன்னோடு வைத்துக்கொள்ள வேண்டும். வாய்விட்டுச் சொன்னால், 'இருக்குற பாவம் பத்தாதுன்னு கூடக் கொஞ்சம் சேர்க்கப் பாக்குறீங்களாக்கும்?' என்று மனைவி வேதனைப்படுவாள்.

> இவ்வளவு தூரம் வந்துட்டடீக, நாளைக்கி வெள்ளன ஒரு கார் எடுத்தம்னா, இந்தா இருக்கு ராமேஸ்ரம். ஒரெட்டு போய்ட்டே திரும்பீறலாம் மாப்ளே.

என்றார் மைத்துனர். அவருக்குத் தெரிந்த ஐயரின் ஃபோன் நம்பர் கைவசம் இருக்கிறது. மைத்துனர் குடும்பமும் வருகிற மாதிரி பெரிய வண்டி ஏற்பாடு செய்துவிடலாம் . . .

காரோட்டி ஏதேனும் சைவமடத்தில் கட்டளைத்தம்பிரானாய் இருந்திருக்க வேண்டியவர். நெற்றி, முன்னங்கைகளில் திருநீற்றுப் பட்டைகளென்ன, தொண்டைக்குழியில் புடைத்த ருத்ராட்சமென்ன, சீரற்றுத் தொங்கும் தாடிமீசையென்ன, முதுகை எட்டிவிட்ட கேசமென்ன என்று பாதித் தவத்தில் எழுந்து வந்தவர்போல இருந்தார். காரோட்டுவதையே தவம்போலத்தான் செய்தார்.

அவ்வளவு நிதானம். உரிய வேளைக்குள் சென்றுசேருவோமா, போகும் வேலை இன்றைக்கே முடிந்துவிடுமா என்று பதற்றம் ஏறியது.

ஆனால், தானாகக் காலக்கெடு விதித்துக்கொண்டதால் வந்த பதற்றமோ என்று நினைத்தார் சேது. எதிர்பார்த்ததற்கு முன்பே கொண்டு சேர்த்தார் ஓட்டுநர்; எதிர்பார்த்ததைவிடக் குறைவாக வாடகை வாங்கினார் என்பதெல்லாம் இந்தக் கதைக்குத் தேவையற்ற சங்கதிகள். உண்மையில், இந்தக் கதை இன்னும் ஆரம்பிக்கவேயில்லை . . .

சிலைமான் தாண்டி மணலூரும் தாண்டியபிறகு, வைகை நன்றாக வெளித்தெரிய ஆரம்பித்தது. உடல் முழுக்க மணலாகக் கிடக்கும் படுகையில் ஆண்டுமுழுக்க நீரோடிய காலமும் இருந்திருக்கும்தானே; அப்போதைய பாசனம் எத்தனை அமோகமாக இருந்திருக்கும் என்று தோன்றி முடிக்கவில்லை, சட்டென்று நிலத்தின் தன்மை மாறியது.

ஹம்ப்பியில் போல உடைந்த பாறைகள், சிதிலமான சிலைகள் கிடந்த, வைகைக் கரை போன்றே தென்படாத பகுதியைக் கடந்தது கார். கைவிடப்பட்ட குடிசைகள் சிலவும் இருந்தன. தமிழில் ‘சிறுப்பக்குடி’ என்றும், ஆங்கிலத்தில் *Sirappukkudi* என்றும் பெயர்ப்பலகை சொல்கிறதே, எந்த மொழி சரியானது என்று சேது குழம்பினார். பின்னிருக்கை வரிசைகளிடம் பகிர்ந்துகொண்டார். வழக்கம்போல மகன், மகள் உள்பட, யாரும் பேசவில்லை. அழுத்திக் கேட்கமாட்டார்; கேட்டாலும் மனைவிதான் பதில் சொல்வாள்: ‘என்னா வேலையாப் போய்க்கிருக்கோம், எதுலெ உங்க கவனம் போகுது பாருங்க.’ காத்திருப்பவர்போல மைத்துனர் சொல்வார்: ‘அவ சொல்றதுலெயும் ஒரு நாயம் இருக்குல்லெ மாப்ளே?’ ஆனால், எதிர்பாராத இடத்திலிருந்து பதில் வந்தது:

> அந்தக் காலத்துலே இந்தூருக்கு ‘சிற்பக்குடி’ன்னு பேராம் சார். ஜனங்க வாயிலெ புளங்கிப்புளங்கி இப்பிடி ஆயிருச்சுன்றாங்க.

மண்மூடிய ஊரின் கதையை சேது கேட்காமலே பொழியத் தொடங்கினார் ஓட்டுநர். அத்தனை நிதானமாக ஓட்டியும் இமைக்கும் நேரத்தில் மானாமதுரை வந்துவிட்டதற்கு மேற்படிக் கதைகூடக் காரணமாய் இருக்கும். ஓட்டுநர் வழங்கிய சைவக் கருத்துக்கள்; பிற மத தூஷணைகள், பெரியோர் பெருமை, மரணத்துக்கு அப்புறம் வாழ்க்கை; உடம்பு அழிந்தாலும் அழியாத ஆன்மா, உடல் போன பின்பும் தொடர்ந்து இருந்து இன்பதுன்பங்களை அனுபவிக்கத்தான் செய்யும் என்பதற்கான

நிருபணங்கள் என்றெல்லாம் கொட்டியவற்றை அடுக்கினால் கேட்பவருக்கு மூச்சு முட்டும். சாரத்தை மட்டும் சொல்லலாம் . . .

மாமல்லபுரம் மாதிரி சிற்பக்கலை மையமாக உலகப் புகழ் பெற்றிருக்க வேண்டிய ஊர் இது. ஆயிரங்கால் மண்டப, புதுமண்டபச் சிற்பங்களை வடித்த கல்தச்சர்கள் இங்கேதான் வசித்தனர். அவர்களில் பெரும் வித்தகனான சிற்பியைக் கூப்பிட்டு, ஒரு யானைச் சிற்பம் உருவாக்கச் சொன்னார் நாயக்க ராஜா.

சிற்பியின் பெருமையை லேசில் சொல்லிவிட முடியாது. மூடிய வாய்க்குள் கல் உருளும் யாளி கேள்விப்பட்டிருப்பீர்களே. இவன் வடித்த மன்னர் சிலையின் இடுப்பில் செருகிய சாவிக்கொத்தில், ஒவ்வொரு சாவியும் தனித்தனியாய் ஆடுமாம். இத்தனைக்கும், சாவிகளும் சங்கிலியும் கல்லால் ஆனவைதாம். அதையேன் கேட்கிறீர்கள்... மன்னர் அருகே நிற்கும் குதிரையின் . . . வேண்டாம், காரில் பெண்கள் இருக்கிறார்கள்.

துலுக்கப் படைவீரர்கள் அந்தச் சிற்பத்தையெல்லாம் நொறுக்கிவிட்டார்கள். இப்போது வருத்தப்பட்டு என்ன பிரயோசனம். ஏதோ தகவலாவது மிஞ்சியதே. கண்ணால்தானே பார்க்க முடியாது; மனத்தால் பார்க்கத் தடையில்லை என்பதே ஆறுதல் அல்லவா.

ஆனை உயரப் பாறையொன்றைத் தேர்ந்தெடுத்தான் சிற்பி. சின்ன வயசுதான். ஆனால் பிறவி வரம் வாங்கிவந்தவன். கை அப்படிப் பேசும். மத்தகத்திலிருந்து பொளிந் துகொண்டே இறங்கி வருகிறான். துதிக்கை நுனி வளைவு, கண்களின் பளபளப்பும் கூர்மையும், காற்று வலுத்தால் ஆடும் காதுகள் என்று நுட்பமாய், ஒவ்வொன்றாய்ப் பார்த்துச் செதுக்கச் செதுக்க அவனுடைய தாடியும் மீசையும் வேகவேகமாக நரைத்துவந்தன.

பொதுவாக யானைச் சிலைகளுக்கு உடம்பு மொழுக்கென்றுதானே இருக்கும்? இவன் செய்த சிற்பத்தில் யானைத்தோலின் ஒவ்வொரு வரியும் ஒவ்வொரு சுருக்கமும் துல்லியமாய்த் தெரியும். அதைவிட, வால் முடிகளைப் பார்ப்பவர்கள் திருஷ்டி மோதிரத்துக்காகப் பறிக்க நினைப்பார்கள் என்றால் பாருங்களேன்.

ஆயிற்று, கிட்டத்தட்டப் பத்து வருடங்கள். அன்னந் தண்ணீரில்லாமல் இருந்து, செய்து முடித்தான். பாதங்களினடியில் இருந்த பிடிப்பையும் செதுக்கி அகற்றியாயிற்று. ராஜா சொல்லும் இடத்தில் கொண்டுவைத்துக் கண் திறப்பதுதான் பாக்கி. ஊருக்குள் நகர்த்திச் செல்வதற்கு, தேர்போன்ற தட்டுவண்டியை

அரண்மனைத் தச்சர்கள் செய்து முடித்தார்கள். தேக்குமரத்தில் செய்த, யானை கட்டி இழுக்கவேண்டிய வண்டி.

அப்பாக்காரரும் சிற்பிதான். அவர் சொன்னார். ‘மகனே, தத்ரூபமாச் செஞ்சுப்பிட்டே. சாஸ்திரப்படி, சின்னதா ஒரு ஒச்சத்தெ நீயே ஏற்படுத்திரு. இல்லாட்டி, ஏதாவது யுத்தத்திலெ அல்பாயுசுலெ போன ஆனையோட ஆவி வந்து இறங்கிரும். பெரிய வம்பாப் போகும்.’ இவன் சம்மதிக்க வில்லை. ‘நான்கூடத்தான் சாமுத்திரிகா லட்சணத்தோடெ பெறந்துருக்கேன். என் நகநுனியை உடைக்கவாவது உமக்கு சம்மதப்படுமா?’ என்று கேட்டபடி, சிற்பத்தைச் சுற்றி வந்தான் ... வலது முன்னங்காலின் உள்பக்க நகம் இன்னும் ஆதாரக் கல்லோடு ஒட்டியிருக்கிறது. மண்டியிட்டு உட்கார்ந்து நகத்தின் கீழ்ப்பகுதியை விடுவிக்கிறான் ... சடாரென்று, யானை யின் கண்கள் தாமாகவே திறந்துகொண்டன.

காலடியில் இருந்தவனை இடறி ஒதுக்கிவிட்டு ஓட ஆரம்பித்தது யானை. கையில் பிடித்த உளியுடன் இவன் துரத்தக் கிளம்பினான். கைக்கெட்டும் தூரத்தில் நெருங்கி விட்டால், பின்னங்காலில் ஒரு போடு போடலாம். ஒரு மச்சம் அளவு ஒச்சம் உருவாக்கிவிட்டாலும் போதும், யானை நின்றுவிடும். வழக்கம்போலவே, இதிலும் அப்பன் சொன்னதை உதாசீனம் செய்தது எவ்வளவு பெரிய தவறு என்று நினைத்தபடியே பின்னால் ஓடினான்.

வைகைக் கரையோடு ஓடிய யானை, வருசநாடு மலைகளுக்குள் புகுந்துவிட்டது. மரங்களுக்கு ஊடாகப் பாய்ந்துபோகும் யானையை மனிதன் எட்டிப் பிடிக்க முடியுமா?.

இப்போது போனாலும் பார்க்கலாம், ஆனை உயரக் கல் யானை ஓடிக்கொண்டிருப்பதையும், கொஞ்சம் தள்ளி அதைத் துரத்திவரும் மனித உருவத்தையும் ... என்ன, யாராவது பார்க்க வந்தால் இருவரும் ஒளிந்துகொண்டுவிடுவார்களாம் ...

‘**அ**ப்புறம் எப்படிப் பார்க்க முடியும்?’ என்று சேதுவுக்குத் தோன்றியது. ஏதோவொரு ஊர் கல்கருடனுக்குக்கூட இந்த மாதிரி ஏதோ கதை உண்டே! அதைவிட, அந்த யானை ஆணா பெண்ணா என்று கேட்காமல் விட்டதுதான் இன்றுவரை சேதுவுக்குள்ள ஆற்றாமை. பெண்விலங்கு என்பதைப் பெண்தெய்வம் என்று ஜோசியர் தவறாகச் சொல்லியிருப்பாரோ என்ற சந்தேகம் எழாவிட்டால் இந்த ஆதங்கமும் உதித்திருக்காது, பாவம்.

54

‘எந்த ஊரிலிருந்து வருகிறீர்கள்?’ தெலுங்கு மணக்கக் கேட்டபடியே, அட்வான்ஸ் பணத்தை எண்ண ஆரம்பித்தார் வீட்டு உரிமையாளர். நல்லவேளை, ‘ஏன் அங்கிருந்து வருகிறீர்கள்?’ என்று கேட்கவில்லை. அதற்கும் ஒரு பொய் யோசித்து வைத்திருந்தேன் . . .

மனைவியையும் மகளையும் கூட்டிவர, ரயில்நிலைய விடுதிக்குப் போனேன். பெற்றவர்கள் தம்பியோடு இருக்கிறார்கள். இரவோடு இரவாகப் பயணம் மேற்கொள்ளும் வயது தாண்டியவர்கள். தவிர, என்னுடைய மூடத்தனத்தை அவர்கள் ஏன் சுமப்பது?

போன ஏப்ரலில்கூட, ஒரே வருடத்தில் இப்படித் தலைமறைவாக வேண்டிவரும் என்று நினைத்ததில்லை. ஆரம்பப்பள்ளித் தலைமையாசிரியனாக இருந்து ஓய்வுபெற்றேன் – பதினைந்து லட்சம் வரை கைக்கு வந்தது. சேமநல நிதி, பணிக்கொடை என்று பிய்த்துப் பிய்த்து வந்தாலும், சின்னவளின் திருமணத்துக்கு அது போதும்.

என்ன, ஓய்வுபெற்ற மறுமாதமே செல்வராயபுரம் தொகுதிக்கு இடைத்தேர்தல் வந்துவிட்டது. இரண்டு கட்சிகளில் ஒன்றுதான் ஜெயிக்கும்; ஜனங்களும் வாக்களிக்கப் பெரிதாக யோசிக்கப் போவதில்லை – எரிகிற கொள்ளியில் எந்தக் கொள்ளி தேவலை என்ற எளிய தர்க்கம் போதும் அவர்களுக்கு. என்றாலும், இடைத்தேர்தலைப் பொறுத்தமட்டில் வேட்பாளர் தேர்வும் முக்கியமாயிற்றே. அபூர்வமாக அரசியலில் இருக்கும் நியாயஸ்தர்கள் – அப்படி யாராவது இருந்தால் – யாரும் எங்கள் தொகுதியில் நிற்கவில்லை.

ஒருநாள், முன்னிரவு நேரம். என் முன்னாள் மாணவன் வீடு தேடி வந்தான். சிறு நகரம்தான். பெரும்பாலான பேரை அவர்கள் பிறந்ததிலிருந்தே தெரியும். என் உத்தியோகம் அப்படிப்பட்டது . . .

ஆரம்பப்பள்ளிக் காலத்திலேயே இவன் இப்படியொரு ஆளாய் வருவான் என்பதற்கான அறிகுறிகள் தென்பட்டிருந்தன என்பதையும் சொல்ல வேண்டும்.

எங்கள் வீட்டில் நான், மனைவி, சின்னவள், என் பெற்றோர் – ஐந்து ஓட்டு. மூத்தவளைக் கொடுத்திருக்கும் இடத்தில், சம்பந்தி தம்பதி, மூத்தவள் தம்பதி மற்றும் மாப்பிள்ளையின் தம்பி, தங்கை – ஆறாயிற்றா. மாடியில் என் தம்பி வசிக்கிறான் – கொடுக்கல் வாங்கல் அதிகம் கிடையாது; ஆனால், 'அண்ணன் சொல்வதைக் கேட்க வேண்டும்' என்று நினைக்கிறவன். படிப்பு அதிகம் ஏறவில்லை; அரிசிமண்டி வரவுசெலவு எழுதுமளவு கணக்கு வரும். அவர்கள் குடும்பத்தில் இரண்டு. அப்புறம் தேடி வரமாட்டார்களா!

கூட வந்தவர்களை வாசலிலேயே நிறுத்திவிட்டு, தான் மட்டும் உள்ளே வந்தவன், முதல் காரியமாக என் காலைத் தொட்டுக் கண்ணில் ஒற்றிக்கொண்டான். உட்காரச் சொன்னேன். 'காஃபி கலக்கச் சொல்லட்டுமா' என்று கேட்டேன். அவசரமாக மறுத்தான். 'ஒங்க ஆசீர்வாதம் போதும் சார்' என்று விநயமாகச் சொன்னான். இவனைப் போய்த் தப்பாய்ப் பேசுகிறார்களே என்று நினைத்துக்கொண்டேன். 'எங்க குடும்பத்து ஓட்டு பூரா ஒனக்குத்தானப்பா' என்று அவன் கேட்காமலே சொன்னேன். 'அது தெரியும் சார். ஒங்களுக்கு என் மேலெ இருக்குற அன்பைக்கூடத் தெரியாதவனா நானு?' என்றான். குரல் தழுதழுத்தது. ஒரு சொட்டுக் கண்ணீர்கூடக் கசிந்திருக்கலாம். வீட்டில் இருந்த எல்லாமே மங்கலான விளக்குகள், கரியடித்த சுவர்கள் என்பதால் சரியாகத் தெரிய வில்லை.

'ஓட்டை விடப் பெரிய உதவி ஒண்ணு செய்யணும் சார்.' என்று பணிவாகக் கேட்டான். 'சொல்லப்பா. உனக்குச் செய்யாமலா?' என்றேன். நிஜமாகவேதான் சொன்னேன் – நல்லெண்ணத்தையும், உபகார சிந்தையையும் விடுங்கள். உங்களுக்கு வேண்டியவர் எம்மெல்யேவாக இருக்கிறார் என்பது சாதாரண விஷயமா?

ஒன்றுமில்லை, மேலிடத்திலிருந்து பணம் வருவதற்குத் தாமதமாகிறது. ஓய்வுக் கால வரவிலிருந்து கொஞ்சம் கொடுத்துதவினால் உபகாரமாக இருக்கும். வெறும் டீ குடித்துவிட்டு விடியவிடிய வேலைபார்த்த தங்கள் காலம் போல இல்லை, இப்போதெல்லாம் தொண்டர்கள் என்று வருகிறவர்கள், காசை அவிழ்க்காவிட்டால் துரும்பைக்கூட நகர்த்த மாட்டார்கள். 'ஸார்கிட்டெச் சொல்றதுக்கே சங்கட்டமா

இருக்கு – கோட்டருக்கும் பிரியாணிக்குமே எவ்வளவு செலவாகுது தெரியுமா? ஆனா, தொழில்னு வந்துட்டா செலவெப் பாத்தா முடியுமா ஸார்?' என்று முடித்தான்.

மனைவியிடம் கேட்டுச் சொல்கிறேன் என்று சொல்லலாமா என்று ஒரு கணம் தோன்றியது. தயங்குகிறேன் என்று நினைத்துவிட்டான் போலிருக்கிறது. 'அஞ்சு வட்டி போட்டுத் தந்துர்றன் சார். தேர்தல் வரைக்கும்கூட இல்லே; மேலெருந்து வந்தவொடனே இதேமாதிரி வீடு தேடி வந்து குடுத்துருவேன்.'

அப்புறம் நடந்ததெல்லாம் வரலாறு. ஓட்டு எண்ணும் இடத்தில் பெரும் தகராறு; தொகுதி முழுக்கக் கலவரம் வெடிக்கும் வாய்ப்பும் இருந்தது – நல்லவேளை, கடைசி நேரத்தில் சட்டிப் போலீஸ் களத்தில் இறங்கி அமைதியை நிலைநாட்டியது. ஆனாலும், தேர்தல் முடிவை ஆட்சேபித்து எதிர்த்தரப்பு கோர்ட் படி ஏறியிருக்கிறது. தீர்ப்பு வரும் வரை நம் ஆளுடைய பதவிக்கு ஆபத்தில்லை. 'இன்னைக்குக் கேஸு குடுத்தா நாளைக் கே தீர்ப்பு வர்றதுக்கு இது என்ன இட்லிதோசெ வெவகாரமா? இல்லே, ராசாராணி காலமா' என்று சிரித்துக் கொண்டே கேட்டார் எம்மெல்யே – நன்றிதெரிவிக்க வீடுவீடாக வந்தபோது. என்ன, வெற்றிக் களிப்பில் கொஞ்சம் குடித்திருப்பார் போல. என்வரை மணந்தது.

மிகச் சரியாக, பதிமூன்று ஓட்டில் வென்றிருந்தார்.

நாலுமுறை நேரில் போனேன். சுற்றிலும் ஆட்கள் நின்றிருக்கும்போது வெளிப்படையாய்க் கேட்க எனக்கே மனம் வரவில்லை. பார்த்த மாத்திரத்தில் கண்கள் மலர்ந்து, கைகூப்பி வணக்கம் சொல்லும் மனிதரிடம் வாய்விட்டுக் கேட்பது எப்படி? தவிர, என் முகத்தைப் பார்த்தாலே நினைவு வந்துவிடாதா. ஐந்தாவது தடவை, காவல் நின்றவர், 'தலைவர் முக்கியமான ஆலோசனைலெ இருக்காரு சார். நாளைக்கு வாங்க.' என்று இத மாகச் சொன்னார். அவ்வளவுதான் ...

அடுத்தடுத்த தடவைகளில், காவலுக்கு யார் நின்றிருந்தாலும், அவர்களுக்கு என்னைத் தெரிந்திருந்தது. வியப்பாகவும், கொஞ்சம் பெருமையாகவும்கூட இருந்தது. எல்லாரிடமும் என்னைப் பற்றிச் சொல்லியிருக்கிறார் என்றுதானே அர்த்தம்.

ஆனால், கைபேசியில் அழைக்கும்போதும் இரண்டாவது ரிங் போனவுடனே இணைப்பு அறுந்துவிடுவது அடிவயிற்றில் மெல்லிய கலக்கத்தைத் தந்தது.

மார்க்கெட்டுக்குச் சாயங்காலம்தான் போவேன். காய்கறிகள் காலையில் விற்கும் விலை நமக்குக் கட்டுப்படியாகாது. சின்னவளைக் கைபிடித்துக் கொடுத்துவிட்டால், காய் இல்லாமலேகூட நாங்கள் சாப்பிட்டுவிடுவோம். பூர்விக வீடு இருக்கிறது. ஓய்வூதியம் வருகிறது. வைத்தியச் செலவேதும் வராவிட்டால், ராஜா மாதிரி வாழ்ந்துவிடுவேன்.

வீட்டுக்குள் நுழைகிறேன், இரண்டு பேர் எனக்காகக் காத்திருந்தார்கள். தூய வெள்ளை வேட்டி. இஸ்திரிபோட்ட சலவை வெள்ளைச் சட்டை. ஒரு முகம்தான் தெரியாதது. மற்றவன் செல்வம். என்னிடம்தான் படித்தான். மார்க்கெட்டில் ஒருநாள், இடதுகைப் பிடியில் சிக்கியவனை வலது கையில் பிடித்த தோல்வார்ச் செருப்பால் மூஞ்சியில் அடித்தபடி அவனைப் பின்புறமாகவே நடத்திச் சென்றவன்.

வணக்கம் சார். அண்ணன்தான் அனுப்புனாரு.

என்றான். அதிகாரத்தில் அமரும் வாய்ப்புள்ள இரண்டாவது மாணவன். ஆனால், பெருமிதத்துக்குப் பதிலாக எனக்குள் வேறு ஏதோ உணர்வு ஊறியது. தவிர, இவன் அவர் வகுப்புத்தோழன் என்றல்லவா ஞாபகம்? அண்ணன் என்கிறானே? என்று ஆச்சரியம் வந்தது. மற்றவன் தன் முதுகுப்புறத்தை அடிக்கொருக்கத் தடவிக்கொண்டிருந்தான்.

நீங்க அலஞ்சு சிரமப்பட வேணாம்னு சொல்லச் சொன்னாரு. அண்ணனே உங்களைத் தொடர்புகொள்ளுவாரு.

தூய தமிழ்ச் சொற்றொடர். அதை ஆனந்தமாக அனுபவிக்க முடியாமல் மூச்சு முட்டியது. அக்காவைப் பார்க்கப் போயிருந்த சின்னவள், அந்தநேரம் பார்த்தா வீடு திரும்புவாள்? வந்திருந்தவர்கள் முன்னிலையில் அவளைப் பார்க்கும்போது, ஏனென்றே தெரியாமல் எனக்குள் பீதி ஊறியது. செல்வம் சாதாரணமாகத்தான் கேட்டான்.

பாப்பா ஒங்க மகளா சார்? நல்லா லச்சணமா இருக்கே??

அந்தக் கணம் முடிவெடுத்தேன்; சொந்தக்காரர்கள் கொஞ்சநாள் தேடுவார்கள். அப்புறம் நாமாகவே தொடர்புகொண்டால் போகிறது ... என்ன, அப்போது என் கண்முன்னால் பூச்சிபோலப் பறக்க ஆரம்பித்த பூஜ்யங்கள்தாம் இன்னமும் அடங்கிய பாடில்லை.

❖

55

பள்ளியிறுதி முடிவுகள் வெளியான அன்று, பொன்னாச் சித்தி ஞாபகமாகவே இருந்தது. அம்மாவின் சொந்தச் சகோதரி. பள்ளியில் முதலாவதாக வந்திருந்தேன். இனிப்பை வாங்கிக் கொண்டு ரெமி ஸ்நோ மணக்க எப்படி இறுக்கி முத்தியிருப்பாள்! ஆனால், சித்தி குடும்பத்துடன் உறவு முறிந்து நான்கு வருடம் ஆகியிருந்தது. சண்டை என்று ஏதும் நடந்த ஞாபகமில்லை; ஆனால், போக்குவரத்து நின்றுவிட்டது.

ஒரே சமயத்தில் என் தாய்வழி உறவுகள் அத்தனையும் முறிந்துபோயின. அப்பா வடக்கே மாற்றல் கேட்டு வாங்கினார். குடும்ப விசேஷங்களுக்குப் போவது அற்றே போனது. போனவருடம்தான் சென்னை திரும்பினோம் – என்னுடைய ஐம்பதாவது வயதில்.

திருச்சியில் இருந்தவரை, லீவுதோறும் சித்தி வீட்டுக்கு அனுப்பும் அம்மா, திடீரென்று ஒரு லீவில் கறாராக மறுத்து விட்டாள் . . . இத்தனை வருடம் கழித்து, சித்தி இறந்த தகவல் இன்று வந்தது. உடனடியாய்த் தலைகுளித்த கிழவி, வெளியே வந்து குமுறினாள்:

> நா ஒரு பைத்தாரி. புத்தி கெட்டு. கண்ணான கண்ணைத் தொலைச்சுட்டனே.

எண்பது வயது அப்பா தலைகுனிந்து, கடுமையாக வியர்த்து அமர்ந்திருக்க, சித்தியின் நினைவுகளுக்குள் அமிழ்ந்தேன். அம்மாவுடன் அவளை ஒப்பிட்டுக் குமைந்தேன்.

அம்மா மாநிறம். சதுர முகம். தாத்தா சாயல். சித்திக்கு வெளேரென்ற, உருண்டை நெற்றி. ஒடுங்கிய மோவாய். பாட்டி ஜாடை. அம்மாவுக்கு எப்போதுமே ஓட்ட நடை. சித்தி பூமி அலுங்காமல் நறுவிசாய் நடப்பாள். சிடுசிடுவென்று பேசும்

அம்மா போலில்லை சித்தி. அவள் இருக்கும் இடத்தில் கேலியும் கூத்துமாக, சிரிப்புக்குக் குறைவிருக்காது.

சித்தியை முன்னிட்டுத்தான் அப்பாவின் ஜாதகம் வந்தது என்பார்கள். பொருந்தவில்லை. மூத்தவளுக்கு அடித்தது அதிர்ஷ்டம். அம்மாவைவிட என்னிடம் வாஞ்சை காட்டியவள் சித்தி; அம்மாவைவிட நாகரிகமும் நாசூக்குமானவள். இவளுடைய சேலையை சித்தி உடுத்தினால், சேலையே அழகாகிவிடும். இத்தனைக்கும் நாங்கள் திருச்சி சிங்காரத் தோப்பில் வசித்தோம்; சித்தி குடும்பம் மணப்பாறை அருகே வையம்பட்டியில்.

சகோதரிகளுக்கு ஒரே முகூர்த்தத்தில் திருமணம் நடந்ததாம். தாத்தா வீட்டுப் பட்டாசாலையில் அம்மாவுக்கு; வாசல் பந்தலில் சித்திக்கு. தெருவில் ஜமுக்காளம் விரித்துப் பந்தி. உடன்பிறப்புகள் ஒற்றுமையை ஊரே வியக்கும் என்பாள் சித்தி. தொடர்பு அறுந்த பிறகு, 'யாரு கண்ணுபட்டுச்சோ' என்று பெருமூச்சு விடுவாள் அம்மா. அத்தோடு சரி.

பொன்னாச் சித்தியை நினைக்கும்போதெல்லாம் அவர்கள் வீட்டில் வளைய வரும் சாம்பல் நிறப் பூனையின் நினைவும் வந்துவிடும்.

உங்க சித்தப்பாவைவிட அது சுத்தக்காரண்டா சுரேசு!

என்று சிரிப்பாள் சித்தி. அதனிடம் அபாரப் பிரியம் அவளுக்கு; சிலநேரம் எனக்குப் பொறாமையாய் இருக்கும். என்னையும் பூனையையும் சமமாக நடத்துகிறாளே என்று.

அம்மாவுக்கானால், பூனை சகவாசமே கூடாது. உடன்பிறந்த இருவருக்குள் ஒரே ஜீவராசி பற்றி எவ்வளவு அபிப்பிராயபேதம் என்று வியப்பாய் இருக்கும் எனக்கு.

அமுதாக்கா வீட்டிலிருந்து எட்டிப்பார்க்கும் பூனையை தாட்சண்யமில்லாமல் விரட்டுவாள் அம்மா. நாய்கள்போல இல்லை அவை என்பாள்; 'வீட்டில் விசேஷம் வராதா, மீந்ததையெல்லாம் போடுவார்களே' என்று நாயினம் காத்திருக்கும்; பூனைகளின் சிந்தனைமுறையே வேறு – 'இந்த வீட்டில் இழவு விழாதா, துக்கத்தால் எல்லாரும் கவனமிழந்திருக்கும்போது எதையாவது தட்டிக்கொட்டிச் சாப்பிடமாட்டோமா' என்று கறுவுமாம்.

நடவடிக்கைகளை வைத்து, அவற்றின் நடத்தையைத்தானே அறிய முடியும்? வாயில்லாப் பிராணிகளின் எண்ணவோட்டமெல்லாம் இவளுக்குத் தெரிகிறதே! என்று வியப்பேன். விவரிக்கும் மொழிதான் இன்றையது; ஆச்சரியம் அன்றையது . . .

எப்பிடிம்மா ஒனக்கு இதெல்லாம் தெரியும்?!

நானா கண்டுபிடிச்சன்? பெரியவுங்க சொன்னது. கேட்டுக்கிற வேண்டியதுதான்.

இரண்டாவது பகுதியில் எனக்கான கட்டளையும் ஒளிந்திருந்தது என்று பட்டது. ஆனால், சித்திக்கும் அம்மாவுக்கும் ஒரே கொத்துப் பெரியவர்கள்தானே இருந்திருப்பார்கள்?

ஒரு விஷயத்தில் மட்டும் இருவரும் ஒத்துப்போனார்கள் – பூனையின் சாபம் பொல்லாதது. அதன் ஒரு முடி நம்மால் உதிர்ந்தாலும் சங்கரன் கோவில் உண்டியலில் பொன்முடி வாங்கிப் போடவேண்டும் என்றாள் அம்மா; சுத்தம் பேணுவதில் ரிஷி சிரேஷ்டர்களுக்குச் சமானம் என்பதால், பூனையின் சாபம் பலிக்கத்தானே செய்யும் என்றாள் சித்தி. . . எதிர்பாராமல் நாங்கள் சமையலறைக்குள் வந்ததால், அவசரமாய் இடம் பெயரும்போது தட்டிவிட்ட பாலை வெறித்துக்கொண்டு நின்றிருந்தது பூனை. சித்தி என்னிடம் பேசும் அதே கனிவுடன், சிரித்துக்கொண்டே சொன்னாள்:

வா வா. அதான் கொட்டீருச்சே. வீணாப் போகுறதெ நீயாவது குடிச்சிட்டுப் போ.

ஒவ்வொரு சொல்லும் புரிந்த மாதிரி, அது எங்களைப் பார்த்துக்கொண்டே, கொட்டிய பாலை மெல்ல நெருங்கி வந்தது. ஆவலாய் நக்கி நக்கிக் குடிக்கத் தொடங்கியது!

அன்றிரவு ஒரு கனவு கண்டேன். நாய்போல வாலை ஒடுக்கிக்கொண்டு, பாத்திரத் தில் இருக்கும் பாலை மூச்சுமுட்டக் குடிக்கிறது பூனை; பால் குறையக் குறைய, காற்றேறும் பலூன்போல சீராகப் பெருக்கிறது. கிட்டத்தட்ட ஒரு புலி அளவு பெரியதாய் ஆகி விட்ட பூனையைத் தயங்காமல் நெருங்கி, அதன் கழுத்தை ஒரு கையால் தழுவி, மறு கையால் வருடுகிறாள் சித்தி. பூனைப் புலி வாலாட்டியது; அவள் முகத்தை நக்கியது . . .

சித்தி வீட்டில் வேலைசெய்ய ராணி என்று ஒருத்தி வருவாள். ஓயாமல் அவள் பின்னோடு போய், அநாவசியமாய் மேற்பார்வை பார்க்கிறார் சித்தப்பா என்று தோன்றும்.

த பார். இந்த மூலையெப் பெருக்கவேயில்லே . . . இந்தப் பாத்திரத்தெ விட்டுட்டு வந்துட்டியே. இதையும் தேச்சுரு.

என்று கொண்டு போடுவார். இப்போதைய நினைவில், வடிவான இளம்பெண் அவள் என் று தெரிகிறது. அவள் வேலை முடித்துப் போகும்வரை சமையலறையைவிட்டு வெளியே வரமாட்டாள் சித்தி. அண்டைவீட்டு சிநேகிதியிடம் சித்தி ஒருதடவை சொன்னாள்:

போகுது, நம்மகிட்டெக் கிடைக்காத சந்தோஷம் இன்னொரு எடத்துலெ கிடைக்குதுன்னா அனுபவிச்சுக்கிறட்டுமே. நமக்கென்ன நஷ்டம்?. . . ஒரு புளு பூச்சி நம்ம வகுத்துலெ வந்துருந்துச்சின்னா மனசு இப்பிடி அலைபாயாதோ என்னமோ!

யாரைப் பற்றிப் பேச்சு என்று அந்த வயதில் புரியவில்லை. இத்தனை வருடம் கழித்து ஏதேதோ விஷயங்கள் தாமாகக் கோத்துக்கொள்கின்றன . . . மேற்கொண்டும் சொன்னாள்:

இதே, நம்மளோடெ இருக்கும்போது வேற யாரையாச்சிம் நினைச்சிக்கிட்டிருந்தா நமக்கென்னா தெரியவா போகுது?

இதைச் சொல்லும்போது சித்தி முகத்தில் இருந்த குறும்புச் சிரிப்புக்கு என்ன காரணம் என்றும் அப்போது புரியவில்லை. ஆனால், பிற்பாடு ஒருநாள் உள்பாடியை என்னிடமிருந்து பிடுங்கியபோது அவள் சிரித்த அதே சிரிப்பு என்று இப்போது தோன்றுகிறது . . .

சித்தி என்னைக் கொண்டுவிட வந்தாள். அமுதாக்காவுக்கு நோவு எடுத்து, அம்மா துணைக்குப் போயிருந்தாள். நாங்கள் வந்தபோது வீட்டில் அப்பா மட்டும் இருந்தார்.

நாள்கழித்துச் சந்தித்த நண்பர்களுடன் விளையாடி விட்டு, சாயங்காலம் வீடு திரும்பினேன். சிவப்பு நிற உள்பாடி கட்டிலருகில் கிடந்தது. அம்மாவுடையதுபோலத் தெரியவில்லை. எடுத்து, 'இதெப்படி இங்கே வந்திருக்கும்' என்று நான் வியக்கத் தொடங்கியபோது, சிரித்தபடி வந்து பறித்தாள் சித்தி. புதிதாகக் குளித்திருந்தாள் . . .

ஏண்டா சுரேசு, இதெ வச்சிக்கிட்டு என்னா ஆராய்ச்சி!? குளிச்சிட்டு வர்றப்ப தவறி விளுந்துருக்கும் போல . . .

இரண்டாவது வாக்கியத்தை என்னிடம் சொன்னாளா, தனக்கேவா என்று புரியவில்லை. நிதானமாகத் தன் பைக்குள் திணித்தாள். அப்புறம் என்னை இறுக்கி முத்தினாள்.

செல்லத்துக்கு முறுக்கு வேணுமா, தட்டெ வேணுமா?!

அம்மா திரும்பி வருவதற்குள், ஊருக்குக் கிளம்பிவிட்டாள். அம்மா நுழையும்போது, அடுக்களையிலிருந்து எதிரே ஓடியது பூனை. அடிவயிற்றிலிருந்து முறுமுறுத்தாள் அம்மா:

ஒருநா ஆளில்லேன்னா, எம்புட்டு அழிச்சாட்டியம் பண்ணுது சனியன்...

❖

56

நிலையாக ஒரு நிகழ்ச்சியைப் பார்க்க அங்குசாமியால் முடியாது. கிளை கிளையாய்த் தாவும் மிரண்ட குரங்கு மாதிரி, ரிமோட்டை ஓயாமல் அழுத்தி சானல் சானலாகப் பாய்வார். போகும்வழியில், சில நிமிடம் பார்க்கக் கிடைத்த கால்பந்து வீரன் முகம் மிகப் பரிச்சயமானதாக இருந்தது தற்செயலேதான். ஆனால், ஆகாயத்தைப் பார்த்துக் கண்கள் செருக ஒலிவாங்கியில் கொழகொழவென ஆங்கிலம் பேசிய அந்தக் கறுப்பின முகம் பிரிட்டோவின் முகம்போல இருந்தது தற்செயல்தானா?

அந்த முகம் கீறிவிட்ட ஞாபகம் கொஞ்சம்கூடத் தற்செயலானதல்ல. அங்குசாமிக்கு ஐம்பது வயதிலேயே கூன்விழ வைத்த சங்கதி. ஒரே மகனின் முழங்காலில் தீராப் பிரச்சினை இருப்பதற்கு, சில ஆண்டுகளாக கைத்தடியின்றி அவனால் நடக்க முடியாததற்கு, மேற்படி சங்கதியே காரணம் என்று உறுதியாய் நம்புகிறார் அங்கு.

இதற்கெல்லாம் நேரடித் தர்க்கமோ, தொடர்போ கிடையாது என்று யாரேனும் ஓர் உறவினரோ, மருத்துவரோ ஆறுதல் கூறியிருக்க முடியும். ஆனால், எத்தனையோ ஆலயங்களில், மறுமொழி பேசாத சிலைகளின் முன்பு மானசீகமாக முறையிட்டதைத் தவிர, வேறு யாரிடமுமே அங்குசாமி பகிர்ந்துகொண்டது கிடையாதே.

முப்பது ஆண்டுகள் என்பது நெடிய காலமா, அல்லது கொஞ்சமும் சலனமின்றி நின்ற இடத்திலேயே நிற்கும் கருங்கல் வடிவமா என்பது அவரவர் அனுபவம்தானே. ஒரு கால்பந்து மைதானத்தில் தன் கைக்கடிகாரம் நின்றுபோனது; பின்னர் முள் நகரவேயில்லை என்று மகனுடைய முழங்காலில்தான் அங்குசாமியே கண்டுபிடித்தார்.

எல்லாக் கடிகாரங்களையும்போலக் கடமையுணர்வுடன் ஓடிக்கொண்டிருந்த அது, ஒரே பொழுதில் நின்றுவிட்டது பிற்பாடுதான் புரிந்தது. கடிகாரங்களுக்கு தாட்சண்யமேது?. . . முன்பே சொன்னமாதிரி, சிவசுவின் முழங்காலை மையமாகக் கொண்டு ஒட்டுமொத்த பூமியும் சுழல்வதால்கூட கடிகாரம் நின்றிருக்கலாம்.

கல்லூரி நாட்களில், முதல் வரிசையில் ஒரே பெஞ்ச்சில் இருப்பார்கள். அகர வரிசை ஏற்பாடு. சீக்கிரமே, கடைசி வரிசைக்குப் போகுமளவு நட்பு தீவிரமானது.

வருகைப்பதிவைப் பொறுத்தமட்டில், கல்லூரியிலேயே ஆகக்குறைந்த நாட்கள் வருகை தந்தவன் பிரிட்டோ. ஆனால், அது குறைந்தபட்ச மதிப்பெண்களைப் பாதிக்கவில்லை. அவன் சூட்டிகையானவன் என்பதோடு – கல்லூரி நிர்வாகமும், பல்கலைக்கழக நிர்வாகமுமே அவன்மீது காட்டிய கரிசனமும் காரணம்.

பல்கலைக்கழகக் கால்பந்துக்குழுவின் தலையாய வீரன் அவன். ஊர்ஊராக மாநிலம்மாநிலமாக விளையாடவும் பயிற்சிக்காகவும் முகாமிட்டுவிட்டு, உள்ளூரில் இருக்க நேரும் மிகச்சில நாட்களில் மட்டுமே கல்லூரிக்கு வருவான். அவன் வென்று வரும் பதக்கங்களை, கோப்பைகளை, கேடயங்களைப் பொதுப்பார்வைக்காக முதல்வர் அறைவாயிலில் கண்ணாடிப்பேழையில் வைத்திருப்பார்கள். பின்னர் அவை அறைக்குள் எதிர்ச்சுவர் மேடைக்கு இடம்பெயரும். பேழையின் மீது பிரிட்டோ வேதபாலன் அருள்குமார் என்று மஞ்சள் பெயிண்ட்டால் எழுதி வைத்திருந்தது.

அங்குசாமியுடன் அவனுக்கு ஆழ்ந்த நட்பு ஏற்பட்டதற்கு இன்னொரு காரணம், இவனது ஓவியத்திறமை. கண் பார்த்ததைக் கை வரையும் திறன் பிறவியிலேயே வாய்த்தவன் அங்கு. சிலவேளை, கண் பார்க்காததையும் வரைய முடிந்தது. உதாரணமாக, அம்மணமாய் நிற்கும் பெண்ணுருவத்தின் காலடியில், புராணகால அன்னம் அலகுயர்த்தி அவளது ஒசியும் இடுப்பை ஏக்கமாய்ப் பார்ப்பதுபோல வரைய முடியும் இவனால். என்ன பிரயோசனம், விளையாட்டுக் களத்திலிருந்து ஓய்வுபெற்றபின் பயிற்சியாளனாய்த் திகழ விரும்பிய பிரிட்டோ, குடும்பத்தொழிலான பேக்கரி நிர்வாகத்துக்குத் திரும்ப நேர்ந்த மாதிரி, அங்கு கலெக்டர் அலுவலகக் குமாஸ்தா ஆகித் தொலைந்தான். விரல்களிலும் மனத்திலும் மிச்சமின்றி வறண்டுவிட்ட திறன், கோப்புகளின் முகப்பில் பட்டைப் பேனாவால் சித்திரம்போல எழுத மட்டும் உதவியது . . .

கல்லூரியில் நுழைந்த பருவத்தில், திடுமென இருவரின் பார்வையிலும் மாற்றம் ஏற்பட்டது. ஊர்முழுக்கப் பெண்கள் நிரம்பினார்கள். அத்தனைபேரும் அழகிகள்.

பின் வரிசையில் இவனுடைய ஓவியத்தை இருவருமாக ரசித்துக்கொண்டிருந்தபோது ஜான் சார்,'என்னாங்கடா, புதுசாக் கலியாணம் கட்டுனமாதிரி எந்நேரமும் குலாவிக்கிட்ருக்கீங்க. அது என்னா, குடு, நாங்களும் பாக்கட்டும்' என்று வாங்கி, சுருளை விரித்தது மட்டுமின்றி, வகுப்புக்கே உயர்த்திக் காட்டி, பெண்ணுடலின் சில அங்கங்கள் இவன் வரைந்ததுபோல் இருக்காது என்றும், நேரடிக் காட்சியனுபவம் இல்லாததா, தமிழ்த் தொடர்கதைகளோடு வந்த ஆபாச உருவங்களை நிறையப் பார்த்தது காரணமா என்பதை 'அங்குப்பயதான் சொல்லணும்' என்றார். வகுப்பு சிரித்தது. பிரிட்டோ கொஞ்சம் அதிகமாய்ச் சிரித்தானோ என்று அங்குவுக்குத் தோன்றியது.

பிரிட்டோவுக்கு ஆறாத மனக்குறையொன்று இருந்தது: அங்குவின் ஓவியங்கள் அனைத்தையும் தான் பார்த்திருக்கிறான்; தன் ஆட்டத்தை இவன் நேரில் பார்த்ததேயில்லையே, என்று. அங்குசாமிக்கும் அதே ஆதங்கம் உண்டு.

இவர்களுக்கென்றே போல, அனைத்துப் பல்கலைக்கழகப் போட்டித்தொடர் உள்ளூரில் ஏற்பாடானது. இறுதியை எட்ட குறைந்தது ஏழுமுறை மோதவேண்டும். ஆக, நண்பனின் ஆட்டத்தை அங்குசாமி எட்டு முறை பார்க்க முடியும். நண்பர் களின் உற்சாகம் கரைகடந்தது. உபரியாக, இந்தத் தொடரில் பிரகாசிக்கும் வீரர்களுக்கு, தேசியஅணிக்குத் தேர்வாகும் வாய்ப்பும் இருந்தது. தேசியத் தேர்வர் ஒருவர் நேரடியாக வரவிருக்கிறார். பிரிட்டோ தேர்வாகிவிட்டதாகவே எல்லாரும் நம்பினார்கள்.

திப்ரூகர் அணியுடனான முதல் போட்டியை முன்வரிசை யில் இருந்து ரசிக்கத் தொடங்கினான் அங்குசாமி. மின்னலெனப் பாய்ந்து பந்தை உருட்டிச்செல்வதும், இரு அணி வீரர்களிலும் பிரிட்டோ தனித்துத் தெரிவதும், பார்வையாளர்களாக வந்திருந்த மாணவிகள் அவன் பெயரைக் கூவி உச்சாடனம் செய்து பரவசம்கொள்வதும், திகட்டாத இன்பமும் சன்னமான பொறாமையுமாய்க் கலந்து பெருகின இவனுக்குள்.

ஆனால், கொஞ்சநேரம்தான். இலக்கை நோக்கி பிரிட்டோ கொண்டுசென்ற பந்தை லாகவமாகப் பறித்தான் ஒரு மஞ்சள்வீரன். அந்தத் தருணத்தில் தனக்குள் பெருகிய இன்பம் சற்று வேறுவிதமாக இருந்ததை, கூடுதல் லாகிரி

தந்ததை, அங்குவால் நம்பவே முடியவில்லை, ஒருகணம். அது தன்னுடைய உணர்வுதானா என்றே நம்ப முடியவில்லை.

துரிதமாக மாற்றமுறும் புயற்கால வானிலைபோல, தனக்குள் கருமேகக் கூட்டம் அடர்வதைக் கிளுகிளுப்பாக உணர்ந்தான். கணந்தோறும் பெருகிவந்த எதிர்மறையுணர்வு, சிறுகச்சிறுகப் பிரார்த்தனையாக மாறுவதை ஏற்கவும் முடியாமல் உதறவும் இயலாமல் தத்தளிப்பது இன்னும் அதிக போதை தந்தது.

இப்போது மஞ்சள்வீரனிடமிருந்து பறிப்பது பிரிட்டோவின் முறை. தங்கள் இலக்குக்கு மிக அருகில் வந்த பந்தை லாகவமாகக் கவர முயன்றான். காற்றின் சுழியில் மாற்றமோ, கண்ணை மறைத்துவிட்ட வேகமோ, யாருடைய வேண்டுதலின் விளைவோ – காக்க வேண்டிய நீள்சதுரத்துக்குள் தானே பந்தை உதைத்தான்.

தவறு நடந்த மறுகணமே உணர்ந்தவன், முகத்தை இருகைகளாலும் மூடித் தரையில் மண்டியிட்டு அமர்ந்தான். பார்வையாளர் பகுதியின் ஆரவாரம் சட்டென்று காற்றிறங்கி ஒடுங்கியது. அங்குசாமி இரண்டாய்ப் பிளந்து தவித்தான்.

இடைவேளையில், பயிற்சியாளர் பிரிட்டோவை சமாதானம் செய்ய எவ்வளவு முயன்றும் முடியவில்லை. சிறுவன்போல அவன் விசும்பிய காட்சி அங்குசாமிக்குள் ஏற்கனவே நிலைப்பட்டிருந்த இரண்டு கரைகளுக்குமாக மாறிமாறி ஊசலாடியது.

இடைவேளைக்குப் பிறகு பிரிட்டோவின் வேகம் அதிகரித்தது. மஞ்சள்வீரர்களின் வன்மமும், வன்முறையும்கூட அதிகரித்தன. உச்சமாக, பந்தைக் கவரும் சாக்கில் பிரிட்டோவின் முழங்காலில் ஓங்கி உதைத்த மஞ்சளானுக்கு சிவப்பு அட்டை காட்டி வெளியேற்றினார் நடுவர். இரண்டு அணிக்கும் தலா ஒரு ஆள் குறைந்தது. ஆனால், அதற்கு முன்பே, 'கர்த்தரே' என்று அலறி மடிந்து வீழ்ந்திருந்தான் பிரிட்டோ. முழங்காலைப் பிடித்துக்கொண்டு துடித்தான்.

முழங்கால்சிப்பி நொறுங்கிவிட்டிருந்தது. அதுதான் பிரிட்டோ ஆடிய கடைசி ஆட்டம். அறுவை சிகிச்சைக்குப் பின், கைக்கோல் உதவியுடன் நடக்க ஆரம்பித்தான். கல்லூரிக்கும் நாள்தவறாமல் வரவேண்டியிருந்தது. வகுப்பில் அங்குசாமியின் அருகில் தலைகுனிந்து அமர்ந்திருப்பான். மூச்சுவிடும் சப்தம் உரத்துக் கேட்கும்.

தான் யாராக இருந்து அந்த ஆட்டத்தைப் பார்த்துத் தொலைத்தோம் என்பதும், ஒரே மகனின் முழங்கால்வரை அது ஏன் நீண்டது என்பதும் இன்றுவரை பிடிபடவில்லை அங்குசாமிக்கு.

❖

தலைப்பில்லாதவை

57

பேப்பரைப் போட்டுவிட்டு, வழக்கம்போல, பங்களா வாசலில் சற்றுத் தயங்கி நின்றான் மந்திரம். ஒருநாளாவது உள்ளே போய்ப் பார்க்க வேண்டும். அதைவிட, என்றைக்காவது ஒருநாள் இதுபோன்ற வீட்டை, அல்லது இதையேகூட, சொந்தமாக வாங்க வேண்டும். ஆனால், அதற்கு வேறு வேலை தேட வேண்டும். வீடுவீடாகப் பேப்பர் போடுவது, பால் போடுவது என்றெல்லாம் வேலை பார்த்தால், தூக்கம் கெடுவதுதான் மிச்சம்.

உருப்படியான வேலைக்குப் போய், சம்பாத்தியத்தில் ஒரு பகுதியை மீத்து வைக்கவும் ஆரம்பித்துவிட்டால், அப்புறம் மடமடவென்று வளர்ந்துவிடலாம். மந்திரத்தின் அபிமான நடிகருக்கு அப்படித்தான் நடக்கும். ஒரே பாட்டு - பெரும் பணக்காரராகி விடுவார். அப்புறம், அவ்வப்போது அயல்நாட்டில் பாடி ஆடி, நாயகியைப் பிசைந்தெடுத்து, வில்லனுக்கு சவால்விட்டு, நொறுக்கியள்ளுவார்... ஆனால், அதெல்லாம் அவருக்குத்தான் சரிப்படும். நம்மை மாதிரி சாதாரண ஆட்கள், சிறுகச் சிறுகத்தான் முன்னேற வேண்டும் ...

மாளிகைக்குள் கார் கிளம்பும் சத்தம் கேட்டது. உடனடியாக சைக்கிளை மிதித்தான். இப்படித்தான் ஒருமுறை வாசலில் சொக்கி நின்றபோது, திடீரென்று கதவு திறந்தது. சீருடைக் காவலாளி கன்னாபின்னா வென்று திட்ட ஆரம்பித்துவிட்டார்...

தள்ளி வந்தபிறகு திரும்பிப் பார்த்தான். சிவப்புக் கார் எதிர்த்திசையில் விரைந்தது. மந்திரத்தின் கனவுகள் அத்தனையையும் சுமந்துகொண்டு குன்றுபோல மீந்து நின்றது வீடு. சென்னை நவீனமயமாவதற்கு

முன் கட்டியது என்று வாசல் முகப்பையும் தெருவிலிருந்தே பார்க்கக் கிடைக்கிற முதல்மாடி விதானத்தையும் பார்த்தாலே தெரியும். கூரையிலிருந்து ஓரடி இறங்கும் சார்ப்பை, யானைக்கால் பருமனுள்ள மூன்று தூண்கள் தாங்கின. சரித்திரப் படங்களில் வரும் அரண்மனைத் தூண்கள் மாதிரி, திரட்சியும் பளபளப்பும் கொண்டவை. சார்ப்பின் கீழ்விளிம்பில், அலங்காரமான வளைவுகள். தூண்களில், நளினமான பச்சைநிறத்தில் கொடி ஏறித் தழுவிய மாதிரி வேலைப்பாடு.

இவ்வளவு பெரிய அரண்மனைக்கு, முன்வாசலில் இரண்டு கார்கள் நிற்க மட்டுமே இடம் இருந்தது. ஆனால், பின்புறம் மிகப் பெரிய தோட்டம். முதல்மாடியைவிட உயரமாய் வளர்ந்த தென்னைகள் கழுத்தை வளைத்து மொட்டைமாடியை எட்டிப்பார்த்தன.

மிகப் புகழ்பெற்ற நடிகையின் வீடு அது. அவருடைய அம்மா காலத்தில் வாங்கியதாம். தாயாரும் முன்னாள் நடிகைதான். சலூன்கார மருதப்பண்ணன் அந்தப் பெண்மணி பற்றிக் கதைகதையாய்ச் சொல்வார். தாயாரின் கணவர் தொழிலதிபர். அதாவது, தாய் நடிகையின் ஐந்தாவது கணவர். நடிகையிடம் ஓட்டுனராய் இருந்தவர். புது மனைவியின் சம்பாத்தியத்தில் ஆரம்பித்த தொழில் அமோகமாய் வளர்ந்தது. தொழில் இன்னது என்று அண்ணன் சொல்லவில்லை; ஆனால், மற்ற கணவர்கள் பற்றிச் சொன்னார்: அண்டை மாநில மந்திரி, பிரபல ஜவுளி வியாபாரி, கன்னட நடிகர் ஒருவர் என்று அடுக்கினார். நாலாவது ஆளையும் சொல்லத்தான் செய்தார், கவனத்தில் தங்கவில்லை.

அதையெல்லாம் அண்ணன் சொன்னது மந்திரத்திடம் இல்லை; அவன் அப்பாவிடம். இருவரும் சமவயதுக்காரர்கள். அன்றாடம் முன்னிரவில் சேர்ந்து குடிப்பவர்கள். அரிசி குடோனில் சுமைதூக்குபவராக இருக்கும் அப்பாவின் நெருங்கிய தோழர் அவர்.

அம்மா நடிகைமீது இருவருமே பித்தாக இருந்திருக்கிறார்கள். வாரத்தில் ஒருநாளாவது அவர் நடித்த படங்கள் பற்றியோ, அவரையே பற்றியோ பேச்சு வந்துவிடும். அப்போது இரண்டு முகங்களும் மலர்ந்து இருப்பதைக் கவனித்திருக்கிறான் மந்திரம். சில நேரம் அம்மாவும் மருதப்பண்ணன் சம்சாரமும்கூட சேர்ந்து இருந்து குடிப்பார்கள். ஆனால், பெண்மணிகள் தங்கள் அபிமான நடிகர் பற்றிப் பேசிக் கேட்டதில்லை . . . தங்களுக்குள் பேசிக்கொள்வார்களோ என்னமோ. ஆனால்,

பேச்சு எதற்கு. ஓட்டுப் போட்டால் போதாது?. . . ஒரு தடவை அப்பா சொன்னார்; கொஞ்சம்கூடச் சிரிக்காமல் சொன்னார்:

அதெல்லாம் ஒரு ஓகமப்பா. நானுந்தான் அவ படத்தெச் சேப்புலெயே வச்சிருந்தன். மாசாமாசம் அரிசிமூடை போடப் போவேன். சுளி மட்டும் நல்லா இருந்தா, ஏம்மேல பார்வெ வுளுந்துருக்காதா? அரிசிமண்டி ஓனரா ஆயிருக்க மாட்டனா!

மருதப்பண்ணன் சிரித்த சிரிப்பில், அவருக்குப் புரையே ஏறிவிட்டது.

அடக் கருமமே, டாக்டர் வீடு விடுபட்டுவிட்டது. வேலை பார்க்கும்போது கவனம் சிதறினால் இப்படித்தான் ஏதாவது ஆகிவிடுகிறது. சைக்கிளைத் திருப்பினான். ஆனால், இந்த மருதப்பண்ணன் முடிவெட்டும்போதும் பேசிக்கொண்டேதானே இருக்கிறார் – அவருக்கு மட்டும் கவனம் சிதறாதா? ஆனால், அவர் சர்வீஸ் என்ன, தொழில் திறமை என்ன. இவன்கூடத்தான், சைக்கிள் பழகிய புதிதில் ஹாண்டில்பார் சாலை கால்கள் பெடல் என்று சகலத்திலும் கவனமாய் இருப்பான். இப்போதெல்லாம் அப்படியா, இப்படி என்னத்தையாவது யோசித்துக்கொண்டே, உழட்டாமல் சைக்கிள் ஓட்டவில்லை?. . .

அன்றைக்கு, காவலாளியிடம் திட்டு வாங்கிய தினத்தன்று, பின்னிருக்கையில் நடிகையைப் பார்க்கக் கிடைத்தது. ஜன்னல் கண்ணாடியை இன்னும் ஏற்றிவிட்டிருக்கவில்லை. ஒப்பனைக்கு முன்பே கிளம்பிவிட்டார் போல. இந்த முகத்துக்கா தியேட்டரில் அத்தனை அடிதடி, விசில்கள் என்று ஒரு கணம் தோன்றத்தான் செய்தது . . .

முதலாளி இவனைப் பார்த்ததும், உற்சாகமாகக் குரல் கொடுத்தார்.

மந்தரம், வாடா வாடா. நம்ம கன்னியப்பனுக்கு அம்மெ போட்ருக்காம். ரெண்டு மூணு மாசம் வரமாட்டான். இந்த மாச வசூலுக்கு நீயே போய்ட்டு வந்துரு.

அட, வேறு வேலை தேடலாம் என்று நினைத்த மாத்திரத்தி லேயே பதவி உயர்வு கிடைக்கிறதே! வசூலுக்குப் போனால், எக்ஸ்ட்ரா கூலி கிடைக்கும். அதைவிட, முதலாளிக்கு நம் மீது இருக்கும் நம்பிக்கை வலுவானது என்று தெரிகிறதல்லவா.

மற்ற பையன்களை வசூலுக்கு அனுப்புவாரா? அப்பா அடிக்கடி சொல்லும் யோகம் ஆரம்பித்தே விட்டதோ?

அழைப்புமணியை அழுத்தினான். உப்பரிகையிலிருந்து ஒரு பெண் எட்டிப்பார்த்தாள். பாவாடை தாவணியில் இருந்தாள். முத்துமுத்தாய் வியர்த்த முகம். ஒல்லி உடம்பு. சுளீரென்ற நிறம். கருநீல தாவணி நிறத்தை அதிகப்படுத்திக் காட்டியது. கழுத்தை நீட்டிய விதத்தைப் பார்த்தால், சினிமாவில் நாயகியின் தோழிபோலத் தென்பட்டாள்.

இந்நா வாரன்.

கம்பியிழை மாதிரி சன்னமான குரல். புதிதாய்ப் பாட வந்திருக்கும் ஜென்ஸியுடையது மாதிரி. அதே மலையாள வாசனை; அதுதான் இவ்வளவு நிறமோ? அதெப்படி, இரண்டே வார்த்தைகளில் அது மலையாள வாசனை என்று தனக்குத் தெரிந்தது. படிப்பு ஏறாவிட்டாலும் அவ்வளவு ஒன்றும் மக்கு இல்லை நான் . . . சிலிர்த்துக்கொண்டான்.

சுற்றுச்சுவர்க் கதவைத் தாழ் விலக்கும் ஒலி. அவளேதான் . . .! இதில் ஏதோ செய்தி இருந்த மாதிரிப் பட்டது மந்திரத்துக்கு. சிடுசிடுக்கும் காவலாளித் தடியனை எதிர்பார்த்தால், தேவதை வந்து கதவைத் திறக்கிறாள்?! தேவதையோ இல்லையோ, என்றைக்காவது ஒருநாள் திரையில் வரக்கூடிய யோக்கியதை உள்ளவள் . . .

கேள்வி கேட்கும் பாவத்துடன் மந்திரத்தை நிமிர்ந்து பார்த்தாள். நயமாக, அளவாக, புன்னகைத்தாள். இவன் தானாகவே சொன்னான்:

பேப்பர் வசூலுக்கு வந்துருக்கன் . . .

பில்லை நீட்டியவன், ஏனென்றே தெரியாமல் இன்னொரு வாக்கியத்தைச் சேர்த்தான்:

இன்னமே நாந்தான் வருவேன் . . .

அவள் காதில் வாங்கிய மாதிரித் தெரியவில்லை – வேகமாக உள்ளே திரும்பினாள். போகட்டும், பாவம், என்ன வேலையாய் இருந்தாளோ – அடிவயிற்றிலிருந்து காரணமேயில்லாமல் ஒரு குறுகுறுப்பு கிளம்பியது . . . மின்னல் வேகத்தில் திரும்பி விட்டாள்.

ஐஞ்ஞூறு ரூபாய்க்கி சில்லறெ தருமோ?

ஊகித்தது சரிதான். ஐநூறை எப்படிச் சொல்கிறாள் பார்...

இருக்கு.

எடுத்து நீட்டினான். விரல்கள் தொட்டுக்கொண்டன. அதைப் பொருட்படுத்தாத மாதிரி மீதிப் பணத்தைத் தலைகுனிந்து எண்ணினாள். சரியாக இருக்கிறதாம் – அபூர்வமான சிரிப்பு ஒன்றை இவன் மீது வீசினாள். இரண்டாவது சிரிப்பு. அதில் தெரியும் சிநேகம்...

உடம்பு தடதடத்தது மந்திரத்துக்கு. சைக்கிளைக் கிளப்பினான். வேறு வேலையெல்லாம் தேடவேண்டாம்; இதிலேயே நீடிக்கலாம் என்று தானே முடிவெடுத்தது மனம்.

❖

58

தாயம்மாப்பாட்டியின் அந்திம நாட்களை வைத்து ஒரு கதை எழுதினேன். பல்வேறு தரப்பினர் மனமுவந்து பாராட்டிய அந்தக் கதையினால் எனக்கு ஒரு நன்மையும், ஒரு தீமையும் விளைந்தன. தீமை, அதிகம் வாசிக்கவேண்டியதில்லை என்ற மிதப்பு; நன்மை, சுற்றியுள்ள மனிதர்களை முன்னைவிட அதிகமாய்க் கவனிக்கும் பேரார்வம்.

அந்தச் சமயத்திலேயே நடந்த சம்பவம்தான் இது. எழுதச் சொல்லி இத்தனை நாள் மேலெழுந்து வராதது, ஏனோ இன்றைக்கு வந்துவிட்டது. எழுதாமல் விட்டிருந்ததற்கு ஒரு குழப்பம்கூடக் காரணமாய் இருந்திருக்கலாம் – இந்தக் கதையின் மையப் பாத்திரம் பட்டாபியா, கல்யாணிச் சித்தியா அல்லது நானேதானா என்ற குழப்பம்.

பாட்டியின் பதிமூன்றாம் நாள் காரியம் நடந்து கொண்டிருந்தது. கல்யாணச் சாவு. சுபஸ்வீகாரமும் கல்யாணம் போலவே உற்சாகம் குமிழியிட நடந்தது. என் அம்மாவுடன் பிறந்தவர்கள் ஒன்பது பேர். நான்கு தம்பிகள்; ஐந்து தங்கைகள். 'ஒண்ணு மேட்டுக்கு இழுத்தா, இன்னொண்ணு காட்டுக்கு இழுக்கும்' என்பாள் அம்மா. உடன்பிறந்த அனைவரும் ஒன்றாய்க் கூடி நடந்த கடைசி வைபவம் அது. சம்பந்திகள், பேரன் பேத்திகள் என்று எண்பது இலைவரை விழும் என்பதால் சமையலுக்கு ஆள் போட்டிருந்தது.

ரயில்வண்டிபோன்ற வீட்டின் புழக்கடைவெளி யில் பந்தல் போட்டு சமையல் நடந்தது. உண்மையில், உறவுகள் சீர்குலைந்ததற்கு அந்த வீடு ஒரு காரணம். கிழவியின் தலை சரிவதற்காகக் காத்திருந்த மாதிரி ஆளாளுக்குப் பிய்க்க ஆரம்பித்தார்கள் . . .

மூன்று கல் அடுப்புகள் வைத்து பட்டாபி சமைத்துக் கொண்டிருந்தார். வேத கோஷம், ஹோமப்புகையை

அமுக்கிக்கொண்டு அற்புதமான சாப்பாட்டு மணம் திமிறியெ ழுந்தது. ஈரத்தலையை உலர்த்தியபடி பின்வாசலுக்கு வந்த கல்யாணிச் சித்தி,

> யாருடா அது, பட்டாபியா! இப்பத்தான் விஸ்வம் சொல்றான், நீதான் வந்திருக்கேன்னு!! எப்பிடிரா இருக்கே?

என்றாள். சந்தன சோப்பு மணம் தாக்கியது. சித்தி பம்பாயில் வசிக்கிறாள். வருடத்தில் ஒருமுறை சின்னமனூர் வருவாள் – புகுந்தகத்துக்கு. ஊர் திரும்புவதற்குமுன், ஒரு பொழுது மட்டும் தாய்வீட்டுக்கு வருகை தருவாள். 'க்ஷணப் போது அசந்தாப் போறும், வேதாளம் முருங்கமரம் ஏறிடும். அதுனாலதான் இப்பிடி ஓடறாளாக்கும்.' என்று எல்லாரும் பேசிச் சிரிப்பார்கள். சித்தப்பாவின் குடிப் பிரபாவமும் பெண்மோகமும் பிரசித்தி வாய்ந்தது . . . என்னடா இது, இவ்வளவு நரை கண்ட மனிதனை 'போடா, வாடா' என்கிறாளே என்று உயர்ந்த வியப்பும் எரிச்சலும் அடங்குமுன்பே, பட்டாபி பதிலளித்தார். நல்லவேளை,

> நன்னா இருக்கேண்டி.

என்றார், அதேமாதிரி. முகத்தில் மட்டும் அபார அசட்டுக்களை பொலிந்தது.

சாயங்காலம் ஓர் ஊர்வலம்போல எல்லாரும் கோவிலுக்குப் போகும் வழியில், பெரிய மாமா விஸ்வம் தெரிவித்தார்: கல்யாணிச் சித்தியும் பட்டாபியும் பள்ளிக்கூடத் தோழர்களாம். அப்படி இல்லாவிட்டாலும் யாரையும் உதாசீனமாகப் பேசக்கூடியவள் தான் சித்தி . . . கோவிலி லிருந்து திரும்பிய மாத்திரத்திலேயே, தகப்பனார் சொத்தில் பெண்களுக்கும் பங்கு உண்டு என்று தகராறை ஆரம்பித்து வைத்தவள் அவள்தான்.

பாதிக் காபி இருந்த எவர்சில்வர் தம்ளரை விசிறியடித்தார் விஸ்வம் மாமா. அதை விட, உஷ்ணமான சொற்களைக் கூடத்தில் வீசினார்:

> வந்த முண்டைகள்லாம் வாயெ மூடிண்டு ஊர் போய்ச்சேரணும். வாயெக் குடுத்துக் குண்டியெப் புண்ணாக்கிக்க வாணாம். சொல்லிட்டேன்.

உடன்பிறந்த சுமங்கலிகளை 'முண்டைகள்' என்பதா என்று நீதி கோரிக் கிளம்பினாள் ருக்மணிச் சித்தி. அப்புறம் நடந்ததெல் லாம் தனிக் குறுநாவலாய் எழுத வேண்டியவை.

> ஒனக்கு எத்தனை கொழந்தேள்டா பட்டாபீ?

இன்னும் கல்யாணம் ஆகலேடி.

என்று சகஜமாய்ச் சித்திக்குப் பதில் சொன்ன பட்டாபியை ஆச்சரியமாய்ப் பார்த்தேன். கல்யாணிச் சித்தியின் கடைசிப் பெண்ணே என்னைவிடப் பெரியவள்.

பட்டாபியின் கதையை, பின்னொரு நாள் அம்மா சொன்னாள் – கல்யாணிச் சித்தியைப் பற்றி நான் குமுறி முடித்தபிறகு. பட்டாபியின் குடும்பமும் பெரியதுதானாம். அப்பா கல்யாணச் சமையல்காரர். கல்யாணச் சத்திரத்தில், அமர்ந்தவாக்கில் அப்பளம் பொரிக்க எண்ணெய் கொதித்த வாணலி இடறி மேலே கவிழ்ந்ததில், இடுப்புப் பகுதி வெந்து விட்டது. ஆஸ்பத்திரியில் பத்துநாள் போராடிவிட்டு, காலமானார்.

தங்கைகளுக்குத் திருமணம் ஆகும்வரை தான் செய்து கொள்வதில்லை என்ற வைராக்கியத்துடன், மாடாக உழைத்தார் பட்டாபி. அபூர்வமான கைமணம் உள்ளவர். நல்ல வருமானம். நான்கு தங்கைகளையும் தனியொருத்தராக நின்றே கரையேற்றி னார். கடைசித் தங்கைக்குக் கல்யாணம் நிச்சயமாகியிருந்தது. இன்னும் பத்தே நாள்தான்; தங்கை ஆசைப்பட்டாள் என்று சிவாஜி படத்துக்குக் கூட்டிப் போனார்.

ஸ்வேகா ஒண்ணு வச்சிருந்தேண்டி. அம்முலு பின்னாடி ஒக்காந்து வரா. அசட்டுக் கழுதெ எங்கியாவது பிடிச்சிண்டு ஒக்கார வேணாமோ . . .

என்றவர், என்னை நோக்கி,

ஸ்வேகான்னு ஒரு வண்டி இருந்துது. கேள்விப்பட் டிருக்கியோடா அம்பீ?

என்று வினவினார். சிவாஜி கணேசனையும் ‘ஸ்வாஜி’ என்றுதான் சொன்னார்.

நம்ப செலம்பரம் கடைக்கிட்டப் போறச்செ, எதுத்தாப்லெ லாரி வரதேன்னு ஒதுங்கினேன். எமன்னா வந்துருக்கான், தலெதெறிக்கத்தானே வருவன்?

சித்தியின் முகத்தில் சுவாரசியம் அதிகரித்திருந்தது. பார்வையை அகற்றாமல் பட்டாபியின் முகத்தைப் பார்த்துக்கொண்டிருந்தாள். தலை கோதும் கை நின்றுவிட்டது.

தேங்காய்ப் பருமனுக்கு ஒரு கல் கிடந்துருக்கு, கவனிக்காமெ முன்சக்கரத்தெ ஏத்திப்பிட்டேன். கண்ணு இமைக்கறத்துக்குள்ளே கொழந்தெ மல்லாந்து விழுந்து, அவ மேல லாரி ஏறி . . .

தோள்துண்டால் முகத்தை அழுத்தித் துடைத்தார் பட்டாபி. எங்கள் இருவரையும் முழுவதுமாக விலக்கி, தென்னைமர உச்சியில் போய் நிலைத்தது பார்வை.

> . . . சரிதான், குழந்தைக்கி லபிக்காமெப் போனது நமக்கு மட்டும் எதுக்கு? வாண்டாம் போன்னு இப்பிடியே இருந்துட்டேன்.

நீங்கள் என்ன செய்திருப்பீர்கள்? கண்சுரந்திருக்காது? அட, உச்சுக் கொட்டியிருக்க மாட்டீர்கள்? தலையாவது குனிந்திருக்க மாட்டீர்கள்? சித்தி என்ன செய்தாள் தெரியுமா?

> ஆக, ஒங்கதெ ஜிஞ்ஜினுக்கான் சின்ன . . . க்கிளின்னு ஆயிடுத்தாக்கும்!

சிரித்தவாறே எழுந்து உள்ளே போனாள். வாழ்நாள் முழுவதும் முயன்றாலும், பட்டாபியின் அப்போதைய முகக் குறிப்பை விவரிக்கும் ஒரு வாக்கியத்தைக் கண்டுபிடித்துவிட முடியாது என்னால். காறித்துப்பிவிட்டு வேலைக்குத் திரும்பினார்.

ராஜபார்ட் ரங்கதுரை என்ற படத்தில், சிவாஜி வாயசைக்க டியெம்மெஸ் பாடிய பாடலின் முதல் வரி அது. ‘ஜிஞ்ஜினுக்கான் சின்ன . . . க்கிளி, சிரிக்கும் பச்சே . . . க்கிளி, ஓடி வந்தா மேடையிலே ஆட்டமாட – ஆட வந்த வேளையிலே பாட வந்த என்னெ மட்டும் அழ விட்டு ஓடிவிட்டா கூட்டத்தோடெ’ என்ற சோகப் பாடல். சர்க்கஸ் கோமாளி வேடத்தில் நாடக மேடையில் உருண்டும் புரண்டும் பாடுவார் சிவாஜி. தியேட்டரே கண்ணீர் விடும் . . .

பாயசத்தில் சேர்ப்பதற்காக, சின்னஞ்சிறு வாணலியில் முந்திரிப்பருப்பையும் கிஸ்மிஸ் பழங்களையும் போட்டு நெய்யில் வறுக்க ஆரம்பித்தார் பட்டாபி. இயல்பாகவே அவரிடம் தெரியும் கூனில் வளைவு அதிகரித்துவிட்ட மாதிரிப் பட்டது எனக்கு.

இரண்டு தெரு தள்ளியிருக்கும் பெட்டிக்கடைக்கு சிகரெட் பிடிக்கப் போனேன்.

திரும்பி வந்தபோது, சுபத்துக்காகப் பிறந்தவீடு வாங்கிக் கொடுத்த புதுப்புடவை அணிந்து, முகத்துக்கு லாக்டோ காலமைன் பூச ஆரம்பித்திருந்தாள் சித்தி. கொல்லைப்புறத் தென்னைமர வேரருகே குழம்பிய சேற்றை இரண்டு கைகளாலும் அள்ளிவந்து அவள் முகத்தில் பூசும் வெறியேறியது எனக்கு.

நல்லவேளை, வந்தவேகத்திலேயே தணிந்தது.

59

என்னைப் போல ஆங்கிலத்தில் வாசிக்கும் பழக்கம் என் மனைவிக்கு இல்லை. உடனே, நோபல் பரிசு பெற்ற, அல்லது அதற்கு அருகதை யுள்ள எழுத்தாளர்களை மட்டுமே வாசிக்கிறவன் போல என்று கற்பனை செய்துவிட வேண்டாம். பெரும்பாலும் வாழ்க்கை வரலாறுகள்தாம் என் தேர்வு. அதில்தான் எத்தனை வகைமாதிரிகள்; தூக்குத்தண்டனைக் கைதி, ஹாலிவுட் நடிகை, தொல்லியலாளர், மோட்டார் நிறுவனத் தலைவர், அணு விஞ்ஞானி, டென்னிஸ் வீரர்... அநேகமாய் அவர்கள் சொல்லக் கேட்டு யாரோ எழுதியதாய் இருக்கும். எழுதியவரின் தீர்க்கத்தை, மொழியாளுமையை வியந்து தீராது எனக்கு.

என் மனைவி வாசிப்பவை, பெரும்பாலும் வாடகை நூல்நிலையச் சரக்கு. அத்தனையும் தமிழ்க் குடும்பக் கதைகள். நிஜக் குடும்பங்களில் நிலவுவதைவிட அதிக வன்மமும், அசட்டுத்தன மும் கண்ணீரும் மண்டியவை. அவற்றின் அளவு குறைந்துவிடக் கூடாதே என்ற அக்கறையினால் எழுதப்படுபவை என்றுகூட எனக்கு சந்தேகம் உண்டு.

அவள் படிக்கும் பத்திரிகைகள் மீதும் அதே புகார் உண்டு. ஆனாலும், அவ்வப்போது புரட்டுவேன். 'அகல்விளக்கு' மார்ச் இதழில் ஒரு பேட்டி கவர்ந்தது. அதனுடன் அச்சாகியிருந்த புகைப்படங்களும்தான். உலகப் புகழ் பெற்ற நாட்டியத் தாரகை. கிழ அழகி!

உங்கள் குடும்பம் பற்றிச் சொல்லுங்கள். உங்கள் வம்சத்திலேயே, நீங்கள் மட்டும் தான் கலைத்துறையுடன் தொடர்புடையவர் இல்லையா?...

அப்படிச் சொல்வதற்கில்லை. பணம் சேர்ப்பதை ஒரு கலை என்று சொல்லலாமானால், பல

தலைமுறைகளாகப் பெரும் கலைஞர்கள் இருந்த பரம்பரை என்னுடையது!

மதறாஸின் பிரசித்திபெற்ற காண்ட்ராக்டர் என் தந்தை. என் சித்தப்பா ஒருவர் கொஞ்சகாலம் திரைத்துறையில் ஈடுபட்டிருந்தார் – குடும்ப வணிகம் இழுக்கும்வரை.

எனக்கு இரண்டு சகோதரிகள். மூத்தவள் சமையல் கலை வித்தகி. தொலைக்காட்சியில் தினசரி சமைத்துக் காட்டுகிறாள் – சமையல் வகுப்புகள் எடுக்கிறாள். ஓரிரு நூல்கள் எழுதியிருக்கிறாள். பார்க்கவும் படிக்கவும் ருசியான பதார்த்தங்கள் செய்யக் கூடியவள்! என் தங்கை நடத்தும் அழகு நிலையம் தேசிய அளவில் பிரசித்தமானது.

நுண்கலையில் ஈடுபட்டவள் நான் மட்டுமே. நான் பாட்டுக்கு ஆடிக்கொண்டிருந்தேன் – சாதாரணப் பாராட்டு களும் வாழ்த்துக்களும் 'புகழ்' என்ற அருகதையை எட்டியது எப்போது என்பது எனக்கே தெரியாது . . . ஆனால், அவற்றின் சுனையை அறிவேன் . . .

அந்த நாள் வழக்கப்படி, என் சகோதரிகளையும் நடனப் பயிற்சிக்கு அனுப்பத்தான் செய்தார் அப்பா. ஒரே குருவிடம் பயிலப் போனோம். அவர்கள் இருவரும் தப்பிக் கரைசேர்ந்தார்கள். கலைக்கடலில் நான் மட்டும் மூழ்கிவிட்டேன்! (சிரிக்கிறார்.)

சகோதரிகளில் நீங்கள் மட்டும்தான் திருமணம் செய்து கொள்ளவில்லையோ?

ஆமாம். அதற்கான அவசியத்தை நான் உணரவேயில்லை. களைக்கும்வரை பயிற்சி. அப்புறம், ஓய்வு. ஓய்வு சலித்ததும் மீண்டும் பயிற்சி. இந்தச் சுழற்சியே எனக்குப் போதுமானதாய் இருந்தது. தவிர, இரட்டைக் குதிரைச் சவாரி செய்யும் திறன் எனக்கு ஆரம்பத்திலிருந்தே கிடையாது. அவர்கள் இருவரும் முதுகலைப் பட்டம் வாங்கியவர்கள். நான் ஏழாம் வகுப்புடன் நின்றுவிட்டதில் பெற்றோருக்கு ஆதங்கம் உண்டு. ஆங்கிலம் மட்டுமாவது கற்றே ஆகவேண்டும் என்று வீட்டுக்கே ஆசிரியரை வரவழைத்துப் பயிற்றுவித்த அப்பா எவ்வளவு பெரிய தீர்க்கதரிசி! . . . நாடுநாடாய்ப் பயணம் செய்யும்போது, சர்வதேச ஊடகங்களிடம் பேசும்போது, ஆங்கில ஆசிரியர் திரு. டிசௌஸாவின் நினைவு வரும். அப்பாவின் ஆன்மா திருப்திப்பட்டிருக்கும் ஒருவேளை, என்று தோன்றும்!

ஆரம்ப நாளிலிருந்தே நடனம் உங்களை உள்ளிழுத்துக் கொண்டதா?

அப்படிச் சொல்ல முடியாது. தூக்கத்தையும் விளையாட்டையும் பறிகொடுத்து விட்டு, அதிகாலைப் பயிற்சிக்கு ஆயத்தமாகும்போது ஏக்கமாய் இருக்கும். என்ன, பள்ளிக்கூடம் போவதை, தேர்வுகளுக்குத் தயாராவதை, கொஞ்சம்கூட விரும்பாதவள் நான்; நாட்டிய வகுப்பில் உளரீதியான அழுத்தம் எதையும் உணரவில்லை என்பதால் தொடர்ந்து போய் வந்தேன். அவ்வளவுதான். ஆனால் பதினெட்டு வயதுவரை இருந்த விட்டேற்றித்தனம் சட்டென்று காணாமல்போய், என்னையே நான் கண்டறிந்த நாள் ஒன்று வரத்தான் செய்தது. அல்லது பரத சாஸ்திரம் என்னும் ஆழ்கடல் என்னைக் கண்டறிந்த நாள் . . .

‘அகல்விளக்கு’ வாசகிகளுக்கு அதை விவரிக்க முடியுமா?

தாராளமாக. ‘பூமியின் வெதுவெதுப்புக்குள் புதையுமுன் உன்வசமுள்ள சகலத்தையும் பிறருக்கு வழங்கிவிடு’ என்கிறது ஒரு பாரசீகக் கவிதை. ரூமியோ, அவர் சமகாலத்தவர் எவரோ எழுதியது. இத்தனை நாள் என் குடும்பத்திடம்கூடப் பகிராமல் வைத்திருக்கும் ஞாபகத்தை மட்டும் ஏன் கொண்டு செல்ல வேண்டும்! (மீண்டும் சிரிக்கிறார்.)

முன்னமே சொன்னபடி, உயர்தட்டுக் குடும்பம் அல்லவா. காரில் ஏறி, கடலில் நீராடப் போவோம். கூட்டமற்ற கடற்கரைகளில், மணலுக்கும் நீருக்கும் நிகராகத் தனிமை பரந்திருந்த நாட்கள் அவை. நடைப்பயிற்சிக்குக்கூட அதிகம்பேர் வராத பகுதிகளுக்குத்தான் போவோம்; புடவையோடு அலையில் இறங்கிக் குளிப்போம்.

அன்று, அலைகளின் ஆர்ப்பாட்டம் சற்று அதிகமாய் இருந்த மாதிரிப் பட்டது. வழக்கத்தைவிட ஆவேசமாய்த் தழுவின அலைகள். திடீரென்று, உள்ளங்காலை யாரோ நிரடுகிற உணர்வு. சகோதரி எவளோ விளையாடுகிறாள் என்று நினைத்தேன். ஆனால், மனிதத் தீண்டல்போல இல்லாத வற்புறுத்தல் ஒன்றையும் உணர்ந்தேன்; திரும்பினேன்.

சப்தநாடியும் ஒடுங்கிவிட்டது. ஆமாம், தீண்டியது மனிதப் பிறவி அல்ல. டால்ஃபின்கள் பார்த்திருப்பீர்களே! அந்த உயிரினத்தின் உடல்வாகும் அதேபோலத்தான். முழுசாய் விளைந்த மனிதப்பிறவி அளவு சரீரம். மூக்கு மட்டும் டால்ஃபின்போலக் கூர்மையாய் இன்றி, மொழுக்கென்றும் பக்கவாட்டில் நீண்டும் இருந்தது. முதிர்ந்த மலைப்பாம்பு போலப் பருத்து, நீண்டு, வளைகிற உடம்பு. மொண்ணை முகத்தின் வாய்ப் பகுதி திறந்து தெரிந்த பல்வரிசை, அச்சுறுத்தவில்லை – பிரியமாய்ச் சிரிக்கிறது என்று பட்டது.

அந்த நீர்ப்பிராணியின் பெயர் இன்னதென்று தெரிய வில்லை; நிறமும் முகமும் இன்றுவரை மறக்கவுமில்லை. பழுப்புக்கும் காவிக்கும் இடைப்பட்ட நிறம். அப்படியொரு ஜீவராசியை வேறெங்குமே காணக் கிடைக்கவில்லை; யார்யாரிடமோ கேட்டுப் பார்த்திருக்கிறேன். முழுமையாய் வர்ணிக்க என்னிடம் வார்த்தைகள் இல்லை; அல்லது, என் விவரணையைக் காட்சியாக வரித்துக்கொள்ளும் திறன் யாருக்கும் இல்லை. ஆரம்ப நாள் பயணங்களில், ஒவ்வொரு நாட்டிலும் போய் இறங்கியவுடனே நான் கேட்கும் முதல் கேள்வி: 'இந்த ஊரில் நீர்க் காட்சிசாலை உண்டா?' அனுகூலமாக பதில் கிடைத்தால், அன்றோ மறுநாளோ சென்று பார்த்து விடுவேன்; வேறெதற்கு, ஏமாறுவதற்குத்தான்!

வருடங்கள் ஓடிவிட்டனவா, நான் நிஜமாகவே அதைப் பார்த்தேனா; என் ஆழ்மனம் தத்ரூபமாக விளைவித்த உருவெளித்தோற்றமா; இளமைக் காலத்தில் புகை மூட்டமாகத் தெரிந்து மறைந்த கனவுகளில் ஒன்றா; இல்லை, பரிணாமத்தின் பாதையில் எதிர்காலத்தில் வரவிருக்கும் நூதனப் பிறவியைத்தான் முன்கூட்டியே என் கலைமனம் நிஜம்போலவே பார்த்து விட்டதா என்றெல்லாம் சமீபகாலமாய்த் தோன்றத் தொடங்கி யிருக்கிறது. அல்லது என் அந்தரங்கம் ஆசையாய் அடைகாத்து வந்த ஆணுருவம்தான் அசந்தர்ப்பமாக வெளியேறி என்னுடன் ஜலக்ரீடைக்கு வந்துவிட்டிருந்ததோ!

எண்பது வயதை எட்டியபிறகு, நடன அசைவுகள் பற்றியும் அவற்றின் துரிதத் தன்மை பற்றியும் சிறுமிகளுக்கு வகுப்பெடுக்கும்போது, வாரத்தில் ஒருநாளாவது என் உள்ளங்காலில் அந்தத் தீண்டல் புத்துயிர்த்து விடுகிறது . . . சிலிர்த்துப் போகிறேன்.

தன்னிடமிருந்த நளினத்தையும் நடனத்தையும் என் காலில் முத்தமிட்டுக் கடத்திய வேற்றுக் கிரகவாசியாய் இருக்குமோ என்றுகூட ஒருமுறை தோன்றியது. ஆமாம், அந்த ஸ்பரிசத்தின் விளைவுதான் உங்கள் முன் அமர்ந்து உரையாடும் நடனமணி.

உள்ளங்காலில் பதிந்த முத்தத்துக்கு ஈடான ஒன்று மனிதப் பிறவியிடமிருந்து கிடைக்க வாய்ப்பில்லை என்று உள்ளூர அன்று பதிந்த நம்பிக்கைகூடக் காரணமாய் இருக்கலாம் – நான் தனிக்கட்டையாகவே வாழ்க்கை நடத்தி வந்திருப்பதற்கு . . .

❖

60

அப்பாவழி உறவினர் அவர். வருடத்தில் ஓரிரு முறை வந்துசெல்வார். அசல் பெயர் தெரியாது – நானும் சின்னக்காவும் மூக்கு மாமா என்று பெயர் வைத்திருந்தோம். வீட்டில் யாருடனும் அவர் பேசிக் கண்டதில்லை. அப்பாவுடன் மட்டும் ஓயாமல் பேசிக் கொண்டிருப்பார். தனியாய் இருந்து, ரகசியமாகப் பேசுவார்கள். வெளிப்படையான மனிதரான அப்பா மூக்கு மாமா வந்தவுடன் மர்மமான ஆளாகிவிடுகிற மாதிரிப் படும்.

அவர்கள் இருக்கும் பக்கமே எங்களை அனுமதிக்க மாட்டாள் அம்மா. வழக்கமாக விருந்தாளிகளுக்குக் காஃபி கொண்டு தரும் வேலை அக்காவுடையது. தரையையும் தம்ளர்களையும் மாறிமாறிப் பார்த்தபடி அன்னம்போல நடப்பாள். அவளை மூக்கு மாமா பக்கத்தில் அண்டவே விடமாட்டாள் அம்மா. தானேதான் கொண்டு தருவாள்.

மூக்கு மாமா வருகையால் உச்சபட்ச எரிச்சல் கொள்வதும் அம்மாதான். வளாகத்துக்குள் அவர் தலை தென்பட்டதுமே ஓடிச்சென்று நாங்கள் தகவல் சொல்வோமா, முகத்தைக் கடுமையாகச் சுளித்துக் கொண்டு, பல்லை நறநறப்பாள்.

> இது ஒண்ணுதான் பாக்கி. வந்தாச்சா. எப்பிடித்தான் மூக்குலெ வேர்க்குமோ . . .

அவரும் பெரும்பாலும், குடும்ப விசேஷ நாட்களில்தான் வருவார்; நிம்மதியாய் சாப்பிடக்கூட விடாமல் சம்பிரதாயங்களைச் சொல்லிச் சொல்லி உயிரெடுப்பார். ஆனால்,

> வாங்கோ வாங்கோ.

என்று வாசலில் போய், மலர்ந்த முகத்துடன் அம்மா வரவேற்பதைப் பார்த்தால், அடுக்களையில் இருந்த அதே பெண்பிள்ளைதானா இவள் என்று வியப்பாய் இருக்கும். இரண்டு மூன்று நாள் கழித்து, 'வரேன்'

என்று கனத்த குரலில், சுவரையோ கூரையையோ பார்த்துக் கொண்டு அவர் சொல்லும்போது, இறுக்கமாக 'ம்' என்பாள். அவ்வளவுதான் அவர்களுக்குள் உரையாடல். அப்பா மட்டும் நிறுத்தத்தில் சென்று பஸ்ஸேற்றிவிட்டு வருவார். அப்புறம் பழைய அப்பாவாகிவிடுவார். மூக்கு மாமா வந்த அன்று அடைத்த ஹோட்டலைத் திறக்க முனைவார்.

அம்மாவை விடவும் அதிக அதிருப்தி அடைகிற வேறு ஜீவன்களையும் குறிப்பிட வேண்டும். முதல் வாடிக்கையாளர் வரும்வரை அப்பா மடியில் பொறுமையாக அமர்ந்திருந்து, அலுமினியத் தட்டில் அலையாடும் வெதுவெதுப்பான பாலை அசுரவேகத்தில் நக்கும் பூனை, செல்லம்; அப்புறம், இரவு முற்றியபின் கடையடைத்து வீட்டுக்குள் அப்பா வரும்வரை கடைவாசலில் ஒரே இடத்தில் வீற்றிருந்து, அசையாமல் காவல் காக்கும் வீரா. விளக்கு வெளிச்சம் இல்லையென்றால் வீரா இருப்பதே தெரியாது. அவ்வளவு கறுப்பு. மூக்கு மாமா வந்தவுடன் இருவரும் காணாமல் போய்விடுவார்கள்.

அதிகாலை செல்லம் வசம் என்றால், முன்னிரவு வீராவின் ஆளுகைக் கீழ். ஒருவருக்கொருவர் ஆகாது. பரஸ்பரம் பார்வையில் பட்டுக்கொள்ள மாட்டார்கள். ஆனாலும், ஒரே வீட்டில் வசிப்பவர்கள் அல்லவா, அவ்வப்போது எதிர்ப்பட நேரும். வீராவின் ஆக்ரோஷமான பாய்ச்சலைவிட, அஞ்சுகிற பாவனையில் கொஞ்சதூரம் ஓடிவிட்டு சடாரென்று நின்று எதிர்த்துச் சீறும் செல்லத்தின் ஆங்காரத்தை, கோரைப்பற்களை, கண்களின் கடுமையை இப்போது நினைத்தாலும் குலைநடுங்கு கிறது. எப்போதுமே படிப்பினைகளை அப்பாதான் வழங்குவார். இந்த ஒரு விஷயம் மட்டும் அம்மா சொன்னாள்:

நாய்க்குப் பூனைகிட்ட இவ்வளவு ஜாக்கிரதை இருக்கறதுக்குக் காரணம் என்ன தெரியுமா!...

என்று கேட்டு, கொஞ்சம் இடைவெளி விட்டு, தானே சொல்லி முடித்தாள்:

...மெத்துமெத்துன்னு பஞ்சு மாதிரி இருக்கே, பூனையோடெ பாதம். கோபம் வந்தா அதுக்குள்ளேர்ந்து ஊசி மாதிரிக் கூர்மையான நகம் வெளிலெ வரும். நாயோடெ கண்ணைத்தான் குத்தறதுக்குப் பாக்கும் பூனை. அது நாய்க்கும் தெரியுமாக்கும்.

சரியான தகவல்தானா என யாரிடமும் கேட்டு உறுதிசெய்து கொள்ளவில்லை நாங்கள்.

மூக்கு மாமாவைத் தாண்டிப்போனாலே சுருட்டு நாறும். வளாகத்தின் பின்புறமிருந்த தென்னந்தோப்புக்குள் போய்ப் பிடித்துவிட்டு வருவார். முல்லையாற்றுக் கரைக்கும்கூடப் போவார். அங்கே போயிருப்பார் என்று நினைத்து, என்னை இரண்டு எலுமிச்சம்பழம் பறித்துவரத் தோப்புக்குள் அனுப்பினாள் அம்மா.

முள்ளு குத்திக்காமெ ஜாக்கிரதையாப் பறிச்சுண்டு வரணும். என்ன?

தோப்பின் மறு விளிம்பில், சுற்றுச்சுவருக்கு அருகில் நாவல், கொடுக்காப்புளி மரங்களுக்கு இடையில் எலுமிச்சை மரமொன்றும் இருந்தது. அதற்குச் சற்று இந்தப் புறம் ஓட்டுக் கூரையும், தூண்களும் கொண்ட, சுமார் இரண்டடி உயர சிமெண்ட்மேடை உண்டு.

மூக்கு மாமா மேடையில் இருந்தார். விவேகானந்தர் தலைப்பாகையின் வால் முதுகில் தொங்கிப் படர்ந்திருக்க, புகைக் கொத்து பக்கவாட்டில் வெளியேறி உயர்ந்தது. அடுத்தடுத்த கொத்துகளுக்கு இடையே அவர் முன்புறம் குனிந்து தலையாட்டியவாறு யாரிடமோ பேசுகிறார்... மேடையைத் தாண்டும்போது ஆச்சரியம் காத்திருந்தது.

ஆமாம், மேடைக்குக் கீழே செல்லமும் வீராவும் நேருக்குநேரே உட்கார்ந்து மூக்கு மாமா சொல்வதைக் கேட்டுக்கொண் டிருந்தனர். கடைசி சில வாக்கியங்கள் என் காதில் விழுந்தன. செல்லத்தைக் கண்ணுக்குக்கண் பார்த்துப் பேசினார் அவர்:

சும்மா ஒத்தரையொத்தர் எசலிச்சிண்டே இருக்கப்படாது. மத்தவா இருக்கறதாலெ நமக்கென்ன நஷ்டம்னு யோசிச்சுப் பாக்கணும். உன்னோட சாப்பாட்டெ மத்தவன் பறிக்கறானா என்ன? எஜமானி புத்தி ஒனக்கும் வந்துடுத்தாக்கும்? வீரா அவன் ஜோலியெப் பாத்துண்டு போறான். அதுலெ ஒனக்கென்ன அத்தனை ஆவலாதி?... என்னடா அம்பீ, இந்தப் பக்கம் வந்திருக்காய்!

பூனையிடம் பேசிய அதே பாவத்தில் என்னிடம் கேட்டார். பதிலற்றுத் தலையாட்டியபடி திரும்பிப் பார்த்தேன். செல்லத்தின் தலை குனிந்திருந்த மாதிரி எனக்குப் பட்டது...

அடுத்த ஆறு மாதத்தில் அப்பா காலமானார். அதையொட்டி செல்லம் காணாமல் போனாள். வீரா சாப்பாட்டை மறுத்து மெலிந்துகொண்டே வந்தான். நாங்கள் ஊரைவிட்டுக் கிளம்பியபோது, பேருந்தின் பின்னாலேயே ஓடிவந்த சோனி வீரா, வேகமெடுத்த வண்டிக்கு ஈடுகொடுக்க முடியாமல் நின்று மூச்சிரைத்தது இன்னும் மறக்கவில்லை.

தலைப்பில்லாதவை

அந்த ஆறுமாதமும், காதலர்கள் மாதிரி அவர்கள் சேர்ந்தே திரிந்ததையும்தான்.

கொஞ்சம் பெரியவனான பிறகு, எனக்குள் முளைத்த கேள்விகளுக்கு இன்றுவரை பதில் கிடைக்கவில்லை. காவி உடுத்திய மூக்கு மாமா உண்மையில் யார்? அவர் மீது அம்மாவுக்கு இருந்த வெறுப்புக்கு பூர்வகாரணம் ஏதும் இருக்குமோ? அதைப்பற்றி விசாரிக்க முயன்ற ஒருதடவை அம்மாவின் முகம் அவ்வளவு கறுத்ததும் கடுமையடைந்ததும் ஏன்? நுட்பமான அவதானம் உள்ள அப்பா, இவர்கள் விஷயத்தில் மட்டும் பாராமுகமாய் இருந்தது எதனால்? நாய்க்கும் பூனைக்கும் ஒரே மொழி எப்படி இருக்க முடியும்? அவர்களுக்குத் தமிழ் தெரியும் என்பது மூக்கு மாமாவுக்கு எப்படித் தெரிந்தது!

இதையெல்லாம்விட முக்கியமான கேள்விகள் சில உண்டு. நேரில் பார்த்த சம்பவத்தின் அடிப்படையிலான கேள்விகள். இதுவும் தோப்புக்குள் நடந்ததுதான். தோட்டக்கார வேலு, கையில் நீட்டிய கோலின் நுனியில் தொங்கும் செத்த பாம்புடன் வந்தார்.

அட, அதையேண்டா அடிச்சுக்கொன்னே. தண்ணிப் பாம்புடா, பாவம். போடு கீழெ.

என்று அதட்டினார் மாமா. மறுபேச்சு சொல்லாமல் போட்டுவிட்டுப் போனார் வேலு.

அதன்பிறகு நடந்ததைத்தான் யாரும் நம்பமாட்டார்கள். வேலுவின் தலை மறைந்ததும் பாம்பிடம் சென்று ஏதோ செய்தார் மாமா. மல்லாந்து கிடந்த பாம்பு உருண்டு எழுந்து விரைவாக ஓடிப்போனது. இவ்வளவும் நடக்கும்போது தென்னைமரத்துக்குப் பின்னால் குந்தி மலம் கழித்துக்கொண் டிருந்த என்னை அவர் பார்க்கவில்லையா, பொருட்படுத்த வில்லையா, அல்லது வேண்டுமென்றே நான் பார்க்க அதை நிகழ்த்தினாரா?

இளைஞனான பிறகு ஒருநாள் தோன்றியது:

பத்தாம் நாளுக்குமுன்னால் வந்தவர், வாசலோடு திரும்பிப் போய்விட்டாரே? தன் ஆப்தரின் மரணம் அவருக்கு முன்கூட்டியே ஊகிக்க முடியாததாய் இருந்திருக்குமா என்ன? அப்பா இறந்த தினத்தில் அவர் இருந்திருந்தால், என்ன நடந்திருக்கும்? அன்றைக்கு அம்மா அவரை எப்படி எதிர்கொண்டிருப்பாள்?

❖

61

விசாகப்பட்டினம் இருப்பது சமுத்திரத்தை எதிர்முனையாய்க் கொண்ட முட்டுச் சந்தில். முன்னோக்கி உள்ளே போகும் ரயில், வெளியேறும்போது பின்னோக்கி இழுபடும். புதுப் பயணிகள் 'புறப்பட்ட இடத்துக்கே திரும்புகிறோமோ!' என்று திகைப்பார்கள்.

சக பயணி விசாகப்பட்டினத்தில் இறங்கினார். அட்டைப்பெட்டிகளை நகர்த்தி வழிசெய்து கொடுத்தேன். கூப்பேக்குள் உடனடியாய்க் கவிந்த தனிமையையும் இழுத்துக்கொண்டு கிளம்பியது ரயில்.

கொல்கத்தாக் கண்காட்சியில் எங்கள் நிறுவனத்தின் பிரதிநிதியாகப் பங்கேற்கச் செல்கிறேன். நுட்பமான, ஆனால் பளு மிகுந்த மாதிரிகளை எடுத்துச் செல்வதால், விமானத்தில் போகவில்லை. ஏஸி முதல்வகுப்பில் போகுமாறு தலைமையக ஆணை. பிடுங்கல் மிகுந்த தொழில் வாழ்க்கை. மூச்சைக்கூட என் இஷ்டப்படி விட முடியாது. ஆகவே, இந்தத் தனிமையும் இப்படியொரு ஓய்வும் ஒரு விதத்தில் மிகப்பெரிய ஆறுதல் . . . கையோடு கொண்டுவந்திருந்த ஆங்கில சஞ்சிகையைப் புரட்டத் தொடங்கினேன்.

ஒரு சிறு பேட்டி கண்ணில் பட்டது. இந்தியாவின் பல்வேறு பகுதிகளில் உள்ள தீவிர மான, ஆனால் பிரபலமாகாத கலைஞர்களின் சிறு சிறு பேட்டிகள் இதழில் அங்கங்கே பிரசுரமாகி யிருந்தன. ஆளுக்கு மூன்று கேள்விகள். கடைசிக் கேள்வி மட்டும் பொது.

வங்காள ஸித்தார் கலைஞர், ஹரியானா நாடகக் கலைஞர், பிஹாரி மதுபானி ஓவியர், மராத்தி நடனமணி என்ற வரிசையில் ஒடியா எழுத்தாளர் ஒருவரும் இருந்தார் . . .

நீங்கள் பரவலாக அறியப்படாததற்குக் காரணம் என்ன என்று நினைக்கிறீர்கள்?

நானேதான்! (சிரிக்கிறார்.) என் கதைகள் பரவலாக வாசிக்கப்படவில்லை என்பது உண்மை. பரவலாக வாசிக்கப்படக் கூடிய கதைகளை நான் எழுதிய தில்லை என்றும் சொல்லலாம். ஆள்தடம் இல்லாத அடர்வனத்துக்குள் பூத்து உதிரும் காட்டுப் பூ யாருக்காக வும் மலர்வதில்லை – தனக்காகக்கூட. பூப்பதும் உதிர்வதும் அதன் இயல்பு. இடைக்காலத்தில் ஒளிர்வதும் மணப்பதும்கூட தன் இயல்புப் பிரகாரமே . . .

தனிமை நீடிக்கவில்லை; வெறும் எட்டு மணிநேரம்தான். ஒரு சிறு நிலையத்தில் ரயில் நின்றது. தொழில்நுட்பச் சிக்கலாம். இரவுணவை முடித்துவிட நினைத்து இறங்கினேன். கூம்புவடிவத் தையல் இலையில், நாலு உடுப்பி இட்லி. மேலே, நம் கொத்சு மாதிரி ஊற்றித் தந்தார்கள். ஐயோ, அவ்வளவு ருசி. முதல்தர ஓட்டலில்கூடக் கிடைப்பதற்கில்லை. ரயில் பயணத்தில் எதிர்பார்க்கவே முடியாது. நல்லவேளை, அங்கே ரயில் நின்றது . . .

கட்டாக்கில் இறங்கி, பராக்குப் பார்த்துக்கொண்டிருந்தேன். கால்கள் சோர்ந்து, பெட்டிக்குள் திரும்பினேன். கூப்பேக்குள் புதியவர் ஒருவர் உட்கார்ந்திருந்தார். முகமன் கூறும் விதமாய், ‘ஹலோ’ என்றேன். அரைகுறையாக, ஆர்வமேயின்றித் தலையசைத்தார். அந்த முகம் பரிச்சயமானதாய்த் தெரிந்தது. ஆனால், இறுக்கம் மிகுந்த முகம். சன்னமாக ஏதோ முனகிக் கொண்டிருந்தார். விரல்கள் தாமாகத் தாளம் போட்டன. கண்ணுக்குக் கண் சந்திக்கும் வாய்ப்பையே தரவில்லை. முழுக்கத் தனக்குள் அமிழ்ந்திருக்கும் மனிதருடன் உரையாடலைத் துவக்குவதற்கு நானும் முனையவில்லை.

அடுத்த ஒரு மணிநேரத்துக்கு அதே இடத்தில் அதே நிலையில் அமர்ந்திருந்தார் அந்த வயோதிகர். கிறங்கிச் செருகிய கண்கள். அதே முனகல், முழங்காலில் தாளம்.

கீழ்ப்படுக்கையை எடுத்துக்கொள்கிறீர்களா!

என்று உடைந்த ஹிந்தியில் கேட்டேன். தியானம் கலைந்து பதிலளித்தார்:

தன்யவாத்.

ஒரு சொல் பதில். கரடுமுரடான குரல். புன்னகைக்கக்கூட முற்படாத முகம். ஆனால், அந்த முகத்தை நிச்சயம் எங்கோ

பார்த்திருக்கிறேன் . . . ஏனோ, அவருடைய பாராமுகத்தைக் கலைத்துப் பார்க்க வேண்டும் என்று தோன்றியது.

நான் ஜீவா. பாட்டியா மெஷினரீஸ் பிராந்திய விற்பனை மேலாளர். நீங்கள்?

மறுபடியும் ஒரே சொல் பதில். ஏதோ சாட்டர்ஜி என்கிற மாதிரிக் காதில் விழுந்தது.

கரும்பாறையிடம் எதற்காகத் தொடர்ந்து முட்டுவது? மௌனமாக என் படுக்கையை இடம் பெயர்த்தேன்; ஏறிப் படுத்தேன். அவருடைய முகம் நமட்டிக்கொண்டேயிருந்தது. கரும்பாறை என்று சொன்னது தவறு. செம்பாறை. கீழேயிருந்து சன்னமான குறட்டை கிளம்பியது . . . சொடுக்கும் நேரத்தில் அந்த முகம் அடையாளம் தெரிந்துவிட்டது.

சுந்தரராமன், பணியில் சேர்ந்த சில நாளிலேயே நண்பனானவன். அலுவலகத்தில் ஏற்பட்ட சிக்கலால் மனமுடைந்திருந்த ஒரு நாளில், சாயங்காலம் குடிக்க வீட்டுக்கு அழைத்தான். அவனது இன்னொரு பரிமாணம் தெரிய வந்தது அன்று. பெரிய இசைரசிகன், ஹிந்துஸ்தானி சங்கீத ஆர்வலன். ஏகப்பட்ட ஸிடிக்கள் சேர்த்து வைத்திருந்தான்.

இதைக் கேளுங்க ஜீவா சார். எல்லாக் கவலையும் பறந்துரும்.

என்று சொல்லி, ஒரு ஸிடி போட்டான். 'சினிமாப்பாட்டுக்கூடக் கேட்காதவனைப் போய் சாஸ்திரீய சங்கீதம் கேட்கச் சொல்கிறானே, அசடன் . . .' என்று நினைத்து முடிப்பதற்குள், சுருதியின் கனத்த ரீங்காரத்தை மட்டுப்படுத்தி, அந்த ஆண் குரல் எழுந்து உயர்ந்தது.

சங்கீதத்துக்கானதே இல்லை – அடிவயிற்றை எக்கி முக்காரம் போடும் எருமைக் கன்றின் குரல். ஆனால், மிகச் சில நொடிகளில் என்னை நிரப்ப ஆரம்பித்தது. குட்டிக் கரண வித்தைகள் காட்டாமல், உச்சத்துக்கு நகர்ந்து கதறாமல், அடுத்த எழுபது நிமிஷம் என்னுடனே இருந்து வருடிக்கொண்டிருந்தது. எனக்குள் படிந்த துயரத்தின் வண்டலை முழுக்கச் சுரண்டி அகற்றியது. பொருக்கு அகலும் ரணம் மெல்லமெல்ல ஆறுவதை நம்பவே முடியாமல் அனுபவித்துக்கொண்டிருந்தேன். என் சொந்தத் துயரை மட்டும் அல் ல, மனிதகுலம் அதுநாள்வரை சேர்த்துவைத்த துக்கமனைத்தையும் காலிசெய்யும் வாஞ்சையும் வல்லமையும் அந்தக் குரலில், பாடும் பாணியில், நிரம்பியிருந்ததாய் உணர்ந்தேன். அபரிமிதமான குடிகூடக் காரணமாய்

இருக்கலாம். 'அவரது ஸிடி இன்னொன்று இருந்தால் போடேன்' என்றேன். 'ஒன்றே ஒன்றுதான் வெளியாகியுள்ளது' என்றான் சுந்தர்.

இந்த நாலு வருடங்களில், மனம் சோரும்போதெல்லாம், அந்த முன்னிரவும், அசரீரி போன்ற குரலும் எனக்குள் எழுந்து, அள்ளிக் கொட்டும் ஆதுரத்தில் நனைவேன் . . .

அப்போதிலிருந்தே நான் சங்கீதம் கேட்கிறவனாக ஆகியிருக்க வேண்டுமே? அதுதான் இல்லை. நான் இயல்பான இசைரசிகன் இல்லை. தவிர, அன்று நான் கேட்டது சங்கீதமே அல்ல. ஒருவித முறிமருந்து. என்னைச் சூழ்ந்த நீர்ச்சுழியிலிருந்து ஜாக்கிரதையாக எதிர்ப்பக்கம் இழுத்துப்போய்க் கரையேற்றிய, தேர்ந்த நீச்சல்வீரனின் மாயக் கரம் . . .

சுந்தரிடம் அதையே மறுபடியும் போடச் சொன்னேன். விடியும்வரை திரும்பத் திரும்பக் கேட்டோம். 'யார் இது?' என்று கேட்டேன். ஏதோ பெயர் சொன்னான். ஆனால், அது அந்தப் பாடகரின் சொந்தப் பெயர் இல்லையாம். ஏயார் ரஹ்மானின் வந்தேமாதரம் தொடரைச் சொல்லி, அதில் இடம்பெற்ற சில பிரபலக் குரல்களைக் குறிப்பிட்டான்:

> அவர்களுடைய தளுக்கும் ஜிலுஜிலுப்பும் ஜாலக்கும் இல்லாத மேதை. அதனால்தான் பிரபலமாகவில்லையோ என்னவோ. அபூர்வமான மனோதர்மம் உள்ளவர்.

பெயர்கள் நினைவில் தங்கவில்லை. 'மனோதர்மம்' என்பதன் அர்த்தமும் புரியவில்லை . . .

ஸிடியில் இருந்த முகமேதான் கீழே படுத்திருக்கிறது. அல்லது, அதன்மீது அச்சு அசலாகப் பொருந்திப் படியும் இன்னொரு முகம். அதற்காகவாவது, காலையில் இவர் காலைத் தொட்டு ஒற்றிக்கொள்ள வேண்டும் என்று நினைத்தபடியே தூங்கிப் போனேன்.

கீழ்ப்படுக்கையில் அவர் இல்லை. அவரது சூட்கேஸும் இல்லை. இடைநிலையம் எதிலோ இறங்கியிருக்க வேண்டும். உடல் தடம் மீந்திருந்த விரிப்பில் ஒரு குரல் மட்டும் படுத்திருப்பதுபோல பிரமை தட்டியது. அவர்தான் அவர் என்று நான் ஏன் நம்பினேன்?

அடிக்கொருதடவை கதறியபடி அவுட்டரில் நின்றிருந்தது ரயில். கைபேசியைப் பார்த்தேன். மூன்று மணிநேர தாமதம்.

கதவருகில் போனேன். கதவில் சாய்ந்து, படியில் காலைத் தொங்கவிட்டு, ஒரு பெண் உட்கார்ந்திருந்தாள். முக்காடு மறைத்த தலை.

சரளையோரப் புதர்களில் மண்டியிருந்த வயலட் பூக்களில், விதவித நிறங்களில், இஷ்டம்போல அமர்ந்தும், எழுந்தும் திரிந்தன ஏராளமான வண்ணத்துப் பூச்சிகள். பிடி கம்பியில், அவள் கைக்குச் சற்றுமேலே, தியானத்தில் இருப்பது போன்று, சலனமற்ற மௌனத்தில் ஆழ்ந்திருந்த மரநிற வண்ணத்துப்பூச்சி என் கவனத்தை ஈர்த்தது.

❖

62

இன்று வண்டிகள் அதிகம் வரவில்லை. வேலை குறைவு. அலுப்பும் குறைவு. என்றாலும், இரண்டு அசவுகரியங்கள் உண்டு. ஒன்று, முதலாளி தரும் சம்பளம் மிகக் குறைவு; வண்டிக்கு இவ்வளவு என்று கணக்குப் போட்டுத் தரும் ஊக்கக் கூலிதான் பெரியது. அப்புறம் வாடிக்கையாளர் மனமுவந்து தரும் வெகுமானம். பொட்டுத் தூசிதும்பு இல்லாமல் பளபளக்கும் வண்டியைப் பார்க்கும் யாருக்குமே கைநிறையத் தரவேண்டும் என்று தோன்றிவிடும். சிலபேர் ஐம்பது ரூபாய்கூடத் தருவார்கள் . . .

ஆக, வருமானம் இன்று வெகுவாகக் குறையும். அது பரவாயில்லை, இன்று விட்டதை நாளை பிடித்துவிடலாம். இரண்டாவது அசவுகரியம்தான் கொடுமை.

ஆமாம், ஞாபகங்கள் தறிகெட்டு ஓடும். எங்கெங்கே ஓடினாலும், தவறாமல் சேர்கிற இடம் ஒன்றேதான். காவி, வெள்ளைப் பட்டைகள் மேலிருந்து கீழே இறங்கும் சுவரருகில், குத்துக்கல்லில் உட்கார்ந்த வற்றலான உருவம். அதன் வாயில் புகையும் பீடி . . .

தகப்பனில்லாமல் வளர்ந்த பிள்ளை; சேர்க்கை சரியில்லை. தாயாரால் சஞ்சீவியைக் கண்டிக்க முடியாமல் போனது. பிள்ளை ஒழுங்காய் வளர வேண்டி பூசை விரதம் நேர்த்தி என்று சிக்கிக்கொண்டாள். மகனுக்கோ, தெய்வபக்தி அறவே கிடையாது. இருக்கும் சந்தோஷம் மொத்தத்தையும் காலிபண்ணும் சங்கதியைத் தேடிப் போவானேன்? லாகிரி அதிகரிக்கும் போது, பழைய லாவணிப் பாட்டைப் பாடி தாயைச் சீண்டுவான்:

மறையவன் நாவிலவள் உறைவதானால் – மலஜலம் கழிப்பது எங்கே எங்கே!

தாமுவும் செந்திலும்கூட சஞ்சீவி மாதிரியே திரிந்தவர்கள்தான். தாமுவின் அப்பா பெல்ட்டை உருவினாரென்றால், அவன் இடுப்பைக் கழற்றிவிட்டுத்தான் மறுபடி கட்டுவார். அதனாலென்ன, மறுநாளே சிவமூலி தேடி வந்துவிடுவான். 'மூலிகை' என்று சொல்லக்கூடாது என்பார், பழக்கிவிட்டவர். அவரும், கிட்டத்தட்டச் சாமியார்தான் . . .

செந்தில் வீட்டில் அத்தனை கடுமை காட்டமாட்டார்கள். ஏழுதலைமுறை உட்கார்ந்து சாப்பிடச் சொத்து உள்ள குடும்பம். இப்போது மாதமொருமுறை தனது காரைக் கழுவ இங்கேதான் கொண்டுவந்து விடுவான். தாராளமாக, நூறு ரூபாய்க்குக் குறையாமல் கையில் வைத்து அழுத்துவான்.

> இந்தச் சாக்குலெ ஒன்னைய ஒரு தடவெ வந்து பாக்கலாமுல்லடா சஞ்சீவி?

என்று பிரியமாய்ச் சொல்வான். நாற்பது வருஷம் ஓடியபிறகு, பீடி ஸ்டாக்கிஸ்ட் முதலாளியை ஒருமையில் அழைக்கலாமா? சஞ்சீவிக்குத் தயக்கமாய் இருக்கும். செந்திலே ஒரு வேளை அதை விரும்பமாட்டானோ? உடனே, அவன் தந்த நூறு ரூபாயை பீடிக் கங்கில் கொளுத்திப் போட ஆத்திரம் பொங்கும். ஆனால், செந்தில் என்ன செய்வான் பாவம்?

தவிர, நூறு ரூபாய் என்றால் நூறு ரூபாய். வாரச் சந்தையில் ஒரு வேட்டியும், அவளுக்கு ஒரு நைலக்ஸ் புடவையும்கூட வாங்கிவிட முடியும். பழைய துணி என்றால் மானத்தை மறைக்காதா. கழுதை விட்டையில் முன்விட்டை என்ன, பின்விட்டை என்ன . . .

தாமுவைப் பற்றித்தான் தகவலே இல்லாமல் போனது. நாலு பேரிலும் துடிப்பானவன். சின்னச்சின்னத் திருட்டுகள் நடத்தி அவன்பாட்டுக்கு வாழ்க்கை நடத்திக் கொண்டிருந்தான், பாவம். கிரகக் கோளாறு, ஏட்டையா ஒருத்தரின் சகலர் வீட்டில் கை வைத்துவிட்டான். அதிகம் தேறக்கூட இல்லை. ஒரு ஒற்றைவடச் சங்கிலி, இரண்டு மோதிரம், ஒரு ஜோடி வளையல். அவ்வளவுதான். சாமி உண்டியலையும் கையோடு தூக்கி வந்திருந்தான். உடைத்ததில் பதிமூன்று ஒரு ரூபாய் நாணயங்கள் தேறின.

ஆனால், பெரிய கேஸ் எழுதி உள்ளே தூக்கிப்போட்டு விட்டார் ஏட்டையா. தாமு திரும்பி வருவதற்குள் ஒரு ரவுடிக் கும்பலிடம் சிக்கி வெட்டுப்பட்டுச் செத்தும் போனார். அவனானால், ஊரைவிட்டே போய்விட்டான். ஜெயிலுக்குப் போனவனை ஊர் மதிக்குமா?

ஒருமணி நேரத் தொலைவிலுள்ள மெற்றாஸில், பிக்பாக்கெட்டாக வாழ்க்கை நடத்துகிறான் என்று கேள்விப் பட்டதுதான் கடைசி. பத்திருபதுபேர் சேர்ந்து ஒருத்தனை மொத்துகிறார்களே, செத்துக்கித்துப் போனால் யார் பொறுப்பு என்று எட்டிப் பார்த்தபோது, தனக்கு நெஞ்சே அடைத்துவிட்டதாக கருத்திருமன் சொன்னான். சொந்தக்கார விசேசத்துக்கு மெற்றாஸ் போயிருந்தபோது பார்த்தானாம். கருத்து இவர்களுடன் ஓரிரு மாதங்கள் மட்டும் திரிய வந்தவன். படிப்பை நிறுத்தியதும் ஓட்டல் வேலைக்குப் போனான். இப்போது சொந்தமாக டீக்கடை நடத்துகிறான். அவன் கடையில்தான் சஞ்சீவிக்குக் கணக்கு . . . ஆனாலுங்கூட, நாற்பது முழு வருஷங்கள் பிக்பாக்கெட்டாகவே ஒருத்தன் காலங்கடத்தி யிருப்பானா என்ன என்று நினைத்துக்கொண்டார் சஞ்சீவி.

இவரேகூட, படிப்பு ஏறவில்லையென்று நிப்பாட்டிய பிறகு, வெள்ளையடிக்கும் வேலைக்குத்தான் போனார். இன்னமும் துல்லியமாய்ச் சொல்வதானால், சுண்ணாம்பு அடிக்குமுன் சுவரைச் சுரண்டும் வேலை. வயது முற்றியபோது, சாரத்தில் ஏறினால் கால் நடுங்க ஆரம்பித்தது. நாலைந்து ஷெட்டுகளில் கையாளாகச் சேர்ந்தார். ஒரு நட்டைக் கூட ஒழுங்காகக் கழற்ற வரவில்லை – வண்டி கழுவும் வேலை மட்டுமே கை வந்தது. அறுபதை நெருங்கும் வயதில், குழாயைப் பிடித்து நீர் பீய்ச்சிக் கார் கழுவும் வேலைக்கு வந்துவிட்டார். நல்லவேளை, அந்தமட்டில், பிள்ளைகுட்டி ஏதும் இல்லை.

அத்தனைக்கும் அந்த ஆள்தான் காரணம். உள்ளூர் முகம் இல்லை அது. நாலு நாட்கள் அந்தக் கல்லிலேயே உட்கார்ந் திருந்தார் – கருத்திருமன் இவர்களுடன் இருந்த கொஞ்ச காலத்தில். நாலு நாள் ஒரே இடத்தில் அசையாமல் இருப்பது எவ்வளவு சிரமமான காரியம் என்று இந்த வயதில் தெரிகிறது. அப்போது, நாம் மறைவாய் இருந்து கஞ்சா புகைக்கிற இடத்தில் இந்த ஆளுக்கு என்ன வேலை என்று எரிச்சலாய் இருந்தது.

வேட்டி, சட்டை, உருமால், முகம், முன்னங்கை என சகலத்திலும் அடைஅடையாய் அழுக்கு. ஆளே அழுக்கை உருட்டிச் செய்த உருவம் மாதிரி இருந்தார். பெரிதாய் அதைத்த மேற்பாதங்கள். காணச் சகிக்காத உருவம். மிரட்டி விரட்டு வதற்காக மூவரும் கிட்டப் போனார்கள். அவரிடமிருந்து பதிலே இல்லை. தொட்டு அதட்டியபோது ஏதோ முனகினார். எந்த மொழி என்று யாருக்கும் புரியவில்லை. அத்தனை கிட்டே இருந்தும் அவரிடம் துர்நாற்றமில்லை என்பதைக் கருத்திருமன்தான் கண்டு சொன்னான்.

வேணாம்டா. இந்தாள்ட்டெ எதுவும் வச்சிக்கிற வேணாம். போயிருவோம்.

என்று எச்சரிக்கவும் செய்தான். இவர்களைவிட்டு அவன் விலகியது அதற்குப் பிறகுதான். கருத்திருமன் சொன்னவுடன், நண்பர்களுக்குப் படியளக்கும் பணக்கார வீட்டு செந்தில், கேலிச் சிரிப்புடன் அந்தாளிடம் பீடிக்கட்டை நீட்டினான்.

சாமிக்கி நம்ம காணிக்கெடா.

என்று நக்கலாகச் சிரித்தான். அவர் முகம் மலர்ந்தது. கட்டிலிருந்து ஒரு பீடியை மட்டும் உருவிக்கொண்டார். தீப்பெட்டிக்கு இடது கையை நீட்டினார். பற்றவைத்து இழுத்தார். அவருக்கு நேர் பின்னால் நின்றிருந்த தாமு முன்னால் வந்து சொன்னான்:

போதும், வாங்கடா போகலாம்.

சஞ்சீவி புதிதாக செகண்ஹாண் சைக்கிள் வாங்கியிருந்தார். அவர்களுடைய தோல்வியைப் பார்த்தபடி, எட்ட உட்கார்ந்து சைக்கிள் துடைத்துக்கொண்டிருந்தார். எழுந்து, சாமியாரை உற்றுப் பார்த்தவாறு, அடித்தொண்டையைக் காறித் தரையில் துப்பினார்.

மூன்றுநாள் கழித்து, ஆளைக் காணோம்; எங்குமே தென்படவில்லை. வேறிடம் போயிருப்பார் என்று உறுதியான பிறகு தாமு ஒரு டாலர் காட்டினான். அழுக்கான, தாமிர டாலர். சிவப்புக் கயிற்றில் கோத்தது. யாருடைய கழுத்திலோ இதைப் பார்த்திருக்கிறோமே என்று சஞ்சீவிக்குத் தோன்றிய அதே சமயத்தில், பெருமிதமாய்ச் சொன்னான்:

அந்தாளு பின்னாடி நின்னப்போ நைஸா பிளேடு போட்டண்டா. . .

ஆழத்திலிருந்து பெருமூச்சு வெடித்து மேலேறியது. அவனவன் தலையெழுத்து; அவனவன் வாழ்க்கை. ஒன்றுக்கொன்று சம்பந்தமேயில்லாத விஷயங்களை, நாம்தான் கோத்துப் பார்க்கிறோமோ? இதற்குத்தான், சும்மா உட்காரக் கூடாது என்கிறது. பேசாமல் விளக்குமாற்றை எடுத்து ஷெட்டைப் பெருக்குவோமா என்று யோசித்தார். கருத்து கடைக்குப் போய் ஒரு டீ குடித்துவிட்டுக்கூடத் திரும்பலாம்.

ஆனாலும், அந்த ஆள் காலில் விழுந்து தொலைத் திருக்கலாமோ என்று முதன் முறையாய்த் தோன்றியது. நல்லவேளை, சர்வீஸுக்கு ஒரு கார் வந்து நின்றது.

தலைப்பில்லாதவை 279

63

1970 களின் மத்தியில் ஷெனாய் நகரில் குடியிருந்தோம். ஐங்கோண அமைப்பில் பழைய கால வீடு. ஒவ்வொரு கோணத்திலும் ஒரு குடித்தனம். இடது சிறகின் பின்பக்கம் நளினி அக்கா இருந்தாள். ஞாபகத்தில் மீண்டெழும் முகத்தை 'அழகு' என்று சொல்லமாட்டேன். ஆனால், இரண்டாம் முறை திரும்பிப் பார்க்கவைக்கும் என்பது உறுதி.

முகம் இல்லை, அதில் படிந்திருந்த தயக்கமே அவளுக்கு வசீகரமளித்தது என்பதையும் உறுதியாய்ச் சொல்வேன். பெண்களைக்கூட நிமிர்ந்து பார்த்துப் பேசமாட்டாள். நான் ஒன்பதாம் வகுப்புப் படித்தேன். வயதுக்குப் பொருந்தாத பூஞ்சை உடம்பு. சின்னப் பையன் மாதிரி இருப்பேன். ஆனால், எனக்குள் பெண்கள் மீதான கவனமும் ஆசையும் நாள்தோறும் அதிகரித்துவந்தன. இதை அப்போது சொல்லியிருந்தால் யாரும் நம்பியிருக்க மாட்டார்கள் – சிவாவைத் தவிர.

நளினி அக்காமீது பிரியமும் கபடமும் கலந்த ஒரு விநோத அபிமானம் இருந்தது. அவளும் கடைகண்ணிக்குப் போகும்போது, கைக்குழந்தையை என் அம்மாவிடம் விட்டுவிட்டு, தோளில் கைபோட்டு அழைத்துப்போவாள். பெண் உடம்பின் அருகாமை, குறிப்பாக ஈரம் படர்ந்த அக்குள் மூச்சுத் திணற வைக்கும். அவளானால், 'தம்பீ, தம்பீ' என ஓயாமல் அழைத்து என் குற்றவுணர்வைக் கூட்டியபடி இருப்பாள். ஆளுக்கொரு பை சுமந்து திரும்பும்போது, சற்று ஆசுவாசமாக இருக்கும் – தனித்தனியாக நடப்பதால்.

சற்று வசதியான குடும்பத்தில் பிறந்தவள். வேற்று ஜாதியில் காதல் திருமணம் செய்ததால் பிறந்தவீடும் புகுந்தவீடும் புறக்கணிப்பதாகத் தரையைப் பார்த்தபடி அம்மாவிடம் சன்னக்

குரலில் சொன்னதைக் கேட்டபிறகு, அவள்மீது அனுதாபமும் சேர்ந்து கொண்டது. கணவர் அரசு மருத்துவமனையில் ஆண் செவிலியராக இருந்தார்.

ஒங்க காம்பவுண்டுக்காரென் குண்டக்கமண்டக்க லஞ்சம் வாங்குறாண்டா.

என்று சிவா சொன்னபோது, 'அப்படியா' என்று தலையாட்டினேன். ஆனால், அக்கா முகமும் சேர்ந்தே எனக்குள் எழுந்ததால், உள்ளூர நம்பவில்லை. பின்னர் ஒருநாள் எங்கள் காம்பவுண்டு உரிமையாளரே சிகிச்சைக்காகப் போனபோது, கறாராகக் கைநீட்டினார் சேது என்று கேள்விப்பட்டோம். நளினி அக்கா மீதான அனுதாபம் அதிகரித்தது.

நாங்கள் இரண்டாவது தெருவில் குடியிருந்தோம். சிவராமன் வீடு கடைசித் தெரு தாண்டி, ராமராயர் மண்டகப்படிக்கு அருகில், வைகையாற்றுக்குள் சரிகிற பாதையோரம். அவர்கள் காம்ப்பவுண்டில் பத்துப் பனிரெண்டு குடித்தனங்கள் – ஒரு குடும்பத்துக்கு ஒரு அறை வீதம். அவனுக்குத் தம்பிதங்கைகள் நாலைந்துபேர். அப்பா மதிச்சயத்தில் பழைய பேப்பர்க்கடை வைத்திருந்தார். கஷ்டஜீவனம். ஆனால், அதைப் பொருட்படுத்தாத உற்சாகம் சிவாவிடம் உண்டு. மதுரைக்கு நாங்கள் குடிவந்த புதிதில் சிவா எனக்குக் கற்றுத்தந்தவை அநேகம். அதிலும் வசவுச் சொற்கள். என்னை முழு மதுரைக்காரனாக, கூசாமல் வாய்ச்சண்டை போடுகிறவனாக ஆக்கி உதவியவன் அவன்தான்.

ஆற்றில் இறங்கி, ராமராயர் மண்டகப்படியில் தசாவதாரம் எடுக்கும் கள்ளழகர், மறுநாள் காலையில் கிளம்பி வண்டியூர் போவது துலுக்க நாச்சியார் என்ற சின்ன வீட்டைப் பார்ப்பதற்காகவே என்ற கதையையும் சிவாவேதான் எனக்குச் சொன்னான்.

இன்னொன்றும் அவன் மூலமாகத் தெரிய வந்தது. நளினி அக்காவின் அருமை. என்னைப் பார்க்க அவன் வந்தபோது, வாசல் குழாயில் தண்ணீர் பிடித்த குடத்தை இடுப்பில் தூக்கி ணங்கென்று வைத்துக்கொண்டவளைப் பார்த்து,

யார்றா இந்தப் பொம்பளே?

என்று ரகசியமாக வியந்தான். எனக்கு அதிருப்தி ஒருபுறம். பெருமிதம் ஒருபுறம். அவனுடைய அம்மாவிடம் லஞ்சம் கேட்ட சேது அண்ணனின் சம்சாரம் என்று விளக்கினேன்.

‘அட’, என்று மேலும் கொஞ்சம் வியந்துவிட்டு, இன்னொரு தகவல் சொன்னான்: அவர்கள் காம்ப்பவுண்டுக்கு சேது அடிக்கடி வந்துபோவாராம். அங்கே கடைசி வீட்டில், அதாவது அறையில், வசித்த மாரியம்மாளின் நிரந்தர வாடிக்கையாளராம் அவர்.

மாரியம்மாளைக் காலிபண்ணச் சொல்லவேண்டும் என்ற கோரிக்கையை சக குடித்தனக்காரர்கள் யாருமே எழுப்பியதில்லை; யாராவது லேசுபாசாக அதுபற்றிப் பேசினாலும், காம்ப்பவுண்ட் உரிமையாளரான மொல்லியாரம்மா ‘திகுடுமுகுடா வஞ்சு வய்க்கும்’ என்றான். ‘அவளே ஒரு கேசு’ என்று நான் கேட்காமலே சொன்னான்.

> எங்க தெருவுலெ ஒவ்வொரு காம்பவுண்டுலயும் ஒண்ணு ரெண்டு இப்பிடி இருக்கத்தான் செய்யும். அதுக்கென்னா செய்றது? எல்லாருந்தானே சாப்புடணும்?

என்றவன், புதுசாக ஒரு பழமொழியும் அறிமுகப்படுத்தினான்:

> கிளிமாருதிப் பொண்டாட்டி இருந்தாலும், கொரங்குமாருதிக் கூத்தியா வேணும்!

வழக்கம்போல அம்மாவிடம் குழந்தையை ஒப்படைத்து விட்டு என்னைக் கூப்பிட்டுக்கொண்டு நளினி அக்கா புறப்பட்டாள். வழக்கத்தைவிட அதிகமாக மூச்சிரைத்தாள். அக்குளின் வியர்வைக் கவிச்சியும் அதிகமாய் இருந்தது. தனக்குத்தானே ஏதோ பேசிக்கொண்டு நடந்தாள். அது ஒத்திகை என்று அப்போது எனக்குத் தெரியவில்லை; நாங்கள் போவது சிவா காம்ப்பவுண்டுக்கு என்பதும்தான்.

மொல்லியாரம்மா வீட்டு வாசலில் நின்று குரல்கொடுத்தாள் அக்கா. கதவைத் திறந்த பெண்ணுருவம் இரண்டு விரலையும் உதடுகளின் குறுக்காக வைத்து ரத்தநிற வெற்றிலை எச்சிலைப் பீய்ச்சியது. ஏனோ, அங்கே நிற்கவே எனக்கு பயமாய் இருந்தது.

யாரு வேணும்?

ஒங்களெத்தாம்மா பாக்க வந்தேன்.

உள்ளாற வா.

மூவரும் ஆளுக்கொரு மடக்கு நாற்காலியில் அமர்ந்தோம். அறிமுகத்தின்போதே இருவருக்கும் ஒரு ஒற்றுமையைக் கண்டுபிடித்தார்கள். அக்கா பிறந்த ஊரேதான் அந்தம்மாளுக்கும் பூர்விகம். ஏழெட்டுப் பெயர்களைச் சொல்லி விசாரித்தார்.

உரையாடல் முழுவதும் 'அம்மா' என்றே அழைத்துப் பேசினாள் அக்கா.

அந்த வீட்டில் இனம்புரியாத ஒரு வீச்சம் இருந்தது பசுமையாய் நினைவிருக்கிறது. அந்த அம்மாளின் நெற்றியில் மாபெரும் வில்லையாய் இருந்த ஒட்டுப்பொட்டு, இவள் பேசும் நேரம் முழுக்கத் தாம்பூலம் அரைத்த வாய், பென்சிலால் மெல்லிசாகவும் விகாரமாகவும் எழுதி, உயரத் தூக்கி வளைந்த புருவங்கள், தலைநிறையச் சூடியிருந்த ஊதாக் கனகாம்பரம் என எல்லாமே தத்ரூபமாய் எனக்குள் பதிந்திருக்கின்றன.

> கையிலயும் களுத்துலயும் பதுனஞ்சு பவுனு நகையோடெ வந்தம்மா.
>
> வீட்டுலெ இருந்ததெப் பூரா வளிச்சு எடுத்துக்கிட்டு வந்துட்டயாக்கும்!
>
> இல்லெங்கம்மா. அதெல்லாம் எனக்குண்டே வாங்கி வச்சுருந்ததுதேன் . . .
>
> அது போட்டும். இப்ப நான் என்னா செய்யணூண்றே?
>
> எங்காளெ இங்கிட்டு வரக்கூடாதுண்டு கண்டுசனாச் சொல்லிப்புருங்கம்மா.
>
> அதெப்பிடி மயளே நாஞ் சொல்றது? இந்தக் காம்பவுண்டுலெ எவடீ யோக்கியம் ண்டு திருப்பிக் கேப்பாளே? அதும்போக இன்னொருத்தி வகுத்துலெ அடிக்கிறது நாயமா? அந்தப் பாவத்தெ வேறெ கட்டிக்கிறணுமா?

என்று இதமாகக் கேட்டு முடிப்பதற்குள்ளேயே, நளினி அக்கா அவள் கால்களில் சட்டடியாக வீழ்ந்தாள். மூசுமூசென்று அழுதாள். அந்தம்மாள் பதறிவிட்டாள்.

> ஏத்தா, இது எந்தூருப் பளக்கம். எந்திரி எந்திரி . . .

என்று அவசரமாகச் சொன்னாள். கண்கள் வேகமாகச் சிவந்து கலங்கின.

> அவளெ வீட்டெக் காலிபண்ணூண்டு வேணாச் சொல்லிர்றேன், ஒனக்காண்டி. ஆனா, புருசனெக் கட்டிப்போடுறது ஓம் பொறுப்புத்தேன்.

அக்கா கைகூப்பினாள். இதற்குள் மொல்லியாரம்மா தன்னுடைய பிரத்தியேக உலகத்துக்குள் அமிழ்ந்துவிட்டாள். தனக்குத்தானே சொல்லிக்கொள்கிற மாதிரி,

இந்தப் புத்தி மட்டும் எனக்கு இருந்துருந்தா இம்புட்டுச் சீரளிஞ்சிருப்பனா?

திரும்பும்போதும் அக்கா பேசாமல்தான் வந்தாள். ஆனால், மூச்சு சமனப்பட்டிருந்தது.

இரண்டு வருடம் கழித்து, அவர்கள் குடும்பம் வீட்டைக் காலிசெய்தது. கழுத்தில் மஞ்சள் கயிறு, காதுகளிலும் மூக்கிலும் ஈர்க்குச்சியோடு தானே ஈர்க்குச்சிபோல நடந்து போனாள் நளினி அக்கா. அந்த முகம்தான் இன்றுவரை நினைவிருக்கிறது எனக்கு.

❖

64

தூரத்து உறவினர் ஒருவர் பற்றிச் சொல்லும்போது, ‘முசுடு; மனுஷனெப் பாம்புன்னு தாண்டவும் முடியாது; பழுதைன்னு மிதிக்கவும் முடியாது. சரியான நடுவாந்தரம்.’ என்றாள் அம்மா. ‘பழுதைன்னாக்கூட, அநாவசியமா ஏன் மிதிக்கணும்! ஆனா, நல்ல பழமொழி!’ என்று சிரித்தார் அப்பா. பழுதை என்றால் கயிறு என்று பொருள் என்றார் . . .

அரை நூற்றாண்டுப் பழைய உரையாடல். நேற்றுப்போலப் பதிந்திருக்கிறது. ‘ஆமாம், ஒவ்வொரு பழமொழியிலும் பட்டறிவின் தேன்சொட்டு ஒன்று இருக்கும்’ என் பார் பக்கிரிசாமி அய்யா. ‘மனிதர்கள் மாதிரியே, கனவுகளிலும் அநேக வகைகள் உண்டு.’ என்றும் ஒருமுறை சொன்னார். மேற்சொன்ன உறவினரின் ஜாடை உள்ளவர் அவர்!

சிந்தனையிலும், பேச்சிலும் பழையகால மனிதர். வேஷ்டியை நெஞ்சுவரை ஏற்றிக் கட்டி யிருப்பார். பேச்சினூடே திருமூலர் வந்து குதிப்பார், வள்ளுவர் கைச்சுவடியை ஆட்டுவார், கபிலரும், அவ்வையும் தாம்பூலம் தரிப்பார்கள்! . . . அய்யா பொடி போடுவார். வெற்றிலையும் உண்டு. லூஸ் புகையிலையும், வெள்ளை வெற்றிலையும் தட்டுப்பாடின்றித் தமக்குக் கிடைப்பதற்காகவே கடை வைத்திருப்பதாய்ச் சொல்லிச் சிரிப்பார்!

நெஞ்சுயரக் கடைத் தரையில் சம்மணமிட் டிருப்பார். மாமனாருக்கு வெற்றிலை வாங்கப் போகும்போது கொஞ்சநேரம் நிற்பேன். பேசுவார்; கேட்டுக்கொண்டிருப்பேன்!

ஆயுசு நூறு தம்பி. நேத்து ஒரு கனவு. தம்பி வந்தாச் சொல்லணும்ன்னு நெனச்சிக்கிட்டே

இருந்தேன்; வந்துட்டீக. ராத்திரி மூணுமணி. அதெப்பிடி, கனவு வந்த நேரத்தெக் குறிப்பாச் சொல்றான்னு மலைச்சிராதீக. கலைஞ்ச நிமிசமே மூத்தரம் முட்டீருச்சுல்ல!

நடந்துக்கிட்டேயிருக்குறன். ஒலகத்தோடெ ஒரு கோடீலேந்து மறுகோடியெப் பாத்துப் போறன். காலு கெஞ்சுது. ஆனா, நிப்பாட்ட முடியாது. ஏன்னா, பிரபஞ்சம் முடியப் போற கடேசிச் சணத்துலேந்து, அது ஆரமிச்ச மொதோச் சணத்தெப் பாத்துப் போறன். எவ்வளவு தூரம் போறனோ, அந்தளவுக்குப் பத்தரமா ஆயிறலாம்.

அதெப்பிடி இவ்வளவு துல்லியமாத் தெரியிதுன்னு கேக்காதீக. மெற்றாஸ்லே, பல்லாவரம் செல்லக்கோனார் தெரு முட்டுற எடத்திலெ இருக்கம், 2019 டிசம்பர் நாலாம் தேதி புதங்கிளமைன்றதெல்லாம் தெரியுதா இல்லையா? எடமும் காலமும் உள்ளுக்குள்ளெ ரகசியமா எந்நேரமும் பதிவாகத்தான் செய்யும். ஆறாவது அறிவுன்றதே அதானே?

ஆச்சா, மனுச வாசனையே இல்லே. என்னாடாது, எல்லாவனும் போய்ச் சேந்துட்டானா; மனுசகொலத்துக்கு என்னா ஆச்சு; அப்ப நான் மட்டும் எப்பிடி உசிரோட இருக்குறன் – கேள்வியா வந்து கொல்லுதுக சனியன். ஆனா, நாம எதுர்க்கோடியிலேர்ந்துல்லெ வாறம். யாரு கண்டா, செல நூறு வருசம் தள்ளிப்போனா ஆள் நடமாட்டம் இருக்குதோ என்னமோ. யாரு கண்டா, நானேகூட வெத்தலைக் கடையிலே ஒக்காந்துருக்கலாம்!

ஆளுகதான் இல்லே. தலைக்கிமேல ஒரு சின்ன மேகம்; விரிச்ச கொடை மாதிரி கூடவே வருது. ஏதோ மனசுக்குப் பட்டு, குனிஞ்சு பாக்குறன். உடுத்திருந்த துணி நெறம் மாறீருக்கு. டிஸைன்கூட மாறியாச்சு. எந்தக் காலகட்ட மோஸ்தர்டான்னு தெகைக்கிறேன். கையிலெ ஒரு கண்ணாடி இருந்துச்சின்னா, அதே மூஞ்சிதான் இருக்கான்னு பாத் துரலாம். பொறப்புட்ட ஆளுதான் இப்பயும் வாரானான்னு தெரிஞ்சுக்கிற வேணாமா?

நாம் போய்ட்டிருக்கது ஒரு ஜீவநதியோட கரெ. நெறைமாசக்காரியாட்டம், நகர்றதே தெரியாம நகருது தண்ணி . . . ஒரு நிமுசம் போதும், பொங்கி மீறி சகலத்தையும் அமுக்கிப்புரும்னு பீதியா இருக்கு. செமிக்காத சாப்பாடு மாதிரி வகுத்துக்குள்ள உருளுது.

சரி, இவ்வளவு யோசனெ ஓடுதே, இதெல்லாம் தமிழ்லெதான் ஓடுதா, இல்லெ, உடுப்பு மாறுன மாதிரி

பாசையும் மாறிக்கிட்டே போகுதா. இந்த சந்தேகத்தெ யாருகிட்டேப் போயி தீத்துக்கிர்றது சொல்லுங்க. பாசைன்னா என்னா, வெறும் சத்தமா!

குதுரெச் சதெயிலே என்னமோ ஒரசுற மாதிரி இருந்துச்சி. மறுக்கா ஒருதபா குனிஞ்சு பாத்தன். பூனெக்குட்டி. அண்டி வருதோன்னு லேசாக் குளப்பம். அப்ப இதுக்கும் நாந்தான் பொறுப்புன்னு ஆயிருமே. இல்லே, தொணைக்கித்தான் வருதுன்னா என்னெவுட ஒசத்தி; கொறஞ்சபச்சம் சமானம்ன்னு அர்த்தம். மூச்சு வுட்டுக்குறலாம்! பூனெகிட்டெக் கேக்கவா முடியும்? மிஞ்சிப்போனா, மியாவ்ன்னு கத்தும்; அம்புட்டுத்தானே!!

திடீல்ன்னு, சிரிப்புச் சத்தம். பூனெக் கொரல் இல்லே; நானும் சிரிக்கலெ. சிரிப்பு வர்ற மாதிரி எதுவும் நடக்கலயெ. எங்கருந்துரா சத்தம்ன்னு நிமுர்றேன். பாத்தது சரி தான். மேலெ வர்ற மேகம்தான் சிரிச்சிருக்கு. ஏங் குளப்பத்தெப் பாத்து நக்கலடிக்கிது!

எப்பிடிரா தெரியும்னு கேட்ராதீக. அந்தராத்மாவுலெ செல விசயங்கள் தட்டுப்படும் – வெளியிலெ ஒரு தர்க்கமும் பிடிபடாது. ஆனா, சூரியனெ மாதிரி, சமுத்திரத்தெ மாதிரி, சர்வசத்தியமாத் தெரியும். நமக்கு மட்டும்தான் தெரியும்ன்றதாலே, ஆமான்னு சொல்ல ஆள் கிடைக்காது. வேடிக்கை என்னான்னா, லேசா ரெண்டு தூத்தல் வேற போட்டுச்சு அந்த மேகம். இந்தக் களுதெ என்னாத்துக்கு இளிக்கிதுன்னு எரிச்சலா இருந்துச்சு.

இப்பச் சரி, பார்வையெட்டுற தூரம் வரைக்கிம் விரிஞ்சு கிடக்கு; பூமி ஆரமிச்ச எடம் ஒடுக்கமா ஒத்தப் புள்ளியா இருந்ததூன்னுல்ல சொல்வாக. போய்ச் சேந்தம்னா நிக்கவாச்சும் எடம் இருக்குமா? பூனையுமில்லெ வருது. கூட வர்றவுகளெ விட்டுட்டுப் போறது தர்மமா? ஆனா, இந்தக் காலத்து தர்மம். எல்லாக் காலத்துக்கும் இதுவேதானா . . .

தாஸ்தியாச் சொல்றானோன்னு நெனச்சிறாதீக. 'இந்தாங்க மாமா.' ன்னு நீட்றது ஒரு நொடிதான் – ஆனாக்கே, வந்து, பேசிக்கிட்ருந்து, திரும்பி வீடு போறவரைக்கும் எத்தனை விசியங்களெத் தாண்டுறீக. சொல்ல ஆரமிச்சா வருசயா யாவுகம் வராது? . . .

பூனெக்கி ஒரு சோடி இருந்தாகணுமேன்னு தோணுது. இல்லே, இதுவும் கடேசிப் பூனெயோ. பளைய நாளுக்கு வேகவேகமா நடந்து, சனத்தோடெ சேந்துக்கிறப் போறான் இந்தாளு, கூடப்போனா நம்மாளுகளெப் பாத்துறலாம்ன்னுதான் ஒட்டிக்கிச்சோ!

கோலம்பூண்டி சாமி சொல்லும், எலே, ஆதிப் பூனெயோடெ வமுசம்தான் இன்ன வரெக்கி இருக்கு ... நாமளும் அப்பிடித்தானே சாமி ... ஆமாப்பா, ஆனா, கொரங்குலருந்து வந்தம்ன்னுல்ல சொல்றாங்ய. இப்பருக்குற மூஞ்சி வாறதுக்கு முன்னெ எத்தன மாத்தம் பாத்துருக்கும். பூனெ அப்பிடியேதானே இருக்கு ... சாமி சொல்றது வாஸ்தவந்தானெ.

அன்னையிலேர்ந்து அதே யாவுகமா இருந்துச்சு. நேத்து மதியம் வாத்தியாரு வந்தாரு. பேச்சுவாக்குலெ, புறநானூத்திலெ ஒரு பாட்டுலெ பூனெ வருதுன்னாரு. வெறும் பூனெ இல்லே; காட்டுப் பூனெ. அந்தக் காலத்துலே வெருகுன்னு பேராம். வெண்ணாகன்னு ஒர்த்தர் எளுதுனது. அது சரி, அந்தாளு எதுக்கே வாறாருன்னு வைங்க. அட, மத்திய காலத்துலே சந்திக்கிறமய்யா. ஒருத்தர் பேசுறது மத்தவருக்குப் புரியுமா? இத்தனைக்கும், ரெண்டு பேரும் தமிள்தான் பேசியிருப்பம். எளுதிக் காட்டுனமோ, இன்னஞ் சுத்தம்!

இதே, இப்ப பர்மாலேந்து ஒரு பூனெ வருது. எங்கூட வர்ற பூனையோட அது பேசுறதுக்கு ஒரு குந்தகம் உண்டா. 'மியாவ்'ங்குற ஒரே சொல் பாசைதானே அவங்களுது!!

சிரிக்க ஆரம்பித்தார். இடையில் ஆட்கள் வரத் தொடங்கினர். ஈர வெற்றிலையை உதறி பித்தளைக் கைத் தராசில் எடைபோட முற்பட்டார். நான் கிளம்பினேன்.

மனம் முழுக்க அந்தக் கனவு ஆக்கிரமித்திருந்தது. நான் காணாத கனவு, வெறும் சொல் தொகுப்பு. காட்சியாய் எனக்குள் எப்படி நிரம்பியது? அல்லது, அடுத்தவர் கனவில் நான் எப்படி நுழைந்தேன்? நேரில் பார்ப்பதுபோலத் தத்ரூபமாய் எழுகிறதே!

பார்க்கும்போதே தோன்றியது, அய்யாவுக்கு வெறும் கனவுதான். மனிதகுலத்துக்கு? நற்கனவா, துர்க்கனவா! இல்லை, அம்மா சொல்கிற நடுவாந்தரமோ. நெடுந்தூரம் நடந்தேன் என்றாரே அய்யா, தொடங்கிய இடத்திலேயே நின்ற மாதிரித்தானே பட்டது!

என்னையறியாமல் சாலையின் நடுப்பகுதிக்கு நகர்ந்திருப்பேன் போல – கனவில் நடக்கிறவன் மாதிரி . . . காதருகில் ஒரு குரல் ஒலித்தது.

ஏய், பொறம்போக்கு, என்னா, வூட்லெ சொல்லிட்டு வந்துட்டியா?

விசாரித்துப் போன ஆட்டோக்காரர் குரலும் முகமும் எவ்வளவு ரம்மியமாய் இருந்தது!

. . . மெற்றாஸில், பல்லாவரம் செல்லக்கோனார் தெரு, பிரதான சாலை நோக்கி வெளியேறுகிற இடத்தில் இருக்கிறேன். 2019 டிசம்பர் நாலாம் தேதி புதன்கிழமை முன்னிரவு ஏழு மணி இது – என்பது அபாரமான மகிழ்ச்சி தந்தது. சுற்றிலும் பரபரத்த போக்குவரத்தும் ஜனநடமாட்டமும், இந்தக் கணத்திலேயே உறுதியாய் வேர்பிடித்துவிட்ட தன்னிறைவுடன் நிகழ்வதாகத் தோன்றியது. காரணமற்ற உற்சாகம் எனக்குள் நிரம்பியது.

❖

65

மேலும் ஒரு ஊழியர் நாளை வந்து சேர்கிறார் என்று சங்கச் செயலர் தெரிவித்தார். பல நாட்கள், கூட்ட நேரத்தில் சமாளிக்க முடியாமல் ஆகிவிடுகிறது. பனிரெண்டு பேர் இருக்கும் கிளையில், கூட ஒரு ஜோடிக் கரங்கள் சேர்வது நல்லதுதானே . . .

பெண் ஊழியராம். 'ஆறு:ஆறு' என்ற சரிவிகிதம் நீடிக்காது என்று சிரித்தார் செயலர். 'அதனால் என்ன' என்று வாசகத்துக்குத் தோன்றியது. பார்க்கப் போனால், ஆண்களைவிட, பெண் ஊழியர்கள் ஈடுபாட்டோடு வேலைபார்க்கிறார்கள். ஆறு பேரும் இளம் பெண்கள். கூட்ட வேளைகளில் குறுக்கும் மறுக்கும் ஓடித் திரிவார்கள். விசேஷ நாட்களில், பேசி வைத்துக்கொண்டு, புடவையும் பூச்சரமுமாக வருவார்களா, கல்யாண வீடு போல ஆகிவிடும் கிளை. வாடிக்கையாளர்கள், மொய் செய்து வாழ்த்த வந்தவர்கள் மாதிரி, புன்னகையும் பொறுமையுமாய் வரிசையில் காத்து நிற்பார்கள்.

மறுநாள் காலையில் வாசகத்துக்குப் பெரும் ஆச்சரியம். வந்து சேர்ந்தவர், ஓய்வு பெற இன்னும் நாலு வருடமே உள்ள பேரிளம்பெண்! இருந்தாலும், பேரழகி. கிளையின் யுவதிகளுக்கு நிகராகத் தோற்றமளித்தார். ஐஐட்டியில் சேர்ந்திருக்கும் ஒரே மகனுக்கு ஒத்தாசையாய் இருக்க, தென்மாவட்டத்தி லிருந்து மாற்றல் வாங்கி வந்திருக்கிறார் . . .

இன்னும் விசேஷம், அவர் வந்ததும் கிளையின் உள் அழகு மேம்பட்டது. இளம் வயதினருக்கு ஈடாக வேலை பார்த்து, அவர்களைவிட வாடிக்கையாளர் களிடம் கனிவு காட்டி, ஆங்கிலத்தில் பேசி மிரட்டும் உயர்தட்டு வைப்புக் கணக்குக்காரர்களைத் தரமான ஆங்கில வழக்கில் சமாளித்து, உணவுவேளையில் தாமே செய்த புதுவிதப் பதார்த்தங்களை ஆளுக்குக் கொஞ்சமாக அளித்து, பிந்தி வருகிறவர்களுக்கு

ஸ்பூனோடு டப்பர்வேர் டப்பாவில் மீத்துவைத்து என்று ஒரே வாரத்தில் கிளை முழுக்க நிரம்பினார்.

பெண் ஊழியர்களுக்கானால், தங்கள் சிரமங்களைப் புரிந்துகொள்ளவும், பகிர்ந்துகொள்ளவும் செய்கிற, பரிகாரங்கள் பரிந்துரைக்கிற, தாயுருவம் கிடைத்த சந்தோஷம். பெரும் பாலும் புகுந்தவீட்டிலிருந்தோ தனிக்குடித்தனத்திலிருந்தோ வருகிறவர்களில்லையா, தினசரியுமே சாய்ந்துகொள்ள ஒரு தோள் தேவைப்படும். ஒரு அன்னை வந்துசேர்ந்தவுடன், அலுவலகம் கிட்டத்தட்டத் தாய்வீடுபோலவே ஆறுதலாகிவிட்டது.

ஒரே மாதம். பணியில் என்ன சந்தேகம் என்றாலும் 'சகுந்தலா மேடத்தெக் கேளுங்க' என்று ஒரு சாசுவத வாக்கியம் ஒலிக்கத் தொடங்கியது. குழப்பத்தைத் தீர்ப்பதோடு, கொஞ்சம் கடினமான வேலை என்றால் தாமே அதைச் செய்தும் முடிப்பார். மேடம் விடுப்பு எடுத்த ஒருநாளில், வங்கியே மந்தமாகி விட்டதாக பிரமை தட்டியது.

இதைவிடவும் பிரமாதமான ஒன்று நடந்தது . . . கிளையில் அன்றைக்குக் கூட்டம் அதிகம் இல்லை. காலையில் சாப்பிட்ட பூரி ஏனோ ஓயாமல் தொந்தரவு செய்தது; எண்ணெயில் பிரச்சினை போல. பின்புறம் சென்று கழிவறையில் வாந்திசெய்து வெளியேற்றித் திரும்பிய வாசகத்துக்குக் கடும் தலைவலி ஏறியிருந்தது. முழங்கையைக் கவுண்ட்டர் மேஜையில் ஊன்றி, வலது உள்ளங்கையில் தலையைத் தாங்கி அழுந்தியிருந்தான்.

வலைக் கூண்டின் கதவை, உள்புறம் கைநுழைத்து யாரோ திறக்கும் சப்தம். திரும்பிப் பார்த்தால், சகுந்தலா மேடம்.

என்ன செய்யிது?

என்று கேட்டவாறே, இவன் நெற்றியில் வலது கையைப் பதித்து, காய்ச்சல் இருக்கிறதா என்று சோதித்தார். கிளையில் இருந்த எந்தப் பெண்ணும் தொட்டுப் பேச மாட்டார்களா, அவருடைய ஸ்பரிசம் பட்ட விநாடியில், தனக்குமே அலுவலகம் வீடாக மாறிவிட்டதாக உணர்ந்தான். அந்தக் கரத்தின் குளுமை, அதில் இருந்த ஆதுரம், அந்த விசாரிப்பின் கனிவு என எதையுமே தாங்க முடியாமல் அல்லாடினான். தலைவலி குறைந்த மாதிரிப் பட்டது. தனக்குமே, எப்போதோ இறந்துவிட்ட தாய் மறுபடி கிடைத்தமாதிரி இருந்தது . . .

பிரச்சினை வேறு ரூபத்தில் எழுந்தது. வாசகத்துக்கு வயது நாற்பத்திரண்டு. மூத்தவளுக்குப் பதினொன்று, சின்னவளுக்கு ஏழு என இரண்டு பெண் குழந்தைகள். வேணி இதமான மனைவி.

ஆனாலும், இத்தனை நாள் பேணிவந்த ஏகபத்தினி விரதம் சற்றுத் தளர்கிறதோ என்ற சந்தேகம் சமீபகாலமாய் அவனுக்குள் எழ ஆரம்பித்திருந்தது.

எதிர்ப்படும் எந்தப் பெண்ணையும் இன்னொரு தடவை பார்க்கத் தோன்றுகிறது; மின்ரயிலிலோ நகரப் பேருந்திலோ நெரிசல் காரணமாய் அழுந்த நேரும் பெண்ணுடம்பின்மீது விசேஷ கவனம் படிகிறது; அவர்கள் விலகினதும் ஏக்கம் எழுகிறது. சிலவேளை, மறுபடியும் அழுந்தும்விதமாக தானே கொஞ்சம் தள்ளி நிற்கக்கூடத் தோன்றுகிறது.

வெளியில் காட்டத்தான் தைரியமில்லை; மற்றபடி, தான் ஒன்றும் அத்தனை கண்ணியமானவன் இல்லையோ என்று அடிக்கடி தோன்றுகிறது . . .

சகுந்தலா மேடம் அதை உறுதி செய்துவிட்டார் . . . அன்று இரவு கனவில் வந்தார்.

என்ன ஒரு வயிற்றெரிச்சல், நேரில் பார்க்கும்போது நேர்த்தியாக, உரிய இடங்க ளில் பின்குத்தி, கைத்தறிப் புடவையில் பொலிகிறவர், எதுவுமே உடுத்தாமல் நின்றார். நெற்றியில் ஆரம்பித்து வாசகத்தின் உடல் முழுக்கத் தொட்டு வருடித் தொலைத்தார். வசமிழந்த வாசகம், சுதாரித்து விழிப்பதற்குள் லுங்கி நனைந்துவிட்டிருந்தது . . .

அவ்வளவுதான், தூக்கம் சுத்தமாய்க் கலைந்துவிட்டது. குற்றவுணர்வைவிட, அவமானம்தான் மேலோங்கியிருந்தது. அத்தோடு, அந்தக் கனவின் சித்திரம் மறுபடி மறுபடி எழுந்து அருவருப்பூட்டியது. உறங்கவிடாமல் கேள்விகள் எழுந்து இம்சை செய்தன:

1. கனவில் இப்படியொரு காட்சி உதித்தது என்றால், விழித்திருக்கும் பொழுதில் அப்படியொரு யூகம் உள்ளே இயங்கியிருக்கிறது என்றுதானே அர்த்தம்?
2. அத்தனை இளம்பெண்கள் மத்தியில் புழங்கியபோது தோன்றாத ஒன்று, வயதான ஒருவர் தொடர்பாக ஏற்பட்டது என்றால், தனக்குப் பேரிளம்பெண்கள் மீதுதான் அதிக ஆர்வம் இருப்பதாகவல்லவா அர்த்தம்?
3. அப்படியென்றால், தன்னையுமறியாமல் தான் பேணிவந்த இளைஞன் என்ற சுயபிம்பத்துக்கும் வயோதிகம் நெருங்கிவிட்டதோ?
4. இளம்பெண்கள் மத்தியில் இளைஞனாக உணர்ந்தவன், முதியவளின் அருகாமையில் கூடக்கொஞ்சம் இளமையை

ஈட்டிவிட்டேனோ? அல்லது, இனிமேல் யுவதிகளுக்கு ஈடுகொடுக்க முடியாது; கிழவிதான் சரி என்று உடம்பு பூடகமாய்ச் சொல்கிறதா?

5. நல்லவேளை, கனவுகளுக்குப் பதிவு இருப்பதில்லை. இருந்தாலும், கண்டவரிடம் மட்டுமே இருக்கும்; வெளியில் யாருக்கும் தெரிவதற்கில்லை. ஆனால், நாளை அலுவலகத்தில் பார்க்கும்போது கனவுக்காட்சி நினைவில் எழும்பிக் கேவலப்படுத்துமோ? பேசாமல் காஷுவல் லீவு சொல்லலாமா? ஆனால், எத்தனை நாளைக்குச் சொல்வது?

6. இந்தக் கனவு வந்ததை எப்படி எடுத்துக்கொள்வது—தேங்கியிருந்த கசடு வெளியேறிவிட்டது என்றா, தன்னையறியாமல் தனக்குத்தானே மறைத்துவந்த ரகசியம் பகிரங்கப்பட்டுவிட்டது, இனி அழுத்தமும் தைரியமும் அதிகரிக்கப் போகின்றன என்றா?. . .

எப்படியோ, திருட்டுப்பூனைபோலப் பம்மி வந்து, ஆசையாய்த் தழுவிக்கொண்டது உறக்கம். விடிந்து வெகுநேரமாகியும் தூங்கிக்கொண்டிருந்தான் வாசகம் . . .

ஆஃபீஸ் போக வேணாமா!

என்று வேணி வந்து எழுப்பும்வரை.

வழக்கம்போல அலுவலகம் போனான். சகுந்தலா மேடம் அன்றைக்கு கறுப்புப் பொட்டுக்கு மேல் அழுத்தமாக விபூதியும் அணிந்து வந்திருந்தார்.

எங்க வீட்டுக்காரருக்குத் திதி இன்னைக்கி.

என்று உணவுவேளையில் ஒரு ஸ்பூன் பாயசம் தந்தவாறு சொன்னார். கணவரைப் பறி கொடுத்துப் பலவருடங்கள் ஆகிவிட்டதாலோ என்னவோ, கண்களிலும் முகத்திலும் இருக்கும் நிரந்தரப் புன்னகை மாறாமலே சொன்னார்.

காலையில் நேருக்குநேர் நோக்கி ‘குட்மார்ணிங்’ சொன்னபோது, எப்போதும்போலத் தன் மனம் கழுவிவிட்டதுபோலச் சுத்தமாக இருந்ததே வாசகத்துக்கு ஆச்சரியம். பாயசத்தின் தித்திப்பால் தனக்குள் தூய்மை அதிகரித்துவிட்ட மாதிரி உணர்ந்தான்.

66

மேட்டு முனியசாமி பற்றி மூன்று கதைகள் கேட்டிருக்கிறேன். வெவ்வேறு ஆட்கள், வெவ்வேறு சந்தர்ப்பங்களில் கூறியவை. முதல் கதை, மைனர் நாயக்கர் யாரிடமோ சொல்லிக்கொண்டிருந்தது; அண்ணா மன்றத்தில், செய்தித்தாள் படிக்கிற பாவனையில் குனிந்திருந்து நான் கேட்டது . . .

கடவுளாவதற்கு முன்பு, ராணி மங்கம்மாளின் படைவீரராய் இருந்தார் முனியசாமி. அம்மையநாயக்கனூர்ப் பாசறையிலிருந்து, தலைநகருக்குப் புறப்பட்டார். வாயு வேகத்தில், புழுதி பறக்கக் குதிரையில் வருகிறார். தற்போது பரபரப்பான சுங்க நாற்கரச்சாலையாய் இருக்கும் வாடிப்பட்டிப் பிரதான சாலை அப்போதெல்லாம் கிடையாது. பாண்டியராஜபுரம், சோழவந்தான் வழி தெற்கே போகும் வண்டிப்பாதை மட்டும்தான்.

கரட்டுப்பட்டிக்குள் நுழையுமிடத்தில், ரெட்டாலமரத்துக்கு முன்னால், அதாவது இப்போது மரத்தடிக் கோவில் இருக்கும் இடத்தில், சாலையின் இரண்டுபுறமும் குளங்கள் இருந்தன. அங்கே சாலை மேடாக, நீர்ப்பரப்புக்கு இருபதடி உயரத்தில் இருக்குமாம். கிழக்கே உள்ளது நல்லதண்ணிக் குளம். மேலக்குளம் பொதுப் புழக்கத்துக்கானது. இரண்டும் மங்கம்மாள் வெட்டியவை. அப்போது முல்லையாறு என்ற ஒன்றே கிடையாது.

> வெள்ளெக்காரன் வந்து பெரியாத்து அணெ கட்டலேண்டா நம்மூருக்கெல்லாம் ஓடுதண்ணி ஏதப்பா? இல்லே, நாமளுந்தேன் ஆத்துப்பாசனமா மாறிருப்பமா?

என்று கேட்டுவிட்டு, எழுந்துபோய் வெற்றிலை எச்சில் பீய்ச்சித் திரும்பினார். கதை கேட்ட

பெரிசுகள், மைனர் திரும்பும்வரை காத்திருந்து தலையாட்டி னார்கள். செல்லக் கோனார், நாயக்கரின் எவர்சில்வர் செல்லத்தை உரிமையோடு எடுத்துத் திறந்தார். மைனர்,

ஏ செல்லோம், சுருள்பாக்கெ எடுத்துக்கப்பா. சீவல் இம்புட்டோண்டுதேன் இருக்கு.

என்றார். வெற்றிலை எடுத்தவர் இன்னொரு தடவை தலையாட்டிவிட்டு,

இப்பருக்குற எளந்தாரிகளுக்கு இந்தக் கதையெல்லாம் எப்பிடித்தான் போய்ச் சேரப்போகுதோ. எல்லாம் நட்டமா மொளைச்ச மாருதியில்லெ வெடைச்சுக்கிட்டு நிக்கிறாங்யெ. மேக்கொண்டு சொல்லுங்க நாக்யரே.

என்னாப்பா, பொசுக்குன்னு ‘கதே’ண்டுட்ட. நெசம்மா நடந்ததப்பா. வரலாறுல்லெ?

அட, ஒரு வார்த்தெக்கிச் சொல்றாரு. நீங்க சொல்லுங்கப்பூ . . .

என்றார் கூளு ஆசாரி. மீண்டும் தொடர்ந்த நாயக்கரின் குரலில் அத்தனை சுரத்தில்லை.

பெறகென்னா. பாக்கக்கூடாததெப் பாத்துப்புட்டாரு. மரத்துக்குப் பின்னாடி இருந்தவிங்ய இவரெப் பாத்துப்புட்டாங்ய. அந்தப் புள்ளெ பாவமாக் கதறுது. நாய்க்கன் எப்பேர்ப்பட்ட வீரன்டா என்ன, இருவது பேரு சுத்தி வளச்சா என்னத்துக்காகுறது.

அத்தனைபேரும் உச்சுக் கொட்டினார்கள்.

‘ராணி கோவம் வந்துரப்படாதே’, ண்டு ஆலமரத்துலே கவுத்தெக் கட்டித் தொங்க விட்டுப்புட்டாங்ய. யாரும் பாத்தா நாண்டுக்கிட்ட மாருதித் தெரியட்டும் ண்டு.

ஆத்தாடீ. அதேன் சாமி களுத்துலே அப்பிடியொரு கவுத்துத் தடமா!

என்று கூளு ஆசாரி வியந்தார்... எப்போது சபை கலைந்தது என்று ஞாபகமில்லை.

இரண்டாவது கதையை ராமக் குறவன் சொன்னார். என் வகுப்புத்தோழன் மணியின் தகப்பன்வழித் தாத்தா. கரட்டுப்பட்டியில் குடியேறிய முதல் எட்டுக் குடும்பங்களில் தங்களுடையது ஒன்று என்பான் மணி. அவனுடைய

முத்தாத்தாவுக்கு முத்தாத்தா காலத்திலாம். அப்போதிருந்தே அவர்களுக்குப் பன்றி வளர்ப்பதுதான் தொழில். மணியின் தாத்தா, எந்நேரமும், குடிசை வாசல் வேப்பமரத்தடியில், கயிற்றுக் கட்டிலில் அமர்ந்திருப்பார். அங்கேதான் நானும் மணியும் கோலிக்காய் விளையாடுவோம்.

அவனுடைய மூத்த அக்காவைப் பெண்கேட்டு சல்லக்குளத்தி லிருந்து வந்திருந்த குடும்பத்திடம் தங்கள் பூர்விகத்தை விவரித்துக்கொண்டிருந்தார் தாத்தா.

வாற வளியிலே மேட்டு முனியசாமி கோயில் இருக்குல்லே? எங்க முப்பாட்டன் காலத்துலே அங்கிணெ ரெண்டு கொளம் இருந்துச்சு. வெளியூர்லெருந்து முனியசாமி வந்துருக்காரு. மங்கம்மா சேனையிலே துப்புக்காரரா இருந்தவரு. கிளக்கே இருந்தது ஊர்க்காரவுக கொளம். மேக்கே நம்மாளுகது. இவுரு வெளியூர்க்காரரா, வெவரம் தெரியாம கெளக்கே எறங்கீட்டாரு. அது பத்தாதுண்டு, குதுரைய வேற குடிக்க வுட்டுட்டாரு. அம்புட்டுத்தேன். ஊரு கூடி வெளுத்துருச்சு. அடிபட்டு மயக்க மாக் கெடந்தவரு, ‘தண்ணீ தண்ணீ’ண்டு அனத்துனாராம். எங்க முப்பாட்டனாரு மனசு கேக்காமெ, செம்புலெ தண்ணியோடெ நெருங்கீருக்காரு. ‘ஏலே ராமரு, கிட்டப் போனெ, ஒன்னையும் தூக்கிருவோம்’ ண்டு சொல்லிக் கிட்டே முனியசாமியைத் தொங்க விட்டுட்டாங்ய.

ராணியம்மா ஒண்ணும் தட்டிக் கேக்கலயாக்கும்?

என்று கேட்டாள் வந்தவர்களில் மூத்தவளாகத் தெரிந்த பெண்மணி.

அதெல்லாம் கேக்காம இருப்பாகளா. இன்னமாருதி விசயம்ண்டு தாக்கல் சொன்னதும், ‘போனாப் போகுது போ’ண்டு விட்டுட்டாகளாம். கீழ்சாதிக்காரென் உசிருண்டா எந்தக் காலத்திலெயும் தொக்குதானத்தா. ஆனா, உசுரு பிரியும்போது முனியசாமி வுட்ட சாபந்தேன், ரெண்டு கொளமும் தூந்துபோச்சு.

மூன்றாவது கதையை அரசஞ்சாமி சொன்னார். முனியசாமி கோவில் பூசாரி.

ஒரு காலத்தில், கரட்டுப்பட்டி மிகப் பெரிய ஜமீனாக இருந்ததாம். ரெட்டால மரத்துக்கருகில் பிரம்மாண்டமான

ஜமீன் மாளிகை இருந்திருக்கிறது. விஸ்தாரமான முற்றம் அதன் முன்புறம் இருந்தது – வழிப்போக்கர்களுக்காக. நீண்ட திண்ணைகளில், இளநீர் போல ருசிக்கும் நல்லதண்ணீர்க் குளத்து நீர் நிரப்பிய மண்பானைகளும் ராத்தங்குவதற்குப் பாய்கள், மணைப்பலகைள், கைவிசிறிகளும் இருக்குமாம்.

ஸ்நானப் பொடி மணக்க, ஜமீன் இளவரசி உப்பரிகையில் நின்று தலை உலர்த்துகிறாள். கணுக்கால் தாண்டி நீண்ட கூந்தல். வீதிக்கு முதுகைக் காட்டி, ஈருவளியால் கோதுகிறாள். வெளியூர்க்காரக் குதிரைவீரர், மாளிகை முற்றத்தில் நுழைந்து நீர் பருகி, கல்த்தொட்டியில் குதிரைக்கும் தண்ணீர் காட்டிவிட்டுத் திரும்புகிறார். தெற்கே போகிறவர், பாவம். தாகம் அடங்கிய உற்சாகத்தில் பாய்ச்சலெடுத்ததாம் குதிரை.

விதி விளையாடிய வேளை அது. இளவரசியின் கூந்தலை விட்டு விலகிய ஒற்றை இழை, முனியசாமியின் கழுத்தைச் சுற்றி இறுக்கிவிட்டது. சுதாரிப்பதற்கு முன்பே கழுத்தறுபட்டு மாண்டுபோனார். ஏதோ மாட்டி இழுக்கிறதே என்று பதறித் திரும்பியவள், ஓங்குதாங்கான உருவம் குதிரையிலிருந்து கீழே உருள்வதைப் பார்த்துத் திகைத்துப் போனாள்.. கண்கள் இரண்டிலும் ஊற்றுப் பெருகி ஓடியதில், நல்லதண்ணிக் குளத்தின் நீர் முழுக்க உப்பாகி விட்டதாம். அப்போதே அந்தக் குளம் தூர்ந்துபோக ஆரம்பித்துவிட்டது.

ராவும் பகலுமாக மனசில் ஆடியமணியமாய் இருந்த காட்சி சகிக்காமல், ஐந்தாவதுநாள் அதிகாலையில், கம்மலில் இருந்த வைரத்தைப் பொடிபண்ணி விழுங்கினாள் இளவரசி. கன்னிப்பெண்ணின் வேதனை தாங்காத மாளிகை செங்கல்செங்கலாய் அழியத் தொடங்கியது. ஜமீன்வம்சமே பூண்டற்றுப் போனது.

திருநெல்வேலியிலிருந்து, ஆராய்ச்சி நிமித்தம் நாட்டுப்புறக் கதைகள், பாடல்கள், பழமொழிகள் சேகரிக்க வந்திருந்த பேராசிரியரிடம் அரசஞ்சாமி இந்தக் கதையைச் சொன்னார். ஊர்ப் பிரமுகர்கள் கொஞ்சப்பேர் கூடியிருந்தார்கள். அப்பா கையைப் பிடித்துக்கொண்டு நானும் போயிருந்தேன். அரசஞ்சாமி சொல்லி முடித்ததும், தோளில் கறுப்புத் துண்டு போட்டிருந்த செல்லையாண்ணன் நக்கலாகச் சிரித்தார்.

அட, அப்பண்டா சாமி களுத்துலெ இருக்கது கவுத்துத் தடமில்லையா? மசுத்துத் தடந்தானா!

நாலைந்துபேர் சிரித்தார்கள். பேராசிரியர் சிரிப்பை அடக்கிக்கொள்வது தெரிந்தது. அரசஞ்சாமி முறைத்தார். ஓரிருவர் அவசரமாய் எழுந்து புறப்பட்டார்கள்..

மூன்றிலுமே, முனியசாமி குதிரைவீரர்தான்; இயற்கையாய் இறக்கவில்லை. கரட்டுப்பட்டியின் நீராதாரமாய் இருந்த குளங்கள் தூர்ந்திருக்கின்றன; முல்லைக்கால்வாயின் வருகை கூடக் காரணமாயிருக்கலாம். ஆனால், மூன்றாவதுதான் முழுக்கமுழுக்கக் கதையாய் இருக்கிறது. எனக்கும் அதைத்தான் பிடித்திருக்கிறது. உங்களுக்கு?

❖

67

அப்பாவின் கையைப் பிடித்துக்கொண்டு பந்தலுக்குள் நுழைந்தபோது, அந்த நாளில் புழக்கத்திலிருந்த குழாய் ஸ்பீக்கரில் கரகரப்புடன் உரத்துக் கொட்டியது இதே பாட்டுத்தான்: 'நூறாண்டு காலம் வாழ்க, நோய் நொடியில்லாமல் வளர்க.' கல்யாண வீட்டின் இரைச்சலை, பந்தலுக்கு வெளியே திறந்தவெளியில் தயாராகிக் கொண்டிருந்த பிரியாணியின் மசால் நெடியை, முற்றும் வெயிலின் கசகசப்பை அமுக்கிக்கொண்டு ஒலித்தது. இப்போதெல்லாம் அடிக்கடி கேட்க முடிவதில்லை – வேறு பாட்டுகள், வேறு மெட்டுகள், வேறு சொற்கள், வேறு ஸ்பீக்கர்கள் மண்டிவிட்ட காலம். ஆனாலும், வேலாயுதம் அண்ணன் – சுப்புலட்சுமி மதினியின் திருநீறு அப்பிய முகங்கள், மலைப்பாம்பு தடிமனுள்ள ரோஜாமாலைகள், அசட்டுச் சிரிப்புகளைத் தவிர்த்துவிட்டு அந்தப் பாடலைக்கேட்கமுடிந்ததில்லை. உறவினர்களைவிட நெருக்கமான குடும்பத்தினர்.

அப்பா போன இடம் புல்முளைத்துவிட்டது. சுப்பு மதினி போன இடமும்தான். திருமணமான ஆறாம் மாதம், வாய்த்தகராறு முற்றி கைநீட்டிய புருஷனை, அரிவாள்மணையால் ஆடுசதையில் வெட்டினாள் மதினி. பஞ்சாயத்து கூடி, அறுத்துத் தீர்த்து விட்டது. ஜல்லிக்கட்டில் குடல் சரிந்து அண்ணன் பலியான மறுவருடம், இனம்புரியாத நோய்க்கு மதினி இரையான செய்தி வந்தது. மதுரையில், கல்லூரியில் சேர்ந்திருந்தான் நாகராஜு. அப்போது முதலே இப்படித்தான், பாடல் ஆரம்பத்தில் மனத்தில் எழும் ரோஜாமாலைகள் ரத்தத்தாரைகளாக மாறி முடியும், ஒவ்வொரு தடவையும் . . .

'ஆஹா நம் ஆசை நிறைவேறுமா' என்று ஒரு பாட்டு. வேணி சதா பாடிக்கொண்டே இருப்பாள். அவளுக்காகத் தயார் செய்த பட்டியலில்,

தனக்குப் பிடித்த 'தென்றல் உறங்கிடக் கூடுமடி – எந்தன் சிந்தை உறங்காது'வையும் சேர்த்தான். வானொலியில் அடிக்கடி கேட்கும் பாட்டு; வானொலி இல்லாமலே, முழுசாக மனத்துக்குள் ஒலிப்பது. ஆனால், வேண்டியபோது கேட்கும் வசதி வந்துவிட்ட பிறகு, தற்செயலாய் ஒலிபரப்பாகக் காத்திருப்பானேன்? அந்நாளில், பாட்டுக்களைக் கேஸட்டில் பதிந்து தரும் தொழில் ஒன்று இருந்தது. கேஸட்டுகளோடு, அந்தத் தொழிலும் சேர்ந்து காணாமல் போய்விட்டது.

கூடுதல் வயிற்றெரிச்சல் ஒன்று உண்டு. இல்லை, இரண்டு. அந்த இலங்கை வானொலியுமே காணாமல் போனது ஒன்று. மற்றது, அதைவிட அந்தரங்கமான துக்கம்.

சொந்த மாமன் மகள் வேணி. அந்த நாட்களில், ஐந்து வயதாவது வித்தியாசம் இருக்கவேண்டும் என்று இரண்டு தரப்பும் பிடிவாதம் பிடிப்பார்கள். இவர்களுக்குள் ஓடிய ரகசிய நீரோட்டம் தெரியாமல் அண்ணனுக்கு அவளைப் பரிசம் போட்டார்கள். அடடா, இவன் இளையராஜா ரசிகனாயிற்றே, கேவீ மஹாதேவன் பாட்டுக்கு வேணி எங்கே போவாள் என்று நாகராஜு பட்ட கவலை வேறு ஏதோ உலகம்வரை கேட்டு விட்டது போல. பெண்வீட்டார் குலதெய்வ நேர்ச்சை முடித்துவிட்டு, திருமண மண்டபம் நோக்கி வந்த வேன் விபத்தில் தீப்பிடித்து, அத்தனை பேரும் பஸ்பமானார்கள். ஒருவருடம் முடிவதற்குள் அண்ணனுக்கு அந்நியத்தில் பெண் அமைந்தது. பேரன் பேத்தி எடுத்து விட்டான்.

கொஞ்சநாள் கழித்து நாகராஜுவுக்கும் திருமணம் ஆயிற்று. படாத பாடு பட்டுக் குடும்பம் நடத்தும் மும்முரத்தில், பாட்டுக் கேட்கிற பழக்கம் தேய்ந்தே போனது.

அந்தப் பழக்கம் முற்றாக ஒழிந்ததற்கு இன்னும் சில காரணங்களும் உண்டு. திருமணமான பிறகு, தல்லாகுளத்தில் ஒண்டுக்குடித்தனம் அமர்ந்தான். அதிகாலையில் எழுந்து, ஆசாரித்தெருவின் முழுநீளத்தை பெருமாள் கோவில் திடலை அழகர் கோயில் சாலையைக் கடந்து, பெரியார் மாளிகைக்கு எதிரே இருந்த பால் பூத்தை அணுகும்போது உறக்கம் முழுசாகக் கலைந்திருக்கும். பெரியார் மாளிகை என்பது திருமண மண்டபம். முகூர்த்த நாட்களில், அந்த வேளையிலேயே பாட்டுப் போடுவார்கள்.

பாட்டுப் போடாத நாட்களில், பெரும்பாலும் ஒரே மாதிரியான சித்திரங்கள்தாம் மனத்தில் ஓடும். கதவைத் திறந்து வெளியே வரும்போது பார்வையைத் தாக்கும் எதிர்ப்

போர்ஷன் கதவிலிருந்தே அவை ஊற்றெடுக்கும். எப்போதும் சாத்தியிருக்கும் கதவு. அவர்களும் இளம் தம்பதிதான். அவளும் பழைய பாட்டுகளை சதா வாய்விட்டு முனகுபவள்தான். என்ன, இவன் அமிர்தத்தை எப்போதாவது அடிப்பான். அவன் தினசரி அடித்து நொறுக்குவான். நாள்தவறாமல் குடிப்பான். அப்படியொரு அழகியை அடிக்க எப்படி மனம் வருகிறது ஒருத்தனுக்கு என்று இவன் வியப்பான். பால் வாங்கப் போகும்போது, அடித்தவனும், அழகியும் பிணைந்திருக்கும் கோலம் கற்பனையில் ஊறிப் பெருகும் . . .

அன்று, சாலையைக் கடந்து பால் பூத்தை நெருங்குகிறான் – ஒலிபெருக்கியில் புதுவிதமான நாதம் கேட்டது. தொடர்ந்து, 'பொங்கும் கடலோசை' என்று ஆரம்பித்தது, அழுத்தமான பெண்குரல். நீரோசையைத் தத்ரூபமாக நிகழ்த்திக் காட்டிய பின்னணி ஒலியில் கிறங்கி, பாட்டு முடியும்வரை நின்று கேட்டுவிட்டு நகர்ந்தான்.

வீடு திரும்பியபோது வளாகம் முழுக்கப் பதட்டம். ஒரே கூட்டம். அழகி தன் சேலையிலேயே தூக்குப் போட்டு இறந்திருந்தாள். அன்றோடு, நாகராஜு அமிர்தத்தை அடிப்பது அறுதியாய் நின்றுபோனது. பிற்பாடு ஒருநாள், வேறுவீடு மாறியபிறகு, எதிர் வீட்டில் ஒரு அழகி இருந்ததும், அவளோடு இவளை ஒப்பிட்டுத் தன் மனம் பொருமியதும்தான் அமிர் தத்தை அடிக்கத் தூண்டியதோ என்றுகூடத் தோன்றியது. ஏன், வேணிகூடக் காரணமாய் இருந்திருக்கலாம். ஆனால், இதோ, இவள்தானே இன்றுவரை கூட இருக்கிறாள் . . .

பேருந்தின் ஓட்டுநர் பழைய பாட்டு ரசிகன் போல. இளைஞன்தான். ஆனாலும், பேருந்தை இதமாக நிரப்பி அவன் ஒலிக்கவிடும் பாட்டுக்கள் அத்தனையும் அவன் பிறப்பதற்கு முன்பே வெளியானவை. அமிர்தமும் மருமகளும் ஆளுக்கொரு பேரக் குழந்தையை மடியில் போட்டுக்கொண்டு உறங்குகிறார்கள். சந்தனம் அப்பிய மொட்டைத் தலைகள் இரண்டும் உரசிக் கொள்கின்றன. நாலு சீட் முன்னால் அமர்ந்திருக்கும் அவர்கள் அப்பன் ஆடி ஆடி ஜன்னலில் மோதி விழிக்கிறான். அவன் தலையும் மொட்டை.

'அன்று வந்ததும் அதே நிலா' என்று ஒலிக்கிறது பாட்டு. இதுவும் வேணிக்குப் பிடித் த பாட்டுதான் . . . அண்ணன் கல்யாணத்துக்கு இன்னும் பத்து நாள் இருந்தது. இலங்கை வானொலியில் இந்தப் பாட்டு ஒலித்தது. உடனடியாக வேணியைப் பார்க்க ஆவல் எழுந்தது. சாத்தமங்கலத்திலிருந்த அவர்கள் வீட்டைப் பார்த்துப் போனான்.

மாமனும் அத்தையும் பத்திரிகை வைக்க வெளியே போயிருந்தார்கள். உள்ளே நுழைந்த மாத்திரத்தில் கதவைத் தாழிட்டாள் வேணி. நாகராஜுவை இறுக்க்க்கிக் கட்டிக் கொண்டாள். சைக்கிளில் வந்த வியர்வையோடிருந்த இவனுடைய காதோரம்,

இன்னம் பத்து நாள்லெ, நா ஒனக்கு மதினியாயிருவேன்ல்ல நாகு . . .!

என்று கிசுகிசுத்தாள். அது போதுமானதாய் இருந்தது. முதன்முறையாக, ஒரே முறையாக, எல்லை தாண்டினார்கள். இவனுக்குள் எப்போதுமே கனன்ற நெருப்பு, அவளுக்குள்ளும் இருந்திருக்கிறது என்று அறியக் கிடைத்ததே பெரும் கிளுகிளுப்பாய் இருந்தது . . .

கரும்பு லாரியும் வேனும் நேருக்குநேர் மோதித் தீப்பிடித்ததற்கான பொறியே அந்த முற்பகல் வேளைதானோ என்று எவ்வளவு காலம் அவஸ்தைப்பட்டிருக்கிறார் . . . அது மூன்றாவது வயிற்றெரிச்சல்; வாழ்நாள் முழுக்க இனிமையாய்த் தேங்கியிருக்க வேண்டிய ஞாபகம், இப்படியா நினைத்தாலே குலைநடுங்குவதாக மாறித் தொலைக்கும்? வியர்வை உடம்பில் அப்பிய வேணி, கரிக்கட்டையாய் நினைவில் மீந்திருக்கிறாள். . .

மனத்தை அழுத்தி மூடி, பார்வையைச் சாலையில் பதிக்க முயன்றார். சாலை திரும்பியதும் நேர்க்கோட்டில், வெகு தொலைவில், ஒரு லாரி எதிர்ப்பட்டு வேகமாகப் பெரிதாகிவந்தது. கண்மூடித்தனமான வேகத்தில் வருகிறது என்று பட்டது. செம்மண் ஏற்றிய லாரி. வேகத்துக்கு ஆட்பட்டுப் பறக்கும் மண்துகள்கள் சிவப்பு உறைபோல லாரியின் உடம்பைச் சுற்றிலும் படர்ந்து கூடவே வர, அதிவேகமாய் நெருங்குகிறது. ஐயோ! அவ்வளவுதானா. ஆனால், நியாயமான முடிவுதான்; அதுவும் குலதெய்வத்தைப் பார்த்துத் திரும்பும்போது . . . தனக்குச் சரிதான், பேரப் பிஞ்சுகளுக்கும், மற்றவர்களுக்கும் ஏன் . . .

அடச்சீ! வெறும் பிரமை . . . லாரி சாதாரண வேகத்தில்தான் அணுகியது. கண்ணில் கொஞ்சம் மண் தூவிவிட்டு, இயல்பாகத் தாண்டிப் போனது. வேணியுடன் வாய்த்த முற்பகல்பொழுதில் போலவே, இப்போதும் ஒருதடவை உடம்பு விதிர்த்தது.

நல்லவேளை, உடன் வந்திருக்கும் எல்லாரும் உறங்குகிறார்கள் என்று நினைத்துக்கொண்டார் நாகராஜு. பேசாமல், தானுமே தூங்கித் தொலைத்திருக்கலாம் . . .

68

மலைப்பயணம் செய்யும்போதெல்லாம் அப்பா ஞாபகம் வந்துவிடும். அவர் பார்த்த மலைகள் எல்லாமே உச்சியில் கோவில் உள்ளவை. படிக்கட்டுகள் அமைந்தவை. உடல்நலம் குன்றிப் படுக்கையில் கிடந்த நாட்களில், அநேகமாய்த் தினசரி ஏதாவது ஒரு மலையைப் பற்றிப் பேசுவார்.

ஸ்மார்த்தப் பெண்மணியான அம்மாவின் விருப்பத்தால், எனக்கு முதல் முடியிறக்கத் தூக்கிப்போன பழனி; இரண்டு வயதில் எனக்கு ஜன்னி வந்தபோது நேர்ந்து கொண்டதால், திருப்பதிப் பாதையில் நடந்தே ஏறியபோது குறுக்கிட்ட கோதுமை நாகம்; சோளிங்கர் மலைகளை ஒரே மூச்சில் ஏறி, இரண்டாவது மலை இறங்கும்போது நடுங்கித் தவித்த முழங்கால்; என் அத்தை கணவர், மைத்துனரின் அறுபதாம் கல்யாணப் பரிசாக வழங்கிய ஊட்டி சுற்றுலா... அப்பா பார்த்த ஒரே மலைவாசத் தலம் அது.

எந்த மலையோட உச்சியிலே நின்னு பாத்தாலும் சரி, கீழே இருக்கும்போது பிரம்மாண்டமாத் தெரிஞ்ச கட்டடமெல்லாம் சின்னத் தீப்பெட்டி மாதிரி ஆயிடும் பாத்திருக்கயா. மனுஷ நடமாட்டம் எறும்பு மாதிரிக்கூடத் தெரியாது. அவ்வளவு அல்ப ஜென்மங்கள் நாமெல்லாம்...

என்பார். சுழன்று சுழன்று மேலேறுகிற, இந்தப் பக்கம் சாம்பல் நிற வறட்சியும், எதிர்ப் புறம் பசுமையும் போர்த்தியிருக்கிற ஹிமாலயப் பாதையை என்ன சொல்வார்! பாவம், தமிழ்நாட்டைத் தாண்டியதே ஒரு முறைதான் – எனக்காகத் திருப்பதி போனபோது.

உடன் பிறந்தவர்களை, வாரிசுகளைவிட மேன்மையான ரசனைகள் கொண்டவர். பிரபந்தப் பாடல்களை குருட்டு மனப்பாடம்

செய்து அடித்தொண்டையில் கோஷ்டி சொல்லும் வெற்று வைஷ்ணவர் அல்ல. நம்மாழ்வார் வரிகளைச் சொல்லும்போது கண் கலங்குவார். யாரோ அன்பளித்த சாளக்கிராமத்தைத் தன் உயிராக மதித்தவர். புத்தகக் காதலர். என் முதல் சம்பளத்தில் வாங்கித்தந்த ட்ரான்ஸிஸ்டரில் அரியக்குடி கேட்பார்.

பிற்பாடு, உயர்தர ம்யூஸிக் ப்ளேயர் வீடு வந்தபோது அப்பா ஏக்கம் எழுந்தது. பேரனின் நாலு படுக்கையறை அடுக்கக வீட்டில் தனியறையும், புத்தக அலமாரியும்கூட அவருக்கு வாய்த்திருக்கும். வாசிக்கும் பழக்கமோ இசைஞானமோ அற்ற நான், அப்பா இருந்திருக்கலாமே என்று ஏங்காத நாளில்லை இந்தப் பதினைந்து வருடங்களில் . . .

அம்மாவின் ஆசைகள் வேறுவிதமானவை. தனக்கென்று ஒரு ஏழு கல் வைரத்தோடு வாங்கிக்கொள்ள வேண்டும்; அலமாரி நிறையப் பட்டுப்புடவைகள். தனியார் ஆஸ்பத்திரிக்கு சொந்தக் காரில் போய் இறங்கவேண்டும் . . . சுமாரான சம்பளத்தில் தனியார் நிறுவன வேலையில் இருந்த எனக்கும், என் கூடப் பிறந்தவர்களுக்கும், மூன்று வேளை சாப்பிட முடிந்ததே பெரிய விஷயம். உண்மையில் அப்பாவுடையதுபோன்ற புகைமூட்டமான ஆசைகளை நிறைவேற்றுவது சுலபம்; அம்மாவின் உலகாயத ஆசைகள்தான் மிகப்பெரிய பெரிய சவால் என்று பலதடவை தோன்றியிருக்கிறது.

ஆனால், தரையின் இடத்தில் ஆகாயம் வந்து அமர்ந்த மாதிரி, என் குழந்தைகள் தலையெடுத்ததும் எல்லாம் மாறி விட்டது. பாட்டியின் வைரத்தோட்டைக் கழற்றிவிட்டே தகனமேடைக்கு அனுப்பினோம். ஆளுக்கொரு மடிக்கணினியை வைத்து, ராவும் பகலும் வேலை பார்த்தமணியமாய் இருக்கும் மகனும் மருமகளும் பதரிநாதனைப் பார்த்துவர எங்களை அனுப்பியிருக்கிறார்கள். பயணச்செலவு போக, கைச்செலவுக் கும் பணம் தந்து அனுப்பியிருக்கிறான் எங்கள் செல்ல மகன்; என்னைப் போலவே அப்பாப் பிரியன். . .

தேவப்பிரயாகையில் வண்டி நின்றது. வழிகாட்டி கண்டிப்பான குரலில்,

> கங்காஸ்நானம் செய்ய ஆசைப்படுகிறவர்கள் சீக்கிரம் முடித்துத் திரும்புங்கள். பேருந்து ஒரு மணிநேரம்தான் நிற்கும்.

என்று கூவினார். படியிறங்கிப் போகும்போது, கங்கை தொடர்பான மஹாபாரதக் கதையொன்று நினைவு வந்தது. அப்பா சொன்னதுதான் . . .

குருட்சேத்திர யுத்தம் முடிந்து பதினைந்து ஆண்டுகள் கழித்து, மீந்திருப்பவர்கள் யுத்தத்தில் மாண்டவர்களை பார்க்கும் விதமாக ஒரு ஏற்பாடு செய்து தருகிறார் வியாசர். உயிரோடிருப்பவர்கள் இந்தக் கரையிலும், மரித்தவர்கள் எதிர்க்கரையிலுமாய்ப் பெரும் கூட்டம் ஒரே தினத்தில் கூடிவிட, அவரவர் பார்க்க வேண்டியவர்களைத் தேடிக் கண்டறிவதே பெரும் காரியமாகி விடுகிறது.

நீரைக் கடந்து செல்லவும் முடியாது; ஆழமும் அகலமும் விசையும் சுழிகளும் நிறைந்த கங்கை, காலத்தின் நடைமுறைத் தடையாய் இடையில் ஓடுகிறது. தவிர, அத்தனைபேரும் ஒரே சமயத்தில் உரத்துப் பேசினால் யார் பேசுவது யாருக்குக் கேட்கும்? அரசன் குடும்பமும், கடைசிச்சேவகனின் குடும்பமும் ஒரே தோனியில்தான் அலறுகின்றன. இறந்தவர்களில் உயர்ந்தவர் ஏது, தாழ்ந்தவர் ஏது . . . கடைசியில், கிடைத்த ஓரிரு வினாடிகளுக்குப் பின் அவரவர் நிலைக்கு மீள்கிறார்கள் – பழைய ஏக்கம் தீராமலே.

பயணிகள் நீர்ப்பரப்பில் இறங்கினர். எனக்குச் சற்றுத் தள்ளி நின்ற இளைஞன் – மசாலாப் பாக்கு மணக்க எங்களுக்கு நேர்பின்னால் அமர்ந்து வந்தவன் – முக்குளி போட்டு நிமிர்ந்தான்; வாய் நிரம்பிய நீரைக் கொப்புளித்துத் துப்பினான். ஏழெட்டு மொழிகளில் வசவு வாங்கினான். தன் பங்குக்கு வங்காளியில் திட்டிய பெரியவர்,

> எவ்வளவுதூரம் ஏறிவந்து பாவம் சம்பாதிக்கிறான் பாருங்கள் . . . மடையன்.

என்று என்னிடம் கருத்துத் தெரிவித்தார்.

மூன்று தடவை மூழ்கி எழுந்து, இரண்டு கைகளாலும் நீர் சேந்தி பிரவாகத்துக்குள் மீண்டும் ஊற்ற வேண்டும் என்று அவர்தான் எனக்கு எடுத்துச் சொன்னார். ‘அர்க்கியம் விடுதல்’ என்று பெயர் சொன்னார். நீத்தோருக்கான நீர்க்கடனாம் அது. மூதாதையர் இத்தனை காலமும் தாகத்தால் தவித்திருந்தாலும், கங்கையின் இந்த ஒரு கை நீரில் சாந்தியடைவார்கள் என்றார். ‘வ’னா எல்லாம் ‘ப’னாவாகவும், ‘அ’ வெல்லாம் ‘ஒ’வாகவும் பிறழ்ந்த உச்சரிப்பில் அவர் பேசிய ஆங்கில மழலை சுவாரசியமாய் இருந்தது.

கரத்திலிருந்து வீழும் தாரையை ஊடுருவி எதிர்க்கரையைப் பார்த்தேன். முந்தின கணம் ஒரு மலையாடு நின்றிருந்த அதே

இடத்தில், முழுசாக அப்பா நிற்கிறார் . . . மயிர்க்கூச்செரிந்தது. அடுத்த கணம் அவரருகில் அம்மா . . அந்தக் காலக் காதல் திருமணத்தின் நெருக்கம் இப்போதும் அவர்களிடம் தெரிந்தது – என்னுடைய பிரமையாய்க் கூட இருக்கலாம். பெரியக்கா, அவள் கணவர், அற்பாயுசில் இறந்த அவர்கள் மூத்தமகன், காதல் தோல்வியால் ரயிலில் பாய்ந்த தோழன் வில்லி, நாற்கரச் சாலையோரம், காதில் மாட்டிய செவிட்டுதவிக் கருவியோடு கோணாமாணாவென வீழ்ந்திருந்த யாரோ ஒருத்தர், என்று மிக நீண்ட வரிசை. பூவுலகை நீங்கி வெகுநாளாகியும் என் நினைவைவிட்டு நீங்காமல் இருப்பவர்களின் மாபெரும் வரிசை . . . உடல் நடுங்கத் தொடங்கியது . . . சூரியன்போல நடுவில் நிற்கும் அப்பாவின் உதடுகள் அசைகிற மாதிரிப் பட்டது:

சௌமிய நாராயணா . . .

எப்போதுமே முழுப்பெயர் சொல்லித்தான் அழைப்பார்.

எதிர்க்கரைக்குப் போய்விடுவேனோ என்ற பேரச்சம் எனக்குள் முளைவிட்டது. அவர்களுடன் சேர்ந்துகொள்வதற்கான சாத்தியம் மிக நெருங்கிவிட்ட மாதிரிப் பட்டது. முதுகுத் தண்டினுள் எறும்பு ஊர்வதுபோலக் குறுகுறுத்தது.

நீரோட்டத்தில் விசை கூடியதாலோ, என்னையறியாமல் கால்கள் இடம் பெயர்ந்ததாலோ, எதிர்க்கரைக்குப் போய்விட்ட கவனம் சற்றே பிறழ்ந்ததாலோ, லேசாகத் தடுமாறினேன். அருகில் நின்ற மனைவியின் தோளை அழுந்தப் பற்றினேன். அவள் நிலை குலைந்து, பின் சுதாரித்தாள். கைகால் உதற நின்றிருக்கும் என்னை வெறித்தாள்.

அவசரமாய்க் கரையேற முனைந்தது மனம். நடுக்கம் சற்றும் குறையாமலே படியேறிப் போகும்போது, அப்பா சொன்ன கதையின் இன்னொரு பகுதி மேலெழுந்தது . . .

வியாசர் இன்னொரு சலுகையும் தந்திருந்தார். இறந்தவர்களுடன் செல்ல விரும்புகிறவர்கள், கங்கையில் இறங்கலாம் . . . சில பெண்கள் இறங்கவும் செய்தனராம் . . .

அதெல்லாம் சும்மா கட்டுக்கதெ. ஒரு ஈக்குஞ்சு எறங்கியிருக்கும் ங்கறே?

என்று சிரித்துக்கொண்டே கேட்டார் அப்பா.

❖

69

மாரிமுத்து ஓய்வூதியம் எடுத்துப்போக வந்திருந்தார். மிகச் சரியாக ஓய்வு பெற்ற மறுமாதமே தந்துவிட மாட்டார்கள்; நாலைந்து மாதம் ஆகும். இவர் யோகக்காரர். மூன்றாவது மாதமே வந்துவிட்டது. உற்சாகமாய் இருந்தார். நவீன யுகம் ஆரம்பித்துவிட்டதா, இன்னதுக்குத்தான் களிகூர்வது என்று கணக்கேயில்லாமல் போய்விட்டது. இந்த வாக்கியத்தை உற்பத்தி செய்தது வங்கிக் காசாளர் கிருஷ்ணனின் மனம் அல்ல – புனைகதை எழுதுவதில் ஊறித் திளைத்த கிருஷ்ணன் மனம்.

தேநீர் அருந்த அழைத்தார். வாடிக்கையாளர் கூட்டம் அதிகமில்லை. பக்கத்துக் காசாளரைப் பார்த்துக்கொள்ளச் சொல்லிவிட்டு, போனேன். வங்கியில் கூட்டம் இருந்தால்தான் சோமு கடையிலும் நெரிசல் இருக்கும்.

மாரிமுத்து சார் புகைபிடிப்பவர் அல்ல; ஆனாலும் எனக்கு வாங்கிக் கொடுப்பார். அவ்வளவு நயத்தகு நாகரிகர். ஏனோ, நாம் பிடிக்காமல் இருக்கலாம் என்று எனக்குத் தோன்றியதே யில்லை. கூடுமானவரை அவருடைய முகத்தின் திக்கில் போகாதபடி, உதட்டை எதிர்ப்புறம் திருப்பி ஊதவும், பிடிவாதமாக அவரை நோக்கித் திரும்பிப் பாயும் புகைக்கொத்துகளைக் கையால் ஒதுக்குவதுமாக நின்றிருந்தேன்.

அப்பறம், சொல்லுங்க மாரிண்ணே. பொளுது எப்பிடிப் போகுது?

அதெயேங் கேக்கிறே தம்பி. ஆபீஸு மாதிரியேதான். ஃபோர்நூன் ஸெஸன் தான் பெரிய பிரச்சினையா இருக்கு.

என்று சிரித்தார். திரும்ப வந்து கூண்டுக்குள் அமர்ந்தேன். பணியிலும் முற்பகல்தான் பிரச்சினை. பிற்பகல், அந்திநேரம் போன்று விரைவாகக் கடந்துவிடும். தொடர்ந்து, முற்பகல் பொழுதுகள்

என்னை ஆக்கிரமித்தன. இடையிடையே ஓரிருவர் வந்தபோது, அவர்களின் தேவைகளை அடுத்த கூண்டு நண்பரும், என் அனிச்சையும் இயல்பாகக் கவனித்துக்கொள்ள, பின்மண்டை விதவிதமான முற்பகல் காட்சிகளால் நிரம்பியது . . .

ஒரு முற்பகல் பொழுதின் ஆரம்பத்தில், என் பிரிய பெரியக்கா கட்டுச் சாத மூட்டை, புதுக்கணவருடன் புறப்பட்டுப் போனாள். சுமார் இருபது வருடங்கள் கழித்து, அவரைப் பிரிந்து குழந்தைகளுடன் வீடு திரும்பிவிட்டாள் என்று பெரியண்ணா வங்கிக் கிளைக்கு வந்து, கண்மல்கத் தகவல் சொன்னதுவும் முற்பகலில்தான்.

அப்பா இறந்ததின் துக்கமே அறியாமல், சாவு வீட்டுக்கு வந்திருந்த சிறுமிகளுடன் நாவல்பழம் பொறுக்க நான் தோப்புக்குள் போயிருந்தது முற்பகல் பொழுதில். என்னைத் தேடி வந்த சின்ன மாமா தலையிலடித்துக்கொண்டு அழுதார்.

இனிமேலும் நான் சிறுவன் அல்ல; இளைஞனாகும் பாதையில் பிரவேசித்துவிட்டேன் என்று, ஆளரவமற்ற சுப்பிரமணிய சாமி சந்நிதியில் வைத்து மாமா பையன் குமார் எனக்குத் தெரியத் தந்தது; வெளியே வந்தபோது எதிர்ப்பட்ட ராஜம் மாமியின் ஒதுங்கிய முந்தானை எனக்குத் தந்த கிளர்ச்சி இன்றுவரை மறக்கவில்லை.

விண்ணப்பத்தின் இரண்டு இடங்களில் இரண்டு விதமாகக் கையெழுத்துப் போட்டிருந்தாள் அம்மா என்பதால் ரிக்ஷாவில் ஏற்றிக்கொண்டு ஏறுவெயில் வேளையில் கல்லூரி வளாகத்துக்குப் போனது; விண்ணப்பத்தை மேலோட்ட மாகவும் மதிப்பெண் பட்டியலைக் கூர்ந்தும் பார்த்துவிட்டு, 'கட்டணத்தைக் கட்டிவிடுங்கள்' என்றார்கள்; அம்மாவின் கையெழுத்துக் குளறுபடியைக் கண்டுகொள்ளவே இல்லை . . .

பட்டப்படிப்பின் ஆரம்பத்தில் நூதனமான ஒருவித வாசிப்புக்குள் நுழைந்து, சுற்றிலுமிருக்கும் அனைத்துமே அபத்தம்; மரியாதைக்குரிய, அபிமானத்துக்குரியதான ஒரு அம்சம்கூட நடைமுறை வாழ்வில் இல்லை என்று தோன்றத் தொடங்கி; நிரந்தர அலுப்பில் மனம் மூழ்கிக் கிடந்த வேளையில், விரிவுரையாளரின் கணிதவியல் கோட்பாடுகள் செவிப்புலனைப் புண்படுத்திக்கொண்டிருந்த தருணத்தில், தேவதூதனாக முதல்வர் அறையிலிருந்து வந்த கடைநிலை ஊழியர் சேசுபாதத்தின் கையிலிருந்த சுற்றறிக்கை அரசு மருத்துவமனையில் உயிருக்குப் போராடும் நிறைகர்ப்பிணிக்கு இன்ன வகை ரத்தம் தேவை என்று ஆறுதலாய்ச் சொன்னது;

உடனடியாய் முன்வந்து வெளியேறினேன். போகும் வழியில், மெர்ஸோ ஓர் அல்ஜீரியனைச் சுட்டுக் கொன்றது முற்பகல் வேளையில்தானோ என்று எனக்குள் கேள்வி எழும்பியது . . .

அணுத் துகள் தன்னளவில் துகளும் அல்ல, அலையும் அல்ல அதெல்லாம் பார்ப்பவருடைய தரிசனப் போக்கைப் பொறுத்த விஷயம் என்று ஏதோவொரு அறிவியல் கட்டுரையில் வாசித்த மறுவாரமே என் வாழ்வின் வறண்ட பகுதிகளை அன்பின் ஈரத்தால் குளிர்விக்க வந்து சேர்ந்த பத்மினியின் கழுத்தில் தாலிகட்டிய முற்பகல்; இரண்டு மாதத்துக்கு முன்பொரு முற்பகலில் ஏழெட்டுப்பேர் கொண்ட படையாகத் திரண்டு கிளம்பிப்போய், தலைகுனிந்து அமர்ந்திருந்தவள் நிமிர்ந்தபோது சந்திக்கக் கிடைத்த கண்களில் எனக்கு மட்டுமான பிரத்தியேகச் செய்தியை வாசித்த மின் அதிர்ச்சியில் புளகம் அடைந்ததும், அன்று அவள் கையால் வழங்கிய இனிப்பில் தித்திப்பு சற்றுத் தூக்கலாக இருந்தமாதிரி பிரமை தட்டியதும்;

ஒரு ஞாயிற்றுக்கிழமை பதினோரு மணி சுமாருக்கு கீழ்வீட்டுக்கு வந்த தொலைபேசி அழைப்பு என்னைக் கூப்பிடச் சொல்லிக் காத்திருந்து மறுபடி ஒலித்து, சகுந்தலா கூப்பிய கரங்களுடன் கிணற்றில் மிதந்தாள் என்று சொன்னதும்; மனத்தின் ஆழத்தில் உடனடியாய் உயர்ந்த மல்லிகைப்பூ மணத்தின் நெடி தாளாமல் குமுறியபடி படியேறி வீட்டுக்குள் வந்தவனின் தலையைப் பரிவோடு வருடி மாரோடு இறுக்கிக்கொண்ட பத்மினி, சகுந்தலாவுக்கு நான் கொடுத்த திருட்டு முத்தங்களை அந்த நேரத் தொடுகையால் அறிந்துவிடுவாளோ என்று பதற்றமடைந்தது . . .

முதன்முதலாக வேலைக்குச் சேர்ந்த மாவட்டத் தலைநகரில், உள்ளூர்க்காரன் x வெளியூர்க்காரன் அடையாளச் சிக்கலும், அதைவிட ஆழமாக சாதிவேறுபாடும் நிலவியது; பதினொன்றரை மணியளவில் வெடித்த சாதிக்கலவர ஒலிகள் வங்கிக் கிளை இருந்த மாடிவரை எட்டி, உடனடியாகக் கதவுகளை இறக்கிப் பூட்டி காவலர்கள் வெள்ளியங்கிரியும் நடராஜனும் எங்களைக் காக்க முனைய; ஜன்னல் வழியே காணக் கிடைத்த தெருவில், ஓங்கிய அரிவாளைத் தடுக்க முனைந்த கை துணிக்கப்பட்டு வீழ்ந்ததை, மறுவெட்டில் தலையே துண்டித்துத் தெறித்து உருண்டதை, நேரடியாகப் பார்த்த ஹேமலதாவுக்கு அதன்பின் நிரந்தரமாய் சித்தம் பேதலித்துப் போனது . . .

அமுல் பேபி முகத்தில் சுழித்த உதட்டுடன், ராட்சஸ உடம்பின் மேற்பகுதியில் சாத்திய ஸித்தாரை அதியற்புதமாக மீட்டி, ஓயாத சிரிப்பலைகளை என் மன ஆழத்திலிருந்து கிளர்த்தி வெளியேற்றிய ஷுஜாத் ஹுஸேன் கானின் இசைப் பொழிவும்,

வெயிலேறிய பிறகும் இதமளித்த புனே நகர மென்குளிரும், உரிய இடங்களில் கரகோஷம் செய்து கொண்டாடிய, நுண்செவி கொண்ட அவையும்;

முறையாகப் படியேறி மேலே வந்துகொண்டிருந்த ஞாபகத்துக்குத் திடீர்க் கிறுக்குப் பிடித்தது. பத்துப் பதினைந்து படி சறுக்கி, இன்னொரு முற்பகலில் போய் நின்றது. சஞ்சய் காந்தியின் அகால மரணத்தையொட்டி கல்லூரியை மூடியதால் வீடு திரும்பக் கிளம்பியவன் உள்ளுணர்வின் சமிக்ஞைக்கு ஆட்பட்டு ரகுநாதன் வீட்டுக்குப் போனது; வேறு கல்லூரியில் படிக்கும் அவன் என்னுடைய கல்லூரி விட்ட சமயத்துக்கே புறப்பட்டிருந்தாலும் வீடு திரும்ப இரண்டு மணிநேரமாவது ஆகும் என்று தெரிந்திருந்தும் என்னை அங்கே வரவைத்தது எது என்ற திகைப்பு அடங்குமுன்பே அழைப்பு மணியை அழுத்திவிட்டதும், அவன் தங்கை வந்து கதவைத் திறந்து, வேறு யாரும் வீட்டில் இல்லை என்றதால் திரும்ப முனைந்தவனை, 'ஏன் என்னைப் பார்த்தால் மனுஷியாய்த் தெரியலையோ?' என்று கேட்டவாறு கைபிடித்து இழுத்து, உள்ளே நுழைந்ததும் இறுக்கி அணைத்தது; இருவருக்குமே முதல்தடவை என்பதால் தட்டுத் தடுமாறி உச்சியை எட்டியது; 'அடடா, நட்புக்கு துரோகம் இழைத்து விட்டோமே' என்ற குற்றவுணர்வைச் செல்லாததாக்கி, நாள்முழுவதும் நீடித்த கிளுகிளுப்பு; அடுத்து வந்த நாட்களில் என்னை எதிர்கொண்டபோதெல்லாம், எதுவுமே நடக்காததுபோல உமா நடமாட, ரத்தக்கொதிப்பை அடக்க மாட்டாமல் நான் திணறியது . . .

'அதெப்பிடிங்க கிருஷ்ணன், உங்க கதைகள்லெ வர்ற பொண்ணுங்க எல்லாரும் எம்ஜீயார் படக் கதாநாயகிகள் மாதிரியே உங்களைத் துரத்தித் துரத்திக் காதலிக்கிறாங்க?' என்று கேட்ட லோகநாதன் மூன்றாவது மாடியிலிருந்து தவறிவீழ்ந்து தலைசிதறி இறந்ததாகத் தகவல் வந்த முற்பகல் பொழுது . . .

இடைவெளியேயற்ற முற்பகல் பொழுதுகள் வழியாக மட்டுமே என் வாழ்க்கை நடந்துவந்திருப்பதான பிரமை தட்டியது. இவற்றைக் கோத்து ஒரு கதையாக எழுதி விடலாமே என்றும் தோன்றியது.

ஆனால், அத்தனையுமே வேறு வேளையில்கூட நிகழ்ந்திருக்க முடியுமே என்றும் தோன்றியது; தன்னியல்பாக உதித்து ஏதேதோ காரணங்களால் உதிர்ந்துவிட்ட எத்தனையோ கதைகள்போல அதுவும் காணாமல் போனதே, எந்த வேளையில்?

70

பிரிட்டிஷ் ஏர்வேஸ் விமான வணிக வகுப்பில் முதல் பயணியாகப் போய் உட்கார்ந்தேன். என்னுடைய வழக்கம் அது – முதல் ஆளாக விமானத்தில் ஏறி, கடைசி ஆளாக இறங்குவது. அதே மாதிரி, விமானப் பணியாளர்களிடம் மிகவும் கனிவாகவும் பரிவாகவும் நடந்துகொள்வேன். நம்மால் ஒருத்தருக்குத் தொந்தரவு இருக்கக் கூடாது பாருங்கள். அடிக்கடி போய் வருபவன் என்பதாலோ, வணிக வகுப்பில் பயணம் செய்யும் பெருந் தனக்காரன் என்பதாலோ, கனிவின் காரணமாய்த்தானோ, அவர்களில் பலருக்கு என்னை நினைவிருக்கவும் செய்யும். பரிச்சயப் புன்னகை தாராளமாக விரியும்.

நாலு மணிநேரத்துக்குமேல் பயணம் என்றால், உயர்வகுப்பில்தான் போயாக வேண்டும் என்று வலியுறுத்துகின்றன, என் நிறுவன விதிகள். போய்ச் சேர்ந்த அன்றே வேலை தொடங்க வேண்டாமா! இல்லாவிட்டால், நானாவது, இத்தனை ஆடம்பரமும் சொகுசும் அனுபவிப்பதாவது. சொல்லப்போனால், நான் பிறந்து வளர்ந்த சூழ்நிலைக்கு, விமானப்பயணம் என்பதே சொகுசுதான். பழையதைத் தின்றுவிட்டுப் பள்ளிக்கூடம் ஓடி, பள்ளியில் வைத்திருக்கும் அலுமினியத் தட்டில் மதிய உணவு சாப்பிட்டு, இரவில் அநேக நாட்களில் கோவிலிலிருந்து அப்பா கொண்டுவரும் வாழைப்பழத்தோடு முடியும் என் அன்றாடம். இப்போது நினைத்துப் பார்த்தால், வாசலில் அவர் பூக்கடை போட்டிருந்த கோவிலின் பெருமாள் என்மீது பெருங்கருணை பொழிந்திருக்கிறார் என்றே தோன்றும்.

விமானப் பணியாளர்களிடம் மட்டுமல்ல, சகபயணிகளிடமும் பிரியமாய் நடந்துகொள்வேன். பக்கத்து இருக்கைக்கு வந்து உயிர்நண்பர்கள் ஆனவர்கள் உண்டு. முதல் பயணம் முடிந்து திரும்பும்போது, கடும் மழையும் மேக அடைசலும் தரையிறங்க விடாமல்

தடுத்தன. 'முன்னால் ஆறு விமானங்கள் நகரைச் சுற்றி வருகின்றன; நாம் இறங்குவதற்கு ஒரு மணி நேரம் தாமதமாகலாம்' என்று விமானி அறிவித்தார். பின்னர், மேகக் கூரையைத் துளைத்து விமானம் சரியும்போது பாறையில் மோதியமாதிரி அதிர்ச்சியும் சமன்குலைவும் ஏற்பட்டதா, வாழ்க்கை முடியப்போகிறதோ என்று பேரச்சம் கவிந்தது. சகபயணிகள் அனைவருமே அப்படி உணர்ந்திருக்க வேண்டும் – சுமார் நானூறு தொண்டைகளிலிருந்து ஒரே சமயத்தில் எழுந்த ஓலம் அமானுஷ்யமாய் விமானத்தை நிரப்பியது. என் உடல் நடுங்குவதை உணர்ந்த நாகசாமி, மணிக்கட்டை இறுக்கிப் பிடித்தார்:

> இதுக்குப் பேரு, டர்புலன்ஸ். விமானப் பயணத்தில் சகஜம். இதை சமாளிக்கவும் சேர்த்துத்தான் பைலட்டுகள் பயிற்சி எடுப்பார்கள். தொடர்ந்து பயணம் செய்தால் உங்களுக்கே பழகிவிடும். என்ன உத்தியோகம் பார்க்கிறீர்கள்?. . .

அவருடன் பேசத் தொடங்கியதும், பதற்றம் கொஞ்சம் தணிந்தது. விமானம் தரை தொட்டவுடன் பயணிகள் அனைவரும் எழுப்பிய கரவொலியில் அனிச்சையாய்ப் பங்கேற்றேன். ஆச்சரியம், நாகசாமியும் கைதட்டினார். இன்றுவரை நெருங்கிய நண்பராக நீடிக்கிறார். வருடத்தில் ஓரிரு முறைகள் நேரிலும் சந்திக்கிறோம் – விமான நிலையத்தில்.

என் உடன்பிறந்தவர்களிலும், உயிரோடு எஞ்சியிருப்பவர்கள் எல்லாரும் வசதியாகவே இருக்கிறார்கள். ஆனால், அவர்களுக் கெல்லாம் பழைய காலம் நினைவிருக்கிறதா என்பது எனக்கே சிலநேரம் சந்தேகமாகத்தான் இருக்கும். பிறந்தது முதலே குளிர்பதனத்தில் உறங்கிப் பழகியவர்கள் மாதிரி ஒரு தோரணை.

பெரியக்கா ஒருத்தி இருக்கிறாள். அபாரமான தெய்வபக்தி உள்ளவள். அந்த நாளிலேயே அடிக்கடி சொல்வாள்:

> பெருமாள் நம்மளக் கைவிட மாட்டார்டா கேசவா. அமோகமா இருப்பே நீ.

என்னைவிடவும் அமோகமாக இருக்கிறாள். ஃப்ரான்ஸில் மூத்த மகனுடன் வசிக்கிறாள். எம்மெஸ் முகமும், எம்மெஸ் ராஜேஸ்வரி குரலும் கொண்டவள். 'குறையொன்றும் இல்லை' பாடலை எண்பது வயதிலும் மழலை மாறாமல் பாடிக் கண்ணீர் வரவழைப்பாள். பார்ப்பதற்கு ஐயங்கார் வீட்டுப் பெண்பிள்ளை மாதிரியே அச்சு அசலாய் இருப்பாள்.

சொல்ல மறந்துவிட்டேனே. விலையுயர்ந்த எம்ப்பி த்ரீப்ளேயரில் ஆயிரத்திச் சொச்சம் பாடல்கள் வைத்திருக்கிறேன். சமீபத்தில் வந்த ரஹ்மான், வித்யாசாகரில் ஆரம்பித்து,

லண்டனை நெருங்கும்போது எம்க்கேட்டி பாகவதரைக் கடந்து, கிட்டப்பாவிடம் வந்து சேர்ந்திருப்பேன். ஆமாம், ஜெட்விமானம் முன்னேறும்போது, ஒலிகொண்டு பின்னோக்கிப் பாயும் யந்திரத்தில் எதிர்ப்பயணம் போவது ரம்மியமாய் இருக்கும்...

அடுத்த இருக்கையில் வந்து அமர்ந்தவரின் முகம் கொஞ்சம் தீவிரமாக இருந்தது. துக்கமயமாக என்றும் சொல்லலாம். உட்கார்ந்த மாத்திரத்தில் இடுப்புப் பட்டியை எடுத்து இறுக்கிக்கொண்டார். பொது இடத்தில் புகைப்பவர்களின் பாவனையில்,

நான் கொஞ்சம் அழுதால் தவறாக எடுத்துக்கொள்ள மாட்டீர்களே?

என்று வினவினார். எனக்கு என்ன பதில் சொல்வது என்று தெரியவில்லை. 'தாராளமாய் அழுங்கள்' என்று சொன்னால் உசிதமாய் இருக்குமா. தயங்கித் தலையாட்டினேன்.

ஆரம்பித்தார். விசிப்பார். நிறுத்துவார். திரும்ப ஆரம்பிக்கும்போது வேகம் அதிகரித்திருக்கும். பணிப்பெண் நெருங்கும்போது சிரமப்பட்டு அடக்கிக்கொள்வார். அவள் பின்புறமிருந்து வரும்போது தோளில் தட்டி எச்சரிக்குமளவு சகஜமாகி விட்டேன்.

இன்னும் ஒரு மணிநேரத்தில் சேருமிடம் நெருங்கி விடுவோம் என்று விமானி அறிவித்தார். இத்தனைநேர அருகாமை தந்த தைரியத்தில் சகபயணியிடம் கேட்டேன்:

நான் கேட்பது அதிகப்பிரசங்கித்தனமில்லை என்றால், உங்கள் துயரத்தை என்னிடம் பகிர்ந்துகொள்ளலாமா? இவ்வளவு அழுகிற மாதிரி என்னதான் நடந்தது?

அவருடைய மூத்த அக்காவை ஒரு பெரும் பணக்கார வீட்டில் சமையலுக்கு அமர்த்தியிருந்தார்கள். பெண்ணின் விவேகமும் விதரணையும் நாசுக்கும் நளினமும், அப்புறம் சமையல்திறனும் மிகவும் பிடித்துப்போக, வீட்டின் மூத்த மருமகளாகவே ஏற்றுக்கொண்டு விட்டார்கள்.

பல்கலைக்கழகத்தில் முதல் மாணவனாகத் தேறிய தகவலை அக்காவிடம் சொல்வதற்காக அந்த பங்களாவுக்குப் போயிருக்கிறார் இவர். மாளிகையின் முன்புறத் தோட்டப் பாதையில், தேய்ந்த ஹவாய்ச் செருப்புடன் நடக்கக் கூசியதாம்.

தலைப்பில்லாதவை

அக்கா மலர்ந்த முகத்துடன் வரவேற்றாள். 'வாப்பா' என்றாள். திருமணத்தின் புதுக்கருக்கு ஒரு துளிகூடச் செலவழிந்து விடாமல் மிச்சமிருந்ததாம்.

குடும்பமே குதூகலத்தில் மிதந்தது அன்று. அக்காவின் சொந்த உபயோகத்துக்காக வாங்கிய புதுப் படகுக்கார் வீடு வந்திருந்தது.

அன்னையோட அந்த ஒறவுக்கு உசுரு அத்துப் போச்சுங்க.

என்று குமுறினார் அவர். எனக்குக் குழப்பமாக இருந்தது. இதுவரை சொன்ன கதையில், துக்ககரமாக எதுவுமே வரவில்லையே. என் முகத்தை அவர் வாசித்துவிட்டார் போல.

> சம்பந்தப்பட்ட ஆளுக்குத்தாங்க புரியும். எங்கக்கா அன்னைக்கி என்னை ஒரு தபாகூட 'டா' போட்டுப் பேசலைங்க. ஒரு மணிநேரம் இருந்தன். ஊரான்ட்டப் பேசுறமாரி, 'வாப்பா, போப்பா'தான். ஒரே மாசத்துலே இவ்வளவு தலைகீளா ஆக்கீருமாங்க பணம்?. . .

எனக்குக் குழப்பம் இன்னும் அதிகமாகியது. அவர் தொடர்ந்தார்:

> . . . திரும்புற வழியிலே முடிவெடுத்தேங்க. அவுங்க குடும்பமே மூக்குல வெரல் வைக்கிற அளவுக்குப் படிச்சுப் பெரிய ஆளாயி கன்னாபின்னான்னு சம்பாதிச்சு எங்கக்கா மூக்க அறுக்கணும். வாழ்க்கையிலே ஒவ்வொரு படி ஏறும்போதும், அவுங்க வீட்டுக்கு ஒரு நடை போயி, மெனக்கெட்டுச் சொல்லிட்டு வருவேன் . . .

மூக்கை உறிஞ்சினார்.

> . . . இந்தா, மொதோத் தடவையா பிஸினஸ் க்ளாஸ்லெ வர்றேன். என்னா புரோஜனம். டிக்கெட் ப்ளாக் பண்ணிட்டு அவுங்க வீட்டுக்குப் போறேன். அந்தக் கிளவி கோமாலே விளுந்திருந்தா. நேத்து சாயங்காலம் பொறப்புட்டுட்டா.

சரிதான். தானாடாவிட்டாலும் சதையாடும் என்று பெரியவர்கள் சும்மாவா சொல்லி வைத்தார்கள். ஆனால், திரு. சபாபதி வேறு ஒன்று சொல்லி முடித்தார்:

> யாருகிட்டே நிரூபிக்கிறதுக்காக நான் இன்னமே வளரணும், சொல்லுங்க?

சரிதான். ஆனால், மரியாதை ஒருவரை அவமானப்படுத்தும் என்பது புதிராக இருந்தது.

❖

71

தல்லாகுளத்தில் கொஞ்சநாள் குடியிருந்தோம். என் கல்லூரி நாட்களில். பார்க்கப்போனால், இன்றுவரையிலான என் ஆளுமை உருவான இடம் அது. சிகரெட் பழகியது, பெண்கள் சம்பந்தமாக சில தெளிவுகள், குழப்பங்கள், ஆசைகள் எனக்குள் படிந்தது, படு நெருக்கமாக இருந்த கடவுள் சற்றே விலகிப்போனது எல்லாம் அங்கேதான்.

அப்பா வீறாப்பானவர். அம்மாவும் சளைத்தவளில்லை. எனவே, ஆண்டுக்கொருமுறை வீடு மாற்ற வேண்டி வந்தது. பிரச்சினையின் முதல் அறிகுறி தென்பட்டவுடனே, ‘விடுங்க மாமா, கட்டுனவனுக்குத்தான் ஒரே வீடு, குடக்கூலிக்காரனுக்கு ஊரெல்லாம் வீடு’ என்று தூபம்போட ஆரம்பிப்பாள் அம்மா.

நாயுடு காம்பவுண்டில், பக்கத்துப் போர்ஷனில் சுகுணாக்கா குடும்பம் வசித்தது. தரைத்தளத்தில் மட்டும் படர்ந்த பேய்மாளிகையை, தடித்த பலகைகளால் இஷ்டம்போலப் பகுத்து ஏகப்பட்ட குடித்தனங்கள். பத்துக்குக் குறையாது. பொதுக் குளியலறை, கழிப்பறைகள். கல்யாணம் பாதியில் நின்றுபோன சத்திரம்போல துயரக்களையும், புலம்பல்களுமாய் இருக்கும். பலகைச்சுவர்கள், மனித நெரிசல், அவலக் குரல்கள்; எந்தக் குடும்பத்துக்குமே அந்தரங்கம் என்று எதுவும் மிஞ்சாது.

எதிர்சேவைக்கு இரண்டு நாள் முன்னால் வீட்டின் பரபரப்பு பலமடங்கு அதிகரித்துவிடும். குடித்தனவாசிகள் உறவினர் வீடுகளுக்கு, உள்ளூரில் போக்கிடம் இல்லாதவர்கள் மொட்டைமாடியில் போட்ட புதுப்பந்தலுக்கு இடம்பெயர்வார்கள். போர்ஷன்களுக்குப் பொதுவான மிகப்பெரிய கூடம்,

பலகைகள் அகற்றி. வெள்ளையடித்துப் புதுசாகும். கள்ளழகர் வாடிக்கையாய் இறங்கும் மண்டகப்படி அந்த வீடு. இந்த ஒரு காரணத்துக்காகவே, யாதவர்களுக்கு மட்டும்தான் வாடகைக்கு விடுவார் நாயுடு. அவர்கள்தான் பிரச்சினை பண்ணாமல் ஒதுக்கிக் கொடுப்பார்களாம்.

அந்த வாரம் முழுக்க அக்கா பம்பரமாகச் சுற்றி வருவாள். செழியன் சார் ஒரு வார விடுமுறையும், பை நிறையப் புத்தகங்களுமாய் வெளியூர் கிளம்பி விடுவார்.

பொதுவாக, சொல்வது ஒன்றும் செய்வது ஒன்றுமாக இருக்கும் மனிதர்கள் பற்றி எவ்வளவு கேள்விப்படுகிறோம் – உண்மையில், அவர்களுக்கு மத்தியில்தானே வாழ்ந்தும் தொலைக்கிறோம்? புகழ்பெற்ற சாமியார்கள் முதல், நாடாளும் தலைவர்கள், அண்டை அயல் சாமானியர்கள்வரை எத்தனைவிதமான மாறாட்டக்காரர்கள் – வார்த்தை மாறாட்டத்தைச் சொல்கிறேன். சுகுணா அக்கா அப்படிப் பட்டவள் அல்ல. உதாரணம் சொன்னால் புரிந்துவிடும்.

அக்கா புராணகாலத்தில் வாழ்ந்திருக்க வேண்டியவள். பதிபக்தியின் வாழும் உதாரணமாக இருந்தவள். செழியன் சார் சொல்வதைக் கனவிலும் தட்டமாட்டாள். ஆனாலும், வாரத்தில் மூன்று நாள் விரதம், தினசரியும் மணிக்கணக்காகப் பூசைகள் என்று நடமாடும் தெய்வ சந்நிதியாக விளங்கியவள். கடும் பக்திமானாகக் காட்டிக்கொண்டு, எல்லாவற்றுக்கும் தானே கவலைப்படுவதும் தப்புத்தப்பாக முடிவெடுப்பதுமாக உள்ள எத்தனைபேரைப் பார்க்கிறோம். முழு பாரத்தையும் கடவுள்மீது அவர்கள் போடவில்லை என்றுதானே அர்த்தம்? சுகுணா அக்கா அப்படி அல்ல.

சார் கடுமையான நாத்திகர். 'கடவுள் மனிதனைப் படைக்கவில்லை, மனிதன்தான் கடவுளைப் படைத்தான்' என்று தாமே கண்டுபிடித்த பெருமிதத்துடன் சொல்வார். ஒரே பிரச்சினை, வாரத்தில் இரண்டு மூன்று தடவை சொல்லிவிடுவார். உண்மையில், செழியன் சாரை அக்கா மறுத்த ஒரே சங்கதி அது. உள்ளுக்குள் கடுமையாக பக்தியைப் பேணியபடி, வெளியில் இறைமறுப்பாளராகக் காட்டிக்கொள்ளும் எத்தனைபேர் இருக்கிறார்கள். இந்த அம்சத்தில் சார் உறுதியானவர். பேப்பர் போடும் பையனை மதிக்கிற அளவுகூட, கடவுளை மதிக்க மாட்டார்.

உள்ளொன்று வைத்துப் புறமொன்று பேசாத இணை என்பது தவிர, இன்னொரு காரணமும் அவர்களை ஆதரிச

தம்பதியாக்கியது. பிறரிடம் காட்டும் நிபந்தனையற்ற பிரியம். மூன்றாவது, எதிரெதிர்த் துருவங்களாக இருந்தும், அவர்கள் வாய்த் தகராறு செய்துகூட நான் பார்த்ததில்லை. அவரவர் தீவனத்தை அசைபோட்டபடி, ஒரே நுகத்தடியின்கீழ் இழுத்துப் போகும் காளைகளாக எனக்குள் பதிந்திருக்கிறார்கள். குடும்பங்கள் வீடு மாற்றிப் போனபிறகும், உறவு அறுந்துவிடாமல் தொடர்ந்தது. அக்கா குடும்பம் சதாசிவ நகருக்குக் குடிபோனது. நாங்கள் சிம்மக்கல்லுக்கு.

அவ்வளவு தெய்வநம்பிக்கை உள்ளவளுக்கு, அப்படியொரு வியாதியும் இம்சையும் வந்திருக்க வேண்டாம். 'வலது மார்பின் உள்ளே ஏதோ உருள்கிறமாதிரித் தெரிகிறதே' என்று டாக்டரிடம் போனால், அவர் இடியை இறக்கிவிட்டார். அவ்வளவு முற்றும்வரை அக்கா எப்படி உணராதிருந்தாள் என்று எல்லாருக்குமே ஆச்சரியம்.. அதைவிட துக்ககரமான ஆச்சரியம், கல்லீரலிலும், இரைப்பையிலும் கூடப் பரவி விட்டிருந்தது. திட உணவை அக்காவால் உண்ண முடியவில்லை என்றும், அந்திம நாட்களை மருத்துவமனையிலேயே கழிக்க வேண்டியிருந்தது என்றும் கேள்விப்பட்டேன். அக்காவின் உடன்பிறந்த தம்பி சென்னையில் வசித்தான் – என் வயதுக்காரன். தற்செயலாகப் பார்த்தபோது தகவல் சொன்னான். உடனே போய்ப் பார்க்க வேண்டும் என்று நினைத்தேன். அக்கா முந்திக்கொண்டாள். அவனிடம் சொல்லியிருக்கிறாள்:

> பேசாம நானும் ஒங்க மாமா வளியிலெயே போயிருக்கலாம்டா தம்பீ. அம்புட்டுப் பூசெ பண்ணி என்னா புரோசனம்? இப்பிடியா ஒடம்பு அளுகிச் சாகுறது?

லோகு ஃபோனில் சொன்ன நாளில், மனத்தில் என்னென்னவோ ஓடியது. அக்கா சாரிடம் காட்டிய பக்தி, அவளுடைய பெரும் பக்தியின் கிளைதானே? தேவியின் அவையில், அக்காவை எங்கே அனுப்புவது என்று பெரும் நெருக்கடி உண்டாகியிருக்குமோ? பூசைகளுக்காக சொர்க்கமா, நாத்திகருடன் மனமொப்பி வாழ்ந்ததற்காக நரகமா? இறுதி நாட்களில் கடவுளரைக் கைவிட வேறு செய்திருக்கிறாள்...

உடனடியாக துக்கம் விசாரிக்கப் போக முடியவில்லை. நடுத்தர வர்க்க, மாதச் சம்பள வாழ்க்கையில் காரணங்களுக்குப் பஞ்சமா என்ன.

இரண்டு மாதங்களுக்குப் பிறகு, மதுரை போக வாய்த்தது. செழியன் சார் சரி பாதியாக இளைத்திருந்தார். கசங்கிய, மிகமிக அழுக்கான, பழைய வேட்டி கட்டியிருந்தார். விடுமுறை நாளில்கூட சலவை உடை அணிகிற மனிதர். கொடியில் காய்ந்த வேட்டிகளுமே அத்தனை வெளுப்பாய் இல்லை. சார் கால்சராய் அணியவே மாட்டார்; அது தமிழனின் உடை இல்லை என்று கறாராய்ச் சொல்வார். அவர் இருக்கும்போதே,

> என்னையக் கண்டாங்கி கட்டச் சொல்லலேல்ல . . . அதெப் பாரு!

என்று சிரித்துக்கொண்டே சுகுணா அக்கா சொன்னது நினைவு வந்தது.

நரையும் கறுப்புமாய்த் தேனடைபோலப் பெருகி அடர்ந்த தாடி சார் பேசும்போது விநோதமாக அசைந்தது. மோவாயில் தாடியின் வேரிலும், மீசை மத்தியிலும் விநோதமாக மஞ்சள்கறை பூத்திருந்தது. வறண்ட கண்களுடன் அக்கா பற்றிய நினை வலைகளை, வழக்கமான சாந்தம் ததும்பும் குரலில் உணர்ச்சியற்றுப் பகிர்ந்து கொண்டார். புறவயமாய்த் தெரிகிற அளவுக்கு, உள்ளூர துக்கமில்லையோ என்று தோன்றியது. மரணம் வெறும் உயிரியல் நிகழ்வு மட்டுமே என நாத்திகம் அவருக்கு அறிவுறுத்தியிருக்கலாம். அதற்காக, அத்தனை வருடங்கள் இணைந்து வாழ்ந்தவள் இழப்பையொட்டி ஓரிரு சொட்டு கண்ணீர் உகுக்கக் கூடாதா? ஆனால், இரண்டு மாதம் ஓடிவிட்டதே – என்றெல்லாம் நானாக அல்லாடிக்கொண்டிருந்தேன்.

> **ய**ப்பா, இரு. குளிச்சிட்டு வந்தர்றன். கீரெக்காரம்மா வந்துச்சின்னா, தண்டங்கீரெ ஒரு கட்டு வாங்கி வய்யி. சில்லறெ இந்தத் தட்டுலெ இருக்கு.

என்று வேட்டியைவிட அழுக்கான துண்டுடன் போனார். பிளாஸ்ட்டிக் பூமாலை சாத்திய அக்காவின் படத்துக்குக் கீழேயிருந்த தட்டில் சுடர் நிலைத்த அகல், காசு போட்டு வைத்த மரக் கிண்ணம், புத்தம்புதிய எவர்சில்வர் டப்பா ஆகியன இருந்தன.

சந்தன சோப்பு மணக்க வெளியில் வந்த சார், நேராக அக்கா படத்தருகில் சென்று ஊதுபத்தி கொளுத்தினார். பிறகு, கண்மூடிச் சில நொடிகள் நின்றார்.

எவர்சில்வர் டப்பாவைத் திறந்து ஓரிரு கணங்கள் தொட்டுக் கொண்டேயிருந்தார். என்னை அருகில் அழைத்தார்.

சங்கரு, இதெத் தொட்டுப் பார்றா.

திருநீறு போல இருந்தது. விபூதிக்கு அடியில் கூழாங்கல் போன்று ஏதோ நிரடியது...

ஒங்கக்காவோடெ அஸ்தி. அதுல ஒரு எலும்பெ எடுத்து வச்சிருக்கேன். இன்னமும் எம்புட்டு சூடா இருக்கு பாரு. இன்னமும் இந்த வீட்டுலெ இருக்காடா அவ.

என்றார், உணர்ச்சி வறண்ட அதே குரலில். ஆதரிச தம்பதியேதான்...

❖

72

> சாயங்காலம் ரெடியா இரு. ரமா வீட்டுக்குப் போறோம். ராச்சாப்பாடு அங்கதான்.

என்று தொலைபேசியில் சொன்னார் கணவர். அத்தனை சுலபமாக ஒரு வீட்டுக்குப் போக முனையமாட்டார். மனைவி கைப்பக்குவம் தவிர, வேறு யார் சமையலும் பிடிக்காது. வெளியில் சாப்பிடுவதென்றால், உயர்தரமான ஓட்டல்களுக்குத்தான் போவார்கள்.

கடந்த இரண்டு மாதங்களில் ரமா பற்றிப் பேசாத நாளே கிடையாது. கணவரின் கிளைக்கு, கல்கத்தாவிலிருந்து மாற்றலாகி வந்திருக்கிறாள். கல்கத்தா என்ற சொல் சொர்ணத்துக்குள் பிறப்பித்த அலைகளைத் தனியாகத்தான் சொல்ல வேண்டும்... முதல் தடவை ரமா என்ற பெயரைக் குறிப்பிட்டபோது, அவர் கண்கள் ஒளிவீசியது அழுத்தமாக நினைவிருக்கிறது. ஒருவாரம் கழித்து, வெளிப்படையாக வியந்தார்:

> படிப்பு, அழகு, விவேகம், சூட்டிகை, நாசூக்கு இத்தனையும் ஒரே பொம்பளை கிட்டே இருக்குறது எவ்வளவு அபூர்வம்!

இவருடைய எதிர்பார்ப்புகள் அத்தனையையும் பூர்த்தி செய்திருக்க வேண்டும் அந்த ரமா. இல்லாவிட்டால், ஒரு சக ஊழியையிடம் இப்படிக் கிறங்க மாட்டார்...

> அப்ப நானு?!

என்று சிரித்துக்கொண்டே கேட்டாள் இவள்.

> நீ வேறெ இனம் மா. இந்த வீட்டோட வெளிச்சமே நீதான். ஆனா, உன்னாலெ ஒரு யூனிவர்ஸிட்டியை நிர்வாகம் பண்ண முடியுமா? அவளால முடியும்...

அது சரிதான். இவளால் வீட்டு நிர்வாகம்தான் செய்ய முடியும். என்ன, கவனம் சிதறாமல் இருந்திருந்தால் இவளும் பட்டப்படிப்பை முடித்திருப்பாள். கணக்கு, ஆங்கிலம் நன்றாக வரும். படிப்புக்கு எதிரானவரில்லை அப்பா. யார் கண்டது, கணவரைப்போல, அந்த ரமாவைப்போல வங்கி ஊழியராகியிருக்கலாம். என்ன செய்ய, கொடுப்பினை இல்லையே. ஆனாலும், கணவரளவு விரைவாக சீனியர் மேனேஜராகியிருக்க வாய்ப்பில்லை.

கொஞ்சநேரம் கணவரைப் பற்றி யோசனை ஓடியது. அவரளவு திறந்த புத்தகத்தைப் பார்க்க முடியாது. தன் வங்கிக் கணக்கின் இருப்பு முதல், கடைசியாய்ப் பார்த்த சினிமாவரை எல்லாவற்றையும் எல்லாரிடமும் பகிர்ந்துகொள்ளத் தயங்காதவர். இணை சேர்வதில் தமக்கிருக்கும் விபரீத ஆர்வங்களிலிருந்து, தாண்டிப்போகும் பெண்ணின் உடல்வாகுவரை மனத்தில் தோன்றுவதை அவ்வப்போதே இவளிடம் சொல்லக் கூடியவர்.

ஆனால், சில விஷயங்களில் கறாரானவர். சாப்பாட்டின் அளவு, உப்பு உறைப்பு புளிப்பு தித்திப்பு எண்ணெய் என்று சகலமும் மட்டாக இருக்க வேண்டும். இஸ்திரி போட்ட முழுக்கைச் சட்டையைக் கால்சராய்க்குள் நுழைத்து, மழுங்க மழித்த முகத்துடன், பளபளக்கும் ஷூக்களுடன் நின்றாரென்றால், யாருக்குமே மோகம் ஏறும். கீழ்நிலை ஊழியர்கள் தாம் சொல்வதைத் தட்டவே மாட்டார்கள் என்று பெருமிதமாய்ச் சொல்வார். அடாத கட்டளைகள் பிறப்பிக்கக் கூடியவர் இல்லையே. மறந்தும் அநாகரிகமான வார்த்தைகள் வராது. ஆனால், ஒரு விஷயத்தில் கடும் பிடிவாதம் உண்டு. பேருக்கேற்றபடி தாம் சத்தியமூர்த்தியாய் இருக்கிறாரல்லவா, மற்றவர்களிடமும் அதை எதிர்பார்ப்பார்.

ஆனால், ஒரு பொய் சொல்லித்தான் சொர்ணத்தை பாதிப் படிப்பில் கல்யாணம் செய்துவைத்தார்கள் – இந்த வயதில் விட்டால், முப்பதில்தான் கல்யாணம் ஆகும் இவளுக்கு என நாலைந்து ஜோசியர்கள் சொல்கிறார்கள் என்று. திருமணத்துக்கப்புறமும் ‘படித்துப் பட்டம் வாங்கிவிடேன்’ என்று சொன்னார்தான்; சொர்ணத்துக்குக் கல்லூரி மீது, படிப்பின்மீது, நாட்டம் குறைந்துவிட்டது. ‘சொர்ணம் சத்தியமூர்த்தி’யாய் இருப்பதே போதுமாய் இருந்தது. தவிர, கல்லூரிக்குப் போவது, பழைய ஞாபகங்களுக்குத் திரும்புவது அல்லவா. தாங்க முடியுமா? பழைய திருட்டுத்தனம் தலைதூக்கி விட்டால் . . .?

கடைசிச் சந்திப்பில், கல்கத்தாவில் உள்ள உறவினர் வீட்டுக்குத் தன்னை அனுப்புகிறார்கள் என்று சொன்னான். கலங்கி யிருந்த கண்களைப் பார்த்தபோது உயிரே போய்விடும்போல நெஞ்சடைத்தது. இன்னும் இறுக்கமாகக் கட்டிக்கொண்டாள். இன்று, அவன் பெயரைக்கூட உச்சரிக்க மாட்டாள். இதயத்துக்குள் ஆழக்குழி தோண்டிப் புதைத்து விட்ட பெயர் அது. ஆனாலும், ஆசைமுகம் மறந்துவிடுமா என்ன? . . .

அவன் இவருக்கு நேரெதிரானவன். கலைந்த தலை, கசங்கிய சட்டை, பிசிறான மீசை, ஆட்டுத் தாடி. எதிர்காலம் பற்றி ஒரு திட்டமும் கிடையாது. உதாசீனமான பேச்சு. விளையாட்டாய்த்தான் என்றாலும், கூசாமல் பொய் சொல்வான் – ஆனால், சிகரெட் மணக்க முத்தமிடும்போது, தனக்குள் ஊறும் காதலை என்ன செய்வது என்று தெரியாமல் திகைப்பாள் சொர்ணம்.

அப்படியொரு வசீகரன் தன் வாழ்க்கையில் இருந்தானா என்பதே மறந்துவிடும் அளவுக்கு எங்கோ போய்விட்டான். பத்து வருடங்கள் என்பது ஒரு ஆயுட்காலம்போல நீண்டு கடந்துவிட்டது . . .

காரேறும்போது கால் இடறியது. இனம் புரியாத பரபரப்பு தொற்றியேறியது . . .

உள்ளுணர்வு சரியாகத்தான் யூகித்திருக்கிறது. உலகம்தான் எத்தனை சிறியது; குரூரமானது . . .! அவனேதான். பார்த்த மாத்திரத்தில் அடைந்த அதிர்ச்சியை இருவருமே வெற்றிகரமாக மறைத்துக்கொள்ள முடிந்தது எவ்வளவு பெரிய ஆறுதல் . . .?

ஒரே ஊரில், ஒரே தெருவில், ஒரே காலகட்டத்தில் இருந்திருந்தும் ஒருவரையொருவர் அறிந்ததேயில்லையே என்று நாலு பேரும் ஆச்சரியப்பட்டார்கள். இணைகளுக்குள், தங்கள் கையில் கிடைத்தது ஒரு சொல்கூட எழுதப்படாத சிலேட்டு என்கிற பெருமை இன்னொரு தடவை உயர்ந்திருக்கலாம் . . .

ரமாவைப் பற்றிக் கணவர் சொன்னது சரியேதான் என்று ஒவ்வொரு கணமும் தோன்றிக்கொண்டிருந்தது. நறுவிசாகப் பேணப்பட்ட வீடு. மாறாத புன்சிரிப்பு. இவனை என்றில்லை, யாரை மணமுடித்திருந்தாலும் இதே சந்தோஷத்துடன், இதே உற்சாகத்துடன் இருந்திருப்பாள் என்றே பட்டது. அக்கம்பக்கத்திலும் அவள் கொடி பறந்தது. விருந்தினர் வருகிறார்கள் என்பதற்காக, இவர்களுடைய நாலு வயதுக் குழந்தையை மாடி வீட்டுக்காரர்கள் பொறுப்பில் விட்டிருந்தாள்.

ஆனால், அவன் முகத்தில் அதே அதிருப்தி இப்போதும் இருந்தது. நீர் சுரந்த கண்கள். எதுவுமே ஒரு துளி போதாது அவனுக்கு. விளிம்பளவு, தளும்பத் தளும்ப வேண்டும் . . .

அவனுடன் இணைந்திருந்தால் தனக்கும்கூட ஒரு குழந்தை பிறந்திருக்குமோ என்று மின்னல் வேகத்தில் ஒரு எண்ணம் ஓடியது. மின்னல் நேரத்துக்குத்தான்.

இருங்கள். ஒரு குளியல் போட்டுவிட்டு வந்துவிடுகிறேன்.

கையில் துண்டுடன் கொடிபோல அசைந்து குளியலறைக்குள் போனாள் ரமா. சொர்ணத்தைத் தனியாய் அழைத்து, 'குழந்தை இருப்பதை மறந்துவிட்டோமே! சந்தியா மாலில் போய் பொம்மை ஏதாவது வாங்கிவருகிறேன். நீ இரு. இரண்டுபேரும் போய்விட்டால் நன்றாக இருக்காது.' என்று சொல்லி, புறப்பட்டுப் போனார் சத்தியமூர்த்தி.

இப்படியொரு தருணத்துக்காகவே காத்திருந்தவன் மாதிரி இரண்டு கைகளையும் விரித்து இவளை நோக்கி நீட்டினான். தானும் எதிர்பார்த்திருந்தவள் மாதிரி, அமரிக்கையும் குறும்புமாய்த் தலையசைத்து மறுத்தாள். முகம் மாறாமல், நாசூக்காய்த் தழைந்த குரலில் 'நோ' என்றாள். சிறப்பான புன்னகை ஒன்றையும் பூட்டிக்கொண்டாள் . . .

அடிபட்டவன் மாதிரித் தலைகுனிந்து அமர்ந்திருந்தான். சொர்ணம் எழுந்து அலமாரியில் அடுக்கியிருந்த பொம்மைகளை வேடிக்கை பார்க்கக் கிளம்பினாள். எதற்காக என்று தெரிய வில்லை – அவன் எழுந்து சமையலறைக்குள் போனான்.

சாப்பாடு அபூர்வ ருசியுடன் இருந்தது. தென்னிந்திய வகை ஒன்றுகூட இல்லை. அதற்காக, அந்நியமாயும் இல்லை. காரில் திரும்பும்போது சொன்னாள்:

பிரமாதமான பொம்பளே. நீங்க சொன்னது அத்தனையும் சரிதான்.

தனது கணிக்கும் திறமைக்கான சான்றிதழைப் பெருமிதமாய் ஏற்றுக்கொண்டார்.

காரின் பக்கவாட்டுக் கண்ணாடியில் முகம் பார்த்தாள். சற்று அதிகமாகவே நரையோடி, கன்னங்கள் தடித்தாலும், வசீகரம் குறையவில்லை என்று தனக்குள்ளேயே நிரம்பிக்கொண்டாள். மூக்குக் கண்ணாடிகூடப் பொருத்தமாய்த்தான் இருக்கிறது . . .

❖

73

அப்பாவின் வைத்தியச் செலவுகளை முன்னிட்டு, லக்ஷ்மியை விற்க வேண்டி வந்தது. அந்தமட்டில், உள்ளூரிலேயே விற்க முடிந்ததில் அப்பாவுக்கு ஒரு சந்தோஷம். 'ஆமாம்மா, குண்டூலே அடிபட்டாலும், கோமணம் கிழியலே' என்று அசந்தர்ப்பமாய் உளறி, அப்பாவின் முறைப்பை வாங்கிக்கொண்டான் பெரியண்ணா. நிஜமாகவே அப்படிப் பழமொழி உண்டா, அவனது சொந்தக் கற்பனையா என்று இன்றுவரை புரியவில்லை.

ஆனால், அந்த வயதிலும் எனக்கு நன்கு புரிந்திருந்த விஷயம் – பெற்ற குழந்தைகள் வாலிபத்தை எட்டியபோது, அப்பாவின் பிரியத்தை வெகுவாக இழந்திருந்தார்கள் என்பது. கடைக்குட்டிச் சிறுவனான நானும், புகுந்தவீடு போய்விட்ட இரண்டு அக்காக்களும் விதிவிலக்கு.

வியாதி அவ்வளவு முற்றியும், அண்ணன்மார் தனிக்குடித்தனம் இருந்த நகரங்களுக்கு இடம்பெயர அப்பா சம்மதிக்கவில்லை. அவர்கள் உள்ளூற நிம்மதியாய் உணர்ந்திருப்பார்களோ என்று பின்னாளில் தோன்றியதுண்டு. திரும்பிப் பார்க்கையில், அப்பா பிடிவாதம் பிடித்ததுக்கு அவருடைய சாம்ராஜ்யம் ஒரு காரணம் என்று படுகிறது.

ஆமாம், எங்கள் வளாகத்தில் ஒரு நாய், ஒரு பூனை, லக்ஷ்மி என்று உடன் வசிக்கும் நிரந்தரப் பிரஜைகள்; நாள்தவறாமல் அப்பாவின் நோய்ப் படுக்கையில் வந்தமர்ந்து அவ ரிடம் நாலு வார்த்தை பேசிப்போகும் சிட்டுக்குருவி; நைவேத்தியம் முடித்து ஒரு கரண்டி சாதத்துடன் அம்மா வரும்வரை பொறுமையாய் ஒரே இடத்தில் அமர்ந்து காத்திருக்கும் காக்காய்; அவர் பார்த்துக்கொண்டிருக்கும்போதே

வந்து, தலைமாட்டில் உள்ள எவர்சில்வர் கிண்ணத்திலிருந்து நிலக்கடலை எடுத்து, ஓவியங்களில் பார்த்த அதே பாவத்துடன் இரண்டு கைகளாலும் பிடித்துக் கொரிக்கும் அணில் என்று ஏகப்பட்ட பேர் உண்டு.

இன்றைய யோசனையில்தான் அந்த நாட்களின்மீது கூடுதல் அழுத்தம் படிகிறது: அப்பா இருந்த காலத்தில் எல்லாமே இயல்பாக, வேடிக்கையாகத் தென்பட்டவை.

அத்தனைபேரிலும், லக்ஷ்மியின் மேல் அப்பாவுக்குப் பிரியம் சற்று அதிகம்.

அசோகமித்திரன் எழுதிய 'சுந்தர்' கதையை வாசித்த போது, அமி நானாகவும், விற்றபிறகும் பழைய வீட்டுக்கே திரும்பித்திரும்பி அன்றாடம் வரும் மாடு எங்கள் லக்ஷ்மியாகவும் ஆகி, என் கண் சுரந்ததை கல்லூரி நூலகத்தில் பிற வாசகர்கள் பார்க்காதபடி மறைத்துக்கொள்ள வெகுவாக சிரமப்பட்டேன்.

ஊர்க்காலி மாடுகள் திரும்பும்போது, லக்ஷ்மி மட்டும் எங்கள் வளாகத்துக்குள் நுழைந்துவிடும். பிள்ளையார் கோயிலுக்காக மானியமாய்க் கொடுத்த சிறு வீடு மட்டுமே எங்கள் அனுபவ பாத்தியதையில் இருந்தது; என்றாலும், 'எங்கள் வளாகம்' என்று நான் அடிக்கடி குறிப்பிடுகிற மாதிரி, சுற்றுச்சுவரில் தென்னைமரத்தை ஒட்டி அடித்த முளையைத் தன்னுடைய இடம் என்று லக்ஷ்மி நினைத்துக்கொண்டதோ என்னவோ.

நேராக அங்கே சென்று நின்றுகொள்ளும். ஓரிரு நிமிடங்கள் கழித்து, அப்பாவைத் திரும்பிப் பார்க்கும். சின்னத் திண்ணையில், தாய்ப்பால் அருந்தும் சிசுபோலப் பக்கத்தில் உருண்டிருக்கும் பானைவயிறைப் பெரும் சிரமத்துடன் தூக்கிக்கொண்டு எழுந்து உட்கார்வார் அப்பா. பலவீனமான குரலில்,

சரீ, வா. அங்கேயே நின்னாப் போறுமா. கிட்டக்க வா, ஒன்னைப் பாக்கட்டும்...

என்பார். அவரளவுக்கே தமிழில் ஞானம் உள்ள ஜீவன் மாதிரி லக்ஷ்மி மெல்ல நகர்ந்து இவர் அருகில் வரும். முன்னங்கையை நீட்டுவார். ஐயோ, எத்தனை ஆசையாய் நக்கும்! உடலின் ஒவ்வொரு அங்குலத்திலும் பிராணவேதனை அனுபவித்தவரான அப்பா, மறு கையால் அதன் நெற்றியை, கொழகொழவென ஆடும் கழுத்தை, கொம்புகளின் மத்தியை என்று வருடுவார். செயலாக இருந்தபோது குளுதாடிக் கழுநீரில் தவிட்டைக் கலக்கிய கையை லக்ஷ்மி ஆர்வமாய் நக்கும்; குறுக்கே கைநீட்டி நானும் அந்தப் பிரியத்தை வாங்கிக்கொண்டிருக்கிறேன். உப்புத்தாள் மாதிரி சொரசொரக்கும் அதன் நாக்கு...

தலைப்பில்லாதவை

சின்னஞ்சிறு ஆழாக்கு அரிசியை, பித்தளைத் தாம்பாளத்தில் போட்டு, லக்ஷ்மி முன்னால் கொண்டு வைப்பாள் அம்மா. பள்ளிக்கூடம் விட்டு வந்ததும் எனக்கு நொறுக்குத் தீனி தருவது மாதிரி என்று உதாரணம் சொல்லிச் சிரிப்பார் அப்பா!

இன்னொன்றையும் கட்டாயம் சொல்ல வேண்டும். ஊர்க்காலி மாடுகள் அவரவர் வீடுகளுக்குப் போய்ச் சேர்ந்ததை உறுதிசெய்தபின் தன் வீடு சேரும் மலையான், லக்ஷ்மியை மட்டும் இரவுச் சாப்பாட்டுக்குப் பிறகு வந்து அழைத்துப் போவான். லக்ஷ்மியைக் கிரயத்துக்கு வாங்கிய நாட்டாமைக்காரர், ஆசை தீரும்வரை எங்கள் வளாகத்தில் இருக்கட்டும் என்று மலையானுக்கு உத்தரவிட்டிருந்தார்; யாருடைய ஆசையைச் சொன்னாரோ. ஊருக்குள் அப்பா சம்பாதித்திருந்த மரியாதை அப்படிப்பட்டது. நல்லவேளை, லக்ஷ்மி சினைப்பட்டிருந்தது; சாயங்காலம் பால் கறக்கும் அவசிய மில்லை. இருட்டு முற்றியபின், லக்ஷ்மியும் முரண்டுபண்ணாமல் அவனுடன் போகும்.

வாசலில் யாரோ ஒரு பெண்மணி வந்து நிற்கிறாள். ஒரு கொத்து வேப்பிலையும், மஞ்சள் பூச்சும், கொஞ்சம் நாணயங்களும், குங்குமம் அப்பிய சிறு விக்கிரகமும் உள்ள பித்தளைத்தட்டை ஏந்தியிருக்கிறாள். லக்ஷ்மிக்கு அரிசி வைக்கும் தாம்பாளம் அளவே உள்ள தட்டு. ஆடிமாதம் அம்மனுக்குக் கூழ் ஊற்ற வசூலுக்கு வந்திருக்கிறாளாம். ரூபாய் நோட்டைத் தட்டில் போட்டுவிட்டுத் திரும்பும் பத்மினி என்னிடம் சொல்லிவிட்டு சமையலறைக்குத் திரும்புகிறாள். மாவிளக்கின் நெய் மணத்துடன் வீடெங்கும் பரவி நிரம்புகிறார் அப்பா. ஆமாம், அவர் காலமானது ஒரு ஆடிமாத முதல் வெள்ளியன்று . . .

அன்று காலை, தரையில் இழுபடும் கழுத்துக்கட்டைகளும், விதவிதமான கழுத்து மணிகளும் ஓசையெழுப்ப ஊர்க்காலி மாடுகள் தென் திசையில் ஊருக்கு வெளியே உள்ள மேய்ச்சல்நிலம் நோக்கிப் போனபோது, இங்கே உறவினர்களும் நண்பர்களும் குழுமத் தொடங்கியிருந்தார்கள். நான் புதிதாக யார் வருகிறார்கள் என்று பார்த்தபடி வளாக வாசலில் நின்றிருந்தேன் – அப்பாவின் மரணம் இன்னும் உறைக்கவில்லை.

ஐம்பது அறுபது மாடுகளின் ஊர்வலத்தில் லக்ஷ்மியைத் தனித்து அறிய முடியவில்லை எனக்கு.

ஒரு மணி சுமாருக்கு அப்பாவை சேவாங்கோவில் காட்டுக்குத் தூக்கிப் போனார்கள். அடிக்கடி அதிரும், வியர்வை

கசகசக்கும் வெற்றுடம்போடு என்னை இறுக்கித் தூக்கிக்கொண்டு அப்பாவுக்கு முன்னால் நடந்தார் சுந்தரம் அண்ணா. மேய்ச்சல் நிலத்தை ஒட்டியிருந்த சிறு திடலில், தகரக்கூரைக்குக் கீழே அடுக்கிய வறட்டிகள்மீது அப்பாவைக் கிடத்தினார்கள். பெரியண்ணா கொள்ளி வைக்கும்போது மயானம் கொள்ளாத கூட்டம்.

திடீரென்று ஒரு பக்கம் இருந்த கூட்டம் பதறி விலகிப் பாதை உண்டாக்கியது. மேய்ச்சல் நில வேலியைத் தாண்டி – அல்லது அது மயானத்தின் வேலியோ என்னவோ – தாவி வந்தது லக்ஷ்மி. சிதையைப் பார்த்தபடி, சலனமில்லாமல் கொஞ்சநேரம் நின்றது.

அய்யோ, நாம் பாவி . . . நாம் பாவி.

என்ற கதறலும், பட்பட்டென்று அடித்துக்கொள்ளும் சப்தமும் கேட்டது. நாட்டாமைக்காரரை சமாதானப்படுத்துவது பெரும்பாடாகிவிட்டது. மலையான் வந்து லக்ஷ்மியை இழுத்துக் கொண்டு போனான்.

சாயங்காலம் வீடு சற்று அடங்கியது. வெளியூரிலிருந்து வந்திருந்த உறவினர்கள் கொத்துக்கொத்தாக அமர்ந்து அப்பாவின் அருமைபெருமைகளைப் பேசிக்கொண்டும், குறிப்பான இடைவேளைகளில் காஃபி குடித்துக்கொண்டும் இருந்தார்கள். நினைத்து நினைத்து அழுதுகொண்டிருந்தாள் அம்மா. விசேஷ நாட்களிலுமே அத்தனை ஆர்வமாகப் பூ வைத்துக் கொள்ளாதவள் தலையில் ஒரு பந்து மல்லிகையைச் சுமத்தியிருந்தது.

என்மேல் யாருடைய கவனமுமே இல்லை. சின்னத் திண்ணையின் வெறுமை என்னைத் தாக்கியது. மெல்ல நடந்து வளாக வாசலுக்கு வந்தேன். ஊர்க்காலி மாடுகள் திரும்பும் சப்தம். எனக்குள் பரபரப்பு உயர்ந்தது. லக்ஷ்மி இப்போது உள்ளே வந்துவிட்டால், அப்பாவைக் காணாமல் ஏமாறுமே . . .

காலையில் போலில்லை, ஊர்வலத்தின் இடது சாரியில் லக்ஷ்மியைப் பார்த்துவிட்டேன். இன்றுவரை ஆச்சரியம் அகலவில்லை; வளாகத்தைத் திரும்பித் திரும்பிப் பார்த்துக் கொண்டே, பிற மாடுகளுடன் நேரே போனாள் லக்ஷ்மி. அழுகை முட்டியது எனக்கு.

◆

74

அரையிருட்டுக்குள் பல்லி கொட்டியது. விறுவிறுவென்று ஒலியைத் தொற்றி ஏறி, மறுபுறம் குதித்து விரைந்தது சிந்தை – உடலோடு பாய்ந்த மாதிரி உணர்வு . . .

புதிதாகக் கட்டிய சொந்த வீட்டில் குடியமர்ந்த நாள். மூட்டைமுடிச்சுகளைப் பிரிக்கிறார்கள், கோணியிலிருந்து குதித்து ஓடுகிற பல்லியின்மீது கவனம் குவிகிறது . . வழக்கமான பல்லி நிறம் இல்லை. வேங்கைபோல உடல் முழுக்கக் கறுப்புப்புள்ளிகள். 'கௌளி' என்று சொன்னாள் அம்மா. மரப்பல்லி. வீட்டுக்குள் எப்படி வந்தது . . .

அதுவரை குடியிருந்த வீடுகள் அனைத்திலுமே பல்லிகள் சரளமாகத் திரியும். 'வாழும் பல்லி', அவற்றை விரட்டுகிற மாதிரி எந்தக் காரியத்தையும் செய்யக் கூடாது என்று கறாராகச் சொல்வாள் மைதிலி. இத்தனைக்கும் சமையலறையில்தான் அவை அதிகம் நடமாடும் – எனவே, அதிகபட்சத் தொந்தரவும் அவளுக்குத்தான் . . .

பால் காய்ச்சும்போது, தாளித்துக் கொட்டும்போது, கறிகாய் நறுக்கும்போது, சமையல் மேடையின் ஒரு கோடியைத் தமது ஆலயமாய்ப் பாவிக்கும் கடவுளர்க்கு தூபம் காட்டும்போது, திடீர்திடீரென வருகை தந்தும், எதிர்பாரா வேளைகளில் குதித்தும் அதிர்ச்சி தருவார்கள். அதிர்ச்சி இவனுக்குத்தான்; மைதிலி தன்னியல்பாகப் பாத்திரம் தேய்த்துக்கொண்டோ, சுலோகத்தில் அமிழ்ந்தோ இருப்பாள். ஒருமுறைகூட, ஒரு பல்லிகூட, கவனக்குறைவான கத்தியின் வேகத்தில் வெட்டுப்பட்டதில்லை. திறந்துவைத்த நைவேத்தியத்தில் வீழ்ந்ததில்லை. மைதிலிக்கும்

பல்லிக் குலத்துக்கும் ரகசியத் தொடர்புவலை இருக்கிறதோ என்று தோன்றும் ராகவனுக்கு.

மைதிலியோடு மட்டுமில்லை; பெண்ணினத்துக்கும் பல்லியினத்துக்குமே உறவு உண்டோ என்றும் சிலசமயம் தோன்றும். எல்லாவிஷயத்திலும் மல்லுக்கு நிற்கும் மாமியாரும், நினைத்துநினைத்துப் புழுங்கும் மருமகளும், பல்லி விஷயத்தில் மட்டும் முழுசாக ஒத்துப்போனார்கள். உசிதமானதோ எதிர்மறையானதோ, ஆரூடமொன்றை யாராவது சொல்லும்போது, பல்லிகள் வட்டாரத்துக்கு எட்டிவிடும். பார்வைக்குப் பட்டோ படாமலோ யாரோ சூள்கொட்டுவார். முகம் மலர்வாள் அம்மா; அல்லது கூம்புவாள். ஒருமுறை, வாஷ்பேஸினில் ரத்தம் துப்பிய அப்பா விசனமாய்ச் சொன்னார்:

பெரிசா ஏதோ வந்துடுத்து போல்ருக்கேடீ . . .

உடனடியாகப் பல்லி உச்சுக்கொட்டியது. சட்டடியாய்த் தரையில் உட்கார்ந்த அம்மா, தலையில் அடித்துக்கொண்டு குமுறிய ஒலி ராகவனுக்குள் இன்றுவரை கேட்கிறது . . .

நீண்ட இடைவெளிக்குப் பிறகு, பச்சை உடம்புக்காரியின் அருகாமையும், தனிமையும் கிடைத்து, முழுக்கத் துய்த்து முடித்திருந்தார்கள். உடம்பில் இதமான சோர்வும், மனத்தில் அபரிமிதமான உற்சாகமும் நிரம்பிய வேளையில், குழந்தை சிணுங்கி நெளிந்தான். கொஞ்சநேரம் முன்னால் காதலுக்குப் பயன்பட்ட சாதனம், சட்டென் று உணவுக் கலமாக மாறி விட்டதன் விந்தையை வியந்து தீர்க்கவில்லை ராகவன் – வியப்பு ஒரு வியாதி அவனுக்கு – தாய்க்காரி பக்கவாட்டில் திரும்பிச் சொன்னாள்:

ஆச்சு, ஒங்களுக்கு ஒரு ப்ரமோஷன் வந்துட்டா, நமக்குன்னு சின்னதா ஒரு கூரையெக் கட்ட எறங்கலாம்.

மத்தியதர வர்க்க வருமானம் இவனிடமும், அதே வர்க்கத்தின் அகலக்கால் கனவுகள் அவளிடமும் இருப்பதைப் பார்த்துத் திரும்பியது வியப்பு. சலிப்போடு சொன்னான்:

இருக்கட்டும். அத்தைக்கி மீசை முளைக்கட்டும். அப்பறம் பாக்கலாம்.

மெனோபாஸ் வந்தா எல்லா அத்தைக்கும் தானா மீசை முளைச்சுட்டுப் போறது . . . இந்த வருஷம் ப்ரமோஷன் வல்லேன்னா, என் பேரெ மாத்திக்கறேன்.

என்று சிரித்தவாறு சொல்லி முடிக்கிறாள் – மிகச் சரியாகக் குரல் கொடுத்தது பல்லி.

> இதோ, சொல்லியாச்சு. ஜாம்ஜாம்னு நடக்கப் போறது பாருங்களேன்!

மூன்றாவது வியப்பு உதித்தது, எத்தனைவித பாவங்கள் படிந்தாலும் இவள் முகத்தின் வசீகரம் குன்றுவதேயில்லையே, இதைத்தான் உள்ளழகு என்கிறார்களோ . . .

உடல் மறைத்து, குரல்கொடுத்த பல்லியின் வால்போல நாலாவது வியப்பும் குதித்தது – அதெப்படி, இவளுக்குத் தேவைப்படும்போதெல்லாம் பல்லி ஒலிக்கிறது. மானசீகமாக இவள் விடுக்கும் அழைப்பைக் கேட்டுத்தான் ஆயத்தமாக வந்து நிற்கிறதோ – அரையிருட்டில் பல்லி இருக்குமிடத்தைத் தேடிக் கண்கள் சோர்ந்தான் . . .

கரப்பான் பூச்சிகள், பூரான்கள், தேள்கள், அரணைகள் மீதும் கனிவு கொண்டவள் மைதிலி. கொல்லச் சம்மதிக்க மாட்டாள் – துண்டைப் போட்டு மூடி, கையால் பிடித்துச் சாக்கடையில் கொண்டு விடுவாள். பூரான் தட்டுப்பட்ட மறுநாள் சங்கரன் கோவிலுக்கு மணியார்டர் அனுப்பச் சொல்வாள். சக மனிதர்களிடம் கொள்வதைவிட பிற ஜந்துக்களிடம் அவளுக்கு சுவாதீனம் அதிகமோ என்றுகூட ராகவன் வியந்ததுண்டு – வழக்கப்படி. ஆனாலும், மைதிலிக்கு பல்லிகளுடன்தான் அதிக சகவாசம் . . .

இதோ, புதுவீடு பழசாகி, குழந்தை வாலிபனாகி, பேரக்குழந்தையோடு வெளிநாட்டில் குடியேறி, ராகவன் நாலைந்து பதவி உயர்வுகளும் பணிஓய்வும் பெற்று . . . இப்போது ஒலித்ததே, அன்று கோணியிலிருந்து குதித்த பல்லியின் எத்தனாவது சந்ததி!

ராகவன் முகத்தில் மலர்ந்த மென்னகையை ஊடறுக்கிற மாதிரி அசைந்தாள் மைதிலி. ஒருக்களித்துக் கிடந்தவளின் முன்னங்கையை லேசாகத் தொட்டார். பிராயமும் வியாதியும்கூட வசீகரத்தைப் பறிக்காத முகம். என்ன, ஆழ்ந்து உறங்கும்போது மட்டும்தான் சாதாரண நிலைக்கு மீள்கிறது. விழித்திருக்கும் வேளையெல்லாம் வேதனை மண்டிச் சுளித்திருக்கும் . . .

> இப்பிடிப் படுக்கைலே போட்டுருத்தே. இந்தோ இருந்தா; இப்பப் பாரு போய்ட்டான்னு எத்தனை பேருக்கு விடியறது . . . எனக்கும் அப்பிடி வாய்க்கப்படாதோ . . .

என்று ஒருநாளைக்கு இரண்டு தடவையாவது புலம்புகிறாள்; பெரும்பாலும், இயற்கைக்கடன் கழித்த பிறகு. புட்டத்துக்கு அடியில் அண்டக் கொடுத்த பீங்கான் கோப்பையை முகம் மாறாமல் ராகவன் அகற்றும்போது. அப்போது தன்னிச்சையாக சுவரையோ விதானத்தையோ மூலை அலமாரியை ஒட்டிய இடுக்கையோ வெறிப்பாள். கணவனைக் கண்ணுக்குக் கண் பார்க்கக் கூசுவதால் அல்ல – மேற்படி வசனத்துக்கு ஒரு பல்லியின் ஒப்புதலை எதிர்பார்க்கிறாள் என்று ராகவனுக்குத் தோன்றும். ஆனால், அவர்கள் தரப்பிலிருந்து இன்னும் ஒப்புதல் கிடைக்கவில்லை. உறைபனி போல அறையில் கவிந்திருக்கும் மௌனம் மட்டும் மேலும் கனத்து இறுகும்.

எதையுமே எதிர்பார்த்திராத ஒரு நாளில், சம்பந்தமூர்த்தி இறந்துவிட்ட செய்தி வந்தது. ராகவனின் சமவயதுக்காரன். தூரத்து உறவினன். நெருங்கிய நண்பன். ராத்திரி தூங்கப் போயிருக்கிறான். காலையில் எழவில்லை. உடல்நிலை சீர்கெட்ட பிறகு, அன்றாடம் மைதிலி சொல்லும் மேற்படி வாசகம், அவனை முன்னிட்டு உதித்ததாய்க்கூட இருக்கலாம். அவன் வயதை இவள் எட்டவே இன்னும் மூன்றாண்டு வேண்டும்.

துக்கத்துக்குப் போய்வந்து குளித்து உடைமாற்றியபின், மைதிலியை அருகில் அமரவைத்து எல்லாவற்றையும் ஒப்பித்தார். முதலீடுகளின் பட்டியல், மொபைல், லேப்டாப், வங்கிக் கணக்குகள் என்று விதவிதமான பாஸ்வேர்டுகள், குழந்தைகள் மூவரும் அவரவர் நாடுகளிலிருந்து வந்து சேர்வதற்குமுன் செய்ய வேண்டிய ஏற்பாடுகள் என்று இவர் கூறிய அனைத்தையும் அரைமனசாகக் கேட்டுக்கொண்டாள். பார்வை நிலையில்லாமல் அலைந்துகொண்டிருந்தது. போதுமான அளவு சொல்லியாயிற்று என்று இவர் திருப்தி அடைந்த மாத்திரத்தில்,

இதெல்லாம் இப்பொ எதுக்கு? அதுலயும், எனக்கெதுக்கு?

என்றாள். அந்த நேரம் பார்த்துப் பல்லி ஒலித்தது. அவள் முகம் நிம்மதியானது. இடையில் இவர் ஏதாவது சொல்லும்போது ஒலித்துவிடக்கூடாதே என்று பதற்றமாய் இருந்ததாகச் சொல்லிப் புன்னகைத்தாள். பலவீனமானாலும், முத்தமிட அழைக்கும் முகம்.

இப்போது நிச்சிந்தையாய் உறங்குபவளைப் பார்க்கும்போது, அன்றைக்குச் செயல்பட்ட உள்ளுணர்வு இடவலமாற்றம் கொண்டிருந்ததோ என்று தோன்றுகிறது. 'அது இருக்கட்டும், அத்தனை தகவல் சொன்னோமே, அவளிடம் கேட்டுக் கொள்ளத் தனக்கு ஒன்றுமே இல்லையா என்ன?' என்று அதிர்ந்தார். சுவர்க் கடிகாரத்தில் தத்தித் தத்தி நகரும் நவீன விநாடிமுள்ளின் ஓசை இடியோசைபோல ஒலித்தது.

சொத்தென்று தலையில் எதுவோ விழுந்தது. இவர் சுதாரிக்குமுன் விலகிப் பாய்ந்தது. பதறி எழுந்து விளக்கைப் போட்டார். விறுவிறுவென்று ஓடி சுவரில் ஏறியிருந்த பல்லி, இவர் பார்க்கிறாரா என்று பார்க்கிற மாதிரி ஒரே இடத்தில் நின்றது. வந்த வேலை சரியாக முடிந்ததா என்று தெரிந்து கொள்வதில்தான் எத்தனை அக்கறை . . .

உச்சந்தலையில் பல்லி வீழ்ந்தால் என்ன பலன் என்று கேள்வி உதித்தது. பஞ்சாங்கத்தை எங்கே வைத்திருப்பாள், எடுத்துப் பார்க்கலாமா என்று எழுந்த ஆவலை முந்திக்கொண்டு அச்சம் முன்னே பாய்ந்தது.

மன ஆழத்தில் ஊறிய நடுக்கம் உச்சந்தலைவரை ஏற, இருளை விழுங்கினார்.

❖

75

ஜெய்ஹிந்துபுரத்தில் செல்லச்சாமி இல்லம் என்றால் யாருக்கும் தெரியாது. அரிசிக்கடைக் காரர் வீடு என்றால் சுலபமாக வழிகாட்டுவார்கள். ரெண்டு பொண்டாட்டிக்காரர் வீடு என்றால், புன்னகையோடு கைகாட்டுவார்கள்.

அங்கே குடிபோனபோது, நான் கல்லூரி முடித்திருந்தேன். வேலை இன்னும் கிடைத்திருக்க வில்லை. முழுநேரமும் வீட்டில் இருப்பதில் எனக்குள் சேர்ந்திருந்த அலுப்பு மொத்தமும் ஆவியாகி விடுகிற மாதிரியான ஓர் அம்சம் அங்கே இருந்தது. அஃறிணையில் சொன்னது தவறு; வசந்தி.

உலகத்தில் இருக்கும் அத்தனை இளம்பெண் களுமே என்மீது மோகம் கொள்ளத் தான் பிறந்திருக்கிறார்கள் என்று நான் நிஜமாகவே நம்பிய நாட்கள். தூக்கிச் செருகிய பாவாடையுடன் வாசல் தெளித்துவிட்டு, கொலுசு மினுங்க அவள் குனிந்து கோலம் போடும்போது, நான் இருப்பது ஜெய்ஹிந்துபுரம் இல்லை, தேவலோகம் என்று தோன்றும். அட, இந்த வீட்டுக்கு ஒரு வருடம் முன்னால் குடி வந்திருக்கக் கூடாதா என்றும்தான்.

ஆமாம், டைப்ரைட்டிங் சக மாணவியாக வந்த மீனாவுடன் எனக்குப் பரிச்சயமும் நெருக்கமும் உருவாகி மிகச் சரியாய் ஒரு வருடம் ஆகியிருந்தது. அது வெறும் உடற் கவர்ச்சியா, இல்லை வசந்திமீது உருவாகியிருக்கும் ஈர்ப்புக்குத்தான் அந்த அடையாளமா என முடிவெடுக்க முடியாமல் குழம்புவேன். இவள் பேரைச் சொன்னாலே அவள் முகம் சுளிப்பதும், இவளைப் பார்த்தவுடனே நான் தடுமாற ஆரம்பிப்பதும் சகிக்க முடியாத அவஸ்தை. நல்லவேளை வெறும் ஆறு மாதகாலம் மட்டுமே நீடித்தது. வேலை கிடைத்து நாங்கள் வீடு மாறியதும், தானாய் உதிர்ந்து போனது.

என்ன, அதற்டையே கஸ்தூரியின் மரணம் நிகழ்ந்துவிட்டது – செல்லச்சாமியின் இரண்டாம் தாரம் அவர் . . .

இரண்டு தாரங்களுமே அவரவர் தினுசில் அழகிகள். ஒரே முகம், பிராயத்திலும் முதுமையிலும் எப்படித் தெரியக் கூடும் என்பதற்கான நேரடிச்சான்றுகளாய் இருப்பார்கள். செல்லச்சாமிமீது ரகசியமாகப் பொறாமை கனலும் எனக்கு. அவரையும் சும்மா சொல்லக் கூடாது, அக்காவுடன் பார்க்கும்போது அவருடைய கணவர் போலவும், தங்கையுடன் வெளியே போகும்போது அவருடைய இணைபோலவும் தெரிவார். காதோரங்கள் பின்மண்டைப் பகுதி நரையை மட்டும் விட்டுவிட்டு, மீசைக்கும் உச்சந்தலைக்கும் சீராகச் சாயம் பூசி, ஒரேசமயத்தில் வயோதிகராகவும் வாலிபராகவும் தோற்றமளிப்பார்.

உறக்கம் வராமல் குப்புறப் புரளும் நள்ளிரவுகளில், அந்த மூவர் சம்பந்தமாய் விதவிதமான, விரசமும் ஆபாசமுமான பிம்பங்கள் எனக்குள் உருவாகிக் கலையும்; ஒன்றைக்கூட வெளியே சொல்ல முடியாது. மானசீகமாய் செல்லச்சாமியைக் கடுமையான கெட்டவார்த்தைகளால் திட்டித் திருப்தியுறுவேன். வெறும் சொற்களின் வழியேகூடக் காமம் தணிய முடியும் என்பதே வியப்பளிக்கும் சங்கதிதானே . . .

இருவரில், குருவம்மாளைவிடக் கஸ்தூரியை உயர்த்திக் காட்டின சில அம்சங்கள். குருவம்மாள் கண்டாங்கி கட்டி, கோடாலிக் கொண்டை போட்டிருப்பார். கஸ்தூரி, நகரப் பெண்கள் மாதிரி சேலை அணிவார். ரவிக்கை இல்லாத, மஞ்சள் அப்பிய, குருவம்மாளின் முகம் வேறு நூற்றாண்டில் ஒளிரும். மெல்லிய பவுடர் பூச்சுடன் ஒயிலாகக் கடந்து போகும் கஸ்தூரிமீது எனக்கே ஆவல் பெருகும். இத்தனைக்கும் என்னைவிட ஏழெட்டு வயது மூத்தவர். கைநாட்டு வைக்குமளவு மட்டுமே கல்வியறிவுள்ளவர் குருவம்மாள். நிறை வயிறைத் தூக்கிக்கொண்டு, கணவரின் கடையில் அமர்ந்து கணக்குவழக்குகளை நிர்வகிக்கும் கஸ்தூரி, பெண்கள் கல்லூரியில் தமிழில் பொருளாதாரப் பட்டம் வாங்கியவர்.

இருவருக்கும் இடையே ஏழெட்டு உடன்பிறப்புகள் உண்டு. செல்லச்சாமி இல்லத்துக்கு அடிக்கடி வரப்போக இருப்பார்கள். அத்தனைபேரிலும், கடைசித் தங்கைமீது தான் குருவம்மாளுக்கு அபிமானம் அதிகம் என்று சொல்லாதவர் கிடையாது.

பெத்த தாய் மாதிரியில்லே பாத்துக்குறா!
என்று என் அம்மாவே வியந்தது உண்டு.

பிரசவத்தில் கஸ்தூரி இறந்துபோனார். கெடுவுக்கு முன்பே பிறந்த ஆண் குழந்தை, ஆஸ்பத்திரி இன்க்குபேட்டரில் இருக்க, தாயாரை செல்லச்சாமி இல்லத்துக்குப் பிணவண்டியில் கொண்டுவந்தார்கள். மாரில் அடித்துக்கொண்டு கதறிய குருவம்மாளை யாராலும் சமாளிக்க முடியவில்லை. அவ்வப்போது மூர்ச்சைபோடவும் செய்தார். உரிமையாளர் குடும்பத்துக்கு எந்தவிதத்திலும் சம்பந்தமில்லாதவளும், குருவம்மாளின் ஆளுகைக்குக் கீழ் அன்றாடம் அல்லல்பட்டு வந்தவளுமான வசந்தி, ஏற்கனவே சிவந்த மூக்கும் கண்களும் ரத்தச்சிவப்பாய் ஆகி, ஓயாமல் அழுதபடி, கண்ணாடிப்பெட்டி அருகிலேயே அமர்ந்திருந்தாள். வழக்கத்தைவிடவும் அழகாய்த் தெரிந்தாள். வெறும் ஈர்ப்பு என்பதைக் கடந்து, என் அடிமனத்தில் பெரும் சலனம் ஏற்பட்டு, உள்ளூற தகித்தேன்.

அம்மா இருந்திருந்தாலும், அந்தக் கூட்டத்தில் அமர்ந்து ஓயாமல் அழுதுகொண்டுதான் இருப்பாள். சாவு வீடுகளிலும், கல்யாண வீடுகளிலும் அம்மாவுக்குள்ளிருந்து ஆவேசமாய்க் கிளம்பும் பூதம், எல்லாரும் அவளையே வேடிக்கை பார்க்கிற மாதிரி ஆக்கிவிடும். 'லோகுவுக்கு இன்னும் வேலை கிடைக்கலையா' என்று யாராவது கேட்டுவிட்டால் போதும், சாவுவீட்டில் போலவே குமுறுவாள். நல்லவேளை, அன்றைக்கு என் பெற்றோர் ஈரோடு போயிருந்தார்கள். அப்பாவின் நண்பர் வீட்டில் மூக்கைச் சிந்தியபடி பிலாக்கணம் வைக்கும் அம்மாவின் சித்திரம் என் மனக்கண்ணில் தத்ரூபமாக விரிந்தது.

சிகரெட் பிடிக்கத் தீர்மானித்தேன்.

செல்லச்சாமி இல்லத்தின் பின்புறச் சுவருக்குக் கொஞ்சம் தள்ளி, ஒரு சிறு முன்னாள் குளம் இருந்தது. தெருவின் அனைத்து வீட்டுக் கழிவுநீரும் ஓடைகளாய் இறங்கி வந்து நிரம்பும் இடம். அடர்ந்த கருநிறம் கொண்ட சேற்று நீரில் எந்நேரமும் ஏழெட்டுப் பன்றிகள் துழாவித் திரியும். சுவருக்கு இந்தப்புறம் நின்று, கையுயர்த்தி, காம்ப்பவுண்டுப் பெண்கள் தாட்சண்யமில்லாமல் விட்டெறியும் குப்பைகளில் ஏதாவது தேறுமா என தெருநாய்கள் முகர்ந்து நோண்டிக்கொண்டிருக்கும்.

ஆண்கள் மறுபுறம் செல்வதற்கு, ஐந்தடி உயரச் சுற்றுச் சுவரில் அங்கங்கே இருக்கும் துவாரங்கள் உதவும். கட்டைவிரலும் அடுத்த விரலும் மட்டுமே ஊன்றுமளவு விசாலமுள்ள துளையில் காலூன்றி உந்தி ஏறி மறுபுறம் குதித்தேன்.

செல்லச்சாமி இல்ல வீடுகளின் பொதுக் குளியலறை களும், கழிவறைகளும் உள்ள வரிசைக்கும் சுற்றுச் சுவருக்கும் இடையே இரண்டடி அகல நடைபாதை உண்டு. சுற்றுச் சுவர் எழுப்பும்போது குளத்தின் கரையில் மூன்றடி ஆக்கிரமித்துத்தான் செல்லச்சாமி கட்டினார் என்று பேச்சும் உண்டு.

பெற்றவர்கள் ஊரிலில்லாத சுதந்திரத்தை ஆனந்தமாய் அனுபவிக்கும் விதமாக, வீட்டின் பின்பக்கமே சிகரெட் பிடித்துக்கொண்டு நின்றிருக்கும்போது, நடைபாதைச் சந்துக்குள் ஓர் உருவம் நுழைவதைப் பார்த்தேன். இன்னும் கொஞ்சம் பின்வாங்கி என்னை மறைத்துக்கொண்டேன்.

குருவம்மாள்! சந்துக்குள் நின்று தன் முந்தானையால் முகத்தை அழுத்தித் துடைத்துக்கொண்டார். இடது பக்கம் சேலை விலகி, சுருக்குப் பைபோலத் தொய்ந்து தொங்கிய முலை குலுங்கியது. அடுத்து நடந்ததைத்தான் என்னால் நம்ப முடியவில்லை.

ஆகாயத்தைப் பார்த்து இருகை கூப்பிக் கும்பிட்ட குருவம்மாளின் முகத்தில் சிறு புன்னகை அரும்பியது. என்ன ஆயிற்றோ தெரியவில்லை, அடக்க முடியாமல் சிரித்தார். என் சிகரெட் முடியும் வரைக்கும் சிரிப்பு வற்றாமல் ஆகாயத்தையே பார்த்துக்கொண்டு நின்றுவிட்டு, ஒரு திடீர் முடிவின்படி நடைபாதையைவிட்டு வெளிவந்தார்.

முன்பைவிட அதிகத் துயரம் படிந்து கோணிய முகத்துடன், முகப்பிலுள்ள தங்கள் வீட்டைநோக்கி வேகமாகப் போனார். விசும்ப ஆரம்பித்துவிட்ட மாதிரி உடல் அதிர்ந்தது.

சொல்ல விடுபட்டுப் போன விஷயம் ஒன்று இருக்கிறதே... பிற்பாடு எனக்கு வேலை கிடைத்து, நான் மனப்பூர்வமாய் விரும்பிய இருவருமே இல்லாது, மூன்றாவது நபர் என் மனைவியாய் வாய்த்தது! அதற்கும், குருவம்மாள் சம்பவத்துக்கும் ஏதேனும் தொடர்பு உண்டா என்று பலதடவை யோசித்துப் பார்த்திருக்கிறேன்...

❖

76

அஞ்சலிக் குறிப்புகளோ, கட்டுரைகளோ எழுதுவதில் அவ்வளவாக ஆர்வமில்லை எனக்கு. இறந்தவர் வாசிக்கப் போவதில்லை; மேலும், அவருடனான நெருக்கமும் அந்தரங்கமும் பவித்திரமானவை என்று கருதினால், பொதுவில் எதற்காக வைக்க வேண்டும்? பெரும்பாலான அஞ்சலிகள் இறந்த பிரபலத்துக்கும் தனக்கு மான உறவின் ஆழத்தை, அல்லது விரோதத்தை வெளிப்படுத்தவே எழுதப்பட்ட மாதிரித் தென்படுகின்றன. கிட்டத்தட்ட எல்லாத் துறைகளிலும் குறைந்துவிட்ட ஆத்மார்த்தம், அஞ்சலிகளில் மாத்திரம் இருக்க முடியுமா? அஞ்சலிகளுக்கு யாராவது அஞ்சலி எழுதி விட்டாலும் தேவலைதான்...

ஆனால், 20 09 அன்று மாரடைப்பால் காலமான தனபால் ரெட்டி பற்றி நாலு வரி எழுதியே ஆகவேண்டும் – மரணச்செய்தி பரவ ஆரம்பிக்குமுன்பே, மிதமிஞ்சிய குடியே காரணம் என்று பொங்கிப் பீறிய ஃபேஸ்புக் பதிவுகளுக்காகவாவது. அட, இசைஞன் ஜேப்படித் திருடனாகவே இருக்கட்டுமே, கண்காணிப்பதோ தண்டிப்பதோ காவல்துறையின் பணியல்லவா? ரசிகரின் வேலை, ஒலியழகை வியப்பதுதானே? அரசியல்வாதிகள், சாமியார்களுக்குப் பயன்படுத்த வேண்டிய அளவுகோலால் புல்லாங்குழலை அளப்பதா?

நான் மனத்தொய்வுக்கான சிகிச்சை மேற்கொண்ட காலத்தில், அளப்பரிய ஆறுதல் வழங்கிய சமகாலக் கலைஞர்களில் தனாவும் ஒருவன். அவனை இழந்ததன் ஆதங்கத்தை, ஆற்றாமையை வெளிக்கொட்டாவிட்டால், அரித்துத் தின்றுவிடாதா என்னை? ஏக வசனத்தில் குறிப்பிடுவது, அவனுக்கு நான் நெருக்கமாக்கும் என்று பீற்றிக்கொள்வதற்காக என்று தவறாக

நினைத்துவிட வேண்டாம்; பன்மையில் விளிக்க என்னால் முடியவே முடியாது. உயிரோடிருந்த காலத்திலேயே, அவன் அதை விரும்பியதில்லை.

உண்மையில், அவனுடன் பரிச்சயம் ஏற்பட்டதே, ஒரு கச்சேரியில் வைத்துத்தான். அஞ்சலிக் கட்டுரை மாதிரியே, கச்சேரிகளுக்குப் போகவும் எனக்குப் பிடிக்காது; தோய்ந்து அனுபவிப்பதைக் காட்டிலும், 'எனக்கு இந்த ராகம் தெரியுமாக்கும்; இந்தத் தாளத்தைத் தொடையில் போட்டுக் காட்டட்டுமா; இசைஞர் என்னை அடிக்கடி பார்க்கிறார் பார்த்தாயா, நாங்கள் அவ்வளவு நெருக்கம்; நான் போட்டிருக்கும் புதுக் குர்த்தா பிரமாதமாய் இருக்கிறது, இல்லை!?' என்கிற தன்முனைப்பு உள்ள பெருமக்கள் மத்தியில் அமர்ந்து கேட்டால், மனம் தோய்ந்து அழவாவது சுதந்திரமிருக்குமா?

அப்புறம், கச்சேரியை ஒளிப்பதிவு செய்கிறார்கள் என்று தெரிந்துவிட்டால், கலைஞர்கள் ஒரே சமயத்தில் பாடகராகவும், சிவாஜி கணேசனாகவும் காட்சி தருவதை சகித்துக்கொள்ள இரும்பு மனம் வேண்டும். மிருதங்கச் சக்ரவர்த்தி சிவாஜிகணேசன்.

தனாவிடம் என்னை ஈர்த்த அம்சமே அதுதான் – அலட்டிக்கொள்ளவே மாட்டான். ஒரே இடத்தைப் பார்த்து உறைந்து வாசிக்கவும் மாட்டான். பக்கவாத்தியக்காரர்களுடன் சர்க்கஸ் ஆட மாட்டான். ஆயிரம் பேர் கூடிய அவையில், தனக்காக மட்டுமே உட்கார்ந்து வாசிக்கிறான் என்று ஆயிரம் பேருக்கும் தோன்ற வைப்பான். உனக்கெப்படித் தெரியும் என்று கேட்காதீர்கள் – என்னைப்போலவே பிறரும் உணர்ந்திருக்க வாய்ப்புண்டு என்ற அனுமானத்தில் சொல்கிறேன்... அத்தனை அந்தரங்கமான வாசிப்பு.

மாத்திரைகள், யோகாசன, தியான முறைகள் என் வேதனையின் தீவிரத்தைக் குறைத்துவந்த காலத்தில், மதுரை மணி, பட்டம்மாள், எம்டி ராமநாதன் இவர்களோடு, தனாவும் சிகிச்சை அளித்தான். அதிலும் பிந்துமாலினியில் அவன் வாசித்துள்ள 'எந்த முதோ' என் உயிரின் ஆழத்தில் சென்று மருந்து தடவும். காரணமற்று அல்லது காரணம் தெரியாது அங்கே உண்டாகியிருந்த ரணம் வேகமாகப் பொருக்குத் தட்டி, உதிரவும் செய்ததில் தனாவின் பங்கு மிகமிகப் பெரியது. ஓயாமல் கேட்டதால் நாடா தேய்ந்தோ அறுந்தோ போகும் கேஸட்டை எத்தனை தடவை மீண்டும்மீண்டும் வாங்கினேன்!

தனபால் ரெட்டியின் கச்சேரி என்பதால் கேட்கப் போனேன். பொங்கும் கண்ணீரை அடக்க வழி தெரியாமல் தவித்துக்கொண்டிருந்தபோது, பக்கத்தில் அமர்ந்திருந்த அங்கவஸ்திர வைரக் கடுக்கன், யாரென்றே தெரியாத என்னிடம், கிசுகிசுத்தது:

ஃப்ளாஸ்க்குலே இருந்து அடிக்கடி ஊத்திக் குடிக்கறாரே, ஒஸ்தி வகெ ரம்மாக்கும்! அதான் குதிரெ இந்த ஓட்டம் ஓடறது... பார்வையெப் பாருங்கோ, ஆம்பளைகள் பக்கம் ஒரு தடவையாவது வரதா? பொடவெ கட்டிண்டு வந்தா ஒங்களையும் அடிக்கடி பாப்பன். வாத்தியத்திலே மட்டும் கிருஷ்ணபரமாத்மா இல்லே, கோபிகா ஸ்திரீகள் விஷயத்துலயும்தான்!!

நான் ரசித்தேனா என்பதைப் பற்றி அக்கறையேயின்றி, தானாக வெடித்துச் சிரித்தார். பின்வரிசை நாற்காலிகள் முறைக்கிற மாதிரி முதுகில் உறுத்தியது...

கச்சேரி முடிந்து வெளியில் வந்தேன். அவ்வளவு கூட்டத் திலும் தனியாய் நடக்கிற மாதிரி உணர்ந்தேன். அப்படியும் சொல்வதற்கில்லை – ஆளுயரப் புல்லாங்குழல் ஒன்று என் தோளில் கைபோட்டு நடத்திப்போனது... நிஜமாகவே என் தோளை யாரோ தொட்டார்கள். தம்பூரா போட்ட இளைஞன். ஸ்ரீ தனபால் ரெட்டி கூப்பிடுகிறாராம்.

அத்தனைபேர் இருந்த அவையில், நான் கண்மல்குவதைப் பார்த்திருக்கிறான். வாசிப்பின் மேன்மை கெடாமலே என்னைக் கவனித்திருக்கிறான். என்னவென்று சொல்ல!... என்னைப் பற்றி விசாரித்தான். அவனது ஒரே வாக்கியத்தில் நண்பர்களானோம்:

வெய்ட் பண்ணுங்க. போற வழியிலே நானே ட்ராப் பண்றேன்.

அன்றைய சுபபந்துவராளியையும், முகுல் ஷிவ்புத்ராவின் குறுவட்டில் இடம் பெற்றிருக்கும் தோடியை அது எப்படித் தாண்டி ஓடியது என்பதையும் குமுறிக்குமுறி விவரித்துக் கொண்டே போனேன். கலை எழுப்பும் துக்கம்தான் எத்தனை ஆனந்தமானது!...

அடுத்தடுத்த வாரங்களில் இரண்டு மூன்று தடவை சந்தித்தோம். அப்புறம், வருடக்கணக்காகத் தொடர்ந்த சந்திப்புகள். தனா ஆஸ்பத்திரியில் அனுமதிக்கப்பட்ட செய்தி அறிந்து, கடைசியாய்ச் சென்று பார்த்தேன். என் கைகளைப் பற்றிக்

கொண்டு நன்றி சொன்னான் – நட்புக்காகவாய் இருக்காது; தனது இசை, இலக்கைச் சென்று தொட்டதை அறிய வைத்ததற்காக இருக்கும் என்று பட்டது. பதில் நன்றியைக் கண்ணீரால் தெரிவித்தேன் – வார்த்தைகளைவிட அது வலிமை வாய்ந்தது என்பதோடு, மனத்தின் கனமும் வேகமாக உருகிக் குறைந்தது; வெளியில் வந்தவுடன் முன்பைவிட அதிகரித்தது என்பது வேறு விஷயம் . . . தன்னை மறந்து, தெலுங்கில்வேறு ஒரு வாக்கியம் பேசினானே . . .

காரைவிட்டு இறங்கும்போது, மறுவாரம் தன் வீட்டுக்கு வருமாறு அழைத்தான். முதன்முறை போனபோது கிடைத்த அனுபவத்தையும் சொல்லிவிடுகிறேன் – இறந்தவர்களின் பெருமையை மட்டும்தான் சொல்லவேண்டும் என்று சட்டமிருக்கிறதா என்ன.

முன்னறையில் பேசிக்கொண்டிருந்தோம். திடீரென்று வீட்டுக்குள்ளிருந்து பேரோசை. உரத்த பெண் குரல். குழாயடி யுத்தங்களுக்கே உரிய தமிழ் வசைகள் – காது கூசும் படிப் பொழிந்தன. முகத்தில் மாறுபாடே இன்றிப் பேசிக்கொண் டிருந்தான் தனா; அரை ஸ்வரங்களாய் மேவி ரஷீத் கான் பாடியிருக்கும் தும்ரி பற்றி. என்னிடம் அவனுக்குப் பிடித்த சங்கதியே நான் ஹிந்துஸ்தானி இசை கேட்கிறேன் என்பதும், எழுத்தாளனின் மொழியில் அதுகுறித்துப் பேசுவதும்தான் என்று அவன் சொல்லும்போது, பணிப்பெண் போலத் தென்பட்ட நடுவயதுப் பெண்மணி வந்து, பரிதாபமாய்த் தெரிவித்தார்:

அய்யா, சமாளிக்க முடியலேங்கய்யா. ரெம்ப அடிக்கிறாங்க.

உடனடியாய் எழுந்தான். அவன் வேகமாய்ச் சென்று புகுந்த அறை, என் பார்வைக்கு நேரே இருந்து தொலைத்திருக்க வேண்டாம்; நானும் அவன் போன திக்கையே பார்த்துக்கொண்டிருந்திருக்க வேண்டாம் என்று பின்னர் பலமுறை தோன்றியிருக்கிறது . . .

முந்தானை மடியில் கிடக்க, தலைவிரிகோலமாய் இருந்த பெண்ணுருவம். கட்டிலோடு இறுக்கிய கயிறைப் பிடித்தபடி அலறியது. உள்ளே நுழைந்தவன்மீது செம்பை விட்டெறிந்தது. செம்பு தரையில் நாராசமாய் உருண்டது. அவசரமாய் அவன் கதவை மூடிக்கொள்ளுமுன், ஒரு கணத்தில் இத்தனையும் தென்பட்டது. தொடர்ந்து, பெண்குரல் விசும்பி அழுவது கேட்டது. கால்மணி நேரம் கழித்து பெருமூச்சுடன் வந்து அமர்ந்தான்:

என்னோட ஒய்ஃப். கொஞ்சம் மனசு சரியில்லே, பாவம்.

என்னை நண்பனாக அவன் வரித்ததற்கு அதுவும் ஒரு காரணமாக இருந்திருக்கலாம்.

❖

77

வேணியுடனான என் காதல் முறிந்த எட்டாவதுநாள், குணராஜின் வெற்றுப் பரிச்சயம் நட்பாக மாறியது. கல்லூரி மரத்தடியில் சோகமாய் உட்கார்ந்திருந்தேன். பூனைமயிர் பூத்த மேலுதட்டோரம் பிசுபிசுக்கும் வியர்வையின் உப்புருசியும் மணமும் ஆயிரத்தோராவது முறையாக எனக்குள் தொற்றியேறின. பிளந்த சிவப்புக் கொய்யாவின் சாயல் உள்ள மணம். தலையை உதறி உதறி அவளை விலக்க முயன்று தோற்றுக்கொண்டிருந்தேன். முத்தத்தின் ஈரம் அத்தனை சுலபமாய் உலருமா...

மரங்கள் நிறைந்த கல்லூரி வளாகம். தாழ்வான கிளையில் தனியாக ஒரு காக்காய் உட்கார்ந்திருந்தது. பாவம், அதுவும் காதலித்துத் தோல்வியுற்றதோ என்னவோ என்ற நினைப்பு அடங்குவதற்கு முன், குணராஜ் என்னருகில் வந்து அமர்ந்தான்.

என்னுடைய வகுப்பில் இருப்பவன்தான். ஏனோ எனக்கு அவனுடன் ஒட்டாது. அவன் முகத்தில் எந்நேரமும் ஓர் அலட்சியம் இருக்கும். யார் எந்த விஷயத்தை எவ்வளவு தீவிரமான பாவத்துடன் சொன்னாலும், உடனடியாய் பதில் வரும்: "அதுக்கென்னா இப்பொ?" எந்நேரமும் அவனுடன் இருக்கும் சகாக்கள் வெடித்துச் சிரிப்பார்கள்.

ஆக, நான் அவனைப் பொருட்படுத்தியதில்லை; அவனும் என்னை மதித்ததேயில்லை. எதற்காக என்னருகில் வந்து உட்கார்கிறான்? தனியாக வேறு இருக்கிறான்?

சொல்லுங்க தோஸ்த்து.

தலைப்பில்லாதவை

என்று ஆரம்பித்ததும் எனக்குள் எதுவோ இளக ஆரம்பித்ததை உணர்ந்தேன். வேணியுடனான உறவு முறிந்த காரணத்தைப் போலவே, அவனுடன் அன்று நெருங்க வைத்தது எது என்பதுவும் மூளையை இன்று எவ்வளவு கசக்கினாலும் நினைவுக்கு வராது.

அவன் குரலில் அபூர்வமான வாஞ்சையை உணர்ந்ததா; அவிழ்த்துக் கொட்ட ஒரு ஜோடிக் காதுகளுக்காகத் தவித்துக்கொண்டிருந்ததா; அப்போதைய மனநிலையில் ஒரு "அதுக்கென்னா இப்போ?"வை என்மீது யாராவது வீசினால் தேவலையே என்று நான் தவித்ததா; குணராஜ் தொடர்ந்து பேசப்பேச, வேணி என்ற தேவதை, விலகி ஓடும் கட்டெறும்புபோலச் சிறுத்துவந்த ஆனந்தமா; இல்லையில்லை, பாதகமற்ற பிள்ளையார் எறும்புதான் அவள் என்ற ஞானம் சித்தித்ததுதானா, எது காரணம் என்பதெல்லாம் இன்றைய முதிர்ச்சி அல்லது முதிர்ச்சியின்மை வழங்கும் கேள்விகள்.

ஆனால் அந்த மாயம், குணராஜ் தானறியாமல் எனக்குச் செய்யவிருந்த நன்மையின் முன்னறிவிப்பாகக்கூட இருக்கலாம். ஆமாம், மறுநாளே இரண்டு புத்தகங்கள் கொண்டு தந்தான். வாராந்திரத் தொடர்களின் கொங்கைகளும் பிருஷ்டங்களும், உபரியாய்ப் புரவிகளும் வாட்களும் துப்பறிந்து வெடிக்கும் துப்பாக்கிகளும் துடுக்கான பெண்களும் மண்டியிருந்த என் வாசிப்புலகத்தைப் புரட்டிப் போட்டவை அவை. எழுதியோர் பெயர், மூலமொழி ஆங்கிலமா, வேறா என்பதெல்லாம் கொஞ்சமும் நினைவில் இல்லை; ஆனால், வாழ்நாள் முழுக்க என்னோடு இருக்கப்போகும் சாரத்தை வழங்கியவை. தலைப்புகள் மட்டும் அழுத்தமாய் நினைவிருக்கிறது.

ஒன்று, 'லெட் கோ'. மற்றது, 'ஸோ வாட்?'

முதலாவது, ஜென்னையோ தாஓ மரபையோ அடிப்படையாய்க் கொண்டது என்று லேசாய் நினைவிருக்கிறது. மற்றது ஒரு யூதரோ, வியட்நாமியரோ எழுதியதோ?

குணராஜை என்னால் மறக்கவே முடியாது என்பதற்கு, இன்னொரு காரணம் உண்டு. அடுத்தவருக்குச் சொல்லும் ஆறுதல் நம்முடைய வாழ்வில் பயன்படாமல் போக முடியும் என்று எனக்குத் தெரியவைத்தவனும் அவனேதான். ஆமாம், ஒரு வருடம் மட்டுமே நீடித்த நட்பின் இறுதிக் காட்சியில், பிரளயம்போல மழை கொட்டிய ஒருநாளில், தூக்கில் தொங்கினான் அவன்.

நட்பு வலுத்தபிறகு, அவனுடைய வீட்டுக்கு அடிக்கடி போக ஆரம்பித்தேன். ஒரு தடவை, இன்னொரு வீட்டுக்குக் கூட்டிப்போனான்.

மாடிப்போர்ஷனில் வசித்த அந்தத் தம்பதியையும் மறக்க முடியாது. அக்கா, மாமா என்று அவன் முறைவைத்து அழைத்த அவர்கள் நடுவயதினர். குழந்தைகள் இல்லை. புதிதாக வருபவர்களுக்கு அவர்கள் தம்பதிதானா என்றே சந்தேகம் தட்டும். ஆமாம், கனத்த பாறாங்கல்போன்ற மௌனம் அந்த வீட்டின் நடுக்கூடத்தில் கிடக்கும். அவர்களும், ஹாலிவுட் சினிமாக்களில் வரும் ரோம சாம்ராஜ்ய அடிமைகள் மாதிரி நடந்துகொள்வார்கள் – பார்வைக்குத் தெரியாத இரும்புச் சங்கிலியில் பிணைந்த இரும்புக் குண்டைக் கணுக்காலில் மாட்டி நடக்கும் பாவனையுடன் இருப்பார்கள். நாங்கள் போய்ச் சேர்ந்த முதல் அரைமணி நேரம் இழவுவீடுபோல இறுக்கம் நிலவியது. எங்கள் வருகையை விரும்பாத இடத்துக்கு எதற்காகப் போனோம் என்று முதல்தடவை எனக்குத் தோன்றியது.

ஆனால் வேறு சுவாரசியங்கள் அந்த வீட்டில் இருந்தன. அந்த அக்கா இனிமையாய்ப் பாடுவார். எந்நேரமும், செமி க்ளாஸிக்கல் மெட்டுக்களை வசந்தகோகிலம் போலவும், சினிமாப் பாட்டுகளை எல்லார் ஈஸ்வரி போலவும் கள்ளக்குரலில் வாய் விட்டு முனகுவார். ஹாலில் உரையாடிக்கொண்டிருக்கும் மூவர் கண்ணுக்குமே தெரியாத தன் காதலனை, அருகில் ஈர்ப்பதற்காகப் பாடுவதுபோன்ற ரகசியம் இருக்கும் அந்தக் குரலிலும், அதன் பாவத்திலும்.

சார் நட்சத்திர ஓட்டல் வரவேற்பாளர். ஓவியங்களின் காதலர். அவற்றைப் பற்றி வாய் ஓயாமல் பேசுவார். சுவரலமாரியில், சீராக அடுக்கிய, ஏகப்பட்ட புத்தகங்கள். அத்தனையும் ஓவியம் தொடர்பானவை. ரெம்ப்ராண்ட், வான்கா என்று தொடங்கி, ராஜா ரவிவர்மா அம்ரிதா ஷெர்கில் என்று பெயர்கள் உதிர்ப்பார். கைப்போக்காக உருவிய நூல்களில் அவர்களின் ஓவியங்களைக் காட்டி விளக்குவார்; பெரும்பாலும் என்னிடம்தான். ஒரு மணி நேரம்போல விரிவுரை நீளும். அத்தனை புத்தகங்களிலும், உள்ளடக்கப் பட்டியலைப் பார்க்காமல், பக்கக் குறி வைத்துக்கொள்ளாமல், நினைத்த ஓவியத்தை மனப்பாடமாக, பக்க எண் பார்த்து, பிரித்துக் காட்டுவது வியப்பாய் இருக்கும். அவருடைய நீள விரிவுரைகள் காரணமாக,இனி வாழ்நாள் முழுக்க என்னால் ஒரு ஓவியத்தையும் நிம்மதியாய்ப் பார்க்க முடியாது என்றும் தோன்றும் . . .

அலங்கார ட்ரேயில், பீங்கான் கோப்பைகளில் தேநீர் வந்ததும் விரிவுரை நிற்கும். ட்ரேயை வைத்துவிட்டு எதிர் நாற்காலியில் அமரும் அக்காவுடன் குணராஜ் முதல் வாக்கியம் பேசியவுடன், கொதிக்கும் தேநீரை அவசரமாகக் குடித்துவிட்டு சிகரெட் பாக்கெட், லைட்டர் சகிதம் மொட்டைமாடி நோக்கிப் போவார் அவர்.

நேயர் விருப்பமாக அவன் கேட்கும் பாடல்கள் ஓரிரண்டை வாய்விட்டுப் பாடவும் செய்வார் அந்தப் பெண்மணி. ஆனால், அவை யாவுமே தோத்திரப் பாடல்கள்.

குணராஜைப் பார்க்கப் போனபோது, கடுமையான மழை பிடித்தது. வானம் குமுறி, லேசாகத் தூறி, தூறல் வலுத்து என்று கிரமப்படிப் பெய்த மழைதான். என்ன, அத்தனையும் சடுதியில் நிகழ்ந்தேறின. ஆகாயத்தின் ரகசியம் முழுக்க அவிழ்ந்து கொட்டுவது மாதிரிப் பேய்மழை. அவனுடைய வீடு போய்ச் சேருமுன் தொப்பலாக நனைந்து விடுவேன்; ஆபத்துக்குப் பாவமில்லை என்று, வாசலில் சைக்கிளை நிறுத்தி விட்டு ஓட்டமாக இவர்கள் மாடியேறினேன். அப்படிச் செய்திருக்கக் கூடாது.

நிலைவாசல் மரக்கதவு அடைத்திருந்தது. நல்லவேளை, தட்டித் தொலைக்கவில்லை. கூடத்தை நோக்கிய ஜன்னலில் சிறு இடைவெளி இருந்தது. மனத்தின் எந்த ஆழத்திலிருந்து அந்த உத்தரவு வந்தது என்று இன்றுவரை புரியவில்லை. கதவுக்கு முன்னால் கிடந்த செருப்பு ஜோடி குணராஜுடையதல்லவா என்று தோன்றியதுகூடக் காரணமாய் இருக்கலாம். இடைவெளியில் கண்பதித்துக் கூடத்தினுள் பார்வையைச் செலுத்தினேன். பார்த்துத் தொலைத்திருக்கக் கூடாது.

மழையென்ன மழை, நனைந்தால் கரைந்தா செத்துவிடுவோம் என்று வீறாப்பாய்த் தோன்றி, அல்லது வேறு வழியின்றி, மாடிப்படியிறங்கி சைக்கிளை எடுத்துக் கொண்டு, கொட்டும் மழையில் என் வீட்டை நோக்கி மிதித்தேன். அங்கங்கே ஒண்டி நின்றவர்கள், யார் இந்தப் பைத்தியக்காரன் என்று பார்த்திருக்கக் கூடும்.

அவ்வளவு தண்ணீர் தலையில் கொட்டி முழுக்க நனைந்தும் எனக்குள் எழுந்த உஷ்ணம் அடங்கவில்லை என்பது அவர்களுக்கு எப்படித் தெரியும், பாவம்? ‘போகட்டும் விடு’ என்றோ, ’அதனாலென்ன’ என்றோ புறக்கணிக்க முடியாத ஒரு

காட்சி என்னைத் தரதரவென்று இழுத்துப் போவதும் யாருக்கும் தெரிந்திருக்காதே?

ஆனால், அந்தக் காட்சியினுள் வேண்டாத வரவு மாதிரி, என்னைப்போலவே தொப்பலாக நனைந்து, எதிர்ப்பக்கம் ஸ்கூட்டரில் வந்துகொண்டிருந்தவர் என்னைப் பார்க்கவில்லை. படுவேகமாக விரைந்தார். எதுவோ தம்மைத் துரத்துகிற மாதிரி.

பார்த்திருந்தாலும் நின்று பேசுகிற சந்தர்ப்பமா அது?

அப்புறம் நடந்ததைத்தான் ஏற்கனவே சொல்லிவிட்டேனே.

❖

78

பாரதித் தாத்தா என்ற பூவராகன் தாத்தாவை நான் நேரில் சந்தித்ததில்லை; மிகச் சரியாக, நான் பிறப்பதற்கு இரண்டு வாரங்கள் முன்பு காலமான அவரைப்பற்றி அம்மா நிறையச் சொல்லுவாள். ஆசிரியர் பணியில் இருந்தவர். அம்மாவின் அபிமான சித்தப்பா. முந்தின இரவுவரை பேசிக் கொண்டிருந்தவரை, பார்க்கவே கூடாது என்று சொல்லிவிட்டார்களாம், மறுநாள் காலையில். நிறைகர்ப்பிணி என்பதால்தான்.

தாத்தாவுக்கு அநேகச் சிறப்புகள் உண்டு – கைவைத்தியத்தில் கெட்டிக்காரர். ஜோசியத்தில் வித்தகர். ஆரூடங்களும் சொல்வாராம். நான் பிறப்பதற்கு முன்பே கணித்திருக்கிறார்: ‘நிறைய எழுதுவான் உன் கடைக்குட்டி. மரியாதை சம்பாதிப்பான். அது மட்டும்தான் மிஞ்சும். துட்டு வராது, பேரும் வராது. இவன் எழுதறான்னு பக்கத்து வீட்டுக்காரனுக்கே தெரிஞ்சிருக்காது’ என்று சொல்லிச் சிரித்தாராம்! அப்புறம் அவரது மீசை. அடர்த்தியும் பருமனுமுள்ள நரைக் கற்றை. புகைப்படத்தில் தாத்தா சிரிக்கிறார் என்பதே, அந்த முட்டைக் கண்களை வைத்துத்தான் தெரிய வரும்.

இன்னொரு சிறப்பு, சமஸ்கிருதத்தில் அவருக்கிருந்த மேதைமை. மொழிப் புலமைக்கும் மீசைக்கும் தொடர்பிருக்க முடியும் என்று நம்ப மறுப்பவர்கள், பூவராகன் தாத்தாவைப் பற்றிக் கேள்விப்பட்டிருக்க மாட்டார்கள். ஆமாம், அது தாத்தாவுடைய இன்னொரு சிறப்பின் பலன். சேதுபதி பள்ளியில் பாரதியார் வேலை பார்த்தபோது, சக ஆசிரியராக இருந்தவர் பாரதித் தாத்தா. பட்டப் பெயரின் காரணம் தெரிந்ததா! காளிதாசனின் சுலோகங்களோடு பாரதி பாடல்களை ஒப்பிட்டுப் பேசுவாராம்.

அவம் மட்டும் வந்து சேரல்லேன்னா, எங்களுக்கெல்லாம் மீசை வச்சுக்கவே தைரியம் கிடைச்சிருக்காது. வந்த வேகத்திலே போகவும் செஞ்சான், பாவம்.

என்று சிரிப்பில் ஆரம்பித்து, துக்கமாய் முடிப்பாராம். கை தானாக மீசையைக் கோதும். சரிதானே, ஆக ஆசாரமான மனங்களில்தான் ஆசாரத்தை மீறும் துடிப்பும் வெடித்துக் கிளம்ப முடியும் என்று யாரோ சொல்லியிருக்கவில்லை?

பிற்காலத்தில் அவருடன் பணிபுரிய வந்து சேர்ந்த வள்ளிநாயகம் என்ற இளைஞர், கடையத்துக்காரர். பாரதி வாலிபராய் இருந்தபோது சிறுவராய் இருந்தவர். இந்த வள்ளிநாயகத்தை நான் பார்த்ததில்லையே தவிர, குரலைக் கேட்டிருக்கிறேன்.

மொழியிலக்கண ஒப்பியல் மற்றும் மானுடவியல் ஆய்வுகளுக்குப் பேர்போனவரும், என்னுடைய பேராசிரியருமான திரு. ஜெபமணி வில்ஸன், பாரதி நூற்றாண்டையொட்டி ஒரு காரியம் செய்தார். எட்டயபுரம், கடையம், திருவல்லிக்கேணி, புதுச்சேரி எனப் பல இடங்களுக்கும் போய் அகப்பட்ட முதியவர்களையெல்லாம் சந்தித்தார். எல்லாருமே பாரதியை நேரில் பார்த்தவர்கள். சம வயதினராகவோ, சிறுவர்களாகவோ இருந்து தாம் கண்ட பாரதியைப் பற்றி நினைவில் மீந்திருந்த வற்றை சரளமாகச் சொன்னவர்கள். தமது சாதாரண கேஸட் ப்ளேயரில் அவர்களுடைய நினைவுகளைப் பதிவு செய்தார் பேராசிரியர்.

இரண்டுமூன்று கேஸட்டுகளில் கரகரப்பாகப் பதிவாகி யிருந்த பேட்டிகளைக் கேட்கக் கிடைத்தது எனக்கு. பாரதித் தாத்தா குறிப்பிட்ட வள்ளிநாயகமும், கேஸட்டில் ஒலித்த வள்ளிநாயகமும் ஒரே ஆள்தானா என்பதை எப்படி உறுதி செய்வது!...

தெருவில் நடக்கும்போது, இடதுதோளை மடிசார் முந்தானையால் இழுத்து மூடியிருக்கும் மனைவியை, தமது தோளோடு இறுக்கிக்கொண்டு நடப்பார் பாரதி என்ற தகவலை அந்த வள்ளியும் ஒருமுறை குறிப்பிடுவார். நிறைய மறந்து விட்டது, நினைவிருப்பவற்றில், புதுச்சேரிக் கிழவர் ஒருவர் சொல்வார்:

நாங்க சின்னப் பிள்ளையா இருக்கையிலெ, அந்த மனுசன் ரோட்டுலெ போகம்போது கூட்டமாப் பின்னாடி போயிக்

கத்துவோம். அந்தாளு, கடக்கரைக்கிப் போயி அம்மணமாக் குளிப்பாரு. நாங்க கல்லெக் கொண்டி எறிவோம்.

உண்மையில், 'எந்தவிதமான கட்டுப்பாட்டையும் உவக்காத சுதந்திரவேட்கைக்கு எல்லாக்காலத்திலும் ஜனசமூகம் இந்த மரியாதையைத்தான் கொடுத்திருக்கிறது' என்று கவலையான குரலில் எனக்கு விளக்கினார் பேராசிரியர். பேராசிரியரின் மொழிமீது எனக்கு ஒருவித மோகம் இருந்தது. ஆங்கிலத்திலும்கூட. பாரதி போன்றவர்கள் போட்ட விதைகளின் மகத்துவம் இது என்று பின்னாளில் தோன்றியதுண்டு.

ஆனால், தனது சித்தப்பா சொன்னதாக அம்மா சொல்லும் கதைகளில், மேற் சொன்ன மாதிரியான கருத்துருவங்கள் இருக்காது. மொழியும் இப்படி இருக்காது.

தாத்தா அம்மாவிடம் ஒரு தடவை சொல்லியிருக்கிறார்:

மஹா மேதெ பாத்துக்கோ. என்ன, கொஞ்சம் மரை கழண்ட கேஸு.

என்று சொல்லிச் சிரித்தாராம். எனக்கு வலித்தது. அது தொடர்பாக இன்னொன்றும் தோன்றி கூடக் கொஞ்சம் வலித்தது.

இருபத்தைந்து நூல்கள் எழுதியிருக்கிறேன். ஆட்சேபகர மான, அமைப்புக்கெதிரான, விமர்சனபூர்வமான, நீறுபூத்த நெருப்பாகக் கனலும் பொது அமைதியைக் கேள்விகேட்பதான ஒரு அம்சம்கூட இல்லாத நூல்கள். அதிர்ச்சிமதிப்பும் இல்லாதவை. என்னுடைய மத்தியதர வாழ்க்கையின் நிம்மதியை பத்திரமாகப் பேணும் நூல்கள். மனித மனத்தின் ஓரிரு மடிப்புகளை எட்டிப்பார்க்க மட்டுமே முனைந்தவை. ஒருவேளை, அதனால்தான் அவை உரிய கவனம் ஈட்டவில்லையோ . . . கேஸட்டில் கேட்ட இன்னொரு தகவலைச் சொல்ல வேண்டுமே. இதுவும் புதுச்சேரிக்கிழவர் சொன்னதுதான்:

எந்நேரமும் கண்ணு கிறங்கியேதான் இருக்கும். ஓயாம லேகியம் சாப்புட்டா? ஆனாக்க, நடை பெறளாது, சொல்லு பெறளாதுன்னு பெரியவுக சொல்லுவாக.

நானெல்லாம் வெறும் சிகரெட்டோடு சரி. மேற்கொண்டு தைரியமில்லை.

எப்படியோ, வரா செல்லம்மா யதுகிரி நாவலர்பாரதி என்று பின்னாளில் அநேகம்பேர் உருவாக்கிய நாயகபிம்பத்துக்கு, அபிமன்யு மாதிரி, வயிற்றுக்குள் இருந்து நான் கேட்ட பாரதித்தாத்தா கதைகள் மேலதிகக் காரணமாய் இருக்கலாம் . . .

தாம் காலமாவதற்கு முந்தினநாள் இரவில் பாரதியார் பற்றித்தான் ஏதோ சொல்லிக்கொண்டிருந்தாராம் தாத்தா. மூச்சிரைத்துக்கொண்டு, சுவரில் சாய்ந்து இரண்டு கால்களையும் விரித்து நீட்டிக்கொண்டு, வாய் நிறைய வெற்றிலை குதப்பிக்கொண்டு அம்மா அமர்ந்திருந்தாளாம்.

இவ்வளவு சொல்றேனே குட்டி. அவன் சேதுபதி ஸ்கூல்லெ வேலெ பாத்தப்போ ஒரு சம்பவம் நடந்தது. இவ்வளவு பெரிய ஆளா ஆவான், அல்பாயுசுலே போவான், ஒரு மிருகத்தாலேதான் சாவுன்னெல்லாம் எனக்கு அந்த நிமிஷமே பட்டாச்சு. என்ன நடந்ததுன்னா. . .

இதற்குள் குறுக்கிட்டுவிட்டாள் என் பாட்டி. முன்னமே சொல்லியிருக்கிறேனே, அதே தாயம்மாப் பாட்டிதான். கொழுந்தனாரிடம் நேரடியாய்ப் பேசமாட்டாள். என் அம்மாவைப் பார்த்துச் சொன்னாளாம்:

கோந்தே. அன போதாச்சு. வா வா. படுத்து ஒரு தூக்கம் போடு. இந்தோன்னு விடிஞ்சுரும். அப்பறம் நாளைக்கிப் பகல்முழுக்க ரோதனையாயிடும்.

தூக்கமே வல்லியேம்மா. இந்தப் பய வேறெ ஓதைச்சுத் தள்ளறான்.

என்று முனகியவாறு எழுந்து போயிருக்கிறாள் அம்மா. ஆனால், படுத்த மாத்திரத்தில் உறக்கம் அமட்டிவிட்டதாம். நள்ளிரவு தாண்டி, முன்னறையில் படுத்திருந்த பாரதித் தாத்தாவுக்கு வியர்த்துக்கொட்டியதோ, பஞ்சு டாக்டரை எழுப்பிக் கூட்டிவரப் போன சின்ன மாமா டாக்டருடன் வீடு வந்து சேர்ந்து, தான் சுமந்துவந்த மருந்துப் பையைக் கீழே வைக்கும்போதே, வெளிச்சத்தில் தாத்தாவின் முகத்தைப் பார்த்து உதட்டைப் பிதுக்கிவிட்டார் டாக்டர் என்பதோ அம்மாவுக்குத் தெரியாது.

பிரம்மச்சாரியாய் இருந்து தமையன் குடும்பதை அண்டியே வாழ்ந்துமுடித்த பாரதித் தாத்தாவுக்காகக் கண்ணீர்விடக்கூடிய ஒரே ஜீவனுக்கு அவருடைய சடலத்தைப் பார்க்க, நீர்மாலை எடுக்க, வாய்க்கரிசி போட அனுமதி இல்லாமல் போனது.

பொதுவாக சம்பவங்களை முன்வைத்தே எழுதி வந்திருக்கிறேன். எதுவுமே நடக்காத ஒன்றை ஏன் எழுதினேன் என்பதைக் கடைசிப் பத்தியில் சொல்கிறேன்.

ஆனால், அப்படியும் சொல்வதற்கில்லை. நிஜமாகவே நடந்த ஒன்று இருக்கத்தான் செய்தது. என்ன, அதை விவரிக்க வந்தவருக்கு சந்தர்ப்பம் தவறிவிட்டது; அவரோடு சேர்ந்து மேற்படிச் சம்பவமும் எரிந்து போனது. அவ்வளவுதான்.

பெ. தூரன் தொகுத்த 'பாரதி தமிழ்' புத்தகம் பழைய புத்தகக் கடையில் கிடைத்தது. இன்று காலை அதில் சில பக்கங்களைப் படித்தபோது மேற்சொன்னதெல்லாம் ஞாபகம் வந்தது. எனக்குப் பிறகு இந்த ஞாபகங்களும் இல்லாமல் போய் விடுமே. அதற்காகத்தான் எழுதிவைத்தேன்.

❖

79

அதிகாலையில் எழுந்து புறப்பட்டான். தாயார் எவ்வளவோ சொல்லிப் பார்த்தாள். விடியட்டும்; நீச்சுத்தண்ணி குடிச்சுப்புட்டுப் போ; தம்பியெக் கூடக் கூட்டிக்கிட்டுப் போ. எதையுமே கேட்டுக்கொள்ளவில்லை அவன். ஆறு மாதத்துக்குப் பிறகு ஒரு தாவணி நடக்கப்போகிறது. மாட்டைப் பழக வேண்டும்; மாட்டுக்காரனைப் பழக வேண்டும்; கிராக்கியைப் பழக வேண்டும். தரகுவேலை என்றால் லேசு என்றுதான் எல்லாரும் நினைக்கிறார்கள். செய்து பார்த்தால் தெரியும் . . . இந்தமுறை கணிசமாக ஒரு தொகை தேறிவிட்டால், ஒரு பொட்டச்சியைப் பிடித்துத் தாலி கட்டிவிடலாம். அம்மா நச்சரிப்பு குறையும்.

அவளைச் சொல்லிக் குற்றமில்லை; வசிப்பது குடிசை. வனமிருகங்கள் வந்து போகிற பகுதி. பேச்சுத்துணைக்காவது ஆள் வேண்டாமா. இவனும் தம்பியும் வெளியே போனால் எப்போது வீடு திரும்புவார்கள் என்றே சொல்ல முடியாது. ஒற்றையடிப் பாதையிலிருந்து தார்ச்சாலைக்கு ஏறினான். கும்மென்ற இருட்டில் ஒரு சொட்டு வெளிச்சம் விழுந்து, மூடியிருந்த கருமை கலைய ஆரம்பித்தது. மரங்களில் அடைந்திருந்த பறவைகள் ஆள் நடமாட்டம் கண்டு சிணுங்கவும் ஒரெட்டு பறந்து அமரவுமாய் அல்லாடின.

கொண்டை ஊசி வளைவுகளோடு சுழன்று சுழன்று இறங்கும் மலைப்பாதையில் மைலுக்கொரு வாய்க்கால் பாலம் உண்டு. மழைவெள்ளம் இறங்கிச் செல்லும் மார்க்கம். ஐந்தாவது பாலத்தில் அவள் உட்கார்ந்திருந்தாள். அருகில் போய் நின்றான். அசங்காமல் இருந்தாள். தோளில் கிடந்த தேங்காய்ப்பூத் துவாலையால் முகத்தைத் துடைத்தபடி,

எந்தூருத்தா ?

என்றான். விலகியிருந்த மாராப்பைச் சரி செய்யாமலே பதில் சொன்னாள்.

'என்ன ஆளுக?' என்றோ, 'எம்புட்டு?' என்றோ கேட்காதது அளப்பரிய ஆறுதலாய் இருந்தது அவளுக்கு. அவரவர் தொழில் பற்றி ஐந்தாறு வார்த்தைகள் பேசிக்கொண்டார்கள். தன் கரைப் பச்சை யாருக்குத்தான் தெரியும்?

வடிவாக இருந்தாள். மஞ்சள் பூத்த முன்னம்பற்களோ, சப்பட்டை மூக்கோ அப்படியொன்றும் முக லட்சணத்தைக் கெடுக்கவில்லை. காரணமேயில்லாமல் திடீரென்று தனக்குள் உதித்த கேள்வியைத் தயங்காமல் கேட்டான். ஆச்சரியம், அவள் உடனே சம்மதித்தாள். அடிக்கடி செலவு வைக்காமல் ஒரு அடிப்படைப் பிரச்சினை தீர்ந்த நிம்மதி இவனுக்கு; வருமானமோ, வருகிறவனோ ஸ்திரமில்லாது இருக்கும் அன்றாடச் சிக்கல் தீர்ந்த ஆசுவாசம் அவளுக்கு. அத்தானிடம் சொல்லாமலே இவனுடன் இப்போதே வந்து விடுவாள். 'அனாதை, ஆள்படை இல்லாதவள்' என்று வீட்டில் அறிமுகப்படுத்துவான் இவன்.

விடிவெள்ளியைப் பார்த்தபடி, பேசியபடி நடந்தார்கள். அடிக்கடி திரும்பிப் பார்த்தான்; திரும்புவான் என முன்கூட்டியே கணித்தவள்போல வேறெங்கோ பராக்குப் பார்ப்பாள். தான் பார்க்காதபோது தன்னைப் பார்க்கிறாளோ என்று சந்தேகம் எழத்தான் செய்தது. எதிர்பாராதபோது கண்ணுக்குக் கண் பார்த்துவிட வேண்டும்; ஆவி சேர்த்து இறுக்கிக்கொள்ள வேண்டும் என்று பரபரத்தது. ஒப்ப மாட்டாள் என்று ஏனோ மனம் தடுத்தது. ஒப்பக் கூடாது என்பது தன்னுடைய எதிர்பார்ப்புதானோ என்ற சந்தேகமும் தட்டியது.

அதிகம் பேசாதவளாயிருக்கிறாள். மறுப்பான சொற்கள் அறவே இல்லை. ஆசைப்பட்டு எதையும் கேட்கிறவள் மாதிரிக்கூடத் தெரியவில்லை. கொஞ்சம் துட்டு சேர்த்து, வெள்ளிக் கொலுசு வாங்கிக் கொடுக்க வேண்டும் என்று நினைத்துக் கொண்டான்.

மாட்டுத் தரகும், லாடத் தொழிலும் செய்து எவ்வளவு சம்பாதித்துவிட முடியும். ஐம்பது மைல் இறக்கத்தில் இருக்கும் பெருநகருக்குப் போய்விட்டால் கைநிறையச் சேரும். கட்டட வேலை, மூட்டை தூக்க, தட்டுவண்டி இழுக்க, கறிக்கடை போட, கஞ்சா விற்க என்று ஏகப்பட்ட தோதுகள் இருக்கின்றன என்று சேக்காளிகள் சொல்லியிருக்கிறார்கள். ஆனால், ஒரேயொரு இடைஞ்சல், மாதம் ஒருதடவைதான் ஊருக்கு வர முடியும். சரி, கலியாணம் செய்து போய்விட்டால், அப்புறம் ஊருக்கு எதற்காகத் திரும்பி வருவது ...

வெளிச்சம் கொஞ்சம் வேகமாகப் பரவுகிற மாதிரி பிரமை தட்டியது.

வழக்கமான வனஒலிகள் மட்டுமே கேட்டிருந்த பாதையில் திடீரென இன்னொரு வலுத்த ஓசை. சருகுகள் நெரிபடும் சப்தம். கோணிப்பையைக் கைமாற்றிவிட்டு நாலு எட்டு ஏறிப் பார்த்தான். அப்போதுதான் பெரிசாக எதையோ முழுங்கியிருந்த மலையன். நகரமுடியாமல் திணறிக்கொண்டிருந்தது. இரண்டு பாக நீளம் இருக்கலாம்.

அவசரமாக இறங்கி கோணியிலிருந்த கசாப்புக் கத்தியை எடுத்துக்கொண்டு மேலேறினான். லாடக்காரத் தரகனுடைய சாக்குப்பையில் இது எதற்கு, என்ன செய்யப் போகிறான், என்று அவள் குழம்பி முடிப்பதற்குமுன்பே, கத்தியின் முதுகால் பாம்பின் தலையில் ஓங்கி ஒரு போடு. சரீரத்தைத் தூக்கமுடியாமல் துள்ளிவிட்டு, அப்புறமும் பரிதாபமாக நெளிந்தது. கழுத்தில் காட்டுக்கொடியை இறுக்கிவிட்டு, உயிரோடு தோலை உரிக்கத் தொடங்கினான். ராசிக்காரிதான், கொலுசுக்குக் காசு உடனே தேறிவிட்டதே.

'முழுசாகக் கொன்ற பிறகு உரிக்கலாமே; அவசரப்பட்டுத் தவறாக முடிவெடுத்து விட்டோமோ?' என்று கிலேசமடைந்த மனத்தைச் சுமந்துகொண்டு அவனுடன் நடந்தாள். உயிர்வாதையில் திருகும் பாம்பின் உடல் மனத்தில் ஓயாமல் வந்து நெளிந்தது. விடிவெள்ளியும் பக்கத்தில் கிடந்த பிறைநிலாவும் முழுக்க வெளிறிவிட்டிருந்தன.

நன்கு விடிந்த பிறகு, தடதடதடவென்று மோட்டார்சைக்கிள் சத்தம் கேட்டது. சீருடையும் துப்பாக்கியுமாக அவர் எதிர்ப்பட்டார். கையைக் காட்டி நிறுத்தினார். வண்டியையும் நிறுத்தினார். முதல் கேள்வியே குரோதமாய் இருந்தது:

என்னாத்தடா களவாண்டுட்டு வர்றே?

பச்சைத்தோலின் கவிச்சி மணக்காவிட்டாலும், பையை வாங்கி சோதிப்பார்; தாவா ஆரம்பிக்கும். ஆனால், விட்டுவிடுகிறேன் என்றார். கேட்ட லஞ்சம்தான் ஜாஸ்தி.

இவனைத் தனியாகக் கூட்டிப்போய்ப் பேசினார். அதிர்ந்தான். முதலில் மறுத்தான். இவன் செய்யும் தரகுவேலை இதுவா? அவர் நயமாகத் தொடர்ந்து பேசினார். ஆனால் அழுத்தமாய்ப் பேசினார். வேறுவழியில்லாததால் சம்மதித்தான்.

தலைப்பில்லாதவை

திரும்பிவந்து அவளைத் தனியாய்க் கூட்டிப் போய்ப் பேசினான். அதிர்ந்தாள். ஒரு மணிநேரம் முன்னால், பாலத்தில் காத்திருந்தவளா இப்போது இருப்பவள்? முதலில் மறுத்தாள். அவன் நயமாகக் கெஞ்சினான். திரும்பத்திரும்பக் கெஞ்சினான். வேறு வழியில்லாததால் சம்மதித்தாள். தயங்கித் தயங்கி அந்த ஆளுடன் போனாள்.

தலையெழுத்து எப்படியெல்லாம் துரத்துகிறது என்று நினைத்துக் குமைந்தபடியே அடுத்த கால் மணிநேரத்தைக் கடந்தார்கள் இரண்டு பேரும் . . . சீருடையைச் சரி செய்தபடி அவரும், மாராப்பை நேர்செய்தபடி அவளும் வெளிப் பட்டார்கள். நேரே இவனி டம் வந்து, தோளை விட்டு எடுக்காமலே துவாலையில் முகம் துடைத்தாள்.

அந்நியோன்யத்தை முழுக்க ருசிப்பதற்கு முன்னே, துரோகத்தின் கரிப்பை உணர்கிற மாதிரி ஆனது.

எதிர்பாராத கணத்தில் இவனது கோணிப்பையைப் பிடுங்கிக்கொண்டு வண்டியைக் கிளப்பினார். திகைத்தான். ஆளுயரக் கொலுசு போகிற மாதிரித் தெரிந்தது. யோசிக்க அவகாசமில்லை. குனிந்து, தேங்காய்ப் பருமனுள்ள கல்லை எடுத்தான். இலக்குத் தவறியதாய் சரித்திரமே கிடையாது. ஒருக்களித்து வீழ்ந்த பிறகும், மோட்டார் சைக்கிள் பிடிவாதமாகத் துடித்தது – உயிருடன் தோலுரிந்த பாம்புபோல.

திடீரென்று அவள் எதிர்த்திசையில் ஓட ஆரம்பித்தாள். பிரமித்து நின்றான் அவன். 'யோசித்து முடிவெடுக்கப் பழகாதது எவ்வளவு பெரிய பலவீனமாகப் போய்விட்டது?' என்று, பிரயோசனமே இல்லாமல் அனத்தியது மனம்.

ஓடும்போதே ஒரு துர்நாற்றம் எழுவதை உணர்ந்தாள் அவள். தோலை இழந்து உயிர்வாதை அனுபவித்த மலைப்பாம்பின் கவிச்சியா, சீருடை அழுக்கை மீறி நாறிய வியர்வையின் மொச்சை நாற்றமா, துலக்காத பல்லின் வீச்சமா, தீனக் குரலின் தொடர்ச்சியாகப் பீய்ச்சிய மனித ரத்தத்தின் பச்சை வாடையா, அல்லது ஆரம்பித்த மாத்திரத்தில் முடிந்துபோன தாம்பத்தியத்தின் துர்மணமா – நிதானிக்க முடியவில்லை.

அவளுக்குச் சில அடிகள் முன்னால், முழுத் தலையோடும், தாங்க முடியாத சுமையோடும், துடிக்கும் வலியோடும் தோலை முழுக்க இழந்த சதைப் பிண்டம் நெளிந்து நெளிந்து ஓடிக்கொண்டிருந்தது. ஓட ஓட அதன் தலையில் தொடர்ந்து வெட்டிக்கொண்டேயிருந்தது அகலமான உடல் கொண்ட கசாப்புக் கத்தி.

❖

80

1982 முதல் ராமநாதபுரம். பிறகு ஐந்து வருடங்களுக்கொருமுறை ஊர் மாறியிருக்கிறேன். வங்கிப் பணிவிதிகளின்படி. அன்றைய கிருஷ்ணனை இன்று நினைத்தால், யாரோபோலத் தெரிகிறான். நான்தானா அது என்றே வியப்பாய் இருக்கிறது.

சுமார் நாற்பது வருடங்கள். தலைகீழாக மாறிப்போயிருக்கிறேன். சிகரெட் பிடிப்பதில்லை. யார் சொன்னாலும், குறிப்பாக என் குழந்தைகள் சொன்னால், கேட்டுக்கொள்ளும் பக்குவமும் பணிவும் வந்திருக்கிறது. ருசி என்ற அம்சம் சிறுகச்சிறுக விலகி, அவ்வப்போதைய சிகிச்சை முறை சொல்லும் விதமாய் என் சாப்பாடு மாறிக் கொள்கிறது. உடம்பை மாதிரியே மனத்துக்கும் வளர்சிதைமாற்றம் உண்டுபோல. உடலின் முதுமை, மனத்தின் கனிவாய் உருப்பெறுபவர்கள் நிச்சயம் பாக்கியசாலிகள்தாம். மற்றவர்களைப் பற்றிப் பேச்சு எதற்கு?

ஆனால், நான் எதிர்கொண்ட மாற்றங்களுக்கு இத்தனை வருடங்கள் பிடித்திருக்கிறது. இளமை யிலேயே அப்படியொரு தலைகீழ் மாற்றத்தை எட்டிய, அதன்பிறகு மாறவே செய்யாத மோகனைப் பற்றித்தான் சொல்ல வந்தேன் – ஏழெட்டுப்பேர் ஒன்றாகச் சேர்ந்து வாடகைக்கு எடுத்திருந்த வீட்டில் எங்களுடன் வசித்தவன் அவன்.

வடபழனிக் கிளையில் ஓய்வுபெறும் ரங்கநாதனின் பிரிவுபசார விழாவில் மோகனைச் சந்தித்தேன். அம்பத்தூர்க் கிளையில் இருக்கிறானாம். என்னைவிட இரண்டு வயது இளையவன்; இன்னும் ஒரு வருடம் சர்வீஸ் இருக்கிறது . . . ராமநாதபுரத்தில் பார்த்த அதே மோகன்; ஒரே வித்தியாசம், ஜடாமுடி, தாடிமீசையில் நரையும் அடர்த்தியும் கூடியிருந்தன. கடுமையாக மெலிந்திருக் கிறான். கிளம்பும்போது திருநீறு பூசிவிட்டான்.

'83 க்குப் பிறகு, இலங்கைத் தமிழர்கள் வருகை சட்டென்று அதிகரித்தது. மோகனின் நடவடிக்கைகளில் கவனிக்கத்தக்க வேறுபாடுகள் தென்பட்டன. கையில் பணப் புழக்கம் ஜாஸ்தி யானது. வாரம் ஒருமுறை நாங்கள் மது அருந்துவது வழக்கம். செலவை எட்டால் வகுத்து, எல்லாரும் பகிர்ந்துகொள்வோம். சிகரெட் கணக்கு மட்டும் அவரவருடையது – புகைப்பழக்கம் உள்ளவர்கள் மூன்று பேர்தான் என்பதால்.

திடீரென்று ஒரு வாரம், 'மொத்தச் செலவும் என்னுதுப்பா' என்றான் மோகன். ஷூ அணிய ஆரம்பித்திருந்தான். செண்ட் பூசிக்கொண்டான். அடிக்கடி மதுரைக்கும் நாகப்பட்டினத்துக்கும் போய்வருவான். நானெல்லாம் அதிகபட்சம் ஒரு நூறு ரூபாய் நோட்டு பர்ஸில் வைத்திருப்பேன். மோகனுடையதில் பத்துப் பனிரண்டு நோட்டுகள்வரை இருப்பதைப் பார்த்திருக்கிறேன். எங்கள் பெட்டிகள் அதனதன் இடத்தில் சாதாரணமாய்க் கிடக்க, அவனுடையதில் மட்டும் புத்தம்புதிய ஏழு லீவர் நவ்தால் பூட்டுத் தொங்கியது . . .

நாகப்பன் என்று ஒரு தலைமைக் காசாளர் இருந்தார். அவர் என்னைத் தனியாகக் கூப்பிட்டு எச்சரித்தார்:

> அந்தப் பயகூட நெருங்கிப் பழகாதப்பா. ரொம்பச் சீக்கிரமே ஏதாச்சும் வில்லங்கத்துலெ மாட்டுவான்னு என் மனசுக்குப் படுது . . .

மறுவாரமே, மார்க்கெட் விலையில் பாதிக்கு எனக்கு ஒரு வாக்மேன் கொடுத்தான் மோகன். மண்டபம் முகாமுக்கு அருகில் எங்கள் கிளையின் எக்ஸ்டென்ஷன் கவுண்ட்டர் இருந்தது. முறைவைத்துக் காசாளர்களை அனுப்புவார்கள் .. அந்த மாதம் என் முறை.

வங்கிக் கட்டடத்துக்குச் சற்றுத் தள்ளி, முகாம் போகும் வழியில், ஓங்குதாங்கான நபர் ஒருவருடன் மோகன் பேசிக் கொண்டு நின்றிருந்தான். என்னைப் பார்த்தவுடன் அவசரமாய் நகர்ந்தார்கள். 'விடுப்பு எடுத்தவன் இங்கே எதற்காக வந்திருக்கிறான்?' என்று ஒரு கணம் தோன்றியது. ராணுவ மிடுக்குடன் கூட நின்றிருந்த நபரின் முகம் அவ்வளவு வசீகரமாக இருந்தது. உள்ளூர் முகம் போலவே தெரிந்தாலும், அதன் பாவனைகளில் அந்நிய வாசனை தென்பட்டது – சிலவேளை நெருங்கிவந்து பேசும் மோகனிடம் மணக்கும் டீசல் வாசனை போலவே.

பணப் பொறுப்பில் ஈடுபட்டதால், அது உடனடியாக மறந்து போனது. ஆனால், நான் பார்த்துவிட்டேன் என்பது மோகனை சங்கடப்படுத்தியிருக்க வேண்டும்; இல்லாவிட்டால், ஏன் சல்லிசாக வாக்மேன் தருகிறான்? ரேடியோவும் உள்ள சாதனம் அது. தினமும் ஆசியசேவையின் 'இரவின் மடியில்' கேட்டுவிட்டுத் தூங்கும் பழக்கம் எனக்குப் படிந்தது அதன் பிறகுதான். ஒரு முறை அவன் கொண்டுவந்து தந்த உவேசாவின் 'என் சரித்திரம்' காலிக்கோ பைண்ட் நூல் இன்னமும் என் அலமாரியில் இருக்கிறது – முதல் பக்கத்தில், 'சு கணவதிப்பிள்ளை' என்று மைப்பேனாவால் எழுதிய கூட்டெழுத்துடன் . . .

இரண்டு மூன்று வருடங்கள் இப்படியே போனது. முகாம் வழியில் மோகனுடன் நின்றிருந்த ஆஜானுபாகு எங்கள் கிளைக்கே சில தடவை வந்தார். வெளிநாட்டிலிருந்து வரவாகியிருக்கும் தொகையை, உயர்ந்தபட்ச நோட்டுக்களாக வாங்கிப் போவார்.

எனக்கு மாற்றல் வருவதற்கு ஓரிரு வாரங்கள் முன்பு, திடீரென்று ஒருநாள் காலை, தினத்தாளை வைத்துக்கொண்டு பிரமை பிடித்த மாதிரி உட்கார்ந்திருந்தான். அன்று அவசரமாகப் புறப்பட்டு மதுரை போய்விட்டான்.

ஒருவாரம் கழித்து வந்தான். காவியுடுத்தி இருந்தான். முகம் சோர்ந்திருந்தது – தினசரி முகச்சவரம் செய்துகொள்பவன் – ஒரு வாரத் தாடியுடன் இருந்ததுகூடக் காரணமாய் இருக்கலாம். ஆனால், கண்களில் உயிரில்லை; அது வெளிப்படையாகத் தெரிந்தது.

அறைத்தோழர்கள் விசாரித்தோம். யாருக்கும் சரியாக பதில்சொல்லவில்லை. மேலாளர் கூப்பிட்டுக் கேட்டார். அவரிடமும் முகம் பார்த்துப் பேசவில்லை. அவர் கொஞ்சம் அதட்டலாகக் கேட்டபோது, ஊழியர் சங்கத்தின் கிளைச்செயலர் கூர்மையாகச் சொன்னார்; வெளியே குழுமியிருந்த எங்களுக்கும் கேட்டது:

> சார், *neatly dressed* ன்னுதான் *service code* சொல்லுது. சபரிமலைக்கோ வேளாங்கண்ணிக்கோ மாலை போடுறவங்களை இப்பிடி மிரட்டுவீங்களா? *Customer complaint* வந்தாக் கூப்புட்டுக் கேளுங்க . . .

ஊழியர் சங்கம் வலுவாக இருந்த நாட்கள் அவை. அவ்வளவுதான். வேறுநிறத்தில் உடையணிந்த அவன் உருவம் இப்போது எனக்கு ஞாபகத்திலேயே இல்லை . . .

‘91 கடைசியில் அவனைப் பற்றி ஒரு தகவல் கேள்விப் பட்டேன். சென்னையிலிருந்து புலனாய்வு அதிகாரிகள் இரண்டுபேர் மோகனை விசாரித்து வந்ததாகவும், தாடி மீசையுடன் இருந்த சாமியார் தாங்கள் தேடிவந்தவன்தானா என்பது இருக்கட்டும், வங்கி ஊழியன்தானா என்றே திகைத்துப் போனார்களாம். மோகனிடம் திருநீறு பூசிக்கொண்டு திரும்பிப்போனார்கள் என்று அதே கிளையில் கடைநிலை ஊழியராய் இருந்து ஓய்வுபெற்ற சோமு அண்ணனை, ஒரு கல்யாணவீட்டில் தற்செயலாகப் பார்த்தபோது சொல்லிச் சிரித்தார். சிரிப்புக்குக் கீழே ஒரு ரகசிய பீதியும் இருந்ததைப் பார்த்தேன்.

அடுத்து, இப்போதுதான் அவனைச் சந்திக்கிறேன். மறுவாரம், பல காலமாக கனடாவில் வசித்துவருகிறவர், ஃப்ரான்ஸில் வசிக்கும் இன்னொருவருடனான ஃபேஸ்புக் தகராறில், மண்டபம் முகாம் பற்றிக் குறிப்பிட்டிருந்தார். எனக்கு மோகன் ஞாபகம் வந்தது.

தினத்தாளை மடியில் கிடத்தியபடி, பிரமைபிடித்து அமர்ந்திருந்த உருவம். மோகன் என்ற சொல் காதில் விழும்போதெல்லாம், அந்த பிம்பம் எனக்குள் உயர்வது வாடிக் கைதான். இன்று ஃபேஸ்புக் பதிவைப் பார்த்த பின்னர், மேற்படி பிம்பம் மட்டுமல்ல; தினத்தாள் செய்தியும், புகைப்படத்தோடு பிதுங்கி எழுகிறது – முதல்முறையாக. ஜிக்ஸா புதிரின் உதிரித் துண்டுகள்போல இத்தனை நாளும் எனக்குள் சிதறிக்கிடந்த காட்சிகள் அத்தனையும் தாமாகக் கோத்துக்கொண்டு, வேறொரு சித்திரத்தை உருவாக்குகின்றன.

அன்றைய தாளில் வந்திருந்த செய்தி இதுதான். நடுக்கடலில் ஒரு விசைப்படகு தகர்க்கப்பட்டு, அதிலிருந்த நாலுபேரும் மரணமடைந்துவிட்டார்கள். இலங்கை நோக்கிச் சென்றதா, இந்தியாவுக்கு வந்துகொண்டிருந்ததா; தாக்கியது இலங்கை ராணுவமா, இந்தியக் கடலோரப் படையா என்றெல்லாம் எனக்கு நினைவில்லை.

ஆனால், உடன் அச்சாகியிருந்த புகைப்படத்தை எனக்கு என்றுமே மறக்காது – யூகிப்பது கடினமொன்றும் இல்லை; இருந்தாலும் சொல்லிவிடுகிறேன். மோகனுடைய நண்பரான ஆஜானுபாகுவின் படம்தான் அது.

❖

81

இளைஞனாக முதிர்ந்த நாளிலிருந்தே தமிழ் சினிமாமீது எனக்கு அபிமானமோ, மரியாதையோ இல்லாமல் போய்விட்டது. வெறும் யூக அடிப்படையிலான வெறுப்பு அல்ல; நூறுநூறு சினிமாக்கள் பார்த்ததன் விளைவு. விதிவிலக்குகளையும் பார்த்திருக்கிறேன். அவற்றின் விகிதம் குறைவு என்பதுதான் பிரச்சினை.

சற்றும் மனம் தளராத நண்பர், அநேகப் படங்களை முதல்நாள் முதல்காட்சியில் பார்க்கும் தீரர், 'தொழில்நுட்பத்தில் எவ்வளவோ வளர்ந்திருக்கிறோமே' என்று ஆதங்கமாய்க் கேட்டார். நிதானமாய்ச் சொன்னேன்: நேர்த்தியான கையெழுத்தில் ஆபாச வார்த்தைகளை எழுதிவைப்பது சிறப்பேதானா? இரண்டு, எத்தனை சினிமாக்களின் கதை, சாவை வைத்து முடிந்திருக்கிறது? உருப்படியாக முடிக்கத் தெரியாதது கற்பனை வறட்சி இல்லையா? அதுவும் தொழில்நுட்ப பலவீனம்தானே. மூன்றாவது, தமிழ் வணிக எழுத்து மாதிரி, முழுக்கத் தற்செயல்களை நம்பித்தானே தமிழ்சினிமாவும் நகர்கிறது?

என் சிறுகதைகளைப் பற்றி இணையத்தில் ஒரு கட்டுரை வந்திருக்கிறது. நேற்றுப் பார்த்தேன். அதில் ஒரு அவதானம் தூக்கிவாரிப் போட்டது – என் கதைகளின் பிரதான அம்சம், மரணம் மற்றும் அதைப் பற்றிய விசாரம் என்றது ஒரு பத்தி.

சரிதான், மரணம் இல்லாத மனிதவாழ்வு பற்றி யாராவது பேசிவிட முடியுமா என்று தானாகவே மனம் சமாதானம் சொன்னது. அது இன்னும் அதிர்ச்சியாய் இருந்தது. எத்தனை விநோதமான யந்திரம், இந்த மனம் என்கிற சமாசாரம்? விவஸ்தை யின்றி, எப்படியெல்லாம் வளைகிறது??... உடனடியாக ஒரு சம்பவம் நினைவு வந்தது.

ஊரைவிட்டு வெளியேறிய பிறகும் கரட்டுப்பட்டிக்கு அடிக்கடி போவேன் என்று அடிக்கடி சொல்லியிருக்கிறேனே? சுமார் நாற்பது வருடங்களுக்கு முன்பு, நான் கல்லூரி கடைசி ஆண்டு படித்தபோது, அங்கே நடந்த தற்செயல் சந்திப்பு ஒன்று.

எங்கள் வீடு இருந்தது, தென்னந்தோப்பை உள்ளடக்கிய வளாகத்தில். மேற்கே தோப்பின் பின்புறப் பொதுச்சுவரை யொட்டி இன்னொரு தோப்பு இருந்தது. அப்பாவழி உறவினருடையது. ஆனால், இந்தத் தோப்பினளவு அது செழுமையாய் இருக்காது. பராமரிப்பு இல்லாததால் சிறுகச்சிறுகப் பொலிவிழந்து வரும் மரங்கள்; தாராளமாகச் சேர்ந்த களைகள், அநேகமாகத் தூர்ந்தே போய்விட்ட கிணறு, அதன் விளிம்பில், துருப்பிடித்து வீணான மோட்டார் என்று ஒரு குடும்பத் தகராறைத் தத்ரூபமாகக் காட்சிப்படுத்துவது.

எங்கள் தோப்பின் கடைசிவரை போய்ப் பார்த்தவனை, அந்தத் தோப்பில் நின்ற ரகுபதி பார்த்துவிட்டார். 'இந்தப் பக்கம் வா' என்று கையசைத்தார். சுவரில் ஏறிக் குதிக்க ஆர்வமில்லை, அன்றைக்குப் பார்த்து நான் தூய வெள்ளை நிறப் பேண்ட் அணிந்திருந்தது மட்டுமல்ல, அவரைச் சந்திக்குமுன் கொஞ்சம் சாவதானமாக மூச்சு விட்டுக்கொள்ள விரும்பியதும் காரணம். ரொம்பப் பேசுவார். எச்சில் தெறிக்கும்.

மெனக்கெட்டு வெளியில் வந்து முல்லையாற்றுக்கரையில் ஏறி நடந்தேன். நீர் நிரம்பி ஓடும் பருவம். பராக்குப் பார்க்காமல் சீராகத் தன்போக்கில் போகிறது ஆறு என்று தோன்றியது. 'நிர்த்தாட்சண்யமாக' என்று பின்னொரு நாளில் தோன்றியது. என்ன, அப்போதெல்லாம் எனக்குத் தெரியாது – நான் எழுத்தாளனாகவிருக்கிறேன் என்பது.

ரகுபதிக்கும் அவருடைய அண்ணன் கணபதிக்கும் நீண்டநாட்களாகப் பேச்சுவார்த்தை இல்லை. காவல் நிலையத்திலோ நீதிமன்றத்திலோ மட்டுமே சந்தித்தால் பேசுவதற்கு என்ன இருக்கும். தோப்பு யாருக்கு என்று வழக்கு. இரண்டு பேருமே தோப்புக்குள் நுழையவோ, பணிகளை மேற்கொள்ளவோ கூடாது என்று தடையுத்தரவு இருந்தது.

முந்தாநாத் தாண்டா தீர்ப்பு வந்தது. நம்பளுக்குத்தான்னு சொல்லிட்டா.

என்று உற்சாகமாகச் சொன்னவர்,

சுப்பையா, தோசெப்பதமா ரெண்டு இளனி எடுத்தாப்பா.

என்று வண்டிக்காரரை ஏவினார். சுவரையொட்டிக் கிடந்த சிமெண்ட் பெஞ்ச்சைத் தோள்துண்டால் தட்டிச் சுத்தம் செய்துவிட்டு, அரிவாளும் கையுமாய்ப் போனார் சுப்பையா. உட்காரும்போதே, வாஞ்சையோடு சிரித்தபடி ரகுபதி கேட்டார்:

ஏண்டா கிஷ்ணா, டக்குன்னு ஏறிக் குதிக்கறதெ விட்டுட்டு இவ்வளவுதூரம் நடந்தா வருவே? பாரு எப்பிடி வேர்த்துருக்கு? ஆனாக்கே, அதெல்லாம் என்னெ மாதிரி ஆட்கள் செய்யறது . . . சுந்தரம் தம்பியில்லையா நீ! அதுசரி. அவன் எப்பிடிரா இருக்கான்? காமாலை முத்திருக்குன்னாளே?

எந்தக் கேள்விக்கு முதலில் பதில் சொல்வதென்று குழம்பினேன்.

ஆமாண்ணா. இன்னும் ஆஸ்பத்திரிலேதான் இருக்கார். அவருக்காகப் பிள்ளையாருக்கு வெடல் போட்டுட்டு வரத்தான் அம்மா என்னை அனுப்பிச்சா.

சட்டென்று எனக்குள் சுந்தரம் அண்ணாவின் பிம்பம் உதித்தது. பரட்டைத்தலை விகாரமாய் விரிந்திருக்க, கண்களிலும் தோலிலும் மஞ்சள் பூத்து, முன்னங்காலை வறட்வறட்டென்று சொறிந்து கீறிக்கொள்ளும் உருவம் சொல்லத்தெரியாத பச்சாதாபத்தைக் கிளர்த்தியது. மனத்தின் இனம்புரியாத மூலையிலிருந்து பிரியம் ஊறியது.

அவனோடே சரிக்குச்சரி நிக்கறியாமே? சீரெட்டெல்லாம் வேற பிடிக்கறயாம்? பாத்துடா, நன்னாப் படி. சுந்தரத்துக்கு நல்லபேரு வாங்கிக்குடு.

‘நீ மொதல்லே உங்கண்ணன்ட்டெ நல்லபேரு வாங்கப் பாரு’ என்று வீம்பாக உயர்ந்த வாக்கியத்தை விழுங்கினேன். தங்குதடையில்லாமல் பாயும் அவருடைய பேச்சை முறிக்க ஆசையாய் இருந்தது. விநயமாய்ச் சொன்னேன்:

என்ன சண்டை போட்டா என்னண்ணா? அண்ணா தம்பி இல்லேன்னு ஆயிருமா? பாக்கப்போனா, என்னெ மாதிரி சுபாவம் உள்ள பையனெ நானே வளக்கமாட்டேன் . . . சுந்தரண்ணா எனக்கு தகப்பனாருக்குச் சமம் . . . எவ்வளவு பொறுமெ. எவ்வளவு பொறுமெ. அவரெ ஒருநாளும் விட்டுக்குடுக்க மாட்டேண்ணா . . .

சினிமா வசனம் மாதிரித்தான் ஆரம்பித்தது. ஆனால், பேசும்போது என் குரல் ஏன் இளகியது, கண்கள் ஏன் சுரந்தன என்பதெல்லாம் இன்றுவரை விளங்கவில்லை. அதற்குள், தன் பங்குக்கு ரகுபதி அண்ணா விநோதமாய் ஒரு காரியம் செய்தார். என் பாதங்களை நோக்கித் தன் வலது கையைப் பாவனையாக நீட்டி, கண்களில் ஒற்றிக்கொண்டார்.

என் வயசுல பாதிக்கும் கீழெடா நீ. ஆனாலும் உன் மூத்தரத்தெக் குடிச்சாக்கூட எங்களுக்கெல்லாம் புத்தி வராது. ஊருக்குப் போயி, மொதல் வேலையா கணபதி கால்லெ விழுந்து மன்னிப்புக் கேக்கப்போறேண்டா.

நான் பேசினது காரணம் என்று இப்போதும் நான் நம்பவில்லை. ஆழ்மனத்தில் அவர் தாமாகவே எட்டியிருந்த பதநிலையில், கடைசிச் சம்மட்டியடியாக இது இருந்திருக்கலாம்.

கரட்டுப்பட்டியிலிருந்து வில்வண்டியேறி ரகுபதி தன் ஊர் போனதோடு இந்தக் கதை முடிந்திருக்க வேண்டும்... இந்த இடத்தில்தான் தமிழ் சினிமா வருகிறது.

ஓரிரு மாதங்கள் கழித்து, சுந்தரம் அண்ணா குணமாகி வீடு திரும்பிய பிறகு நடந்தது இது. ஏதோ புத்தகத்தில் நான் மூழ்கியிருந்தேன். சுந்தரம் அண்ணா கேட்டார்:

ஏண்டா, அன்னிக்கு ரகுபதீட்டெ நீ என்ன சொன்னே?!

குரலில் இருந்த வாத்சல்யம் எனக்கே புதிதாய் இருந்தது. ஒரே கணம்தான். நான் பதில் சொல்ல முனைகிறேனா என்றுகூடக் கவனிக்காமல் அம்மாவின் பக்கம் திரும்பி, வழக்கமான, எனக்கு எப்போதும் எரிச்சலூட்டும், பழைய குரலில் சொல்ல ஆரம்பித்தார்:

ஏம்மா, அன்னிக்கி இவனைப் பாத்துட்டு ரகு நேரே கணபதியெப் பாக்கப் போயிருக்கான். வாசல்லே ஷாமியானா போட்டுண்டுருந்தாளாம். நாலஞ்சு சேரைப் போட்டு உள்ளூர்ப் பெரிய மனுஷா வேறெ. இவனுக்கு ஷாக்காயிடுத்து.

சுந்தரம் அண்ணா ஆஸ்பத்திரியில் இருந்ததால், இருவருமே போக முடியாமல்போன துஷ்டி அது. முகத்தில் சலனமேயில்லாமல் அம்மா கேட்க, அண்ணா தொடர்ந்தார்:

ரகுவெ உள்ளெயே விடல்லே. உள்ளேர்ந்து சாமளா மன்னி, 'தோசி தோசி. உன்னாலெதாண்டா என் புருஷன் போய்ச் சேந்தான்னு ஒரே அலறலாம்...

ரகுபதி குடும்பத்தின் தகராறுகளை ஆர்வமாய்ப் பேசத் தொடங்கினார்கள்.

அவர்கள் கிடக்கட்டும், இது தமிழ் சினிமா கிளைமாக்ஸ் மாதிரியே இல்லை? நூறு நூறு தத்துவப் பாட்டுக்கள் இனிமையான மெட்டுகளோடு நினைவில் ஊறவில்லை?

❖

82

ஒடம்புக்குள்ளெ மனசு இருக்கா, மனசுக்குள்ளெ ஒடம்பு இருக்கா? யோசிச்சுக் கிட்டே போயி, ஒரு சார்மினார் பாக்கெட்டு வாங்கிட்டு வந்துரு சரவணா.

என்று என்னை அனுப்பினார் பரஞ்சோதி அண்ணன். அவர் பிடிக்கும் சிகரெட் எனக்குத் தெரியும். ஆனாலும், எப்போதுமே, எதையுமே விளக்கமாய்த்தான் சொல்வார்.

அவரிடம் குறி கேட்க ஒரு தம்பதி வந்திருந்தனர். இப்படி யாராவது வரும்போது, என்னை மாதிரி சீடர்களை சிகரெட் வாங்க அனுப்பிவிடுவார் – எங்கள் காசில். சொந்தக் காசில் வாங்குமளவு வருமானம் கிடையாது.

தையல் எந்திரமே பாதி இடத்தை அடைத்திருக்கும் எட்டடிக்கு எட்டடி அறையில், காஜா எடுக்கவும் ஓரம் அடிக்கவும் மட்டுமே திறமையுள்ள தையல்காரரைத் தேடி, கூட்டம் கூட்டமாக வாடிக்கையாளர்கள் வருவார்களா என்ன?

அண்ணனிடம் தைக்க வருகிறவர்களைவிட, இப்படி ஜோசியம் பார்க்க, ஆரூடம் கேட்க, வருகிறவர்கள்தாம் அதிகம். வெற்றிலை பாக்கும், ஒரு ரூபாய் நாணயமும் தவிர வேறு சன்மானம் எதுவும் வாங்க மாட்டார். விடுமுறை நாட்களில் பகல் முழுக்க, வேலை நாட்களில் அவகாசம் கிடைக்கும்போதெல்லாம் அவருடனேதான் இருப்பேன். அந்தச் சின்ன அறைக்குள் ஒட்டுமொத்தப் பேரண்டத்தை அடைத்து வைக்கும் வித்தகர் என்று எனக்கு எண்ணம். அவர் சொல்லும் பல விஷயங்கள் புரியாது என்றாலும், அவற்றில் செயல்படும்

தர்க்கமும் புதிர்த்தன்மையும் என்னை மிகமிக வசீகரிக்கும் . . . அண்ணனின் சீடனாக இருந்து சித்தபுருஷனாக மாறுவது என் உத்தேசம். 'கொஞ்சநாள் பொறு, இன்னும் சில பயிற்சிகள் சொல்லித்தருகிறேன்' என்றிருந்தார்.

தனியார் நிறுவன குமாஸ்தா என்பதால் அவரைவிட என்னிடம் பணப்புழக்கம் அதிகம். ஆனால், இந்த வாரத்தில் இது நாலாவது பாக்கெட். அவரிடம் மறுத்துச் சொல்ல தைரியமின்றி, உபரியாய்ப் பணம் ஈட்டவும் மார்க்கமின்றி அல்லாடுவேன்.

அண்ணாச்சி கடையைப் பார்த்து நடக்கும்போது, முரண்டு செய்யும் வளர்ப்பு நாய்போலத் திமிறிக்கொண்டு வந்தது மனம். அண்ணனின் வாழ்க்கை சீடப் பிள்ளைகளின் பர்ஸுக்குள் இருக்கிற மாதிரிச் சித்திரம் எழுந்தது. அதே சமயம் அவர் எழுப்பிய கேள்வியும் என்னை விசுவாசமான நிழல்மாதிரித் தொடர்ந்தது.

நான் கொஞ்சம் இடைவெளிவிட்டு, இரண்டு வில்ஸ் ஃபில்ட்டர் சிகரெட்டுகள் முடித்து, திரும்பி வந்தேன். தம்பதி போய்விட்டிருந்தனர். அண்ணன், சிகரெட் பற்ற வைத்துக் கொண்டார். என்னிடம் கொடுத்தனுப்பிய விடுகதையை விளக்கினார்:

> கல்லீரல் மாதிரி, கொடல் மாதிரி நம்மளோட உள்ளூறுப்பு இல்லே மனசு. ஆனாலும், போற எடத்துக்கெல்லாம் அதையும் சொமந்துக்கிட்டுத்தானே போகுறம்? அப்பன்னா, மனசு ஒடம்புக்குள்ளெ இருக்குன்னு ஆகுது. ஆனாக்கெ, ஒசரம் கொறைவான நெலைவாசல்லெ நொளையப் போகையிலெ, தலை தானாக் குனிஞ்சிக்கிருதுல்லே, அப்ப மனசுக்குள்ளெதான் முளு ஒடம்பும் இருக்கூன்னு ஆவுதா இல்லியா!

'ரெண்டையும் சொன்னா எப்பிடிண்ணே?' என்று மனசுக்குள் கூவினேன் . . . அவர் விளக்கினாரா, குழப்பினாரா என்று புரியவில்லை. முன்னும் பின்னும் இல்லாமல் திடீரென்று அந்த ஒரு கேள்வியை மட்டும் ஏன் வழங்கினார் என்றும் தெரியவில்லை.

அப்போது இன்னும் சிலவும்கூடத் தெரியாது – அதுதான் அண்ணனுக்காக நான் வாங்கிய கடைசிப் பாக்கெட்; இன்னும் ஒரு மணிநேரம் கழித்து நான் கிளம்ப முற்படும்போது, 'சரவணா, ஒரு நூறு ரூவா இருந்தாக் குடப்பா' என்று கேட்பார்; கொடுப்பேன்; அந்தக் கணமே, 'இனி அவரைச் சந்திப்பதில்லை' என்று முடிவெடுப்பேன்; சில புத்தகங்கள், சில நட்புகள், சில

கேள்விகள், சில யோசனைகள் வழியே அவரிடம் வந்துசேர்ந்த நான், மேற்படிச் சமாசாரங்கள் அத்தனைக்கும் முற்றுப்புள்ளி வைப்பேன்; தத்துவ விசாரத்தைவிட நூறு ரூபாய்க்குப் பெறுமானம் அதிகம் என்றெல்லாம்.

ஆனால், அவ்வளவு நேரடியாக அர்த்தப்படுத்திக் கொள்வதும் சரியில்லை. அந்த வாரம் தரகர் கொண்டுவந்த ஜாதகம் என்னுடையதுடன் வெகுவாகப் பொருந்திப்போனது; அதைவிடவும், வசதிக்குறைவான, சாது மாப்பிள்ளை அவர்கள் குடும்பத்தின் விழைவுக்குப் பொருந்திப்போனது என்பதையும் குறிப்பிட வேண்டும்.

திருமணத்துக்கு பரஞ்சோதி அண்ணனை அழைக்க வில்லை நான்; அவரை விட்டு விலகியது அல்ல; வந்தவளின் குடும்பப் பின்னணியில் தெய்வத்துக்கு இடமே கிடையாது என்பதுதான் முதன்மையான காரணம். மாமியார் மட்டும் பயந்து பயந்து ரகசியமாக பக்தி செலுத்துவார் . . .

ஆனால், என்னைப்போல அண்ணனுடன் இருந்த பலரும் விலகிப் போய்விட்டார்கள் என்று பிற்பாடு கேள்விப்பட்டேன்...

இடையில் ஒருநாள், இன்னொரு கேள்வி தானாய் எழுந்தது – பருவுலகமும், அதில் பரந்து நிரம்பிய மனித சமூகமும், எனக்குள் இருக்கிற விதமாகத்தான் அண்ணனுக்குள்ளும் இருந்திருக்குமா? அவரைப் போன்றவர்கள் சமூகத்துக்கு உள்ளே இருக்கிறார்களா, வெளியிலா? இப்படித்தான், ஆரம்பத்தில் நான் ஆரம்பத்தில் குறிப்பிட்ட கேள்வியும் என்னை விடாமல் தொடர்ந்துகொண்டிருந்தது.

மாமனார் கறாரான மனிதர். கொள்கைதான் முக்கியம், பதவி அல்ல என்று வாழ்கிறவர். அறுவைச் சிகிச்சைக்குக் கிளம்பும்போதுகூடத் திருநீறு பூச மறுத்துவிட்டார். ஒரு கண்ணில் புரை அகற்றிய பிறகு, அறுவை மேசையில் நேர்ந்த ஏதோ தவறின் காரணமாக இரண்டு கண்களிலும் தொற்றுப் பீடித்தது. முழுமையான பார்வை திரும்புமா என்பதையே ஒரு வாரம் கழித்துத்தான் சொல்லமுடியும் என்று பயமுறுத்தி, இரண்டு கண்களையும் துணித்திரையால் மறைத்துக் கட்டிய மருத்துவர், சாயந்திரம் பார்வையாளர் நேரத்தில் கறுப்புக் கண்ணாடி அணியச் சலுகை தந்தார்.

சென்னையின் உயர்கட்டண மருத்துவமனையில் அனுமதிக்கப்பட்டிருந்தார் மாமா. பகலில் என் மனைவியும், இரவில் நானும் துணைக்கு உடன் இருந்தோம். என்ன, அவள்

மகள்; நான் அடிமை. மாநில அமைச்சர் உள்ளிட்ட கட்சிப்பிரமுகர்கள், இயக்கத் தோழர்கள், எதிர்க்கட்சியினர், பல துறைகளிலும் உயர்பதவியிலுள்ள அரசு அதிகாரிகள், திரைத்துறையினர் என வந்துசென்ற முக்கியஸ்தர்களின் பட்டியலை மனைவி தினசரி ஒப்பிப்பாள். ஒட்டுமொத்த சமூகமும் அவருக்குப் பார்வை மீள்வது பற்றி அக்கறையில்லாமல் இருக்கிறதே என்று கவலையாய் இருக்கும் எனக்கு.

அன்று விடுமுறை நாள். பகலிலும் உடன் இருந்தேன். கணவரைப் பார்க்க வந்த கிழவி, புதிதாகக் கிடைத்த தைரியத்தாலோ என்னவோ, ‘இப்பிடிச் சோதிச்சுருச்சே, என் குலதெய்வம் . . .’ என்று வாய்விட்டு அரற்றினார் – அல்லது வாய்தவறி. திரை மூடிய விழிகளுடன் படுக்கையில் அமர்ந்து காஃபி குடித்து முடித்திருந்த பெரியவர், தம்ளரை மனைவியின் திக்கில் வீசி எறிந்தார். முன்னுணர்ந்தவர் மாதிரி விலகியதால், அடிபடாமல் தப்பினார் மாமியார். துல்லியமான வெண்மை மிளிரும் பளிங்குக் கல் தரையில் வண்டிமாடு கழித்துச் சென்ற சிறுநீர்த் தடம்போல காஃபி சிந்தியது.

ஒரிஜினல் விஷயத்துக்கு வருகிறேன். ஆரம்பத்தில் குறிப்பிட்ட கேள்வி தொடர்பாக சில தெளிவுகள், நிறைவுகள் அன்று மாலையில் கிடைத்தன. முதலில், அந்தக் கேள்வியின் அடிப்படை ஆன்மீகம் அல்ல; வெறும் தர்க்கம் மட்டுமே என்று புரிந்தது . . .

மகளின் உதவியுடன் நாற்காலியில் வந்து அமர்ந்திருந்த பெரியவர், முழங்கைகளை மேஜையில் ஊன்றி, வெண்ணிற விரிப்பை இரண்டு கையாலும் நீவிக்கொண்டிருந்தார். கறுப்புக் கண்ணாடி முகம் வேறு திசையில் திரும்பியிருந்தது. நீவும் இடத்தில் பார்வை குவியவில்லை என்பது வெளிப்படையாய்த் தெரிந்தது. முகத்தின் பாவனை, பார்வையற்றவர்களுடையது போலவே இருந்தது. அல்லது அது என் யூகமோ?

மறுநாள், விடுப்பு எடுத்தேன். மூத்த மருத்துவர் முடிவு சொல்லவிருந்தார் – முந்தின நாளே மாமனார் அறிந்து வைத்திருந்த செய்தியைச் சொன்னார் அவர். குடும்பத்தினர் அழத்தொடங்கினர். எனக்குள் நிரம்பியது என்ன, சங்கடமா ஆசுவாசமா! முரடர் என்றாலும் மாமனார் அல்லவா. வெளியேறி வந்து, சிகரெட் பற்றவைத்தென். பரஞ்சோதி அண்ணன் கேள்விக்கு பதில் கிடைத்த மாதிரிப் பட்டது. ஆமாம், மாமனாரின் கண்கள் இருப்பது முகத்தில் இல்லை – அவரது மனத்தில் . . .

இன்னொரு தெளிவும் கிடைத்தது: சிகரெட் முடிந்து வந்தபோது, மாமியார் குரலெடுத்து அழுதார். 'இப்பிடிப் பண்ணிப்புட்டானே, இப்பிடிப் பண்ணிப்புட்டானே சண் டாளன் – எத்தனெ அவிசயம் செஞ்சேன், எத்தனெவாட்டி அர்ச்சனெ வச்சேன் . . .'

டாக்டருக தப்புக்கு, ஒங்காள் என்னாடீ செய்வாரு?

என்று தளர்ந்த, ஆனால், உறுதியான குரலில் சொன்னார் என் மாமனார் . . .

அவரும் பரஞ்சோதி அண்ணனும் ஒரே ஆள்தான் என்று எனக்குத் தோன்றியது.

◆

83

ஜேவீக்கும் எனக்கும் நாலைந்து வயதுதான் வித்தியாசம். என் மகன் பத்தாம் வகுப்புப் போகும்போதும், ஜேவீ மணமாகாமல் இருந்தான். மிகவும் உரிமையாகப் பேசிக்கொள்வோம். ஒருமுறை, கடும் போதையில் சாப்பாட்டுத் தட்டை என் மேல் விசிறியடித்து, ஒரு திருமணத்தை முன்னிட்டு முந்தினநாளே வந்திருந்த வெளியூர் நண்பர்கள் திகைத்து எங்களைப் பார்த்ததும், கோலாகலம் நிரம்பியிருந்த கடற்கரை ரிசார்ட் உணவகத்தில் சட்டென்று படிந்த மயான அமைதியும்கூட எங்கள் நட்பைக் குலைக்கவில்லை.

வாட்ச் புதுசா இருக்கே!

என்று கேட்டேன், விருந்துக்கு வந்திருந்த மூத்த நண்பரிடம்.

ஆமா, ஸில்வர் ஜுபிலிக்காக என் ஆஃபீஸ்லெ கிஃப்ட் குடுத்தாங்க.

என்றார். நிறுவனத்தின் வெள்ளிவிழா அல்ல. அது நூற்றாண்டு கடந்த ஆலமரம்; அவருடைய சேவைக்கான அங்கீகாரம். அந்த இடத்தில்தான் திருப்பம் நிகழ்ந்து, சாப்பாட்டுத் தட்டு பறந்தது. பதிலளித்தவரின் புன்னகை மறைவதற்கு முன்பே, ஜேவீ சொன்னான்:

நான் வேலை தேட ஆரமிச்சே இருபது வருஷம் ஆச்சு. அதுக்கே எனக்கொரு ராடோ வாட்ச்சு ப்ரைஸ் குடுக்கலாம்.

போதை அவனுடைய துடுக்கை அதிகப்படுத்தி யிருந்தது என்றால், எனக்குள் இருக்கும் உளவியல் மேதையை உயிர்ப்பித்திருந்தது போல.

ஒனக்கு வேலை பாக்குறதிலெ இஷ்டம் இருக்கா என்ன?!

என்று நுட்பமான கேள்வியை வீசினேன் – சிரித்துக் கொண்டேதான். ஆனால், அது அவனுடைய

பலவீனமான இடத்தில் தாக்கியிருக்க வேண்டும். சாப்பாடு பறந்து சிதறியது.

மறுநாளே நாங்கள் வழக்கம்போல சுமுகமாகப் பேசிக்கொண்டோம். போதையும் தூக்கமும் கிறக்கியிருந்த போதிலும், உறங்குவதற்குச் சற்று முன்னா, அல்லது உறக்கத்தின் ஆரம்பத்திலா என்று தெளிவில்லை – அவனுடைய மர்மஸ்தலத்தில் சொல்லெறிந்திருக்கக் கூடாது என்று நான் குமைந்தது நினைவிருக்கிறது.

ஒரு தீபாவளியை என் வீட்டில் கொண்டாட வேண்டியதானது அவனுக்கு. தகப்பனாரின் மறைவுக்குப் பிறகு ஜேவீயின் குடும்பத்தைப் பேணிவந்த உறவினர் காலமாகி யிருந்ததால், அவன் சொந்த ஊருக்குப் போகவில்லை. தவிர, புதிதாகச் சேர்ந்திருந்த பதினேழாவது நிறுவனத்தில், தீபாவளிக்கு ஒரே நாள்தான் விடுமுறை. போக ஓர் இரவு, திரும்ப ஓர் இரவுத் தொலைவில் உள்ள ஊர். எட்டு மணிக்கெல்லாம் வெளிறி, இன்னொரு நாளாகப் பூசணம் பூக்கப்போகிற தினத்தில் எங்கே இருந்தால் என்ன என்று தத்துவார்த்தமாகக் கேட்டு, என் வீட்டுக்கு வந்துவிடுவதாக அவனே முடிவெடுத்தான்.

பண்டிகையை எங்களுடன் கொண்டாட என் மாமனார் மாமியாரும் வந்திருந்தனர். வாழையிலையில் சூடான வெள்ளையப்பத்தை வைத்தவுடன், இலை நிறம் வெளுத்து, பச்சை மணம் எழுவதையும் சேர்த்து ருசித்துக் கொண்டிருந்தபோது மாமி கேட்டார்:

ஒங்களுக்குள்ளெ எப்பிடிப் பழக்கம் உண்டாச்சு?

யோசித்தால் எங்களுக்கே தெரியாது; ஷிவ்குமார் சர்மாவின் கச்சேரியில்தான் முதல் சந்திப்போ என்று நானாக நினைத்துக் கொண்டேன். முந்தைய இரவு, ஒரு மணிவரை மொட்டைமாடி யில் நாங்கள் புகைத்தபடி பேசிக்கொண்டிருந்தபோதே, கீழே, வியப்பும் எரிச்சலுமாக என் மனைவியிடம் விசாரித்திருக்கிறார்:

விடிய விடிய அப்பிடி என்னதான் பேசுவா? இந்தோன்னு தலைக்கு எண்ணெய் வச்சிக்கணுமே . . .

சாஸ்திரீயப் பாடகராகத் தலையெடுத்திருந்தால் யார் அபாரமாய் ஒளிர்ந்திருப்பார் – பி லீலாவா பி சுசீலாவா என்று நாங்கள் விவாதித்தோம் என்றால் அந்த மூதாட்டிக்கு என்ன புரியும்? இரண்டாம் வகுப்புக்குப் பிறகு பள்ளிக்கூடப் பக்கமே போகாதவர், பாவம். சுலோகம் தவிர எதுவுமே கேட்காதவர் . . . இருவருமே சிரித்தோம். பதில் சொல்லவில்லை.

பண்டிகைச் சாப்பாட்டை முடித்தபிறகு, என்னுடைய இருசக்கர வாகனத்தை எடுக்கச் சொன்னான். பின்னால் அமர்ந்து வந்து, எங்கள் பகுதியிலேயே இருந்த கடையில் எட்டுமுழ வேஷ்டி துண்டும், ஒன்பது கஜப் புடவையும் வாங்கினான். என் மாமனார் தம்பதியை நிற்கச்சொல்லி நமஸ்கரித்து வழங்கினான்.

எங்களுக்கெல்லாம்கூட அந்த தீபாவளிக்கு இரண்டு செட் உடை கிடைத்திருந்தது. தயக்கமில்லாமல் வாங்கிக் கொண்டேன். அவன் ஒரு வேலையை விட்டு அடுத்ததுக்குத் தாவும் இடைவெளிகளில், எவ்வளவோ பணம் நானே கொடுத்திருக்கிறேன். என் பெயரைச் சொல்லி என் உறவினர்கள் ஒரிருவரிடம் அவன் கைமாற்று வாங்கியதும், நான் திருப்பிக் கொடுத்ததும்கூட உண்டு. நண்பர்களுக்குள் கணக்கென்ன, வழக்கென்ன . . .

அப்படியிருந்தும் ஒருநாள் அந்த உறவு முறிந்துபோனது. நான் வீட்டைக் கட்டியது தரையில் அல்ல, என் உச்சந்தலை யில் என்பதைப் பெரும் பளுவாய் உணர ஆரம்பித்திருந்த நேரம். இருபது தேதிக்கப்புறம், ஒரு சிகரெட் குடிப்பதற்குக்கூடப் பணம் புரட்டுமளவு நெருக்கடி. அத்தனை வெறுப்புடன் நான் சிகரெட் குடித்ததே கிடையாது; ஆனால், அந்தக் காலகட்டத்தில்தான் சிகரெட்டின் தேவை அதிகரிக்கவும் செய்தது.

கைபேசிகள் நடைமுறைக்கு வராத நாட்கள். இப்படி ட்ராயர் முழுக்கப் பணத்துடன் இருக்கிறோம், கடல் பயணிக்கு தாகம் எடுத்த மாதிரி ஆகிவிட்டதே; நம்மையறியாமல் தப்பு ஏதும் செய்துவிடுவோமோ என்ற கலக்கம் அதிகரித்து, கூண்டைவிட்டு வெளியே வந்தேன். கலா குமாரிடம், ஐநூறு ரூபாய் தரமுடியுமா, சம்பளம் வந்ததும் திருப்பித் தருகிறேன் என்று கேட்பதற்குள் கடுமையாய் வியர்த்துவிட்டது. சின்னவளின் பிறந்தநாள். கேக் வாங்காமல் வீட்டுக்குப் போனால் குழந்தை ஏங்கிவிட மாட்டாளா?

கலா குமார் அழகிய புன்னகையுடன், தன் கைப்பையில் தேடி எடுத்துத் தந்தாள்.

நிச்சியம் தந்துருவீங்கல்ல?

என்று கேட்டும் தொலைத்தாள். மிகச் சரியாக அதே சமயம் அவள் மேஜையிலிருந்த தொலைபேசியில் எனக்கு அழைப்பு வந்தது. ஜேவீதான்.

மாப்ளே, நாந்தாண்டா.

இந்தப் பக்கம் என் மூக்கில் மதுவின் நெடி ஏறிய மாதிரி உணர்ந்தேன் . . . அடப் பாவி, இப்படியா; மத்தியானம் மூன்று மணிக்கேவா? எங்கிருந்துதான் காசு கிடைக்கிறதோ?. . .

சொல்லுடா.

என்றேன்.

என்னோட க்ளாக் ரிப்பேராயிருச்சுடா. சர்வீஸ் பண்ணி வாங்கணும். ஒங்க ஆஃபீஸுக்கு வந்தா ஒரு நூறு ரூபா தருவியா?

நீர் சுரந்த வெற்றுச் சுவர்கள் கொண்ட வாடகை அறையில் குடியிருப்பவன்.

க்ளாக்கா?!

ஆமாடா, கையிலெ கட்டுவோமில்லே?

என் கிட்டேப் பணமில்லே. அப்பறம் இன்னொரு விஷயம் . . .

என்ன?

இன்னிமே என்னெப் பாக்க வராதே.

தீவிரமாக உடல்நிலை சீர்கெட்டு, எனக்குத் தகவல் எட்டிய நாளில், அவன் இறந்தே மூன்று வாரங்கள் ஆகியிருந்தது. நான் தராத நூறு ரூபாய் மனக்கண்ணில் தோன்றி, கடும் குற்றவுணர்வுக்கு ஆளாக்கியது. ஏதாவது புத்தகம் வாங்குவதற்காக என்று சொல்லியிருந்தால் கொடுத்திருப்பேனோ? அப்புறம், அந்தப் புத்தகம் என்னிடமே வந்துவிடும்; வாடகை அறையைவிட, சொந்தவீட்டில் புத்தகங்களை அடுக்க இடவசதி உண்டே!

அதுவரை நான் மன்னித்தவர்களின் பட்டியல் படுவேகமாக ஓடியது. அவ்வளவு ஏன், கலா குமாரிடம் வாங்கிய ஐநூறு ரூபாயை, நாலைந்து மாதங்கள் கழித்துத்தானே திருப்பிக் கொடுத்தேன்? ஐந்தோ பத்தோ என்றால் கொடுத்திருக்கவே மாட்டேன் . . .

அது கிடக்கட்டும், இறந்தவர்களோ, இருப்பவர்களோ, மற்றவர் பற்றிய ஆவலாதிகளைத் தொகுக்கும்போது, ‘நான் மட்டும் தங்கமானவன்’ என்ற தொனி இயல்பாக வந்துவிடுகிறதே, எப்படி!

84

பெரியவனான பிறகு செய்ய வேண்டியவை என்று ஏகப்பட்ட கனவுகள் வைத்திருந்தான் சேது. ராணுவத்தில் சேர வேண்டும்; விருப்பப்பட்டவளைக் கட்ட வேண்டும் – எந்த ஜாதிக்காரியானாலும் சரி. இப்போது மாதிரி, பெற்றவர்களின் வற்புறுத்தலுக்காக நெற்றி நிறைய விபூதி பூசிக்கொள்ளக் கூடாது. இன்னும், நினைத்தபோதெல்லாம் இரண்டாம் ஆட்ட சினிமா, நள்ளிரவில் வீடு திரும்பும் வழியில் சுடச்சுட மிளகுப் பால் குடிப்பது, பர்ஸ் நிறையப் பணம் வைத்துச் செலவு செய்வது, வலைபனியன் முன்புறம் திணித்த சிகரெட் பாக்கெட்டுடன் பெரியவர்கள் முன்னால் தைரியமாக உலவுவது . . .

இவ்வளவு நீளமாக அடுக்கியிருக்க வேண்டாம். தாய்மாமன் ராமனாதன் மாதிரி ஆக வேண்டும். அவ்வளவுதான். நீலாம்பா டீச்சர் ஒவ்வொருவரையாகக் கேட்டுவந்த போது, ஆளாளுக்கு ஏதேதோ லட்சியம் சொன்னார்கள். வகுப்பின் கனவில் உற்பத்தியான நிபுணர்கள் நிஜமாகவே உருவாகி வந்திருந்தால் நாட்டுக்கோட்டைப் பகுதி இந்தியாவுக்கே முன்மாதிரியாகி, இந்தியா வல்லரசாகியிருக்கும். ‘பெரியவனான பிறகு ராமனாத மாமா ஆவேன்’ என்று சேது வெகுளியாகச் சொல்ல, வகுப்பே சிரித்தது. டீச்சர் ஸ்டாஃப் ரூமில் சொல்லிச் சிரிக்க, ஒவ்வொரு டீச்சராக இவனைக் கூப்பிட்டுக் கேட்டு, பதில் சொன்னதும் இன்னொரு தடவை சிரித்தார்கள். தன் பதிலை ரசிக்கிறார்கள் என்பதே சேதுவுக்குப் போதுமானதாய் இருந்தது. வேறு எந்தப் பயல் பதிலுக்கும் இப்படியொரு வரவேற்பு இல்லையே என்று குதூகலமாய் இருந்தது.

படிப்பு முடிந்து, வேலையில் சேரும்வரை அந்தக் கனவுகள் கூடவே இருந்தன. ஆனால், அவற்றில் எதற்குமே மெனக்கெட வேண்டியதில்லை. சும்மா

வளர்ந்தாலே போதும் என்று தானாய் நிரூபணமானது. 'சுதந்திரம் என்பது தனக்குள்ளிருந்தே பூத்தாக வேண்டிய மலர்' என்று இயற்பியல் வகுப்பில் ஜெபராஜ் சார் சொன்ன வாக்கியம் இன்று வரை உள்ளுக்குள் ஒலித்துக்கொண்டு இருக்கிறது.

ஆனால், பட்டியலின் இரண்டாவது ஐட்டம் அத்தனை சுலபமானதல்ல என்பது சீக்கிரமே தெரிந்துவிட்டது – நகரத்துக்கு வந்தாயிற்றே, ஜாதியெல்லாம் அவ்வளவு அழுத்தமாகவும் வெளிப்படையாகவும் தெரியாத பிராந்தியம்தானே என்று சக ஊழியையும், சாந்தத்தின் உயிர்வடிவமானவளுமான வனஜாவைக் காதலிக்க ஆரம்பித்த பிறகு. சிகரெட் புகைப்பதும், வார இறுதியில் 'லைட்டாக' சாப்பிடுவதும் தெரிய வந்தபோதுகூட எதுவும் சொல்லாத ஆத்தா, சாதாரணமாய், ஆனால் கறாராக, சொன்னாள்:

> நாம்ப நகரத்தாரு. அவுக இருபத்துநாலு மனைத் தெலுங்குச் செட்டி.

அந்த வகையறாவின் பெயரையே அவமரியாதையாய்ச் சொல்கிறாளே என்று சோர்ந்தபோது, சிதம்பரம் உதவிக்கு வந்தான். பெரியாத்தா மகன். 'கிழக்கே போகும் ரயில்' பட இடைவேளையில் சிகரெட் பிடித்தபடி நின்றிருந்தபோது யோசனை சொன்னான்:

> ராமனாது மாமாகிட்டெச் சொல்ல வேண்டியதுதானடா.

பட்டாளத்தான் காதலைக் காப்பாற்றுவது சினிமாவில் மட்டும் அல்ல என்று நிரூபித்தார் மாமா. தனி மனிதராக நின்று சகல அவமானத்தையும் தாங்கினார். தன்னுடைய மகள் விரும்பிய வேற்று சாதிப் பையனையும் மனமார ஆசீர்வதிக்கத்தான் செய்தார்.

> எங்கக்காவுக்கு சாங்கியம் பண்ணுறதுக்கு, சொந்த மருமகளுக்கு இல்லாத உருத்து வேற எவளுக்கு இருக்கு? என்னா அய்த்தான், நாஞ் சொர்றது சரிதானெ?

என்று ஆத்தா இறந்தபோது அவர் புயலாகச் சீறியது இன்னமும் காதில் ஒலிக்கிறது.

மனைவி இறந்த துக்கத்தில் முழுசாக மூழ்கியிருந்த அப்பச்சி தலைநிமிர்ந்தார். கலங்கிச் சிவந்த அந்தக் கண்களை மறக்கவே மாட்டான் சேது. சாகும்வரை அப்பச்சி இவர்கள் பராமரிப்பில் இருந்ததற்கு அந்த ஒரு காட்சிதான் காரணம். கல்யாண சமயத்தில் அப்பச்சி பேசியிருந்த வார்த்தைகள் அத்தனையும் அந்தச் சிவப்பில் பொசுங்கிப் போயின.

ஆமாம், அடிபட்ட குருவி மாதிரி ஒரு தூணருகில் ஒண்டி விசித்துக்கொண்டிருந்த வனஜாவும் அப்போதுதான் நிமிரவே செய்தாள். இதோ, இரண்டாவது பயலுக்கு சேகர் என்ற ராமனாதன் என்று பெயர் வைத்து, அவன் கல்லூரியும் சேர்ந்தாயிற்று . . .

திருவொற்றியூரில் இருந்த மண்டபத்துக்கு முன்னமே போனதுண்டு. சமூகத்தில் இறந்தவர்களை அஞ்சலி மற்றும் இறுதிக் காரியங்களுக்காக இங்கே கொண்டு வந்துதான் கிடத்துவார்கள். இறப்பு ஒரு சமுதாய விஷயம் என்பதற்காக மட்டுமல்ல, சொந்த பந்தங்களும் நட்புகளும் ஒன்றாய்க் குழுமி அழுவதற்கும் மாரடிப்பதற்கும் யார் வீட்டில் இடம் இருக்கிறது?

ஆனால், இந்த முறை வாசலிலேயே நின்றுவிட்டான். வனஜாவும் மகன்களும் உள்ளே போனார்கள். காரை நிறுத்தி விட்டுத் திரும்பி வரும்போதே, சேதுவின் மனம் 'வேண்டாம், வேண்டாம்' என்று அரற்ற ஆரம்பித்துவிட்டது. கொஞ்சம் எட்டிப் பார்த்தால் பேழை கண்ணில் பட்டுவிடும். பார்க்கப் பிடிக்கவில்லை. கால் சோர நின்றிருப்பதும் ஒருவித அஞ்சலி என்று தோன்றியது. அரைமணி நேரத்துக்கொரு முறை நூறு மீட்டர் தள்ளிப் போய் ஒரு சிகரெட் பிடிப்பதும் ராமனாத மாமாவுக்கான அஞ்சலியேதான். நிலைவாசலுக்கு உட்புறம், ப்ளாஸ்ட்டிக் நாற்காலியில், வரிவிடாமல் ஹிந்து பேப்பர் படிக்கிறான் சிதம்பரம். புகைக்கக்கூட வெளியே வரவில்லை. அதுவும் மாமாவுக்கு அஞ்சலிதான்.

அவர் இல்லாவிட்டால் அவனெல்லாம் பேங்க் வேலைக்குப் போயிருக்கவே வாய்ப்பில்லை. பிள்ளைப்பிராயத்திலேயே ஆங்கிலம் மற்றும் கணக்கின் அவசியத்தை அவனுக்கு உணர்த்தியவர் அவர்தான். பேழையின் திக்கில் வெறித்தபடி நின்றிருக்கும் ரமேஷ் என்ற முத்துக்கருப்பன். மாமாவின் சகலர் மகன். தன் பெயர் நாகரிகமாக இல்லை என்று விசனப் பட்டவனுக்கு, கெஜட்டில் பேர் மாற்றித் தந்தது மாமாதான்.

இன்னும், அவர் உதவியால் பள்ளிப்படிப்பு முடித்தவர்கள், பொன்னமராவதியில் பெட்டிக்கடை போட்டு இன்றைக்குப் பணக்காரர்களாய் ஆகியிருப்பவர்கள், வருமான வரி ஆலோசனை பெற்றவர்கள், வட்டிக்கணக்கில் இருந்த முறைகேட்டைக் கண்டு பிடித்து மீட்டவர்கள், சரியான டாக்டரிடம் சரியான நேரத்தில் சிகிச்சை எடுத்ததால் தப்பிப் பிழைத்தவர்கள் என்று உறவினர்களும் நண்பர்களும் வந்துகொண்டே இருந்தார்கள் . . . பேழைமீது குவியும் மாலைகளை எடுத்து

ஓரமாய்ப் போடுவதற்கென்றே நின்றிருந்தான் அந்தப் பையன். மிஞ்சிப்போனால், சின்னவன் வயதுதான் இருக்கும்.

தோள் ரெண்டும் கடுமையா வலிக்குதுண்ணா. ஆனா, தாத்தாவுக்காக என்னமும் தாங்கலாம்ங்கண்ணா.

என்றபடி சேதுவின் சிகரெட்டை வாங்கித் தன்னுடையதைப் பற்ற வைத்தான். என்ன வகையில் சொந்தமோ அல்லது பரிச்சயமோ... இவன் வயதில்தான் தானும் ஆரம்பித்தானோ? தொடர்ந்து, அந்த வயதில் தொடங்கி, கடைசியாய் ராமனாத மாமாவைப் பார்த்ததுவரையிலான சந்தர்ப்பங்கள் சேதுவுக்குள் புகைப்படங்களாக ஓட ஆரம்பித்தன.

இதுவரை ஓடிய எண்ணங்கள் எல்லாவற்றுக்கும் சேதுவிடம் ஒரு மானசீக ஆல்பம் இருக்கிறது. ரிஜிஸ்ட்ரார் அலுவலக வாசலில், கல்யாண வீடுகளில், இருளில் நின்று கங்குகள் ஒளிர ஆளுக்கொன்று புகைக்கும்போது, ஆத்தாவின் சடலத்தருகில் என ஏகப்பட்ட சந்தர்ப்பங்கள். எண்ணற்ற படங்கள். ஒவ்வொன்றாக, தன்னிச்சையாய்ப் புரண்டு மேலேறி மிதந்து மெய்த்தன்மை கொண்டன.

ஆனால், இன்றைய சந்தர்ப்பம் நிஜமாகவே நடக்க வில்லை; மாமா குறும்பாகக் கண்மூடிப் படுத்திருக்கிறார்; சுற்றிலும் நடக்கும் அமர்க்களங்களை ரசித்தபடி. ஆட்கள் குறைந்து குடும்பத்தவர் மட்டும் இருக்கும்போது சட்டென்று எழுந்து கண்சிமிட்டிவிட்டு,

ஏத்தா, வனசா, ஒரு வாய் காப்பித் தண்ணி குடேன்.

என்று கேட்கப்போகிறார். சிலிர்த்தது. சடாரென்று முள்பூத்த முன்னங்கையை அழுத்தித் தடவிக் கொண்டான். இப்படியொரு எண்ணம் எப்படி வந்தது? அடுத்த சிகரெட்டைப் பற்றவைத்தான். மூன்றாவது இழுப்பில், சிகரெட் ஞானம் வழங்கும் என்பது ருசுப்பட்டது.

ஆமாம். ஆல்பத்தில், ராமனாத மாமா செத்துக்கிடக்கும் புகைப்படம் இல்லை. அது வந்து சேராதவரை, நிஜமாகவே மாமா செத்துப்போய்விட்டார் என்று தன் மனம் நம்பாதோ? பாதி குடித்த சிகரெட்டை அவசரமாகத் தரையில் வீசி அரைகுறையாய் நசுக்கிவிட்டு, அமரர் ராமனாத மாமாவைப் பேழையில் பார்க்க வேகமாகப் போனான்.

❖

85

வியர்வை நாற, ஆளுக்கொரு பக்கம் வெறித்தபடி வந்து அமர்ந்தார்கள். சகதேவனின் சிந்தை அலைந்து திரிந்தது. ஏதோ மலைப் பிரதேசத்தில் யாருக்கோ பிறந்து, வளர்ப்புத் தந்தையை பால்யத்தில் பறிகொடுத்து, அறிவாளி என்று பெயரெடுத்த மூத்த சகோதரனின் அசட்டுத்தனத்தால் சகலத்தையும் இழந்து, காடுமேடு பாராமல் எலிகள்போலத் திரிந்து... எல்லாம் முடியும் தருணம் நிஜமாகவே வந்து விட்டதா என்ன?

இவர்கள் தரப்புதான் வெல்லப் போகிறது என்பதில் துளியும் சந்தேகமில்லை. சகுனங்களும் அவ்வாறே சொல்கின்றன. வீரம் மட்டுமா, நியாயமும் இவர்கள் பட்சத்தில்தானே இருக்கிறது. தவிர, யுதிஷ்ட்ரரின் ஜாதகத்தில் சக்கரவர்த்தி யோகம் இருக்கிறது. ஆனால்... சகோதரர்கள் அனைவரும் ஒன்றாயிருந்து, உயிரோடிருந்து, அரச போகம் அனுபவிப்போமா என்பதில்தான் குழப்பம் இருக்கிறது.

ஜோதிடம் அறிந்தவனுக்குத் தன் ஜாதகத்தை ஆராய அதிகாரமில்லை என்பது ஐதீகம்; தன் குடும்பத்தவருக்கும் பார்க்கக் கூடாது. கண்ணை மறைத்துவிடுமாம். அப்படிக் கறாராய் இருந்துவிட முடியுமா என்ன? இவன் பார்க்கத்தான் செய்தான்.

சகோதரர்கள் அனைவரின் ஜாதகத்திலும் பொதுவான இரண்டு அம்சங்கள் இருக்கின்றன. ஒன்று, ராஜ்யாதிகாரம் கிட்டும். இரண்டாவது, சகோதர இழப்பு நிச்சயம். இதுதான் அடிமனத்தில் அதிர்ந்துகொண்டே இருக்கிறது. இன்றுகூட, நகுலனுடன் வாட்பயிற்சி செய்தபோது, திடுமென்று தோன்றியது – அது இவனாய் இருக்குமோ?

யுதிஷ்ட்ரர் முதல் ஒவ்வொருவரையாய் இழந்து பார்த்து, சிந்தனை தவிக்கிறது. மானசீகத்தில் வீழும் சடலத்தைவிட்டு நகர மறுக்கிறது. சாவுக்கு துக்கம்கொள்வது க்ஷத்ரியனுக்கு அழகல்ல; அதற்காக? அவன் மனிதப் பிறவி இல்லையா என்ன?. . .

அல்லது, தானேதானோ? அப்படியென்றால், தன்னுடைய ஜாதகத்திலும் சகோதர இழப்பு என்றொரு பலன் எப்படி இருக்க முடியும்? ஒருவேளை, ஜோதிட சாஸ்திரத்தில் தான் அறியாத இன்னொரு பரிமாணம் இருக்கிறதோ என்னவோ? சூட்சும சரீரத்தையும், ஸ்தூல உடம்பையும் தனித்தனி உடல்களாக, சகோதர உடல்களாகக் கணிக்கும் மரபு ஏதும் இருக்கிறதோ! . . . சகதேவன் சிரித்துக்கொண்டான். நகுலன் கேட்டான்:

எதையோ மறைக்கிறாய் சகதேவா. சமீப காலமாய் நீ வழக்கம்போல் இல்லை.

அப்படியா சொல்கிறாய்!

பின்னே? வாள்வீசும்போது சட்டென்று எங்கோ ஆழத்தில் புதைந்து விடுகிறாய். உன் கண்களில் திரை விழுந்த மாதிரித் தெரிகிறது அப்போது . . .

இவனையா ஆழமில்லாதவன், மிருகவைத்தியமும், பராமரிப்பும் தவிர வேறொன்றும் அறியாதவன் என்று எண்ணுகிறார்கள்?!

இன்றேகூட, மூன்றுமுறை உன் வாள் கையிலிருந்து வீழும் நிலைக்கு வந்தது. . .

தட்டியிருக்கலாமே நகுலா! அப்படியாவது எனக்குப் புத்தி வந்து சேரட்டுமே!

சகதேவன் சிரித்தான். நகுலன் செல்லமாகக் கடிந்துகொண்டான்.

விளையாடாதே அப்பனே. குருக்ஷேத்திரத்தில் உனக்கு எதிராக நின்று போரிடப் போகிறவன் உன் இரட்டைச் சகோதரன் இல்லை.

வாள்வீசும்போது விதவிதமான நினைப்புகள் ஓடுகின்றன – இப்போதெல்லாம். அதனால்தான் கவனம் சிதறிவிடுகிறதோ என்னவோ.

புன்சிரிப்பு அடங்கி பதிலளித்த சகதேவனின் குரலிலும் தீவிரம் தொற்றியது . . . நகுலன் பதில் சொல் உதிர்ப்பதற்குள்ளாக, பின்புறம் கனைப்பொலி கேட்டது.

அந்த வேதியருக்கு எழுபது பிராயம் இருக்கலாம். பளீரென்ற உடம்பு. இயல்புக்கு அதிகமாகப் பருத்து, சரிந்த தொந்தி. வடக்கயிற்றின் கனத்துடன், புத்தம்புதிதாய் இருந்த புரிநூல். குடும்பச் சடங்கு ஏதும் அண்மையில் வந்துபோனதோ? அல்லது இவர் வேதியரே இல்லையோ?... வேஷதாரிகளின் நடமாட்டம் அதிகரித்துவிட்டதா, யாரைப் பார்த்தாலும் சந்தேகமாக இருக்கிறது. சென்ற வாரம், புதிதாக வந்த வேட்டுவச்சியிடம் திரௌபதி வாங்கிய வாழைக்குலையின் ஒரு பழத்தில் பாஷாணம் இருந்தது. கெட்டிக்கார நகுலன் மணத்தை வைத்தே சொல்லிவிட்டான். மதியம் வந்து போனவளை முன்னந்தியில் எங்கேயென்று தேட?... வேதியர் மீண்டும் கனைத்தார்.

நகுல சகதேவர்களின் அந்தரங்கத்தில் நான் குறுக்கிட்டுவிட வில்லையே?

‘அதுதான் குறுக்கிட்டு விட்டீரே!’ என்று நினைத்துக்கொண் டான் சகதேவன். வேதியரின் உபசாரப்பேச்சில் இனம்புரியாத கபடம் ஒளிந்திருக்கிறது என்றது உள்ளுணர்வு.

சொல்லுங்கள் அந்தணரே.

கொஞ்சம் கனமான விஷயம் ... இங்கே வேறு யாரும் வர மாட்டார்களே?

இது எங்கள் பிரத்தியேகப் பயிற்சிக் களம். நீங்கள் எப்படி உள்ளே வந்தீர்கள் என்பதே ஆச்சரியமாய் இருக்கிறது; காவலனை விசாரிக்கவேண்டும் ...

இருந்தான். பொதுவாக, வேதியர்களை யாரும் வழிமறிப்ப தில்லையே? அதிலும் துரியோதன மஹாராஜாவின் தூதர்களை ...

தூது வந்திருக்கிறீரா என்ன?!

என்று வேகமாகக் கேட்டான் சகதேவன். பதற்றமாகச் சொன்னார் வேதியர்:

உரத்துப் பேசவேண்டாமே ...

தூது எல்லாம் அண்ணன்மாரிடம் பேசவேண்டும். யுதிஷ்ட்ரரைப் பாருங்கள்.

என்றான் நகுலன். சகதேவன் கோபமாய்ச் சொன்னான்:

அண்ணா துரியோதனர் அரசாட்சி நடத்தும் விதத்துக்கு நல்ல சான்றுதான் இது. இன்னாரிடம் பேசவேண்டும் என்ற நியமம்கூடத் தெரியாத தூதுவர்கள் . . .

இல்லை. உங்களிடம் பேசுவதற்காகத்தான் அனுப்பி யிருக்கிறார் மஹாராஜா.

சகதேவனின் மனம் இன்னும் சுதாரித்தது. மௌனமாய் இருந்தான். வேதியர் மூன்றாம் முறையாய்ச் செருமினார். தமக்குள் தைரியம் ஊறக் காத்திருக்கிறார் என்று பட்டது. ஒரு கணம் பச்சாதாபம் ஊறியது – வயிற்றுப்பாட்டுக்காக என்னவெல்லாம் செய்யவேண்டி வருகிறது, பாவம் . . . தழைந்த குரலில் வேதியர் தொடர்ந்தார்;

ஒரு குளத்தில் பிறந்து வளர்ந்தாலும் மீன்களும் தவளையும் ஒன்றாகிவிடுமா?

யார் தவளை? நாங்களா, பெரியப்பா குமாரர்களா!

நகுலனின் குரலில் அலாதி கேலி. மறுபடி ஆச்சரியத்தில் ஆழ்த்துகிறான்! சகதேவனின் முகத்தில் இறுக்கம் தளர்ந்து மென்முறுவல் பூத்தது. வேதியர் முகம் கறுத்தது.

நகுலர் அவசரப்படுகிறார்.

அவசரம் அவனுக்கில்லை, ஐயா. உங்கள் மஹாராஜாதான் அவசரப்படுகிறார். இளையவர்களிடம் தூதனுப்பியதே அவசரத்தால்தான். மைத்துனர் கிருஷ்ணன் வந்தபோது முறையாகப் பேசவிடாமல் தடுத்தது அவரது அவசரம்தான். இதோ, உம்மை மாதிரி அரைவேக்காடுகளை அனுப்பி நோட்டம் பார்ப்பதும் அவசரபுத்தியேதான். யுத்தத்தில் தோற்பதற்கும், அற்பாயுசில் சாவதற்கும் இத்தனை அவசரப்படும் இன்னொருவரை குருவம்சம் பார்த்திருக்காது.

நகைத்தபடியே வெளியேறக் கிளம்பினர். பின்தொடர்ந்த வேதியர் முகம் மேலும் கறுத்தது. எச்சில் முழுங்கிவிட்டுப் பேசினார்:

மஹாராஜாவின் செய்தி எளிமையானது; நேரடியானது. நூற்றுவர்போல நீங்கள் ஐவரும் ஒரு வயிற்றில் பிறந்தவர்கள் அல்லவே. உங்களுக்கு உரிய பங்கு தருவதாக வாக்களிக் கிறார் மஹாராஜா – தம் பக்கம் வந்துவிட அழைக்கிறார்.

அவசரஅவசரமாய்ச் சொல்லி முடித்துப் பெருமூச்சு விட்டார். மூச்சு பலமாய் இழைந்தது. யோசிப்பதுபோல் சகதேவனின் நெற்றியில் வரிகள் மேவின. நகுலன் பேசினான்:

ஆஹா, தாராளமாய் . . . ஆனால், ஒருவர் மட்டும் வருகிறோம். அப்போதுதானே, யுத்தத்துக்கப்புறம் எங்களில் ஒருவராவது உயிரோடிருக்க வாய்ப்புண்டு! . . .

அவன் குரலில் வழக்கமான மந்தகாசம் இல்லையே என்று சகதேவன் திகைத்தான். வேதியரின் முகம் முழுசாக மலர்வதற்கு முன்பே நகுலன் தொடர்ந்தான்:

ஆனால், இந்தப் பக்கத்தில் ஒரு ஆள் குறையுமல்லவா? வேண்டுமானால், கர்ணனை இந்தப் பக்கம் வரச் சொல்லுங்களேன்!

வேதியரின் குரல்வளை பதற்றமாய் ஏறியிறங்கியது. அவனை எதற்காகக் கேட்கிறான் இவன் என்று சகதேவனுக்குள் திகைப்பு ஊறியது . . .

ஐயா, தூதுவரே, இத்தனை வருஷ வனவாசத்தில், எங்களுக்கு நரிக்கும் புலிக்கும் வித்தியாசம் தெரிந்திருக்காது என்றா நினைக்கிறீர்!

நகுலன் சிரித்தான். தூரத்தில், புழுதி கிளம்ப, வேகமாய் வரும் ரதத்தின்மீது சகதேவனின் கவனம் படிந்தது. வீரர்கள் ஏறுவது அல்ல. பெண்களுக்கானது. சாரதிக்குப் பின்னால் திரைத்தடுப்பு இருக்கிறது. அட, விதுரரின் கொடி பறக்கிறதே. வேகம் குறையா மல் கடந்தது ரதம் . . . அட, பெரியம்மா! இத்தனை அவசரமாய் எங்கே போகிறாள்?

குந்தி வேகமாய்க் கையசைத்தாள். மருமகன் சொல்கேட்டு, கர்ணனிடம் தூது போகிறாள் அவள் என்பது இவர்களுக்கு எப்படித் தெரியும்!

❖

86

மதுரைக்கு வரும்போது இருக்கும் அதே மனநிலை அல்ல, திரும்பிப் போகும்போது இருப்பது. மதுரையும் அதே மதுரை அல்ல. கிட்டத்தட்ட இருபது வருடம் ஆகிவிட்டதல்லவா. எவ்வளவோ மாற்றங்கள். ஆனால், ஊருக்குள் உலவும்போது மனத்தில் நிரம்பும் களிப்பு மட்டும் மாறவே மாறாது. இந்த முறை, வைகை எக்ஸ்ப்ரஸ் புறப்படுவதற்காகக் காத்திருக்கும்போது, மனம் இரும்புக்குண்டாகக் கனக்கிறது.

பிறந்த ஊரை விட்டு அகல்வது மட்டும் அல்ல; அவனை – அவரை என்று சொல்ல வேண்டுமோ? – பார்த்ததுதான் முக்கியமான காரணம். அதிலும் என்னை நேரெதிரே பார்த்த மாத்திரத்தில் அவன் கண்களில் தோன்றிய ஒளி. அடுத்த கணத்தில் அது மங்கி, இயல்புநிலைக்குத் திரும்பிய வேகம். எத்தனை வருடமானால் என்ன, எனக்கான மலர்ச்சியை எனக்கு அடையாளம் தெரியாதா!

இந்தக் கல்யாணத்துக்கு நான் வந்திருக்கவே வேண்டாம். ஒன்றுவிட்ட சித்தியின் கடைசிப் பெண்ணுக்குக் கல்யாணம் என்பது அத்தனை முக்கியமான வைபவமா. அவரும்தான், எத்தனை ஆர்வமாக இணையத்தில் டிக்கெட் போட்டுக் கொடுத்தார். மதுரைக்கு வந்துசெல்லும் ஒரு சாக்கை விடுவானேன் என்று வந்தேன். வந்திருக்கக் கூடாது.

> *அப்பாவைப் படுத்தாமெ சமத்தா இருப்போம். நீ வரும்போது பிரேமா விலாஸ் அல்வா வாங்கிண்டு வருவியா?*

என்று குழந்தைகள் சொன்னபோது எத்தனை குதூகலமாய் இருந்தது.

திருப்பரங்குன்றம், தேவாங்கர் சத்திரம், புதுமண்டபம் என ஒரு நாளில் முடியும் அளவு ஊர்சுற்றிவிட்டு, ஜானவாச நேரத்துக்குச் சற்றுமுன்

சத்திரம் திரும்பியபோது, ஃபாத்திமா காலேஜில் படித்த சௌமியாவாகவே மாறியிருந்தேன். பாவாடை தாவணி மட்டும்தான் பாக்கி. என்ன, அப்போது கண்ணாடி கிடையாது; இப்போது ப்ரோக்ரஸிவ் லென்ஸுகள் இல்லாமல் என் பார்வைக்குத் துலக்கம் கிடையாது.

பட்டுப்புடவை, வயதுக்கேற்ப மிதமான ஒப்பனை, துல்லியமாய்த் துடைத்த கண்ணாடியோடு சாயங்கால டிஃபனுக்கு வந்தால், எதிர்வரிசையில் எனக்கு நேரெதிரே அந்த முகம். அவ்வளவுதான், ருசி குலைந்துவிட்டது. அவசர மாகக் கைகழுவிவிட்டு அரங்கத்துக்குள் போய்விட்டேன். ஆனால், அடிக்கடி கண்கள் துழாவுவதைக் கட்டுப்படுத்த முடியவில்லை. அவனானால், என்னைப் பார்த்த மாதிரியே காட்டிக்கொள்ளவில்லை . . .

கணவர் ஆசையாக மொபைலில் நிரப்பித் தந்திருந்த பழைய பாட்டுகளைக் கேட்கக்கூட ஆர்வமில்லாமல், ரயில் புறப்படக் காத்திருந்தேன். வேண்டாம், அத்தனையும் சுசீலா பாட்டுக்கள். மூன்று பாட்டுக்கு ஒன்றில் காதலோ, அதை இழந்த ஏக்கமோ பெருகும். அந்தக் குரலுக்கு என்னைப் பொருத்தி மறுகவேண்டி வரும். வேண்டாம் வேண்டாம்.

அடடே, ரயில் ஏறிவிட்டேன் என்பதை அவருக்குத் தெரிவிக்க மறந்துவிட்டதே.

சித்தி வீடு மாற்றியிருப்பது தெரியும். ஆனால், யார் வீட்டு சார்பாக அவன் வந்திருக்கிறான் என்பதை எப்படி, யாரிடம் கேட்டுத் தெரிந்துகொள்வது? ஆனால், எதற்காகத் தெரிந்து கொள்ள வேண்டும். ஆணென்ன, பெண்ணென்ன, நழுவிய காதலின் மென்காயம் இல்லாத பால்யநினைவு யாருக்காவது இருக்குமா? அதையெல்லாம் பொருட்படுத்திக் கொண்டிருந்தால் சமுதாயம் இப்படி சுமுகமாக நடந்துபோக முடியுமா?

ஆனால், இதெல்லாம் இப்போது, ஓடும் ரயிலுக்கு ஈடாகப் பின்னோக்கி ஓடும் எண்ணவோட்டத்தின் கேள்விகள். அவனை அடையாளம் கண்ட மாத்திரத்தில், மனத்தில் விரிந்த மொட்டைமாடியை என்ன செய்ய? அதோ, எதிர்மூலையில் சம்மணமிட்டு அமர்ந்திக்கிறான். எந்நேரமும் மடியில் விரித்துவைத்த புத்தகம். குனிந்து வாசிக்கும்போது நெற்றியில் வந்து விழும் கேசம். காதோரக் கிருதாவின் அடர்த்தி. நான் வருவது அவனுக்குத் தெரிந்தும் வேண்டுமென்றே தெரியாதமாதிரிக் கள்ளப் பாடம் போடுகிறானோ . . . அதே இடத்தில் வைத்து எத்தனை முத்தங்கள். எத்தனை தடவை. எத்தனை நாட்கள்.

இருவருக்குமே கல்யாணம் செய்துகொள்ளும் உத்தேசம் இருந்த ஞாபகமேயில்லை. அவரவர் குடும்ப சூழ்நிலை, பொருளாதாரம், குறிப்பாக ஜாதியின் உட்பிரிவு என்று என்னென்னவோ குறுக்கே கிடந்தது தெரியாமலா இருந்தது. எதிர் இனத்தின் ரகசியங்களை இப்போதே தெரிந்துகொள்ளும் ஆர்வம் அவ்வளவு அதிகமாய் இருந்திருக்கவேண்டும். ஒரே காம்ப்பவுண்டில் குடியிருந்தது வசதியாய்ப் போனது.

உச்சபட்ச ரகசியம் தெரியவந்த அந்த மழைநாள் பிற்பகல் . . . உடம்பு விதிர்த்துக் கொண்டது. உடனடியாய் மீண்டும் அவனைப் பார்க்க வேண்டும் என்று உள்ளுக்குள் துடிக்கிறதே, இந்தச் சனியனுக்கெல்லாம் வயது ஏறவே செய்யாதா.

மனம் விரையும் வேகத்தைத் தாங்கிக்கொள்ள முடியாமல் எழுந்தேன். ரயிலிலேயே இருக்கும் உணவகத்துக்குப் போய் ஏதாவது வாங்கிவரலாம். இந்த இருக்கையைவிட்டு எழுந்து நகர்வதுதான் முக்கியம். ரயில் திருச்சியை நீங்குகிறது.

கழிவறைக்குள் சென்று, முகத்தைக் கழுவி அழுத்தித் துடைத்துக்கொண்டு வெளிவந்தேன். பெட்டிகளைப் பிணைக்கும் பாலத்தில் ஊன்றிய கால்கள் அதிர்ந்து நடுங்கின. வழக்கமாக, அதில் நடக்க பயமாய் இருக்கும். இன்று, அங்கேயே நின்று அதிர மாட்டோமா என்றிருந்தது. பாலம் பெட்டிகளை இணைக்கிறதா, சேரவிடாமல் தடுக்கிறதா.

நாலாவது பெட்டிக்குள் நுழையும்போது, பார்க்கக் கூடாததைப் பார்த்துவிட்டேன் . . . அவனேதான். இதே ரயிலில் வருகிறான். அடடே, அவன் மதுரையில் இல்லையா? அடப் பாவி, சென்னையிலா இருக்கிறாய்! எந்தப் பகுதியோ. ஏதோ ஒரு பாங்க்கில் சேர்ந்தாய் என்று தெரியும். பதவி உயர்ந்தாயா, மாற்றலில் வந்தாயா. அல்லது தற்காலிகமாய் சென்னைக்கு வருகிறாயோ. அதுதான் சரி, நீயும் நானும் ஒரே ஊரில் இருப்பது முறையில்லை. அப்படி இருந்தால் ஒருவரை யொருவர் பார்க்காமல் இருப்பது நியாயமே இல்லை . . .

பழைய பழக்கம் இன்னும் விடவில்லை போல. கையில் விரித்த புத்தகத்துக்குள் அமிழ்ந்திருந்தான். ஒரே மாற்றம், இது மின்புத்தகம் வாசிக்கும் கருவி. வாலிபத்தின் கடைசி இலை அவன்மீது ஒட்டியிருந்தது. பரந்திருந்த முன்வழுக்கையை மீறி, நடுவயதின் வசீகரம் வெகுவாகத் துளிர்த்திருந்தது.

பார்த்துக்கொண்டே இருக்கும்போது, என்னிலிருந்து பாம்புச்சட்டைபோல உரிந்த உடம்பு மானசீகமாக அவனை

நோக்கிப் போவதை, ஆவேசமாய்த் தழுவி இறுக்குவதைக் கண்டேன். உடம்பின் ரகசியச் சுனைகள் பட்பட்டென்று வெடித்துத் திறக்கும் ஆவேசம் தாள முடியாததாய் இருந்தது. என்னை மீறிக் கால்கள் அவனிடம் போய்விடுமோ என்று அச்சம் துளிர்த்தது.

முன்போலவே, வேண்டுமென்றே, என்னைப் பார்க்காத மாதிரி நடிக்கிறானோ?

இந்த ஒரு கேள்வி போதுமாயிருந்தது – என்னைச் சமனப்படுத்த. ஆமாம், கல்யாண வீட்டில் ஒரு முழு நாள் இருந்திருக்கிறோம். நான் மட்டும்தானே அவனைத் தேடிக் கொண்டிருந்தேன்; அவன் என் பார்வையைச் சந்திக்கவே இல்லையே . . . நேற்றுக் குறும்பு எனத் தென்பட்டது, இப்போது உதாசீனமாய்த் தெரிந்தது. நானென்ன பிச்சைக்காரியா?

வேகமாக இருக்கைக்குத் திரும்பினேன். ஹெட்ஃபோனை மாட்டிக்கொண்டு, பாட்டுக் கேட்க ஆரம்பித்தேன். 'புதியவை' என்ற தலைப்பில் யுவன் சங்கர் ராஜா பாட்டுகளைப் போட்டுத் தந்திருந்தார்! மெட்டு, இசையின் தன்மை, பதிவின் நேர்த்தி ஆகியவை மட்டுமல்ல, காதலின் தன்மையேகூட மாறிவிட்ட காலத்தின் பாட்டுகளாக ஒலித்தன.

எழும்பூரில், கூட்டிப்போக இவர் வந்திருந்தார். என் சுமையை வாங்கிக்கொண்டார். வாசலுக்கு வந்தோம். யதேச்சையாய்த் திரும்பினேன். அவன் நின்றிருந்தான்.

யாருக்காகவோ, வண்டிக்காகவோ, காத்திருக்கிறவன் மாதிரித் தெரிந்தான்.

அல்லது, நான் இதே ரயிலில் வருவதும், அவனைப் போய்ப் பார்த்துத் திரும்பியதும், உள்ளூர எரிச்சல்பட்டதும் தெரிந்து, இன்னொரு தடவை என்னைப் பார்ப்பதற்காகத்தான் நிற்கிறானோ. பிரிந்திருப்பது சரி, விரோதிகளாய் ஏன் இருக்கவேண்டும் என்று தோன்றிவிட்டதோ? அல்லது, நானாக இப்படி நினைத்துக்கொள்கிறேனா? உரத்துப் பாயும் வாகனங்கள் ஓய்ந்ததும், தலையை உதறிக்கொண்டு இவரைத் தொடர்ந்தேன்.

சாலையின் மறு சிறகுக்குப் போய் இயல்பாகத் திரும்பிப் பார்த்தேன். யாருக்காகவோ காத்திருக்கும் யாரோவாக இன்னமும் நின்றிருந்தான் அவன். வேறு காலத்தில்.

87

ஜே கிருஷ்ணமூர்த்தி என்ற பெயர் ஹரனுக்கு அறிமுகமானதே சஜீவன் மூலமாகத்தான். சஜீவன் யார் மூலம் அறிமுகமானார் என்று சரியாக நினைவில்லை. கிருஷ்ணமூர்த்தியை 'ஜிட்டு' என்றே குறிப்பிடுவார். இவரும் அவரும் சீருடை, முதுகுப் பை, சட்டையின் நெஞ்சில் பின் குத்திய கைக்குட்டை சகிதம் கைகோத்துக்கொண்டு எல் கே ஜி வகுப்புக்குப் போனமாதிரி இவனுக்குள் சித்திரம் உண்டாகும். சிறுவர்கள் இருவருக்கும் முகம் மட்டும் தற்போதையதாய் இருக்கும் – கார்ட்டூன் மாதிரி!

சஜி சம்பந்தமான ஹரனது முதல் ஞாபகம், ராஜுவோடு மெரீனா கடற்கரையில் . . . சந்நதம் வந்தவர் மாதிரிப் பேசிக்கொண்டிருந்தார். முழுக்க, நயமான ஆங்கிலத்தில்.

> *மிஸ்டர் ஹரன், நீங்களும் நானும் இப்போது சந்தித்தது, சாதாரண விஷயமில்லை. பிரபஞ்ச நிகழ்வு. இந்தத் தருணம் நிகழ்வதற்கு, எத்தனை சங்கதிகள் நடந்திருக்க வேண்டுமென்று நினைத்துப்பாருங்கள்! பெருவெடிப்பிலிருந்து சங்கிலித் தொடராக வரலாறு நிகழ்ந்துவராதிருந்தால், நாம் சந்தித்திருக்க முடியுமா!?*

ராஜு இவர்களுக்கு முதுகைக் காட்டி, அலைகளின் திக்கைப் பார்த்து அமர்ந்திருந்தான். லேசாக இருட்டத் தொடங்கி, ஓரிரு விண்மீன்கள் தென்பட்டன. அவற்றுக்கிடையில் துண்டு விரித்து, மூவரும் அமர்ந்திருக்கிற பிரமை தட்டியது. சஜீவன் அளவுக்கு உறுதியான சுயம், சிந்தனை வலு, தர்க்க ஆழம், குறிப்பாக, மனோதைரியம், பெருந்தன்மை . . . இந்தப் பிறவியில் தங்கள் இருவருக்கும் வாய்ப்பதற்கில்லை என்று ஹரனுக்குப் பட்டது.

அன்று வீடு திரும்பும்போது, மின்சார ரயில் நெரிசலில், இவன் கால் கட்டைவிரல் மீது ஏறிநின்றார் ஒரு சகபயணி. மது நெடி மூச்சைப் பறித்தது.

ஆனாலும், உள்ளூரப் புகார் எதுவுமின்றி, காலை மட்டும் அகற்றிக்கொண்டான். அவருடைய போதையும் தன் கட்டை விரல் வலியும்கூட பேரண்ட நிகழ்வுகளோ என்று தோன்றியது...

சஜியை அடிக்கடி சந்திக்கத் தொடங்கினான். இவன் சிகரெட்டை அவர் பற்ற வைப்பதிலேயே ஏதோ குறியீட்டுத் தன்மை இருக்கிற மாதிரி நினைத்துக்கொள்வான். ஜிட்டுவைத் தொடர்ந்து இன்னும் ஏகப்பட்ட பெயர்கள், நூல்கள் அவர் மூலமாய் அறிமுகமாயின. பட்டியலை அடுக்கினால், வெறும் பெயர் உதிர்ப்பாக முடிந்துவிடக் கூடும். பொது சமூகத்தில் பரவலாகத் தெரியவராத பெயர்கள். இந்தியப் பெயர்களும், அயல் நாட்டுப் பெயர்களும் இரண்டறக் கலந்த பட்டியல்; அவர்களைத் தேடி வாசிக்கத் தொடங்கும் பாமர மனத்தில் விநோதமான பீதிகள், கிலேசங்கள் உதிக்க வாய்ப்புண்டு...

இவனுக்கே, சாதாரணமாகத் தெருவில் நடக்க முடியாமலானது. இதைச் சொன்னபோது, அஸ்வத்தாமன் என்ற யானை கொல்லப்படும்வரை, யுதிஷ்டிரனின் ரதம் தரைக்கு ஓரங்குல உயரத்தில் மிதந்தே விரைந்ததாக உள்ள தொன்மத்தை விரித்துச் சொன்னார் சஜி. தொன்மங்களும், நம்பிக்கைகளும், மூடநம்பிக்கைகளும்கூட மனிதப் பிரக்ஞை அடுத்த தளத்துக்கு மேலேறும் பாதையில் உள்ள படிக்கட்டுகள்தாம் என்றார். அவருடைய சிறப்பம்சம் அது. ஆன்மிகத்தையும் அறிவியலையும் தன் இரண்டு இறக்கைகளாய்க் கொண்ட அண்டரண்டப் பட்சி அவர் என்றே ஹரனுக்குத் தோன்றும்.

எதிரெதிர்த்துருவங்கள் இரண்டிலும் எப்படி ஒரே மனம் பொருந்த முடிகிறது என்று ஒருமுறை கேட்டான். இவன் தமிழில் கேட்டாலும், அவர் ஆங்கிலத்தில் பதில் சொல்வதுதான் வழக்கம். தாய்மொழியில் சிந்திப்பதையே மறந்துவிட்டார் என்றே நம்பினான். சிரித்துக்கொண்டே சொன்னார்:

> அது ஒன்றுமில்லை. நான் பிறந்த மண் எனக்கு அளித்த அடிப்படையாய் இருக்கலாம். சமூக வாழ்வை அறிவியல்பூர்வமாக அணுக முனையும் மார்க்ஸியம் வேரூன்றிய, கல்வியறிவின் விகிதம் மிக அதிகமாய் உள்ள அதே மாநிலத்தில்தானே, சோழியுருட்டிப் பிரஸ்னம் பார்ப்பதும், பேயோட்டும் காவுகளும், குட்டிச்சாத்த உபாசனைகளும் மண்டியிருக்கிறது!

அவருடைய சகவாசத்தால், கண்முன் தெரியும் எதையுமே கண்முன் தெரிகிறவிதமாகப் பார்க்க முடியாமல் ஆனது இவனுக்கு. நாற்காலியைப் பார்க்கும்போது, அதன் பூர்விக மர

வடிவத்தை, அதன் இலைகளை, அனுமானிக்கிறவன் ஆனான். தன்னுடைய எண்ணங்களே தன்னுடையவை அல்ல என்கிற மாதிரி விலகல் நேர்ந்து, மனைவியை, குழந்தைகளை அந்நியர்களாகக் காணும் அளவு இடைவெளி சித்தித்தது. இதைவிட, ஒரு நாளின் எந்த வேளையிலும், எடையற்றவனாக, தக்கைபோலத் தன்னை உணர்பவனானான்.

'என்னை மாதிரி மிடில்க்ளாஸ் வாழ்க்கை வாழ்ந்து பார்த்தால்தானே ஜிட்டு போன்றவர்களுக்கு சமூக வாழ்க்கையின் நுட்பங்களும் அழுத்தங்களும் பிடிபடும்?' என்று ஒரு முறை உதித்த கேள்வியை, 'அவை விசேஷ மனங்கள்; வாழ்வின் எந்த நிலையில் இருந்திருந்தாலும் இதேவிதமான தரிசனங்களுக்கு ஆட்பட்டிருக்கும் சாத்தியமுண்டு' என்று சஜியின் குரலில் தானே தனக்குள் சமாதானம் சொல்லிக்கொண்டான்... அந்த அளவுக்கு, இவனுடைய ஒரு பகுதி சஜீவனாகவே ஆகிவிட்டிருந்தது.

பத்து வருடம் கழித்து, ராஜுவை பெல்ஸ் ரோடில் சந்தித்தான்.'பீச்சுக்குப் போவமா' என்று ஆசையாய்க் கேட்டான் அவன். போனார்கள். புட்டம் குளிர அமர்ந்ததும்,

ஒனக்கும் சஜியோடெ டச் விட்டுப்போச்சோடா!

என்று விசாரித்தான். அவனுக்கு விட்டுப்போனது என்பதே ஹரனுக்கு ஆச்சரியம். இவனைப் போலின்றி, வாசிப்பதையே விட்டுவிட்டானாம் ராஜு. கடற்கரையில் ஆரம்பித்த சஜீவனின் நட்பு கடற்கரையிலேயே முடிந்தது பற்றி விவரிக்க ஆரம்பித்தான் இவன்...

அன்றைக்கு, ஒருவிதமான மிதப்பு மனத்தில் நிரம்பியிருந்தது. உணர்ச்சிமயமான குரலில் அவரிடம் சொன்னான்:

சார், ஒரே எடத்துலெ இருந்தாலும், இந்த மண் பரப்புலெ இருக்குற துகள்களும், சமுத்திரத்திலெ இருக்கிற நீர்த் துளிகளும் ஒண்ணில்லே சார்.

ஹரனை அவர் பார்த்த விதத்தில் உதாசீனம் இருந்ததாக இவனுக்குப் பட்டது. மணலும் தண்ணீரும் வெவ்வேறு என்பதைக் கண்டறிய, மகாப் பெரிய ஞானம் வேண்டுமாக்கும் என்று நினைக்கிறார் என்பதாக யூகித்துக்கொண்டான். விளக்க முயன்றான்:

வெறும் பவுதீக வடிவத்தைச் சொல்லலே சார். இந்தத் துகள் ஒவ்வொண்ணும் தனி. ஒவ்வொண்ணுக்கும் தனித்தனி வரலாறு இருக்கு சார். ஆனாக்க, மொத்த சமுத்திரமும்

ஒரே சொட்டுத் தண்ணிதான். ஒரு துளியைத் தனியாப் பிரிச்சு எடுத்தாலும், ஒட்டுமொத்த சமுத்திரத்தோட வரலாறுதான் அதுக்கும் இருக்கும் சார் . . .

அவரளவுக்கு லாகவமாகவும் நேர்த்தியாயும் மொழியழகுடனும் நிதானமாகவும் சொல்லத் தெரியவில்லை தனக்கு என்று உணர்ந்தான். இவனுள் மீறி உயர்ந்த தாழ்வுணர்ச்சியை, இதழ்க்கடையோரம் அவர் சிந்திய புன்சிரிப்பு அதிகப்படுத்தியது.

என்ன சார், இந்தப்பய தானா ஒரு விஷயம் சொல்றானே ன்றதெப் பொறுத்துக்க முடியலையாக்கும்!

சிரித்துக்கொண்டுதான் கேட்டான். என்றாலும், அந்த வாக்கியத்துக்குப் பின்னால் இருந்த உஷ்ணம் அவருக்குப் புரிந்திருக்க வேண்டும். அதன் பிறகு அரைமணி நேரம் அமர்ந்திருந்து, ஆளுக்கு மூன்று சிகரெட்டுகள் புகைத்தார்கள். பேச்சு மட்டும் நின்றுவிட்டது . . .

பின்னர் நாலைந்து தடவை தொலைபேசியில் அழைத்தபோது, பிஸியாக இருப்ப தாகவும், அப்புறமாய்த் தானே அழைப்ப தாகவும் சொன்னார் சஜி. ஒருமுறையும் அழைக்கவில்லை. பொது இடங்களில் சந்திக்க நேர்ந்தபோது இவனைப் பார்த்து வீசிய புன்னகை, வறண்டு இருந்தது; பழைய வாஞ்சை இல்லை – அல்லது இவனுக்கு அப்படிப் பட்டது. மூடிய கதவுக்கு முன்னால், தொண்டைவறளக் குரலெழுப்பிக் கையேந்தி நிற்கும் ராப்பிச்சைக்காரன் மாதிரித் தன்னை உணர்வது அத்தனை ரம்மியமாய் இல்லை . . .

நடுவுலெ ஒரு தடவெ பாத்தப்ப, ரொம்ப ஃபீல் பண்ணிச் சொன்னாருடா. உன்னைப் பாத்து அவரு பொறாமெப் படுறாருன்னு சொல்லிட்டியாமே?

அடடா! இப்படியொரு அர்த்தம் தொனித்ததா அந்த வாக்கியத்துக்கு என்று அதிர்ச்சியாகவும் ஆச்சரியமாகவும் இருந்தது. ‘அடடே, ஜி அத்தனை பலவீனமானவர் என்று தெரிந்திருந்தால் அதைச் சொல்லியிருக்க மாட்டேனே’ என்று ஆதங்கமாகவும் இருந்தது.

நட்பைப் போலவே, பிரிவும்கூடப் பிரபஞ்ச நிகழ்வுதான் என்றுகூடத் தோன்றியது.

௪௪

ஸ்பெஷல் நாடகம் பார்த்த கடைசித் தலைமுறை நானாகவேகூட இருக்கலாம். காந்திமியூஸியத் திறந்தவெளி அரங்கில் டி ஆர் மகாலிங்கத்தின் ‘வள்ளி திருமணம்’ பார்த்தது பசுமையாக நினைவிருக்கிறது. அப்போது நான் பள்ளிப்படிப்பு முடித்திருக்கவில்லை. பளபளக்கும் எவர்சில்வர் வேல் கையில் பிடித்து, ஆளுயர ரோஜா மாலை சுமந்த கம்பீர மார்புடன், ‘காயாத கானகத்தே’ என முழங்கிய மகாலிங்கம்; ஒலிபெருக்கி தேவைப்படாத அளவு பொங்கிய அவரது குரல்; அனுசரணையாகப் பெருகிய நாரதர் எம்மெம் மாரியப்பா குரல் என்று எல்லாமே நினைவிருக்கிறது.

என் சிறு பிராயத்தில், ராயவரம் சித்தப்பாவிடமிருந்து வரும் தபால் உறைக்குள் பஞ்சுமிட்டாய்க் கலர் நோட்டீஸ்கள் நாலைந்து இருந்ததும், அவற்றில் கறுப்பு நிறமாய் அச்சாகியிருந்த, முகம் தெரியாத புகைப்படங்களும் நினைவிருக்கிறது:

அப்பா, ஸ்பெஷல் நாடகம்னா என்ன?

விளக்கத்தான் வேண்டுமா என்பதுபோலக் கொஞ்சம் இடைவெளி விட்டார்:

> வத்தலக்குண்டுலே ‘தேரோட்டி மகன்’ பாத்தோமே? அது சேவா ஸ்டேஜ்னு ஒரே கோஷ்டி நடிச்சது. அப்பிடியில்லாமெ, மெயின் ரோலுக்கு மட்டும் பெரிய ஆட்களெக் கொண்டந்து போடறது ஸ்பெஷல் ட்ராமா.

> *அப்பிடீன்னா?*

> மெய்ன் பார்ட்காரரா ஒத்திகையே பாக்க மாட்டா. நாடகத்தன்னிக்கு வந்து நடிச்சுக் குடுத்துட்டுப் போயிடுவா. அவாளெப் பாக்கத்தான் கூட்டமே வரும் . . .

ஆனால், 'வள்ளி திருமணம்' அல்ல – நான் கடைசியாய்ப் பார்த்த ஸ்பெஷல் நாடகம், 'அபிமன்யு சுந்தரி'. ராயவரம் சித்தப்பா தங்கள் ஊர் சாமி கும்பிடுக்கு ஏற்பாடு செய்தது. சென்னையின் ராயபுரம் அல்ல; வேறொரு ஜில்லாவில் இருக்கும் சிற்றூர். அப்போது கல்லூரி இரண்டாம் வருடம் படித்துக்கொண்டிருந்தேன். மூன்றாண்டுகளுக்கு ஒரு முறை நடக்கும் திருவிழாவில் எப்போதுமே நாடக ஏற்பாடு சித்தப்பாவுடையது. . .

நானும் பத்மினியும் அம்மாவைப் பார்க்க திடீரென்று முடிவெடுத்து, மதுரை வந்திறங்கி, ரிக்ஷா ஏறி வாசலுக்கு வந்து சேர்ந்தால் வீடு பூட்டியிருக்கிறது. 'ஒங்க சொந்தத்துல ஏதோ கேதமாம். எல்லாரும் போயிருக்காக.' என்றார்கள் பக்கத்து வீட்டில். கோரிப்பாளையம் திரும்பினோம். அங்கே எங்கள் உறவினர் நடத்தும் பிரபலமான கடை இருந்தது. பஜ்ஜி, போண்டா, சட்டினிக்கும் ஃபில்ட்டர் காஃபிக்கும் பேர்போன கடை. கல்லாவில் இருந்த ரகுராமன் சொன்னான்:

ராயவரம் பெருசு மண்டையப் போட்டுருச்சுரா.

அப்படியொருத்தர் இருந்ததே அப்போதுதான் நினைவுவந்தது. நிலச்சுவான்தாராய் இருந்தவர், மதுரையில் ஒண்டுக்குடித்தன வாடகை வீட்டில் பிராணனை விட்டிருக்கிறார். தொண்ணூறுக்கு மேல் வயது என்றான் ரகு. பத்மினியிடம் கதைகள் சொல்லியவாறு மேலமடை கூட்டிப்போனேன் . . . ஒருநாள் அலுவலகம் விட்டு வந்த அண்ணா:

ராயவரம் காரை வித்துடுத்தாம்.

அதான் மானத்தையே வித்தாச்சே. அப்பறம் எதை வித்தா என்ன ?

பந்தடித்த மாதிரி பதில் சொன்னாள் அம்மா. அப்புறம் இன்னொன்று. சித்தப்பாவின் வீட்டில் மாடியில் ஒரு பெரிய அறை உண்டு. ஸ்பெஷல் நாடகத்தில் நடிக்க வந்த ஸ்த்ரீபார்ட் அங்கேதான் தங்கியிருந்தார். நள்ளிரவில் அலங்கோலமான உடையுடன் தலைதெறிக்கப் படியிறங்கி ஓடி வந்ததாகவும், பின்னோடு துரத்திவந்த சித்தப்பாவைப் பிடித்து நிறுத்த முயன்ற ஐந்தாறு பேரில் ஒருவர் கீழே விழுந்து மண்டை உடைந்ததாகவும் குடும்ப வட்டாரங்களில் ரகசியமாய் நிலவிய கதை. என் பள்ளிக் காலத்தது. அதற்காக, சித்தப்பாவின் கலை ஆர்வம் நின்றுபோய் விடவில்லை . . .

இந்த மனுஷன் பாரு, தொண்ணூத்திச் சொச்சம் வயசு இருந்திருக்கார்; எங்கப்பாவானா, உத்தம புருஷன்; அறுபத்து மூணு வயசிலெ போய்ட்டார்.

என் குரல் லேசாய்க் கலங்கியது. பத்மினி திரும்பி என் முகத்தையே பார்த்தாள்.

கல்லூரி இரண்டாம் வருடம் படித்தபோது, சித்தப்பாவின் அழைப்பின்பேரில் குடும்பத்தோடு ராயவரம் போயிருந்தோம். வேறு நூற்றாண்டில் பிடிவாதமாய்த் தேங்கியிருந்த கிராமம். அளவில் சற்றே பெரியது; ஊரைச் சூழ்ந்த நிலங்களில் முக்கால்வாசி சித்தப்பா குடும்பத்தின் உடமையாய் இருந்து, கொஞ்சம்கொஞ்சமாக விலை போய், மீந்திருந்ததில்தான் நாடகச் செலவுகள் நடந்துவந்தன.

பெண்கள் அடுக்களையில் கூடி வம்பளந்துகொண்டிருக்க, கூடத்தில் விரித்த பவானி ஜமுக்காளத்தில் பன்னீர்ப்புகையிலை வெள்ளிக் கூஜா நிரம்பக் காஃபி கூளாம்பி வசவு வார்த்தைகள் சகிதமாக சீட்டுக்கச்சேரி நடந்தது. பிராயத் தோழமை ஏதும் அகப்படாததால் சலிப்புற்று மாடியேறிப் போனேன்.

சுந்தரியாக நடிக்க வந்திருந்த சுந்தரி, தனக்குத்தானே ஒப்பனை செய்துகொண்டிருந்தாள், ஜன்னல் வழியாகப் பார்த்தவனை, உள்ளே அழைத்தாள்.

யாரு தம்பீ நீ?

சொன்னேன்.

அடேயப்பா, அவுக அண்ணாருமயனா? அதேன் சாடெ நெல்லாத் தெரியிதே!

கூடப்பெறந்த அண்ணன் மகன் இல்லே. ஒண்ணுவிட்டது.

அதுக்காண்டி? அண்ணந்தம்பி மக்கண்டா சாடெயில்லாமெப் போயிருமா?

என்று எழுந்து வந்தவள், நான் எதிர்பார்க்காத வகையில், முஷ்டி மடக்கிய வலது கையின் கட்டைவிரலால் என் கன்னத்தில் செல்லமாகக் குத்தினாள்,

பதினேளு பதினெட்டு வயசு இருக்குமா?

இல்லெ, பத்தொம்பது.

ஆத்தா. . .டி, தொடைக்கிப் , , , , , ரெம்பத் தூரமில்லே?!

அந்தச் சொல் கல்லூரி சகாக்களுக்குள் வசவு வார்த்தை யாகவும், செல்லமாகவும் சரளமாகப் புழங்குவதுதான். ஒரு பெண்ணிடமிருந்து உதிர்ந்தது என்னைத் தூக்கிவாரிப் போட்டது. அந்த இடத்தையும், அங்கே நிரவிய மட்டரக நறுமணத்தையும் விட்டு விலகி உடனே போய்விட வேண்டும் என்று மனத்தின் ஒரு பகுதி துடித்தது. மறு பகுதி, 'நாடகத்தின் முடிவுவரை இருந்து பார்த்துப் போ' என்றது.

அவள் சுவாதீனமாக என் தோள்மீது கை பதித்தாள். உடற்பயிற்சியைக் கனவில்கூடக் காணாத, அவித்த உருளைக்கிழங்கை ஸ்பரிசித்த மாதிரி இருந்திருக்கும்.

யாத்தீ, அய்யிரு வீட்டுப் புள்ளெ மாருதி வருமா? எங்க புள்ளைக கருங்கல்லு கணக்கால்லே இருக்கும்; வெறுங் கல்லு. இது பாரு, பூ கணக்கா இருக்கே!

தோள்ச்சதையை மெல்லப் பிசைந்தாள். நான் கூசினேன்.

படிக்கிறீகளாக்கும்? புஸ்தகம் மட்டும் படிச்சாப் போதுமா? காலேசுலெ சொல்லித்தராத செலது எங்கூட்டாளிக நெல்லாச் சொல்லித்தருவமே!

கண்ணடித்தாள். சிரித்தாள். நான் உடனடியாய்த் திரும்பத் துடித்தேன். தொடர்ந்து அங்கேயே நின்றிருந்தால், கட்டுப்பாட்டை இழந்து ஏதாவது தாறுமாறாய்ச் செய்து விடுவேனோ என்று பயம். ஆனால், ஆணியடித்து நின்ற கால்கள் நகர மறுத்தன, குரலில்கூடத் தடுமாற்றம் வெளிப்பட்டுவிடலாம் என்று அஞ்சி, பேசாமல் அவள் முகத்தையே பார்த்துக்கொண்டு நின்றேன். மெனக்கெட்டு அடர்த்தியாய் வரைந்த புருவங்கள், அதற்குள்ளாகவே வெடிப்புவிடத் தொடங்கிவிட்ட, அடைபோன்ற, ரோஸ்கலர் முகப் பூச்சு, தேவைக்கதிகமாகப் பளபளத்த உதட்டுச் சாய ரத்தச் சிவப்பு . . . எதுவுமே அவள் கண்களின் ஈர்ப்பைக் குறைக்க முடியவில்லை,

மருதைதானே?

ம்.

கோரிப்பாளையம் இருக்கில்லே? அதுக்கு உள்ளாறெ ஜம்புரோபுரம் தெரியுமா? அங்கெ வந்து மனோன்மணி வீடுண்டு கேட்டா, வெரல் சூப்புற புள்ளெகூட வளி காட்டும். ஒருநா சாவகாசமா வாங்க.

என்றவள் என் கன்னத்தைத் தட்டிவிட்டு, கண்ணாடியிடம் திரும்பினாள். புட்டம் ஜாஸ்தியாய் அசைந்தது. அதிகம்

போனால், இருபத்திச் சொச்சம் வயதுதான் இருக்கும் என்றது என் மனம். கனவில் நடக்கிறவன் மாதிரி மிதந்து கீழிறங்கினேன்.

என் கல்லூரி இருந்தது கோரிப்பாளையத்தில்தான். படிப்பு முடியும்வரை அல்லாட்டம் இருந்தது. ஒருமுறை ஐம்புரோபுரத்துக்கே போகக்கூடச் செய்தேன். ஏதோவொரு விசை என்னை மேற்கொண்டு நகரவிடாமல் தடுத்துவிட்டது . . .

சாவுவீட்டை வர்ணிக்க என்ன இருக்கிறது. மட்டமான ஊதுபத்தி, மூக்குச் சிந்திய வாடை, வியர்வை நாற்றம் . . . மற்றவர்களுக்கு அந்தக் கிழவர் வெறுந்தரையில்தான் கிடந்திருப்பார். எனக்கு மட்டும் ஒரு மாடியறையில் கிடந்தார். ஆனால், தனியாகக் கிடக்கவில்லை; சொல்லிக்கொள்கிற மாதிரிக் கோலத்திலும் இல்லை.

◆

89

'பஞ்ச பாண்டவர்கள்' என்று பெருமையாய்ச் சொல்வாள் அப்பாவைப் பெற்ற பாட்டி – ராகவனுக்கு நான்கு சகோதரர்கள். அவள் சொல்வதன் பொருள் 'ஐந்து' இல்லை – 'பராரி' என்று கண்டுபிடித்து, மாமியாருடன் சரிக்குச்சரி சண்டைபோடுவாள் அம்மா.

இரண்டுமே பொய்த்தன. தாசில்தார் அப்பா இரண்டு கையாலும் சம்பாதித்துக் குவித்தார். அப்புறம், மூன்றாமவன் திடீரென்று ஓடிப்போனான். ஐந்து நாலானதுக்கும் மதிப்பெண் அட்டைக்கும் தொடர்பில்லை என்று அப்பா திரும்பத்திரும்ப சமாதானம் சொல்லிக்கொள்வார் – பெல்ட்டால் நாலு வீறு வீறினதுக்கெல்லாம் வீட்டைவிட்டு ஓடுவார்களா. முதல் தடவை என்றாலும் ரோஷம் வரலாம்; மாதந்தோறும் நடப்பதுதானே?

'ஓடிப்போனவனுக்கு ஒன்பதாமிடத்தில் சுக்கிரன்' என்று பாட்டி சொன்னாள். அதாவது, மூன்றாவது அண்ணன் எங்கேயிருந்தாலும், சுபிட்சமாய் இருப்பானாம். அந்தப் பழமொழியின் இரண்டாம் பகுதி தெரியுமா? 'அகப்பட்டவனுக்கு அஷ்டமத்தில் சனி'. ராகவன் விஷயத்தில் அப்படியே ஆனது. சைக்கிள் பழகக்கூடாது; சகாக்களுடன் நீச்சல் குளம் பக்கமே போகக் கூடாது; பள்ளிக்கூடம் விட்டால் நேரே வீடு வந்து சேர வேண்டும் . . .

'சர்க்கஸ் மிருகத்தைக் காட்டில் கொண்டு விட்டால், ஒருவேளைச் சாப்பாட்டுக்கே திணறிப்போகும்' என்பாள் பாட்டி. ராகவனுக்கும் அதுவேதான் நடந்தது. தேனிலவு ஏற்பாடுகளைக்கூட, புதுமனைவிதான் செய்ய வேண்டியிருந்தது. இத்தனைக்கும் பட்டப் படிப்பு முடித்தவளே தவிர, வேலைக்குக்கூடப் போகாதவள். மலைவாசத் தலத்தின் தனிமையில் கணவனின் அணைப்புக்காகக் காத்திருந்தவள், அவன் குமுறிக்குமுறி அழுததை ஆச்சரியமாய்ப் பார்த்தாள்; அவனும் நினைத்து

நினைத்து அழுதான். காணாமல் போன அண்ணனின் எதிர்ப் பிம்ப வாழ்க்கைதான் தனக்கு விதிக்கப்பட்டதாகப் புலம்பியவனை நெஞ்சோடு அணைத்து ஆறுதல் சொன்னாள் . . .

இரண்டாவது அண்ணன் மூர்க்கன். மனைவி தாய் தகப்பன் உள்பட அவனிடம் அடி வாங்காதவர்களே கிடையாது. முப்பத்தியோராம் வயதில் மற்றவர்களிடம் உதை வாங்க ஆரம்பித்தான். கையையோ, கழற்றிய செருப்பையோ முதலில் ஓங்குவது இவன்தான் என்றாலும், சொந்தக் குடும்பத்தவர் மாதிரி எல்லாரும் சகித்துக்கொண்டிருப்பார்களா? வாரம் ஒரு தடவையாவது ரத்தக்காயத்துடன் வீடு வந்து சேர்வான்.

மூத்தவன், நியாயஸ்தன். எந்தப் பிரச்சினையென்றாலும் அவன் எடுத்துரைக்கும் நியாயத்தைக் கேட்டுப் பிராணனை விடுவதற்கு, முதலிலேயே அவன் இஷ்டப்படி செய்து தொலைத்துவிடலாம் என்றுதான் யாருக்கும் தோன்றும். எந்தக் கட்சிக்கு ஓட்டுப் போடுவது என்பதில் தொடங்கி, எந்த இடத்தில் நிலம் வாங்கிப் போடலாம் என்பதுவரை, அவன் எடுக்கும் முடிவுக்குக் கூட்டுக்குடும்பம் கட்டுப்படும். தேர்தலில் வேண்டுமானால், அவனுக்குத் தெரியாமல் மாற்றிப் போடலாம் – நில விஷயம் அப்படியா!

பெரியண்ணனுக்கு இன்னொரு பலவீனமும் உண்டு – கிளப்பில் சீட்டாடுவது. ஊர் நியாயம் அத்தனையும் தெரிந்தவனுக்கு இதிலிருந்து விடுபட முடியாமல் ஆனது. ஆனாலும், நியாயஸ்தன் நியாயஸ்தன்தான் – தன் மனைவியின் நகைகளை விற்று இழந்தானே தவிர, குடும்பத்தின் பொதுச் சொத்துக்களில் கைவைக்கத் துணிந்ததில்லை.

தேனிலவு போன இடத்தில், தட்டுவண்டிக் கடைகளில் மட்டுமே தம்பதி சாப்பிட்டதுக்கும், நடந்துநடந்து சோர்ந்த பின்னும் நடந்தே தீர்த்ததுக்கும், இஸ்திரி போடாத துணி அணிந்து, 'கஞ்சன்' என்னுமளவு ராகவன் சிக்கனமாய் இருந்ததுக்கும்கூட மூத்த அண்ணன்தான் காரணம்.'வாத்தியார் பிள்ளை மக்கு' என்று சொல்ல மாட்டாளா பாட்டி?

மூன்றாவது அண்ணன், அதுதான் ஆரம்பத்திலேயே காணாமல் போனவன், திருப்பூரில் இருக்கிறான் என்று பராபரியாய்த் தகவல் வந்தது. தேடிப்போய்ப் பார்க்க யாருக்கும் விருப்பமில்லை. சொந்த சம்பாத்தியமாக அப்பா சேர்த்து வைத்தவற்றில் பங்கு குறைந்துவிடுமே என்பது அல்ல; மாணிக்கத்தைப் பற்றித் தகவல் தந்தவர் சொன்ன இன்னொரு

செய்திதான் காரணம். அவன் பெரும் குடிகாரனாய் ஆகிவிட்டதோ, இரண்டு மனைவியரை ஒரே வீட்டில் பரிபாலிக்கிறான் என்பதோ பெரிதில்லை; ஆனால். ஊர் முழுக்கப் பெண்சகவாசம் என்பதைக் குடும்பஸ்தர்கள் ஏற்றுக்கொள்வார்களா? அதிலும், அவரவருக்கு மணமாகி, ஓரிரு பெண்குழந்தைகளும் பிறந்து விட்ட பிறகு . . .

'பாக்குத்துண்டு பல்லில் படாத' சீலனாக ராகவன் திகழ்வது ஏன் என்பது புரிந்திருக்குமே? இதுவும் அப்பாவைப் பெற்ற பழமொழிப் பாட்டி சொல்வதுதான் . . .

நாலாவது அண்ணன் விவகாரம் சற்று விசித்திரமானது. ஒரு காலத்தில் புறநகராய் இருந்து, இப்போது மாநகரின் சிறுநீர்ப்பை ஆகிவிட்ட பகுதி; (அந்நாளைய நல்ல தண்ணீர் ஏரி தற்போது சாக்கடைக் குட்டை ஆகிவிட்டதையும் பொருத்திப் பார்க்கலாம்), நகரத்தின் வளர்ச்சிவேகத்தினால், இன்னும் சில ஆண்டுகளில் இதயமாகவே மாறி விடும் வாய்ப்புள்ள பகுதி. திடல் போன்ற வீட்டு வளாகத்தைப் பாகம் பிரிக்கவோ, பகுதியளவாக விற்றுவிடவோ முடியாமல் இருப்பதற்கு முழுக்காரணம் சின்னையா.

நாலு வான்கோழி, இரண்டு எருமை, பசுக்கள் நாலு, கூட்டமாய்த் திரியும் கோழிகள் ஏழெட்டு, நிரந்தரமாய்க் கனத்த மடுவுடன் எந்நேரமும் குழை மெல்லும் வெள்ளாடுகள் மூன்று, கோஸும் முள்ளங்கியும் காரட்டும் சிதறிய கூண்டுக்குள் குதித்தலையும் ஒரு டஜன் முயல்கள், பத்துப் பன்னிரண்டு புறாக்கள், காவல் காக்க ஒரு டாபர்மேன், ஒரு சிப்பிப்பாறை என நிரம்பியிருந்த வளாகத்துக்குள், பெண் கொடுக்கும் உத்தேசத்துடன் நுழைந்த அத்தனைபேரும் பின்வாங்கி ஓடினார்கள். மாதச் சம்பளத்துக்கு வேலைபார்க்கும் மற்ற சகோதரர்களைவிட அதிகச் சம்பாத்தியம் உள்ளவன் சின்னையா என்று புரிந்துகொண்ட திண்டிவனத்துக்காரர் வந்துசேர்ந்தபோது, அவனுக்கு முப்பத்தைந்து தாண்டியிருந்தது. முப்பத்து மூன்று வயது ராகவனோ, பல்லியைப் பார்த்தாலே பதறுபவன் ஆகியிருந்தான் – எடுத்ததெற்கெல்லாம் உதடு கோணி அழுகிறவனாகவும்தான்.

புதுமனைவி, தேனிலவில் சில முடிவுகள் எடுத்தாள். முதல் வேலையாக, கணவனுக்குச் சில விஷயங்களைப் புரிய வைக்க முற்பட்டாள் . . .

1. யாருமே சுயம்பு கிடையாது. – செய்ய வேண்டியதை சிலரிடம், செய்யக் கூடாததைச் சிலரிடம் என்று

யாரையாவது பார்த்துக் கற்றுக்கொண்டவர்கள்தான் எல்லாரும்.

2. பார்க்கப் போனால், உன்னிப்பாகப் பார்க்கத் தெரிந்ததால்தானே, அண்ணன்மாரிடமிருந்து பாடங்கள் பெற முடிந்தது ராகவனுக்கு. கூர்மையான புத்தி இல்லாவிட்டால் அது நடந்திருக்குமா!

3. எந்த வீட்டிலுமே, கடைக்குட்டி என்றால் செல்லம் அதிகம் – கண்டிப்பும் அதிகமாய் இருக்கும்தான். ராகவன், தங்கமான மனிதனாய் இருப்பதற்கு, அண்ணன்கள் தானே காரணம். அவர்களுக்கு நன்றியல்லவா சொல்ல வேண்டும் அவன்! அழலாமா?

4. இத்தனை வார மாத இதழ்கள் படிக்கிறான்; பாட்டியிடமிருந்துதான் என்றாலும் எத்தனை பழமொழிகள் சொலவடைகள் குட்டிக்கதைகள் தெரிந்து வைத்திருக்கிறான், ஜாதகமும் கைரேகையும் பார்க்க அறிந்திருக்கிறான், ஒவ்வொரு தெய்வத்துக்கும் பூசா விதிகள் என்ன என்று மனப்பாடமாய்ச் சொல்கிறான், அழாத நேரங்களில் சிரிப்பு மூளப் பேசுகிறான் – இவை எல்லாம் ராகவன் சொந்தமாகப் பயின்றவைதாமே?

5. நூறாவது வயதை எட்டும்வரை உயிரோடிருந்த பாட்டிக்காரி, இந்தக் குடும்பத்துக்குச் செய்த நன்மைகளைவிட, தானறியாமல் செய்த துரோகம்தான் வீரியமானது – 'பஞ்சபாண்டவர்கள்' என்று சொல்லிச் சொல்லிப் பழக்கியிராவிட்டால், சகோதரர்கள் ஒருவேளை வேறுமாதிரி வளர்ந்திருக்கலாம் . . .

இவற்றைவிட, கடைசியாய் அவள் சொன்ன ஷரத்து, ராகவனுக்கு மிகமிகப் பிடித்திருந்தது – அண்ணன்மாரைப் பார்த்துக் கற்றுக்கொண்டது போதுமா; அப்பாவைப் பார்த்துக் கற்றுக்கொள்ள வேண்டாமா? மணிமணியாய் ஐந்து சிங்கக் குட்டிகளைப் பெற்றுப் போட்டிருக்கிறாரே. ராகவனுக்கு அப்படியொரு உத்தேசமே இல்லையா!

புதுமனைவியின் விவேகத்தை வியந்து மாளவில்லை ராகவனுக்கு. ஊர் திரும்பிய பின், குடும்பத்தில் மற்றவர்களும் வியந்துபோனார்கள் – ஆமாம், கணவனும் தானும் தனியாய்க் குடிபோகவிருப்பதாக அறிவித்தாள் திருமதி. சுப்புலட்சுமி ராகவன் . . .

90

நாற்பதாம் வயதில் சொந்தமாக வீடு வாங்கிக் குடிபெயர்ந்தான் விநாயகம். அது வரை ஒண்டுக் குடித்தனங்கள்தான் – தரைத்தளத்தில் இருக்கும் ஒற்றை வீட்டைப் பகுத்தவை, உரிமையாளரின் வீட்டு மாடி, அடுக்ககம் என. எதுவாய் இருந்தாலும் அவனால் தனிமை உருவாக்கிக்கொள்ள முடிந்திருக் கிறது. மற்றவர்களும் ஒத்துழைத்தார்கள்.

சொந்த வீடுமே, குழந்தைகள் வைத்து விளையாடும் சொப்பு சாமானின் அம்மி, ஆட்டுரல் போன்று குறுவடிவம்தான். பெரியவர்களுக்குத் தானே அவை பொம்மைகள். குழந்தைகளுக்கு நிஜமானவைதானே. புது வீட்டுக்கு வலது பக்கம் சலூன். இடது பக்கம் மளிகைக்கடை. வந்த கொஞ்சநாளில், தானே புதுமனிதனாகிவிட்டான் விநாயகம்.

புதுவீட்டில், மனைவியின் ஆசைப்படி பதித்த ஆளுயரக் கண்ணாடியில் பார்த்துக்கொள்ளும் போது, தன் ஆகிருதி பற்றிப் பெருமிதம் ஊறும். பயில்வான்போல உடல்வாகு கொண்டவன் என்று அர்த்தமில்லை; சிவப்புத் தோல், மெனக்கெடாத அப்பாவித்தனம் மிதமான ரோமக்கட்டு உள்ள முகம், பூஞ்சையைவிடச் சற்றே அதிகமாகப் பூசின தேகக் கட்டு கொண்டவன். ஆனால், கண்ணாடி எல்லா வேளைகளிலும் பெருமிதத்தை எதிரொளிப்ப தில்லை. எதிர்பாராத சமயங்களில் ஒருவித அவமான உணர்ச்சியும், குற்ற உணர்வும், சிலவேளை ஏக்கமும்கூடத் தெரியும். சொந்த வீட்டுக்கு வந்த பிறகு, தன் கண்களில் ஏக்கம் அதிகரித்துவிட்டதாக அவனுக்கே தோன்ற ஆரம்பித்திருந்தது.

முதன்முறையாக, கண்ணாடி அபூர்வமான நிறைவைக் காட்டிய நாள் இன்று. தொலைதூரப்

புறநகரில் வாங்கக் கிடைத்த எலிவளை, அரண்மனையாய்த் தெரிந்த நாள். வீட்டுத் தவணையால் நீர்ப் பதமாகிவிட்ட காலைத்தேநீர் அமிர்தமாக ருசித்தது.

சாலையில் கிடக்கும் ரூபாய்த்தாளை விட்டுவிட்டுப் போகும் சீலன் அல்ல விநாயக மூர்த்தி. 'நாம எடுக்காட்டி, வேற யாராவது எடுக்கத்தானே போறாங்க?' என்று சமாதானம் செய்துகொள்வான். அர்ச்சனைத் தட்டிலோ, யாசகருக்கோ காசுபோட, அவர்களிடமே சில்லறை வாங்கத் தயங்காதவன். பெண்களை அம்பாள் என்றோ, புழுக்கள் என்றோ எதிர்த் துருவங்களில் வைத்தே காணும் ஆண்கள் மலிந்த சமூகத்தில், அவர்களைப் பெண்களாக மட்டுமே பார்க்கிறவன் என்றும்கூடச் சொல்லலாம்.

இவனுடைய ஜாதக விசேஷமோ, கோளாறோ, எப்போதுமே அண்டை அயலில் ஒரு அபலை இருந்து வந்திருக்கிறாள். வெவ்வேறு வயதுக்காரர்களான ஒரு டஜன் பேர்களிலும் சில பொதுத்தன்மைகளைக் கண்டு வைத்திருந்தான். அனுபவத்தின் வழியாக இந்தத் திறன் வந்து சேர்ந்ததா, பிறவித் திறன் காரணமாக அனுபவங்கள் சித்தித்தனவா என்று சொல்ல முடியாது. ஆனால், அடுத்தடுத்த இலக்குகளை இனங்காண உதவியவை.

இப்படி அடுக்கலாம். தாழ்வுணர்ச்சி கொண்டவர்கள். மட்டான நிறம், ஒல்லியான, மதர்ப்பற்ற உடம்பு, வறிய பொருளாதாரம், மதிக்காத அல்லது குடிகாரக் கணவன், சுபாவமாகவே சற்று சுதந்திரமானவர்கள், தனிமை தாங்க முடியாதவர்கள், திருமணத்துக்குக் காத்திருக்கும் பேரிளம் பெண்கள், கைம்பெண்கள் என்று தினுசுக்கு ஒருவர். அநேகமாய், அத்தனை பேருக்குமே நறுமணங்களில் ஈடுபாடு இருந்ததையும் சொல்லலாம். விநாயகத்தின் தட்டில் பத்துப் பதினைந்து வாசனைத் திரவியங்கள் இருக்கும் – அக்குளுக்கு ஒன்று தலைக்கு ஒன்று சட்டைக்கு ஒன்று சவரம் செய்த முகத்துக்கு ஒன்று என.

இவ்வளவும் சொன்ன மாத்திரத்தில் விநாயகமூர்த்தி படுமோசமான ஸ்திரீலோலன் என்று எண்ணத் தோன்றுகிறதல்லவா? அப்படி முழுசாய்ச் சொல்லிவிட முடியாது.

தென்னாப்பிரிக்கக் கிரிக்கெட் அணியைப் பற்றி, ஒரு சொல் வர்ணனை உண்டு – *chokers* என்று. மேற்படி அணிக்குத் தலைவனாய் இருக்கும் அருகதை கொண்டவன் விநாயகம். ஆமாம், சின்னச் சின்ன ஏணிகளில், பிரயாசைப்பட்டுச் சிறுகச் சிறுக மேலேறி, உச்சத்தைத் தொடவிருக்கும் தருணத்தில்

அவசரமாய்ப் பின்வாங்கி, ஆரம்பக் கட்டத்தில் வால் கிடத்திய பாம்பின் வாயில் தானாக விழுந்து சறுக்கும் விநோதப் பரமபதம் என்று விநாயகத்தின் அந்தரங்கத்தைச் சொல்லலாம்; சம்பந்தப்பட்ட பெண்களும் தங்களை அப்படியே உணர்ந் திருக்கக் கூடும் – சுவரொட்டியைப் பார்த்தே சினிமாப் பார்த்த திருப்தியை எட்டுபவர்களாக; ஆசையும் அச்சமும் சமமாக நிரம்பிய தொட்டியென.

இரு தரப்புக்கும் குறைந்தபட்ச ஆறுதல் ஈட்டித் தந்துவிட்டு, தென்றல் ஓய்ந்து விடும். கணவன் மனத்தில் நிகழும் ரகசியச் சலனங்களை வேவு பார்க்காத, தெரிபவற்றையும் கண்டுகொள்ளாத மனைவி அமைந்ததை அவனது அதிர்ஷ்டம் என்றுதான் சொல்ல வேண்டும் – கண்டெடுத்த லாட்டரிச் சீட்டுக்கு முதல் பரிசு கிடைத்த மாதிரி.

மற்றபடி, வன்புணர்வுச் சம்பவங்களை செய்தித்தாளில் பார்க்கும்போதெல்லாம், பெருமூச்சு விடுவான் விநாயகம். சம்பந்தப்பட்ட ஆண்மீது சமூகமும் சட்டமும் காட்டும் தற்காலிக உக்கிரமோ, ஆத்திரமோ அல்ல; ‘மாட்டிக்கொண்ட தீரன்’ என்ற பச்சாதாபமே இவனுக்குள் தோன்றும்; அடுத்த கணம், அதுபற்றிய குற்றவுணர்வு எழும்பும்.

மேற்சொன்ன செய்திகளுக்கு முக்கியத்துவம் கொடுக் கிறது என்பதற்காகவே, குறிப்பிட்ட தினசரியை ஆண்டாண்டு காலமாக வாங்கி வருகிறான் விநாயகமூர்த்தி.

தனது சாகசங்களில் அதிகபட்ச தூரம் போனதும், உச்சபட்ச அவமானம் பெற்றதும் ஒரேயொரு பெண்மணி யிடம். முன்னர் அடுக்கிய பட்டியலின் ஒரு ஷரத்தும் இல்லாத, பால்நிறப் புண்ணியவதி. இவனது அனுமானங்கள் அனைத்தும் பொய்த்த இடம்.

பார்க்கப்போனால், விநாயகத்தின் யத்தனம் எதுவுமே இன்றி, இவனிடம் வந்து சேர்ந்தவர். நிச்சயம் ஜாதகம்தான் காரணம். பன்மையில் குறிப்பிடக் காரணம், இவனைவிட ஐந்தாறு வயது மூத்தவர். அடுக்ககத்துக்குக் குடிபோனபோதே, அந்தம்மாளுக்கு இரண்டு குழந்தைகள் இருந்தன. ஆனாலும், வடிவழகு குன்றாதவர்.

அவருடைய கணவர், ஆணழகனாகத் தேர்வாக சகல யோக்யதைகளும் உள்ளவர்; பருத்த மீசை. மொசமொசவென்ற முடி தெரிய சட்டையின் மேல்பகுதி திறந்திருக்கும். புல்லட்டில் போவார். துறைமுக நிர்வாகத்தில் உத்தியோகம். சொந்தமாகக் கார் வைத்திருக்கிறார். தெருநாய்களுக்குத் தவறாமல் பிஸ்கட்

வாங்கிப் போடுவார். அடுக்ககத் தகராறுகளில் மத்தியஸ்தம் செய்யும் வல்லமை, துணிச்சல், ஆகிருதி, நீதியுணர்வு இவற்றோடு, உறுத்தாத குரலும் படைத்தவர். அவ்வப்போது குடும்பத்தை சினிமாவுக்கோ கடற்கரைக்கோ கூட்டிச் செல்லும் பாங்கு உள்ளவர். விநாயக மூர்த்தி ஒருவேளை பெண்ணாகப் பிறந்திருந் தால் அவரைத்தான் காதலித்துத் திருமணம் செய்திருப்பான்.

அந்த அம்மாளுக்கு என்ன ஆற்றாமையோ. கணவன் மனைவி உறவு எத்தனை ரகசியம் வாய்ந்தது என்று இன்னொரு முறை தெரிய வைத்த ஜோடி அது. தவிர, 'கிளி மாதிரிப் பெண்டாட்டி இருந்தாலும் குரங்கு மாதிரி வைப்பாட்டி வேண்டும்' என்ற பழமொழி ஆண்களுக்கு மட்டுமே பொருந்துவது அல்ல என்று தெரியவந்த சந்தர்ப்பம் . . .

அந்த அம்மாள் விநாயகத்தை நோக்கி உதிர்த்த கடைசி வாசகம் என்றென்றும் நிலைத்திருந்து உறுத்தக் கூடியது. முத்தம் கொடுக்க நெருங்கியிருந்தன முகங்கள். விநாயகத்தின்மீது ஆராய்ச்சி நிகழ்த்த வேகமெடுத்த கைகளை இவன் இயல்பாக விலக்கியவாறிருந்தான். திடீரென்று, புல்லட் ஓசை கேட்டது. அது வெறும் பிரமைதான் என்று அப்புறம்தானே தெரியும்? தனிமையின் ரகசியத்தைக் குலைக்காதவண்ணம் சீறினாள்:

தூ. ஆம்பளையாடா நீ. சனியன். சரியான ஒம்போது.

தொடர்ந்து, இவனைத் தள்ளிவிட்டாள். தவறவிட்டோமே என்ற ஆதங்கத்தை விநாயகத்துக்குக் கொஞ்சமும் தராத ஒரே உறவு அது – இன்று காலை, நிறைவாகப் பரிணமித்தது.

இடையூறாயிருந்த மகள்கள், கணவருக்கு விஷம் கலந்த பிரியாணி கொடுத்துவிட்டு, இரவோடிரவாகக் காதலனுடன் ஓடிப்போன பெண்மணி விழுப்புரம் பேருந்து நிலையத்தில் பிடிபட்டாள் என்று இன்றைய தினசரியில் செய்தி. ஐந்து பேரின் வயதுகள் அடைப்புக்குறிக்குள். அந்தப் பெண்மணியின் முழு விலாசமும் கொடுத்திருக்கிறது. இதற்கு மேலும் அடையாளம் தெரியாமல் போய்விடக் கூடாதே என்று, தபால் வில்லை அளவில் தனித்தனியாக ஒரு ஆண் ஒரு பெண்ணின் படங்களும் இருந்தன.

காதலனின் பெயர் வேல்முருகன் என்று போட்டிருக்கிறது. விநாயகமூர்த்தி என்று இருந்திருக்க வேண்டியது; இவனது முன்னுணர்வு மட்டுமே காப்பாற்றியது.

'நல்லவேளை' என்று பெருமூச்சு விட்டான் விநாயகம்.

91

ஞாயிற்றுக் கிழமை உச்சிவெயிலில் சதானந்தம் வந்து சேர்ந்தார். மூன்றடி தள்ளி இருந்தபோதே என் வரை வியர்வை நாறியது. சோப்புப் போட்டுக் குளிக்கும் வழக்கம் இல்லாதவர்; அவரே சொன்னது இது. சீயக்காய்ப் பொடிதான். கரிம ரசாயனங்கள்மீது உள்ள வெறுப்புதான் காரணம் என்று சொன்னார். இந்தக் காலத்திலும் ஆறு குழந்தைகள் பெற்றவர். ஐந்தும் ஆறும் இரட்டை. ஒற்றைச் சம்பாத்திய நிர்ப்பந்தம் வேறு என நானாகக் காரணங்கள் கோத்துக் கொள்வேன் . . . வழக்கம்போலத் தலைநீட்டி,

காப்பி சாப்புடுரீங்களா ?

என்றாள் என் மனைவி. தயங்காமல் 'சரி' என்பவர். . . இன்று மறுப்பாக ஆடியது தலை .

இல்லம்மா வேணாம். ஆடி அமாவாசையில்லா ! இனி, ராத்திரித்தான் சாப்பாடு.

அவள் தலையை உள்ளே இழுத்துக்கொண்டாள். நாலு தெரு தள்ளி, ஒரு மாடிப் போர்ஷனில் குடியிருக்கிறார் சதா. நாங்கள் பரிசீலித்து, வேண்டாம் என ஒதுக்கிய வீடு. உரிமையாளர் நாலைந்து மாடுகள் வைத்திருந்தார். வேளைகெட்ட வேளை களில் ஆவியாக நுழைந்து தாக்கும் சாண நாற்றம், நள்ளிரவில் எதற்காகவோ அடிவயிற்றிலிருந்து முக்காரம் போடும் பசுக்கள், குடியிருக்கும் குடும்பத்தின் தேவைகளுக்கு தம்மிடம் மட்டுமே பால் வாங்கவேண்டும் என்ற நிபந்தனை. நமக்கு ஒத்துவராது என்று விட்டுவிட்டோம்.

எங்கள் காரணங்கள் அத்தனையும் சதானந்தத்துக்கு நேர்மறையாய் இருந்தன.

சாணத்துக்கு நிகரான தொற்றுநாசினி இன்னொன்று கிடையாது என்பார். மிருகச் சத்தம் கேட்டவாறிருக்கும் வீட்டைத் திருடர்கள் அண்டவே மாட்டார்களாம். குழந்தைகள் உட்பட,

ஒட்டுமொத்தக் குடும்பமும் பாலோ, பால்பொருட்களோ சேர்த்துக்கொள்வதில்லை என்பதால், கடைசி நிபந்தனையைச் சுலபமாகத் தாண்டிவிட்டார்.

நான் சென்னைக்குப் குடிபெயரும் தறுவாயில், உள்ளூர் நண்பர்கள் மது விருந்து ஏற்பாடு செய்தார்கள். அதில் ஒரு நண்பரின் நண்பராகக் கலந்துகொண்டார் வெளியூரிலிருந்து வந்திருந்த சதானந்தம். வங்கி ஊழியர். மலர்ந்த முகத்தில் நிரந்தரப் புன்னகை, வில்ஸ் ஃபில்ட்டர், ரம் வித் பெப்ஸி, கண்டசாலா, மொரார்ஜி தேசாய், தேவிகா, நஸீருதீன் ஷா, சலீல் சௌத்ரி, குஷ்வந்த் சிங், விபூதி மணம் என்று இருவருக்கும் ஒத்துப் போன ரசனைகள் அநேகம். ஒரேயொரு வித்தியாசம், நான் கஷ்டம் வரும்போது தயங்காமல் கடவுளிடம் சரணடைவேன்; சதா தீவிர நாத்திகர்போல நடந்துகொள்வார். ஆனால், வேறுவித மான வழிபாட்டு முறைகள் கொண்டவர். சில பயிற்சிகளும் உண்டாம். சித்தர் மரபு என்பார்; சாரூபம் சாயுஜ்யம் என்று புரியாத வார்த்தைகள் உதிர்ப்பார் . . .

நான் புலம் பெயர்ந்து, மூச்சுத்திணறல் இன்னும் சகஜமாகாத நாலே வருடத்தில், அவரும் சென்னைக்கு வந்து சேர்ந்தது அத்தனை ஆறுதலாய் இருந்தது . . .

> **எ**ன்னத்தையாவது சாக்கு வச்சு வாரத்துலெ ரெண்டுநா விரதம் இருந்துர்றோம் . . . நாலு வேளெச் சாப்பாடு மிச்சம்! பிள்ளையளெப் பட்டினி போட முடியுமா?

என்று ஆரம்பித்தார் சதானந்தம். என் மனைவியின் தலை மறைந்த அறையின் கதவை அடிக்கொரு தடவை பார்த்துக் கொண்டார். சற்று நேரம் அமைதியாய் இருந்தவர்,

> மாற்று மருத்துவம்ன்றது, அலோபதி மாதிரியில்லே. இயற்கையான போக்கைத் தடுக்கவே செய்யாது. குடும்பக்கட்டுப்பாட்டுக்கு இதுலே வழிமுறையே கிடையாது. உடம்பெ ஆரோக்கியமாக்கி, கூட ரெண்டு பெத்துக்கிடத்தான் வழி வைக்கும்!

என்று கைப்புடன் சிரித்தார். பி சுசீலா பற்றிக் கொஞ்சநேரம் பேசினார். நெற்றி மட்டும் சுருங்கியே இருந்தது. சுட்டெரிக்கும் வெயிலும், கூரை விசிறியின் அதிவேகச் சுழற்சியும், மத்தியானத் தூக்கத்தை என்னுள் ஏக்கமாய்க் கிளர்த்தின. வியர்வை முழுக்க அடங்கிய பின், விஷயத்துக்கு வந்தார் சதா. ஐயாயிரம் ரூபாய் வேண்டும்; சம்பளம் வந்த பிறகு கொடுத்துவிடுவார். உடனடியாக, வரும்போதைவிட அதிகமாக வியர்த்தார் . . . நல்லவேளை,

வீட்டில் எப்போதுமே கொஞ்சம் பணம் வைத்திருப்பேன் . . . உடனே கிளம்பி விட்டார்.

ஊர்க்காரருன்றதாலே ஒங்களைத்தான் தொந்தரவு பண்ண வேண்டியிருக்கு. பிள்ளைக படிப்பெ நெனச்சு ஸிட்டிக்கு வந்துட்டு, இப்பொ லோல்படுறேன்.

என்று தழைந்த குரலில் சொல்லியபடி, படியிறங்கிப் போனார். சாயங்காலம் தூங்கி எழுந்து வந்தவளிடம் சொன்னேன். அவள் கவலையாய்க் கேட்டாள்:

எதுக்குன்னாவது கேட்ருக்க வேணாமா?

அதை நாம எதுக்காகக் கேக்குறது. இருந்தது கொடுத்தோம் . . .

என்றேன். . . மறுநாள் அலுவலகம் விட்டு வரும்போது, ஆர்ஜி மகப்பேறு மருத்துவமனை வாசலில், கடைக்குட்டி சகிதம் சதானந்தம் நிற்பதைப் பார்த்தேன். மகளைப் பார்த்துக் குனிந்திருந்தார்; என்னைக் கவனிக்கவில்லை.

அடுத்த ஞாயிறும் வந்தார். இந்தமுறை, வெயில் ஏறுவதற்கு முன்பே வந்துவிட்டார். ஆசையாய்க் கேட்டு வாங்கி காஃபி குடித்தார். புறப்படுவதற்கு முன், என்னிடம் ஒரு காசோலையை நீட்டினார். தயங்கித்தான் நீண்டது கை.

இதெல்லாம் எதுக்கு, சதா. சம்பளம் வந்த பிறகு பணமாவே வாங்கிக்கிர்றேனே.

இருக்கட்டுமய்யா.

என்று என் கையில் திணித்தார். தேதியிடப்படாத காசோலை. எழுந்து, அலுவலகப் பையில் வைத்துக்கொண்டேன்

சம்பளத்தன்று ரயில்நிலையத்திலேயெ பிடித்துவிட்டார். காசோலையைத் திரும்ப வாங்கிக்கொண்டு, பணத்தை எண்ணிக் கொடுத்தார்.

இது நடந்தது திங்கட்கிழமை. வியாழனன்று, மறுபடியும் வீட்டுக்கு வந்தார். இந்த முறையும் அதே தொகை வேண்டும். அதே காசோலை. சிறு உறுத்தலோடு பணம் தந்தேன். அடுத்த இரண்டு மூன்று மாதங்கள் இதே நடைமுறை தொடர்ந்தது. என்னுடைய பணம் அவரிடமும், அவருடைய காசோலை என்னிடமும் இருப்பது எங்களுக்குப் பழகி விட்டது. அது தொடர்பாக எனக்கு உணர்வு மரத்துவிட்டது என்றே சொல்லலாம்.

இத்தனைக்கும் வாரத்தில் இரண்டுமுறையாவது, தவறாமல் சந்திப்போம். நெடு நேரம் பேசுவோம்; ஸ்வீடனிலும்,

லக்னோவிலும், ஹாலிவுட்டிலும் நடக்கும் எவ்வளவோ விஷயங்கள். என் மனைவிக்கு முழங்கால் வலி வந்தபோது, மிக நல்ல சித்த மருத்துவ ரை அவர்தான் பரிந்துரைத்தார். நாலைந்து நாள் மஸாஜுக்குப் பிறகு, அவளுடைய நடை கிட்டத்தட்ட மீண்டுவிட்ட மாதிரியே இருந்தது . . .

திடீரென்று, ஒருநாள் ராத்திரி, சதானந்தத்தைப் பார்த்தே நாளாகிவிட்டதே என்று இருவருக்கும் தோன்றியது. மறுநாள், காலை நடையை அவருடைய தெருப்பக்கம் திருப்பினோம். மாடிப்படி உச்சியில், அவர்களுடைய போர்ஷன் கதவில், பூட்டும் டுலெட் போர்டும் தொங்கின ... யோசிக்காமல் அழைப்பு மணியை அழுத்தினேன். வீட்டுக்காரம்மா, வாயில் பிரஷ்ஷுடனும் ஒழுகக் காத்திருக்கும் நுரையுடனும் வெளியே வந்தார்.

அவுக காலி பண்ணிப் போயிட்டாகளே . . . .

ரயில்மேடையில், முன்பு சதா அறிமுகப்படுத்திய சக ஊழியர் எதேச்சையாக எதிர்ப்பட்டபோது, விசாரித்தேன். புனே போய்விட்டார் என்றார். நிர்வாக ரீதியாகவா, விரும்பி வாங்கிப்போனாரா என்று தோன்றி, கேட்காமல் தவிர்த்தேன். ஆனால், அவர் கேட்டார்:

உங்ககிட்டெ எதுவும் கைமாத்து வாங்கியிருந்தாரா?

ஏன் அப்பிடிக் கேக்குறீங்க?

இல்லே, ப்ரான்ச்சுக்கு தினசரி ரெண்டுபேராவது கேட்டு வர்றாங்க. எனக்கேகூட ஒரு ரெண்டாயிரம் தரணும். என்ன செய்ய, கஷ்டப்படுற மனுஷன் . . .

ஒரு நண்பர் வெறும் பூஜ்யங்களாகச் சுருங்கிவிடுவது எவ்வளவு சங்கடமளிக்கும் விஷயம் . . . ஆனால் சிறுகச் சிறுக என் ஞாபகத்திலிருந்து மறைந்தே போனார் சதானந்தம்.

இடையில் ஒருமுறை அவருடைய ஞாபகம் தீர்க்கமாக எழுந்தது. என் மனைவிக்குக் கருக்கலைப்பதற்காக ஆர்ஜி மருத்துவமனைக்குப் போனபோது, முன்பு நின்றிருந்த அதே இடத்தில் அவர் நிற்கிற மாதிரி பிரமை தட்டியது. வெறும் ஐயாயிரம் ரூபாய்தானா அவர் என்றும் தோன்றியது. தொடர்ந்து தத்துவார்த்தமாக ஏதேதோ தோன்றியது. அதற்கெல்லாம் ஏதாவது அர்த்தமுண்டா . . . பணத்தினளவு பெறுமானமாவது உண்டா.

92

காலைத் தினசரியில் தலைப்புச் செய்தி: ஒரிஸ்ஸாவில், ஒரே தடத்தில் எதிரெதிரே வந்த எக்ஸ்ப்ரஸ் ரயில்கள் இரண்டு மோதிக்கொண்டதில், ஐம்பத்து நாலு பேர் பலி. நூற்றுக்கணக்கானவர்கள் படுகாயம். மனம் சுண்டியது. என்னதான் மாயமோ, நாள் தவறாமல் கெட்ட செய்திகள் வந்து பாய்ந்து விடுகின்றன. ஆனால், உலகம் எதிர்மறையாய் ஆகிக்கொண்டே போனாலும், அருணாசலம் போன்றவர்கள் இருப்பது ஆறுதல்தான்.

அருணாசலம் நடத்தும் தன்னார்வ நிறுவனம் இதற்குள் களத்தில் குதித்திருக்கும். சடலங்களை அடையாளம் கண்டு உற்றவர்களிடம் ஒப்படைப்பது; எரிக்கவோ புதைக்கவோ உதவுவது; காயமுற்றவர்களை மருத்துவமனைகளில் சேர்த்து சிகிச்சைக்குப் பணவுதவி செய்வது; அரசாங்கங்கள், காப்பீட்டு நிறுவனங்கள் வழங்கும் இழப்பீடுகளை தரகர்கள் யாரும் அபகரித்துவிடாதபடி முழுசாக வாங்கித் தருவது என்று அடுத்து வரும் நாட்களில் ஓய்வின்றி உழைக்கும்; இந்தியா முழுக்கக் கிளைகள் உள்ள நிறுவனம்.

இதுவே, சென்னையிலிருந்து நாற்பது ஐம்பது கிலோமீட்டருக்குள் நிகழ்ந்த உற்பாதம் என்றால், அருணாசலமே நேரில் போய் நின்றுவிடுவார். போவதற்கு முன்னால், தவறாமல் என்னைத் தொலைபேசியில் அழைப்பார்:

என்னா கணேசன், வர்றீங்களா? போற வழியிலெ பிக்கப் பண்ணிக்கிறேன் . . .

எதிர்த்திசையில் போகவேண்டியிருந்தால், கார் அனுப்பி என்னைக் கூட்டிக்கொள்வார். பெரும்பாலும் சரி என்று கிளம்பிவிடுவேன். என்னுடைய பணிக்கால விடுப்புகள் அத்தனையுமே அவருடன், விபத்து நிவாரணத்தில் கழிந்தவைதாம். அவருடைய நிறுவனமொன்றில் நிர்வாகியாகப்

பணிபுரிந்தேன். வேண்டியவன் என்பதற்காக, ‘ஆன் டூட்டி’ போட்டுக் கூட்டிப்போக மாட்டார். இழப்புக்கு ஈடாக வேறேதாவது வகையில் வருமானம் கிடைக்க ஏற்பாடு செய்வார். ஆறுமாதத்துக்கொருமுறை போனஸ் என்கிற மாதிரி.

அத்தனை பெரிய தொழிலதிபர், பரம்பரைப் பணக்காரர், எத்தனையோ கோடிகளுக்கு உரிமையாளர், எழுபது வயதைக் கடந்தவர், தாமே களத்தில் இறங்குவதற்கு எவ்வளவு பெரிய மனம் வேண்டும் . . . அவருடைய ஊழியன், நம்பிக்கைக்குரிய நண்பன் என்று சொல்லிக்கொள்வதில் அலாதியான பெருமை எனக்கு.

இன்னொரு பெருமையும் இருக்கிறது – இப்படி ஒரு நிறுவனத்தை அவர் தொடங்கிய தருணத்தில் நானும் உடன் இருந்தேன்; மறைமுகக் காரணமாகவும் இருந்தேன்.

அம்பாசமுத்திரத்துக்கு அருகில் கோமணச் சாமியார் என்ற மகான் இருந்தார். தேகவியோகமாகியே நாற்பது வருடங்கள் இருக்கும். அவரை தரிசிக்க ஒவ்வொரு மாதமும் முதல் ஞாயிறன்று போவோம். பணியில் சேர்ந்த முதல் மாதமே என்னையும் கூட்டிப் போனார் அருணாசலம். தமக்கு மட்டுமல்ல, அவரது ஊழியனான எனக்குமே முதல் வகுப்பில்தான் டிக்கட் போடச்சொல்வார் – எப்போதுமே. முதல் தடவை தயங்கினேன்.

> அட, என்னங்க கணேசன், பணம்ன்றது எதுக்கு இருக்கு? செலவு செய்யிறத்துக்காகத்தானே. எறைக்கிற கிணறுதானேங்க ஊறும்.

என்று சிரித்தார். கடைநிலை ஊழியரைக்கூடப் பன்மையில்தான் விளிப்பார். வழிநெடுக, மகானின் அருமைகளைச் சொல்லி வந்தார். வெறும் சாமியார் அல்ல அவர். சித்தபுருஷர். நூறுவயதை எட்டியவர். சுமார் எண்பது வருடமாய் ஆகாரம் ஏதும் இல்லாமல் வாழ்கிறார். காற்றைக் குடித்தே மனிதர்கள் உயிர்வாழ முடியும் என்று நிரூபித்தவர். எந்த அறிவியலாலும் அளந்துவிட முடியாத அற்புதர். சீறும் காற்றை நிறுத்தவும், கனமழை பொழிய வைக்கவும், பிரிந்த உயிரை மீட்டுத்தரவும், வேற்றூரிலோ வேறு நாட்டிலோ வாதைப்படும் உயிர்களை, இருந்த இடத்திலிருந்தே கணப்பொழுதில் நீக்கவும் வல்லவர். ஒவ்வொன்றுக்கும் ஆதாரமாக சம்பவங்களும் சாட்சியங்களும் உண்டு. விரும்பிய ஆண்டில், விரும்பிய வயதில், விரும்பிய முகூர்த்தத்தில் சமாதியாவதற்காகக் காத்திருக்கிறார் . . .

இந்தக் கடைசி அம்சத்தையும் விவரித்திருப்பார் – சக பயணிகள் இருவரும் ஆட்சேபித்ததால் பேச்சை நிறுத்த

வேண்டிவந்தது. நான் மேலேறிப்படுத்தேன். கீழ்ப் படுக்கையில், கிட்டத்தட்ட அதிகாலைவரை, பத்மாசனத்தில் அமர்ந்து கண்மூடி அமர்ந்திருந்தார் அருணாசலம் . . .

யோகீசுவரர் அரைக்கண் திறந்து என்னைப் பார்த்தமாத்திரத்தில்,

> அட, கணேசன் உன்கிட்டெ வந்து சேந்துட்டானா. விநாயகன் மாதிரியே இவனும் தலைச்சன்தான். அப்பறமென்ன, இவனெ விட்டுறாதெ. கூடவே வச்சுக்க.

என்று சொன்னதும் ஒரு காரணம் – அருணாசலத்துக்கு என்னைப் பிடித்துப் போக. எனக்கானால் வியப்பு அடங்க வில்லை – இன்றுவரை. என்னை எப்படித் தெரியும் அவருக்கு!

அடுத்த ஆச்சரியம், பூட்டுப்போட்ட நாலைந்து கதவுகள் தாண்டி இருக்கும் படுக்கையறைக்குள், தலைமாட்டில் யாரோ நிற்பதை உணர்ந்து கண்ணைத் திறக்கிறார் அருணாசலம் – யோகீசுவரர்! சிலிர்த்துப்போனார். உறக்கம் முழுசாகக் கலைந்தது . . .

> இன்னமே நீ அலைய வேணாம் அருணாசலம். உன்னோடயே இருக்குறதுன்னு முடிவுசெஞ்சு இங்கயே வந்துட்டேன்.

என்று புன்னகைத்தாராம். இவருக்கு மயிர்க்கூச்செடுத்தது. விடிந்தவுடன் அம்பையிலிருந்து வந்த தொலைபேசி அழைப்போ, மூர்ச்சையே அடைய வைத்தது. யோகீசுவரர் சமாதியாகி விட்டார். இவருடைய அறையில் தத்ரூபமாய் நின்றிருந்த அதே வேளையில்!

ஆனால், அதற்கு நாலைந்து வருடம் முன்னமே இந்த சேவை நிறுவனத்தை ஆரம்பித்துவிட்டார் அருணாசலம். அந்த நாள் நன்றாய் நினைவிருக்கிறது . . .

திருநெல்வேலி நிலையத்துக்குக் கார் வந்திருக்கும். நிலைய ஓய்வறையில் குளித்து, ரயிலடி உணவகத்தில் சிற்றுண்டி அருந்தி, தரிசனத்துக்குப் போவோம். அருணாசலம் அத்தனை எளிமை. மாலையில் ரயிலேறக் கிளம்பும்வரை மகானின் முன்னிலையிலேயே இருப்போம். யோகிதான் நிலை மாறாமல் மௌனமாய் அமர்ந்திருக்கிறார் என்றால், அருணாசலமும் சம்மணமிட்ட நிலையில் நாள் முழுக்க இருப்பார். எனக்கானால் கால் மரத்துவிடும். ஏதாவது சாக்குச்சொல்லி அடிக்கடி வெளியே வந்து திரும்புவேன் . . .

அன்றைக்கு ரயிலுக்குக் கிளம்பயத்தனிக்கிறோம், யோகீசுவரர் சைகையால் தடுத்து நிறுத்துகிறார் – 'போகாதே'

என்று. மறு பேச்சு ஏது? ட்ரங்க் கால் புக் செய்து, பயணம் ரத்தானதைத் தெரிவித்தோம்.

மறுநாள் சென்னையிலிருந்து பம்பாய் சென்ற விமானம், பாதிவழியில் விபத்துக்குள்ளானது. பயணிகள் இருநூற்று நாற்பதுபேரும் மரணம்.

மூன்றாவதுநாள்தான் உத்தரவு கிடைத்தது. வழி நெடுகவும், ரயிலேறி வெகுநேரம் வரைக்கும்கூட அருணாசலம் ஒரு சொல்லும் பேசாமலே வந்தார். விருதுநகரில் தவலை வடை வாங்கினோம். முதல் விள்ளலை வாயில் போட்டவாறே,

எப்பிடிக் காப்பாத்திட்டாரு பாத்தீங்களா!

என்று முதல் வாக்கியம் பேசினார். குரல் நடுங்கியது. என் வயது காரணமா, முதலாளி காட்டிய அபிமானம் காரணமா, அல்லது யோகீசுவரரின் சித்தமேதானா தெரியவில்லை – துடுக்காக பதிலளித்தேன்:

ஆனா, அந்த எரநூத்தி நாப்பது பேரைக் கைவிட்டுட்டாரே!

என்னைக் குறுகுறுவென்று பார்த்தார் அருணாசலம். கலங்கிய குரலில் கேட்டார்:

என்னா கணேசன் இது. நாஸ்திகர் மாதிரிப் பேசிப்புட்டீங்களே?

அப்புறம் மதுரை வரும்வரை இரண்டு மூன்று தடவை பொருமும் குரலில் இதே கேள்வியைக் கேட்டுவிட்டார். மதுரை கடந்ததும் வழக்கம்போல நான் மேல் படுக்கையில் படுக்கவும், அவர் கீழே பத்மாசனத்தில் அமரவும் தலைப்பட்டோம்.

செங்கல்பட்டு நிலையத்தில் வண்டி நின்றபோது என்னை உலுப்பி எழுப்பினார். அருணாசலம். விம்மிதமான குரலில் உரத்துச் சொன்னார்:

கணேசன், நாஸ்திகனுக்கும் என்னைய மாதிரி ஆளுக்கும் ஒரு வித்தியாசம் இருக்கு. அதெ விளுப்புரத்திலேயே கண்டுபிடிச்சிட்டேன். சாமி என்னை மட்டும் காப்பாத்தினதுக்கு ஒரு நோக்கம் இருக்கு. புரோஜனமும் இருக்கு ...

ஊர் சேர்ந்ததும் முதல் வேலையாக வக்கீலை வரவழைத்து, சேவை நிறுவனத்தைப் பதிவு செய்தோம் ... ஊழியருக்குத்தான் பணி ஓய்வெல்லாம், சேவகருக்கு ஏது.

❖

93

நீலமேகமும் மஞ்சுவும் வந்திருந்தார்கள். பத்து நாள் தங்கி, தினசரியும் ஊசி குத்திக்கொண்டால் நல்லது என்று தொலைபேசியில் தெரிவித்த அக்குபங்க்ச்சர் நிபுணரிடம் நேரில் சிகிச்சை பெறுவதற்காக. கழிவறைக்குக்கூட ஒருவர் துணையில்லாமல் போக முடியாது மஞ்சுவுக்கு. குழந்தைபோல அவளைப் பேணும் நீலத்தைப் பார்த்தால் எந்த மனைவிக்குமே பொறாமையாய் இருக்கும். அவனும், மஞ்சுவுக்குப் பணிவிடை செய்வதற்கென்றே பிறந்தவன் போன்று செய்வான். சிறு முகச்சுளிப்புகூட இருக்காது.

பல்வேறு வைத்தியமுறைகள். அத்தனையும் கைவிட்டன. நீலமேகம்போல மனத் திண்மை உள்ளவனால்தான் அந்த இக்கட்டை எதிர்கொள்ள முடியும் என்று எப்போதும் தோன்றும். இப்போதும்தான். நானாய் இருந்தால் நொறுங்கிப் போயிருப்பேன்.

உடலுக்கு வந்த சீர்கேடு மட்டுமே அல்ல அது; அதற்காக, வெறும் உளவியல் உளைச்சலும் அல்ல என்று மருத்துவர்களும்; செய்வினைதான் காரணம் என்று நெருங்கிய உறவினர்களும், ஜோசியர்களும் ஆரூடக்காரர்களும் கருத்துச் சொல்லி, எறிபந்து போல அந்தத் தம்பதியை ஆளுக்கொருபுறம் எறிந்து விளையாடிய காலகட்டம்.

நீலமேகத்துக்குத் தேவை ஆலோசனைகள் அல்ல; திகட்டத் திகட்ட, அவை அவனுக்குக் கிடைத்தாயிற்று – அவன் குமுறும்போது குறுக்கே பேசாமல் கேட்டுக்கொள்வதே மிகப் பெரிய ஆறுதல் தரும் என்று நினைப்பேன். மணிக்கணக்காய்க் கேட்பேன் . . . மறுநாள் இரண்டாம் சனிக்கிழமை. அதிகாலையில் சிகிச்சைக்குப் போய்விட்டு வந்தபின்,

மூர்த்தி, புகழேந்தியைப் பார்க்கப் போவமாடா?

என்றான். சம்மதமேயில்லாமல் 'சரி' என்றேன். அவருடனான முன் அனுபவம் அப்படி.

கெட்டிக்காரர். பிரியமானவரும்தான். இல்லாவிட்டால் அவரை மெனக்கெட்டு ஏன் போய்ப் பார்க்கிறோம். ஆனால், வயதுக்குரிய இங்கிதம் இல்லாதவர் என்பது என் எண்ணம். கறாராகப் பேசுகிறேன் என்று கரிசனமில்லாமல் பேசுவார். புத்தகம் தின்று வாழும் பிறவி. தீர்க்கமாக யோசிப்பவர். என்ன, மெய்யியலையும் உளவியலையும் அசட்டுத்தனமாகக் கலக்கிறார் என்று நினைப்பேன். அவரோ தொடர்கதை, சினிமாப் பாட்டு இதையெல்லாம் விட்டுவிட்டால் மட்டுமே என்னால் உருப்படியாக சிந்திக்க முடியும் என்று என்னை ஒருமுறை உதிர்த்துப் போட்டார். அதன் பிறகு அவரிடம் விலகல் தோன்றி விட்டது. மேற்படி இரண்டும் இல்லாவிட்டால், அலுவலகமும் வீடும் தின்றது போக மிச்சப் பொழுதுகளை என்ன செய்வதாம்? சிந்தனையாவது, மண்ணாங்கட்டியாவது?

ஒன்றாகப் பணிபுரிந்த காலத்தில் அவர் தந்த நூல்கள் பலவற்றைப் படிக்க முயன்றிருக்கிறேன். தரையில் பாவாத சக்கரங்களுடன் குறுக்கும்மறுக்கும் பாயும் ரதங்கள் அவை. இந்தக் காலகட்டத்துக்குரியவைதானா, அதில் குறிப்பிடப் படும் 'மனிதன்' என்பவன் நான்தானா, நானெல்லாம் மனிதப்பிறவியேதானா என்கிற மாதிரிக் குழப்பங்கள் கூடிக்கொண்டேபோய், ஒரு கட்டத்தில் அதையெல்லாம் முற்றாக ஒதுக்கி விட்டேன். நமக்கு சாண்டில்யனும் கல்கியும் பிபிஸ்ரீனிவாஸும் போதும். நீலமேகமானால்,

> உனக்கு உணர்ச்சிதான் முக்கியம். உணர்ச்சிமயமாய் இருந்தா, மூடனாய் இருக்கணும்ன்னு கட்டாயமா? அவர் சொல்றதுலெ ஒரு நிர்த்தாட்சண்யம் இருக்கத்தான் செய்யிது. அதுக்காக அதையெல்லாம் 'தேவையில்லே'ன்னு விட்ற முடியாது . . .

என்பான். மேற்படி நூல்களும், புகழேந்தியும் வலியுறுத்தும் விஷயங்களை என் மண்டைக்குள் ஏற்றக் கொஞ்சநாள் போராடினான், பாவம். அப்புறம் அவனும் விட்டுவிட்டான்.

புகழேந்தி தற்போது பணிபுரியும் அலுவலகம் வடசென்னையில் இருந்தது. மின்சார ரயில், நகர்ப்பேருந்து

என்று பயணம் செய்து அவரை சந்திக்கப் போனோம். வழியில், சமீபத்தில் படித்த புத்தகம் பற்றி விவரித்துக்கொண்டு வந்தான் நீலமேகம். தொழில்முறை டென்னிஸ் நட்சத்திரம் ஒருவனின் சுயசரிதை அது.

> விம்பிள்டன் ஃபைனல்லெ தோத்துர்றாண்டா. வலைக்கி ரெண்டுபக்கமும் நின்னு கைகுடுத்து அணைச்சபடி உலக மீடியாவுக்குப் போஸ் குடுக்குறானுக. அப்பத் தோணுச்சாம்: 'நான் சகவீரன் கிட்டெத் தோக்கல்லே. டென்னிஸ்ன்ற, எனக்கு ரொம்பப் பிடிச்ச விளையாட்டுக்கிட்டெத்தான் தோத்துருக்கேன். அது புதுப்புது ஆளுகளெ, புதுப்புது சவால்களே உருவாக்கிக்கிட்டேதான் இருக்கும். சமமான வாய்ப்புகளையும் எனக்குக் குடுக்கும். நான் சுதாரிப்பா இல்லேன்னா தோக்கத்தானே வேணும்?' ங்குறான். என் குரலே எனக்குக் கேட்ட மாதிரி இருந்துச்சு . . .

அவனும் புத்தகப்புழுவேதான். அவனும் அவனுடைய தினசரியின் பிடியிலிருந்து தப்பிக்க வேண்டாமா? என்ன, கொஞ்சம் கரடுமுரடான புத்தகங்கள் படிக்கிறவன்.

அழுக்கு நிறக் கட்டிடம். வேறொரு நூற்றாண்டில் வேர் பதித்து, வளாகத்துக்கு வெளியே பெருஞ்சாலையில் ஓடும் வாகனங்களை இளக்காரமாய்ப் பார்த்து நிற்கிற மாதிரித் தென்பட்டது. எங்களைப் பார்த்தவுடன், மேசையில் இருந்த கோப்புகளை ஒருபக்கமாக ஒதுக்கிவைத்துவிட்டுப் பேச ஆரம்பித்தார் புகழேந்தி. வளாகத்தின் உட்புறம் திடல்போன்ற வெட்டவெளியில் ஏகப்பட்ட மரங்களும் அவற்றினிடையே பரந்த அமைதியும் காரணமற்றுப் பறந்து திரியும் காகங்களும் என, உரையாடுவதற்கு உகந்த சூழல். ஆனாலும், ஒரு மணிநேரத்துக்குமேல் புகழேந்தியுடன் இருக்க முடியவில்லை. நீலமேகத்தின் மனைவியைப் பற்றி விசாரித்துவிட்டு, தன்போக்கில் பேசிக்கொண்டிருந்தார்.

எப்போது எங்களிடம் வருகிறது, எப்போது பொதுவெளிக்குப் போகிறது என்று நிதானிக்கவே முடியாத பேச்சு. எனக்குத் தலை விண்விண்ணென்று தெறிக்க ஆரம்பித்தது. புகழேந்தி சொன்னவற்றில், சாரமாக எனக்குள் பதிந்தவை இவைதான்:

1. மஞ்சுவின் வாதை, முன்கூட்டியே தீர்மானமான விஷயம். பொறுமையாகப் பார்த்துக்கொள்ளக்கூடியவன்

என்பதால், இவனுக்கு மனைவியாக அமைந்தாள். நீலம் மட்டும் முரடனாக இருந்திருந்தால், வேறு ஒருத்தருக்கு மனைவியாகியிருக்கக் கூடும்.

2. ஒருவனிடம் இயல்பாக இருக்கும் பொறுமையும் கனிவும் அத்தனை இயல்பானவை அல்ல. ஆழ்மனக் குரூரத்தை மறைத்துக்கொள்ள மேல்மனம் சில வேடங்களைப் பூணத்தான் செய்யும். உண்மையில், மூர்க்கனைவிடவும், சாந்தசொரூபியே தன் சுபாவத்தை மறுபரிசீலனை செய்துகொள்ள வேண்டியவன். காரணம், சுற்றியுள்ள அத்தனை பேரும் அற்பர்கள் என்பதே அவன் எண்ணமாக இருக்கும் . . .

'என்ன அவசரம், இன்னும் கொஞ்சநேரம் பேசிக்கிட்டிருக்கலாமே.'

என்று சொல்லத்தான் செய்தார் புகழேந்தி. 'வேலையிருக்கிறது' என்று நான்தான் அழுத்திச் சொன்னேன். பின்னே, அத்தனை வறண்ட மனத்துடன் எவ்வளவு நேரம் இருப்பது?

திரிசூலம் மலை லேசாக நனைந்து, நீராடி வந்த யானைபோல நின்றது. வழக்கமாய், அதைப் பார்க்கிறபோது என் மனம் விரியும். இன்று சோம்பிக் கிடந்தது. பெட்டியின் மறுபக்க வாசலையொட்டி நின்றிருந்தோம். புகழேந்தியிட மிருந்து கிளம்பியது முதல், நாங்கள் பேசிக்கொள்ளவில்லை என்று எனக்கு உறைத்தது. நீலம் வாய்திறந்தான்.

என்னமோ என்னய சும்பன்னு நினைக்கிறாங்ய. சும்மா இல்லே. பத்து முழு வருஷம். எத்தனையோ சாய்ஸ் இருக்கு. அவளைக் கவனிக்காம விடலாம். டைவர்ஸ் பண்ணலாம். கொன்னுட்டு ஜெயிலுக்குப் போலாம். ரெண்டு பேருமாத் தற்கொலை பண்ணிக்கிறலாம். இல்லே, எனக்கு புத்தி சொன்ன அத்தனெ தாயளியையும் ஒத்தொருத்தனாத் தேடிப்போயிக் கொலை பண்ணலாம் . . . எவ்வளவோ பண்ணலாம். என்னோட தேர்வு இது. மனப்பூர்வமாச் செய்யிறேன். அவ்வளவுதான். தீக்குள் விரலை வைத்தால் இன்பம் தோணுதுன்னு பாடுனவன் என்ன பைத்தாரனா . . .

ஒரு வாக்கியத்தைக்கூட என்னைப் பார்த்துப் பேசவில்லை. மலையையே பிடிவாதமாகப் பார்த்துக்கொண்டிருந்தான். பிறகு,

திரும்பவும் தன் மௌனத்துக்குள் புதைந்தான். நான் என்ன செய்யமுடியும்? ஆழ்ந்து இழுத்து ஒரு பெருமூச்சு விட்டேன்.

மேலும் சிலவருடங்கள் நீண்டது அவனுடைய துயரம். அப்புறம் யாருமே எதிர்பாராத ஒரு சமயத்தில், எப்படி என்றே தெரியாமல் மஞ்சு பூரண குணமடைந்தாள். நாங்களும், புகழேந்தியைவிட்டு பூரணமாக விலகியிருந்தோம்...இன்றுவரை சந்திக்கவில்லை.

❖

94

‘நேர்த்தியான விவரணைகள் உள்ள, புனைவுமொழியின் வசீகரம் கொண்ட எழுத்து என்றபோதிலும், யுவான் சுவாங், ஃபாஹியான் அளவு லியூ வெய் பிரபலமாக இல்லாததற்கு, நேரடியான காரணம் ஒன்றேதான் – அவருடைய குறிப்புகள் காலக்குழப்பம் நிரவியவையாக, பெரும்பாலும் தர்க்கப்பிழை கொண்டவையாக இருப்பது. ஆனாலும், அவரது காலகட்டத்தில் நிலவிய பொய்மையின் அளவை அறிந்துகொள்ள லியூ வெய்யின் குறிப்புகளை வாசிக்கத்தான் வேண்டும். அவற்றின் உள்ளூறையும் கபடத்தை ஆய்ந்தறிய வேண்டும். வரலாற்றாசிரியன் என்றால் தாராளமாகப் புளுகலாம் என்ற நடைமுறை நம்பிக்கையை எத்தனை பேர் மெய்ப்பித்திருக்கிறார்கள்! அதிலும், வரலாறு என்பதே ஒருதலைப்பட்சமான புளுகு என்பதைத் தத்ரூபமாக நிகழ்த்திக்காட்டியவர் லியூ வெய்.’ என்கிறார், பனாரஸ் இந்து பல்கலைக்கழகப் பேராசிரியர் கிரிலால் ஜெயின்.

திரு ஜெயினேகூட, அவ்வளவாய்ப் பிரபலமாகாதவர்தாம். அவருடைய ஆய்வு முடிவுகள் பலவும் ஒருதலைப்பட்சமானவை; அரசியல் துர்நோக்கம் கொண்டவை; தலையைச் சுற்றி மூக்கைத் தொடுபவை என்று தேசிய அளவில் கருத்து நிலவுகிறது. ஆனால், லியூ வெய்யின் பயணக் குறிப்புகளை, அவற்றில் இருக்கும் பிழையான செய்திகளை எடுத்துக் காட்டும் திரு. ஜெயினுடைய முன்னுரை சுவாரசியமாய் இருக்கிறது . . .

வட இந்திய மாநிலமொன்றில் தாம் விஜயம் செய்யக் கிடைத்த அந்தப்புரம் பற்றி விவரிக்கிறார் லியூ வெய். முத்துக்களும் வைரங்களும் சல்லாத்

துகில்களும் சல்லடை முகத் திரைகளும் அணிந்த பேரழகிகளின் கும்மாளத்தால் கலகலத்தது அந்த இடம் என்கிறார். துபாஷியின் ஒவ்வொரு சொல்லுக்கும் அவர்கள் அநாவசியமாய்ச் சிரித்தார்களாம். எதேச்சையாகப் பார்க்க நேர்ந்த அந்நியனின் கவனத்தை ஈர்ப்பதற்காகவே அந்தக் கெக்கலி என்றும், வாய்ப்புக் கிடைத்தால் சோரம்போகத் தயாராய் இருப்பவள் ஒவ்வொருத்தியும் என்றும், இவர்கள் இப்படி அலைகிறவர்கள் என்பதாலேயே இத்தனை பலத்த காவல் என்றும் துபாஷி சொல்கிறான். அவனது சீனப் பேச்சுவழக்கு, தாய் நாட்டின் எந்த மாகாணத்திலும் கேட்டறியாதது; மிகமிகப் பலவீமானது; நிஜமாகவே தான் சொல்ல நினைத்ததைத்தான் சொல்கிறானா, மொழிப் போதாமை காரணமாக வாய்க்கு வந்ததை உளறுகிறானா என்று நிர்ணயிக்க முடியவில்லை என்கிறார் லியூ வெய்.

‘தரையில் ஊன்றிய ஆளுயர ஈட்டிகளோடு, விறைப்பாகக் காவலுக்கு நின்றவர்களின் முகத்தில் அசாத்தியமான இறுக்கமும் மூர்க்கமும் இருந்தது. பிறந்ததிலிருந்தே புன்னகைத்து அறியாதவர்கள்போல இருந்தனர். தாட்டியமான முரட்டு உருவம், சீருடை தாண்டிப் புடைத்துத் தெரியும் புஜங்கள், முரட்டு மீசை என்றெல்லாம் இருந்தாலும், ஆணல்லாத ஏதோவொரு அம்சம் அவர்களைப் பார்க்கும்போதே புலப்பட்டது. துபாஷி உஜ்வல் ஷாவிடம் அதைக் குறிப்பிட்டபோது, கொஞ்சம் கூடுதலாகவே வியந்தான்.

எப்படிக் கண்டுபிடித்தீர், பயணியே?!...

லியூ வெய் அவனைக் குறுகுறுவென்று பார்க்கிறார். அவன் தொடர்ந்தான்:

...நீர் சொல்வது வாஸ்தவம்தான். அவர்கள் ஆடவர் அல்லர்.

பின்னே?

ஆணாய்ப் பிறந்து, போர்ப்பயிற்சிகளில் தேர்ந்த பின், மன்னரால் பொறுக்கியெடுக்கப்பட்டு, விரைநீக்கம் செய்யப்பட்டவர்கள். இந்தப் பெண்களின் நடத்தையைப் பார்த்தாலே, இப்படியொரு காவல்படைக்கான நியாயம் தெரிய வருமே!

என்று சிரிக்கிறான் அந்தக் கிராதகன். இவரது உள்ளம் பதறியது. இதைவிட, ‘அவர்களைக் கொன்றிருக்கலாமே’ என்று நினைத்துக்கொண்டேன்.’ என்று எழுதுகிறார் . . .

‘இதுபோன்ற விவரிப்புகள்தாம் லியூ வெய்யைப் புளுகராகக் காட்டுபவை; மொகலாயர்கள் ஆட்சியைப் பிடித்தபிறகே – அதாவது பதினைந்தாம் நூற்றாண்டுக்குப்

பிறகு – ஜனானாக்களுக்கு நபும்ஸகர்களைக் காவல் அமர்த்தும் வழக்கம் தொடங்கியது' என்று குறிப்பிடுகிறார் திரு. ஜெயின். வாய்ப்புக் கிடைக்கும்போதெல்லாம் இஸ்லாமியரை அவதூறு செய்யும் இதுபோன்ற வியாக்கியானங்களால்தான் திரு. ஜெயினுக்கு அவப்பெயர் உண்டானதோ என்பது இந்த மதிப்புரையாளரின் ஐயம்! . . .

இன்னொரு பத்தியும் சுவாரசியமானது. ஜோத்பூரின் எல்லைப்பகுதியில் நடப்பது. எறும்பு வரிசைபோல, ஒருவர்பின் ஒருவராய்ச் செல்லும் மூன்றுபேரைப் பற்றி விவரிக்கிறார் லியூ வெய். முதலாமவன் கையில் கவைக்கம்பு இருக்கிறது. தோளில் கோணியுடன் நடக்கும் இரண்டாமவன், சற்று சாவதானமாய் நடக்கிறான். வயிற்றைப் பிசைந்தவாறு, அடிக்கடி சரிபாதியாய் உடம்பை மடக்கிக் குனிந்துகொண்டு, அவ்வப்போது நின்று தொடரும் மூன்றாமவன், தாளமுடியாத வலியால் துடிக்கிறான் போல.

பலவண்ண உருமால் மட்டுமே மூவருக்கும் ஒற்றுமை. மூன்றாமவன் உடை, பாவனைகள் அவன் மேல்தட்டுக்காரன்; மற்றவர்கள்போல் அல்ல என்று காட்டுகின்றன.

நெருங்கிப் பார்க்கும்போது தெரிகிறது: அவர்கள் ஒரு பாம்பைத் தொடர்கிறார்கள். அதிகப் பருமன் இல்லாத பாம்பு. நுட்பமான ஒரு தருணத்தில், முதலாமவன் தன் கையிலுள்ள கவையைப் பாம்பின் தலைப்பகுதியில் கச்சிதமாக அழுத்துகிறான். முழு வலுவையும் கூட்டி அழுத்துகிறான் போல – தப்பிக்க வழியின்றி, மூச்சுத்திணறியும் அச்சத்தாலும் துடித்து நெளிகிறது பாம்பு. தலையை உயர்த்த முயல்கிறது. அட, நாகம்!

இரண்டாவது நபர், குந்தி அமர்ந்து, கவை அழுந்திய இடத்தையொட்டி, விசுக்கெனப் பிடிக்கிறான். ஆமாம், வெறுங்கையால்தான். கவையைவிட இறுக்கமான பிடி போலும். நாகம் பந்தலில் தொங்கும் புடலங்காய் மாதிரி நெளிந்து ஆடுகிறது. தன் முகத்துக்கு நேரே அதன் முகத்தைப் பிடித்துக் கொண்டு நிபந்தனைபோல ஏதோ சொல்கிறான். சம்மதம் என்கிற மாதிரி வால் பகுதி துரிதமாய்த் துடிக்கிறது; பிளவுண்ட நாக்கை நாலைந்து முறை நீட்டி இழுத்துக்கொள்கிறது நாகம்.

முதலாமவன் ஒரு கொட்டாங்கச்சியை அதன் முகத்தருகில் நீட்டுகிறான். மஞ்சள் நிற திரவமாக விஷத்தைத் துப்புகிறது நாகம். நஞ்சு மிச்சமின்றி வெளியேற வசதியாக, வாயின் பக்கவாட்டில் இடதுகை விரல்களால் அழுத்துகிறான் இரண்டாமவன்.

அடுத்து நடந்தது இன்னும் பயங்கரம். நாகத்திடம் மீண்டும் ஒரு சொல் பேசிவிட்டு, மூன்றாமவனிடம் ஏதோ சொல்கிறான். பொந்துபோல வாய் திறக்கிறான் அவன். திறந்த வாய்க்குள் நாகத்தை நுழைக்கிறான். இடைப்பட்ட நேரத்தில், மூன்றாமவன் உள்ளாடை உள்பட முழுக்கக் களைந்து அம்மணமாய் நிற்பது, இப்போதுதான் நம் கவனத்தில் தைக்கிறது. உணவுப்பாதை வழி கீழிறங்கும் நாகம், ஆசனவாய் வழியே தலை நீட்டி வெளியேறுகிறது. சட்டென்ற பார்வைக்கு, முன்புறம் ஒன்றும் பின்புறம் ஒன்றுமாக இரண்டு குறிகளுடன் நிற்கும் விநோத மனிதனாய்த் தெரிகிறான் அவன். வழுக்கி, பொத்தென்று தரையில் வீழும் நாகம், தப்பித்தேன் பிழைத்தேன் என நெளிந்தோடுகிறது.

> வயிற்றிலிருந்த விஷத்தை மிச்சமில்லாமல் தின்றிருக்கும் ஸாஹேப். இனி பயமில்லை . . . இரண்டு நாளைக்கு சாப்பாட்டில் உப்பு சேர்க்க வேண்டாம்.

என்று வணங்கிச் சொல்கிறான், பாம்பாட்டி. மூன்றாமவன், பெரிதாக ஏப்பம் விட்டவாறே, குர்த்தாப் பையிலிருந்து கொஞ்சம் வெள்ளி நாணயங்களை அள்ளிப் போடுகிறான். தலைகுனிந்து வணங்கி வாங்கிக்கொள்கிறார்கள் மீனாக்கள் இருவரும் . . .

திரு. ஜெயின் கேட்கிறார்: 1. வெறும் பார்வைக்கே அவர்கள் மீனாக்கள் என்று எப்படி அறிந்தார் லியு வெய்? 2. ராஜஸ்தானிய மீனாக்கள் பழங்குடியினர்தான்; பாம்பு பிடிக்கும் சமூகம் அல்ல. பாம்பாட்டி இனத்துக்கு கல்பேலியாக்கள் என்று பெயர். 3. பாம்புக்கு மனித மொழி புரிவதே விநோதம்; உணவுப்பாதையானது, இடையில் குடல்களின் சுருள் இல்லாமல், வாயிலிருந்து நேரே ஆசனவாய்க்குப் போகும் மூங்கில் குழாய் என்பது லியு வெய்யின் எண்ணம் போல! மாயமந்திரக் கதை எழுதவேண்டியவர், பயணக்குறிப்பு எழுதியிருக்கிறார். மருத்துவத்துக்குப் பெயர்போன சீனத்திலிருந்து இப்படியொரு பயணி!..

சரிதான், திரு. ஜெயின், சமூகவியல் தரவுகளில் உண்மை மட்டுமே இருக்கவேண்டும் என்ற நிபந்தனையோ நிர்ப்பந்தமோ எந்தக் காலத்திலாவது இருந்திருக்கிறதா . . . என்று நமக்குக் கேட்கத் தோன்றுவது, மதிப்புரையின் வரம்புக்குள் அடங்குமா..?!

95

கவுண்ட்டர் முன்னால் வழக்கத்தைவிட அதிகமான கூட்டம். இரண்டு காசாளர்களில் ஒருவன் நான்; மற்றவரான எத்திராஜ், ஒரு மணிநேரம் பர்மிஷன் என்று சொன்னார்கள். புதிதாக மாற்றலாகி வந்திருக்கும் ஊழியர். மிருதுவான மனிதர். வாடிக்கையாளரிடமும், சக ஊழியர்களிடமும் அதிர்ந்து பேசாதவர்.

பதினோரு மணிக்கு வரவேண்டியவர், பத்தரைக்கே வந்துவிட்டார். கடுமையாக வியர்த்திருந்தது. மாநகர நெரிசலில், குறித்த நேரத்துக்குள் வந்துவிடவேண்டுமே என்று பதற்றப் பட்டிருப்பார் என்று தோன்றியது. ஓய்வுபெற இன்னும் ஓரிரு வருடங்களே உள்ளவர், இவ்வளவு அர்ப்பணிப்புடன் இருப்பது எனக்கு வியப்பாய் இருந்தது.

> போய் மொகத்தெ வேணும்னா களுவிட்டு ஒரு டீ குடிச்சிட்டு வாங்க ஸார்.

என்றேன். வரிசையில் நின்ற ஓரிருவர் உச்சுக் கொட்டும் ஒலி கேட்டது. சரிதான், அதற்காக, படபடப்போடு அமர்ந்து, சாயங்காலம் கையிருப்பில் ஏற்ற இறக்கம் நேரிட்டால், அவர்களா பதில் சொல்வார்கள்?

> தாங்ஸ் ஸார், தாங்ஸ் ஸார். ரொம்பத் தாங்ஸ் ஸார்.

என்று இறைஞ்சும் குரலில் சொல்லிவிட்டு, பின்பக்கம் போய்த் திரும்பினார். முகம் நிதானப்பட்டிருந்தது. குழைத்து அப்பி, வியர்வை காரணமாகத் திட்டுத்திட்டாய் ஆகியிருந்த விபூதித்தடம் முற்றாக அழிந்ததுகூட முகத்தைப் பளீரென்று ஆக்கியிருக்கலாம் . . .

கிளை முழுவதுக்கும் பொதுவான மதிய உணவு இடைவேளை இருந்த நாட்கள். எத்திராஜ்

என்னுடனேதான் அமர்ந்து சாப்பிடுவார். காலையில் முகத்திலிருந்த கலவரம் இன்னும் நீங்கவில்லை என்பதைக் கவனித்தேன். நேரடியாக விசாரித்தால் முறையாக இருக்காது என்று நினைத்து,

என்ன ஸார், காலையிலே பர்மிஷன் போட்டிருந்தீங்க?

என்று வினவினேன். முகத்தில் உபரியாக தர்மசங்கடம் சேர,

ஸாரி ஸார். நீங்க ஒண்டியா இருந்து கஷ்டப்படுற மாதிரி ஆயிருச்சு. அய்யிரு லேட்டாக்கிட்டாரு ஸார். எங்க அப்பாருக்குத் திதி.

சேச்சே. அதுனால என்ன?

என்று நான் சமாதானம் சொல்வதற்கு முன்பே எத்திராஜ் கேட்டார்:

ஸாரோட அப்பா . . .

எனக்குப் பதினோரு வயசிலேயே காலமாயிட்டாருங்க.

என்று ஏக்கமாய்ச் சொன்னேன். எத்தனை வயதானால் என்ன, அப்பா இல்லையா? இதற்குள், கடகடவெனப் பேச ஆரம்பித்தார் எத்திராஜ். அவ்வளவு நிறைய, அவ்வளவு வேகமாகப் பேசக்கூடியவர் என்று நான் நினைத்தே பார்த்ததில்லை . . .

கொஞ்சநா படுக்கையிலே கிடந்துதாங்க போய்ச் சேந்தாரு. நல்ல மனுசன்தான், பாவம். ஆனா, இங்கிதம் தெரியாதவரு. நாலு பேரு இருக்குற எடத்திலே ஏதாச்சும் எசகு பிசகா நடந்துட்டம்ன்னா, அவுக முன்னாலெயே போட்டு வெளுத்துருவாரு. மார்க்கு குறைஞ்சாலும் கண்ணுமண்ணு தெரியாமெ அடி. ஒருதபா, டார்ச் லைட்டெ எடுத்து மூஞ்சியிலே குத்திட்டாரு; அப்பறம் அந்த லைட்டு எரியாமப் போச்சுன்னாப் பாருங்களேன்.

ஆனா, கோவம் இருக்குற எடத்துலெதானே கொணமிருக்கும்? அது எங்கப்பாரு விசயத்துலே முளுக்கச் சரி. துணிமணியா, வெளாட்டு சாமானா, கேட்ட ஒடனே வாங்கிக் குடுத்துருவாருங்க. திங்க உங்க வாங்கிக் குடுக்கச் சொணங்கவே மாட்டாரு.

ஆனாலும், எந் தங்கச்சி மாதிரியில்லே நானு. அவரு சாகந்தன்னியும் களுத்தைக் கட்டிக்கிட்டுத் தொங்குவா அவ. கலியாணமெல்லாம் ஆயிப் பிள்ளைகுட்டி பெத்ததுக்கு அப்பறமும், அப்பா மடியிலே தலைய வச்சிப் படுத்துக்கிருவா. ஆம்பளப் பிள்ளைக அப்பிடி நடந்துக்கிற முடியுமா, சொல்லுங்க?

ஆறு கிளாஸ் ஏளு கிளாஸ் வரும்போதே, 'பார்றா, ஒரு முளூ ஆம்பிளையாயிக் காட்டுறேன் உங்கிட்டே; என்னெயா அடிக்கிறே'ன்னு ஒரு வீம்பு வந்துறாதுங்களா? ஆனா, ஒங்களுக்கு அந்த அனுபவம் இருக்காது . . . ஹைஸ்கூல் வந்தவொடனே ஒங்க அப்பாரு காலமாயிட்டாருன்னீங்களே . . .

எனக்குக் கொஞ்சம் கொஞ்சமா அப்பாருகிட்டே ஒரு வெலகல் வந்துருச்சுங்க. தெனோமும் ஷேவ் செஞ்சு பளிச்சுன்னு இருக்குற மனுசன், மூக்குலெ நீட்டிக்கிட்டுருக்குற அந்த நாலுமுடியெ வெட்டுனாத்தான் என்னா கொள்ளேன்னு தோணும். சாப்புடும்போது ஒரு ஆளு இப்பிடியா ப்ளேட்டெச் சுத்தி எறைவான்னு எரிச்சலா வரும். வகுப்போடெ சேந்து எக்ஸ்கர்ஷன் போகையிலெ, கூட ஒரு பத்து ரூவா கைச்செலவுக்குக் குடுத்தா ஆண்டியாயிருவியாக்கும்ன்னு ஆத்தரமா வரும். சம்பந்தம் பேச வந்தவுங்க கிட்டே ஏன் இவ்வளவு ஓங்கிப் பேரம் பேசுறெ, நாளைக்கி எங்கூடக் குடுத்தனம் நடத்தப்போறவ, என்னையும் சேத்துத்தானெ கேவலமா நெனைப்பான்னு அவமானமா இருக்கும். இதுலெ, அப்பனுக்கும் மகனுக்கும் பொளுதன்னைக்கும் சமாதானம் பண்ணி வய்க்கிறதே வேலையா இருக்குற அம்மாவெ ரெண்டு சாத்து சாத்தலாமான்னு ஆத்தரம் முட்டும் . . .

எப்போ நாங்க ரெண்டுபேரும் எடம் மாத்திக்கிட்டோம்ன்னு சொல்லத் தெரியலங்க. திடீல்னு அவுரு எம் மகெம் மாதிரியும், நா அவுரு அப்பா மாதிரியும் ஆயிப் போச்சு. முன்ன மாதிரி ஒரத்துப் பேசமாட்டாரு. எஞ் சவுரியத்தெ உத்தேசிச்சித்தான் எந்த முடிவையும் எடுப்பாரு. தெனசரி என் ஷூவெத் தொடச்சுவப்பாரு. வாரம் ஒருதபா மடியிலெ வச்சுப் பாலீஷ் போடுவாரு. 'என்னை என்னா பாடு படுத்தியிருக்கே, அது ஒனக்கே தெரியக்கண்டுதானே இப்பிடி நைஸ் பண்ணுறே'ன்னு உள்ளூர திருப்திப்படுவேங்க . . .

நான் மோர்சாதத்துக்கு வந்திருந்தேன். ஆரம்பித்த இடத்தைவிட்டுக் கொஞ்சமே கொஞ்சம் நகர்ந்திருந்தார் எத்திராஜ். முதல் வாயை எடுத்தவுடனே ஆரம்பித்துவிட்ட பேச்சு அவர் சாப்பிடும் வேகத்தை வெகுவாகக் குறைத்திருந்தது.

. . . படுக்கையிலே விளுந்ததுக்கப்பறம், காலையிலெ ஒரு தபா, சாயந்தரம் ஒரு தபா ரூமுக்குள்ளாறே போயி ரெண்டு நிமிசம் நின்னுப்புட்டு அவசரமா வெளியெ வந்துருவேன். அப்ப மனசுலே நெரம்பியிருந்தது இன்னதுதான்னு சொல்லத் தெரியலேங்க. கம்பீரமாப் பாக்கக் கிடைச்ச மனுசன், இப்பிடிக்

கிளிஞ்ச நாரு மாதிரிக் கிடக்குறாரேன்னு வேதனையா; இல்லே எங்களெப் படுத்தின பாட்டுக்கு இப்பிடித்தான் முடிவுன்ற குரோதமா; பெட்பான் வீச்சமா ன்னு இப்ப நெனச்சாலும் கெதக்குங்குது. எந் தங்கச்சீன்னா வாரந்தவறாம வருவா. புதுாசாப் பாக்குற மாதிரி விம்மி விம்மி அளுவா. அந்த ரூமுக்குள்ளாறெயே மணிக்கணக்கா இருந்துப்புட்டு கிளம்பிப் போவா.

அன்னைக்கிக் காலையிலே ஆஃபீஸ் பொறப்புட முன்னெ பாக்கப் போனேன். 'எத்தீ, இந்தா இங்கே வலிக்குதுப்பா.'ன்னு பாவமாச் சொன்னாரு: அடிவவுத்திலே எடது பக்கம் கையாலெ தட்டிக் காட்டுனாருங்க. . 'டாக்டருக்கு ஃபோன் பண்ணுறென்.'னு பதில் சொன்னேன். இன்னொரு தபா, 'இந்தா, இந்த எடத்துலெப்பா'ன்னாரு. 'சொல்றேன் சொல்றேன்'னேன். நாலாவது அஞ்சாவது வாட்டி சொன்னப்ப, 'சொன்னதெச் சொன்னதெ எத்தனெ வாட்டி சொல்லுவீங்க? நா என்னா டாக்டரா?'ன்னு எரிஞ்சு விளுந்துட்டு வெளியேறிட்டேன். ஆஃபீஸ் வந்தோடனே மறக்காமெ டாக்டருக்கு ஃபோன் பண்ணவும் செஞ்சேன். எங்கே, மத்தியானம் அவரு வர்றதுக்குள்ளெயே இந்த மனுசன் பொறப்புட்டுட்டாரே . . .

நான் எழுந்து கைகழுவப் போனேன். மேற்கொண்டு சாப்பிடப் பிடிக்காதவர் மாதிரி இலையில் வைத்த கை அப்படியே இருக்க, உறைந்திருந்தார் எத்திராஜ்.

> நான் அந்த எடத்தெத் தொட்டுப் பாக்கணும்ன்னு எங்கப்பா ஆசெப்பட்டுருப்பாரோன்னு ஒருநா தோணுச்சுங்க . . . ஆமாங்க, தொட்டுப் பாத்துருக்கணும். எத்தனெ கூட்டத்துலே அந்த மனுசன் தோள்லெ உக்காந்து போயிருக்கேன். ஒரு தபா தொட்டுப் பாத்தா என்னாங்க கொறைஞ்சிரும்? இன்னைவரைக்கும், அந்த ஆத்தாமே அடங்குவனாங்குது. எனக்கெல்லாம் நல்ல சாவு வராதுன்னு தோணுதுங்க.

அவருடைய குரல் வெகுவாகத் தணிந்து, கிட்டத்தட்ட அழுகுரல் மாதிரிக் கேட்டது.

> சேச்சே. அப்பிடியெல்லாம் ஏன் யோசிக்கிறீங்க. பெத்தவுங்க அதெயெல்லாம் மன்னிச்சுருவாங்க. அது சரி, ஒங்க அப்பா எப்பக் காலமானாரு?

இன்னைக்கிப் போட்டது இருபத்தொண்ணாவது திதிங்க.

என்று சொல்லிவிட்டு, தலையைக் குனிந்துகொண்டார் எத்திராஜ்.

❖

96

கொரோனா தேசிய பீதியாய் ஆவதற்கு முந்தைய வாரம் கரட்டுப்பட்டி போனோம் – ஒன்றரை வயது ஆகியிருந்த பேரனுக்கு, கொள்ளுத்தாத்தா பூஜித்த பிள்ளையாரைக் காட்டுவதற்காக. மதுரை போகும்போதே எச்சரிக்கை நடவடிக்கைகள் இருந்தன; திரும்பிவரும்போது ஏஸி முதல் வகுப்புப் பெட்டியின் திரைகளைக் கழற்றிவிட்டார்கள். கம்பளியும் தரவில்லை.

அடுத்த பகுப்பில், மாநில அரசியலின் முக்கியப்புள்ளியும் அவருடைய கைத்தடிகளும் வந்தனர். மூடிய கதவுகளுக்குப் பின்னிருந்து குடி நாற்றமும், வலுத்த ஓசைகளும் நள்ளிரவுவரை கசிந்துகொண்டிருந்தன. குழந்தை தூங்குவதற்குப் பெரும்பாடு பட்டான். பெரியவர்களும்தான். கரட்டுப்பட்டியிலிருந்து திரும்பும்போது என் மருமகளிடமும் மனைவியிடமும் நான் விவரித்த கதை பல்வேறு கோணங்களிலிருந்து என்னை அலைக் கழித்துக்கொண்டிருந்தது . . .

பிள்ளையாருடைய இல்லம் மிகச் சிறியது. நாலு படி ஏறியதும் இருக்கிற, கம்பி அழி போட்ட முன்னறை. அதிலிருந்து இரண்டு கல் படிகள் ஏறினால், கருவறை. முழங்கால் உயரப் பீடத்திலிருந்தபடி, கரட்டுப்பட்டியை மேற்பார்வை செய்யும் தோரணை யுடன் இருந்தார் பிள்ளையார். நிலவரங்கள் எப்போதோ அவர் கையைமீறிப் போய்விட்டன என்றே சொல்லவேண்டும்; ஆனாலும், தோரணை கொஞ்சமும் குறையவில்லை.

மதுரையிலிருந்து கொண்டுவந்திருந்த சர்க்கரைப்பொங்கல்,கொழுக்கட்டையை விநியோகம் செய்தால் வாங்குவதற்கு ஆளே இல்லையே என்று

கவலைப்பட்டவாறு பூஜை ஆயத்தங்களில் இறங்கினாள் பத்மினி. தீபாராதனையின் கைமணிச் சத்தம் கேட்ட மாத்திரத்தில், வாசலில் நாலைந்து உருவங்கள் உதித்தன. ஒருவரையொருவர் தாங்கியபடி நின்ற இரண்டு கிழவிகள் கவனத்தை ஈர்த்தனர். ரவிக்கை அணியாத, பாம்படங்கள் அணிந்த, பொக்கைவாய்க் கிழவிகள். நான் சிறுவனாய்த் திரிந்த கரட்டுப்பட்டியை மீட்டுத்தந்த உருவங்களை, கிட்டப் போய்ப் பார்த்தேன். பிரியமாய்ப் பார்த்த கிழவி,

> அய்யிரு மகன்தானே!

என்றார். ஆமாம் என்று குதூகலமாய்ச் சொன்னேன். இறந்து நாற்பத்தெட்டு வருஷம் கழித்தும், கரட்டுப்பட்டியின் அடிமனத்தில் தங்கியிருக்கிறார் அப்பா! தன்மேல் சாய்ந்திருந்த மற்றக் கிழவியிடம், காது மடலருகில் சென்று உரத்துச் சொன்னார்:

> அய்யிரு மகந்தேன், கடெக்குட்டி. அதுவே கிளவனாயிருச்சு பாரு . . .

இருவரும் மனம் பொங்கிச் சிரித்தனர். நாங்களும் சிரித்தோம்.

காரில் திரும்பும்போது, விவரித்துக்கொண்டு வந்தேன்: இருவரும் ஓரகத்திகள். வீரணன், குப்புக்காளை சகோதரர்களின் மனைவியர். 'ராம லக்ஷ்மணாள்' என்பார் அப்பா. விவசாயக் குடும்பம். சொந்தமாகக் கொஞ்சம் நிலபுலன் இருந்தது. சகோதரர் இருவரும் கடுமையான உழைப்பாளிகள். பெரும்பாலும் சேர்ந்தே திரிவார்கள். இருவருக்கும் ஒரே நாளில் ஒரே முகூர்த்தத்தில் நடந்த திருமணத்துக்கு, சுந்தரம் அண்ணா என்னையும் கூட்டிப்போனார். 'நாளாம் நாளாம் திருநாளாம்' என்று ஸ்ரீனிவாஸும் சுசீலாவும் பாடிய பாட்டைக் கேட்கும்போதெல்லாம், அந்தக் காலை நேரம், கருப்பணசாமி கோவில் திடல் பந்தல், அதனுள் நிரம்பிய பன்னீர் மணமும் கலகலப்பும், உள்ளூர் அழகும் வசீகரமும் ததும்பிய மணப்பெண்கள் என படிமங்களின் கொத்து எனக்குள் ஊறும்.

இருவரும் ஒரே கட்சியின் உறுப்பினர்கள். வீரணன் அக்கம்பக்க ஊர்ப் பொதுக் கூட்டங்களுக்குத் தோரணம் கட்டவும், போஸ்டர் ஒட்டவும், உள்ளூர்க் கூட்டங்களில், 'தலைவர் வரும்வரை, கூடியுள்ளவர்கள் அமைதலாக இருக்கக் கேட்டுக் கொள்ளப் படுகிறோம்' என்று ஒலிபெருக்கியில் அடிக்கடி அறிவிக்கவும், ஓரிரு கூட்டங்களில் நன்றி நவிலவும் என தீவிர அரசியலில் ஈடுபட்டிருந்தார். எப்போதும் தூய

வெள்ளை உடை அணிவார். சன்னமான கோட்டு மீசை. 'அமரிக்கையானவன்' என்பார் அப்பா.

குப்புக்காளை, கொஞ்சம் வித்தியாசமாக, எரிக்கும் மஞ்சள் நிறம், பஞ்சுமிட்டாய் போன்ற இளஞ்சிவப்பு அல்லது இலைப்பச்சை நிற முழுப் பேண்ட், சில நேரம் முழுக்கைச் சட்டை அணிவார். கரகாட்டம் நடக்கும் இடங்களில், அவர்களுடன் சில நிமிடம் சினிமா அசைவுகளுடன் ஆடவும் செய்வார். அப்புறம், ஆட்டப் பெண்களின் ரவிக்கையில் ஊக்குப்பின்னால் ஐந்து ரூபாய் நோட்டு குத்துவார். அண்ணனுக்கு நேரெதிராக, கூத்தும் கும்மாளமுமாய் நடமாடும் உற்சாகப் பந்து அவர். தீவிரத் திரை ரசிகர்.

கள்ளு குடிச்ச கொரங்குக்குத் தேள்கொட்டுன மாதிரியில்ல ஆயிருச்சு.

என்று வேலுக்கோனார் என் அப்பாவிடம் சொன்னது நினைவு வருகிறது. எம்ஜீயார் புதுக்கட்சி தொடங்கிய சமயம். திடீரென்று பட்டப்பகலில், தார்ச்சாலையின் நட்ட நடுவில் 'நான் ஆணையிட்டா . . .ல்' என்று அபிநயம் பிடிப்பார் குப்புக்காளை. நிற்கவே தடுமாறும் தம்பியை அடக்கிப்பிடித்து வீடுசேர்ப்பதற்குள் வீரணன் வியர்த்து விறுவிறுத்து விடுவார்.

கரட்டுப்பட்டி இரண்டாகியிருந்தது. சரிபாதியாய் உடைந்திருந்தால் பிரச்சினை இருந்திருக்காது என்று இப்போது தோன்றுகிறது. இரண்டு பங்கும் ஒன்றுமாய்ப் பிளந்தது.

ஒரு சாயங்காலம். ஊரே சாராயக்கடை நோக்கி ஓடியது. கடையை ஒட்டிய வெற்றிடத்தில், நடந்ததின் பயங்கரம் மண்டைக்கேறி, போதை சடாரென்று இறங்கி, பிணமாய்க் கிடக்கும் வீரணன் அருகில் தலைகுனிந்து நின்று, கரகரவெனக் கண்ணீர் விட்டாராம் குப்புக்காளை. நான் நேரில் பார்க்க வில்லை; வகுப்புத் தோழன் கனகு விவரித்தான். ரத்தக் கறையுடன் குப்புக்காளை கையிலிருந்த பிச்சுவா நடுங்கியதாம் . . .

அவனைவிட விரிவாகவும், விளக்கமாகவும் தந்திப் பேப்பரில் செய்தி வந்தது. 'அண்ணனைப் பார்க்கும்போது நம்பியார் கணக்காய்த் தெரிந்தது' என்ற குப்புக்காளையின் வாக்குமூலம் மாநில அளவில் பிரசித்தி அடைந்தது. கரட்டுப்பட்டியின் பெயர் தினசரிகளில் இடம்பெற்றது அதுவே முதல்தடவை. ஊருக்குள் புதிய ஆட்கள் நடமாட்டம் அதிகரித்தது. 'கரட்டுப்பட்டி இரட்டைக்கொலை' என்ற

தலைப்பில் நாலைந்து வாரங்கள் தொடர்ந்து செய்திகள் வந்தன. ஆமாம், ஆளுங்கட்சிப் பிரமுகரைக் கொன்ற அவரது தம்பி, முதல்நாள் விசாரணையின்போதே போலீஸ் காவலில் மரணமடைந்து அதிர்ச்சியூட்டினார். சட்டசபையில்கூட இதைப் பற்றிப் பேசினார்கள் என்று நினைவு.

போஸ்ட்மார்ட்டத்துக்குப் பிறகு, இரண்டு உடல்களும் ஒரே நாளில் கரட்டுப்பட்டி வந்து சேர்ந்தன. ஒரே தேரில்தான் தூக்கிப்போகவேண்டும் என்று ஓரகத்திகள் இருவரும் பிடிவாதம் பிடித்ததாய்ச் சொன்னார்கள். தேரில் எந்தக் கட்சிக் கொடியும் இருக்கக் கூடாது என்று நாட்டாமைக்காரர் உள்ளிட்ட ஊர்ப் பெரியவர்கள் தடுத்துவிட்டார்கள்.

சாராயக்கடை திறந்த கொஞ்சநாளில், கரட்டுப்பட்டியில் விழுந்த இரண்டு கொலைகள் பற்றி ஏற்கனவே சொன்ன ஞாபகம். ஒரே ஆள் தொடர்பானவை என்றாலும், இரண்டும் வெவ்வேறு பின்னணி கொண்டவை. நேரடியான காரணம் உள்ளவை. கடைசியாய், நாங்கள் ஊரைவிட்டுக் கிளம்புவதற்கு மிகச் சரியாக இரண்டு மாதம் முன்னால் நடந்த இந்த இரட்டைக்கொலைக்கு, ஒன்றுக்கு மேற்பட்ட காரணங்கள் இருந்தன என்று தான் தோன்றுகிறது...

அதற்கு முன்னால்கூட, கரட்டுப்பட்டி ஒன்றும் அமைதிப் பூங்கா இல்லை. சில்லறைத் தகராறுகள் நடக்கத்தான் செய்யும். ஆனால், வாடிப்பட்டி விலக்குக்கு அருகில் காவல் துறைச் சாவடி அமைந்தது, சகோதரர்கள் மரணத்துக்குப் பிறகுதான். ஊரின்மீது கவிந்த இறுக்கம் அதன்பிறகு விலகவேயில்லை என்று மதுரைக்கு வரும்போது என்னைச் சந்திக்கும் நண்பர்கள் தெரிவித்துக்கொண்டுதான் இருந்தார்கள்.

அடுத்த பகுப்பிலிருந்து உரத்துக்கேட்கிறது, குழறும் குரல் ஒன்று:

அண்ணன்ட்டெச் சொல்லிட்டிங்கல்லே? கவலையெ விடுங்கண்ணே. தூக்கிருவோம். எங்கெ போயிருவான்?... அப்பறம், நம்ம விசயத்தை மறந்துராதீங்க ...

காலங்காலமாய் அந்தக் குரல் ஒலிப்பது மாதிரி பிரமை தட்டுகிறது. அப்படி நம்பத்தானே நாமும் பழகியிருக்கிறோம்?

❖

97

கல்லூரி நாட்களில் மூன்றுபேர் சேர்ந்தே திரிவோம். கனகராஜ், நான், இன்னொருத்தன். அவனைப் பற்றித்தான் சொல்ல வந்தேன். கனகு வக்கீலானான். மாவட்ட நீதிமன்றம்வரை உயர்ந்திருக்கிறான். அவன் சென்னைக்கோ, நான் மதுரைக்கோ போக நேரும்போது, தவறாமல் சந்திப்போம். தவறாமல் மது அருந்துவோம். மூன்றாமவன் பற்றிய பேச்சும் தவறாது. ஒரு வசதிக்காக, அவனை கே என்று வைத்துக் கொள்ளலாம். பொதுவெளியில் பிரபலமாகிவிட்ட பெயரை, சாதாரணமாய்ச் சொன்னாலும், 'விளம்பரம் தேடுகிறான் பார்.' என்று தோன்றாதா!

கேயும் சென்னையில்தான் இருக்கிறான். ஒருமுறைகூடச் சந்தித்ததில்லை. இல்லை, அப்படிச் சொல்வதும் தவறுதான். ராஜமன்னார் இல்ல கிரகப்பிரவேசத்துக்குப் போயிருந்தபோது, எதிர்பாராமல் கே வந்துவிட்டான். மன்னார் என்னைக் காண்பித்து,

இது யாரு தெரியுதா!

என்றான். அவனுக்கு என்னை அடையாளம் தெரியாதிருந்தால் தேவலையே, என்று ஒரு கணம் தவித்தேன். மனத்தின் இன்னொரு பகுதி, தெரிந்துவிட வேண்டும் என்று ஆசைப்படத்தான் செய்தது. அப்போது நிரம்பியிருந்த உணர்ச்சியை, பொறாமை என்பதா, வீம்பு என்பதா, விட்டேற்றித்தனம் என்பதா . . . அவன் கண்கள் மலர்ந்தன.

அட! நம்ம கோவாலு . . .!!

என்று வியந்தான். இருபது வருடங்கள் ஓடியிருந்தன; என் பழைய அடையாளத்தை மறைத்துவிட முயன்ற இருபது வருடங்கள். மிச்சமிருந்த தடயத்தை அவன் இனம் கண்டது, ஒருவகையில் திருப்தியாக இருந்தது . . .

கனகராஜுடனும் ஒரு தடவை ஃபோனில் பேசியிருக்கிறானாம் – தயாரிப்பாளர் கொடுத்த காசோலை முதல்முறையாகத் திரும்பி வந்தபோது. அதற்கப்புறமும் எத்தனையோ திரும்பி வந்திருக்கலாம்; பெரிய பெரிய தொகைகளாய்க்கூட இருக்கலாம்; ஆனால், பெரிய பெரிய வக்கீல்களின் நட்பும் அவனுக்குக் கிடைத்திருக்கலாமே – மதுக் கிறக்கத்தோடு சொல்லிச் சிரித்தான் கனகு. நானும் சிரித்து வைத்தேன்.

முதலில் சென்னைக்குப் பெயர்ந்தவன் கே தான். தன் எதிர்காலம் பற்றிய தெளிவுடன் இருந்தான். கடைசியாய் மூன்றுபேரும் சந்தித்தபோது, வார்த்தைகள் லேசாய்த் தடித்தன. கனகராஜ் பி எல் முடிக்கவிருந்தான். வழக்கம்போல அவன் வீட்டு மொட்டை மாடியில் குடிக்கக் குழுமியிருந்தோம். நான் வங்கிவேலையில் இருந்துகொண்டே சின்னச் சின்ன சமூகக் காரியங்களில் ஈடுபட்டு வந்தேன்; கே கூட்டுறவுத் துறையில் கீழ் நிலை எழுத்தராகியிருந்தான். அவரவர் கனவுகளைப் பற்றிப் பேச்சு வந்தது.

சுப்ரீம் கோர்ட்லெ ஒரு கேஸ் ஆஜராயிறணும்டா மாப்ளே . . .

என்று கிளுகிளுத்தான் கனகராஜ். நான் சும்மாயிருந்திருக்கலாம்.

சுந்தர்லால் பகுகுணா மாதிரி ஆகணும்டா நானு.

என்றேன். கனகராஜுக்கு வியப்புத் தாளவில்லை.

இப்பிடி ஒரு பேரே கேள்விப்பட்டதில்லையேடா!

அந்தப் பயல் கே சும்மாயிருந்திருக்கலாம்; விகாரமான இளிப்புடன் சொன்னான்:

அவுரு சம்சாரத்துக்காவது அவரு பேரு தெரியுமாப்பா?!

நான் அவன் முகத்தை உற்றுப் பார்த்தேன். மறுபடியும் கேட்டான்:

யாருதாண்டா அவரு!

இருவரும் சிரித்தார்கள். எனக்கு ஆத்திரம் ஏறியது. அது புரியாமல், தொடர்ந்தான்:

. . . நானெல்லாம் எம்ஜீயார் மாதிரி ஆவேண்டா . . .

என்னுள் வீறாப்பு உயர்ந்தது. கல்லூரிக்காலத்தில், அப்புறம் திரையரங்குகளில், விடுமுறைநாள் வகுப்பறைகள், கல்யாண மண்டப 16 எம்மெம் புரொஜக்டர்களில் பார்த்த படங்கள்,

இயக்குனர்கள் பற்றி சொற்பொழிவாற்றத் தொடங்கினேன். கனகுவின் புருவங்கள், வியப்பால் உயர்ந்தவை, அப்படியே நிலைத்தன. கே யின் முகம் சுண்டிக் கறுத்தது. பின்னாளில் திரு. பகுகுணாவுக்கு பத்மவிபூஷன் அளிக்கப்பட்டபோது என்னை நினைத்துக்கொண்டார்களோ என்னவோ.

கனகராஜைப் பற்றி முன்னமே சொன்னேன். என்னைப் பொறுத்தவரை, நிறையப் போராட்டங்களில் கலந்துகொண்டவன். உச்சபட்சமாக, பதினோரு பேர் மட்டுமே கலந்துகொண்ட மனித உரிமை ஊர்வலத்தில் கோஷம் எழுப்பிக்கொண்டு சென்றேன். எங்களைக் கலைக்க, தடியடி நடந்தது. தலைமை தாங்கிய முன்னாள் உச்சநீதிமன்ற நீதிபதியும் அடி வாங்கினார். எனக்கும் ஓரிரண்டு கிடைத்தது.

அதைவிடப் பெரிய அடி வட்டாரத் தலைமையகத்தி லிருந்து வந்து விழுந்தது. வங்கிப் பணிக்குத் தொடர்பற்ற வேலை களில் நான் ஈடுபடுவதாகச் செய்திகள் கிடைத்திருப்பதாகவும், இது தொடருமானால் பணிநீக்கம் செய்யவேண்டி வரும் என்றும் மிரட்டியது. அப்புறம் சென்னைக்கு மாற்றல் வந்தது. கனகராஜிடம் ஒருதடவை சொன்னேன்:

> கல்யாணம் மட்டும் பண்ணாமெ இருந்திருந்தா, இன்னும் சுதந்திரமா, இன்னும் வேகமா செயல்பட்டுருப்பேண்டா.

அவன் மௌனமாய்த் தலையாட்டினான். இதெல்லாம் ஒரு பொய்ச்சமாதானம்தான். மற்றபடி, நான் நிமிர்ந்து நோக்கும் நாயகர்கள் அத்தனைபேருமே பிரம்மச்சாரிகளா என்ன! அதற்காக, சும்மா விட்டுவிடவில்லை. சென்னையில் இயங்கும் மனித உரிமைக் கழகங்கள், சாதி ஒழிப்பு இயக்கங்களுக்குக் கடிதங்களும் விண்ணப்பங்களும் சிலவேளை பத்திரிகை அறிக்கைகளும் எழுதிக் கொடுத்துப் பணி செய்து வருகிறேன். என்ன, என் பெயர் எங்குமே வெளிவராது.

பெரும் போராட்டத்துக்குப் பின், ஒரு படத்தில் நாயகனானான் கே. தீபா தியேட்டரில் கனகுவும் நானும் சேர்ந்து சென்று பார்த்தோம். முதல்நாள் முதல் காட்சியே காற்றாடியது. படம் படுதோல்வி என்பது போகட்டும்; கல்லூரி மேடைகளில் அவன் காட்டிய திறமையில் நூற்றில் ஒருபங்கைக்கூட திரையில் வரவழைக்கவில்லை இயக்குனர் என்று பேசியவாறு, கனகுவின் புது ஸ்கூட்டரில் திரும்பினோம்.

ஆனால், கே முடங்கிவிடவில்லை. அண்ணன், தம்பி, சித்தப்பா, ஏட்டய்யா, பாதிரியார், பேராசிரியர், வக்கீல் என்று அவன் ஏற்காத உபவேடங்கள் இல்லை. தமிழ்ப் பத்திரிகைகளில், ரசிக மனங்களில் அழுத்தமான பிம்பமாக வந்து அமர்ந்தான். போதாக்குறைக்கு, முன்னணி நடிகைகள் சிலருடன் இணைத்துப் பேசப்படும் பாக்கியமும் பெற்றான். முன்னமே சொன்ன கிரகப்பிரவேசத்தில் பார்த்தபோதே, கன்னட நடிகை ஒருத்தியை இரண்டாம் திருமணம் முடிக்கவிருப்பதாக வதந்தி உலவியது.

அவனுடைய பங்களா கிரகப்பிரவேசம் நடந்ததை, குமுதத்தில் பார்த்துத் தெரிந்துகொண்டோம் நானும் கனகராஜும் . . .

அப்புறம், இவனைவிட இளமையும் வசீகரமும் கொண்ட அப்பாக்களும் அண்ணன்களும் அமைய ஆரம்பித்து, தமிழ் சினிமா மெல்ல மெல்ல ஒதுக்கியது கேயை . . .

இத்தனையையும் இன்னொரு தடவை பேசி முடித்தபோது நாலு ரவுண்டு முடிந்திருந்தது. கனகராஜ் புதுசாக வாடகைக்குக் குடிவந்திருந்த அடுக்கக பால்கனியிலிருந்து மீனாட்சி கோவில் கோபுரம் பக்கத்தில் தெரியும்.

> அம்மன் பாக்கக் குடிக்கிறோமேன்னு மொதல்ல தயக்கமா இருந்துச்சுடா. அப்பறம், அவ குடுத்த வரம்தானே இம்புட்டும்ன்னு சமாதானம் சொல்லிக்கிட்டேன்!

வக்கீலுக்கே உரிய தர்க்கமும் சாதுர்யமும் குரலில் ததும்பின. அப்படி ஆரம்பித்த பேச்சுதான் கேயிடம் வந்து நிலைத்தது . . . . . . திடீரென்று கனகு சொன்னான்:

> பார்றா! மூணுபேருமே பாதி தூரம்தான் போயிருக்கோம் போல!

வழக்கமான குதூகலம் இன்றி, அவன் சிரிப்பில் லேசாகாக் கைப்பு தெரிந்தது. வெளியேறி, சிறிதுதூரம் பறந்து மீண்டும் கோபுரத்தில் அடங்கிய புறாக்களைப் பார்த்தபடி,

> அடுத்தவாட்டி நான் மெற்றாஸ் வரும்போது, அவனைப் போய்ப் பாப்பம்டா.

என்றான். சரியென்று தலையாட்டினேன். போதை காரணம் அல்ல என்றே தோன்றுகிறது . . . எல்லாத் தோல்விகளும் ஒரே ருசி உடையவை என்றும்தான் . . .

98

மனிதர்கள் மாதிரியே, நாட்களுக்கும் தனித்தனி குணபாவம் இருக்கும் போல. வெளிச்சத்தின் முதல் ரேகை தட்டுப்படும்போதே, துக்கமயமாய் ஆக்கிவிடுகிற நாளை, துர்க்குணம் கொண்டது என்றுதானே சொல்லவேண்டும்?

தலையணைக்கடியில் புதைந்த கைபேசி ஒலித்துத்தான் விழிக்கவே செய்தான் ஆதி. அழைப்பொலியாய் வைத்திருப்பது ரம்மியமான பாடல் மெட்டு. பட்டுப் புடவையும் ஆபரணங்களும் தலை நிறையப் பூவுமாய் வந்த பேரழகி, கைகளைப் பின்புறம் கோத்திருக்கிறாளே என்ற மர்மம் அடங்குவதற்குள்ளாகவே, மறைத்து வைத்திருந்த விளக்குமாற்றால் உச்சந்தலையில் ஓங்கி அடித்த மாதிரி, டமாரத்தின் குரல் பதறியது.

> எலே, கோபாலு, நேத்து நைட்டு நம்ம மாணிக்கத்தெப் போட்டுட்டாங்யடா . . .
>
> அடடே, என்னடா சொல்றே? ஏண்டா? என்னடா நடந்துச்சு?
>
> வேற என்ன, ஏதாச்சும் பொம்பளை விசயமாத்தான் இருக்கும்னு பேசிக்கிறாங்ய . . .

டமாரத்துக்கு அப்படியொரு பட்டப்பெயர் வந்ததற்குக் காரணமே, அவன் ஆகாசப் புளுகன் என்பதுதான். ஆனால், இதிலெல்லாம் யாராவது புளுகுவார்களா என்ன?

ரயிலிலோ, பஸ்ஸிலோ இடம் இருக்கிறதா என்று, கைபேசியில் ஆராயும்போதே சிந்தனை பின்னோக்கிப் பாய்ந்தது. இது யாருக்கும் நடக்கும். ஆனால், சாவுச் செய்தி கேட்டு வருத்தம் வரும்; விரோதி என்றால், ‘உனக்கு இது வேண்டியதுதான்’ என்று விநோதமான நீதியுணர்வும் மகிழ்ச்சியும்கூட வரலாம். பொறாமை பொங்குமா யாருக்காவது?

மாணிக்கம் புதுமண்டபத்தில் கடை வைத்திருந்தான். என்ன அபத்தம், ஒரே ஃபோன் அழைப்பில் நிகழ்காலத்தை நீங்கிவிட்டான். பள்ளி நண்பர்களில், அரைநூற்றாண்டு தாண்டியும் தொடர்பில் இருந்த மூன்றே பேரில் ஒருவன் போய்விட்டான் ...

அவனுடைய தகப்பனார் கோடீசுவர வியாபாரி. புகழ்பெற்ற முருகன் கோவிலில் காணிக்கைமுடிக் குத்தகை எடுத்திருந்தார். அப்படியொரு தொழில் இருப்பதே மாணிக்கம் சொல்லித்தான் தெரியும். பள்ளியிறுதி படிக்கும்போது வெளிவந்த படத்தில், எம்ஜீ யாரின் விநோதமான தலைமுடியைப் பார்த்தபோது, பெரியவர் முகமும், வலது கணுக்காலில் அவர் கட்டியிருக்கும் கறுப்பு முடிக் கயிறும் இவனுக்கு நினைவு வந்தன.

உண்மையில், பள்ளிப்படிப்பை முடித்து வெளியேறிய பிறகுதான் இவர்களுக்குள் நெருக்கம் அதிகரித்தது. மாணிக்கம் மிகப்பெரிய கபடி வீரன். பண வளப்பம் வெளிப்படையாய்த் தெரியும் உடல் வாகு. அழித்தால் இரண்டு டமாரம் செய்யலாம். எதிரணி வீரர்கள் நாலைந்துபேர் சேர்ந்து இறுக்கினாலும், ஒட்டிய மண்ணை உதறுவதுபோலத் தோள் உதறி, உதிர்த்து மீள்வான். அணியில் எல்லாரும் ‘கபடிக் கபடிக் கபடி’ என்று பாடிப் போவார்கள். மாணிக்கம் மட்டும் ‘சங் . . . கித் கித் கித்’ என்று பாடிப் போவான். ‘சங்ங்ங்’ என்று எடுக்கும்போது புலி உறுமுவது மாதிரியே ஆதிக்குக் கேட்கும்.

வகுப்பிலேயே ஆக முதிர்ந்த உருவம் கொண்டவன். எந்நேரமும் வியர்த்து வழியும் உடம்பு. நெடியாய்க் கமறும் கவிச்சி. பாடம் நடக்கும்போது கால்கள் இரண்டையும் அகட்டியும் குறுக்கியும் ஆட்டிக்கொண்டே இருப்பான். பள்ளிப்படிப்பு முடிந்தவுடனே கடை போட்டுக் கொடுத்தார் தகப்பனார்.

தோன்றும்போதெல்லாம் ஆதி அவனுடைய வளையல் கடைக்குப் போவான். அதாவது, சிகரட் பிடிக்கத் தோன்றும் போதெல்லாம். ‘விளையாட்டு வீரர் ஒதுக்கீட்டில் அரசாங்க வேலை வாங்கிவிடலாமே’ என்று ஒரு தடவை கேட்டான். அவன் சொன்ன பதிலில் ஆச்சரியகரமான இரண்டு பகுதிகள் இருந்தன:

> அங்கெ மாசம் முளுக்க வாங்குற சம்பளத்தெ, சித்திரெத் திருளா சமயத்துலெ ஒரே நாள்லெ சம்பாரிச்சுருவண்டா ...
> ஒரு நாயிக்கும் கூளெக்கும்புடு போடாமெ . . .

இரண்டு பேர் நிற்க மட்டுமே இடவசதிகொண்ட பெட்டிக்கடை அமைப்பில் அவ்வளவு வருமானம் வரும் என்பதே கிறுகிறுக்க வைத்தது. அடுத்த பதில் இன்னும் கிறக்கியது . . .

சாயங்காலமாயிட்டா, எம்புட்டு ஜாரிக வருது; கவுர்மெண்டு ஆபீஸ்லெ வருமா!

இவர்கள் படித்த காலத்தில், ஒரு கிராமத்தின் பெயர் சரளமாய்ப் புழங்கியது – பெயர் வேண்டாம்; பொல்லாப்பு வரும். கபடி விளையாட்டுக்கும், இன்னொரு விளையாட்டுக்கும் பேர்போன ஊர். மாணிக்கம் அடிக்கடி அங்கே போய்வருவான் – இரண்டு விளையாட்டுக்கும் சேர்த்துத்தான்.

கல்லூரி முடித்து வேலையில்லாமல் இருந்தபோது, கிட்டத்தட்ட தினசரி போய் அவனுடன் உட்கார்ந்திருப்பான். ஆளுக்கொரு முக்காலி மட்டுமே இருக்கும் கடையில், இவன் போய்விட்டால் பன்னீருக்குத்தான் சிரமம்.

நீங்க உக்காருங்கண்ணே.

என்று சொல்லி, தான் நின்றுகொண்டே இருப்பான். சொல்லும்போது டீ வாங்கி வரப் போவான். வாடிக்கையாளர்கள் பேரம் பேசி அழுத்தும்போது, இவர்கள் இருவரும் பேசிக் கொள்ளும் சங்கேத மொழி சுவாரசியமாய் இருக்கும்.

ணைது . . . ளாபு . . . கீகெ..

என்று ஒவ்வொரு சொல்லும் ஒவ்வொரு தொகையைக் குறிப்பது.

சாயங்காலம் கனியும்போது, புதுமண்டபம் மாய உலகமாக உருமாறும். ஏற்கனவே, எதிர்வரிசைத் தையல் கடைகளில், கள்ளழகர் தேரில் தோரணமாய் ஊசலாடும் தொம்பைகளும், அவற்றின் வடிவத்திலேயே தைக்கப்பட்ட கால்சராய்களும் தொங்க, புதுமண்டபம் நாயக்கர் காலத்தில் இருக்கும்; குண்டு பல்புகளின் மஞ்சள் ஒளி, பழமையை அதிகரிக்கும். அந்தியில் சுரந்த தேவதைகள் கடைநோக்கி வருவார்கள்.

தரையில் அமர்ந்து கைமெஷினில் தைக்கும் சங்கிலி, மாணிக்கம் மூலமாய்த்தான் பழக்கம். தகப்பன் தரும் துணியை, கடந்து போகும் யாரோ ஒரு பையனைச் சுட்டி,

அந்தா அம்புட்டு இருப்பானா?

என்று கேட்டு, நேரில் அளவெடுத்த மாதிரிக் கச்சிதமான அளவில் தைத்துத் தரும் சங்கிலியண்ணன், அந்த மாய உலகத்தின் மந்திரவாதிகளில் ஒருவர் மாதிரித் தெரிவார். . .

ஒருநாள் அவள் வந்தாள். குண்டுபல்பின் சுடர் இறங்கிவந்த மாதிரி மஞ்சள் நிறம். அவ்வளவு வரிசையான, அவ்வளவு

உள்ளொடுங்கிய, அவ்வளவு தூய பற்களை; அவ்வளவு சிறிய நாசியை; அத்தனை அகல நெற்றியை, அத்தனை ஆழமுள்ள சீண்டும் கண்களை, அத்தனை வடிவான உடம்பை, பின்னர் வேறு யாரிடமும் ஆதி பார்த்ததில்லை.

தெலுங்கில் பேசினாள். பேசும்போது, எள்ளுப்பூ நாசி விரிந்தும் சுருங்கியும் காட்டிய ஜாலத்தை இப்போது நினைத்தாலும் குறுகுறுக்கிறது. பெரும்பாலான பெண்கள் வளையலை தானே போட்டுப் பார்த்துக்கொள்வார்கள். இவள் மாணிக்கத்திடம் கை நீட்டினாள். அவனும் வழக்கத்தைவிட சாவகாசமாக, ரொம்பநேரம் வளையல்களை அணிவிக்கவும் கழற்றவுமாய் இருந்தான். மேலே சொன்ன கிராமத்தைச் சேர்ந்தவள் என்று அவள் போனபிறகு சொன்னான் – அரையிடுக்கைச் சொறிந்தபடி.

அரசு வேலை கிடைத்த தகவலை ஆதி சொல்லப் போன அன்று, மாணிக்கமும் ஒரு சுப செய்தி சொன்னான்; அந்தத் தெலுங்கு ஜாரியை வசப்படுத்தி வீழ்த்திவிட்டான் . . .

அசௌகரியமான பேருந்தில் மதுரைநோக்கிப் போனபோது விதவிதமான பிம்பங்களும் காட்சிகளும் ஊறியவாறிருந்தன. ஒருமுறை சங்கிலியண்ணன்கூட வந்து போனார். கடையில் கூட்டம் அதிகமாய் இருந்த ஒரு நாளில், மாணிக்கத்தின் பையிலிருந்து எடுத்த சிகரெட்டுடன் தனியாய் நின்று புகைத்துக் கொண்டிருந்தான் ஆதி. எதிரே எழுகடல் தெரு பரபரப்பாக இயங்கிக்கொண்டிருந்தது. அருகில் வந்த சங்கிலியண்ணன்,

தம்பீ, நீங்க . . . வீட்டுப் புள்ளெதானே?

என்று விசாரித்தார். இவன் தலையசைத்து முடிப்பதற்குள்ளாகவே,

இந்த லோலாயிப் பயலோடெ ஏந்தம்பி சேர்றீக? வீணாப் போயிராதீக . . .

என்று சொல்லிவிட்டு வேகமாக உள்ளே போனார் . . .

மனத்தின் ஆழத்திலிருந்து புதிதாகப் பூத்து இம்சித்தது, அந்த எள்ளுப்பூ நாசி. இறந்தவர்கள்மீது பொறாமை கொள்வது நியாயமாகுமா. அதிலும் இத்தனை வருடம் கழித்து . . . ஆனால், அத்தனை சுலபமாய் விடுபட இயலவில்லை; காரணம் கண்ணாடிப் பேழைக்குள் மாணிக்கத்தின் உருவம் தனியாய்க் கிடந்ததுபோலத் தெரியவில்லை.

99

நல்லவேளை, கோதண்டம் கூப்பிட்டார். இத்தனைக்கும், எங்கள் நட்பில் செயல்படும் ரசாயனம் எனக்குப் புரிந்ததேயில்லை. யாரோ செய்த அலுவலகத் தவறின் பழி என்மீது விழுந்த நாளிலும்; சென்னை வந்த பிறகு கிடைத்த நண்பன் தற்கொலை செய்துகொண்ட நாளிலும்; முதல் தடவையாக லேசான மாரடைப்பு எனக்கு ஏற்பட்ட நாளிலும் மட்டுமில்லை, அந்த ஆண்டின் சிறந்த ஊழியன் விருது அளிக்கப்பட்ட தினத்தன்றும்; மகனுக்குத் திருமணம் பேசி முடிவான தினத்தன்றும்கூடக் கூப்பிட்டார். நீளமாகச் சொல்ல வேண்டாம், என் அன்றாடத்தின் சுழி மாறும் தினங்கள் அனைத்திலும் யதேச்சையாய் அவருடைய அழைப்பு வந்துவிடும்.

நடந்தது தெரியாமல் கூப்பிடுவார்; நான் உணர்ச்சிமயமாக விவரிப்பேன். அதன் சாரமாக எதையாவது கண்டுசொல்வார். மிகப் பெரிய ஆறுதலாகவோ, ஆனந்தம் தாங்காமல் திக்குமுக்காடும் மனத்தைத் தரையிறங்க வைப்பதாகவோ நாலைந்து வாக்கியங்கள். மிகுந்த நன்றியுணர்வோடு சமனமாவேன் . . . சும்மாவா, 'கோதண்டம் என் உயிர் நண்பர்' என்று எத்தனை பேரிடம் சொல்லி யிருக்கிறேன்!

என் அக்கா வீட்டுக்குப் போய்த் தங்கிவிட்டு, அப்போதுதான் திரும்பியிருந்தோம். அக்காவுக்குத் திருமணமாகும்போது நான் கல்லூரி மாணவன். இப்போது வயது அறுபது. இன்னமும் நான் கல்லூரி முடிக்கவில்லை என்றே அவள் கணவர் நினைக்கிறார் என்று நினைக்கிறேன். அதைவிட, அவர்கள் மகன், அதுதான் என் மருமகன், 'வகுப்புத் தோழனின் தம்பிபோல நடத்துகிறான் என்னை'

என்று சொல்வேன்; வேடிக்கையாய்ச் சொல்கிறேன் என்று எண்ணி மற்றவர்கள் சிரிப்பார்கள். அதன் அடியாழத்தில் மெல்லிய அவமானவுணர்வும், ஓரளவு துயரமும்கூட இருப்பது எனக்கு மட்டும்தான் தெரியும்.

இல்லை, என் மனைவிக்கும் தெரியும். என்னைப் பற்றி உயர்வாகச் சொல்லிக் கொள்ளத் தெரியவில்லை எனக்கு, அதுதான் பிரச்சினையே என்று அடித்துச் சொல்வாள். முன்னமே சொன்ன விருது பற்றியோ, நாங்கள் சில லட்சங்களுக்குத் தற்செயலாக வாங்கிய வீட்டின் மதிப்பு இன்றைக்கு எத்தனை கோடிகள் என்பதையோ, மகனுக்குப் பெண் கொடுத்தவர் என்னை சொந்தச் சகோதரனாகவே பாவிக்குமளவு நேர்த்தியாக உறவுகளைப் பேணுபவன் என்பதையோ உரத்துச் சொல்லிப் பிறரைத் திகைக்க வைக்கத் தெரியவில்லை என்று குறைசொல்வாள்.

கோதண்டம் வேறு மாதிரிச் சொல்வார்: தன்னுடைய பதாகையைத் தானே தூக்கிப் பிடிப்பது; அல்லது தனது ரணத்தைத் தானே நக்கிச் சுகிப்பதை முன்னுதாரண இந்திய மனம் ஒருபோதும் செய்யாது என்பார். கண்ணுக்குத் தெரியாத பிரம்மாண்டத்தின் முன் கைகட்டி நிற்கும் பவ்வியத்தைத்தான் வெறும் பக்தி என்று தவறாக உலகம் புரிந்து வைத்திருக்கிறது என்று வேறு சொல்வார். அவர் சொல்லும் பல விஷயங்களைப் போலவே இதுவும் எனக்கு முழுக்கப் புரியாததுதான். ஆனால், தற்போதைய மனோபாவத்தை மாற்றிக்கொள்ள வேண்டியதில்லை என்கிறார் என்கிற மாதிரிப் புரிந்துகொள்வேன்.

அக்கா வீட்டில் உறங்கியபோது ஒரு கனவு . . . ஒலிம்பிக் போட்டிகளில் பங்கேற்கிறேன். ரோமில் நடக்கும் போட்டி. பொதுவாக, விளையாட்டுக்கும் எனக்கும் சம்பந்தமே கிடையாது. கல்லூரி நாட்களில், ஏதோ கொஞ்சம் கேரம் போர்டு விளையாடுவேன். அது கூட, விளையாட்டு ஆர்வத்தால் இல்லை; பெரும்பாலும் கோபியுடன்தான் ஆடுவேன், அவன் தங்கைமீது எனக்குக் கிட்டத்தட்டக் காதல் போன்ற ஒருதலையுணர்வு இருந்தது.

அவர்கள் வீடு மாற்றிப் போனார்கள்; கேரம் போர்டும் அந்தப் பெண்ணும் அவள்மீது எனக்கிருந்த மயக்கமும்கூட இடம் மாறியாகிவிட்டது . . .

ஆனால், ஒலிம்பிக் போட்டியில் இருக்கிறேன் . . . என் இயல்புக்குப் பொருத்தமான போட்டி என்பதை கோதண்டம் சொல்லும்வரை நான் உணரவில்லை. மெல்ல நடக்கும் போட்டி.

ஓட்டப் பந்தயம் என்றால் இலக்கும் வேகமும் தெளிவாய் இருக்கும். மெல்ல நடப்பதன் அளவுகோல் என்ன? உச்சபட்ச வேகம் என்பதே நிற்பதுதானே? முன்னோக்கி நகரவும் வேண்டும். ஆனால், இந்த தர்க்கமெல்லாம் கனவுக்கு வெளியேதான்.

நான் முதலிடம் பெற்று வென்றுவிட்டேன். இரண்டாம் பரிசு வென்றவர் ஒரு பெண்மணி. கறுப்பினத்தவர்.

உண்மையில், போட்டி முடிந்த கையோடு ஊர் திரும்பி விட்டேன். ஆமாம், அடுத்த நிமிடமே என் ஊரில் என் இடத்தில் இருக்கிறேன்; தொலைக்காட்சியில் பார்த்துத்தான் என் வெற்றியையே அறிந்துகொள்கிறேன். அப்போது இன்னொன்றும் தெரிகிறது, நான் இருப்பது என் மகனுடைய திருமணம் நடந்த கல்யாண மண்டபத்தின் மையக் கூடத்தில்.

வெற்றிபெற்ற செய்தியை அக்கா கணவரிடம் சொல்கிறேன். ஏதோ, பல் தேய்த்துவிட்டேன் என்று சொன்ன மாதிரி, சலனமில்லாமல் தலையாட்டிவிட்டுக் கடந்து போகிறார். கூடப் பிறந்த அக்காவுக்குமே தம்பியின் சாதனை ஒரு பொருட்டா யில்லை. ஒலிம்பிக்கில் தங்கம் வெல்வது அத்தனை சாதாரண விஷயமாய் இருக்கிறது அவர்களுக்கு. அவர்களை விடுங்கள், சொந்த மனைவியே இதைக் கேட்டுவிட்டு,

உத்தம்தாஸ் ஜுவல்லரிலெ ஒரு வேலெ இருக்கு. போய்ட்டு வந்துருவோமா?

என்று சொல்லிப் படியிறங்கிப் போகிறாள்.

தாங்க முடியாத வேதனையோடு பின்தொடர்கிறேன். பண்டைக்கால ரோமானிய அரண்மனைகள் மாதிரி, படு உயரமான விதானமும், நீளமான இருபத்திச் சொச்சம் படிகளும் கொண்ட மண்டபம் அது. காத்திருக்கும் ஆட்டோவை நோக்கிப் போகிறோம்.

எதையோ மறந்துவிட்டதாகச் சொல்லிவிட்டு, மீண்டும் படியேறுகிறாள் மனைவி.

உள்ளே இருந்த ஆட்டோ, இப்போது மண்டபத்தின் சுற்றுச்சுவருக்கு வெளியில் நிற்கிறது.

சாலையோடு போகும் தம்பதியில், அந்தப் பெண்மணி என்னைக் காட்டி கணவரிடம் ஏதோ சொல்கிறாள். மலர்ந்த கண்களுடன் என்னைத் தாண்டிப் போகிறார்கள்... இன்னாரென்றே தெரியாத ஓர் இளைஞன் எதிரில் நிற்கிறான்.

கங்ராட்ஸ் சார்.

என்று சொல்லிக் கைகுலுக்குகிறான்.

அந்த நீக்ரோ பொம்பளையைவிட நீங்க பேசுனதுதான் நல்லா இருந்துச்சு சார்.

முதல் பரிசுக்குரியவனை எடுத்த பேட்டியில் நான் கூறியவற்றைப் பார்த்திருப்பான் போல. ஆனால், சில விநாடிகள் மட்டுமே ஒளிபரப்பான, ஏழெட்டு வரிப் பேட்டியில் என்ன மேன்மையைக் கண்டானோ! நம்ம ஊர்க்காரன் என்ற பெருமிதம்கூட அப்படித் தோன்ற வைத்திருக்கலாம்... என்னவானால் என்ன, பாராட்டுமொழிகளை வேண்டாமென்று சொல்லுமளவு ஞானியா நான்? வயதில் மூத்தவன் என்ற அடிப்படையில், 'நீக்ரோ' என்றோ, 'கறுப்பர்' என்றோ குறிப்பிடுவதை மரியாதைக்குரிய தாக அவர்கள் கருதுவதில்லை தம்பீ' என்று நான் எடுத்துச் சொல்வதற்குள் போய்விடுகிறான் . . .

கோதண்டம் பொறுமையாகக் கேட்டுக்கொண்டார்.

கனவில் வருகிறவை எல்லாமே குறியீடுகள்தாம் பாலு. அடங்காத ஆழ்மன ஆசைகளை நிறைவேற்றித் தரும் பிரமைகளாக மட்டுமல்ல, எதிர்காலத்தில் நடக்க விருக்கிறவை பற்றிய ஆரூடங்களாகவும் அவற்றைக் கொள்ள முடியும்.

என்கிறார். அவருடைய குரல்தான் எத்தனை ஆதுரமாக இருக்கிறது, ஆங்கிலம்தான் என்ன அருமை . . .

ம்.

என்றேன். ஆனாலும், சுரத்தில்லாமல் சொல்கிறேன் என்று எனக்கே தெரிந்தது. கோதண் டம் அதைக் கவனிக்காதவர் மாதிரி இன்னொரு வாக்கியமும் உதிர்த்தார்:

யாரு கண்டா? பெரிசா எதுவும் நடக்கப் போகுதோ என்னவோ!

கோதண்டம் கோதண்டம்தான். அன்று மதியமே செய்தி வந்துவிட்டது. எங்கள் மருமகள் ஆண்குழந்தை பெற்றிருக்கிறாள். சுகப் பிரசவம். பிரசவ அரங்கிலிருந்து சாதா வார்டுக்குக் கொண்டு செல்லும் வழியில், கைபேசியில் எடுத்த பேரனின் புகைப்படத் தை அனுப்பியிருந்தார் சம்பந்தி. தங்கப் பதக்கம் மாதிரி வட்ட முகம் பயலுக்கு!

❖

100

பூசமுத்து சாரைப் பார்க்க நாலு நண்பர்கள் போயிருந்தோம். வெவ்வேறு வயதினர். ஒரே கிளையில் அவருடன் ஆண்டுக்கணக்காகப் பணிபுரிந்தவர்கள். 'மரணப் படுக்கைலெ கிடக்காரு; ஒடனே போய்ப் பாத்துறணுமப்பா' என்று ஒருங்கிணைத்தவர், எங்களில் மூத்தவரான தனுஷ்கோடி. தொலைபேசியில், 'நம்ம ஒருசொல் மன்னனுக்கு ஒடம்பு ரெம்ப முடியலையாம்ப்பா' என்று சொல்லும்போதே அவர் குரல் தழுதழுத்தது.

ஆமாம், சாருடனான பெரும்பாலான உரையாடல்கள் 'ஆம், இல்லை, சரி' என்ற ஓரிரு சொற்கள், உபரியாய் ஒரு தலையாட்டல், முகம் நிரம்பிய உத்தரவாதம் என்றே முடிந்துவிடும். வாடிக்கை யாளர்கள் மறுமுறை வந்து கேட்க வேண்டியிராது – பெரும் பாலும், அவர்கள் வீடுசென்று சேரும் முன்பே குறைகள் தீர்க்கப்பட்டிருக்கும் . . .

அலுவலகப் பணியில் எங்களுக்குக் கிடைத்த அறிவும், குறைவாகப் பேசி வாடிக்கையாளருக்கு முழுமையான நிறைவை அளிக்கும் யுக்தியும் பூசமுத்து சார் வழங்கிய கொடையேதான் – இருந்தும், அவரளவு எங்களால் வெற்றிகரமாக இயங்க முடிந்ததில்லை. சார் பணி ஓய்வுபெற்ற நாளில், கிளைக்குப் பணிமாற்றலாகி வந்து இரண்டு மாதங்களே ஆகியிருந்த மேலாளர் திரு. சக்கரபாணி தமது பிரிவுபசார உரையில் சொன்னார்:

> மூடின முத்து லோகம் பெறும்ன்னு சொல்வாங்கள்லே, அது நம்ம பூசமுத்துவே தான்!

ஊழியர்கள் அனைவரும் உரத்துக் கைதட்டினோம் . . .

சாருடைய கட்டில் இருந்த அறையில் வியாதியின் நெடி அடர்ந்திருந்தது. பெரும் பிரயத்தனத்துடன் எழுந்து, கனத்த தலையணையை முதுகுப்புறம் அண்டவைத்து, சாய்ந்து அமர்ந்தவர், எட்டிப் பார்த்த

மருமகளிடம் 'நாலு' என்று சைகை செய்தார் – நாங்கள் மறுப்பதைப் பொருட்படுத்தாமல். வெண்ணிறப் பீங்கான் கோப்பைகளில் தேநீர் வருவதற்கு முன்பே, படபடவெனப் பேசத் தொடங்கியிருந்தார்:

. . . என்னையப் பாக்குறதுக்கா இவ்வளவுதூரம் வந்தீங்க!

என்று வியப்புடன் கேட்டார். அவரிடமிருந்தா அத்தனை நீள வாக்கியம் என்று எனக்கு வியப்பு. ஆனால், பொழிய ஆரம்பித்த அருவி, நாங்கள் கிளம்பும்வரை ஓயவில்லை.

அப்பல்லாம் ஏஜண்ட்டுதான். உள்ளூர்ப் பசங்களுக்கு, பேருக்கு ஒரு எழுத்துப் பரிச்செ, சும்மனாச்சிம் ஒரு இண்ட்டர்வ்யூ . . . டெம்பரரி வேலெ போட்டுக் குடுத்துருவாக. அதிகபச்ச வேலைநாள் தாண்டினதும், ஹெட் ஆபீஸ்லேர்ந்து அப்பாயின்மெண்ட் போட்ருவாக. ஒங்களெ மாதிரியெல்லாம் கடுமையான சோதனைக்கிப் பிறகுட்டு வேலை வாங்கலெ நாங்க. ஆனா, அவ்வளவெல்லாம் டெஸ்ட் பண்ண வேண்டியதேயில்லேங்க. எங்கூர்லெ பள்ளிக்கூடப் பசங்க ஆடுமாடு மேய்க்கப் போவம். நானும் போயிருக்கேன். எட்டாங்கிளாஸ் ஃபெயிலானவன் போதும் – நாம பாக்குற வேலையப் பாக்க.

வேலைக்குச் சேத்த அய்யங்கார்ட்டெ சந்தேகம்னு போயி நின்னம்ன்னா,

டர்ன் த பேஜ் அண்ட் லேர்ன் த வர்க் . . .

னு சொல்லித் திருப்பியனுப்பிச்சிருவாரு! அப்பிடிக் கத்துக்கிட்டதுதான் . . .

அப்பறம் ஒருநா ரோஸ்மேரி வந்தா. ஜொல் லோன் கேட்டு வந்தவதான். ஒரு பார்வையிலே பிடிச்சுப் போச்சு. அப்பறமென்ன, ஊரே எதுத்தாலும் விடுறதில்லேன்னு கட்டிக்கிட்டம். வெள்ளிக்கிளமெ காந்தாரியம்மன் கோவில். நாயறுன்னா மாதாகோவில். சேந்துதான் போவம். கும்புடுவம். தீவாளி. க்றிஸ்மஸு. கடேசிவரைக்கி, நான் பூசமுத்துதான். அவ ரோஸ்மேரிதான். ஒரேயொரு மாத்தம், எனக்காக அவ சைவத்துக்கு மாறுனா; அவளுக்காக நான் டக் இன் பண்ணி ஷூ போட ஆரமிச்சன்! பவுடரும் போட்டுக்கிருவன்!

பிள்ளைகளையும் அப்பிடித்தான் வளத்தம். பெரியவன், ஆஸ்திரேலியாவுலே மேல் படிப்புக்குப் போனவன், ஒரு சேட்டுப் பொண்ணெ லவ் பண்ணுனான் – கூடப் படிச்சவ. என்ன, எங்களெ மாதிரி இல்லே – ஊர்றது பறக்குறது நீஞ்சுறது

நாலு கால்லெ நடக்குறது எல்லாத்தையும் திம்பான். நாங்க இப்பிடிச் சாப்புடாட்டி ஒங்களுக்குக் காய்கறி மிஞ்சாதுன்னு புதூநாயம் பேசுவான். அம்புட்டுத்தான், நல்லபாம்பெச் சுட்டுத் திங்கிற ஊர்லெ, நடுக்கண்டம் எனக்குன்னு சொல்லித்தானெ பொளைச்சாகணும்!

அடுத்தவ, லத்தீப்பெ விரும்பிக் கட்டிக்கிட்டா. கிட்டெ வந்தான்னா ஜவ்வாது மணக்கும். என்ன ஒண்ணு, அவ மைமூனா ஆயிட்டா. இதுலெல்லாம் நாம சொல்றதுக்கு என்னாங்க இருக்கு. என்னமோ சொதந்திரம் அது இதுன்னு அலட்டிக்கிறாக. பிடிமானத்தெ விட்டுட்டாப் போதும், அதது அததும்போக்குலெ கச்சிதமா நடந்துரும். ஏதோ ஒண்ணுரெண்டு கோக்குமாக்கா இருக்கூ ன்றதுக்காண்டி, எல்லாத்தையுமேவா கட்டிப்போடுறது? நீங்கள்லாம் எனக்குக் கீளெ வேலை பாத்தீகளே, பயத்துனாலயா கட்டுப்பட்டீக?. . .

இந்த வீடு ஒண்ணெக் கட்டுனதுதான் என்னோட வாழ்நாள் சாதனேன்னு சொல்லிக்கிறணும். இந்தா, பீமூத்தர வாடையோட கிடக்கேன் – சொந்தவீடுன்றதாலே சரியாப் போச்சு. இல்லாட்டி எம்புட்டுக் கஸ்டம் . . .

நாங்க நெனச்சே பாக்காத ஒண்ணு, ரோஸ்மேரிக்கி மார்லெ வந்த கட்டி. காண்டாமிருகம் மாதிரி ஒத்தெக் கொம்போட நடமாட வேண்டியதாயிருச்சு, பாவம். ஆப்பரேசனுக்கு நாள் குறிச்சதுலேர்ந்தே அப்பிடியொரு கலக்கம். நண்பர்கள்ட்டெ சொல்றதுக்கென்ன, பாத்துப்பாத்து சந்தோசப்பட்ட ஒடம்பு; இன்னமே பாக்க முடியுமான்னு ஏக்கமாப் போச்சு. ஆனா, நம்ப மாட்டீக, ஒரு முழு மாம்பளத்தெ அறுத்தெடுத்து, சடைப்பூ ரான் மாதிரி நெட்டுக்குத்தாப் போட்ட தையலெப் பாத்தப்ப, என் ரோஸூமேல காதல் அதிகமாயிருச்சுங்க. தளும்பெ வருடுறப்ப அவளோடெ மூஞ்சி ரோசாப்பூவா மலந்துரும்.

ஒருவாட்டி, குடும்பத்தோடெ எல்லெஃப்ஸி போயிட்டுத் திரும்புறம். வீடு பூட்டித் தான் இருக்கு. ஆனா, சமையல் ரூமு சன்னல் முளுசாப் பேந்து கிடக்கு. இரும்பு அலமாரி பப்பரப்பான்னு தெறந்து, சாமான்லாம் எறெஞ்சிருக்கு. வருசவருசமா வேலெ பாத்து, குருவி மாதிரிச் சேத்துவச்ச சகலமும் ஒண்ணு பாக்கியில்லாமெப் போயிருச்சு.

ஒரே நிமிசம்தான். குக்கரெ அடுப்புலெ ஏத்திட்டா ரோஸூ. ‘பின்னே, திருட்டுக் குடுத்த குடும்பம்னா மனுசங்களுக்குப் பசிக்காதா?’ன்னு என்னெப் பாத்துச் சிரிச்சா பாருங்க, யாராலையும் களவாங்க முடியாத சொத்துல்லடா நம்மகிட்டெ இருக்குன்னு ஒரு நிமிசம் திமுரா ஆயிருச்சு. விசாரிக்கச்

சொல்லி போலீஸுக்கு தண்டம் அளுவுறத்துக்கு, விடு களுதெ, புதுசாச் சம்பாதிச்சுக்கிறலாம்ன்னு விட்டுட்டன் . . .!

எதுக்குச் சொல்றேன், என்னோடதுன்னு எதுவுமே மிஞ்சாதபடிக்கி, தன்னய முளுக்க எனக்குள்ளே நெரப்பிப்புட்டுப் போய்ச் சேந்துட்டா நல்ல மனுசி. கலியாணம் வரைக்கிம் நானும் ஓயாமெப் பேசிக்கிட்ருந்தவன்தான். பெச்செக் கொறைச்சா வீரியம் சாஸ்தியாயிருதுன்னு என் ரோஸுகிட்டத்தான் கத்துக்கிட்டேன். இப்பப்ப கவலையாய் இருக்குங்க – நாம போய்ச்சேர்ற இடத்திலெதான் அவளும் இருப்பாளா, வேற சாமியெக் கும் புட்டவளாச்சே, வேற ராசாங்கத்துலெ இருப்பாளோ . . .

ஓட்டுப் போட்டுப்புட்டுத் திரும்புறப்பக்கூட, யாருக்குப் போட்டம்னு ஒத்தரயொருத்தர் கேட்டுக்கிற மாட்டம். அவ்வளவு தனித்தனியா இருந்துதான் அத்தனெ வருசம் குடுத்தனம் நடத்துனம். ஆனா, பிடிச்ச கைய விடாமெக் கூடவே இருந்துருக்கம் போல. அதான், அவ போனதோடெ நானும் போயிட்டன்னு தோணீருச்சு. இப்ப நீங்க பாக்குறது வெறும் கூடு. இப்பல்லாம் கனவுல வரும்போதுகூட கிளவியாத்தான் வர்றா ரோஸு . . .

அவ்வளவுதான். கொஞ்சப்பேரோட பெறந்தம், கொஞ்சப்பேர சாகக்குடுத்தம், மூணு பிள்ளெ பெத்தம், ஆயிரக்கணக்குல இட்லிதோசெ தின்னம், பத்துப்பன்னெண்டு தப்புக்காரியம் பத்துப்பன்னெண்டு நல்ல காரியம் செஞ்சம். சொந்தக்காரனுக வெலகிப் போனானுக, உத்தியோகத்தாலே கிடைச்சவன் சொந்தத்தெவிட நெருக்கமானான், நம்புன பய நட்டாத்துலெ விட்டான், ஊர்பேர் தெரியாதவன் ஒபகாரம் செஞ்சான்னு எல்லாருக்கும் நடக்குறதுதானெங்க நமக்கும் நடந்தது. டாட்டா பிர்லாவுக்கும் இதுதான், நம்ம காந்தாரியம்மன் கோவில் வாசல்லெ பிச்சையெடுக்குறவனுக்கும் இதுதான். . .

எம்பது வருச வாள்க்கெ. வெறும் கால் மணிநேரத்திலெ தீந்துபோச்சு பாருங்க.

படியிறங்கும்போது, பக்கவாட்டு ஜன்னலில் பார்வை பதிந்தது. நன்கு துடைக்கப்பட்ட கண்ணாடிக்குப் பின்புறம், பேழையில்போலக் கிடந்தார் பூசமுத்து சார். யார்யாரிடமெல்லாம் வாரிக் கொட்டினாரோ... பழைய மௌனத்துக்குத் திரும்பியிருந்தார்.

101

வைகை எக்ஸ்ப்ரஸ்ஸில் பயணம் செய்வது ரொம்பப் பிடிக்கும் சோமுவுக்கு. விறைப்பாய் நிமிர்ந்து உட்கார்வது, பகல் முழுக்க வீணாவது என்று அசௌகரியம்தான்; ஆனாலும், சுற்றிலுமுள்ள முகங்களும், குரல்களும் வழங்கும் சுவாரசியமே தனி.

எதிர் ஜன்னலில் சாய்ந்து கண்ணை மூடியிருந் தவரின் முகத்தில் அலாதியான அமைதி. அவரருகில் இருந்தவரோ, அசாத்திய அதிருப்தியுடன் காணப் பட்டார். கையில் விரித்த தினத்தாளையே பெரும் மனக்குறையோடு வாசிக்கிற மாதிரிப் பட்டது. அல்லது எனக்குத்தான் அப்படித் தோன்றியதோ. மூன்றாவதாய் இருந்தவள் இளம்பெண். செய்தித்தாளை ரயில் பெட்டியை வெளியே எதிர்ப்புறம் பாயும் தரைக்காட்சியை மாறிமாறி வெறித்தபடி, தலையாட்டியபடி, அந்தரங்கமாய்ப் பாட்டுக் கேட்கிறாள் . . . திடீரென்று,

> இந்தத் தாயளியெல்லாம் சாமியாராகலேண்டு யாரு அளுதா?

என்று பேப்பர்க்காரர் உரத்துச் சொன்னார். ஜன்னல்காரர் கண் திறந்தார். சிரித்தார்.

> வய்யாதீங்க! எல்லாரும் தெரிஞ்சா ஆகுறாங்க?!

> என்னாங்க, ஒருத்தன் சாமியாராகுறதெக்கூடவா தெரியாமெச் செய்வான்? நல்லாச் சொல்றீகளே!

வண்டி திருச்சியைத் தாண்டுகிறது. பெண்வேகமும் மண்ணாசையும் மிகுந்து, சில கொலைகளும் செய்தவராய்ப் புகார் சொல்லப்பட்ட சாமியார் போலீஸில் சிக்கியிருந்த சமயம். சமீபத்திய செய்தி ஏதாவது தினத்தாளில் வந்திருக்கும் என்று யூகித்தான்.

பேச்சின் வேகம் கூடியபோது, காதில் மாட்டிய ஹெட்ஃபோனை நெகிழ்த்தினாள் யுவதி. ஓசை உரத்ததால் பாட்டில் நேர்ந்த குறுக்கீடோ, பாட்டைவிட

சுவாரசியமான விஷயத்தைக் கேட்கும் ஆர்வமோ. அவள் மேலுதட்டின் இடது ஓரத்தில் இருந்த மச்சம், வசீகரத்தைக் கூட்டியது. வலப்புறம் லேசாய்க் கோணிய மூக்கும் வசீகரம்தான் ...

நானும் ஒங்களெ மாதிரித்தாங்க நெனச்சிட்டிருந்தேன். எங்க சாமிதான் விளக்கிச் சொன்னுச்சு.

என்னான்னு?

ஒடம்பும் மனசும் சேந்ததுதான் ஒரு ஆளுன்னு எல்லாரும் நெனைச்சிக்கிர்றாக தம்புசாமி. ஒர்த்தனெ சிரச்சேதம் பண்ணுறதுக்கு ஆக்கினை ஆயிப்போச்சு. அவுக நாட்டுலெ, களுத்தளவு மண்ணுலெ பொதச்சு, ஆனெயெவுட்டுத் தட்டுறதுதான் வளக்கம். நம்மாளெப் பொதெச்சுருக்காக. முடிஞ்சவரைக்கி சுத்திச்சுத்திப் பாக்குறான். அட, இந்த மண்ணு, ஆகாசம், காத்து, வெளிச்சம், மண்ணுலெ கலந்துருக்குற வீச்சம் எல்லாமே இல்லாமெப் போயிருமே ... என்னத்தெச் செய்ய, இம்புட்டுத்தான்னு எளுதி வச்சுப்பிட்டான். போங்காலம் வந்தாப் போய்ச்சேர வேண்டியதுதான் ...னுமனசெத் தேத்திக்கிர்றான். இளுத்துப் பறிச்சு பெருமூச்சு வுடுறான் ...

இப்போது பேப்பர்க்காரரும், அந்தப் பெண்ணும் மட்டுமில்லை, சோமுவின் அருகில் இருந்த கிழத் தம்பதியும் கதையில் ஈடுபட்டிருந்தனர். கதைக்காரரின் குரல் நிதானம் ஆச்சரியப்படுத்தியது. இவர்களைத் தவிர வேறு யாரையும் எட்டாத கட்டுப்பாடு. காலங்காலமாய்க் கதைசொல்கிறவர் மாதிரி சாவதானம், சொல் பிறழாத கச்சிதம்.

... அந்த ஆனெச் சனியன் சீக்கிரம் வந்துட்டாத் தேவலையே; பாதம் சூகெ புடிக்க ஆரமிக்கிதேன்னு நெனைப்பு ஓடுது. அந்நேரம் பாத்து தண்ணிக்கிப்போற கொமரி ஒத்தி அந்த வளியா வாரா. பாக்கப்பாக்க வடிவா இருக்கா. அடடே, இதுவுமில்லே இல்லாமெப் போயிரும்ன்னு தோணுது. பயலுக்கு அடக்கிக்கிற முடியலே ...

யுவதி முகம் சிவந்தாள். அருகிலிருந்த கிழவர் லேசாக நெளிந்து சோமுவை இடித்தார்.

... என்னாடா எளவு, நாம எதுக்காகக் காத்துருக்கோம். இந்த ஒடம்புக்கு இது தெரியலையேன்னு அலுத்துக்கிட்டா னாம்.

பொம்பளையாளுக இருக்குற எடத்துலே என்னா பேச்சுப் பேசுறீக?

என்று சற்று வலுத்தே கேட்டார் பெரியவர். பேப்பர்க்காரர்,

> அதெல்லாம் நாசூக்காத்தானே சொல்றாரு. இஸ்டமில்லாட்டிக் கேக்க வேணாமே.

என்று ஆதரவு தெரிவித்தார். எல்லாருக்கும் ஒரு ஆச்சரியம் காத்திருந்தது. இயர் ஃபோனைக் கழற்றிவிட்டு, இயல்பாகக் கேட்டாள் அந்த இளம் பெண்:

> அந்த நெனைப்பு மனசுலெ ஓடக் கண்டுதானே அப்பிடி ஆச்சு. அப்ப மனசும் ஒடம்பும் சேந்து ஒரே ஆளுதான்னு ஆயிருதுல்லே?

கதைக்காரர் திகைத்தார். சட்டென்று ஒரு மௌனம் கவிந்தது. அவரவர் கவனத்தில் மூழ்கினோம். ரயிலின் தடதடப்பு கொஞ்சம் ஓங்கிக் கேட்டது.

விழுப்புரத்தில் நின்றது. அவள் இறங்கிப் போனாள். இருவரும் கொஞ்சம் அகலமாய் அமர்ந்தார்கள். இறங்கிப் போகிறவளைப் பார்த்தபடியே இருந்த கதைக்காரர்,

> அந்தப் பொண்ணுக்குள்ளெ இருந்த ஆம்பளைதான் அப்பிடிக் கேட்டான் பாத்தீகல்லே?
>
> அப்பிடியா சொல்றீங்க?
>
> பின்னே. நம்மூருப் பொம்பளைகெ இப்பிடி மூணாம் மனுசன் பேச்சுக்குள்ளெ வர மாட்டாகல்லெ. ஆம்பளைக்குள்ளெகூட, கொஞ்சூண்டு பொம்பளெ இருக்கத்தான் செய்வான்னு எங்க சாமி சொல்லும். அந்தாளு சாமியாரூன்ற பேர்லெ இம்புட்டு அட்டூளியம் செஞ்சிருக்கானே. 'தம்பு, சாமியாராவுறது அம்புட்டு லேசில்லேப்பா'ங்கும் சாமி. வாஸ்தவம்தானே. இதே குடும்பஸ்தன் இந்தச் சோலி பாத்திருந்தா, நமக்குக் கோவம் வருமா. 'அவனுக்கென்னமொ அடங்க மாட்டிங்குது; யோகக்கா ரப்பய; அவங்கப்பன் கோமணத்தெ அவுத்த நேரம்'ன்னு என்னத்தையாவது நாமளே சொல்லி சமாதானப்பட்டுக்கிற மாட்டம்? அதே, சாமியார்ண்டா, எல்லாத்தையும், குறிப்பா பொம்பளெ வாசனையெ, விட்றணும்ன்னுதானே நெனைப்போம் . . .

இருவரும் புன்னகைத்துக்கொண்டார்கள். பெரியவர் தம்பதியும் இந்த விதமான பேச்சுக்குப் பழகிவிட்டவர்கள் மாதிரி, இயல்பாக இருந்தார்கள். பெரியவரின் முகத்தில், மேலும் என்ன வரப்போகிறது என்ற ஆவலும் சிறு புன்னகையும்கூட இருந்தது.

. . . எங்க சாமி வேற மாதிரிச் சொல்லும், மேப்படி விசியத்துலே ஆர்வம் கொறைச்சலா இருக்குறவன்தானப்பா சாமியாராப் போகவே செய்யிவான் . . . ங்கும்.

எங்க வம்முசத்துலெ, தலெமொறைக்கொர்த்தரு சந்நியாசம் போனவுகதானுங்க.

தன் மனைவி உரையாடலில் கலந்துகொள்வதை வியப்பாய்ப் பார்த்தார் பெரியவர். ஆமோதிப்பாய்த் தலையை ஆட்டிக் கொண்டார். தம்புசாமி இன்னும் உற்சாகமானார்.

தர்மம்ன்னு மனசுக்கு ஒரு ஏற்பாடு இருக்கில்லையா. அதே மாதிரி உடம்புக்கும் தனியா ஒரு சுதர்மம் இருக்குதாம். 'ரெண்டும் ஒத்துப்போகுறவன்தான் சாமியாராக முடியும். சமுசாரியாவுறதுன்னாலும் அப்பிடித்தான். சாதகத்துலெயெ அப்பிடி இருக்கும்'ன்னு சாமி சொல்லும். இம்புட்டு ஏன், எங்க அத்தெ மக ஓர்த்தி, கலியாணம் பண்ணி ரெண்டு பிள்ளெ பெத்த பெறகுட்டு சாமியாராப் போய்ட்டா. அம்புட்டுப் போதும்ன்னு ஒடம்பு முடிவு பண்ணிருச்சு போல. மனசும் புரிஞ்சுக்கிருச்சுன்னு தோணுச்சு. 'இத்தனாவது வயசிலே இது நடக்கணும்ன்னு நெத்தியிலெ எளுதியிருக்கப்பா'ன்னு அவ சாதகத்தெப் பாத்துச் சொன்னுச்சு எங்க சாமி.

ஏன், இந்தப் புருசங்காரன்கூட இருந்தது போதும்ன்னுகூட அந்தம்மா போயிருக்கலாமுல்ல? ஆம்பளைக்கிச் சொல்லுற நாயத்தெ அப்பிடியே பொம்பளைக்கிச் சொல்லீறலாங்களா?

மனைவியின் பேச்சு கொஞ்சம் அதிகப்படியாய்ப் போகிறதோ என்கிற சுணக்கம் பெரியவர் முகத்தில் தெரிந்தது. அல்லது, சோமுவுக்கு அப்படிப் பட்டது. அந்த அம்மாள் கதைக்காரரிடம் கேட்டார்.

அது சரி, நீங்க என்னா செய்றீங்க?

எங்க சாமிகிட்டெ ஒத்தாசையா இருக்கம்மா. நானும் சாமியாருதான். எங்க மடத்துக்குக் காவி கெடையாது.

மறுபடியும் மௌனம் கவிந்தது. தாம்பரத்தில், எல்லாரையும் பார்த்துத் தலையாட்டிவிட்டு இறங்கிப் போனார் தம்புசாமி. அதற்கப்புறமும் இவர்கள் பேசிக்கொள்ளவில்லை.

102

என் குழந்தைகள் இருவரும் பிறந்தற்குப் பின்னர்தான் சென்னைக்குக் குடிவந்தோம். இங்கே வந்த பிறகு, எவ்வளவோ முன் ஜாக்கிரதையை மீறி, இரண்டு முறை என் மனைவிக்குக் கருச்சிதைவு செய்ய நேர்ந்தது. உடலுக்கு ஊறு நேர்ந்தது, அதன் விளைவுகளைவிட, ஆன செலவைப் பற்றித்தான் மிகவும் விசனப்பட்டாள். ஆமாம், குழந்தைகள் பிறந்ததற்கு ஆனதைவிட, பலமடங்கு அதிகச் செலவு. பழைய ஊரில் இருந்திருந்தால், இதையும் மிகவும் சல்லிசான தொகைக்கு முடித்திருக்கலாம் என்று கூறிச் சிரித்தாள்.

நாங்கள் இருந்த ஊர் அதிகச் செலவு வைக்காதது. குழந்தைகள் பிறந்த மருத்துவமனையும்தான். இணையமும் கணிப்பொறியும் தொலைக்காட்சியும் பொறியியல் கல்லூரிகளும் பரவலாகி, எல்லா ஊரும் கிட்டத்தட்ட ஒன்றுபோலவே ஆகிவிடும் என்று யூகித்திருந்தால், நானெல்லாம் ஊரைவிட்டு வந்திருக்கவே மாட்டேன். அதிலும், நோய்த் தொற்று காரணமாக, ஒரு ஊருக்கும் மற்றதுக்கும் வித்தியாசம் இல்லாமல் போய்விட் டது.. இப்போது என் குழந்தைகள். ஆளுக்கொரு நாட்டில் முடங்கிக் கிடக்கிறார்கள்.

முதல் குழந்தை பிறந்தபோது, மருத்துவமனை வாசலில் என்னுடன் துணையிருந்த நண்பர் இன்னமும் தொடர்பில் இருக்கிறார். அதே ஊரில், மாநில அரசுத் துறையில் பணி. மாநகரின் நெருக்கடி அழுத்தும்போதெல்லாம் அவரைக் கூப்பிட்டுப் பேசுவேன். பழைய ஊரைப் பற்றிய தகவல்கள் ஏதாவது சொல்வார். சற்று அமைதியடைவேன்.

நேற்றும் கூப்பிட்டேன். ரொம்பநேரம் பேசினோம். அந்தப் பேச்சின் ஏதோவொரு கண்ணியில், என் குழந்தைகள் பிறந்த கதையெல்லாம் மேலெழுந்து

வந்தது. பேசி முடித்தபிறகு, சென்னைக்கு வந்த புதிதில், நண்பர் கோபப்பட்டதும் நினைவு வந்தது . . .

கைராசிக்காரர் என்று மாவட்டம் முழுவதும் பெயரெடுத்திருந்தார் அந்த மருத்துவர். கிராமங்களின் விகிதம் அதிகம் உள்ள மாவட்டம்; மருத்துவமனையில் கூட்டம் மொய்க்கும். சளசளவென்று மண்டிய பேச்சொலி, 'டாக்டர் வர்றாங்க' என்னும் ஆயாவின் அறிவிப்பு, அத்தனை தொண்டைகளையும் ஒரேநேரத்தில் நெரித்த மாதிரி சட்டென்று அடங்கச் செய்யும் – டாக்டரின் தொண்டையைத் தவிர. முகம் இறுகி, உரத்த குரலில் யாராவது ஆயாவை, செவிலியை, கணக்கரை, எழுத்தரை அதட்டிக்கொண்டே வருவார்.

சற்றே ஆண்மை மிளிரும் குரல். உருவமும்தான். ஆளும் மிகமிகக் கண்டிப்பானவர். லேசான மீசைகூட உண்டு. ஆனால், தொழில் திறமையும், தாட்சண்யமும், கர்ப்பிணிகளிடமும் பிற நோயாளிகளிடமும் அவர் காட்டும் கனிவும் பரிவும் கூட்டத்தை நாளுக்குநாள் அதிகப்படுத்தி வந்தன. ஆனால், காத்திருக்கும் கடைசிநோயாளிவரை பார்த்து முடிக்காமல் வெளியேற மாட்டார்.

என் இரண்டு குழந்தைகளுமே நள்ளிரவில் பிறந்தவர்கள். மருத்துவமனையை ஒட்டி மருத்துவரின் பங்களா. செவிலி போய் எழுப்பியபோது, கொஞ்சம்கூட எரிச்சல் தென்படாத முகத்துடன் அவர் வந்துசேர்ந்ததை அப்போதே நண்பர்களிடம் சொல்லிச் சொல்லி மாய்வேன். தங்கும்வசதி உள்ள மனை என்பதால், செல்வம் கொழித்தது; தமது வசதியை மட்டுமல்லாமல், மருத்துவமனையின் வசதிகளையும் பெருக்கி வந்தார் அவர்.

இன்னொரு சிறப்பும் இருந்தது. வறியவர்கள் என்றால் கட்டணத்தில் சலுகை தருவார் என்பார்கள். சிலபேரிடம் கட்டணமே வாங்காமலும் விடுவாராம். கடுமையெல்லாம், நோயாளிகளின் உறவினர்களிடமும் ஊழியர்களிடமும்தான்.

> இப்பிடி ஷ்டிக்ட்டா இல்லாட்டி, இம்புட்டுப் பெரிய ஆஸ்பத்திரியெ நடத்த முடியுமா.

வசவு வாங்கிய நடுவயதுக்காரர் வேடிக்கை பார்த்த என்னிடமே சொன்னார். இவ்வளவு கீர்த்தியும் வசதியும் உள்ளவர் என்றால், அவரைப் பற்றிய வதந்திகள் கிளம்பாதா. இன்றைய வதந்திகள்தானே நாளைய தொன்மம். நடிகர்களின் வள்ளன்மை அவர்களைத் தலைவர்களாகவும், ஏன், கடவுளுக்கு நிகராகவும் ஆக்கிவிடுவதில்லை?... அப்படியொரு வதந்தியைப் பற்றி மேம்போக்காகச் சொல்லித்தான் நண்பரிடம் ஏச்சு வாங்கினேன்.

அப்பிடியென்னா வதந்தி கேள்விப்பட்டீங்க?

குரலில் வழக்கமான சாந்தம் இல்லையென்று பட்டது. தயங்கிய குரலில் சொன்னேன்:

இல்லே. அந்தம்மாவுக்குக் குடிப்பழக்கம் உண்டுன்னு சொல்வாங்க.

இருக்கட்டுமே. நீங்களும் நானும் குடிக்கலே?

திடீரென்று எனக்கு நினைவு வந்தது – அடடா, இவர் அவருக்குத் தொலைதூர உறவு என்று எப்போதோ ஒருமுறை சொன்னாரே. மானசீகமாகத் தலையில் அடித்துக்கொண்டேன். வறண்ட குரலில் நண்பர் சொன்னார்:

வாழ்க்கேலே அவுங்க பட்ட கஸ்டமெல்லாம் இன்னொருத்தருக்கு வந்துருந்தா சுக்குநூறா நொறுங்கீருப் பாங்க கனகராஜ்.

தொடர்ந்து அடுக்கிக்கொண்டே போனார். ஒரு சம்பவம் என்னை உலுக்கி விட்டது.

ஒரே மகளுக்குத் திருமணம் நிச்சயித்திருந்தார் மருத்துவர். அதற்காகக்கூட மருத்துவமனையின் நடைமுறை பாதிக்கப்படவில்லை. மாநில அரசில் உயரதிகாரியான கணவருடன் சேர்ந்து ஒவ்வொரு விஷயமாகப் பார்த்துப் பார்த்து இவர் ஏற்பாடு செய்துகொண்டிருக்க, வேறொரு ஏற்பாடு வேறெங்கோ நடந்துகொண்டிருந்திருக்க வேண்டும்.

அவர்கள் சம்பிரதாயப்படி, சீர்வரிசை, மேளதாளத்தோடு மணமகன் குடும்பத்தார் தங்கியிருந்த மண்டபத்துக்கு அழைக்கப் போனார்கள். அங்கே இருந்த முகங்களில் அசாத்தியமான துக்கக் களை இருந்ததாம். நள்ளிரவிலிருந்தே மணமகனைக் காணவில்லை. தேடச்சொல்லி எல்லாப் பக்கமும் ஆள் அனுப்பியிருக்கிறார்கள்.

தகவல் கேள்விப்பட்ட மணப்பெண் மூர்ச்சையடைந்தாள். அவளுக்கும், தாயாரேதான் முதலுதவி செய்யவேண்டி வந்தது.

அப்பாக்காரரு, தலையெப் பிடிச்சுக்கிட்டு ஒக்காந்துட்டாரு கனகு.

என்றார் நண்பர். அவர் இவரது நெருங்கிய நண்பர். அறைக்குள் யாரோ வருகிற மாதிரி இருந்தது என்று இவர் திரும்பிப் பார்க்கிறார். தவசுப்பிள்ளை. கல்யாணச்சாப்பாடு முழுக்கத் தயாராகிவிட்டதே – என்ன செய்வது?

பையன் இனி கிடைக்கமாட்டான் என்று உறுதிப்பட்ட பிறகு, நண்பரும் பிற உறவினர்களும் தாங்களாகவே முடிவெடுத்து, ஊருக்கு வெளியில் கூடாரமிட்டிருந்த நரிக் குறவர் கூட்டத்தை அணுகினார்களாம். அவர்களில் தலைவர்போலத் தெரிந்தவர்,

கலியாணம் நடந்துருச்சா ஸாமீ?

என்று கேட்டதை, அவர் போலவே பேசிக்காட்டினார் நண்பர். இல்லையென்றார்களாம்.

அப்பிடீண்டா நாங்களுக்கு ஸாப்புட மாட்டம் ஸாமீ. பாவம் வந்து சேந்துரும் . . .

என்று உறுதியாக மறுத்துவிட்டார். ஊரில் இருந்த அனாதை இல்லங்களும், மருத்துவமனைகளும், ஏன், தெருவோரப் பிச்சைக்காரர்களும்கூட ஏற்கத் தயாரில்லை. அடடே, அப்பறம் என்ன செஞ்சீங்க?

மொத்தச் சாப்பாட்டையும் வேன்லெ ஏத்தி, ஊரைவிட்டு ரெம்பத்தூரம் கொண்டு போயி, ஆளமாக் குளிவெட்டிப் புதைச்சுட்டு வந்தம். வேறென்னாத்தெச் செய்ய?

இதெல்லாம் நான் ஊரைவிட்டு வந்து நாலைந்து வருடங்களுக்குப் பின்னால் நடந்தது. அந்த நாட்களிலும் எங்களுக்குள் உரையாடல் தொடர்ந்துகொண்டுதானே இருந்தது; அப்புறம் எப்படி என்னிடம் சொல்லாமல் விட்டார்? அவரிடம் கேட்டேன்:

அதான் பேப்பர்லெ எல்லாம் வந்துச்சேங்க.

என்றார். குரல் வெகுவாகக் கசங்கியிருந்தது. இன்னொரு பெரிய கேள்வியும் எனக்குள் முளைத்தது. ஒரேயொருவனின் அறமின்மை, ஊரில் அத்தனைபேர் அறவுணர்வையும் தூண்டிவிட்டது எப்படி?

மஹாபாரதத்தில் நச்சுப்பொய்கை என்றொரு கதை உண்டல்லவா? நாலு பாண்டவர்களும் மயங்கிக் கிடக்க, அசரீரீ கேட்கும் கேள்விகளுக்கு யுதிஷ்ட்ரன் பொருத்தமாக பதில் சொல்லி முடித்த மாத்திரத்தில், நச்சுநீர் குடிதண்ணீராக மாறிவிடுமே. நேரெதிராகவும் நடக்க முடியும் போல. பின்னே, சமைத்த உணவு வெம்மை அடங்குவதற்கு முன்பே, சாப்பிடக் கூடாததாக மாறியது எப்படி?

நண்பரிடம் கேட்கவில்லை. தைரியமில்லை என்று வைத்துக் கொள்ளுங்களேன்.

103

'உண்மையில் நாமாகவே எந்த அசைவையும் மேற்கொள்வதில்லை; ஊழ்வினைதான் பிடரியில் உந்தி நகர்த்திச் செல்கிறது' என்று சிவஞானம் மாமா அடிக்கடி சொல்வார். குறிப்பாக, நமக்குப் பிடிக்காத ஏதாவது நடந்துவிட்டால், ஆறுதல் சொல்லுவதாக நினைத்துக்கொண்டு இதைச் சொல்வார். லேசாகத் தூறல் போடுகிறதே என்று பீபிகுளத்தில் ஒரு பெட்டிக்கடையில் ஒதுங்கி நின்று சிகரெட் பற்றவைக்கும்போது அந்த வாக்கியம் நினைவு வந்ததற்கும் மகேஷின் பிடரியில்தான் காரணம் இருந்திருக்க வேண்டும்.

திரு. சிவஞானம் அவன் தாய்மாமன் அல்ல. இந்தக் கதை நாயகியின் வீட்டுக்கு அருகில் குடியிருந்தவர். மகள்போலப் பாவித்ததால், 'அப்பா' என்று அழைப்பாள். இயல்பாகவே மகேஷ் 'மாமா' என்று அழைக்கலானான். அவரையாவது பெயர்சொல்ல முடிகிறது; அவள் என்றுமே 'அவள்'தான். உண்மைச் சம்பவம்; அதனால் இவ்வளவு முன்ஜாக்கிரதை தேவைப்படுகிறது... தவிர, 'அவள்' வெறும் பெயரா? என்றும் கலையாத முழுமையல்லவா? அவர் வீட்டில் இவர்கள் ரகசியமாகச் சந்திக்கிறார்கள் என்பது தெரிந்து, அவளுடைய அம்மா வாசலில் வந்து 'நீயென்னா மாமாவா இவுகளுக்கு?' என்று கத்தினாள். 'நான் அப்படித்தானே அழைக்கிறேன்?' என்று அபத்தமாய் இவனுக்குத் தோன்றியது.

ஒவ்வொரு நண்பராக நேரில் பார்த்துப் பத்திரிகை கொடுத்துவரும் வழியில், அவள் வேலை பார்க்கும் மத்திய அரசு அலுவலகத்துக்கு நேர் எதிரே அவனைக் கொண்டு நிறுத்திய தூறலும்கூட அவன் பிடரியிலேயே கிளைத்திருக்கலாம்.

உறவு முறிந்து ஐந்தாறு வருடங்கள் ஆகியிருந்தன. காரணம் அநேகமாய் மறந்தே போயிருந்தது. அவளுமே மறந்திருக்கலாம். விஷவித்தாக விழுந்த அற்பமான விஷயம் படுவேகமாக வளர்ந்து தலைவிரித்துவிட்டது என்று தோன்றுகிறது. அல்லது, இருவருமே முறிவுக்கான சிறு காரணம் கிடைத்தால் தேவலை என்று காத்திருந்திருக்கலாம். டவுன்ஹால் ரோடில் தற்செயலாகச் சந்தித்தவனின் கைகளைப் பிடித்தபடி, 'ரெண்டுபேருமே அகங்காரத்துக்கு இடம் குடுத்துட்டீங்களே மகேசு..' என மறுகியவரின் நெற்றியில் வரிவரியாய்த் துலங்கிய திருநீற்றுக் கோடுகள் நினைவு வருகின்றன. அன்று ஒருமுறைகூட திரு. சிவஞானத்தை அவன் 'மாமா' என்று அழைக்காததும்தான்.

ஆம், மீந்திருந்தது மிகச்சில நினைவுகள் மட்டுமே – அவளுடைய வாயில் எந்நேரமும் இருக்கும் தித்திப்பு வாசனை(அதற்கு முன்னும் பின்னும்கூட, ஆரோக்கியமான இளம்பெண்கள் பலரிடம் இதே வாசனையை உணர்ந்திருக் கிறான்; பிராயத்தின் மணமோ என்னவோ), அக்குள் வியர்வையில் எழும்பும் அழுகிய மரிக்கொழுந்து வாசனை என்று சில மணங்கள்; செல்லமாகச் சுழிக்கும்போது ரோஜா இதழ் மாதிரியே இருக்கும் உதடுகள்; அதே அளவு மிருதுவாக இருக்கும், சட்சட்டென்று நசுங்கும் மார்க் குமிழ்கள்; மகேஷின் முகத்தைத் துளைத்து ஆழ்மனத்தின் சிறுமைகள்வரை ஊடுருவிப் பார்க்கும் விழிகள், மின்னலாகப் பாயும் பதில்மொழிகள் என்று சில.

மற்றபடி, எதனால் அந்த உறவு முறிந்தது என்பது அன்றைக்கு அவள் அலுவலக வாசலில் நின்றபோதே ஞாபகமில்லை எனும்போது முப்பத்திச் சொச்சம் வருடங்கள் கழித்து இப்போது நினைவிருக்குமா என்ன!

பிடரி அநியாயமாய்க் குறுகுறுத்தது. அவளுக்கும் பத்திரிகை கொடுக்க முடிவெடுத்தான். பாவமன்னிப்புக் கேட்பதற்காகவா, நீ நிராகரித்ததால் எனக்கு இழப்பேதும் இல்லை என்று நேரடியாகத் தெரிவிப்பதற்காகவா, அல்லது, ஆழ்மனத்தில் எந்நேரமும் கனலும் அற்பத்தனம் தன்னை வெளிப்படுத்தி இன்புற விழைந்ததாலா, இதழ்களையும், குமிழ்களையும் கடைசித்தடவையாகப் பொது இடத்தி லாவது பார்த்துவிட ஆசைப்பட்டதாலா தெரியவில்லை – மறுயோசனையே இன்றி சரசரவென மாடியேறினான்.

கல்யாண மண்டபம்போல நீளமான கூடம். நூற்றுக்கணக்கான மர நாற்காலிகள், ஈடுகொடுக்கும் மர

மேஜைகள், அந்த நாளைய மத்திய அரசு அலுவலகத்தின் பழுப்பு நிறக் கோப்புகள், அவற்றின்மேல் அடையாய்ப் படிந்த தூசி என என்றுமே மறக்கமுடியாத காட்சியின் எதிர்க் கோடியில், முதுகைக் காட்டியபடி அவள் மட்டும் அமர்ந்திருந்தாள். 'மொத்தக் கூடமும் காலியாய் இருக்கிறதே' என்று ஒரு சிறு ஆச்சரியம் கிளம்பி, உணவு இடைவேளை என்று காரணம் கண்டு தணிந்தது. நிதானமாக நெருங்கினான். அருகில் போவதற்கு முன்பே நல்ல சாக்கு கிடைத்துவிட்டது . . .

திரும்பிப் பார்க்காமலே, 'உக்காரு' என்றபடி பக்கத்து நாற்காலியைச் சுட்டினாள். இப்போது எழுந்த ஆச்சரியம் சிறியது அல்ல. தயங்கி உட்கார்ந்தான்.

சிவஞானம் மாமா அட்ரஸ் வேணும்.

நல்லாருக்கியான்னு என்னெக் கேக்க மாட்டியா.

கேட்க ஆசைதான். ஆனால், உன் மஞ்சள் கயிறு பார்வையை உறுத்திக்கொண்டே இருக்கும்போது, உன் கண்களில் தெரியும் உறக்கச்சடைவுக்கு நேரடியான ஒரே அர்த்தத்தை மனம் விஸ்தரிக்கும்போது, அதன் உஷ்ணம் என் உடம்பு முழுக்க தகிக்க ஆரம்பிக்கும்போது . . . மனம் அடுக்கிக்கொண்டே போக, அசட்டுத்தனமாய்த் தலையாட்டினான்.

என்னா, கல்யாணமாக்கும்?! எனக்குப் பத்திரிகெ வைக்க மாட்டியா!

அய்யோ, அந்தக் குறும்பு அவனை எவ்வளவு பரபரக்க வைத்தது! உடலுக்குள் விறைப்பு உயரும்போதே, இன்னும் முழுக்கப் பரிச்சயமாகாத பெண்ணொருத்திக்கு துரோகம் இழைக்கிறோமோ என்று விபரீதமாக மனம் தொய்ய ஆரம்பித்தது.

பயந்துக்கிறாதே. வச்சாலும் வரமாட்டேன். என்னா ஒறவு சொல்லிப்புட்டு வர்றது?!

கேலியாகச் சிரித்தாள். முழு அந்நியனாக உணர்ந்த ஒரு பாதியும், அதை அனுமதிக்க மாட்டேன் என்று பிடிவாதம் பிடித்த மறு பாதியும் கட்டிப்பிடித்து மல்லுக்கட்டின.

ஆனா, கலியாணம் முடிஞ்சாத் தெரியும், எல்லாக் களுதையும் ஒண்ணுதான்னு . . .

வேகமாக நிமிர்ந்த என் தலையை நிராகரிக்கிற மாதிரி, அடுத்த வாக்கியம் உதிர்த்தாள்.

. . . எனக்கெல்லாம் அப்பிடித்தான் தோணுச்சு.

அவள் அதிராமல் சிரித்தபோது, ஏனோ, மிகமிக அவமானமாக உணர்ந்தான்.

சிவநானம் அப்பா போயே சேந்துட்டாரு, தெரியுமில்லே? ஹார்ட் அட்டாக், பாவம்.

என்றபடி அவனை உற்றுப் பார்த்தாள். 'அடடா, வந்திருக்கவே வேண்டாமே' என்று உதற வைத்த பார்வை . . . பேச்சை மாற்ற நினைத்து முட்டாள்தனமாக ஒரு கேள்வி கேட்டான், ஆயுள் முழுக்கக் குறுகுறுக்கப் போகிற பதிலை வாங்கிக் கட்டிக்கொண்டான்:

திரும்பிப் பாக்காமயே நாந்தான் வந்திருக்கேன்னு எப்பிடிக் கண்டுபிடிச்சே?

பேரழகாய்ப் புன்சிரித்தாள். உதடுகள் வழக்கத்தைவிட இனிமையாகச் சுழித்தன.

நீ உள்ளாறெ மொளையும்போதே பாத்துட்டேன். ஆயிரம்பேர் இருக்க எடத்துலயும் ஒன்னோட நடையெத் துணுக்காக் கண்டுபிடிச்சிருவேன்! இன்னைக்கீன்னு இல்லே, நாஞ் சாகந்தன்னியும் . . .

அவள் குரலில் திடீரென்று சேர்ந்த குழைவா, புறாமுட்டைக் கண்களில் ஏறிவிட்டதாக அவனுக்குப் பட்ட பளபளப்பா, நாற்காலி திடீரென்று முள்பலகையாய் மாறிவிட்ட உணர்வா, மானசீகமாகப் பிடரியில் ஓங்கி அறைந்த கையா . . . அடுத்த சில விநாடிகளில் எழுந்துவிட்டான். 'அது ஏதோ சினிமாப் பாட்டில் வரும் வரியோ' என்று படியிறங்கும்போது தோன்றியது . . . கைவசமிருந்ததில் ஒரு பத்திரிகைகூடக் குறையவில்லை; ஆமாம், அன்று வேறு யாரையும் சென்று அழைக்கவில்லை. வீடுதிரும்பிக் குப்புறப் படுத்துவிட்டான்.

நுப்பும் நுரையுமாய்ப் பொங்கும் புதுவெள்ளம் கொஞ்சம் குப்பைகளை இழுத்து வரும் என்பது வாஸ்தவம்தான். ஆனால், பசியாறும் விதமாக, கனிவகைகளையும் தென்னங்குலைகளையும்கூட இழுத்துவரத்தானே செய்யும்? ஆண்டுகள் ஓடிவிட்டன.

இடையில் மகேஷ் சென்றிருந்த வைபவத்துக்கு அவளும் வந்திருந்தாள் என்று இருவரையும் தெரிந்த நண்பன் பிற்பாடு

தெரிவித்தான். இவன் அடையாளம் காண இயலாதது இருக்கட்டும் – அவள் எப்படி மறந்தாள்? அல்லது, இவன் நடையுமே மாறிவிட்டதோ?

இத்தனையும் நினைவில் மீண்டெழுந்ததற்கும், மகேஷின் ஆழ்மன அற்பத்தனம்தான் காரணம். முந்தின பத்தி நண்பன் நேற்று அலைபேசியில் தகவல் சொன்னான் – அவளுடைய கணவர் இறந்துவிட்டாராம். ஒரு கணம் ஆவேசமாய்ப் பாய்ந்து இடைவெளியை நிரப்பிய எண்ணத்தை நினைத்தால் இவனுக்கே கூசத்தான் செய்கிறது.

❖

104

கள்ளுக்கடையையும் சாராயக் கடையையும் ஒரே நாளில் திறந்தார்களா, சற்று முன்பின்னாகவா என்று நினைவில்லை. ஆனால், அதன்பிறகு கரட்டுப்பட்டியில் ஆகாயத்தின் நிறம் மாறிவிட்டது. கள்ளுக்கடை எங்கள் வளாகச் சுற்றுச் சுவருக்கு மறுபுறம், முல்லையாற்றுச் சரிவில் இருந்தது; சாராயக்கடை, வாடிப்பட்டி விலக்குத் தாண்டி. ஒரே கடைதான். இருந்தாலும் அம்புக்குறி வடிவப் பெயர்ப்பலகையில் 'நிர். எட்டு சாராயக் கடை' என்று எழுதியிருப்பது ஏன் என்று புரியவில்லை.

ஒரு நாள் சாயங்காலம். சின்னராஜ் கடைக்குப் போனேன். முத்தையா அண்ணன், வெளியூரிலிருந்து வந்திருந்த நண்பருடன் மாரிச்சாமி மிலிட்டரி ஓட்டல் வாசல் பூவரச மரத்தருகில் நின்று பேசிக் கொண்டிருந்தார். வலதுகையை மரத்தண்டில் பதித்திருந்தார். நண்பர் எதிரில் விறைப்பாக நின்றார். சிகரெட் பிடித்துக்கொண்டிருந்தார்கள்.

அந்த நபர் முத்தையா அண்ணனை 'போடா வாடா' என்று பேசியது வியப்பளித்தது. முந்தைய தலைமுறைக்காரரான என் அப்பாவே அவரை 'போங்க வாங்க' என்றுதான் பேசுவார். ஊருக்குத் தெற்கே பரந்திருக்கும் விவசாய நிலத்தில் பாதி முத்தையா அண்ணன் குடும்பத்துடையது. ஆளும் கட்சியில் ஏதோ முக்கியமான பதவியில் இருந்தார். மந்திரி ஒருவர் இவரை நேரில் வந்து சந்தித்துவிட்டுப் போவார்; அடுத்த எம்மெல்யே அண்ணன்தான் என்று ஊருக்குள் பேச்சிருந்தது. எம்ஜீயார் கெடுத்து விட்டார்.

ஆனால், ஊரில் இருந்த மரியாதைக்குப் பின்புலம் இதுவெல்லாம் இல்லை; காலனிக்கார சார்லஸை மரத்தில் கட்டிவைத்து சாட்டைக்கம்பால் முத்தையா அண்ணன் அடித்ததுக்கு, அவர்

மகள் மணிமேகலையைப் பார்த்து அவன் சீண்டுகிற மாதிரி ஏதோ பேசியதுதான் காரணம் என்று ஊருக்கே தெரிந்தாலும், அவனுடைய அப்பா குத்தகையை ஒழுங்காகத் தராததோடு, தலைமறைவு ஆனதும்தான் காரணம் என்று பெருமாள் என் அப்பாவிடம் சொன்னதை நானே கேட்டேன். முத்தையா அண்ணன் கூடவே எப்போதும் இருப்பவர் அவர்.

நாங்கள் பள்ளிக்கூடம் விட்டு வரும் வழியில், இன்னமும் மரத்தில் கட்டிக்கிடந்த சார்லஸ்மீது, கட்டெறும்புகள் ஊர்ந்தன. அதுபற்றிய சுரணையின்றி அவன் தலை தொய்ந்து, காலை மாற்றிமாற்றி நின்றிருந்தான். மூடிய இமைகளுக்குள் உருண்ட கண்கள் புடைத்திருந்தன. இப்போது நினைத்தாலும் வயிற்றைக் கலக்கும் காட்சி . . .

ஆனால், எல்லாரும் சொல்கிற மாதிரி, அத்தனை முரடர் அல்ல முத்தையா அண்ணன் என்று எனக்குத் தோன்றியது. நண்பருடன் பேசும்போது, வரைந்த கோடுபோன்ற மீசை அசைய, உடல்குலுங்க அவர் சிரித்தது சிறுவனான எனக்கு ஏன் அத்தனை ஆறுதலாய் இருந்தது என்று தெரியவில்லை. சின்னராஜ் கடையில் வெல்லம் வாங்கிக்கொண்டு திரும்பும்போதும் அவர்கள் அதே நிலையில், அதே சுமுகத்துடன் நின்றிருந்தார்கள்.

ஆனால், மறுநாளே என் உலகத்தின் அடர்த்தி கூடிவிட்டது. காலையில், சுப்புக் கோனார் வீட்டுக்கு அனுப்பினாள் அம்மா. திரட்டுப்பால் காய்ச்சுவதற்காக மூன்று சேர் எக்ஸ்ட்ரா பாலுக்குச் சொல்லிவைத்திருந்தாள். திருமணமாகிப்போன பெரியக்கா முதல் முறையாக வீட்டுக்கு வருகிறாள் . . . எவர்சில்வர் தூக்கோடு போனேன்.

கோனாரம்மா கொஞ்சநேரம் காத்திருக்கச் சொன்னாள். திரும்பி வரும்போது மாரிச்சாமி ஓட்டல் வாசலில் பெரும் கலவரம். முந்தின நாள் பார்த்த வெளியூர் நண்பரை உருவிய பச்சை பெல்ட்டால் முகத்திலேயே அடிக்கிறார், பெருமாள். அண்ணன் கேட்டாரு என்று எங்கள் வீட்டில் தண்ணீரோ காப்பியோ கேட்டு வாங்கிப் போகிற சாது. அவர் போலத் மாதிரித் தூய வெள்ளை வேட்டி கட்ட மாட்டார்; அழுக்கு நிறத்தில் சாரம்தான்.

> ஏண்டா, நீ என்னா பெரிய மயிரா, அண்ணனையே கேலி பேசுறவன்?

என்று திரும்பத் திரும்பக் கேட்டபடி அடித்தார் பெருமாள். அடிகளில் பலவும் இலக்குத் தப்பி காற்றில் வீணாயின;

பெருமாளால் காலூன்றி நிற்க முடியவில்லை. முகத்தில் புன்சிரிப்போடு, வேடிக்கை பார்த்துக்கொண்டு நின்றார் முத்தையா அண்ணன். பக்கத்தில் அவரது வேலையாட்கள் இன்னும் கொஞ்சப் பேர்.

திடீரென்று ஒரு அகலமான ரேக்ளாவண்டி வந்து நின்றது. கையில் சைக்கிள் செயின் வைத்திருந்தவர் குதித்து இறங்கினார். தொடர்ந்து நாலைந்து பேர் குதித்தார்கள். பெருமாளை செயினால் தாக்கினார் வந்தவர். தொடர்ந்து, தள்ளுமுள்ளு ஏற்பட்டு, யாரோ ஒருத்தர் என்மீது வந்து விழுந்தார். தூக்கு நழுவிக் கீழே விழுந்தது. மூடி கழன்று முழுப்பாலும் கொட்டியது. 'ஐயோ' என்ற சத்தம் முதுகுப்புறம் கேட்டது.

பதறி அழுதுகொண்டே வீட்டை நோக்கி ஓடினேன். அடிக்கப்போகிறாள் என்று பயந்தபடி தகவல் சொன்னபோது, அம்மா என்னை நெஞ்சோடு கட்டிக்கொண்டாள்.

> போறது விடு. ரவையும் ஜீனியும் நெறையா இருக்கு. ஒரு கேசரி கிண்டினா ஆச்சு. இந்த மட்டுக்கு ஒனக்கு ஒண்ணும் ஆலியே.

கரட்டுப்பட்டியில் நானறிய விழுந்த முதல் கொலை அது.

அதன் பிறகு, கரட்டுப்பட்டித் தெருக்களில் நடமாடும்போது, நூதனமான ஜாக்கிரதையுணர்வு எனக்குள் நிலவ ஆரம்பித்தது.

சனி ஞாயிறுகளில் அம்மா நாலணா தருவாள். அவர் சைக்கிள் எடுத்து, வியர்க்க வியர்க்க ஓட்டித் திரும்புவேன். வாடிப்பட்டி விலக்குவரை போவதற்குத்தான் அனுமதி.

ஒரு தடவை, புதிதாக ஒரு குடிசை வந்திருப்பதைப் பார்த்தேன். கதவுக்குப் பதிலாக வாசலை அடைத்த மூங்கில் தட்டியின் கட்டங்கள் வழியே, விரித்துவைத்த பாயும் அழுக்குத் தலையணையும் தெரிந்தன. விடிந்து இவ்வளவு நேரமாகியும் படுக்கை மடித்துவைக்காமல் கிடக்கிறதே என்று நினைத்துக்கொண்டேன்.

அடுத்த வாரம், மிகச் சரியாக அந்தக் குடிசைக்கருகே என் சைக்கிள் நொண்டியடித்தது. பின் சக்கரம் பங்ச்சர். ஐயோ, இங்கேயிருந்து சைக்கிள்கடை வரை உருட்டிக் கொண்டு போவதா. நல்ல வெயில் நேரம். கால் கொப்புளித்துவிடுமே என்று பயந்தேன்.

குடிசை வாசலில் இருந்த நீள பெஞ்சின்மேல், இரண்டு மூன்று சுளகுகளில், மிளகாய்ப்பொடி அப்பிச் சிவந்த மீன்

துண்டங்களும், உரித்த முட்டைகளும் இருந்தன. அலுமினியத் தாம்பாளத்தில் மொச்சை சுண்டல். பெஞ்ச்சுக்குப் பின்னால் தரையில் குத்திட் டு அமர்ந்திருந்த பெண்மணி எழுந்து வந்தாள். கரட்டுப்பட்டிக்காரியில்லை. பேரழகான அந்த முகம் இப்போதும் மறக்கவில்லை. இடுப்புக்கு மேல் அபாரமாகப் பெருத்திருந்தாள். இடது பக்கமாய் ஒதுங்கிய கொண்டை, தேங்காய் நெற்றுப் பருமனுக்கு இருந்தது. பிரியமான சிரிப்புடன் சைக்கிளைப் பிடித்தாள்.

> என்னா, நிண்டுக்கிருச்சாக்கும்! . . . இப்பிடிச் செத்தெ ஒக்காருங்க. யாராச்சும் வரட் டும்.

ஸ்டூல் கொண்டுவந்து போட்டாள். என்னைப் போய் ‘போங்க வாங்க’ என்கிறாள்! குடிசை வாசல் சாணி மெழுகி சுத்தமாய் இருந்தது. இருந்தாலும் தரையில் உட்கார மனம் ஒப்பவில்லை. கொஞ்சநேரத்தில் மலையான் வந்தான். யாரென்றே தெரியாத எனக்காக அந்தப் பெண்மணி மலையானிடம் கெஞ்சினாள். அல்லது, தெரிந்திருந்ததோ . . .

> யண்ணே யண்ணே, இந்தப் புள்ளையெ வீட்ல விட்ருண்ணே. நல்லா இருப்பே!

> என்னாத்தா, சாக்கனாக் கடைக்கிப் புதுக் கிராக்கியா. இம்புட்டு மொச்செ குடு.

என்று கேட்டவாறு மலையான் அவளைப் பார்த்துச் சிரித்த விதம், ஏனோ எனக்குப் பிடிக்கவில்லை. ஆனால், மந்திரத்துக்குக் கட்டுப்பட்டவன் மாதிரி, என்னைக் கேரியரில் ஏற் றிக்கொண்டான். குட்டி சைக்கிளையும் ஒரு கையில் தூக்கிக்கொண்டு சைக்கிள் ஓட்டினான். இப்படி உழட்டுகிறானே என்று பயந்துகொண்டே வீடு வந்து சேர்ந்தேன்.

இது நடந்தது ஜூனில். ஜூலையில் அந்தப் பெண் இறந்து போனாள். முத்தையா அண்ணன் பண்ணைவீட்டுக் காம்ப்பவுண்டுக்கு வெளியே நிறை அம்மணமாய்க் கிடந்தாள்; கழுத்து அறுபட்டிருந்தது என்றெல்லாம் என் சகாக்களே பேசிக்கொண்டார்கள்.

கண்டிப்பு மிகுந்த குடும்பத்தில் பிறந்து தொலைத்ததால், அந்தக் காட்சியைக் காணமுடியாமல் போனது எனக்கு. அவள் சாவுக்குக் காரணம் கடைசிவரை யாருக்கும் தெரியவில்லை; எனக்கானால், அவள் பிரியத்துக்குக் காரணம் தெரியவில்லை.

◆

105

தலசயனத்துக்கு அப்படியொரு பரிமாணம் இருப்பதே எனக்கு தாமதமாகத்தான் தெரிந்தது. நான் வெளியூரில் பணியமர்ந்த சமயம். வார இறுதியில், அவனுடைய சகோதரர்களுடன் இரவுக் காட்சிக்குப் போயிருந்தேன். எனக்கு மூன்று வயது இளையவர்கள்; இரட்டையர். தலசயனம் என் வகுப்புத்தோழன். நான் அவர்கள் குடும்ப நண்பன்.

தம்பிகளுக்கு மணமாகி, ராமன் பெண்ணுக்கு வரன் தேடுகிறான். இன்றும் வாரத்துக்கொரு நாள் இருவரில் ஒருவர் என்னை அழைத்து ரொம்பநேரம் பேசுவார்கள். மதுரையில் நடந்த எதையாவது சொல்லி, சிரிப்பார்கள். துக்கமயமான சம்பவம் என்றாலும், சிரித்துச்சிரித்தேதான் முடியும். காரணம் தலசயனம் தொடர்பான ஏதாவது பேச்சில் நுழையும். உடனடியாகக் குதூகலம் பொங்கிவிடும். இத்தனைக்கும் அவன் ஒருபோதும் அழைத்துப் பேசியதில்லை. ஆரம்பத்திலிருந்தே, பிஸியாக இருப்பதாய்ச் சொல்லிக்கொள்வதில் ஆர்வமுள்ளவன் அவன். அன்று சினிமாவுக்கும், முக்கியமான வேலை இருப்பதால், வரவில்லை என்று சொல்லிவிட்டான்.

> அப்பிடியென்னடா லச்சு முக்கியமான வேலெ, ங்கொண்ணனுக்கு?

என்று இடைவேளையில் கேட்டேன். வளையங்களாகப் புகையை வெளியேற்றியபடி, சிரித்துக்கொண்டே சொன்னான் லட்சுமணன்:

> வேறென்னா, தூங்குறதுதான்!

மற்றவன் ராமன் கொஞ்சம் சீரியஸாகச் சொன்னான்:

> இல்லடா, இன்னைக்கி அம்மாவாசையில்லே? தவம் பண்ணுவாரு, வெளெக்கெண்ணெ. கொஞ்சநாளாவே அவன் போக்குவரத்து, சாவாசம் ஒண்ணும் சரியில்ல . . .

சட்டென்று ஒருவித கனம் கூடிவிட்டது மத்தியில். மேற்கொண்டு எதுவும் பேசிக்கொள்ளாமலே சிகரெட் பிடித்து முடித்தோம். இடைவேளை முடிவதற்கான மணி ஒலித்தது.

ஹாலிவுட் பேய்ப்படம். பேய்களில் பெரிய வித்தியாச மில்லை. நிறபேதமோ, இன பேதமோ கிடையாது. முக்கியமான இன்னொரு ஒற்றுமை, எந்த ஊர்ப் பேயும் நல்லது செய்வதே யில்லை. பின்னொரு நாள், காரணம் சொன்னான் தலசயனம்:

மனசு அடங்காமெப் போய்ச் சேர்றவுங்கதானப்பா பேயா அலைய வர்றாங்க.

படம் முடிந்து நள்ளிரவின் சாவதானம் நிரம்பிய நடுரோட்டில் நடந்து வந்தோம். பேச்சு மும்முரம்; பின்னால் நெருங்கி வந்திருந்த காளையை கவனிக்கத் தவறிவிட்டோம். அது கொம்பைச் சிலுப்பி ராமனின் முழங்கையில் உரசியது. பதறி விலகி, நடைமேடைக்குத் தாவினோம். லட்சுமணன், இயல்பாகச் சொன்னான்:

நல்லவேள, தலசயனம் வல்லே நம்மளோட . . .

ஏண்டா?

வந்துருந்தா, இப்பிடி நடக்கும்னு எனக்கு அப்பவே தெரியும் ன்னுருப்பான்!

குபீர்ச் சிரிப்பு பெருகியது. முழங்கையைத் தடவியபடி ராமனும் கலந்துகொண்டான் . . .

தலசயனத்தின் மனப்போக்குப்படியே, அறநிலையத் துறை ஆய்வாளர் வேலை கிடைத்தது. ஊர் ஊராக, கோயில் கோயிலாகப் போவான். தம்பிகளுக்குத் திருமணமாகியும் தான் பிரம்மச்சாரியாகவே இருந்துவிட்டான். லட்சுமணன் குடும்பத்தின் பராமரிப்பில், எந்நேரமும் விபூதி மணக்க இருந்துவந்தான்.

எந்த ஊரைச் சொன்னாலும், அந்த ஊரில் இருக்கும் ஒரு சாமியார் பெயரை, அல்லது அந்த ஊரில் அடங்கிய ஒரு மகான் பெயரைச் சொல்லி, அவர்களுடைய மகாத்மியத்தையும் சொல்வான். லட்சுமணன் ஒருதடவை கிண்டலாய்ச் சொன்னான்:

கிஸ்ணா, சர்க்கஸ் பாக்கப்போறோம்னு வையி. ட்ரப்பீஸ் ஆடுரானுக. கைதட்டிப்புட்டு நாம எந்திரிச்சு வந்துருவோம். செலவேளை, ஆடுற குட்டிமேலெ கவனம் அதிகமாச்சுன்னா, மனசுக்குள்ற ஒரு நிமுசம் ஆசெப்பட்டுக்கிருவோம்.

சயனம் விசயமே வேறெ. சர்க்கஸ்லெ சேந்து ட்ரப்பீஸு ஆடணும்ன்னு ஆரமிச்சுருவான்.

ஆனால், குலதெய்வத்தின் முக்கியத்துவம் பற்றி தலசயனம் வலியுறுத்தியதால்தான் எங்கள் பெரியப்பா மகனிடம் விசாரித்து, எங்கள் குலதெய்வத் தலத்தையே அறிந்தேன். ஆண்டுதோறும் குடும்பத்தோடு சென்று வழிபடவும் செய்கிறேன்.

இன்றுவரை, எந்தக் கோயில் என்றாலும், பொது வரிசையில் காத்திருக்காமல் சிறப்புக் கவனிப்புடன் சந்நிதிக்கு வெகு அருகில் நின்று தரிசனம் செய்ய முடிகிறது. தலசயனத்தின் பெயர் சொன்னாலே போதும்.

ஆனால், தலசயனத்தின் விசேஷம், நடக்கப்போவது என்று எதையுமே கணித்துச் சொன்னதில்லை. நடந்து முடிந்ததைச் சொன்னால், உணர்ச்சியே தெரியாத முகத்துடன்,

எனக்கு அப்பவே தெரியும்.

என்பான். இப்போதுதான் உறைக்கிறது, பிரத்தியேக உபாசனைகளை ஆரம்பிப்பதற்குப் பலகாலம் முன்பே இப்படியொரு இயல்பு அவனிடம் இருந்தது என்று.

சஞ்சய் காந்தியின் திடீர் மரணத்தால் கல்லூரி மூடப் பட்டபோது, தன் முத்திரை வாக்கியத்தை உதிர்த்தது நினைவு வருகிறது. பீஹாரில் ஆட்சி கவிழ்ந்தாலும் அவனுக்கு முன்னமே தெரியும். இவ்வளவு ஏன், கார்கில் தகராறு வெடித்தபோது, சுனாமி என்ற சொல் தென்னிந்தியாவுக்கு அறிமுகமான முதல் சந்தர்ப்பத்தில், சென்னையைப் பெருவெள்ளம் சூழ்ந்தபோது ... மேற்படி வாக்கியத்தால், என்னை அதிர வைத்தான்.

இதைவிட, திருமதி காந்தி மெய்க்காவலர்களால் கொல்லப்பட்டபோது, ‘இப்பிடி நடக்கும்ன்னு தெரியும்’ என்றான். அவரது தனயன், மாலையிட வந்த பெண்மணியோடு சேர்ந்து சிதறியதும்கூட, தனக்கு முன்னமே தெரியும் என்று சொன்னபோது,

இப்பிடியெல்லாம் வெளியிலெ சொல்லிக்கிட்டுத் திரியாதெ. சி பி ஐ மல்லிகைலெ கொண்டுபோய் வச்சு நொங்கெடுத்துருவாங்ய.

என்று எச்சரித்ததாக லட்சுமணன் நேரில் சொல்லிச் சிரித்தான்.

பொது உற்பாதங்களில் என்னத்தை வேண்டுமானாலும் சொல்லித் தொலையட்டும். குடும்ப விஷயங்களில் தாள

முடியாத துயரம் கவியும்போது? ஆறுதல் சொல்லாவிட்டாலும் பரவாயில்லை, 'முன்னமே தெரியும்' என்றால் எரிச்சல் வராதா? உனக்குத்தான் முன்கூட்டியே தெரியுமே, எச்சரித்துக் காக்காத நீயெல்லாம் என்ன சிநேகிதன்?

நாற்பது வருட நட்பு, போன மே மாதம் கிட்டத்தட்ட முடிந்தே விட்டது. என் மகளுக்கு நிச்சயதார்த்தம். தொலைபேசியில் தலசயனத்தை அழைத்தேன். தேதி, வேளை, இடம் கேட்டான். அப்புறம் நிதானமாகச் சொல்லி முடித்துவிட்டான்.

அன்னைக்கி ஒரு முக்கியமான வேலெ இருக்கேப்பா.

வைபவம் நடந்து மிகச் சரியாக இரண்டே வாரங்களில் பெண்ணும், பையனும் மனமொப்பி ஒப்பந்தத்தை ரத்து செய்தார்கள். அவர்களுக்கோ, பெரியவர்களுக்கோ, யாராவது ஒரே ஒருவருக்குத் தெரிந்து தொலைத்திருந்தாலும் லட்ச ரூபாய் செலவும், பல மடங்கு அதிகமான வேதனையும், அவமானமும் மிச்சமாகியிருக்கும். தலசயனத்திடம் சொல்லி வருத்தப்பட்டேன். படுபாவி, தன் வழக்கமான பதிலைச் சொன்னான். எனக்கு சுர்ரென்று உச்சந்தலைக்கு ஏறியது. இந்த நாறப் பயல் சங்காத்தம் இனி தேவையேயில்லை என்று தீர்மானித்தேன். ஆனால், என்றுமே முடிய முடியாத நட்பாகி விட்டது அது.

ஆமாம். தீர்மானத்தை செயல்படுத்த வாய்ப்பேயில்லை. மறுவாரமே லட்சுமணன் அழைத்துப் பதறினான். உறக்கத்தி லேயே தலசயனம் காலமாகி விட்டானாம். வழக்கம்போல சிரிக்காமல் முடிந்த ஒரே உரையாடல் . . . எந்நேரமும் மகளை எண்ணி அழுதுகொண்டிருக்கும் மனைவியை விட்டுவிட்டுப் போக முடியாது. கிடைக்கும் பேருந்தில் கூட்டிச் செல்லவும் முடியாது. பத்தாம் நாளுக்கு வருகிறேன் என்றேன்.

> ஒன்னைய ஒரு தடவெ வந்து நேர்ல பாக்கணும்ன்னு சொல்லிக்கிட்ருந்தாம்ப்பா. அந்தப் பய கலங்கிப் போயிருப்பானேடா ன்னு பொலம்பித் தள்ளீட்டான்.

லட்சுமணன் அழைப்பு முடிந்து தலைநிமிர்கிறேன். எதிரில் தலசயனம் நிற்கிறான் . . .!

ஒரேயொரு கணம்தான். தத்ரூபமாய் இருந்தது காட்சி. பிரமையா நிஜமா உருவெளித்தோற்றமா என்று இன்றுவரை தெளிவில்லை எனக்கு. ஆனால், தலசயனத்தின் துயரம் தோய்ந்த முகம் நிஜத்தைவிட நிஜமாய்த் தென்பட்டது.

106

ஏகப்பட்ட கதைகள் எழுதிவிட்டேன். அநேகக் கதைகளில் நிஜமான மனிதர்களே வேறு பெயரில் வருவார்கள். புற அடையாளங்களைத் தாண்டி, மனித மனத்துக்குள் நடந்து கலையும் விசித்திரத்தைப் பதிவு செய்வதுதானே நோக்கம்? பெயரில் என்ன இருக்கிறது. இன்னும் சிலருக்கு சுபாவத்தையுமே தலைகீழாக மாற்றியதுண்டு.

ஆனால், எழுதுபவனின் நோக்கத்தோடு மட்டுமே தன்னைக் கட்டுப்படுத்திக் கொள்ளாது எழுத்து என்பதை, கிறுக்கு மீனாட்சி பற்றி எழுதியபோது தெரிந்துகொண்டேன். அந்தப் பெண்மணி என் அம்மாவின் வகுப்புத்தோழி. தோளில் ஒரு கோணிச்சாக்கு தொங்கும். ஏற்ற இறக்கமாகச் சுற்றி, உடம்போடு இறுகியிருக்கிற கந்தல் புடவை. சாக்கில் விதவிதமாய்க் குப்பைகள். எங்கள் பாட்டி வீட்டில் யாரையுமே தெரியாது அந்தம் மாளுக்கு. என் அம்மாவை மட்டும் தெரியும். லீவுக்குப் போகும்போது, எப்படியோ உள்ளுணர்வுக்குத் தெரிந்து பாட்டி வீட்டு வாசலில் வந்து நிற்பார். அம்மாவைப் பார்த்துப் புன்சிரிப்பார். நாலைந்து சொல் குழறுவார். அம்மா சிரித்துக்கொண்டே,

எப்பிடி இருக்கே மீனாச்சீ?

என்பாள். சட்டென்று வெட்கம் நிரம்பும் முகம் மலரும். உதடுகள் பிரிந்து சிரிப்பார். ஈறுகளின் கருமைக்கே தாமும் மாறிவிட்ட பற்கள். வாழையிலையில் அம்மா கொண்டு தரும் பண்டத்தை ஆவலாக வாங்கிக்கொள்வார். அவர் போனபின், அம்மா கண்மல்குவாள்.

பிராயத்துலெ எப்பிடி கிண்ணுன்னு இருப்ப தெரியுமா?

என்று கேட்டவாறே முந்தானை நுனியில் மூக்கைச் சிந்திக்கொள்வாள்.

இப்படித்தான் அந்தக் கதையிலும் செல்வி. கிறுக்கு மீனாட்சியை அவர் இவர் என்றும், என்னைப் பெற்றவளை அவள் இவள் என்றும் குறிப்பிட்டிருந்தேன்.

தமிழின் முன்னணி விமர்சகர் என்று கருதப்படும் ஒருவர் எழுதிய கட்டுரையில், 'பார்ப்பனர்கள் எழுதும் கதைகளில் வரும் பைத்தியங்கள்கூட, தாழ்ந்த சாதிக்காரர்களாக இருப்பது என்னை ஆச்சரியப்படுத்துவதே இல்லை. அந்தக் கீழ்மைக்கு எதிராகத்தானே கிட்டத்தட்ட ஒரு நூற்றாண்டாக இந்த மண் போராடி வருகிறது!' என்று எழுதியிருந்தார். கட்டுரைக்கு உதவிய நூற்பட்டியல் கீழே இருந்தது. அதில் என்னுடைய மேற்படிக் கதை வெளிவந்த நூலும், கதையின் தலைப்பும், பக்க எண்ணும் இருந்திருக்காவிட்டால் என்னைத்தான் சொல்கிறார் என்றே எனக்குத் தெரிந்திருக்காது. ஆனால், தேர்ந்த விமர்சகர். சாதி ஒழிப்பில் மும்முரம் இல்லாவிட்டால், வெறும் விவரிப்பின் அடிப்படையிலேயே சாதியைக் கண்டுபிடிக்கும் முனைப்பும் திறனும் கைவந்திருக்குமா . . .

'எனக்குத் தோன்றியபடி நான் எழுதவில்லையா; அவரவர் வாசிப்பு அவரவருக்கு'.என்று சமாதானம் கொண்டேன். உண்மையில், விமர்சகருக்கு நன்றி சொல்ல வேண்டும். அவர் அப்படி எழுதாவிட்டால், கிறுக்கு ராஜம் நினைவு வந்திருக்காது எனக்கு.

ஏம்மா, உன்னோட சிநேகிதிகள் எல்லாருமே கிறுக்குகளா இருக்கா?

என்று கேட்டு, நாங்கள் எல்லாரும் சிரித்ததும்கூடத்தான் . . .

கிறுக்கு ராஜம் நடமாடும் பல்லிபோல இருப்பார். நாகேஷுக்குப் பெண்வேஷம் பூட்டியதுபோன்ற முகம். தினசரி வீட்டு வாசலைத் தாண்டும்போது, கதவைத் தட்டி,

பர்வதம் வந்துருக்காளா?

என்று விசாரிப்பாராம். பூக்கள் அத்தனையும் உதிர்ந்த நார் காதுமடலில் தொங்கும். மீனாட்சிக்கும் இவருக்கும் சில வித்தியாசங்கள் கண்டுபிடித்தேன். அவரிடமிருந்து அர்த்தமுள்ள வாக்கியங்கள் வராது – கண்களில் பீழை அப்பியிருக்கும். இவர் எப்போது பார்த்தாலும் அப்போதுதான் குளித்துத் துவட்டி வந்தவர்போலப் பளிச்சென்றிருப்பார். (விமர்சகர் நினைவு வரத்தான் செய்கிறது. அதற்காக உண்மையை மாற்றிச் சொல்லலாகுமா?) இடுப்பிலிருந்து ஒரு சாண் மட்டுமே இறங்கிய நைலக்ஸ் புடவை, தோள்வரை சுற்றியிருக்கும். எப்போது

வேண்டுமானாலும் விலகும். முழுக்கத் தட்டையாகி, எலும்பு புடைத்த நெஞ்சில், பழுப்பு வட்டத்தின் மத்தியில் லேசாகப் புடைத்த புள்ளி மாத்திரம் தெரியும்.

யேஏஏ ....ராஜோ ...ம்,பொடவையெ நேரெப் போட்டுக்கோ?

என்று சடைத்துக்கொள்வாள் அம்மா.

ஹூக்கும். . .

அதற்கான முயற்சிகூடச் செய்யாமல் எங்கோ வெறித்தார் ராஜம். சற்றுக் கழித்து,

நேரு போய்ட்டாரேடீ?

என்றார். முகத்தில் அப்படியொரு துயரம். இது நடந்தது '74–ல்.

போறது போ. எல்லாரும் ஒரு நா போகத்தானே வேணும். ஆத்துக்குப் போனவொடனே உச்சந்தலேலெ ரெண்டு சொம்பு ஜலம் விட்டுண்டாப் போச்சு.

ஹூக்கும்.

வேகமாய்த் திரும்பிப்போனார். அவதி அவதியாய் விரையும் நடை. அம்மா சொன்னாள்:

அந்த நாள்லெ எம்புட்டு அழகா இருப்ப தெரியுமா? அத்தனெ கெட்டிக்காரியாக்கும். நம்ப பெரியாத்து அம்பி இவளெவச்சி ஒரு கதை எழுதியிருக்கான். பெத்தவாளும் புருஷனும் ஒரே வருஷத்திலே போய், சொந்தக்காராளும் கைவிட்டு, இவ இப்பிடியானதுதான் கதெ. அப்பிடியே சொக்கிப்போய் வர்ணிச்சிருப்பான். கல்கி தீபாவளி மலர்லெ வந்தது . . .

என்று பெருமூச்சு விட்டாள். தொடர்ந்து இப்படிச் சொல்லி முடித்தாள்:

நல்லவேளெ, அதுக்கப்பறம் ஊருக்குள்ளெ யாரெல்லாம் சீரழிச்சாங்கறதெயெல்லாம் எழுதலே. இவளோட பாக்கியம், வயித்துலே புழு பூச்சி பத்தவும் இல்லே . . .

இதெல்லாம் வெறும் பீடிகைதான். அசல் கதையே வேறு. காமாட்சி கோவிலின் பின்புறம், மதிலுக்கு சுமார் ஐம்பதடி இடைவெளி விட்டு, ஒரு கால்வாய் ஓடுகிறது. இப்போது வருடம் முழுக்க அது வறண்டே கிடப்பதாக ஒருமுறை குமார் சொன்னான். ஒரே மாநிலத்துக்குள்ளேயே ஒரு மாவட்டத்திலிருந்து இன்னொன்றினுள் பாயும் கால்வாயில் நீர்வரத்து இல்லாமல் போனது ஏன் என்பது குறித்துக் கொஞ்சநேரம் விசனமாய்ப் பேசிக்

கொண்டிருந்தோம். வெறும் தடுப்பணை மட்டுமே காரணமாய் இருக்காது . . .

மேற்சொன்ன இடைவெளி முழுவதும் குப்பையாய்க் கிடக்கும். பஞ்சாயத்து வண்டிகள் சிலவேளை அங்கே வந்து கொட்டுவதைப் பார்த்திருக்கிறேன்.

அந்த நாட்களில் வருடம் முழுக்க நீரோடும் கால்வாயில் முற்பகல் முற்றும்வரை திளைப்பதற்காக ஐந்தாறு சிறுவர்கள் போவோம் . . . சிறுநீர் கழிக்கக் குப்பைமேட்டுக்கு ஏறி வந்தபோது அந்தக் காட்சியைப் பார்த்தேன்.

கிறுக்கு ராஜம். சம்பிரமமாகக் காலை அகட்டி நீட்டி உட்கார்ந்திருந்தார். சாயம் வெளுத்த மஞ்சள்நிற நைலக்ஸ் புடவை, சுருண்டு ஏறி, இடுப்பில் ஒரு பெல்ட்போலச் சுற்றியிருந்தது. முழுக்கத் திறந்திருந்த அரையிடுக்கு ஆர்வத்தை யும் அருவருப்பையும் ஒருசேரக் கிளர்த்தியது. பார்வையை அகற்ற முடியவில்லை. ஜட்டியை இறக்க முனைந்தவன் சட்டென்று எதிர்த்திசை நோக்கித் திரும்பிக்கொண்டேன்.

பெய்தவாறே, கழுத்தைத் திருப்பி ராஜத்தைப் பார்த்தேன். நம்பவே முடியவில்லை. இரண்டு கைகளிலும் பிடித்த ரூபாய் நோட்டுகளை எண்ணிக்கொண்டிருந்தார். ஆமாம், மனத்துக்குள் எண்கள் ஓடுவதை உதடுகள் அசைந்து காட்டிக் கொடுத்தன.

நான் முடித்துத் திரும்பவும், அவர் எண்ணி முடித்ததை ஒரு பாலித்தீன் உறைக்குள் வைத்து இடுப்பில் சொருகிக் கொள்ளவும் சரியாக இருந்தது. இருவர் கண்களும் சந்தித்தன. இருந்த நிலை மாறாமலே,

ஹூக்கும்.

என்று உரத்துச் சொன்னார். உறுமல் போல ஒலித்தது அது. போதாது என்கிற மாதிரி, பக்கத்தில் கிடக்கிற எதையோ எடுத்து என்மீது எறிகிற மாதிரி பாவனை செய்தார்.

நான் திரும்பி ஓடிவந்துவிட்டேன். ஏனோ, தோழர்களிடமோ, அம்மாவிடமோ அந்தக் காட்சியைப் பகிர்ந்துகொள்ளத் தோன்றவில்லை. யாரிடமாவது சொன்னால், அவர் அமர்ந்திருந்த கோலமும் மயிர்க்கொத்தின் படமும் சேர்ந்து வெளியில் குதித்துவிடும் என்று என் பால்யமனம் அஞ்சியதோ என்னவோ.

நினைவில் மீண்டெழும்போதெல்லாம், இந்தச் சம்பவத்தை ஒரு கதையில் சேர்த்துவிட வேண்டும் என்று நினைத்துக் கொள்கிறேன். இதுவரை வாய்க்கவில்லை.

❖

107

கண்ணன் எனக்கு அறிமுகமானது ரங்கநாதன் வழியாக. ரங்கநாதன் அமெரிக்காவில் இருந்தார். சென்னைக்குக் குடிவந்த புதிதில், ஒரு கச்சேரி கேட்கப் போயிருந்தேன். பண்டிட் ஜஸ்ராஜ் கச்சேரி. அதற்குமுன் ஒரு உள்ளூர் நடன நிகழ்ச்சி. இடைவேளையில் பக்கத்து இருக்கை அந்நியர் தாமே பேச்சுக்கொடுத்து ரங்கநாதன் ஆனார்.

மிகப்பெரிய இசை ஆர்வலர். கர்நாடக இசையைவிட, ஹிந்துஸ்தானி இசையில் ஆர்வம் உள்ளவர். தாமே ஒரு பெரும் தொகுப்பு உருவாக்கி வைத்திருக்கிறார். ஒரு பகல் பொழுது சந்திக்க முடிந்தால், அனைத்தையும் எனக்குப் பிரதி செய்து தருவார். தம்மிடமே உபரியாக ஒரு ஹார்ட் டிஸ்க் வைத்திருக் கிறார். அதற்குக்கூட நான் பணம் தரவேண்டியதில்லை. ஆர்வமாய் இசை கேட்கிறவர்களுக்குத் தராமல் வேறெதற்காக அந்தத் தொகுப்பு தம்மிடம் இருக்கிறது? என்று என்னிடமே கேட்டார். நான் கொஞ்சம் கதை கவிதைகள் எழுதுகிறவன் என்பதில் அவருடைய நெருக்கம் இன்னும் அதிகமாகிவிட்டது.

மறுநாளே விடுப்பு எடுத்துக்கொண்டு போனேன். அபூர்வமான தொகுப்பு. உண்மையில், தேடித்தேடி இசை சேகரிக்கும் பழக்கம் எனக்கு அவரிடமிருந்துதான் தொற்றியது. ஆனால், அவரைப்போல ராகங்களை மின்னல் வேகத்தில் அடையாளம் காண்பதோ, ஏற்கனவே வந்திருக்கும் எல்ப்பியைத்தான் வேறு பெயரில் கேஸட்டாக வெளியிட்டிருக்கிறார்கள் என்பதுபோலத் தடயம் காண்பதோ எனக்குக் கைவரவேயில்லை – அதனால் என்னுடைய இசை துய்க்கும் அனுபவம் குன்றிவிடவில்லை என்று வையுங்கள்...

இரண்டாவது சந்திப்பு ரங்கன் வீட்டில் நடந்தபோது, யதேச்சையாகக் கண்ணன் வந்தார். அமரிக்கையாக, நாசூக்காக, நாகரிகத் தொலைவுடன்

நடந்துகொண்டிருந்த உரையாடலில், கண்ணன் வந்தவுடனே, சுவாதீனமும் வெடிச் சிரிப்பும் சேர்ந்தன. வெறுமனே பரிச்சயமானவர்களாய் இருந்தவர்கள், ஓயாது சிரித்து நண்பர்கள் ஆனோம்.

கண்ணனுக்கு நன்றாகப் பாட வரும். உடல்நலக் கோளாறால் உச்சரிப்பு நிரந்தரமாகப் பிறழ்ந்துவிட்ட மதுரை மணி ஐயர்; உறைநிலையில் மட்டுமே இருக்கும் எம் டி ஆர்; மத்தாப்புபோல பிர்க்கா உதிர்க்கும் திருச்சி லோகநாதன்; நகைச்சுவையும் துயரமும் ஒருங்கே நிலவும் சந்திரபாபு குரல்; பெரும்பாலான ரகரங்களைத் தகரமாக உச்சரிக்கும் பி பி ஸ்ரீனிவாஸின் மெழுகுக் குரல்; வெற்றிலை அதக்கிய சிஎஸ் ஜெயராமனின் கம்பீரக் குரல்; உச்சத்தில் பிளிறும் கிட்டப்பாவின் க்ரீச்சுக் குரல்; உலோகமென ஒலிக்கும் கேபியெஸ்; பெண்குரல்போல வீறும் முசிறியின் குரல்; வாஞ்சை மிகுந்த மஹாராஜபுரம் சந்தானம் எனப் பாடி அசத்தினான். 'ரெண்டு வரி தாண்டினா சாயம் வெளுத்துரும் பாஸ்' என்று சிரித்தான்! அன்றே ஒருமையில் விளித்துக்கொள்ளத் தொடங்கினோம்.

ஆனால், இரண்டுவருடத்துக்கொருமுறை சங்கீத சீஸனையொட்டித் தாய்நாடு வந்து செல்லும் ரங்கனின் முன்னிலையில் மட்டுமே சந்தித்துக்கொண்டோம் என்பது ஒரு ஆச்சரியம். இடையில் எங்காவது தற்செயலாகச் சந்தித்தால், ஒரு டீ ஒரு சிகரெட் பழைய பாட்டுக்கள் பற்றிக் கொஞ்சம் என்று கால் மணிநேரத்தில் பேச்சு முடிந்துவிடும்.

சிலமுறை நாங்கள் சந்திக்கும் சமயத்தில் ரங்கநாதனிடமிருந்து செல் அழைப்பு வரும்; ஆரம்ப நாட்கள் என்பதால், வரும் அழைப்புகளுக்கும் கட்டணம் உண்டு; பொறாமையாய் இருப்பதாகவும், உடனே இருவரையும் சந்திக்கவேண்டும்போல் இருப்பதாகவும் சொல்வான். அவனுக்கு நள்ளிரவு, பாவம். நேரில் இல்லாத ரங்கனின் முன்னிலையில் எங்கள் சந்திப்பு ஒருமணிநேரம் போல நீளும். இப்போது இரண்டு விஷயங்கள் தோன்றுகிறது – ஒன்று ரங்கநாதனின் பொறாமை நியாயமே. இரண்டு, நாங்கள் அவரவர் இடத்தில் சந்தித்ததேயில்லை என்பது. இப்படித்தான், காரணமே தெரியாமல் ஒரு நிலைமை வருடக்கணக்காகத் தொடர்ந்துவந்தது. இசை தவிர்த்து வேறெதுவுமே நாங்கள் பேசிக்கொண்டதில்லை என்பது இன்னொரு ஆச்சரியம்.

ரங்கநாதன் நாடு திரும்பி உள்ளூரிலேயே வசதியான சம்பாத்தியத்தில் குடியமர்ந்த பிறகும், கொஞ்சநாள் சந்தித்துக்

கொண்டிருந்தோம். நானும் கிளை மாறி; சற்று அதிகமாகவே எழுத்தில் ஈடுபட்டு; அடிக்கடி சந்திக்கும் நண்பர்கள் பட்டியல் மாறி என்று பல காரணங்களால் நாங்கள் சந்திப்பது குறைந்துவந்தது. அடிக்கடி சந்தித்ததில், பேசியதையே பேச நேர்வதால் வந்த சுவாரசியக் குறைவும் காரணமாய் இருக்கலாம். கண்ணனை அநேகமாகச் சந்திக்கவேயில்லை என்பதும் நினைவு வருகிறது.

புதுக் கிளையில் வாடிக்கையாளர்கள் அதிகம். உயர்மட்ட வாடிக்கையாளர்கள் மிகமிக அதிகம். உயர்மட்டத்தினரின் சொகுசு விழைவும் மான உணர்வும் கொதிநிலையும் தெரிந்த விஷயம்தானே. எந்நேரமும் இருக்கைநுனியில் அமர்ந்து வேலை பார்ப்பேன் – நிஜமாகவே. விரைவிலேயே மூலம் வருவதற்கான அறிகுறிகள் தென்பட ஆரம்பித்தன. காசாளர் வேறா, ரத்த அழுத்தமும் அதிகரித்து வந்தது. இசை மட்டுமே ஆறுதல்.

நல்ல கூட்ட நேரம். என் முன் வரிசையில் நின்ற சுமார் முப்பது பேரைத்துளைத்து முன்னே வந்த முகம் கண்ணனுடையது என்பதே ஓரிரு கணங்கள் கழித்துத்தான் புரிந்தது. அந்த முகத்தில்தான் எத்தனை துக்கம்? நெற்றிச் சுருக்கங்களும், வழியும் வியர்வையும், புன்னகைக்க முயலாத உதடுகளும் எனக்குள் உடனடியாகப் பதற்றம் ஏற்றின. முன்னால் நின்ற பாவப்பட்ட வாடிக்கையாளரிடம், 'ஒரு நிமிஷம் ஸார்' என்று சொல்லி விட்டு, அவருடைய ஆமோதிப்புக்குக் காத்திராமல் அவசரமாய் எழுந்து வெளியில் வந்தேன்.

கைகள் நடுங்க என்னுடைய சிகரெட்டையும் பற்றவைத்து விட்டு, வெளியேறும் புகையோடு திக்கித் திணறிப் பேசினான் கண்ணன்.

அம்மாவை ஆஸ்பத்திரியில் சேர்த்திருக்கிறது; நிலைமை கவலைக்கிடம் என்கிறார்கள்; உடனடியாக சில சோதனைகள் செய்தாகவேண்டும். கையில் பணமில்லை. என் நினைவு வந்து, இரண்டு கிலோ மீட்டர் ஓடி வந்திருக்கிறான். என்னால் எவ்வளவு தர முடியும்?...'தர முடியுமா' என்றுதானே கேட்டிருக்க வேண்டும்?! போகட்டும், நண்பனிடம் போய் உபசாரமாய்ப் பேசுவார்களா யாரும்?

கவுண்ட்டருக்குத் திரும்பி, உடனடியாகக் காசோலை எழுதி, பணமெடுத்து,, ஆயிரம் ரூபாயும் ஆறுதலும் கொடுத்து அனுப்பினேன். இரண்டாயிரங்களின் ஆயிரம் ரூபாய்.

அந்த மாதக் கடைசியில் கொஞ்சம் முடையாகத்தான் இருந்தது. ஆனாலும், நண்பனிடம் திருப்பிக் கேட்கலாகுமா? அடுத்தடுத்த மாதங்களில் மறந்தும் போனது.

ஓரிரு வருடங்கள் கழித்து, கலாட்சேத்திராவில் பாக்கிஸ்தானியப் பாடகர் ஒருவரின் கச்சேரி. இலவசம்தான். குறுந் தகட்டில் கேட்ட அளவு நேரில் சோபிக்கவில்லை. ஆனால், இன்ப அதிர்ச்சியாக, ரங்கநாதனைப் பார்த்தேன். நெருங்கிய நண்பனைப் பொது இடத்தில் தற்செயலாகப் பார்க்க நேர்ந்ததில் இன்பமும் அதிர்ச்சியும் சம அளவில் இருந்தன.. கச்சேரி முடிந்தபிறகு கொஞ்சநேரம் பேசிக்கொண்டிருந்தோம். ரங்கன் இப்போது சிகரெட் பிடிப்பதில்லையாம். நான் பிடித்தேன். பேச்சினூடே ஞாபகம் வந்தது:

கண்ணனோட அம்மா எப்பிடி இருக்காங்க?

என்று கேட்டேன். ஆச்சரியமாய்ப் பார்த்தான்.

அவனுக்கு மூணுவயசா இருக்கும்போதே அவங்க இறந்துட்டாங்களே?

கைப்பு வழியும் குரலில் சொன்னவன், திடீரென்று நினைவு வந்தமாதிரித் தொடர்ந்தான்:

என்ன, அம்மாவுக்கு முடியலேன்னு சொல்லி உன்கிட்டேயும் காசு வாங்கினானா?

இரண்டுங்கெட்டானாகத் தலையாட்டினேன். அவன் தனக்குள் மூழ்கியிருந்தான். வேறு திக்கில் பார்த்தபடி, தழைந்த குரலில் தொடர்ந்தான்:

அவன் போய்ட்டான் தெரியுமில்லே?.

அடடே, எப்பிடி?

ரயில்லெ விழுந்து சூஸைட்.

அட ஆண்டவனே. எப்ப?

அமெரிக்க முறையில் வருடம் மாதம் தேதி சொன்னான். அட அந்தத்தேதி எனக்கு நினைவிருக்கிறதே – அவன் என்னிடம் வந்து பணம் வாங்கிக்கொண்டு போன அதே நாள்.

இறந்தவனின் சட்டைப்பையில் ஆயிரம் ரூபாய் இருந்ததா என்ற கேள்வி, தொண்டைவரை உயர்ந்தது – நல்லவேளை, தன்னியல்பாக விழுங்கிவிட்டேன். ஆனாலும், முகத்தில் தெரியாமலா இருந்திருக்கும்? மீண்டும் தனக்குள் அமிழ்ந்த ரங்கனோ, கண்ணனின் நினைவாகத்தான் தான் சிகரெட்டை விட்டதாகச் சொல்லிக்கொண்டிருந்தான்.

✦

108

பூரி– கிழங்குக்கும், ஒரு ஜோடி ஷூக்களுக்கும் நேரடியான தொடர்பு என்ன இருந்துவிடக் கூடும் என்றுதான் யாருக்கும் தோன்றும். ஏழுமலையுமே அப்படித்தான் நினைத்துக்கொண்டிருந்தான் – இன்று காலைவரை.

ஏதோ ஒரு கணக்கின்படி, பத்து நாட்களுக்கொரு முறை கமலம் பூரி செய்வது வழக்கம்தான். ஆனால், பாதணிகளுக்கும் சாப்பாட்டுக்கும் வலுவான இணைப்புக் கோடு இருப்பதை ஏழுமலை உணர நேர்ந்ததுதான் ஆச்சரியம்.

'இன்றுக்கு வந்துசேர நேற்றைக் கடந்தாக வேண்டும் என்பது பிரக்ஞை விதிக்கும் நிபந்தனை. ஆனால், நேற்று நேற்றாகவே இருக்க வேண்டிய தில்லை; இரு வாரங்களுக்கு முந்தைய ஒரு தினம் தத்ரூபமான நேற்றாக மாறமுடியும். சிலவேளை 'சற்று முன்' என்றேகூட ஆகலாம். இது மனிதமனம் தனக்குத் தானே வழங்கிக்கொள்ளும் சலுகை; அல்லது, சாபம். எதிர்வரும் நாட்கள் அல்லது ஆண்டுகளை, இப்போதே கற்பிதம் செய்து பரவசமோ கிலேசமோ வழங்கும் பகற்கனவுகளுக்கு அஸ்திவாரம் இது தான்.' இதெல்லாம் ஏழுமலை தானே யோசித்தவை அல்ல; இதே வரிசை வாக்கியங்களில் மனப்பாடம் செய்தவையும் அல்ல – கல்லூரிக்கால ஆங்கிலப் பேராசிரியர் ராபர்ட் சார் சொன்னவை. படித்த பாடமெல்லாம் மறந்து போயும், துளிகூட மறக்காமல் மிச்சமிருப்பவை. பாடத்துக்கு வெளியில் சார் சொன்ன எதுவுமே மறக்கவில்லை.

பீடிகை போதும். அவகாசமில்லை. பதினைந்து நாட்களுக்குமுன் சென்றுவிடலாம் – இன்றாக மீண்டும் விரிந்து உறுத்திய பழைய திங்கட்கிழமைக்கு.

'ஜென்னும் மோட்டார்சைக்கிள் பராமரிப்புக் கலையும்' என்று ஒரு புத்தகம். பாதிவரை

படித்திருக்கிறான் ஏழுமலை. வெகுகாலத்துக்கு முன்னால். இப்போது படிப்பதற்கெல்லாம் அவகாசமேது. கொடுத்துப் படிக்கச் சொல்லும் ஆசிரியரும்தான் ஏது. அந்த நூலில் திங்கட்கிழமைக் காலைகளைப் பற்றி ஒரு பத்தி. 'நூலாசிரியர் அமெரிக்கர். இதே அரபு எழுத்தாளர் என்றால், சனிக்கிழமைக் காலைகளைப் பற்றிப் பேசியிருப்பார், ஒருவேளை' என்றார் சார். 'மற்றபடி, திங்கள் சனி என்பதெல்லாம் நாமாக இட்ட அடையாளங்கள்தாமே' என்றும் சொன்னார். விசித்திரம், அந்த எழுத்தாளர் பெயரும் ராபர்ட்தான்!

நமக்காக நாமே திசைமாற்றிக் கொண்டால்

மேற்கே உதிக்கும் சூரியன்

என்று ஆய்ந்து அறிவித்த திரைப்பாடலை மேற்கோள் காட்டினார். 'சினிமாப்பாட்டுதானே என்ற இளக்காரம் வேண்டியதில்லை – மனத்தில் நிலைகொண்டிருக்கும் போலி ஆசுவாசத்தை, அசட்டுச் சமநிலையை எதுவும் எப்போதும் தாக்கிக் குலைக்கலாம். உண்மையின் நிஜப் பெறுமானம் அது' என்றெல்லாம் விரிவாய்ச் சொன்னார்.

போகட்டும், மேற்சொன்ன பத்தி விவரித்தது இதுதான் – ஓய்வுநாளுக்குப் பிறகு அலுவலகம் திரும்பும் முகங்களில் இருக்கும் சோர்வு, கண்களில் மீந்த உறக்கமிச்சம், போக்குவரத்தில் ஏற்படும் மந்தம், அதையொட்டிய சச்சரவுகள் என்று அடுக்குவார். ஓய்வின் பெறுமதி பற்றிய பத்தி அல்ல, பணியிடம் மீது மனம் கொள்கிற, பிரியமும் – வெறுப்புமான உறவு பற்றியது என்று ஏழுமலைக்குப் பட்டது. ஆமாம், சேருமிடம் உற்சாகமானதாய் இருந்தால், கிளம்பிப்போவதில் அத்தனை சோர்வு இருக்குமா!

சென்னை மாநகரம் உலகப் பந்துக்கு வெளியில் இல்லை என்பதை நிரூபிக்க, திங்கட்கிழமைக் காலை என்ற ஒரு பொழுதே போதும். நகரின் நாளம் போன்ற சாலைகள் ஒவ்வொன்றிலும் ரத்த அழுத்தம் அதிகரித்துப் பிதுங்கி வழியும் . . .

கிண்டி. தெற்கிலிருந்து வருவோரை மாநகரத்தின் இதயம் நோக்கி அனுமதிக்கும் நுழைவாயில். ஏகப்பட்ட கால்வாய்கள் ஓடிவந்து சங்கமித்து, ஒரே பாலம் வழியே நகரேற முனையும் இடம். அசாத்திய நெரிசல். கருணையற்ற ஜனமூட்டையாக மூச்சிரைத்து வரும் நகர்ப்பேருந்தில் தொற்றியேறி, கொஞ்சம் பரவாயில்லாத சாவகாசத்துடன் நிற்பதற்கு அபாரமான சர்க்கஸ் திறமை வேண்டும். அல்லது, மண்புழுவின் பணிவோ, எருமைமாட்டின் பொறுமையோ வேண்டும். மேலும், தாட்சண்யமற்ற போர்த்திறமை அவசியம். முதியோர் பெண்டிர்

சிறார் நோயாளிகள் தவிர்த்து மற்ற வர் பொருதும் பண்டைய அறம் செல்லுபடியாகாத நவீனயுகப் போர்.

பேருந்துக்குள் நின்றால் மட்டுமல்ல. ஓடும் பேருந்து ஓட உறுபேருந்துக்காகக் காத்து ஓரமாய் நின்றாலும், முழங்கையால் இடித்துப் போகும் வீரர்களும், மாரால் உரசிப் போகும் வீராங்கனைகளும் என்று உடம்பெல்லாம் ஒரு பொருட்டே யல்லாத மானசீகம் நடமாடித் திரியும் களமாக கிண்டி பேருந்துநிறுத்தம் திகழும்.

திடீரென்று எல்லாருடைய பார்வையும் ஒரே இடத்தில் குவிவதை உணர்ந்தான். சாலையை நடுவில் வகிரும் தடைக்கம்பிச்சுவர் அருகே மொய்க்கும் ஈக்களைத்தான் பார்க்கிறார்கள். ஒரு ஈ மற்றொன்றைச் சுமந்துகொண்டு நிறுத்தக் குடை நோக்கிப் பாய்கிறது. குவிந்திருந்த ஈக்கள் பின்தொடர்ந்து ஓடுகின்றன.

> நல்லவேளெ, இந்தாண்டெ உளுந்தான். அந்தாண்டெ உளுந்துருந்தா கபால மோச்சம்தான். மண்டெயிலெ டயரு ஏறியிருக்கும்.

அருகில் நின்ற ஈ கருத்துரைத்தது. கண்முன்னால் ஒருவன் மயங்கி விழுவதைக்கூட கவனிக்காமல் தனக்குள் முயங்கி எதையோ யோசித்துக்கொண்டிருந்த தன்மீது தாள முடியாத அவமான உணர்வு பொங்கியது ஏழுமலைக்கு.

சற்று எட்ட நகர்ந்து எட்டிப் பார்த்தான். விழுந்தவன் இளைஞன். சட்டையைக் கால்சராய்க்குள் செருகி, ஷூ அணிந்து, முதுகுப்பை மாட்டி, காதுகளிருந்து இறங்கும் ஒயர்கள் கால்சராய்ப் பாக்கெட்டுக்குள் புகுந்து என நவீனகாலத்தவன்.

அவனது பையையே தலைக்குயரமாய் வைத்து, பெஞ்ச்சில் கிடத்தினார்கள். யாரோ அவனுடைய முகத்தில் தண்ணீரை அறைந்தார். மற்றவர் அவனுடைய சட்டைப் பித்தான்களைக் கழற்றினார். ஷூக்களைக்கூடக் கழற்றிவிடலாமே என்று ஏழுமலைக்குத் தோன்றியது. மயங்கிக் கிடக்கிறவனை விவஸ்தையில்லாமல் இத்தனை பேர் சூழ்ந்து வேடிக்கை பார்க்கவும் வேண்டாம் . . . பையனிடம் சலனமேயில்லை.

இதற்குள் முதுகுப்புறம் அசைவுகள் அதிகரிப்பது உறுத்தியது. திரும்பிப் பார்த்தான். அட, இவன் போகவேண்டிய பேருந்து. பாய்ந்தான். முன்பக்க வாசல்வழி தொற்றியேறி, வண்டுபோலக் குடைந்து உள்ளே நகர்ந்து, ஓட்டுநருக்கு அருகில் சென்று வசதியாய் நிற்க முடிந்துவிட்டது. அப்ப்ப்பாடா, பொன்னாள்தான்.

பேருந்துக்குள்ளிருந்து பார்த்தபோது, பெஞ்ச்சில் அந்த இளைஞன் படுத்திருப்பது துலக்கமாய்த் தெரியவில்லை. ஷூக்களின் அடிப்பகுதி மட்டும் தெரிந்தது. அசையாது கிடந்த கால்கள். கூட்டத்தின் விளிம்பில் நின்ற மீசைக்காரர் ஒருவர் உதட்டைப் பிதுக்கினார். எதற்கோ. மூர்க்கமான ஓசையுடன் சாலையைத் துழைந்து நகர்ந்தது பேருந்து. மெல்லமெல்லத் தன் அன்றாடத்தின் சிடுக்குப் பாதைக்குள் வழுக்கியிறங்கினான் ஏழுமலை. பையன் கிடந்த காட்சி அப்போதேவெளியேறிருக்கத்தானே வேண்டும் – அது வேறெங்கோ ஆழத்தில் சென்று செருகிக்கொண்டது போல . . .

விபரம் தெரிந்த நாளிலிருந்து அபிமானப் பதார்த்தம் பூரி கிழங்கு. பரவலாகப் பயன்படும் சுத்திகரிக்கப்பட்ட சமையல் எண்ணெய் சூரியகாந்தியில் இருந்து எடுக்கப்படுவதில்லை; இந்தியாவின் தேவைக்கு உரிய வீதத்தில் இங்கே சூரியகாந்தி மகசூல் கிடையாது; எண்ணெய்த் தேவையின் அளவுக்கு எள்ளோ, கடுகோகூட விளைவதில்லை;. கடலெண்ணெய் உள்ளிட்ட அனைத்துமே பெட்ரோலியக் கச்சா எண்ணெய்க் கசடிலிருந்து வடிக்கப்படுபவை; செயற்கை மணம் மட்டும் சேர்ப்பார்களாம் . . . சாப்பிடும்போது முகநூல் பார்க்கும் பழக்கத்தை விட்டுவிடு என்று எத்தனையோ தடவை சொல்லியிருக்கிறாள் கமலம்.

கச்சா எண்ணெயில் கொழுப்புச்சத்து அதிகம்; இளவயதிலேயே மாரடைப்பு போன்ற உற்பாதங்கள் நிகழ்வதற்கு முக்கியக் காரணி என்றெல்லாம் தொடர்ந்தது முகநூல் பதிவு. அதனாலென்ன, நாலுபேர் நாலு சொல்லத்தான் செய்வார்கள். எதுவுமே பூரியின் ருசிக்கு முன்னால் நிற்க முடியுமா.

ஆனால், முதல் வாயையே விழுங்க முடியாமல் தொண்டை அடைத்தது. காரணம் எளிமையானது – இந்தத் திங்கட்கிழமை ஒருகணம் அந்தத் திங்கட்கிழமை ஆனது. நெஞ்சை அடைப்பது பூரி கிழங்கு அல்ல, ஒரு ஜோடி ஷூ என்று உணர்ந்தான். திணறல் அதிகரித்தது. அந்தப் பையன் அடிக்கடி பூரி கிழங்கு சாப்பிடுகிறவனோ? . . விக்கல் வந்தது. அவசரமாய் ஒரு வாய் தண்ணீர் குடித்தான் . . .

ஓரிரு கணங்கள்தாம். அடுத்த மிடறு வழக்கம்போல சரளமாய் இறங்கியது.

♦

தலைப்பில்லாதவை

109

முதலாவதாய் விருப்ப ஓய்வு பெற்றவள் பத்மினி. ஐந்து வருடம் கழித்துத்தான் நான் வெளியேறினேன். ஒருநாள் சாவகாசமாய்ப் பேசிக்கொண்டிருந்தோம். தன் மனக் குறையைப் புலம்பினாள் அவள். பள்ளிப்படிப்பு முடிந்த மாத்திரத்திலேயே வேலையில் சேர்ந்துவிட்டவள். பள்ளியிலேயே முதலாவதாக வந்தும் மேற்படிப்புக்கு அனுப்பவில்லை; ஒரு மருத்துவராகவோ பொறியாளராகவோ வந்திருக்கும் வாய்ப்பு தவறி விட்டது.

அவள் விழிகளில் லேசாய்ச் சுரந்ததாகத் தென்பட்ட கண்ணீரைத் துடைக்கும் பொறுப்பு என்னுடையது – என்று நானாக வரித்துக் கொண்டேன். சமாதானங்கள் வரிசை கட்டின. அவள் நிதானமாக பதில் சொன்னாள்; நான் பதிலுக்கு பதில் சொன்னேன்.

1. குடும்பத்தின் அன்றைய நிதி நிலை. (இல்லையே; மூன்று அண்ணன்களும் வேலைக்கு வந்தாகிவிட்டதே. என் பதில்: அவர்களுக்குத் திருமணமும் ஆகியிருந்ததே!)
2. நீ பிறந்து வளர்ந்த சிறு நகரத்தில் மேற்படிப்பு வசதிகள் இல்லை. (ஒரு மணிநேர பஸ் பயணத்தில் பெருநகர் இருந்ததே – ஏகப்பட்ட கல்லூரிகளுடன்! என் பதில்: திருமண மாகிக் கிளம்பியபோது உன் குடும்பம் எப்படி அழுதது என்று நினைவில்லையா?)
3. ஆண்களின் கல்லூரி வாழ்க்கையளவுக்கு அவிழ்த்துவிட்டதுபோல இருக்காது, பெண்களின் கல்லூரி அனுபவம். (அதை அனுபவித்துப் பார்த்து நானல்லவா சொல்ல வேண்டும்! என் பதில்: மௌனம்.)

4. இன்றைக்கு உனக்கிருக்கும் அறிவு, இரண்டாம், மூன்றாம் தலைமுறை யுவதிகளிடம் அறவே இல்லை. (இருக்கட்டுமே, என்னிடம் ஒரு பட்டம் இருந்திருக்குமே! என் பதில்: என்னிடம் கூடத்தான் வணிகவியல் பட்டம் இருக்கிறது. உப்புப் பிரயோசனமுண்டா! உன் அறிவு, ஞானம், விவேகத்துக்கு உறைபோடக் காணுவேனா நான்?!)

5. நான்கூடத்தான், கல்லூரிப் பேராசிரியராக வேண்டும் என்று ஆசைப்பட்டேன். வங்கிக் குமாஸ்தாவாகப் போய்ச் சேரவில்லையா? (ஆனாலும், உன் படிப்பை நீயாகத் தானே நிறுத்திக்கொண்டாய்? ... இப்போதும் மௌனமாய் இருந்தேன்.)

6. ஒருவேளை, நீ டாக்டரோ எஞ்சினீயரோ ஆகியிருந்தால் என்னைத் திருமணம் செய்திருக்க வாய்ப்பில்லை அல்லவா? (யார் கண்டது, நீயும் பெரிய அதிகாரியாய் ஆகியிருக்கலாம். என் பதில்: சான்ஸேயில்லை; எப்படியாவது குமாஸ்தா எழுத்தாளனாகிவிட வேண்டும் என்று தீர்மானமாய் இருந்தவனாக்கும் நான்!)

7. கொஞ்சம் தத்துவத்தைச் செருகிப் பார்க்கலாம் என்று தோன்றியது. சொன்னேன்: கடந்த காலத்தையோ எதிர்காலத்தையோ தூக்கிச் சுமக்காமல் ஒரே ஒரு கணம் இருந்தாலும் போதும், அதுவே பிறவிப் பயனை அடைந்ததற்குச் சமானம். (நான் ஒன்றும் அழுது புலம்பவில்லையே! இப்படியொரு தீராக்குறை இருக்கிறது என்று சொன்னேன்; அவ்வளவுதான். நான் இப்போது சந்தோஷமாய் இல்லை என்று யார் சொன்னது?!)

8. பிரம்மாஸ்திரத்தை எடுத்தேன்: உன் அப்பா சாகும்போது உனக்கு என்ன வயது? நான் எந்த வயதில் அப்பாவைப் பறிகொடுத்தேன்?(இந்த இடத்தில் இளகிவிட்டாள் பத்மினி. என் தோளை இறுக்கிப் பிடித்தாள்.)

ஆனால், வேறு ஏதோ ஒரு சூட்சுமத்துக்கு இந்த உரையாடல் கேட்டிருக்க வேண்டும். மறுவாரமே, ஒரு வாட்ஸாப் குழுவில் இணைய அவளுக்குக் கோரிக்கை வந்தது. பள்ளியிறுதி வகுப்பில் ஒன்றாய்ப் படித்த தோழிகள் குழு. பள்ளி முடித்தபிறகு, ஒருவரையுமே சந்திக்க வாய்க்கவில்லை. எப்படி, ஏன் விலகிப் போனார்கள் என்றே தெரியாது.

பத்மினி தயங்கினாள். சேரச்சொல்லி உற்சாகப்படுத்தினேன். அடுத்தடுத்த நாட்களில் இன்னொரு பட்டியல் உருவானது.

1. பொன்னம்மா இவளைப் போலவே மத்திய அரசு குமாஸ்தாவாகப் பணியமர்ந்தவள். கடுமையான முதுகுவலியால் அவஸ்தைப்படுகிறாள். வேலையை விட்டுவிடமாட்டோமா என்று ஏங்குகிறாள். குடும்பம் சம்மதிக்க மறுக்கிறது.

2. வாசவிக்கு மூன்று பெண்கள். மூன்றுபேருக்குமே குழந்தைப் பேறு இல்லையாம் பாவம். தினசரி ஒரு சுலோகம் டீப்பியாக வைக்கிறாள்.

3. மாநில அரசில் உதவிப் பொறியாளராய் இருக்கும் வசந்தி, படிக்கிற காலத்தில் அத்தனை மக்காக இருந்தவள்; இப்போது, ஏதோ ஊழல் குற்றச்சாட்டில் சிக்கியிருக்கிறாளாம். குழுவில் அல்ல; பத்மினியுடனான தனி உரையாடலில் மாலதி சொன்ன தகவல்.

4. மாலதிக்குத் திருமணமாகி, வளைகாப்பன்றுதான் தெரியவந்திருக்கிறது – கணவருக்குப் பிறவி இதயக் கோளாறு இருந்திருப்பது. மகள் பிறக்குமுன் இறந்து விட்டார். கருணை அடிப்படையில், வங்கியில் சேர்ந்து இப்போது மேலாளராகியிருக்கிறாள். ('அவள் பெண்ணை நம் சரவணனுக்குக் கேட்போமா?'– பத்மினியின் ஒரு வரி பதில்: 'அதெல்லாம் சரிப்பட்டு வராதுப்பா'. ஏனென்று நான் விசாரிக்கவில்லை.)

5. ஆனந்தவல்லியின் புருஷன் கடுமையான குடிகாரனாம். சட்டபூர்வமாய் விவாகரத்து வாங்கி, உடன்பிறந்தவர்களின் தயவில் வாழ்க்கை ஓடுகிறது.

6. சென்னை வரும்போது எங்கள் பெட்டியில் உடன்வந்த பேரழகி பற்றி விசாரித்தேன். (குறும்பாகச் சிரித்தாள்: 'அவ்வளவு உறுத்துப் பார்த்த மனுஷனுக்கு, அவ பேரு மட்டும் ஞாபகமில்லையாக்கும்! மார்கரெட். அது இன்னொரு கொடுமெ. க்யாஸ் அடுப்புப் பத்த வைக்கும்போது ஏதோ கோளாறாயி, முகம் பூரா வெந்து ப்ளாஸ்ட்டிக் சர்ஜரி ஆயிருக்காம், பாவம். நேர்ல பாத்தா அடையாளமே தெரியாதுன்னு உமா சொல்றா.')

7. உமாவுக்கு ஒரே பையன். (என்னமோ, சரியாப் படிக்கலையாம் அந்தப் பிள்ளே. படம் வரையப் போறேன்னு ஆரமிச்சு, அதுவும் சரியாக் கைவரல்லியாம்.)

8. உன்னோட ரெட்டைப் பிறவி மாதிரி ஒருத்தி இருப்பாளே. (ஆமா, கிரிஜா. அவபொண்ணு யாரோடெயோ ஓடிப்போயிருக்கா; ரெண்டே மாசத்துலெ அவன் கைவிட்டுட் டான். பொறந்த வீட்டுக்குத் திரும்பிட்டாளாம். இப்போ சும்மாதான் இருக்கா.)

9. கமலம். காதல் திருமணம் செய்த ஒரே தோழி. திருமணத்துக்குப் பின் வஹீதா ஆனாள். நல்ல நிலையில் இருக்கிறாள். ஆனால், கணவர் ஓமனில்; இவள் இந்தியாவில்.

10. இன்னும் சிலரும் இருக்கிறார்கள், விரும்பியபடி வாழ்க்கை அமைந்ததா இல்லையா என்றே தெரியாது. விசாரித்து, விபரமாகத் தெரிந்துகொள்வதில் ஏனோ பத்மினிக்கு ஆர்வம் குறைந்துவிட்டது. பழைய மனக்குறை மட்டும் குன்றாமல் நீடித்தது.

நாற்பத்தைந்துபேர் படித்த வகுப்பில், இருபதுபேரைப் பற்றி மட்டும்தான் தகவல் கிடைத்திருக்கிறது. இடையில் ஒருநாள் அதே பேச்சு வந்தபோது நான் சொன்னேன்:

அபூர்வமான அழகி, அதிர்ந்து பேசாத குணவதி, தெய்வபக்தி மிகுந்தவள்; சென்னை போன்ற பெருநகரில் பிறந்து வளர்ந்த, இசையில் தேர்ந்த, பணக்காரப் பெண்; பள்ளியிறுதி முடித்த மறுமாதமே, சினிமா ஹீரோ போன்ற தோற்றமும், வில்லன்போல மூர்க்கத்தனமும் கொண்ட என் இரண்டாவது அண்ணனுக்கு வாழ்க்கைப்பட்டு, வீணாகவில்லையா? மைனர் பெண்ணுக்குத் திருமணம் என்பதால் சத்திர வாசலையே பார்த்து அஞ்சிக்கொண்டிருந்தார் அவள் தகப்பனார். (ஆனால், இப்போது ஸ்வீடனில் சகோதரனோடும் இரண்டு பிள்ளைகளோடும் சவுகரியமாகத்தானே இருக்கிறார் ஓரகத்தி?)

இப்போ என்ன, எல்லாம் விதிப்படிதான் நடக்கும் என்கிறீர்களாக்கும்?

என்று அறக்கோபத்தோடு கேட்டாள் பத்மினி. நான் பதில் சொல்லவேண்டியிருக்கவில்லை. வாட்ஸாப்பில் வந்த தகவல் பொறுப்பேற்றுக்கொண்டது: காமாட்சி துறவியாகி விட்டாராம். ஊரப்பாக்கத்தில் ஆசிரமம் அமைத்திருக்கிறார் . . .

மறுவாரமே பார்க்கப் போனோம். ஆலம்பால் திரித்து சடைகள் விழுந்த கேசம். வகிட்டிலிருந்து புருவ மத்திவரை

விட்டமுள்ள மாபெரும் குங்குமப் பொட்டு. சதா எண்ணிக்கை ஓட்டும் விரல்கள். ஓயாமல் சிமிட்டும் இமைகள். காது கழுத்து மூக்கு எங்கும் வெறுமை. ஆண் தன்மை தொனிக்கும் சதுர மோவாய். கருத்துப் பெருத்த உதடுகள், தாக்கும் விபூதி மணம் என்று எப்படிப் பார்த்தாலும் துறவிபோலவே இருந்தார்.

பத்மினி அறிமுகம் செய்துகொண்டாள். உணர்ச்சியற்ற விழிகளோடு செவிமடுத்துவிட்டு, அக்கறையில்லாமல் தலையசைத்தார்.

விடைபெற முற்பட்டோம். உதவியாளரைக் குறிப்பால் அழைத்தார். அவர் ரசீதுப் புத்தகத்தோடு எங்களிடம் வந்து, ஆசிரம வளர்ச்சிக்கு நன்கொடை கோரினார்.

❖

110

கடந்த மூன்று வாரங்களாக அமுலுக்கு வந்திருக்கும் புதிய நடைமுறை இது. ஒன்பதரை மணிக்கு நெருக்கடி ஆரம்பிக்கும். கருக்குக் குலையாத புத்தம்புது உடையில், படியத் தலைவாரி, புதுச்செருப்புப் பொலிய நிற்கும் இரண்டரை வயதுப் பிஞ்சு உதடு பிதுக்கி விசும்பும்போதே அள்ளிப் பிடுங்கும். போகப்போக ஒலியளவு கூடி, விரையும் சைக்கிள் கேரியரில் தலைதொங்கக் கட்டிக்கிடக்கும் வெள்ளாட்டின் உயிர்வாதைபோலக் கதறல் உரத்து ஓங்குமா, கேட்கிறவர்களுக்கு – குறிப்பாகப் பாட்டனுக்கும் பாட்டிக்கும் அடிவயிற்றைப் பிசையும். அந்த இடத்துக்கு வரக்கூடாது என்ற கறாரான நிபந்தனை ஓர் அங்குலம்கூட நகரவிடாமல் எங்களைக் கட்டிப் போடும்.

முதல் நாள் கூத்து முடிந்து, முற்பகலிலேயே திரும்பிவிட்ட குழந்தை சிணுங்கும் முகத்துடன் குப்புறப்படுத்து உறங்க ஆரம்பித்த பிறகு, தகப்பன்காரனிடம் கேட்டேன்:

இன்னும் கொஞ்சநாள் வெய்ட் பண்ணியிருக்கலாமோடா?

அவன் வாய் திறப்பதற்குள், என்னோடு சேர்ந்து அவ்வளவு நேரமும் கலங்கிக் கொண்டிருந்த பாட்டி முந்திக்கொண்டு பதில் சொன்னாள்:

இந்தக் கந்தாயமெல்லாம் என்னைக்கும் இருக்கத்தான் செய்யும்.

இப்பிடி எனக்காகப் பரிதாபப் பட்டீங்களாப்பா!

சிரித்துக்கொண்டுதான் கேட்டான் என்றாலும், கேள்வியின் நியாயம் கூர்மையான கத்திபோலப் பளபளத்தது. அதைவிடப் பளபளத்தது வேறு ஒன்று: மாதாந்தரம் அவன் வாங்கும் ஆறு இலக்க சம்பளம். ஆளுக்கொரு தனியறை ஒதுக்கும் அளவு விசாலமான

அடுக்கக வீடு, இரண்டு குடும்பங்கள் கொள்ளும் கார் என ஈட்டித்தந்த கல்வித் தகுதி.

தூங்கும் பேரனுக்குத் துணையாக அவனருகில் படுக்கப் போய்விட்டாள் பாட்டி. மதியத் தூக்கத்துக்காக நான் மட்டும் எங்கள் தனியறைக்குள் வந்து படுத்தபோது, காலியாயிருந்த பக்கத்துப் படுக்கையில், வெகு காலம் முன்பே அமரராகி விட்ட என் அப்பா படுத்திருந்தார். என்னைப் பார்த்துப் புன்னகைத்தார்.

முன்னாள் ஹாக்கிவீரர். சைக்கிள் ஸீட்டில் அமர்ந்து ஓட்ட முடியாதபடி, முழங்காலிலோ தொடையிலோ நிரந்தர வலி இருந்தது. அபூர்வமாக, ஓட்டியே தீரும் நிர்ப்பந்தம் வந்துவிடும் சமயத்தில், ஸீட்டுக்குப் பின்னால் இருக்கும் கேரியரில் உட்கார்ந்து, கைகளை சிரமப்பட்டு எட்டி நீட்டி, ஹாண்டில் பாரைப் பிடித்துக்கொண்டு ஓட்டுவார்.

என்னைப் பின்னிருக்கையில் அமரவைத்து, உருட்டிக் கொண்டே இரண்டு கிலோ மீட்டர் அவர் நடந்து வரும் காட்சி தத்ரூபமாய் எழும்பி, கண்கள் நிரம்பின. பள்ளிக்கூடம் போவதற்கு அழுதேனா என்பது நினைவில்லை; அப்பா சைக்கிள் உருட்டும் அழகை ஊரே வேடிக்கை பார்த்தது நினைவிருக்கிறது. ஞாபகங்களின் ஆழத்தை, வலுவை, ஏன் பலவீனத்தையும்கூட, யாரால் அளக்க முடியும்.. நான் பணி ஓய்வுபெற்று வெறும் மூன்று வருடம்தான் ஆகிறது. அதற்குள், அலுவலக நடைமுறைகள் எவ்வளவு மறந்துவிட்டன . . .

யாரு பாடறாங்க!

என்று கேட்டோமானால்,

சீனிவாஸ் தாத்தாவும், சுசீலா பாட்டியும் . . .

என்று தானாகவே கண்டறிந்து சொல்லுமளவு கெட்டிக்காரக் குழந்தை அவன்.

அட, செல்லப் பன்னிக்குட்டி!

என்று அள்ளி அணைத்துக்கொள்வாள் பாட்டி.

மிச்சமெல்லாம் தெரியிது. பள்ளிக்கூடம் போகணும்ன்னு மட்டும் தெரியாதோ?!

என்று குழந்தையின் தாயார் கேட்பாள். சிரித்துக்கொண்டுதான். எனக்கு லேசாய் எரிச்சல் வரும். வாசிக்கும் பழக்கம் உள்ளவன் என்பதால், ஏதாவது புத்தகத்தில் அமிழ்ந்து என்னை அடக்கிக்கொள்வேன். இரண்டாவது வார ஆரம்பத்திலோ,

நடுவில்தானோ, ஒரு கவிதையின் தோராய வடிவம் நினைவு வந்தது.

'பள்ளிக்கூடம் போவதற்கு முன் ஓயாமல் கேள்வி கேட்பான்; பதில்சொல்ல சிரமப்படுவேன். இப்போது நான் எப்பவாவது கேள்விகேட்கிறேன்; பதிலுக்குத் தவிக்கிறான் பாவம்' என்கிற மாதிரி. ஞானக்கூத்தனா, சி மணியா என்று நினைவில்லை. அவர்களைப் போன்றவர்களின் எழுத்துக்களுக்கு அறிமுகமான பொழுதில், 'ஓரெழவும் புரியவில்லையே' என்று மனம் கசங்கியதும், இப்போது அவற்றுக்கெல்லாம் விதவிதமான விளக்கங்கள் உறைக்குமளவு ஞானம் பெருகிவிட்டதும்கூட நினைவு வந்தது.

> **அ**ங்கெ இதுகளெ அவுத்துவிட்ருவாங்க. நம்ப வீட்லெகூட அம்புட்டு பொம்மைக கிடையாது. அடிக்கொருக்க, திங்கிறத்துக்கு ஏதாச்சும் குடுப்பாங்க வேறே . . .

கிழடுகளின் ஆறுதலுக்காக, இப்படி ஓரிரு வாக்கியங்கள் சொல்வாள் மருமகள். தனியாய் இருக்கும்போது,

> எத்தனெ இருந்தா என்ன, நாலு பொம்மெக கொறையுதா இல்லியா . . .!

என்றேன். உறுத்துப் பார்த்த கிழவி, சற்று தாமதமாகப் புரிந்து, பெரிதாய்ச் சிரித்தாள்.

> கடோசி ரெண்டு வருசம், ஆபீஸு போக நீங்களும் இப்பிடித்தானே அளுதீக!

என்று மேலும் சிரித்தாள்.

அதுவும் சரிதான். விநோதமாக எனக்கு இன்னொரு புஸ்தக வரிகள் நினைவு வந்தன. 'எப்படியாவது குழந்தைகளை நடைமுறை சமூகத்தின் உறுப்பினராக்கிவிட, பெற்றவர்கள் படும் பாடு அலாதியானது'. ஆறு வயதில் நீச்சல், கராத்தே, நடனம்/ சங்கீதம், மதிப்பெண், பொது அறிவு, விளையாட்டு என்று எல்லாவற்றிலும் முதல் இடம் வாங்க வைக்க அவர்கள் படும் பாடும், செய்யும் செலவும் என்று ஒரு பட்டியல் ஓடியது. அறிந்த வட்டாரப் பெற்றோர்களின் பட்டியலும்தான். என்னுடைய பெயரும் அதில் உண்டு . . .

ஆனால், உறுப்பினராவதற்குப் படும் பாடை விட, உறுப்பினர் தகுதியை இழப்பதற்கான அவஸ்தைதான் இன்னும் அதிகம் என்றும் தோன்றியது... போகட்டும், குழந்தை எழுவதற்குள் நானும் தூங்கி எழுந்தாக வேண்டும் . . .

வாரம் முழுவதும் சிறுகச் சிறுக புத்தி சொல்லி, பள்ளியில் என்ன நடந்தது என்று ஆர்வமாய் விசாரித்து, ஆர்வமாக பதில்சொல்ல அவனை ஊக்குவித்து, புதுப்புது பொம்மைகளும், உடைகளும், தின்பண்டங்களும் வாங்கித் தந்து, அழாமல் போனால் என்னவெல்லாம் கிடைக்கும் என்று வாக்குறுதிகள் தந்து...விபரீதம் அதற்குப் பிறகுதான் வரும். சனி ஞாயிறு விடுமுறை. திங்களன்று புத்தம்புதிதாய் சத்தியாக்கிரகம் ஆரம்பிக்கும்.

> ரெண்டு மணிநேரம் போயி வெளாடிட்டு வர்றதுக்கு எம்புட்டு நொரநாட்டியம் பண்ணுறே ஆனந்து. சப்புச்சப்புன்னு நாலு அடி வய்க்கப்போறேம்பாரு அம்மா . . .

அவள் கவலை அவளுக்கு. தினசரி, தான் அலுவலகம் கிளம்பத் தாமதமாகிறதல்லவா. அடுத்த வாரம் கை நீட்டி விடுவாள் என்றே அஞ்சினேன். . .

இன்று நான்காவது திங்கள் கிழமை. காலையிலிருந்தே வீட்டின் காற்று இதமாகவும் சுமுகமாகவும் இருந்தது. அடுத்தவர் நிம்மதி குலைந்துவிடாதவண்ணம், சாவகாசமாக அவரவருக்குள் ஈடுபட்டிருந்தோம். தொலைக்காட்சி ஜோசியர் எல்லாருக்குமே உசிதமான தினப் பலன்கள் சொன்னார்.

பிஞ்சு தன்னுடைய தண்ணீர் சீசாவை, நொறுக்குத்தீனி வைக்கும் டப்பாவை, இவற்றையும் இரண்டு படக்கதைப் புத்தகங்களையும் வைக்கும் பையை ஒவ்வொன்றாகச் சேகரித்து, சமையலறையில் நிற்கும் தாயிடம், தானே கொண்டு சேர்ப்பித்தது.

> இன்னைக்கி எனக்கு ப்ளூ ட்ரஸ் வேணும்.

என்று கேட்டுவாங்கிப் போட்டுவிடச் சொன்னது. தாய் தகப்பன் முகத்தில் ஓங்கியிருந்தது பெருமிதமா, நிம்மதியா என்று துல்லியமாகக் கணிக்க முடியவில்லை.

தைரியமாக வாசலில் வந்து நின்ற தாத்தா பாட்டிக்கு உற்சாகமாகக் கையாட்டிவிட்டு, காரில் தகப்பனின் அருகில் ஏறி அமர்ந்துகொண்டது. கையாட்டும்போது தெரிந்த மலர்ச்சி, மூடிய கண்ணாடி ஜன்னலுக்குப் பின்னாலிருந்த முகத்தில் புலப்படவில்லை; கொஞ்சம் சங்கடமாகத்தான் இருந்தது. ஓரிரு நாட்களில் அதுவும் சரியாகி விடும் . . .

ஆனால், குழந்தை உறுப்பினராகிவிட்டானே என்று ஆதங்கம் பொங்கியது. அவன் குமுறிக்குமுறி அழுதுகொண்டு போன நாட்களைவிட, அடங்கிய துக்கத்துடன் கிளம்பிப் போகும் இன்றைய தினம், துயரம் அதிகமாகக் கவிந்தது எனக்குள்.

111

கல்லூரி வாசல் பரக்கத் திறந்திருந்தது. எழுபது வருடம் முன்பும் இப்படித்தான்; அந்தக் கம்பிக் கதவு பூட்டிக் கிடந்து பார்த்ததேயில்லை. அந்த நாட்களில் போலவே, உள்ளே நுழைந்ததும் காவலாளிக் கூண்டைத் திரும்பிப் பார்த்தார். உள்ளே இருந்த இளைஞன் கைபேசியைப் பார்த்தவாறு முக்காலியில் உட்கார்ந்திருந்தான். இவர் நுழைவதற்கு முன்பே, பக்கவாட்டில் இருக்கும் வட்டத்துவாரத்தில் பார்த்திருப்பானோ... தடியூன்றி நடக்கும் கிழவரால் பெரும் அபாயம் வருவதற்கில்லை என்று நினைத்திருப்பான்.

1950 – களின் ஆரம்பத்தில் இங்கேதான் பட்டப்படிப்பு முடித்தார். ரசாயனம். கடைசி நாளில் கண்ணீர் உகுத்துப் பிரியும்போது, ஐம்பத்தாறில் சந்திப்பது; பத்து வருடங்களுக்கொருமுறை என மீண்டும் மீண்டும் கூடுவது என்று முடிவானது. கிறிஸ்தவ நிர்வாகக் கல்லூரி என்பதாலும், எல்லாருக்குமே விடுமுறைப் பருவம் என்பதாலும், ஒவ்வொரு முறையும் கிறிஸ்துமஸ் வாரத்தில் சந்திக்கலாம் என்று யோசனை சொன்ன இளமாறன், அடுத்த பதினேழு வருடங்களில் எம் எல் ஏ ஆனான்.

முதல்முறையின் கும்மாளம், அறுபத்தாறில் இருக்கவில்லை. இரண்டாவது சந்திப்புக்கு, கிட்டத் தட்ட அனைவருமே மனைவியோடு வந்தனர். தவிர, அன்றைய முக்கியப் பேச்சு, புதிய பிரதமரின் செயல்பாடு பற்றிச் சுழன்றது. இந்திராவுக்கு ஆதரவாகச் சிலரும், தேசாய்க்கு ஆதரவாகச் சிலரும் என கோஷ்டிகள் உருவான மாதிரி இருந்தது.

உண்மையில், ஐம்பத்தாறில் நேர்ந்துவிட்ட பிளவின் எதிரொலியாகவே இரண்டாவது சந்திப்பின் ஒளி மங்கியதோ என்றுகூடத் தோன்றியது. சுமார் நாலு லட்சம் பேரோடு பௌத்தத்தைத்

தழுவிய டாக்டர் அம்பேத்கர், அடுத்த இரண்டு மாதங்களுக்குள்ளாகவே மரணமடைந்திருந்தார். வகுப்புத்தோழர்களுக்குள் வெளிப்படையாகத் தெரியவந்திராத சுயஜாதி அபிமானம் அவ்வளவு அடர்ந்து இருந்ததே இவருக்கு அதிர்ச்சியளித்தது.

எழுபத்தாறில் கூடுவதற்குக் கல்லூரி நிர்வாகம் அனுமதிக்கவில்லை. வேறு இடத்தில் கூடுவதற்கு காவல்துறை அனுமதி கிடைக்கவில்லை. ஒட்டுமொத்த நாடே, அச்சத்தால் தொடையிடுக்கில் வால் செருகிய வளர்ப்புநாய்போல ஒடுங்கிக் கிடந்தது.

எண்பத்தாறில் சந்தித்தபோது, பழைய நெருக்கம் மீண்டுவிட்டதாகவே பட்டது. இருபது வருடம் என்பது நீண்ட இடைவெளிதானே. இந்தமுறை சில நண்பர்கள் வெளி நாடுகளிலிருந்துகூட வந்திருந்தனர். ஆனால், துக்கத்தின் முதல் சொட்டு இவர்களுக்குள் வீழ்ந்த வருடம் அது. இந்தச் சந்திப்புக்கு வந்திருக்கவேண்டிய சாமுவேல், அந்த வருட ஜனவரியில், விமான விபத்தில் மரணமடைந்திருந்தான். ஆனால், 'சராசரி வயது ஐம்பதைத் தாண்டிய நண்பர்களுக்குள், முதல் மரணம் இப்போதுதான் நேர்ந்திருக்கிறது என்பதே ஆறுதலான சங்கதி அல்லவா?' என்று பாலகிருஷ்ணன் கேட்டதும் நியாயம் என்றே பட்டது. உஸ்மானியா பல்கலைக்கழகத்தில் தத்துவப் பேராசிரியராய் இருந்தவன். டிசம்பரில் எல்லாரையும் சந்தித்துத் திரும்புகிறான் – பிப்ரவரி ஆரம்பத்தில் மாரடைப்பால் இறந்துவிட்டான் என்று தகவல் வருகிறது . . .

தொண்ணூற்றாறில் வேறு வகை துக்கங்கள். நாற்பத்தெட்டுப்பேர் கூட வேண்டிய இடத்தில் இருபத்திரண்டு பேர் மட்டுமே வந்தார்கள். வர இயலாத செய்தி அனுப்பியது பத்துப் பேர். மீதிப்பேரைத் தொடர்புகொள்ளவே முடியவில்லை. வழக்கமாய் முன் கை எடுத்து ஏற்பாடு செய்யும் உள்ளூர்வாசி காதர், ஏப்ரலில் இறந்திருந்தான்; புற்றுநோய்.

> அவன் இரிந்திரிந்தா, எப்பிடியாச்சும் மிச்சப்பேரியும் பிடிச்ருப்பானப்பா.

என்று சொன்ன விநோத் ரெட்டி, வரமுடியாமல் போன ஒருவனைப் பற்றிக் கிசுகிசுப்பாகத் தகவல் சொன்னான்: ஸ்ரீதரராவ் என இவர்கள் அறிந்து வைத்திருந்த வகுப்புத் தோழன், மத்திய உளவுத்துறையால் கைது செய்யப்பட்டராகவையாவேதானாம். தீவிரவாதிகளோடு தொடர்பிருந்ததாகப் புகார். கல்லூரி முடிக்கும் தறுவாயில், நேருவின் அரசாங்கம் தன் சித்தப்பாவைத் தேடுகிறது; அவர்கள்

பேசும் ஜனநாயகமும் சோஷலிசமும் தொழிலாளர்கள், வறியவர்களுக்கு உறுதுணையானது அல்ல என்று சந்தர்ப்பம் கிடைக்கும்போதெல்லாம் இவர்களிடம் அவன் ஆவேசமாகப் பேசியது நினைவு வருகிறது . . .

இரண்டாயிரத்து ஆறில் இவர் வரவில்லை. நவம்பர் மாதம், சாலைவிபத்தில் தம்பியின் பேரன் இறந்துவிட்டான். குடும்பத்திலேயே மூத்த ஆண்வாரிசு. இவருடைய மூத்த மகள் ரத்னா, சக டாக்டர் ஜீவானந்தத்திடம் அழைத்துச் சென்றாள். இவர் வயதில் பாதிகூட நிரம்பாத ஜீவா, முக்கால் மணிநேரம்போல சோதனைகளும் போதனைகளும் செய்துவிட்டு, மருந்துகள் எழுதிக் கொடுத்தான். அவற்றைச் சாப்பிட்ட பிறகுதான் இவ்வளவு மறதி உண்டானது என்று பலதடவை தோன்றியிருக்கிறது . . .

ஆனால், ஒரு மோஸ்தர்கூட மறதிக்குக் காரணமாய் இருக்கலாம்; தன்னைவிட மூத்தவர்கள், தன்வயதுக்காரர்கள் இறந்துவந்தது போய், அடுத்த தலைமுறையும், அதற்கடுத்த தலைமுறையும்கூட விடைபெற்றுப் போகும் துக்கத்தைக் கண்கூடாக, கையாலாகாமல் பார்த்துக்கொண்டிருப்பது. தனிமையின் உறுத்தல் அதிகரிக்கும்போது, இவ்வளவு நீண்ட ஆயுள் தேவைதானா என்றுகூடத் தோன்றும் – ஆமாம், ஆரம்பம் முதலே மரணத்தை மட்டும்தான் சுமந்து வந்திருக்கிறோமோ? இறக்கி வைக்க முடியாத சுமை . . .

இப்போது மீந்திருப்பது உதிரியாய்ச் சில ஞாபகங்கள் மட்டுமே; உருப்படியாக எதுவும் தேறாது. எண்பத்தாறு சந்திப்பில், சொக்கலிங்கம் கடுமையாய் அழுதது நினைவிருக்கிறது. ஒரே மகளுக்குத் திருமணம் செய்துவைக்க ஆசைப்படுவதாகவும், விவசாயம் பொய்த்து, சாப்பாட்டுக்கே வழியற்ற நிலையில் திருமணம் பற்றி எப்படி யோசிப்பது என்றும் குமுறினான். அதற்கப்புறம் நிகழ்ந்தது அற்புதமேதான். பார்க்கப்போனால் இப்போது இவர் வந்திருப்பதுகூட அன்று சொரிந்த அன்பின் ஞாபகத்தில்தான் . . . தவிர, இன்று ‘போடா வாடா’ என்று அழைத்துக்கொள்ள எத்தனைபேர் இருக்கிறார்கள்?. . .

அன்று, காதர் உடனடியாக மைக் அருகில் போனான். சிறு அறிவிப்பு. டர்க்கி டவலை ஏந்தியபடி நண்பர்களிடம் வந்தான். பணம், வெளிநாட்டுப் பணம், காசோலைகள் என்று குவிந்த தொகையை யாரும் நம்பமாட்டார்கள். எண்பதுகளின் நாலு லட்சம்!

வகுப்புத்தோழர்கள் சந்திப்பது பத்து வருடத்துக்கொரு முறை; கடந்த முறை சந்தித்து நாலு வருடம்தான் ஆகிறது என்று அடித்துச் சொல்கிறாள் ரத்னா. அதுகூடத் தெரியாதா இவருக்கு? ரத்னாவே எழுபது வயதைத் தாண்டிவிட்டாள்; போனமுறை சந்தித்துத் திரும்பிய பிறகு அவளிடம் சொன்னது மறந்து விட்டது போல.

சொக்கன் சொல்றான், இன்னமே பத்து வருசம்ன்றதெல்லாம் ரெம்ப சாஸ்திடா. வருசாவருசம் சந்திச்சிறணும். வண்டி எத்தன நாள் ஓடும்னு தெரியலயே!

சிரித்துக்கொண்டுதான் சொன்னான். என்ன, இரண்டு மூன்று வருடமாய் மதுரைக்கு வரவில்லை. துணைக்கு ஆளில்லாமல் வெளியில் போகவிடுவதில்லை, குடும்பம். இப்போதுகூட, ரத்னாவின் பேரன் கல்யாணத்துக்காக விமானத்தில் கூட்டி வந்திருக்கிறார்கள். ராகுல் கிறிஸ்தவப்பெண்ணைக் காதல் திருமணம் செய்யவிருப்பதால், மார்கழியில் கல்யாணம். மதுரைவரை வந்துவிட்டோம், சொக்கனை மட்டுமாவது பார்த்துப் போகலாம் என்றுதான் இங்கே வந்தார். நிச்சயம் வருவதாக உறுதியளித்திருக்கிறான் அவன்.

ரத்னாவானால், அப்படியொரு அழைப்பே வரவில்லை; வெறும் பிரமையை நிஜமென்று நம்புகிறார் என்கிறாள். 'பிரமை என்பதே ஒருவகை நம்பிக்கைதான்; எந்த நம்பிக்கையும் ஒருவித பிரமைதான்' என்று முன்பொரு தடவை தொலைபேசியில் பாலகிருஷ்ணன் சிரித்தது நினைவு வருகிறது – அவன் ஜாடை உள்ள யாரையோ ஹோட்டலில் பார்த்ததும், 'பாலா . . .' என்று சத்தமாய்க் கூப்பிட்டு மூக்குடைபட்டதை விவரித்தபோது! . . .

கல்லூரி வாசலில், காரில் கொண்டுவந்து இறக்கிவிட்டு, தன் நண்பனைப் பார்த்துவிட்டு வருகிறேன் என்று சொல்லிச் சென்றிருக்கிறான் கல்யாணப் பையன்.

ரேகை அழியும் நேரமாகிவிட்டது. ஒருவேளை ரத்னா சொன்னதுதான் சரியோ? ஜிப்பாப் பையிலிருந்து கைபேசியை எடுத்து வெறித்தார். எழுந்து நின்றார். சிமெண்டு பெஞ்சைத் திரும்பிப் பார்த்தார். இத்தனை நேரம் அமர்ந்திருந்த இடத்தில், உதிர்ந்த இலையொன்று மெல்ல வீழ்ந்து படிந்தது. சாயங்காலம் இரவாக முற்றிவரும் கடைசிப் புள்ளியில், பொன்னிறமாய் ஒளிர்ந்தது அது.

பின்னுரை

கதைகளைப் பற்றி . . .

இவற்றைக் குறுங்கதைகள் என்று அழைக்கலாமா என்ற சிறு தயக்கமும் எழத்தான் செய்கிறது – ஆங்கிலம் வழி வாசிக்கக் கிடைக்கும் பிறமொழிக் கதைகளிலும் சமகாலத்தில் தமிழில் எழுதப்பட்டிருப்பவற்றிலும், இந்தக் கதைகளை விடவும் சிக்கனமாக எழுதப்பட்டிருப்பவை வாசிக்கக் கிடைக்கின்றன. ஆனால், சிறுகதை நாவல் குறுநாவல் என எந்த ஒரு வடிவமும் அறுதியான அளவு நிர்ணயங்கள் கொண்டவை அல்ல; அவரவர் வனைந்துகொள்ளும் வரையறைகளுக்குக் கட்டுப்பட்டவை. என்னளவில், குறுங்கதை என்பதை, ஒரு முழுச் சிறுகதையின் சுருக்கப்பட்ட வடிவம்; அத்தியாவசிய விவரணைகளை மட்டும் கொண்டது என்பதோடு, முழுமையான சிறுகதை வாசிப்பு அனுபவத்தைத் தரக்கூடியது என்றும் தோராயமாய் வரையறுத்துக்கொள்கிறேன். அதாவது, சிறுகதையின் குறுவடிவத்தைக் கொண்டிருப்பது; அது மேற்கொள்ளும் விஸ்தீரணத்தைக் கொள்ளாதது என்ற பொருளில். இவ்விதமாக, ஒரு இலக்கிய வகைமைக்குள் இயங்குவது மட்டுமின்றி, தனக்கேயான உருவத்தை முடிவுசெய்வதும் இலக்கியச் செயல்பாடுதானே!

குறுங்கதை என்ற வடிவத்தின் மீது எனக்குள்ள மோகம் அளவிட முடியாதது. அதற்காக, இரண்டு வரியில் ஒரு கதை, ஒரு பத்தியில் மட்டுமே கதை என்று சின்னஞ்சிறிய முக்காலியில் யானையை நிறுத்திக் காட்டும் சர்க்கஸ் வித்தை நிகழ்த்தும்

திட்டம் இல்லை. முன்பே குறிப்பிட்டபடி, முழுமையான ஒரு கதை; அதை ஆகக் குறைந்த வாக்கியங்களில் சொல்லிப் பார்ப்பது; வழக்கமான முடிவுகளை நோக்கி நகராதிருப்பது, கிட்டத்தட்ட ஒரே மாதிரியான பக்க அளவு என்பதுபோல சில சவால்களை எனக்கு நானே மேற்கொண்டேன்.

மற்றபடி, நுண்கதை, மின்னல் கதை என்ற பெயரில் வெளிவரும் சம்பவத் துணுக்குகள், காட்சியின் வெற்று நுண்படங்கள், கடைசிவரித் திருப்பத்தை மட்டும் உத்தேசித்தே முதல் வரியிலிருந்து நகரும் விந்தைக் கதைகளைப் போலவே இவையும் 'குறுங்கதை'யின் இன்னொரு வகைமாதிரி என்றே கோருவேன்.

மொழியைப் பற்றியும் சொல்ல வேண்டும். பல தடவை, மிகப் பல தடவை திரும்பத்திரும்பத் திருத்தியெழுதி தற்போதைய நிலையை எட்டியவை இவை. கவிதைகளில் நிகழும் அதே அளவு மொழித் துல்லியத்தை கதைகளிலும் எட்டிவிட முடியுமா என்று முயன்று பார்த்தேன்.

அளவு குறித்த நிபந்தனை தீவிரப்படும்போது, மொழியின் பிரவாகம் தானாகவே மட்டுப்படுவது வியப்பளிக்கிறது. ஒவ்வொரு சொல்லுக்கும், சிலவேளை சொற்றொடருக்கேகூட, சிக்கனமான மாற்றுச் சொல் இருப்பது பிடிபடுகிறது. மொழி தன்னைத் திறந்து காட்டும் விதம் பேராச்சரியம் தருவது. உண்மையில், புனைகதையில் ஈடுபடும் ஒவ்வொருவருமே இத்தகைய பயிற்சிகளை மேற்கொள்வது உதவிகரமாக இருக்குமோ என்றுகூடத் தோன்றுகிறது. இப்படி உருவாகும் பிரதி, வாசிப்பவரை மூச்சுத் திணற வைப்பதில்லை; மாறாக, அவருடைய யூகங்களுக்குப் பெரும் தளம் உண்டாக்கித் தருகிறது; அதாவது, வாசக சுதந்திரத்தை விரிவாக்குகிறது. வாசிப்புக்கு மேலதிகச் சுவை கூட்டவும்கூட வாய்ப்புண்டு என்று பட்டது – இறுதியாக இவற்றை மீண்டும் வாசித்தபோது.

இன்னும் வியப்பளித்த சமாசாரங்களும் உண்டு. கதாபாத்திரங்களுக்குச் சூட்டும் பெயர் வழியாகவே எவ்வளவோ புறத் தகவல்களைத் தெரிவித்துவிட முடிகிறது. இத்தனை நீண்ட பாரம்பரியம் உள்ள சமூகத்தின் ஆழ்மனத்தில் எவ்வளவு வண்டல் படிந்திருக்கக்கூடும்; நவீன சமூகம் என்றாலுமே அது எவ்வளவு சமாசாரங்களைப் பிடிவாதமாகப் பேணி வந்திருக்கிறது – அவை பற்றிய மறுபரிசீலனைகூட இல்லாமல்!

அப்புறம், சிறுசிறு தகவல்கள் வழியே, கதை நிகழும் களமும் வேளையும் தாமாகவே தம்மை வெளிப்படுத்திக்கொள்வது. உதாரணமாக, ரயில்பாதை அருகிலிருந்து மீட்கப்படும் பூனைக்குட்டிக் கதையில் வெளிப்படையாகத் தெரியவரும் பொழுது, அநேகக் கதைகளில் கூறப்படுவதே இல்லை. உதாரணமாக, மேட்டு முனியசாமி கதையில் இருக்கும் மூன்று கதைகளில் மூன்று வெவ்வேறு பொழுதுகள்; சபேசன் கதையின் முற்பகல் வேளை என்று தாமாகவே துலக்கம் பெறும் பொழுதுக் குறிப்புகள். சிற்சில கதைகளில் பொழுது பற்றிய விவரணைகளுக்கு தாராளமாகவே இடம் இருந்திருக்கிறது!

அநேகக் கதைகள் நிகழ்காலத்தவை அல்ல; என்றோ நடந்தவற்றை நினைவு கூரும் விதமாகவே அமைந்திருக்கின்றன. இதில் ஒரு வசதி இருக்கிறது எனக்கு. ஒரு சம்பவத்தை விவரிக்கும்போதே, அதன் இன்னொரு கோணத்தையும் காட்ட முடிகிறது. பால்யத்தின் வெகுளித்தனமும், முதிர்ந்த மனத்தின் மதிப்பீட்டு முறையும் ஒரே கதைக்குள் செயல்பட முடிகிறது.

'சில கதைகளின் முடிவு யூகிக்கக் கூடியதாய் இருக்கிறது' என்றார் கைப்பிரதியில் வாசித்த நண்பர். சரிதான். இரண்டு காரணங்கள் சொன்னேன். ஒன்று, இவை மர்மக் கதைகள் அல்ல. இரண்டு, எனது நோக்கமும், இறுக்கமான மர்ம முடிச்சை உருவாக்கி, இறுதியில் நெகிழ்த்திக் காட்டுவது அல்ல. இல்லாத மர்மத்தை முன்னிருத்தி, எந்தெந்தக் கண்ணிகள் வழியாக நகர்ந்து போக முடிகிறது என்று காண்பதும் எழுத்தின் சுவாரசியம்தானே. சாஸ்திரீய இசையில்கூட இப்படித்தான்; சாகித்திய சுத்தமும் ராக பாவமும் லய ஒழுங்கும் மட்டுமே அல்ல, எந்தெந்தப் புள்ளிகள் வழி நகர்ந்து செல்கிறார் என்பதுவும் ஒரு இசைஞரின் மனோதர்மத்தை அறிய உதவுகிறது அல்லவா.

இன்னொரு விமர்சனமும் சொன்னார் நண்பர்: 'வெவ்வேறு நபர்கள், வெவ்வேறு தருணங்கள் என்றாலும், கதையின் மொழியும் பார்வைக்கோணமும் கிட்டத்தட்ட ஒரே மாதிரி இருக்கிறது...' அதுவும் நியாயமே; ஆனால், இன்னொரு உண்மையையும் பார்க்க வேண்டும்; யாராக இருந்தாலும் எந்தமாதிரியான சூழ்நிலையாக இருந்தாலும், அவர்கள் சார்பாகக் கதைசொல்பவன் நான்தான். எனது சொல்முறையின், எழுத்துமொழியின் வரம்புகளை, வரையறைகளை மீறுவது எனக்கே சிரமமாய் இருக்கிறது; பாவம் பாத்திரங்கள். அவர்களால் எப்படி மீற முடியும்!

அத்தனைபேருமே ரத்தினச் சுருக்கமான, நயமான வரிகளில் விவரிப்பதும், உரையாடல்களில் குவிமையத்தை விட்டு இம்மியும் விலகாத இறுக்கமும் இருப்பது சற்று உறுத்தக் கூடும்; ஆனாலும், இந்த அம்சங்கள் நம்பகத்தன்மையைக் குறைத்துவிடுவதாகப் படவில்லை. பார்க்கப்போனால், நிகழ்வுகளுக்கும், விவரிக்கும் தொனிக்குமான முக்கியத்துவம்தானே இக்கதைகளின் அடிப்படை. விவரிப்பின் சுழிக்குள் வாசக மனத்தை ஈர்த்துவிட முடிகிறதா என்பதுதானே சவால்!

இறுதி செய்வதற்காக இவற்றைத் தொடர்ந்து வாசித்தபோது, சில சூழல்கள், சில பாத்திரங்கள், சில நிகழ்வுகள் ஒத்த தன்மை உள்ளனவாக எனக்கே படத்தான் செய்தது. வெவ்வேறு நபர்கள், வெவ்வேறு சூழ்நிலைகள் ஒரே சாயலுடன் இருப்பதற்கும் வாய்ப்புண்டுதானே என்று சமாதானம் செய்துகொண்டேன். அவற்றை வலிய மாற்றியமைப்பது கதைகளுக்குள் தானாக ஊறிவரும் இயல்புத்தன்மையைக் குறைத்துவிடுமோ என்று தயங்கினேன் . . .

மொத்தமாகப் படித்து முடித்த இன்னொரு நண்பர், ‘இந்தக் கதைகளுக்குத் தலைப்பிட்டிருக்கலாமே’ என்று விசனப்பட்டார். இட்டிருக்கலாம்தான்; ஒரு வகையில் ஒவ்வொரு கதைக்குமான திறவுகோலாக அவை உதவியிருக்கக் கூடும். ஆனால், தன் வயமாக ஓர் உட்பொருளைக் கண்டடையும் வாசக முனைப்புக்குத் தடையாகவும் இருந்துவிடக் கூடுமே. ஆகவே, வெறும் எண்களையே தலைப்பாகச் சூட்டியிருக்கிறேன்.

பொதுவாக, நான் எழுதுபவற்றைப் ‘பற்றி’ நானே எடுத்துச் சொல்வதில் ஆர்வமில்லாதவனாகவே இருந்து வந்திருக்கிறேன். நாவல் சிறுகதை குறுநாவல் போல, தமிழில் அதிகம் பரவலாகாத வடிவம் குறுங்கதை என்பதாலேயே இவ்வளவும் சொல்ல நேர்ந்தது . . .

குறைகளை எடுத்துச்சொல்லும், ஆலோசனைகளைத் தயங்காமலும் தாராளமாகவும் வழங்கும் நண்பர்கள் வாய்த்திருப்பது வரமா சாபமா என்ற குழப்பமும் அவ்வப்போது எழவே செய்கிறது – ஆனால், அது இன்னொரு குறுங்கதைக்கான கருப்பொருள்!

‘**அ**னைத்துலக நோய்த்தொற்று காரணமாகக் கிடைத்த மன அவகாசத்தில் அல்லது நெருக்கடியில் ஏகப்பட்ட

எழுத்தாளர்கள் குறுங்கதை எழுத ஆரம்பித்துவிட்டார்கள்' என்று ஓர் எழுத்தாள நண்பர் தொலைபேசியில் அங்கலாய்த்தார்.

நான் மறுத்தேன். 'கவிதை மட்டுமே எழுதும் ஒருவரை நான் முழுக்க நம்பமாட்டேன்; அவருடைய உரைநடையைப் பார்க்க வேண்டும் எனக்கு' என்கிற அர்த்தத்தில் நேர்ப்பேச்சொன்றில் சுந்தர ராமசாமி குறிப்பிட்டதைச் சொன்னேன். அந்தக் கூற்றுடன் நான் முழுசாக உடன்படுகிறேன் என்றும் சொன்னேன்.

பார்க்கப்போனால், முன்பே சொன்னதுபோல, புனைகதை எழுதும் ஒவ்வொருவருமே குறுங்கதை எழுதிப் பார்க்க வேண்டும் என்பேன். விவரணைகளும், மொழிமயக்கும் செயல்பட அதிக அவகாசமற்ற குறுங்கதை வடிவத்தில், எழுத்தாளரின் இலக்கியப் பார்வையும், சமூகப் பார்வைக் கோணமும்கூட, துல்லியமாய்த் தெரியவருவதற்கு வாய்ப்பிருக்கிறதே – வாசகருக்கு மட்டுமல்ல, எழுதுபவருக்குமேகூடத்தான்!

அந்தந்தக் கதை முடிந்த மாத்திரத்திலேயே, எழுதும்போது இருந்த ஆள் காணாமல் போய், பிறர் எழுதுவதை வாசிக்கவும், உள்ளார்ந்து விமர்சனங்களைத் தரிக்கவுமாக எனக்குள் ஊக்கமாகச் செயல்படும் மூன்றாம் மனிதனுக்கு, இந்தக் கதைகள் சம்பந்தமாகவும் சில புறவயமான அபிப்பிராயங்கள் உதிக்கவே செய்தன; அவற்றை நானே சொல்வது சரியாய் இருக்காது . . .

மாற்றியும் திருத்தியும் சுருக்கியும் என கிட்டத்தட்ட ஒன்றரை வருட காலம் இந்தக் கதைகளுடனே கழித்துவிட்டு, இப்போது புத்தகமாக்கும் தருணத்தில் மொத்தமாக மீண்டுமொருமுறை வாசித்து, வரிசை உருவாக்கி அடுக்கினேன்.

வெவ்வேறு பாத்திரங்கள், வெவ்வேறு களங்கள். ஆனால், பெரும்பாலான கதைகள் தன்மை ஒருமையில்தான். காரணம் எளிமையானது. எனக்கு அப்படிக் கதைசொல்வது பிடித்திருக்கிறது. பாத்திரங்களின் எண்ணவோட்டங்களைத் துல்லியமாய்ச் சொல்வதற்கான தர்க்க நியாயம் அதில் இருக்கிற மாதிரி உணர்கிறேன். வாசகமனம் தன்னைப் பொருத்திப்பார்த்துக்கொள்ள வசதிப்படுத்தும், வற்புறுத்தும் உத்தி அது என்றும் எண்ணுகிறேன்.

இந்த நூற்றிப் பதினோரு கதைகளுக்குள் நேரடியாகவோ மறைமுகமாகவோ ஒரு அடிப்படைத் தொடர்ச்சி இருப்பதாக நான் நினைக்கவில்லை. இவற்றுக்கிடையில் ரகசிய உள்ளோட்டம்

ஏதும் இருப்பதாக ஒரு வாசகருக்குத் தோன்றினால், அது அவருடைய பிரமையாகவேகூட இருக்கலாம்!

இவை தனித்தனிக் கதைகள். அடுத்தடுத்தோ, பல கதைகள் தாண்டியோ வருகிறவற்றில் ஓரிரண்டிலாவது யாருக்கேனும் சிறு தொடர்பு ஏதேனும் பிடிபடுமானால்கூட, அது தற்செயல்தான். ஏனெனில், இவற்றை உள்ளூரப் பிணைப்பதற்கான எந்தவித உத்தேசமும் எனக்கு இல்லை. பார்க்கப்போனால், ஒரு கதைக்கும் இன்னொன்றுக்கும் அதிகபட்ச வித்தியாசம் இருக்க வேண்டும் என்பதே என் ஆசை. அந்த அளவுக்கு உதிரியாக, சிதறலாக இவை தென்படுவதே என் விருப்பம்.

சில நபர்கள் சில சம்பவங்கள் சில தருணங்கள் சில மனக்குறளிகள்; எழுத்துப் பழக்கம் உள்ள யாருக்கும் தோன்றுகிற அவ்வப்போதைய உதிரிக் கற்பனைகள் என, கட்டுப்பாடில்லாமல் விவரிக்கப்பட்டவை இவை. இரண்டு வெவ்வேறு கதைகளில் ஒரே நிகழ்வின் இரு கோணங்கள் விவரிக்கப்பட்டாலும், அவை தனித்தனியானவைதாம் என்றே நினைக்கிறேன்.

அந்தோனி டி மெல்லோ என்று ஒரு பாதிரியார். கருட புராணம், விவிலியம், பௌத்தக் கதைகள், ஸூஃபி கதைகள் என்று விதவிதமான தளங்களில் புழங்கும் குறுங்கதைகளைத் தொகுத்து, பல நூல்களாக வெளியிட்டிருக்கிறார். 'தவளையின் பிரார்த்தனை, ஒரு நிமிட ஞானம், பறவையின் பாடல், ஒரு நிமிட அபத்தம்' என்கிற மாதிரி வசீகரமான தலைப்புகள் கொண்ட நூல்கள். 'குட்டிக் கதைகள் என்பதால், நாவல் வாசிப்பது போலத் தொடர்ந்து வாசிக்கக் கூடாது; ஒரு நாளைக்கு ஒன்றோ இரண்டோ என்று, மாத்திரை சாப்பிடுவதுபோல, வாசிக்க வேண்டும் இவற்றை' என்று பரிந்துரைத்திருப்பார்.

இந்த நூலுக்கும் அப்படி ஒரு முன்குறிப்புப் போடலாமா என்று யோசித்தேன். அப்புறம், என் இஷ்டம்போல் நான் எழுதலாம் என்றால், வாசகரும் அவர் இஷ்டம்போல வாசிக்கலாம்தானே என்று விட்டுவிட்டேன்!

சென்னை **யுவன் சந்திரசேகர்**
04–09–2021